आपल्या स्नेहीजनांना पुस्तके भेट द्या

'GONE GIRL' या इंग्रजी पुस्तकाचा अनुवाद

गॉन गर्ल

बिघडलेल्या नातेसंबंधांचं अत्यंत धारदार वर्णन असलेली थरारकथा

गिलियन फ्लिन

अनुवाद

सई साने

मेहता पब्लिशिंग हाऊस

Please contact us at **Mehta Publishing House Pvt. Ltd.**
✆ +91 020-24476924 / 24460313 / Mob. No. 9545000513
Email : production@mehtapublishinghouse.com
Website : www.mehtapublishinghouse.com

- *या पुस्तकातील लेखकाची मते, घटना, वर्णने ही त्या लेखकाची असून त्याच्याशी प्रकाशक सहमत असतीलच असे नाही.*

GONE GIRL by Gillian Flynn

This edition Published by arrangement with Ballantine Books,
an imprint of Random House, a division of
Penguin Random House LLC.
Translated into Marathi Language by Sai Sane

गॉन गर्ल / अनुवादित कादंबरी

अनुवाद : सई साने

author@mehtapublishinghouse.com

मराठी अनुवादाचे व प्रकाशनाचे हक्क : मेहता पब्लिशिंग हाऊस प्रा. लि.

संस्थापक : सुनील अनिल मेहता

प्रकाशक : मेहता पब्लिशिंग हाऊस प्रा. लि.
१९४१, सदाशिव पेठ, माडीवाले कॉलनी, पुणे ३०

मुद्रक : रेप्रो इंडिया लि.

मुखपृष्ठ : चंद्रमोहन कुलकर्णी

प्रथमावृत्ती : फेब्रुवारी, २०२३

किंमत : ₹ ७५०

P Book ISBN 9789357200189
E Book ISBN 9789357200172
E Books available on : amazonkindle Apple Books Google Play Books

माझ्या आयुष्याचे दोन दीप
थोरला ब्रेट आणि
धाकटा फ्लिन यांस

प्रेम ही जगातील एक अगणित तऱ्हांनी बदलणारी गोष्ट आहे : असत्य, द्वेष, खूनसुद्धा त्यात अंतर्भूत आहे; खरंतर प्रेमविरोधी गोष्टींचा तो एक अटळ असा विस्तार आहे, एखाद्या सुंदर देखण्या गुलाबाला रक्ताचा वास असावा तसं...

– टोनी कश्नर, द इल्यूजन्स

भाग १

मुलगा मुलीला गमावतो तेव्हा...

निक् डन्

त्या दिवशी...

जेव्हा जेव्हा माझ्या मनात माझ्या बायकोचा विचार येतो, तेव्हा तेव्हा मला तिचं डोकं आठवतं. म्हणजे तिच्या डोक्याचा आकार. मी तिला अगदी पहिल्यांदा बघितलं होतं ना, तेव्हा मला तिच्या डोक्याची मागची बाजूच आधी दिसली होती आणि ती माझ्या मनात भरली होती. विशेषतः त्याचा आकार, त्याचा डौल. एखाद्या नदीपात्रातील गोटा किंवा चकाकता मक्याचा दाणा असावा ना तसा. व्हिक्टोरिअन काळातले लोक ज्याला 'सुबक आकाराचं डोकं' असं म्हणाले असते, तसं तिचं डोकं होतं. तुम्ही त्यावरून आतल्या कवटीच्या आकाराची कल्पना करू शकता.

मी कुठूनही तिचं डोकं ओळखू शकलो असतो.

आणि त्याच्या आत काय चाललंय ते. माझ्या मनात त्याचाही विचार येतो : तिचं मन. तिचा मेंदू, ते सगळे आतले गुंते आणि त्या गुंताळ्यातून वळवळत फिरणाऱ्या शतपाद अळ्यांसारखे तिचे विचार. एखाद्या लहान मुलासारखी मी तिची कवटी उकलण्याची कल्पना करतो, तिचा मेंदू उलगडण्याची आणि चाळून बघण्याची कल्पना, त्यातले नेमके विचार पकडून बघण्याचं चित्र रंगवतो. 'तू कसला विचार करते आहेस, ॲमी?' आमच्या संसारात मी हा प्रश्न सतत विचारत आलो. मोठ्यानं नाही म्हणा... आणि जिच्याकडे या प्रश्नाचं उत्तर आहे तिलाही नाही. मला वाटतं हे प्रश्न प्रत्येक संसारावरच घोंघावत असतात : 'कसला विचार चालू आहे डोक्यात? काय वाटतंय तुला? कोण आहेस तू? एकमेकांचं काय करून ठेवलंय आपण? काय करणार आहोत यापुढे आपण?'

माझे डोळे बरोबर सहा वाजता उघडतात. म्हणजे पापण्यांची फडफड किंवा हळुवारपणे जाग येणं, असं काही होत नाही. मला अगदी यांत्रिकपणे जाग येते.

एखाद्या भीतिदायक अशा बोलक्या बाहुल्याचे डोळे खट्‌कन उघडावेत ना तशा माझ्या पापण्या उघडतात. सगळं जग काळं, अंधारं असतं आणि मग, अचानक जाग! ६-०-० माझ्या डोळ्यांसमोरचं घड्याळ वेळ दाखवतं. हे वेगळंच आहे काहीतरी. मी कधीच अशा नेमक्या वेळेला उठत नाही. मी कधीही उठणारा माणूस आहे : ८.४३, ११.५१, ९.२६ माझं आयुष्य गजरविरहित होतं.

बरोब्बर त्या नेमक्या क्षणी ६-०-० वाजता ओक वृक्षांच्या रांगेवरून सूर्य वर आला. स्वतःच्या खास उन्हाळी तप्त रूपात तो तेजानं तळपत होता. नदीप्रवाहावरून त्याचं प्रतिबिंब आमच्या घराच्या दिशेनं झेपावत आलं, जणू काही आमच्या बेडरूमच्या पातळशा पडद्यातून माझ्यावर रोखलेलं एक लांबलचक बोटच असावं तसं, मला बजावणारं : 'तुझ्यावर लक्ष आहे. तुझ्यावर लक्ष असणार आहे.'

मी बिछान्यात लोळत पडलो होतो. आमच्या या नव्या घरात हा न्यूयॉर्कच्या घरातला बिछाना होता. इथे येऊन आम्हाला दोन वर्षं होऊन गेलीत; पण अजून आम्ही याला नवीन घरच म्हणतो. मिसिसिपी नदीच्या काठावरच हे भाड्याचं घर आहे. असं घर जे 'नवश्रीमंतांसाठी' आहे हे सहज ओळखू येतं. लहानपणी जेव्हा आम्ही शहराच्या गचाळ दरिद्री भागात राहत होतो; तेव्हापासून मला या असल्या घराची ओढ होती. ही अशी घरं सहज ओळखू येतात. सामान्यपणे मोठ्ठं. अतिसामान्य असं नवं कोरं घर जे माझ्या बायकोला अजिबात आवडणार नाही– आणि नाहीच आवडलं.

"मी माझं मन बाहेरच ठेवलेलं बरं ना?" इथे आल्यावरचं हे तिचं पहिलं वाक्य होतं. ही एक तडजोड होती. मिसुरीच्या या माझ्या छोट्याशा गावात मी घर विकत न घेता भाड्यानं घ्यावं, ही ॲमीची इच्छा होती. तिला खात्री होती की, आम्ही इथे फार काळ अडकून पडणार नाही. पण जी काही घरं भाड्यानं उपलब्ध होती, ती होती या दुर्लक्षित वसाहतीत, बँकेच्या मालकीची, मंदीचा फटका बसलेली, किंमत कमी झालेली, वाडावजा घराचं लहानसं ओसाड पडलेलं गाव. शहराचा असा भाग जो वसण्याआधीच उजाड झाला. ती फक्त एक तडजोड होती. पण ॲमीला मात्र तसं वाटलं नाही, अजिबातच नाही. ॲमीला वाटायचं की ही मी तिला केलेली शिक्षा आहे, स्वार्थी क्रूर शिक्षा. एखाद्या रानटी माणसासारखं मी तिला या तिनं ठामपणे टाळलेल्या गावात फरफटत घेऊन आलोय आणि तिला आवडत नसलेल्या घरात राहायला भाग पाडलंय. मला वाटतं की दोघांपैकी जर एकालाच तसं वाटत असेल तर ती तडजोड नसतेच मुळी. पण आमच्यातल्या तडजोडी याच स्वरूपाच्या असायच्या. आमच्यातलं एक कोणीतरी कायमच चिडलेलं असायचं. बहुतेक वेळा ॲमीच.

पण या तक्रारीसाठी मला जबाबदार धरू नकोस, ॲमी. ही मिसुरीची तक्रार.

याचा ठपका तू अर्थव्यवस्थेवर ठेव, याचा दोष तू आपल्या दुर्दैवाला दे, माझ्या पालकांना दोष दे, तुझ्या आई-वडिलांना दोष दे. इंटरनेटला जबाबदार धर, इंटरनेट वापरणाऱ्या लोकांना जबाबदार धर. मी एक लेखक होतो. मी टीव्ही, सिनेमा आणि पुस्तकांबद्दल लिहिणारा लेखक होतो. हे लोकं पूर्वी जेव्हा कागदावर छापलेल्या गोष्टी वाचत असत, तेव्हा मी काय लिहितो याची लोकांना कदर होती. नव्वदचं दशक संपण्याच्या सुमारास मी न्यूयॉर्कमध्ये दाखल झालो. भरभराटीच्या काळातले शेवटचे दिवस. अर्थात, त्या वेळी कोणालाच या सगळ्याची कल्पना नव्हती. न्यूयॉर्क लेखकांनी ओसंडून वाहत होतं; खरेखुरे लेखक. कारण तेव्हा मासिकं छापली जायची, खरीखुरी मासिकं, भरपूर. मी हे तेव्हाचं सांगतोय जेव्हा इंटरनेट हे एखाद्या दुर्मिळ, कौतुकाच्या प्राण्यासारखं प्रकाशनविश्वाच्या एका कोपऱ्यात होतं– त्याच्या दिशेनं चार चणेफुटाणे फेकल्यावर ते कसं जागच्या जागी उड्या मारतं ते कौतुकाने बघा, ओह किती गोड, ते नक्कीच हल्ला करण्यातलं नाही. जरा विचार करा. तो असा काळ होता जेव्हा कॉलेजातून नुकतीच पदवी मिळालेली मुलं न्यूयॉर्कला यायची आणि लिहिण्याबद्दल त्यांना चक्क पैसे मिळायचे. आम्हाला इतकीशीही कल्पना नव्हती की आम्ही असा व्यवसाय निवडतो आहोत, जो येत्या दशकातच रसातळाला जाईल.

अकरा वर्षं माझ्याकडे नोकरी होती आणि मग एक दिवस नव्हतीच. इतकं झटपट झालं सगळं. सगळ्या देशभरात नियतकालिकं एखाद्या साथीच्या रोगाला बळी पडावी तशी बंद पडायला लागली. ही सगळी ढासळलेल्या अर्थव्यवस्थेची लागण होती. लेखकांची (विशेषतः माझ्यासारख्या लेखकांची, जे नव्यानं लिहू लागलेले कादंबरीकार किंवा तत्त्वचिंतक, असे लोक ज्यांचा मेंदू वेगात काम करत नाही, एखादा ब्लॉग किंवा ट्विट, लिंक यांपैकी काहीच जमत नाही, मूलतः जुनाट हट्टी खोडं) सद्दी संपली. आमची अवस्था स्त्रियांसाठी हॅट बनवणाऱ्यांसारखी किंवा घोडागाडीसाठी चाबूक बनवणाऱ्यांसारखी झाली. आमचा काळ संपला. झालं असं की मला काढून टाकल्यानंतर तीन आठवड्यांनीच ॲमीची नोकरी गेली. (आता मला ॲमीच्या छद्मीपणे हसण्याची कल्पना करता येते. माझं करिअर, माझं दुर्दैव यावर मी इतका वेळ घालवून तिचा अनुभव मात्र एका वाक्यात आटोपला. हे नेहमीचच आहे, ती म्हणेल. निकूचं असंच असतं, हे तिचं पालुपद आहे. निकूचं असंच असतं... आणि मग पुढे काय म्हणायचं असेल ते. निकूचं जे काही असतं ते वाईटच असतं.) दोन बेकार माणसं, आमच्या ब्रुकलीनच्या घरात नुसते मोजे आणि पायजमा घालून, भविष्याची चिंता सोडून देऊन, आलेलं टपाल न उघडता टेबलावर, सोफ्यावर भिरकावून देऊन, सकाळी दहा वाजता आईस्क्रीम खात आणि दुपारी ढाराढूर झोपून आम्ही आठवडेच्या

आठवडे घालवले.

मग एक दिवस फोन वाजला. माझी जुळी बहीण- मार्गो- समोरून बोलत होती. वर्षभरापूर्वी तिची न्यूयॉर्कमधली नोकरी गेल्यानंतर ती घरी परत गेली होती – ही मुलगी माझ्या कायम एक पाऊल पुढे असते. अगदी दुर्दैवातसुद्धा. मिसुरीतल्या नॉर्थ कार्थेजमधल्या ज्या घरात आम्ही लहानाचे मोठे झालो, तिथून मार्गो फोन करत होती. तिचा आवाज ऐकताना मला ती दहा वर्षांची असतानाची डोळ्यांसमोर आली. गडद भुरभुरते केस आणि शॉर्ट्स घातलेली आमच्या आजोळच्या घराच्या मागच्या धक्क्यावर बसलेली. शरीर एखाद्या उशीसारखं दुमडलेलं. तिचे हडकुळे पाय नदीच्या पाण्यात लोंबकळत असलेले, पांढुरक्या पावलांवरून वाहणारी नदी पाहण्यात तल्लीन झालेली. अगदी लहानपणीसुद्धा आत्मविश्वासपूर्ण, स्वमग्न अशी मार्गो.

'गो' सांगत असलेली बातमी जरी चांगली नसली, तरी तिचा आवाज मात्र किंचित चरचरता, उबदार असा होता. आमची ताठ, कणखर आई आजारी होती. आमचे वडील गेल्यातच जमा होते– त्यांचं (क्रूर) मन आणि (दुष्ट) हृदय, दोन्ही यापलीकडच्या प्रवासाला निघताना गढूळ झालं होतं. पण आता परिस्थिती अशी होती की बहुधा आमची आईच त्यांना मागे टाकून पुढे जाणार. सहा महिने, फार फार तर एक वर्षभर काढेल ती अजून. मला जाणवलं, गो स्वतःच त्या डॉक्टरांना भेटायला गेली असणार. तिच्या त्या गचाळ अक्षरात तिनं अगदी अभ्यासपूर्ण नोंदी केल्या असणार. तिनं जे काही लिहिलं होतं ते वाचून दाखवताना ती अगदी रडवेली झाली होती. तारखा आणि औषधांच्या मात्रा.

"शी! मला कळतच नाहीये हे काय लिहिलंय, नऊ आहे का हे? काही अर्थच लागत नाहीये." ती म्हणाली. मी मध्येच तिला थांबवलं. हे कामच होतं एक. एक उद्दिष्ट, जे माझी बहीण माझ्यापुढे आणत होती. मला एकदम सुटका झाल्यासारखं वाटलं.

"मी परत येतो,'गो'. आम्ही घरी परत येतो. हे सगळं तुझ्या एकटीवर पडायला नको."

तिचा माझ्यावर विश्वासच बसत नव्हता. पलीकडून मला तिच्या श्वासांचा आवाज ऐकू येत होता.

"मी खरंच सांगतोय, गो. काय हरकत आहे? इथे तरी काय ठेवलंय?"

एक मोठ्ठा सुस्कारा. "ॲमीचं काय?"

मी या गोष्टीचा फारसा विचारच केलेला नव्हता. मी सहज गृहीत धरून टाकलं की, मी माझ्या या न्यूयॉर्कच्या बायकोला तिच्या न्यूयॉर्कच्या इच्छाआकांक्षांसकट, न्यूयॉर्कच्या अभिमानासकट, तिच्या न्यूयॉर्कच्या आई-वडिलांपासून

तोडून मॅनहटनची गजबजलेली धावती स्वप्ननगरी मागे टाकून, तिला मिसुरीमधल्या त्या नदीकाठच्या छोट्याशा गावात नेऊन ठेवीन आणि मग सगळं छान होईल.

हे सगळं किती मूर्खपणाचं, किती आशावादी, आणि हो, किती अगदी 'निक्‌सारखंच' वागणं होतं हे. कुठल्या दुःखाच्या खाईत हे मला लोटणार आहे, त्याची मला कल्पनाच नव्हती.

"ॲमीचं काही नाही. ॲमी..." इथे खरंतर मी म्हणायला हवं होतं. 'ॲमीला आई आवडते.' पण 'ॲमीला आई आवडते' असं मी गोला सांगू शकत नव्हतो. कारण इतकी वर्षं झाली तरी ॲमी आमच्या आईला नीटशी ओळखतही नव्हती. ज्या काही त्यांच्या थोड्याफार भेटी झाल्या, त्या वेळी दोघीही गोंधळलेल्याच होत्या. ॲमी पुढे नंतर कित्येक दिवस त्यांच्यातल्या संभाषणांची चिरफाड करत बसायची – "आणि त्या असं म्हणाल्या त्याचा अर्थ काय होता मग?" जणू काही माझी आई म्हणजे टुंड्रा प्रदेशातून येणारी एखादी रानटी बाईच होती. जी याकचं कच्चं मांस आणि काही बटणं घेऊन यायची आणि त्या बदल्यात तिला ॲमीकडून अशक्य गोष्टींची अपेक्षा असायची.

ॲमीनं कधी माझ्या कुटुंबीयांना जाणूनच घेतलं नाही, ना तिला माझ्या जन्मगावाची पर्वा होती. आणि तरीही माझी अशी समजूत होती की घरी परत जाणं, ही एक चांगली कल्पना आहे.

माझ्या श्वासांनी उशी उबदार होऊ लागली होती. मी मनातल्या मनात विषय बदलला. आजचा दिवस काही तर्क लढवण्याचा किंवा पश्चात्तापाचा नव्हता. आजचा दिवस कृती करण्याचा होता. खालून मला जुने ओळखीचे आवाज येत होते. ॲमी नाश्त्याची तयारी करत होती. लाकडी कपाटाचं धाड्‌कन लागणं, पत्र्याच्या डब्यांचा आणि काचेचा आवाज, स्वयंपाकाची भांडी सरकवण्याचा आवाज; पूर्णत्वाकडे प्रवास करणारा स्वयंपाकघरातला वाद्यवृंदच जणू. केकपात्र जमिनीवरून खणखणत भिंतीवर जाऊन आपटलं. काहीतरी खास पदार्थ बनत असावा, बहुतेक क्रीप. कारण क्रीप खास असतात आणि आज ॲमीला काहीतरी खास करायचं असणार.

आज आमच्या लग्नाचा पाचवा वाढदिवस होता.

अनवाणी पावलांनी जिन्यापाशी जाऊन मी खालचे आवाज ऐकू लागलो. या भिंतीपासून त्या भिंतीपर्यंत असणाऱ्या गुबगुबीत गालिच्यात मी पायाची बोटं रुतवली होती. ॲमीला ते अजिबात आवडत नाही. खाली जावं की न जावं याचा निर्णय घेण्याचा मी प्रयत्न करत होतो. माझ्या या घुटमळण्याचा जराही पत्ता नसलेली ॲमी खाली स्वयंपाकघरात होती. जरासं उदासवाणं पण ओळखीचं

असं काहीतरी ती गुणगुणत होती. मी ऐकण्याचा प्रयत्न केला – एखादं लोकगीत? अंगाई? मग माझ्या लक्षात आलं की ते MASH मधली 'स्यूसाईड इज पेनलेस' मधलं शीर्षकगीत होतं. मी खाली गेलो.

मी दारातच रेंगाळत माझ्या बायकोला न्याहाळत राहिलो. तिचे पिवळसर रंगाचे केस वरती बांधलेले होते. पोनीटेल एखाद्या झुबक्यासारखं हलत होतं. चटका बसलेलं बोट चोखत ती गाणं गुणगुणत होती. ती नेहमी स्वतःशीच गुणगुणायची, कारण ती कोणत्याही गाण्याच्या शब्दांचे जे काही घोळ घालायची त्याला तोड नव्हती. आम्ही जेव्हा सुरुवातीला भेटत असू, तेव्हा रेडिओवर एक गाणं वाजायचं. 'शी सीम्स टू हॅव ॲन इन्व्हिझिबल् टच, येह.'' (अदृश्य असा हा स्पर्श तिचा) आणि त्याऐवजी ॲमी म्हणायची, 'शी टेक्स माय हॅट ॲन्ड पुट इट ऑन द टॉप शेल्फ'. जेव्हा मी तिला विचारलं की तिला असं का वाटत असावं की तिचे गाण्याचे बोल अगदी दुरान्वये किंवा ओझरते तरी बरोबर असतील, तेव्हा तिनं मला सांगितलं की तिला नेहमीच असं वाटत आलंय की त्या गाण्यातल्या स्त्रीचं त्या पुरुषावर जिवापाड प्रेम असणार, कारण ती त्याची टोपी अगदी 'वरच्या' कप्प्यात ठेवते. तेव्हाच मला कळलं की मला ती आवडते. मनापासून आवडते मला ही मुलगी, जिच्याकडे प्रत्येक गोष्टीचं स्पष्टीकरण आहे.

अशी सुरेखशी आठवण मनाच्या तळातून वर येते, पण आता त्यातून तो आनंद मिळत नाही, ही किती अस्वस्थ करणारी गोष्ट आहे.

तव्यावर तयार होणाऱ्या क्रीपकडे वाकून नजर टाकत ॲमीनं मनगटावरचं काहीतरी चाटून घेतलं. ती खूश दिसत होती, विजेती. आता जर मी तिला मिठीत घेतलं तर तिच्या अंगाला बेरी आणि साखरेचा वास येईल.

जेव्हा तिनं मला तिथं माझ्या अजागळ चड्डीत केस विस्कटलेल्या अवस्थेत रेंगाळताना पाहिलं, तेव्हा ती ओट्यावर रेलत उद्गारली, ''हॅलो, हॅन्डसम.''

भीतीनं माझा जीव घशाशी गोळा झाला. 'चल, हो पुढे.' मी स्वतःशीच म्हणालो.

त्या दिवशी मला कामावर जायला खूपच उशीर झाला. माझी बहीण आणि मी घरी परत आलो, तेव्हा आम्ही एक मूर्खपणा केला होता. आम्हाला कधीपासून जे करायचं होतं तेच आम्ही केलं. आम्ही एक बार उघडला. त्याकरता लागणारे पैसे आम्ही ॲमीकडून घेतले. ऐंशीहजार डॉलर्स. एके काळी एवढी रक्कम ॲमीसाठी अगदी चिल्लर होती; पण आता मात्र तिचं सर्वस्व. मी तिला 'ती व्याजासकट परत करीन' असा शब्द दिला होता. बायकोच्या पैशावर जगणारा नवरा व्हायचं नव्हतं मला– नुसत्या या कल्पनेनंच तोंड वाकडं करणारे माझे वडील माझ्या

नजरेसमोर आले. *जगात अनेक प्रकारचे पुरुष असतात,* त्यांचं हे आवडतं उपरोधिक वाक्य होतं, आणि त्याचा उरलेला, न उच्चारलेला अर्धा भाग *आणि तू त्यातला दुसऱ्या प्रकारचा माणूस आहेस.*

पण खरं सांगतो, हा एक व्यावहारिक निर्णय होता, एक हुशारीनं केलेली व्यावसायिक कृती. ॲमी आणि मी, आम्हाला दोघांनाही नवीन करिअरची गरज होती. ही माझी निवड असणार होती. तिची ती लवकरच निवडेल किंवा नाहीसुद्धा, पण या मधल्या काळात तेवढीच पैशांची आवक, तीही ॲमीच्या उरल्यासुरल्या विश्वस्तनिधीतून. मी जे घर भाड्यानं घेतलं होतं, त्याप्रमाणेच हा बारदेखील माझ्या लहानपणीच्या आठवणींमधला एक संकेतात्मक भाग होता– अशी जागा जिथं फक्त मोठी माणसं जातात आणि तिथं मोठ्या माणसांचंच काम असतं. कदाचित म्हणूनच माझा उत्पन्नाचा स्रोत संपल्यावर मी तो विकत घ्यायचा आग्रह धरला असावा. ही एक स्वतःलाच दिलेली समज आहे की मी आता मोठा झालोय, मी आता एक प्रौढ, पूर्ण वाढ झालेला उपयोगी माणूस आहे, जरी मी मला प्रौढत्वाकडे नेणारं करिअर गमावलं आहे. पण तरीही... मी आता परत तीच चूक करणार नाही. कधीकाळी अमाप असलेले सदरलेखकांचे कळप कमी कमी होत चालले आहेत– इंटरनेटमुळे, मंदीमुळे, अमेरिकन लोकांमुळे – ज्यांना टीव्ही बघणं, व्हिडिओ गेम खेळणं किंवा इलेक्ट्रॉनिक माध्यमातून किती पाऊस पडतोय, हे एकमेकांना कळवणं जास्त आवडतं; पण एखाद्या उकाड्याच्या दिवशी थंडगार अंधाऱ्या बारमध्ये बसून बर्बनचे घोट घेण्याचं सुख मिळवून देणारं कुठलंच 'ॲप' नाही. सगळ्या जगाला केव्हा ना केव्हा तरी एखाद्या ड्रिंकची गरज भासणारच.

आमचा बार हा एक जरा अस्ताव्यस्त आणि टप्प्याटप्प्यात सजावट केलेला कोपऱ्यातला बार आहे. त्यातली खास नजरेत भरणारी गोष्ट म्हणजे एक भव्य असा व्हिक्टोरियन पद्धतीचा 'बॅकबार', ओक लाकडात कोरलेली ड्रॅगनची डोकी आणि देवदूत– या प्लॅस्टिकच्या युगात विसंगत असं महागडं लाकूडकाम. आणि उरलेला बार मात्र प्रत्येक दशकातलं फालतूतील फालतू डिझाइनचा संग्रह आहे, असंच म्हणायला हवं : आयसेनहॉवर युगातलं जमिनीवरचं लिनोलियम, ज्याच्या कडा एखाद्या जळक्या टोस्टसारख्या दुमडून वर आल्या होत्या, सत्तरच्या दशकातील रद्दी चित्रपटांमध्ये दाखवायचं तशा लाकडी पॅनेल असणाऱ्या भिंती, जमिनीवरचे हॅलोजनचे दिवे जे योगायोगानं माझ्या ९०च्या दशकातील डॉर्मिटरीतल्या खोलीतल्यासारखे आहेत. पण या सगळ्याचा एकत्रित परिणाम मात्र जरासा वेगळाच घरगुती असावा तसा आहे. हा बार कमी आणि एखाद्याचं दुर्लक्षित दुरुस्तीची गरज असणारं घर असावं, तसा जास्त वाटतो. आणि आनंदी; इथल्या स्थानिक बोलिंग ॲलीचं आणि आमचं पार्किंग एकत्रित आहे, आणि जेव्हा

आमची दारं सताड उघडतात, तेव्हा त्यांच्या बॉल आपटण्याच्या आवाजानं आमच्या गिऱ्हाइकाचं स्वागत होतं. या या

आमच्या बारचं नाव आम्ही 'द बार' असंच ठेवलंय. ''सर्जनात्मक दिवाळखोरीऐवजी लोकांना आपण उपहासात्मकच वाटत असणार.'' माझी बहीण म्हणाली.

खरंच आम्हाला वाटत होतं की आम्ही हुशार न्यूयॉर्कर आहोत– की या नावातली गंमत आमच्याशिवाय कोणाच्याच लक्षात येणार नाही. खऱ्या अर्थानं नाही. आम्ही इथले स्थानिक लोक कसे नाक आक्रसत प्रश्न करतील, त्याची कल्पना केली. तुम्ही त्याचं नाव 'द बार' का ठेवलंय? पण आमचं पहिलं गिऱ्हाईक, एक पिकलेल्या केसाची गुलाबी जॉगिंग सूट आणि बायफोकल चश्मा लावलेली बाई म्हणाली, ''मला आवडलं नाव. *'ब्रेकफास्ट ॲट टिफनीज'* मध्ये ऑड्रे हेपबर्नच्या मांजरीचं नाव नव्हतं का 'द कॅट', तसं वाटतंय.''

तिच्या वक्तव्यानं आम्ही धाड्कन जमिनीवर आलो. हे एक बरं झालं.

मी पार्किंग लॉटमध्ये गाडी थांबवली आणि बोलिंग ॲलीमधून बॉल फेकल्याचा आवाज येईपर्यंत थांबलो– 'धन्यवाद, धन्यवाद, मित्रांनो' – आणि मग गाडीतून बाहेर पडलो. मी आजूबाजूला कौतुकानं नजर टाकली. समोरच्या दृश्याचा मला अजूनतरी कंटाळा आलेला नाही. समोरच बसकं भुरकट रंगाच्या विटांनी बांधलेलं पोस्ट ऑफिस (आता ते शनिवारी बंद असतं.), जरा पुढे गेलं की फारशी नजरेत न भरणारी ऑफिसची बिल्डिंग (आता कायमची बंद). हे काही भरभराटीला आलेलं गाव नव्हतं. म्हणजे आता नाही. अगदी दुरान्वयेही नाही. याला काही इतिहासही नाही– कार्थेज नावाच्या दोन गावांपैकी हे एक आहे. मिसुरीतलं – म्हणजे आमचं हे नॉर्थ कार्थेज आहे. नाव ऐकल्यावर जुळ्या शहरांपैकी एक असेल असं वाटतं ना, पण हे त्या दुसऱ्या कार्थेजपासून शेकडो मैलांवर आहे आणि त्याच्यापेक्षा छोटं आहे. १९५० च्या दरम्यानचं एक छोटंसं गाव जे फुगून फुगून एखाद्या उपनगरासारखं झालं आणि त्यानं तितपतच प्रगती केली. पण याच गावात माझी आई वाढली आणि तिनं मला आणि 'गो'ला लहानाचं मोठं केलं. त्याला इतिहास आहे. निदान माझा तरी.

पार्किंगमधून बारकडे चालत जाताना मी सरळ समोर रस्त्याकडे नजर टाकली आणि नदीकडे बघितलं. आमच्या गावाचं हेच वैशिष्ट्य मला आवडतं. आम्ही मिसिसिपी नदीजवळच्या एखाद्या सुरक्षित उंचवट्यावर वगैरे नाही वसलोय तर आम्ही थेट मिसिसिपीवरच आहोत. लागूनच. मी जर सरळ असा रस्त्यावरून चालत चालत गेलो तर थेट नदीतच उतरेन. एक छोटासा तीन फुटांचा उतार आणि मी टेनेसीच्या मार्गावर असेन. नदीकाठावरच्या प्रत्येक बिल्डिंगवर हातानं

काढलेल्या रेषा आहेत – '६१, '७५, '८४, '९३, '०७, '०८, ०११ या वर्षी पुराच्या पाण्यानं कुठे स्पर्श केला ते दाखवणाऱ्या.

नदी आत्ता भरून वाहत नव्हती, पण वेगात वाहत होती. वेगवान प्रवाह. नदीला समांतर एक माणसांची रांग चालत होती. डोळे पावलांशी खिळलेले, खांदे ताणलेले. एका शिस्तीत पण कुठेच न जाणारी. मी त्यांच्याकडे बघत असताना एका माणसानं अचानक माझ्याकडे बघितलं. त्याच्या चेहऱ्यावर उजेड नव्हता, एक लंबवर्तुळाकार अंधार. मी मागं वळलो.

आत जाण्याची एक तातडीची तीव्र इच्छा माझ्या मनात उद्‌भवली. मी जेमतेम वीसएक पावलं चाललो; पण माझी मान घामानं भरून गेली. सूर्य अजूनही रागीट आकाशात तळपत होता. *तुझ्यावर लक्ष आहे.*

माझ्या पोटात गोळा आला, मी झपाझप पावलं उचलली. मला एका ड्रिंकची नितांत आवश्यकता होती.

ॲमी इलियट

जानेवारी ८, २००५

डायरीतील नोंद

ट्रा आणि ला! हे लिहीत असताना माझ्या चेहऱ्यावर एक मोठ्ठं हास्य आहे, एखाद्या अनाथ मुलाला दत्तक घेतल्यावर त्याचा चेहऱ्यावर येईल ना तसं! माझ्या इतक्या आनंदात असण्यानं मला जरा ओशाळल्यासारखंच झालंय. मला ना, मी त्या रंगीबेरंगी कॉमिकमधली किशोरवयीन मुलगी असावी असं वाटतंय. फोनवर बोलणारी, केसांचं पोनीटेल बांधलेली आणि तिच्या डोक्यावरच्या वर्तुळात लिहिलेलं असतं : मला एक मुलगा भेटलाय!

पण खरंच मला भेटलाय. हे सत्य आहे. मला एक मुलगा भेटलाय. एक मस्त, देखणा, कलंदर असा मुलगा. थांबा मला सगळं दृश्य समजावू दे. भविष्यासाठी उपयोगी पडेल ते (नाही, नाही मी इतकी पण गयीगुजरी नाही, भविष्यकाळ! हं!) पण तरीही. तो अगदी नववर्ष दिन नव्हता, पण जवळजवळ नवीन वर्ष तोंडावरच होतं. हिवाळा होता. लवकर अंधार आणि गोठवणारी थंडी.

कार्मेन, माझी एक तशी नवीनच मैत्रीण– मैत्रिणीसारखी, किंचित मैत्रीण म्हणा हवं तर, जिला तुम्ही टाळू शकत नाही अशी मैत्रीण– तिनं मला ब्रुकलीनला तिच्या एका लेखकांच्या पार्टीला येण्याचा आग्रह केलाय. खरं सांगायचं तर मला लेखकांच्या पार्ट्या आवडतात. माझे आई-वडील लेखक आहेत. मी स्वतः लेखक आहे. जेव्हा जेव्हा एखाद्या फॉर्मवर, कुठल्या कागदपत्रांवर जेव्हा माझा व्यवसाय विचारलेला असतो, तेव्हा तिथं 'लेखक' असं लिहायला मला फार आवडतं. ठीक आहे म्हणजे मी व्यक्तित्वविषयक प्रश्नकोडी लिहिते. मी काही रोजच्या महत्त्वाच्या प्रश्नांबद्दल लिहीत नाही; पण तरीही मी लेखक आहे हे म्हणणंच योग्य आहे. ही दैनंदिनी मी त्याकरताच वापरणार आहे. माझी कौशल्यं जरा

तासून घ्यायला, निरीक्षणं आणि तपशील नोंदवायला. लेखकांच्या ज्या काही न सांगण्याच्या गोष्टी असतात त्या दाखवायला (अनाथ मुलाचं हास्य, इतकं काही वाईट नाहीये ते) पण खरंच मला खरोखर असं वाटतं की माझ्या प्रश्नकोड्यांमुळे मी त्या पंगतीत नक्की बसेन, हो ना?

तुमच्या लक्षात येतं की पार्टीत तुम्ही खरोखरच्या प्रतिभावान लेखकांच्या गोतावळ्यात आहात जे प्रतिष्ठित, सन्माननीय अशा वृत्तपत्रांमध्ये आणि नियतकालिकांमध्ये लिहितात आणि तुम्ही मात्र केवळ स्त्रियांसाठी असणाऱ्या मासिकांसाठी प्रश्नकोडी लिहिता. जेव्हा कोणीतरी तुम्हाला प्रश्न करतं की तुमचा व्यवसाय काय? तुम्ही :

अ) तुम्ही ओशाळता आणि म्हणता, ''मी फक्त प्रश्नमंजूषा लिहिते, काहा खास नाही!''

ब) जरा आक्रमकपणे म्हणाल : ''सध्या लिहिते मी, पण जरा काहीतरा वेगळं आणि चांगलं करण्याच्या विचारात आहे मी– तुम्ही काय करता?''

क) तुमच्या कामाचा अभिमान बाळगाल : ''मी व्यक्तित्वविषयक प्रश्नकोडा लिहिते. मानसशास्त्राची द्विपदवीधर आहे मी. त्याचा खूप फायदा होता मला– आणि एक गंमत सांगू : एक अत्यंत लोकप्रिय अशा लहान मुलांच्या कथा मालिकेची प्रेरणा आहे मी, तुम्हाला माहिती असेल ते, अमेझिंग ॲमी? तेव्हा गेलात उडत!

उत्तर : क आणि फक्त क.

असो, तर ही पार्टी कार्मेनच्या एका चांगल्या मित्रानं दिली होती. तो एका सिनेमासिकात चित्रपटांबद्दल लिहितो. कार्मेनच्या मते ते फार गमतीदार आहे. एक क्षणभर मला असं वाटून गेलं की ती आमचं जमवण्याच्या मागे आहे की काय : मला अशा जोड्या जुळवलेल्या आवडत नाहीत. मला असं वाटतं की माझ्या नकळत कोणी मला जाळ्यात पकडावं, एखाद्या क्रूर जंगली लांडग्यासारखं. एरवी मी फार सावध असते. मला जाणवतं की मी लोकांवर छाप पाडायचा प्रयत्न करते आहे आणि मग लक्षात येतं की मी जाणीवपूर्वक लोकांवर छाप पाडायचा प्रयत्न करते आहे. मग तो कृत्रिमपणा झाकण्यासाठी मी आणखी आकर्षक वागायचा प्रयत्न करते, मग मी अगदी लिझा मिनेलीच झालेली असते : तंग चकाकत्या कपड्यांमध्ये नृत्य करत माझ्यावर प्रेम करावं अशी याचना करणारी. नुसता दिखावा.

पण नाही. कार्मेन तिच्या मित्राबद्दल उत्साहानं बडबडताना माझ्या लक्षात येतं

: तिला आवडतो तो. छान.

आम्ही वाकड्यातिकड्या जिन्यांवरून तीन मजले चढून जातो आणि एकदम शारीर ऊबेनं आणि 'लेखकीपणानं' भरलेल्या जागेत प्रवेश करतो. भरपूरसे काळ्या काड्यांचे चश्मे आणि केसांचं जंजाळ असणारी डोकी; नकली पाश्चिमात्य शैलीचे शर्ट आणि स्वेटर; कोचावर अस्ताव्यस्त पसरलेले काळे लोकरी कोट, जमिनीवर लोळणारे; 'द गेटवे'च्या एका जर्मन पोस्टरनं झाकलेली रंग उडालेली भिंत, स्टिरिओवर वाजत असलेला फ्रांझ फर्डिनांड : 'टेक मी आऊट'.

काही लोक मद्य ठेवलेल्या टेबलाभोवती घोटाळत होते. जरा थोडे घोट घेऊन झाल्यावर ते आपल्या कपांमध्ये मद्य ओतून घेत होते. सगळ्यांना पुरण्याइतकं मद्य नाही याची त्यांना पुरेपूर कल्पना होती. मी माझा प्लॅस्टिक कप समोर धरून पुढे घुसते. एक स्पेस इन्व्हेडर्सचा टीशर्ट घातलेला गोडश्या चेहऱ्याचा माणूस माझ्या कपात बर्फाचे तुकडे घालून व्होडका ओततो. लवकरच आमच्या नशिबात बहुतेक एक खतरनाक दिसणारी ग्रीन-ॲपल लिकरची बाटली असणार आहे. ही आमच्या यजमानांची खरेदी असावी. कोणी दुसरं कोणतं मद्य घेऊन येईल याची शक्यता कमीच आहे, कारण प्रत्येकाला वाटतंय की मागच्या वेळी आपणच मद्य आणलं होतं. ही जानेवारीतली पार्टी आहे. त्यामुळे सुट्ट्यांमध्ये गोडाच्या अतिरेकानं लोक एकाच वेळी तृप्त, सुस्तावलेले आणि वैतागलेले पण आहेत. ही तसली पार्टी आहे जिथे लोक जरा जास्तच पितात आणि यजमानानं बाहेर जाऊन धूम्रपान करायला सांगितलं, तरीही आतच थांबून उघड्या खिडक्यांमधून बाहेर धूर सोडतात. आपण आधीच सुट्टीत हजारो पार्ट्यांना गेलेलो असतो, एकमेकांशी बोललेलो असतो. त्यामुळे आता एकमेकांशी बोलण्यासारखं काहीच उरलेलं नसतं. आपण एकत्रितपणे कंटाळलेलो असतो. पण आपल्याला या जानेवारीच्या थंडीत हाडं गोठवणाऱ्या थंडीत एकटं राहायचं नसतं.

कार्गेन आता तिच्या यजमान मित्रात गुंतलेली आहे– किचनच्या एका कोपऱ्यात त्यांची काहीतरी हिरिरीनं चर्चा चाललेली आहे. ते दोघं एकमेकांच्या दिशेनं तोंड करून खांदे झुकवून उभे आहेत. त्यांच्यात बदामासारखा आकार तयार झालाय. छान. नुसतं खोलीच्या मध्यात उभं राहण्यापेक्षा काहीतरी करावं म्हणून मी खायचा विचार करते, पण जवळपास सगळंच संपून गेलंय. एका मोठ्या टपरवेअर बाऊलमध्ये बटाट्याच्या चिप्साचे थोडे तुकडे शिल्लक आहेत. पांढरट गाजरं आणि मरगळलेली सेलरी, दाटसर डिप सुपरमार्केटचा एक ट्रे एका कॉफी टेबलवर दुर्लक्षित पडलेला होता. त्यावर फुकटात मिळालेले भाजीचे तुकडे असावेत तशा सिगारेट इतस्ततः पसरलेल्या होत्या. मी नेहमीप्रमाणेच कल्पना करून बघते. मी जर आत्ता बाल्कनीतून उडी मारली तर काय होईल? भुयारी

मार्गावर जो एक बेघर मनुष्य उभा असतो, त्याला जाऊन मी आत्ता भिडले तर काय होईल? किंवा जर मी आता या पार्टीत जमिनीवर बसून एकटीनंच या ट्रेमधल्या सगळ्या भाज्या संपवल्या, अगदी सिगारेटसकट तर...?

"प्लीज त्यातलं काही खाऊ नकोस," तो म्हणतो. तो तोच आहे. (बम, बम, बम्म्म), पण तो तोच आहे हे मला अजून माहीत नाही. (बम, बम, बम्म्म) मला एवढंच माहीत आहे की हा माणूस माझ्याशी बोलायला आलाय. त्याचा आगाऊपणा तो एखाद्या शर्टसारखा वागवतो, पण तो त्याला शोभून दिसतो. तो असा माणूस आहे, ज्याला स्त्रिया वश असाव्यात, ज्याला स्त्रिया आवडत असाव्यात, असा माणूस जो माझा व्यवस्थित उपभोग घेईल. मला आवडेल मला छानपैकी भोगलेलं! माझं एकूण प्रियाराधन हे तीन प्रकारच्या पुरुषांभोवती घोटाळत राहतं. आयव्ही लीगकरता तयारी करणारे पुरुष, ज्यांना आपण फिट्जेराल्डच्या कादंबरीतील एक पात्र आहोत असं वाटतं; चलाख वॉलस्ट्रीटवरचे पुरुष ज्यांच्या डोळ्यांत, कानात, तोंडात पैशाखेरीज काहीच नसतं; आणि हळवी चलाख मुलं ज्यांचं स्वत्व इतकं जागृत असतं, की त्यांच्यापुढे बाकी सर्व म्हणजे एक विनोदच असतो. ती जी फिट्जेराल्ड प्रकारची माणसं असतात, ती बिछान्यात उगीचच अश्लील असतात. बिनकामाचे आवाज, कसरती पण परिणाम शून्य. फायनान्सवाले लोकं धुमसत असतात; पण लिबलिबीत. आणि हुशार मुलं अशी प्रेम करतात की जणू काही ते एखादं सांगीतिक शिल्प तयार करत असावेत : हा हात इकडून तार छेडतोय, मग हे बोट इकडे ताल धरतंय... मी अगदी अश्लील बोलत्येय ना? थांबा, मी जरा किती ते मोजते... अकरा. वाईट नाही. मला नेहमीच असं वाटत आलंय की बारा हा हे संपवायला चांगला आकडा आहे.

"खरंच," बारा नंबर पुढे म्हणतो, (हा!) त्या ट्रेपासून मागे हो. जेम्सच्या फ्रिजमध्ये आणखी तीन पदार्थ आहेत. मी तुला राईवालं ऑलिव्ह बनवून देऊ शकतो. पण फक्त एकच ऑलिव्ह हं!"

'फक्त एकच ऑलिव्ह' या वाक्यात काय विनोद आहे, पण आतामात्र ते गमतीदार वाटतंय, असं वाक्य जे पुन्हा पुन्हा आठवल्यावर त्यातली गंमत वाढेल. माझ्या मनात येतं : अजून वर्षभरात आपण सूर्यास्ताच्या वेळी ब्रुकलीन ब्रिजवरून चालत असू, आणि आपल्यातलं एक जण हलकेच म्हणेल, "फक्त एकच ऑलिव्ह हं," आणि आपण हसायला लागू. (इथे मी स्वतःला थांबवते. भयंकर आहे हे. त्याला जर कळलं की आतापासूनच मी पुढच्या वर्षीचा विचार करते आहे, तर तो पळून जाईल आणि मला हात चोळत बसावं लागेल).

मी कबूल करते की मुख्यतः मी त्याच्याकडे बघून हसले ते तो देखणा आहे म्हणूनच. तुम्हाला वेडावून टाकेल असा देखणा. असं देखणेपण ज्यामुळे तुमच्या

डोळ्यांचं भिरभिरं होईल, तुम्हाला सांगावंसं वाटेल – "तुला माहीत आहे ना तू किती देखणा आहेस" – आणि गप्पा सुरू होतील. मी खात्रीनं सांगते, पुरुष तिरस्कार करत असतील त्याचा : ८०च्या दशकातील कुमारांकरताच्या चित्रपटातील 'बडे बाप का बेटा' असलेला खलनायक असायचा ना तसा दिसतो तो – जो सगळ्यांच्यात वेगळ्या उठून दिसणाऱ्या हळव्या मुलाला छळणारा, तोच तो शेवटी ज्याच्या थोबाडावर केक येऊन आपटल्यावर त्यावरचं क्रीम त्याच्या कॉलरवर गळत राहतं आणि कॅफेमधले सगळे मग त्याची खिल्ली उडवतात.

पण तो तसा वागत नाही मात्र. त्याचं नाव निक्. मला आवडलं ते. त्यामुळे तो छान, एक चारचौघांसारखा मुलगा वाटतो, जसा तो आहे. जेव्हा त्यानं त्याचं नाव मला सांगितलं, तेव्हा मी म्हटलं, "हं, हे छान नाव आहे." त्याचा चेहरा उजळला आणि तो मला काहीतरी सांगायला लागला. "निक् असा मुलगा असतो ज्याच्याबरोबर तुम्ही बिअर पिऊ शकता, असा मुलगा ज्याच्या गाडीत तुम्ही घाण केलीत तरी तो त्रास करून घेणार नाही. असा निक्!"

तो कसल्या कसल्या भयंकर कोट्या करतो. त्यानं दिलेल्या सिनेमांच्या संदर्भातले पाऊणशे टक्के संदर्भ मला कळतात. कमी असतील कदाचित. (स्वतःकरता सूचना : द शुअर थिंग बघायला विसरू नये) मी सांगायच्या आधीच तो माझा ग्लास भरतो. त्यातल्या त्यात चांगलं मद्य तो कुठून मिळवतो कोण जाणे! त्यानं माझ्यावर हक्क सांगावा तसं. मला धरून ठेवलंय. माझ्यावर स्वतःच निशाण लावावं तसं मी आधी आलोय. ती माझी आहे, माझी. छान वाटतंय हे सगळं मला. माझ्या अलीकडच्या बुजऱ्या, मान देणाऱ्या स्त्रीवादी पुरुषांपेक्षा हे असं कुणीतरी मालकी गाजवणं आवडतंय मला. त्याचं हास्य छान आहे. मिस्कील, मांजरी हसणं. तो माझ्याकडे बघून हसतो, तेव्हा वाटतं की आत्ता पिवळ्या पिसांचा पक्षी बाहेर टाकेल. माझा व्यवसाय काय हे तो विचारत नाही, हे मला आवडतं. वेगळं आहे हे नेहमीपेक्षा. (मी लेखिका आहे. सांगितलं असेल ना मी?) त्याच्या त्या बोलण्यात नदीच्या लाटांसारखा मिसुरीचा हेल आहे; त्याचा जन्म आणि लहानपण हानिबालजवळ गेलं. मार्क ट्वेनच्या लहानपणीचं गाव, जिथं त्याला टॉम सॉयरची प्रेरणा मिळाली. तो मला सांगतो की किशोरवयात तो टुरिस्ट लोकांसाठी असलेल्या आगबोटीवर काम करायचा आणि मी जेव्हा हसते, (आगाऊ, न्यूयॉर्कची आगाऊ मुलगी, जी कधीही त्या मोठ्या मोठ्या मध्यभागातल्या राज्यात गेलेली नाही, ती राज्य जिथे अनेक वेगवेगळी लोकं राहतात.) तेव्हा तो मला सांगतो की मिसुरी ही जादूनगरी आहे. जगातलं सर्वांत सुंदर राज्य, यापेक्षा महान काहीच नाही. त्याचे डोळे मिस्कील आहेत, त्याच्या पापण्या लांब. तो

लहानपणी कसा दिसत असेल ते माझ्या डोळ्यांसमोर येतं.

आम्ही एकाच टॅक्सीतून घरी जायला निघतो. रस्त्यावरच्या दिव्यांच्या भिरभिरणाऱ्या सावल्या आणि कुणीतरी पाठलाग करत असावं तशी वेगात पळणारी गाडी. आता पहाटेचा एक वाजलाय. आम्ही न्यूयॉर्कच्या अनाकलनीय अशा 'चक्काजाम'मध्ये अडकलोय. माझ्या घराच्या बारा ब्लॉक अलीकडे. म्हणून मग आम्ही टॅक्सीतून उतरतो, जीवघेण्या थंडीत. आता पुढे काय, याचं प्रश्नचिन्ह घेऊन. आणि निक् मला घरापर्यंत सोडायला येतो. त्याचा हात माझ्या पाठीवर, आमचे चेहरे थंडीनं बधिर झालेले. आम्ही कोपऱ्यावर वळलो तर आमच्या स्थानिक बेकरीमध्ये पिठीसाखरेचा माल उतरवत होते. सिमेंट ओतल्याप्रमाणं ते पिठीसाखर थेट तळघरात ओतत होते. आम्हाला त्या पांढऱ्या, गोडसर धुरळ्यात त्या कामगारांच्या सावल्यांशिवाय काहीच दिसत नव्हतं. समोरचा रस्ता डोळ्यांसमोर हलल्यासारखा वाटतोय, निक् मला जवळ घेऊन पुन्हा मिस्कील हसतो. माझ्या केसांची एकच बट चिमटीत पकडून टोकापर्यंत खेचतो. एकदा, दोनदा, घंटा वाजवत असावा तशी. त्याच्या पापण्यांवर पिठीसाखरेचा धुरळा चिकटलेला आहे, पुढे झुकण्यापूर्वी तो बोटाने हलकेच माझ्या ओठांवरची साखर निपटून काढतो म्हणजे त्याला माझी चव कळेल.

निक् डन्

त्या दिवशी...

माझ्या बारचा दरवाजा ढकलून मी आतल्या अंधाऱ्या भागात प्रवेश केला. त्या दिवशीचा पहिला खोल श्वास मी माझ्या नाकात भरून घेतला. सिगारेट आणि बिअरचा वास, ओघळलेल्या बर्बन व्हिस्कीचा मसालेदार वास, शिळ्या पॉपकॉर्नच्या वासाचा गंध मी श्वासात भरून घेतला. बारमध्ये आता फक्त एकच गिऱ्हाईक होती, ती म्हणजे अगदी लांबच्या कोपऱ्यात बसलेली एकटी वयस्कर अशी स्यू नावाची स्त्री. ती दर गुरुवारी तिच्या नवऱ्याबरोबर इथे येत असे. तीन महिन्यांपूर्वी तिचा नवरा वारल्यानंतर आता ती एकटीच येऊन बसते. फार कोणाशी बोलत नाही. एक बिअर आणि शब्दकोडं घेऊन एकटीच बसून राहते. जणू काही ती परंपराच पाळत असते.

माझी बहीण बारच्या पाठीमागे काम करत होती. वर बांधलेल्या केसांमुळे अभ्यासू मुलींसारखीच वाटत होती. गरम पाण्यात बिअरचे ग्लास धुतल्यामुळे तिचे हात गुलाबी दिसत होते. गो सडपातळ आणि जराशा चमत्कारिक चेहऱ्याची आहे. म्हणजे कुरूप नाही ती. पण आपली नजर तिच्या चेहऱ्यावर रुळायला जरा वेळच लागतो. रुंद जबडा, जरा आवळ, गोडसं नाक, गडद गोल डोळे हं! आता हा जर जुन्या काळातील सिनेमा असेल तर त्यातील माणूस आपली फेडोरा हॅट झुकवेल, तिच्याकडे पाहून शीळ घालेल आणि म्हणेल, "अस्सं बाईमाणूस पाहिजे!" जुन्या तीस-चाळीसच्या दशकातील सौंदर्याच्या व्याख्येत बसणारा चेहरा आताच्या नाजूकसाजूक बाहुल्यांच्या जमान्यात चपखल बसणार नाही कदाचित, पण इतक्या वर्षांच्या माझ्या अनुभवानं मला आता हे माहिती झालं आहे की पुरुषांना माझी बहीण आवडते, खूपच आवडते. आता या गोष्टीचा तिचा भाऊ म्हणून एकाच वेळी मला अभिमानही वाटतो आणि वैतागही येतो, ही एक वेगळीच बाब आहे.

"अजूनही पिमेंटो लोफ* करतात का रे?" मान वर न करताच मी आलोय हे जाणून तिनं विचारलं. तिला पाहिल्यावर नेहमीच मला जो दिलासा वाटतो तो माझ्या मनात दाटून आला. परिस्थिती खूप छान नसेलही; पण ठीक आहे.

माझी जुळी बहीण 'गो'. मी हे वाक्य इतक्यांदा म्हटलं आहे की हे शब्द माझ्यासाठी जणू आश्वासक मंत्रच झाले आहेत. आमचा जन्म ७०च्या दशकात झाला, जेव्हा जुळी मुलं ही एक दुर्मिळ घटना होती. जराशी अद्‌भुत्‌च. जणू युनिकॉर्नची किंवा यक्षांची भावंडं. जुळ्या भावंडांत सहसा असतो तसा एक मानसिक धागाही आमच्यात होता. संपूर्ण जगात 'गो' ही अशी एकच व्यक्ती आहे की जिच्यापुढे मला कसलेही मुखवटे चढवावे लागत नाहीत. मला तिला माझ्या कृत्यांची स्पष्टीकरणं द्यावी लागत नाहीत. मी तिला उत्तरं देत नाही, संशय घेत नाही, काळजी करत नाही. मी तिला आता माझ्या आयुष्यातील सगळं सांगत नाही; पण मी इतरांना सांगतो त्यापेक्षा पुष्कळ जास्त फक्त तिलाच सांगतो; जितकं सांगता येईल तितकं. पूर्ण नऊ महिने आम्ही पाठीला पाठ लावून एकमेकांना आधार दिला. आता ती आयुष्यभराची सवय झाली आहे. ती मुलगी असल्यानं मला काहीच फरक पडत नाही. माझ्यासारख्या भिडस्त आणि लाजाळू मुलांसाठी ही एक चमत्कारिकच गोष्ट होती. काय म्हणू मी? ती नेहमीच अशी ठाम मुलगी असते.

"पिमेंटो लोफ म्हणजे जेवणासाठी करतात तेच ना? मला वाटतं करतात."

"आपणही आणायला हवा." ती म्हणाली. एक भुवई उंचावून तिनं माझ्याकडे पाहिलं. "माझी उत्सुकता चाळवली आहे."

मला न विचारताच तिनं माझ्यासाठी एका अस्वच्छशा मगमध्ये पीबीआर ओतली. मगच्या अस्वच्छ काठाकडे टक लावून पाहताना जेव्हा तिनं मला पाहिलं, तेव्हा तिनं तो मग तोंडाला लावला आणि काठावरचा डाग चाटून टाकला. आता तिथे तिच्या लाळेचा पट्टा होता. तिनं तो मग माझ्यापुढे ठेवला, "आता ठीक आहे युवराज?"

'गो'ची अशी ठाम समजूत आहे, की मला आमच्या पालकांकडून सतत उत्कृष्ट तेच मिळत आलं आहे. मी त्यांना हवा असलेला मुलगा होतो. त्यांना परवडेल असं एकुलतं एक मूल. आणि ती मात्र माझं बोट पकडून त्यांच्या नकळत या जगात घुसली. एक आगाऊ, अनोळखी, परकी मुलगी (विशेषतः माझ्या वडिलांकरता तर ती नकोशी परकी मुलगी होती.) तिला वाटतं की लहानपणी कोणीही तिच्याकडे लक्ष दिलं नाही. तिला कायमच इतरांच्या गोष्टींवर

---

* पिमेंटो लोफ - जेवणासाठी वापरला जाणारा मांसाचा पदार्थ.

समाधान मानावं लागलं. नाकारलेल्या सवलती, तिच्याबाबतीतली काटकसर आणि एकूणच तिच्या अस्तित्वाची खंत. हे चित्र कदाचित खरंही असू शकेल, ही गोष्ट मला सहन होत नाही.

"ठीक आहे. दासी," मी म्हटलं आणि राजेशाही पद्धतीनं हात उडवले.

मी माझी बिअर घेऊन बसलो. असं शांत बसून एखादी किंवा तीन-चार बिअर मारण्याची मला नितांत गरज होती. सकाळच्या प्रसंगानं माझं डोकं अगदी भणभणून गेलं होतं.

"काय झालंय तुला?" तिनं विचारलं. "तू अस्वस्थ दिसतो आहेस." तिनं साबणाचा फेस माझ्या दिशेनं झटकला. त्यात साबण कमी आणि पाणी जास्त होतं. एसीच्या झोतानं माझ्या डोक्यावरचे केस विस्कटले. गरजेपेक्षा जास्त वेळ आम्ही बारमध्येच घालवतो. तो बार जणू आमच्यासाठी लहानपणीचं क्लब हाऊस होतं. जे आम्हाला कधीच मिळालं नाही. गेल्या वर्षी आमची आई जिवंत असताना तिच्या तळघरात एका रात्री आम्ही सगळं जुनं खोकं उघडलं होतं. आईचा शेवट जवळ येत होता आणि आम्हाला कशाचा तरी आधार हवा होता, तेव्हाची ही गोष्ट आहे. आम्ही पुन्हा एकदा आमची जुनी खेळणी समोर घेऊन बसलो होतो. बिअरच्या घोटांबरोबर त्या खेळण्यांशी पुन्हा नातं जोडत होतो. ऑगस्टमधला ख्रिसमस! आई गेल्यावर 'गो' आमच्या जुन्या घरात राहायला गेली आणि आम्ही आमची खेळणी टप्प्याटप्प्यानं बारमध्ये आणून ठेवली. मी 'गो'ला भेट दिलेली स्ट्रॉबेरी शॉर्टकेक बाहुली (आता जुनी झालेली) एक दिवस स्टुलावर स्थानापन्न झाली. 'गो'नं मला दिलेली हॉट व्हील्सची एक छोटीशी गाडी एक चाक हरवलेल्या अवस्थेत शेल्फमध्ये विराजमान आहे.

आम्ही बारमध्ये बैठे खेळ सुरू करण्याच्या विचारात होतो. खरंतर आमच्या हंग्री हंग्री हिप्पोज किंवा गेम ऑफ लाईफमधल्या छोट्या गाड्या बघून भूतकाळात रमतील अशा वयाची आमची गिऱ्हाईकं नव्हती. बरेचसे त्यापेक्षाही वयस्कर होते. मलाही आठवत नव्हतं खरं म्हणजे की नक्की आम्ही कसे खेळायचो. (विचार करायला हवा).

'गो'नं परत एकदा तिचा आणि माझा बिअरचा ग्लास भरला. तिची डावी पापणी किंचित खाली ओढली गेली होती. दुपारचे बरोबर बारा वाजले होते. १२:००. ती कधीपासून पीत बसली होती कोणास ठाऊक! गेली दहा वर्षं तिला तशी खाचखळग्यांचीच गेली होती. माझी विचारी बहीण, जिचं डोकं भन्नाट वेगानं धावतं, जी उत्साही आणि कशालाही सामोरी जायला कायम तयार असते, ती ९० च्या दशकाच्या शेवटी कॉलेज सोडून मॅनहटनला गेली. अगदी सुरुवातीला जे 'डॉट कॉम'मधले यशस्वी लोक होते, त्यांपैकी ती एक होती. दोन वर्षं तिनं

खोऱ्यानं पैसा ओढला. आणि मग एके दिवशी इंटरनेटचा फुगा फुटला. 'गो' खंबीर होती. ती तिशीच्यापेक्षा विशीच्या जवळ होती. तिनं ते सगळं पचवलं. नंतर तिनं पदवी मिळवली आणि गुंतवणूक आणि बँकिंगच्या क्षेत्रात शिरली. ती तिथं तशी सामान्यच होती. फारशी चमकली नाही किंवा फार खालीही आली नाही; पण २००८च्या जागतिक मंदीमध्ये तिची नोकरी गेली. अगदी पहिल्याच फटक्यात गेली. तिनं आपण न्यूयॉर्क सोडून आल्याचा मला आईच्या घरून फोन करेपर्यंत मला कळलंदेखील नाही. मी तिची परत येण्याकरता खूप विनवणी केली, समजूत घातली; पण माझ्या सगळ्या बोलण्याला पलीकडून शांततेशिवाय कसलंही उत्तर मिळालं नाही. फोन ठेवल्यावर मी बॉवरीमधल्या तिच्या घराला भेट देऊन आलो, तर तिथे मला तिचं आवडतं फायकसचं रोपटं जिन्यात मरून पिवळं झालेलं दिसलं. तेव्हाच माझ्या लक्षात आलं की ती आता इथे कधीच परत येणार नाही.

बार उघडल्यावर ती खूश झालेली वाटली. ती हिशेब ठेवायची, ती बिअर ओतून द्यायची. टिपच्या जमलेल्या पैशांतून बऱ्याचदा उचलेगिरी करायची, पण ती माझ्यापेक्षा कामही जास्तच करायची. आम्ही कधी आमच्या गतायुष्याबद्दल बोललो नाही. आम्ही डन्स होतो; आम्ही ते आयुष्य मागे सोडलं होतं आणि एका वेगळ्याच अर्थानं आम्ही समाधानीही होतो.

"मग काय?" 'गो' म्हणाली. संभाषण सुरू करण्याची ही तिची नेहमीची पद्धत होती.

"हं."

"हं काय? हं, श्शी! तू वैतागलेला दिसतोयस."

मी खांदे उडवले. होकारार्थी. तिनं माझा चेहरा निरखून पाहिला.

"ॲमी?" तिनं विचारलं. प्रश्न साधाच होता. मी परत खांदे उडवले. होकारार्थी. कबुली दिल्यासारखे. *आता काय करणार?* अशा अर्थी.

'गो'नं तिला गंमत वाटल्यासारखा चेहरा केला. दोन्ही कोपरं बारवर टेकवून हनुवटी हातात धरून ती आता माझ्या लग्नाची चिरफाड करायला घेईल. 'गो', लग्न या विषयातील तज्ज्ञ! "तिचं काय?"

"खराब दिवस. आजचा दिवसच खराब आहे."

"तिची फार काळजी करू नकोस." 'गो'नं सिगारेट पेटवली. ती रोज फक्त एकच सिगारेट ओढते. "बायका वेड्या असतात." 'गो'स्वतःची गणना 'बायका' या जमातीत करत नसे. तो शब्द ती उपरोधानंच वापरत असे.

'गो'कडून आलेला धूर मी परत तिच्याकडेच ढकलला. "आज आमच्या लग्नाचा वाढदिवस आहे. पाच वर्षं."

"वा!" तिनं मान कलती करून आठवण्याचा प्रयत्न केला. आमच्या लग्नात ती करवली होती. जांभळट रंगाच्या ड्रेसमध्ये– 'सुंदर काळ्याभोर केसांची जांभळ्या पोशाखातील मानकरीण,' ॲमीची आई तिला म्हणाली होती– पण लग्नाचे वाढदिवस वगैरे लक्षात ठेवणं तिच्या स्वभावात नव्हतं. "अरे देवा! झाली पण पाच वर्षं." तिनं अजून थोडा धूर माझ्या दिशेनं उडवला. कॅन्सर ओढवून घ्यायचा हा खेळ. "ती परत एकदा तिचं काय ते करणार आहे का? तू काय म्हणतोस त्याला शिकारीचा शोध..."

"खजिन्याचा शोध." मी म्हटलं.

माझ्या बायकोला खेळ आवडायचे, विशेषतः मानसिक खेळ, पण प्रत्यक्ष खेळायचे गमतीदार खेळही तिला आवडत असत. आणि आमच्या लग्नाच्या दर वाढदिवशी ती खजिन्याच्या शोधाचे आयोजन करत असे. प्रत्येक खूण पुढल्या खुणेची जागा दर्शवत असे आणि एकेक खुणेपर्यंत पोहोचत शेवटी मी माझ्या भेटवस्तू शोधून काढत असे. असंच तिचे वडीलही तिच्या आईकरता त्यांच्या लग्नाच्या वाढदिवसाला करत असत. आता मला हे सांगू नका की इथं स्थानांची अदलाबदल झाली आहे आणि मला ते कळत नाहीये का? मला कळतंय. पण मी ॲमीच्या घरात वाढलो नाही ना! मी माझ्याच घरात वाढलो आणि माझ्या वडिलांनी माझ्या आईला जी शेवटची भेट दिली होती, ती होती इस्त्री. थेट स्वयंपाकघरात ओट्यावर ठेवलेली. खोका नाही की छान कागदात गुंडाळलेली नाही.

"या वर्षी ती तुझ्यावर किती आणि कशी वैतागेल यावर आपण एक पैज लावू या का?" 'गो'नं हसत विचारलं.

ॲमीच्या या खेळात अडचण अशी होती की मला त्या खुणा कधीच कळत नसत. आमच्या लग्नाच्या पहिल्या वाढदिवशी, तिकडे न्यूयॉर्कमध्ये मी सातपैकी दोन खुणा ओळखल्या, ते माझं सर्वोत्तम वर्ष होतं. त्याच्या सुरुवातीच्या ओळी होत्या :

भोक न केवळ भिंतीवरले आठव जुने ते क्षण,
प्रियेच्या दीर्घ चुंबनाची जुनी असे ही खूण.

तुम्ही कधी स्पेल बी स्पर्धेत लहानपणी भाग घेतलाय? एखादा शब्द सांगितल्यावरचा तो एक बर्फगार क्षण असतो ना, जेव्हा आपण तो शब्द मनात घोळवतो आणि त्याचं स्पेलिंग सांगता येईल का ते पाहतो; हे तसंच काहीसं होतं, आंधळी भीती!

"आयरिश नसलेल्या भागातला आयरिश बार," ॲमी म्हणाली.

मी ओठ दाताखाली दाबून धरला आणि खांदे उडवायला सुरुवात केली. मी आमच्या बाहेरच्या खोलीच्या भिंतीकडे नजर वळवली, काही उत्तर मिळतंय का या आशेनं. तिनं मला अजून एक दीर्घ मिनिट दिलं.

''आपण पावसात अडकलो होतो.'' ती म्हणाली. तिचा स्वर आर्जवी पण त्रासण्याच्या काठावर होता.

मी खांदे उडवणं पूर्ण केलं.

''मॅकमॅन, निक्. आठवतं एकदा आपण चायना टाऊनमध्ये पावसात अडकलो होतो आणि ती जागा शोधत होतो, ती कनफ्युशियसच्या पुतळ्याजवळ असायला हवी होती. पण आपल्याला काय माहीत होतं की तिथे दोन पुतळे होते कनफ्युशियसचे आणि मग आपण त्या आयरिश बारच्या इथं अचानक पोहोचलो तेव्हा पूर्ण भिजून गेलो होतो. मग आपण थोडी व्हिस्की ढोसली आणि तू मला पकडून माझं चुंबन घेतलंस, आणि...''

''आठवलं! तू कनफ्युशियसची खूण द्यायला हवी होतीस ते मला कळलं असतं.''

''तो पुतळा महत्त्वाचा नाहिये, पण ती जागा महत्त्वाची आहे. तो क्षण. मला वाटतं तो जास्त महत्त्वाचा आहे.'' शेवटचे शब्द ती मला कधीकाळी आवडणाऱ्या बालिश स्वरात बोलली.

''ते होतंच विशेष.'' मी तिला जवळ ओढून तिचं चुंबन घेतलं. ''तिकडची ती पप्पी म्हणजे वाढदिवसाची रंगीत तालीम होती. चल आपण परत मॅक् मॅन्स मध्ये जाऊ.''

मॅक् मॅन्समध्ये गेल्यावर बारवरच्या माणसानं आम्हाला आत येताना पाहिलं. आमच्यासाठी व्हिस्की ओतली आणि पुढच्या खुणेचा कागद दिला.

जेव्हा मी असते उदास आणि खिन्न,
एकच जागा मनाला करते प्रसन्न.

ही जागा म्हणजे सेन्ट्रल पार्कमधला ॲलिस इन वंडरलॅन्डचा पुतळा निघाला. ॲमीनं मला सांगितलं होतं– तिनं मला सांगितलं होतं, तिला माहीत आहे की ही गोष्ट खूपदा तिनं मला सांगितली होती– की तो पुतळा बघून लहानपणी तिचं मन नेहमीच प्रसन्न व्हायचं. मला काही ती संभाषणं आठवत नाहीत. मी खरं सांगतोय, मला नाही आठवत. माझ्यात अधूनमधून एडीडीची लक्षणं असतात. आणि मला नेहमीच माझी बायको देदीप्यमान वाटते. अगदी त्या शब्दाच्या नेमक्या अर्थानं : डोळे दिपवणाऱ्या प्रकाशानं स्पष्ट न दिसणं. नुसतं तिच्याबरोबर असणं, तिचा स्वर कानावर पडणं, हे पुरेसं आहे. प्रत्येक वेळी ती काय बोलत्येय हे ऐकणं

महत्त्वाचं नसतं. असायला हवं खरंतर; पण नव्हतं.

आणि दिवसाच्या शेवटी जेव्हा एकमेकांना प्रत्यक्ष भेटी देण्याची वेळ आली– प्रथेप्रमाणे पहिल्या वर्षी कागदी वस्तूंची भेट– तोपर्यंत ॲमीनं माझ्याशी अबोला धरला होता.

''माझं प्रेम आहे तुझ्यावर ॲमी, तुला माहीत आहे ते,'' भांबावून रस्त्यावर उभ्या राहिलेल्या प्रवाशांच्या जथ्यातून वाट काढत मी ॲमीला म्हणालो. सेन्ट्रल पार्कच्या गर्दीतून ॲमी पुढं पुढं चालली होती. जॉगिंग करणारे, गर्दी कापत स्केटिंग करणारे, धडपडत चालणारी छोटी मुलं आणि त्यांच्यामागे धडपडणारे त्यांचे आई-वडील, या सगळ्यांमधून वाट काढत ती चालली होती. माझ्या थोडी पुढे आणि तरीही कुठेच जात नव्हती. ओठ घट्ट मिटून घेतलेली ॲमी. आणि तिच्यामागे मी, तिच्यापर्यंत पोहोचायचा, तिला थांबवायचा प्रयत्न करणारा. शेवटी ती थांबली. चेहरा कोरा ठेवून माझं म्हणणं ऐकून घेतलं. मनातल्या मनात मी माझा वैताग आवरायचा प्रयत्न करत होतो. ''ॲमी मला हे कळतच नाही की मी माझं प्रेम सिद्ध कशाला करायला हवं? ते पण तुला ज्या नेमक्या गोष्टी आठवतात, जशा आठवतात, तशाच पद्धतीनं आठवून... याचा अर्थ असा नाही की आपलं दोघांचं एकत्र असणं मला आवडत नाही.''

जवळच विदूषकानं एक फुगा उडवला, एका माणसानं एक गुलाब विकत घेतला, एका छोट्या मुलानं आईस्क्रीम चाटलं आणि एक परंपरा जन्माला आली. ॲमीनं भरपूर कष्ट घ्यायचे आणि त्या कष्टांना लायक नसणारा मी. लग्नाच्या वाढदिवसाच्या शुभेच्छा, मूर्खा!

''पाच वर्षं– मला वाटतं आतापर्यंत ती चांगलीच वैतागलेली असणार.'' 'गो' पुढं म्हणाली. ''मग तू तिला चांगलंसं काही प्रेझेन्ट आणलंस की नाही?''

''माझ्या कामाच्या यादीत आहे ते.''

''गग, पाचव्या वाढदिवसाची पद्धत काय आहे? पेपर?''

''पेपर पहिल्या वर्षी.'' मी म्हटलं. पहिल्या वर्षीच्या त्या अनपेक्षित खेळाच्या शेवटी ॲमीनं मला भारी कागदांचा सेट दिला. त्यावर माझी आद्याक्षरं छापलेली होती. कागद इतका गुळगुळीत होता की मला वाटलं त्यावरून बोट फिरवलं तर ओलसर लागेल. बदल्यात मी तिला स्वस्त दुकानातून घेतलेला कागदी पतंग दिला, त्यावर बगिचे, सहली अशी आनंदी चित्रं होती. आम्हाला दोघांनाही एकमेकांनी दिलेल्या भेटी आवडल्या नाहीत; तिला मिळालेली भेट मला चालली असती आणि मला मिळालेली तिला. हे ओ'हेन्रीच्या कथेच्या उलट होतं.

''चांदी?'' 'गो'नं तर्क केला. ''ब्रॉन्झ? हस्तिदंत? सांग तर मला.''

''लाकूड,'' मी म्हटलं. ''आता लाकडात रोमॅन्टिक काय असणार?''

बारच्या दुसऱ्या कोपऱ्यात स्यूनं वर्तमानपत्राची व्यवस्थित घडी करून ठेवली. तिच्या रिकाम्या मगजवळ पाच डॉलरची नोट ठेवून ती निघाली. ती बाहेर पडताना आम्ही एकमेकांकडे पाहून निःशब्दपणे हसलो.

''मला लक्षात येतंय.'' 'गो' म्हणाली. ''घरी जा, तिचं डोकं भिरभिरेपर्यंत तिला घोळव आणि मग सांग तिला हीच तुझी वाढदिवसाची भेट आहे. स्साली!''

आम्ही खूप हसलो. आणि मग दोघांचेही गाल एकाच ठिकाणी लाल झाले. बहिणी अशा बोलत नाहीत. पण एखादा बॉम्बगोळा फेकावा तसे असले विनोद माझ्याकडे भिरकावण्यात 'गो'ला मजा येत असे. आणि याच कारणामुळे हायस्कूलमध्ये असताना आम्ही अशी अफवा होती की आमच्यात गुप्त संबंध होते. आमच्यातलं नातं फारच घट्ट होतं. आमचे खासगी विनोद, आमच्यातलं खासगी बोलणं. मला माहीत आहे, मी हे सांगण्याची गरज नाही पण तुम्ही 'गो' नाही आणि तुम्ही चुकीचा अर्थ लावाल म्हणून मी सांगतोय : माझ्या बहिणीत आणि माझ्यात कधीच गुप्त संबंध नव्हते किंवा तसा विचारही आमच्या मनात आला नाही. फक्त आम्ही एकमेकांना फार आवडत होतो.

मी घरी जाऊन बायकोला कसं घोळवावं याची नक्कल 'गो'आता करून दाखवत होती.

नाही, ॲमी आणि 'गो' यांच्यात कधीच मैत्री होऊ शकत नाही. त्या दोघी स्वतःच्या अधिकारांबाबत फारच आग्रही आहेत. माझ्या आयुष्यातील एकमेव महत्त्वाची मुलगी असण्याची 'गो'ला सवय होती आणि सगळ्यांच्याच आयुष्यातील एकमेव महत्त्वाची मुलगी असण्याची ॲमीला. एकाच शहरात राहत असूनदेखील आणि तेही दोन वेळा– एकदा न्यूयॉर्कमध्ये आणि आता इथे, त्या एकमेकींना फारशा भेटत नसत. माझ्या आयुष्यात त्या आपल्या वेळेची व्यवस्थित जाण असणाऱ्या रंगमंचावरील नट्यांसारख्या वावरत. एक दारातून बाहेर गेली की दुसरी येणार. आणि एखाद्या दुर्मिळ योगात त्या एकत्र आल्याच तर दोघीही त्या परिस्थितीनं अवघडून गेल्यासारख्या वाटत.

ॲमी माझ्या आयुष्यात स्थिरावण्यापूर्वी, आमचं लग्न होण्यापूर्वी मला एखाद्याच शब्दातून किंवा वाक्यातून 'गो'ला काय म्हणायचं आहे त्याचा अंदाज यायचा. 'हे विचित्र आहे. मला तिचा अंदाजच येत नाही की ती नेमकी कशी आहे.' आणि 'तू तिच्याबरोबर असताना कोणीतरी वेगळाच भासतोस.' आणि 'एखाद्यावर खरोखर प्रेम असणं आणि एखाद्यावर प्रेम असल्याच्या कल्पनेवर प्रेम असणं यात खूप फरक आहे.' आणि शेवटी 'महत्त्वाची गोष्ट ही आहे की तिच्यामुळे तू सुखी आहेस.'

हे तेव्हा जेव्हा ॲमीनं मला खरोखर सुखात ठेवलं होतं.

ॲमीचे 'गो'बद्दलचे स्वतःचे विचार होते : ती अगदी... मिसुरीतील आहे. हो की नाही? आणि तिच्याबरोबर असताना अगदी नेमकेपणानं वागायला लागतं, हो की नाही? आणि तिला ना तुझी जरा जास्तच गरज भासते, पण तिला दुसरं कोणी नाही म्हणूनही असेल.

मला आशा होती की आम्ही सगळे मिसुरीला एकत्र आल्यावर त्या दोघी हे सगळं सोडून देतील. एकमेकींचं अस्तित्व मान्य करतील. पण दोघींनीही ते केलं नाही. 'गो' ॲमीपेक्षा जास्त मजेशीर होती, त्यामुळे हे युद्ध बरोबरीत नव्हतं. ॲमी हुशार होती, तोडून, उपरोधित बोलणारी होती. ॲमी मला उचकवू शकत असे, टोचून एखादा मुद्दा पटवू शकत असे; पण 'गो'मात्र नेहमीच मला हसवायची. आपल्या जोडीदारावर हसणं धोकादायक असतं.

"'गो' मला वाटतं आपण ठरवलं होतं की माझ्या खासगी अवयवांच्या उपयोगाबद्दल कधी बोलायचं नाही." मी म्हणालो. "आपल्या बहीण-भावांच्या नात्यांमध्ये माझ्या खासगी अवयवाचं काही काम नाही."

फोन वाजला. 'गो'नं तिच्या बिअरचा अजून एक घोट घेतला आणि फोन उचलला. थोडं हसून आणि वैतागवाणा चेहरा करून म्हणाली, "हो आहे ना तो इथेच, एक मिनिट प्लीज!" माझ्याकडे पाहून न बोलताच ती म्हणाली, "कार्ल!"

मी आणि ॲमी राहत होतो, त्याच्या समोरच्या बाजूला कॉर्ल पेले राहत होता. तीन वर्षांपूर्वी सेवानिवृत्त आणि दोन वर्षांपूर्वी घटस्फोट. त्यानंतर तो आमच्या भागात राहायला आला. लहान मुलांच्या पार्टीमध्ये लागणाऱ्या वस्तूंचा तो फिरता विक्रेता होता आणि जवळपास चाळीस वर्षं सतत घराबाहेर राहिल्यावर आता त्याला घरी राहण्याची सवयच उरली नव्हती. तो एक घाणरेडी हार्डीची बॅग घेऊन जवळजवळ रोजच बारमध्ये यायचा. जोपर्यंत पहिलं पेय त्याला आम्ही फुकटात देत नसू, तोपर्यंत स्वतःच्या आर्थिक बाबींविषयी तक्रार करत राहायचा. (ही आणखी एक गोष्ट कार्लच्या बाबतीतली- तो बारमध्ये येत असे त्या काळात आम्हाला आढळून आली, की तो वाटत नसला तरी पक्का बेवडा होता.) आम्ही जे काही संपवायचा प्रयत्न करत होतो, ते स्वीकारण्याची त्याची तयारी होती आणि मनापासून एक पूर्ण महिनाभर कार्ल फक्त झिमा (एक स्वस्त दारू) १९९२च्या सुमाराची पिऊन राहिला. ही आम्हाला बेसमेंटमध्ये सापडली. जेव्हा जेव्हा हॅन्गओव्हरमुळे कार्ल घरी असायचा, तेव्हा तो कुठलंतरी फालतू कारण शोधून फोन करायचा. तुझी पत्रपेटी फार भरलेली दिसत्येय, निकी बहुतेक काहीतरी पार्सल आलं असावं. किंवा पाऊस येणारसं वाटतंय तू खिडक्या बंद करायला हव्यास. कारण तद्दन फालतू असतं. कार्लला फक्त ग्लासचा किणकिणाट आणि दारू ओतल्याचा आवाज ऐकायचा असे.

मी फोन उचलला, रिसीव्हरच्या जवळ माझ्या बर्फाच्या भांड्याचा आवाज केला म्हणजे कार्लला त्याच्या जीनची कल्पना करता येईल.

"हे निकी," कार्लचा थरथरता आवाज फोनमधून येत होता. "तुला त्रास देतोय त्याबद्दल माफ कर, पण मला वाटलं की तुला कळायला हवं... तुमचा दरवाजा सताड उघडा आहे. आणि तुमचं ते मांजर बाहेर आहे. ते तसं बरोबर नाही ना?"

मी नुसताच हुंकार दिला.

"मीच जाऊन बघितलं असतं, पण मला जरा बरं वाटत नाही." कार्लनं जड स्वरात सांगितलं.

"काळजी करू नको. अशीही माझी घरी जायचीच वेळ झाली आहे." मी म्हटलं.

नदीच्या रस्त्यानं उत्तरेकडे जेमतेम पंधरा मिनिटांचा रस्ता होता. कधी कधी आमच्या भागात शिरताना मला शहारायला होतं. एवढी सगळी रिकामी काळोखी घरं– अशी घरं ज्यांना रहिवाशांचा स्पर्शच झालेला नाही किंवा ज्यांनी लोकं राहायला आलेली आणि नंतर तिथून त्यांची उचलबांगडी झालेली पाहिली अशी घरं, मनुष्यविरहित, रिकामी पोकळी.

जेव्हा ॲमी आणि मी इथे राहायला आलो, तेव्हा आमचे शेजारी आम्हाला भेटायला आले. एक मध्यमवयीन तीन मुलांची आई असणारी एकटी स्त्री आमच्यासाठी काही खायला घेऊन आली. तिळ्या मुलांचा बाप असणारा एक तरुण माणूस (त्याची बायको घरी त्या तिळ्यांबरोबर होती). एक प्रौढ ख्रिश्चन जोडपं, जे काही घरं सोडून पलीकडे राहत होतं आणि अर्थात रस्त्यापलीकडून कार्ल. आम्ही आमच्या पाठच्या व्हरांड्यात बसून नदीकडे पाहत होतो. ते सगळे एआरएम आणि शून्य टक्के व्याज अशा बाबतीत हळहळत बोलत होते आणि मग त्या सगळ्यांनी म्हटलं की कसा फक्त आम्हालाच नदीकडे जाणारा रस्ता आहे आणि कसं फक्त आम्ही दोघंच मुलांशिवाय आहोत. "फक्त तुम्ही दोघंच? या एवढ्या मोठ्या घरात?" त्या एकट्या आईनं आम्हाला तिनं आणलेला अंड्याचा पदार्थ देताना विचारलं.

"आम्ही दोघंच," मी हसून होकार दिला. आणि थुलथुलीत पदार्थाचा घास घेऊन कौतुकाची मान हलवली.

"एकाकी वाटतं."

हे तिचं म्हणणं बरोबर होतं.

चार महिन्यांनंतर त्या बाईची तारणाची लढाई हरली आणि ती एका रात्रीत

मुलांना घेऊन परागंदा झाली. तिचं घर अजून रिकामंच आहे. तिच्या बाहेरच्या खिडकीला अजूनही लहान मुलांनी काढलेलं फुलपाखराचं चित्र चिकटवलेलं आहे. त्याची शाई आता उन्हानं फिकट झाली आहे. काही दिवसांपूर्वी एका संध्याकाळी मी तिथून जाताना त्या चित्राच्या आडून खिडकीतून एक दाढीवाला कळकटलेला माणूस डोकावताना पाहिला. त्या चित्राच्या आडून तो डोकावून पाहत होता. अंधारात ॲक्वेरियममधल्या एखाद्या बिचाऱ्या माशासारखा मला तो वाटला. त्यानं मला त्याला बघताना पाहिलं आणि तो एकदम घरात नाहीसा झाला. दुसऱ्या दिवशी मी सॅन्डविच भरलेली एक कागदी पिशवी त्या घराच्या पायरीवर ठेवली; एक आठवडाभर ती उन्हात तशीच पडून राहिली. सॅन्डविचचा खराब लगदा झालेला. मी ती परत उचलली आणि फेकून दिली.

शांत. आमचा भाग असाच अंगावर येईल इतका शांत असायचा. मी घराच्या जवळ येताना मला माझ्याच गाडीच्या इंजिनचा आवाज जाणवायला लागला, मला मांजर बाहेरच पायऱ्यांवर बसलेलं आढळलं. अजूनही पायऱ्यांवर कार्लच्या फोननंतर वीस मिनिटांनी. हे विचित्रच होतं. ॲमीचं ते लाडकं मांजर होतं. त्याच्या नख्या काढलेल्या होत्या आणि आम्ही त्याला बाहेर सोडत नसू. कधीच नाही. कारण ते मांजर 'ब्लीकर' गोडच होतं; पण अतिशय मूर्ख होतं. आम्ही त्याच्या अंगावर त्याचा माग काढण्याचं यंत्र जरी बसवलं असलं तरी ॲमी पक्कं जाणून होती की जर ते एकदा बाहेर गेलं तर आम्हाला पुन्हा कधीच दिसणार नाही. ते थेट मिसिसिपी नदीत जाऊन पडेल आणि वाहत वाहत थेट मेक्सिकोच्या आखातात एखाद्या शार्कच्या उघड्या जबड्यात जाऊन पडेल.

पण ते मांजर गेटपलीकडे जाण्याइतकं पण हुशार नव्हतं. ब्लीकर पोर्चच्या एका टोकाला बसून होता. ताठ पण गुबगुबीत पहारेकरी. मी गेटमधून गाडी आत घेत असतानाच कार्ल बाहेर येऊन त्याच्या घराच्या पुढच्या पायऱ्यांवर उभा राहिला. मी कारमधून बाहेर पडून घराच्या दिशेनं जाताना मला मांजर आणि तो म्हातारा दोघांच्याही नजरा जाणवत होत्या. बॉर्डरजवळची लाल पिओनी रसाळ दिसत होती, तोडण्यासाठी वाट बघत असल्यासारखी.

मी त्या मांजराला पकडण्याकरता पवित्रा घेत होतो, तेव्हाच मला पुढचं दार उघडं असलेलं दिसलं. कार्ल म्हणालाच होता तसं, पण प्रत्यक्ष दिसणं वेगळं असतं. हे म्हणजे अगदी सताड उघडं होतं.

कार्ल तिथं माझ्या उत्तराच्या प्रतीक्षेत वाटेतच घुटमळत राहिला आणि एखाद्या भयंकर नाटकाचा तुकडा सादर करावा तसा मी काळजीत पडलेल्या नवऱ्याची भूमिका वठवतोय, असं मला वाटायला लागलं. मी मधल्या पायरीवर थांबलो, कपाळावर आठ्या घातल्या. आणि मग एकदम पटापट पायऱ्या चढल्या एका

वेळी दोन. एकीकडे मी माझ्या बायकोला हाका मारत होतो.

शांतता.

''ॲमी? तू घरी आहेस का?''

मी थेट वरती गेलो. ॲमी नाही. इस्त्रीचं टेबल तयार होतं. त्यावर इस्त्री करायचा ड्रेस आणि इस्त्री तयार होती.

''ॲमी!''

मी परत खाली आलो तर कार्ल उघड्या दारात दोन्ही हात बाजूला रोवून उभा होता. मी बैठकीच्या खोलीत वळलो. आणि तिथेच थबकलो. गालिच्यावर काचेचे तुकडे चमकत होते. कॉफी टेबल मोडून पडलं होतं. बाजूची छोटी टेबलं वेडीवाकडी पडली होती. पुस्तकं सगळी जमिनीवर पत्ते पसरावेत तशी घसरून पडली होती. एवढंच नाही तर आमचा जुना जड ओट्टोमन पण उलटला होता. त्याचे चार बारीक पाय हवेत गेल्यासारखे दिसत होते. आणि या सगळ्या गोंधळाच्या मधोमध एक धारदार कात्री पडली होती.

''ॲमी!''

मी सैरावैरा धावत तिला हाका मारत होतो. किचनमध्ये चहाची किटली उकळून उकळून जळत होती. तळघरात जिथे पाहुण्यांसाठीची ती खोली होती शेवटी मी पाठच्या दाराशी, आमच्या मागच्या अंगणातून धावत नदीत शिरणाऱ्या छोट्या बोटीच्या धक्क्यापर्यंत गेलो. मी वाकून वाकून सगळीकडे पाहिलं. ती आमच्या छोट्या बोटीत तर नसेल ना, एकदा मला ती तिथे सापडली होती. बोट धक्क्याला बांधलेली आणि पाण्यात डोलत होती. ॲमी उन्हाकडे तोंड वळवून डोळे मिटून पडली होती आणि मी जेव्हा नदीच्या चमकत्या पाण्याकडे तिच्या सुंदर चेहऱ्याकडे बघत होतो, तेव्हा तिनं अचानक डोळे उघडले आणि माझ्याकडे पाहिलं. ती काही बोलली नाही. मीही काही बोललो नाही आणि घरात निघून आलो होतो. एकटाच.

''ॲमी!''

पण आज ती पाण्यात नव्हती. ती घरात नव्हती. ॲमी तिथे नव्हतीच.

ॲमी नाहीशी झाली होती.

ॲमी इलियट

१८ सप्टेंबर, २००५

डायरीतील नोंद

ओहो! कोण आलंय परत ओळखा पाहू? निक् डन्. ब्रुकलीनच्या पार्टीतला मुलगा, साखरेच्या ढगात चुंबन घेणारा, अदृश्य झाला. आठ महिने, दोन आठवडे, दोन दिवस काही पत्ता नाही, आणि मग एकदम सगळं ठरवून आल्यासारखाच उगवला. मग कळलं की त्याच्याकडून माझा फोन नंबर हरवला होता. त्याच्या फोनची बॅटरी संपली होती म्हणून त्यानं तो एका चिटोऱ्यावर लिहिला. मग तो चिटोरा त्यानं जीन्सच्या खिशात ठेवला आणि जीन्स धुवायला मशिनमध्ये. अर्थातच चिटोऱ्याचा लगदा झाला. त्यानं तो उलगडण्याचा प्रयत्न केला; पण त्याला त्यातले फक्त ३ आणि ८ दिसले. (असं तो म्हणाला).

आणि मग तो कामात पारच बुडून गेला. मग अचानक मार्चच उगवला. आता इतक्या उशिरा फोन करण्याची त्याला लाज वाटायला लागली. (असं तो म्हणाला.)

अर्थातच मी रागावले. मी रागावले होते. पण आता नाही. मी तुम्हाला काय झालं ते सांगते (ती म्हणाली). सप्टेंबरमधले जोरदार वारे. मी सेवन्थ ॲव्हेन्यूवरून दुपारच्या जेवणाचा विचार करत चालतेय. फळांचे छोटे डबे घ्यावेत – खरबूज-कलिंगडाचे छोटे छोटे थंडगार तुकड्यांचे डबे – आणि अचानक एक माणूस माझ्या शेजारून चालताना मला जाणवतो. मी नजरेच्या कोपऱ्यातून त्या आगंतुकाला बघते आणि क्षणार्धात ओळखते. तो 'तोच' आहे. तोच 'मी मुलाला भेटते' मधला मुलगा!'

मी माझी चाल मंदावली नाही, फक्त वळून म्हणाले :

अ) ''मी तुला ओळखते?'' (चतुराईनं आव्हानात्मक)

ब) ''ओह! वा! तुला बघून मला खूप आनंद झाला!'' (उत्सुक लाचार)
क) ''चालू लाग!'' (आक्रमक, कडवट)
ड) ''हं! तू बराच वेळ घेतलास निक्.'' (सहज, गमतीशीर, माघार घेऊन)

उत्तर : ड

आणि आता आम्ही एकत्र आहोत. एकमेकांबरोबर. इतकं सोपं होतं ते.

हे सगळं मजेशीर आहे, ही वेळ विशेषतः फायदेशीर म्हणा हवं तर (मी तर म्हणेनच) काल रात्रीच माझ्या आई-वडिलांकडे पुस्तकाची पार्टी होती. अमेझिंग ॲमी ॲन्ड बिग डे (अमेझिंग ॲमीच्या आयुष्यातील महत्त्वाचा दिवस) हं! रॅन्ड आणि मेरीबेथ मोह टाळू शकले नाहीत. ते त्यांच्या मुलीला जे देऊ शकले नाहीत ते त्यांनी तिच्या नावाच्या त्यांच्या कथानकातील पात्राला दिलं. नवरा! हो. विसावं पुस्तक. अमेझिंग ॲमीचं लग्न होणारे! व्हीऽऽऽ. कोणाला पर्वा नाही. कोणालाही अमेझिंग ॲमी मोठी व्हायला नको होती. मला तर नाहीच नाही. राहू दे तिला छोटी आणि मला मोठी होऊ दे. माझ्या त्या साहित्यिक प्रतिमेच्या, कागदावरच्या प्रतिमेच्या बोज्याशिवाय. मी जशी आहे तशीच मला वाढू दे.

पण ॲमी इलियट कुटुंबाची भाकरी आहे. तिनं आम्हाला खूप काही दिलंय म्हणून मला वाटतं मी तिच्या सुखाच्या आड येऊ नये. तिचा आदर्श जोडीदार. अर्थातच ती एबल ॲन्डीशी (कर्तबगार ॲन्डी) लग्न करणारे. ते दोघं माझ्या आई-वडिलांसारखे असतील आनंदीआनंदी.

पण सध्या प्रकाशकांनी जी अगदी छोटी आवृत्ती काढली आहे, ती मात्र एक गंभीर गोष्ट आहे. पूर्वी ८०च्या दशकात अमेझिंग ॲमीच्या नवीन भागाची पहिलीच आवृत्ती मुळी लाखभर प्रतींची असायची. आणि आता मात्र फक्त दहा हजार. त्यामुळे पुस्तक प्रकाशनाची पार्टीपण तेवढीच होती छोटीशी. घरंगळलेली. तुम्ही एखाद्या काल्पनिक पात्राकरता– ज्यानं आपलं आयुष्य एका साध्याभोळ्या पण वयाच्या मानानं समजूतदार अशा सहाव्या वर्षी सुरू केलं आणि आता ती तीस वर्षांची नवी नवरी आहे– आणि जी अजूनही लहान मुलीसारखीच बोलते – तिच्याकरता कशी पार्टी कराल? (''शीऽऽ!'' ॲमीला वाटलं. मनासारखं झालं नाही की माझा प्रियकर किती कटकट करतो...'' आणि हे प्रत्यक्ष पुस्तकातलं वाक्य आहे. पूर्ण पुस्तक वाचल्यावर मला त्या ॲमीला एक लाथ घालायचा मोह होत होता.) हे पुस्तक म्हणजे गतकाळाची ओढ लावणारी वस्तू आहे. ज्या बाया 'अमेझिंग ॲमी'वाचत मोठ्या झाल्या, त्या या पुस्तकाचा वाचक वर्ग आहेत. पण खरोखर किती जण ते वाचतील ही एक शंकाच आहे. मी अर्थातच वाचलं आहे. आणि अनेकदा त्याचं कौतुकही केलं आहे. रॅन्ड आणि मेरीबेथना भीती वाटत

होती, की ॲमीचं लग्न ही माझ्या एकट्या असण्याला एक टोमणा आहे असे मला वाटेल. (''मला स्वतःला असं वाटतं की स्त्रियांनी ३५ वर्षांच्या आधी लग्नाच्या भानगडीत पडू नये.'' हे माझ्या आईकडून ऐकलेलं वाक्य जिनं माझ्या वडिलांशी वयाच्या तेविसाव्या वर्षी लग्न केलं.)

माझ्या आई-वडिलांना नेहमीच अशी भीती होती की मी ॲमीचं सर्व फारच जिवाला लावून घेईन– ते मला नेहमीच सांगत आलेत की मी ते फार मनावर घेऊ नये आणि तरीही मी एक गोष्ट सतत पाहत आले की जेव्हा जेव्हा मी एखादी गोष्ट चुकीची केली, तेव्हा तेव्हा ॲमीनं मात्र ती आदर्शपणे पार पाडली आहे. म्हणजे बाराव्या वर्षी जेव्हा शेवटी मी व्हायोलिन सोडून दिलं, तेव्हा पुढच्याच पुस्तकात ॲमीला त्यातील उगवता तारा दाखवलं गेलं. (शी! व्हायोलिन वाजवणं किती कठीण काम आहे. पण कष्ट केल्याशिवाय आपल्यात सुधारणा तरी कशी होणार!) जेव्हा मी ज्युनियर टेनिस चॅम्पियनशिपच्या स्पर्धेला सोळाव्या वर्षी दांडी मारली आणि त्याऐवजी मित्र-मैत्रिणींबरोबर समुद्रकिनाऱ्यावर सहलीला गेलो, ॲमीनं खेळ पूर्ण केला. (शी! मला माहित्येय मित्रांबरोबर जायला खूप मजा येते; पण मी जर स्पर्धेत उतरले नाही तर मी माझा आणि इतरांचाही अपेक्षाभंग करीन.) या सगळ्यानं मी अगदी वैतागून जायची पण जेव्हा मी हार्वर्डला निघून गेले (आणि ॲमीनं मात्र आई-वडिलांचेच कॉलेज निवडले) तेव्हा मी ठरवले की या सगळ्याचा विचार करणं म्हणजे फालतूपणा आहे. आणि माझे आई-वडील जे बालमानसशास्त्रज्ञ आहेत, त्यांनी त्यांच्या मुलीच्या बाबतीतच असा आडवळणाचा आक्रमक सार्वजनिक पवित्रा घेणं, हे निव्वळ मूर्खपणाचं, चमत्कारिक आणि एकप्रकारे हास्यास्पदही होतं, असो.

पुस्तकाची पार्टी पुस्तकाइतकीच 'स्किझोफ्रेनिक' होती, युनियन स्क्वेअर इथल्या ब्लू नाईटमध्ये. इथल्या आरामशीर रुंद पाठीच्या खुर्च्या आणि कलात्मक आरसे यामुळे तुम्हाला खूप छान, हुशार, होतकरू असल्यासारखं वाटेल. खोटं हास्य चेहऱ्यावर घेऊन फिरणाऱ्या वेटर्सच्या हातातल्या ट्रेवर हिंदळकणारे जीन आणि मार्टिनीचे ग्लास, चेहऱ्यावर खोचक हसू आणि लटपटणारे पाय घेऊन वावरणारे हावरट पत्रकार, जे आता ही फुकटातली दारू ढोसतील आणि नंतर आणखी कुठे काय चांगलं मिळेल त्याच्या शोधात जातील.

माझे आई-वडील हातात हात घालून खोलीत फिरतात अमेझिंग ॲमीच्या गोष्टीत त्यांच्या प्रेमकहाणीचा एक धागा सतत असतोच. पती-पत्नीचं पाव शतक एकत्र चाललेलं सृजनात्मक कार्य. सोल मेट्स– जन्मोजन्मीचे जोडीदार– ते खरोखर एकमेकांना तसंच म्हणतात. एकाअर्थी ते खरंही आहे म्हणा. आणि मी त्यांना पाहिलंय, त्यामुळे मी खात्रीनं तसं म्हणू शकते. मी त्यांची एकाकी, एकटी

मुलगी. त्यांच्याकडे एकमेकांसाठी धारदार, कडवट शब्द नाहीत, डोकं फिरवणारे वादविवाद नाहीत. एकमेकाला चिकटलेल्या जेलीफिशसारखे ते आयुष्यात विहरत राहिले– अंतःप्रेरणेनं हालचाली करत, एकमेकांना भर देत गेले. त्यांच्याकडे बघताना हे जन्माचे जोडीदार प्रकरण अगदी सहज सोपं वाटतं. लोकं म्हणतात दुभंगलेल्या घरातील मुलांना खूप त्रासाला तोंड द्यावं लागतं; पण अशा यशस्वी लग्नांमधल्या मुलांपुढेही काही कमी आव्हानं नसतात.

स्वाभाविकच मला खोलीच्या एका कोपऱ्यात एका मखमली खुर्चीवर बसवून शिकाऊ उमेदवारांना– ज्यांच्यावर त्यांच्या संपादकाकडून प्रतिक्रिया मिळवा अशी कामगिरी सोपवली गेली होती– अशांना मुलाखती द्याव्या लागल्या.

ॲमी आता ॲन्डीशी लग्न करत्येय. तुम्हाला कसं वाटतंय? कारण तुमचं तर अजून लग्न झालेलं नाही, हो ना?

ज्याने प्रश्न विचारला तो :

अ) लाजाळू, मोठ्या डोळ्यांचा पोरगेलासा. त्याच्या बॅगवर वही ठेवून लिहिणारा.

ब) तरुण, जरा जास्तच जामानिमा करून आलेला उंच बूट घातलेला. केसांचा व्यवस्थित भांग पाडलेला.

क) एक अंगावर टॅटू केलेली मुलगी जी ॲमीबद्दल तिच्या मानानं जरा जास्तच कुतूहल दाखवत होती.

ड) वर उल्लेख केलेले सगळे.

उत्तर : ड

मी : ''ओह, मला ॲमी आणि ॲन्डीच्या निर्णयाचा खूप आनंद झालाय, त्यांना माझ्याकडून शुभेच्छा.''

आणि त्यांच्या प्रश्नांना मी दिलेली उत्तरं : अर्थात ही क्रमाने नाहीत.

''ॲमीतला काही भाग हा माझ्यावरून घेतला आहे, तर काही काल्पनिक आहे.''

''मी सध्या एकटी आहे आणि आनंदात आहे. माझ्या आयुष्यात कोणी कर्तबगार ॲन्डी नाही.''

''स्त्री-पुरुषांतील नातं ॲमी अति सोपं करते असं नाही वाटत मला.''

''नाही. मला वाटतं ॲमी कुठल्या एका काळातली नाही. ती मालिका अभिजात आहे.''

''हो अजूनतरी मी एकटीच आहे. माझं लग्न झालेलं नाही.''

''ॲमी इतकी आश्चर्यकारक असताना ॲन्डी नुसताच कर्तबगार का? तुम्हाला नाही असं वाटत की पुष्कळ सक्षम आणि महान स्त्रिया बऱ्याचदा अगदी सामान्य माणसांशी बांधून घेतात? छे, छे, हे मी गमतीत बोलले हे लिहू नका हं!''

"हो, मी अविवाहित आहे."

"हो माझे आई-वडील नक्कीच साता जन्माचे साथी आहेत."

"नक्कीच मलाही तसंच हवं आहे भविष्यात."

"हो, अविवाहित मूर्खा!"

तेच तेच प्रश्न परत परत आणि मी त्यांना फार विचारपूर्वक उत्तरं दिल्याचा आव आणतेय आणि ते विचारपूर्वक विचारण्याचा आव आणताहेत. अरे देवा! बार आहे म्हणून ठीक.

मग अचानकच कोणालाच माझ्याशी बोलायचं नव्हतं. अगदी चुटकीसरशी संपलं ते. आणि पीआर मुलगी सगळं छान असल्याचं नाटक करत्येय. आता तू पार्टीत मिसळू शकशील! मी परत त्या (छोट्याशा) गर्दीत मिसळते, जिथे माझे पालक जातीनं यजमानपद मिरवताहेत. त्यांचे चेहरे फुललेले– रॅन्ड त्याचं संपूर्ण दात दाखवणारं हसू हसत आणि मेरीबेथ तिची केसांची झुलपं उडवत, हातात हात गुंफलेले, एकमेकांना हसवत, बरोबर असण्याचा आनंद लुटत, एकमेकांनी भारलेले आणि मी विचार करते, मी किती एकटी आहे.

मी घरी गेल्यावर स्वतःशीच थोडी रडले. मी बत्तीस वर्षांची आहे, म्हणजे काही म्हातारी नव्हे. न्यूयॉर्कमध्ये तर नक्कीच नाही. पण सत्य हेच आहे की मला मनापासून कित्येक वर्षांमध्ये कोणी आवडलंच नाही. मग मी कोणाच्या प्रेमात पडण्याची काय शक्यता आहे? आणि प्रेमात पडून लग्न करण्याची तर आणखीच कमी. मी कोणाबरोबर असेन, मुळात कोणाबरोबर असेन का... या अनिश्चिततेचा मला कंटाळा आलाय.

माझे पुष्कळ मित्र-मैत्रिणी विवाहित आहेत. लग्न करून सुखी कमी असतील कदाचित, पण लग्न झालेले मात्र पुष्कळ. जे लग्न करून आनंदी आहेत ते माझ्या आई-वडिलांसारखे आहेत. माझ्या एकटं राहण्यामुळे ते बुचकळ्यात पडलेले असतात. माझ्यासारखी स्मार्ट, सुंदर, छान मुलगी जिला पुष्कळ गोष्टींमध्ये गती आहे, रस आहे, इतकी चांगली नोकरी आहे, प्रेमळ कुटुंब आहे आणि अर्थात पैसा– ते कपाळाला आठ्या घालून असा एखादा परिचित आठवण्याचा प्रयत्न करतात ज्याच्याबरोबर ते माझी जोडी जमवू शकतील. पण आम्हाला सगळ्यांनाच माहिती आहे की असं कोणी उरलेलंच नाही. कोणी चांगलं शिल्लकच नाही. आणि मला हेही माहिती आहे की आतून त्यांना असं वाटत असतं की माझ्यातच काहीतरी खोट असणार ज्यामुळे मला कोणीच पसंत पडत नाही. माझं कशाने समाधान होत नाही की मी कोणाचं समाधान करू शकत नाही.

जे जन्मोजन्मीचे जोडीदार नाहीत, ज्यांनी एकमेकांना 'पटवून' घेतलं आहे, ते तर माझं एकटं राहणं उडवूनच लावतात. इतकं काही कठीण नाही लग्नाचा

जोडीदार मिळवणं. ते म्हणतात कोणतंही नातं परिपूर्ण नसतं. ते- जे प्रेमाचं कर्तव्य पूर्ण करतात, ज्यांच्या बोलण्याचे विषय टीव्हीपुरते मर्यादित असतात; जे नवऱ्यांच्या शरणागतीला– होय हनी, नक्कीच हनी– सुसंवाद मानतात. *तू सांगतेस तेच तो करतो कारण वाद घालण्याएवढंही महत्त्व त्याच्या लेखी तुला नाही. मला वाटतं, तुझ्या क्षुद्र मागण्यांमुळे त्याला एकतर इतकं महान असल्यासारखं वाटतं किंवा इतकी चिडचिड होते आणि एखाद्या दिवशी तो त्याच्या ऑफिसमधल्या त्याच्याबरोबर काम करणाऱ्या मुलीबरोबर लफडं करेल; कारण तिच्या त्याच्याकडून काहीच मागण्या नाहीत.* मला असा पुरुष पाहिजे ज्याच्यात अजून थोडी धग शिल्लक आहे. जो माझ्या चुकांना चूक म्हणण्याची हिम्मत दाखवेल (आणि मी केलेल्या चुका त्याला भावतीलही कदाचित) आणि तरीही : मला अशा कोणत्याही नात्यात शिरायचं नाही, जिथे आपण सतत एकमेकांना टोचत राहतो, विनोदाच्या आवरणाखाली एकमेकांचे अपमान करत राहतो. मित्रमंडळींच्या समोर एकमेकांचे खेळीमेळीत वाभाडे काढतो आणि अपेक्षा करतो की आपले मित्र आपली बाजू घेतील. आणि त्यांना मात्र कशाचीच फिकीर नसते. ही 'जर-तर'ची नाती : हे नातं अगदी छानच असतं जर... आणि ही जरतरची यादी कशी लांबत जाते हे दोघांच्याही लक्षात येत नाही.

आणि त्यामुळेच लग्नात न अडकण्याचा निर्णय योग्यच आहे, हे मला माहीत आहे. पण त्यामुळे माझ्या मनाला काही फार समाधान मिळत नाही, विशेषतः जेव्हा शुक्रवारी रात्री माझी मित्रमंडळी जोडीजोडीनं मजा करतात आणि मी मात्र काहीतरी विशेष जेवायला करून वाईनची बाटली बाजूला घेऊन घरी एकटीच बसते आणि स्वतःला बजावते की हेच योग्य आहे. जणू काही मी माझ्याशीच डेटिंग करत असते. आणि जेव्हा मी एकामागून एक असंख्य पार्ट्यांना, बारमध्ये, अशी जाते, नटूनथटून, सुवासिक, स्वतःला एखाद्या आकर्षक वस्तूसारखी मिरवते. आणि मी चांगल्या, उत्तम पुरुषांबरोबर डेटवर जाते, जे छान देखणे असतात, स्मार्ट असतात, ज्यांची प्रतिमा अगदी परिपूर्ण असते अशी माणसं, ज्यांच्यामुळे मला वाटतं की मी एखाद्या परक्या देशात आहे आणि स्वतःला उलगडून दाखवण्याचा प्रयत्न करते आहे आणि प्रत्येक नात्यामागे तेच तत्त्व असतं ना, जाणून घेणं. कोणीतरी आपल्याला जाणून, समजून घेणं. तो मला ओळखतो. ती मला ओळखते. हेच कळीचं वाक्य आहे ना!

आणि मग संपूर्ण वेळ तुम्ही त्या परिपूर्ण प्रतिमेच्या माणसाला सहन करत राहता– न समजलेल्या विनोदांवर अडखळता, चमकदार वाक्य हरवून बसता किंवा कदाचित त्याला कळतही असेल की तुम्ही आत्ता काही छान हुशारीचं वाक्य टाकलंय, पण काय करावं हे न सुचून त्यानं ते तसंच सोडून दिलंय. तुम्ही

अजून एखादा तास त्याच्याबरोबर घालवण्याचे, त्याला जाणून घेण्याचे शर्थीचे प्रयत्न करता आणि त्या प्रयत्नांत कदाचित तुम्ही जरा जास्तच दारू पिता. आणि तुम्ही घरी परतता त्याच तुमच्या थंडगार बिछान्यात आणि विचार करता स्वतःशीच हं हे ठीकच होतं. आणि तुमचं आयुष्य असंच पुढे सुरू राहतं.

आणि मग सेव्हन्थ स्ट्रीटवर अचानक तुम्हाला निक् डन् भेटतो, जेव्हा तुम्ही फळांचे डबे खरेदी करत असता. आणि तुम्ही दोघंही एकमेकांना ओळखता. तुम्हाला दोघांनाही सारख्याच गोष्टी आठवतात, ज्या आठवण्याच्या योग्यतेच्या असतात. (फक्त एकच ऑलिव्ह!) तुमच्या दोघांची लय एकच असते. तुम्ही एकमेकांना नीटच ओळखता आणि अचानकच तुमच्या डोळ्यांसमोर चित्र येतं : बिछान्यातलं वाचन, रविवारचा विशेष नाश्ता, कारणाशिवायचं हसणं आणि ओठावरचे ओठ! आणि हे नुसत्या 'ठीक' पेक्षा इतकं जास्त आहे की आता तुम्ही नुसत्या 'ठीक'वर समाधान मानूच शकत नाही. हे इतक्या पटकन घडतं की तुम्ही विचार करता. 'ओह! हे माझं जीवन आहे आणि आता ते माझ्या पुढ्यात आहे.

निक् डन्

त्या दिवशी...

सुरुवातीला मी पोलिसांची वाट पाहत स्वयंपाकघरात थांबलो होतो, पण त्या जळलेल्या चहाच्या किटलीचा करपट वास माझ्या घशात साचून राहिला होता आणि त्याचे मला उमासे येत होते, म्हणून मग मी पुढच्या पोर्चमध्ये येऊन वरच्या पायरीवर बसलो. प्रयत्नपूर्वक मी स्वतःला शांत केलं होतं. मी सतत ॲमीच्या सेलफोनवर फोन लावण्याचा प्रयत्न करत होतो, पण माझा कॉल सतत व्हॉईसमेलवरच जात होता. तेच एका ठराविक सुरात म्हटलेलं वाक्य– ती लगेच उलटा फोन करेल. ॲमी नेहमीच परत फोन करायची. आता तीन तास उलटून गेले होते. आणि आतापर्यंत मी तिच्या फोनवर पाच निरोप ठेवले होते; पण ॲमीचा उलटा फोन अजूनही आला नव्हता.

अर्थात, मला ती अपेक्षापण नव्हती. मी पोलिसांना सांगितलं असतं : ॲमी चहाची किटली उकळत ठेवून कधीच बाहेर जाणार नाही. किंवा दार उघडं टाकून किंवा इस्त्री करायची तयारी करून अशी कधीच नाही. ही बाई आपली कामं पूर्ण करते. हातातली कामं अर्धवट टाकणारी ही नाही, (उदाहरणार्थ, तिचा मोडकळीला आलेला नवरा) अगदी तिला ती आवडत नसली तरीही. आम्ही फिजीच्या बीचवर दोन आठवडे मधुचंद्रासाठी गेलो होतो तेव्हाही, मी जेव्हा रहस्यकथांचा एकामागून एक फडशा पाडत असताना ती मात्र माझ्याकडे चिडके कटाक्ष टाकत गंभीरपणे 'द विंड अप बर्ड क्रॉनिकल्स' या पुस्तकाची असंख्य पानं एकापाठोपाठ एक संपवत होती. आम्ही इथं मिसुरीला परत आल्यानंतर तिची नोकरी गेल्यानंतर, तिचं आयुष्य अनेक न संपणाऱ्या छोट्या छोट्या बिनमहत्त्वाच्या गोष्टी पूर्ण करण्याभोवतीच फिरत होतं. ड्रेसला नक्कीच इस्त्री झाली असती.

आणि शिवाय बैठकीची खोली होतीच. झटापटीच्या खुणा वागवणारी. मला तेव्हाच कळलं होतं की ॲमी परत फोन करणार नाही. मला आता पुढची चक्रं

फिरायला हवी होती.

ही दिवसाची सर्वोत्कृष्ट वेळ होती. जुलै महिन्यातलं निरभ्र आकाश, मावळत्या सूर्याची पसरलेली आभा, सगळीकडे एखाद्या चित्रासारखा सोनेरी वर्ख पसरलेला. पोलीस आले. हे चित्र किती सामान्य असल्यासारखं भासत असेल. मी पायरीवर बसलेला, एखादा झाडातून गाणारा चुकार पक्षी, त्यांच्या गाडीतून शांतपणे उतरणारे पोलीस , जणू काही ते सहज भेटीगाठींसाठी आले असावेत. पोरगेलेसे पोलीस , पंचविशीच्या आसपासचे, आत्मविश्वासपूर्ण आणि कल्पनाशक्ती नसणारे. वेळेत घरी न येणाऱ्या मुलांच्या आई-वडिलांची समजूत घालण्याचीच यांना सवय. गडद रंगाच्या लांब केसांची वेणी असणारी स्पॅनिश वंशाची एक मुलगी आणि खलाशाच्या आविर्भावात उभा राहणारा एक काळा माणूस. कार्थेजमधल्या गोऱ्या लोकांची संख्या मी बाहेर असल्यापासून थोडी (अगदीच थोडी) कमी झालीये की काय असं वाटतं. पण अजूनही इथं इतकी विषमता आहे की माझ्या रोजच्या आयुष्यात वेगळ्या रंगाचे लोक मी पाहतो ते फक्त कामानिमित्त फिरणारे : मला पोचवणारे, वैद्यकीय व्यावसायिक, पोस्टाचे कर्मचारी, पोलीस . (''या गावात इतके गोरे लोकं आहेत, मला अस्वस्थ व्हायला होतं,'' ॲमी म्हणाली होती. तिला मॅनहटनच्या सर्वसमावेशक गर्दीची सवय होती. मी तिला निरनिराळ्या सांस्कृतिक पार्श्वभूमी असणाऱ्या वातावरणाची ओढ लागलीये, असं चिडवून बघितलं; पण त्याचा फारसा उपयोग झाला नाही.)

''मि. डन्? मी ऑफिसर वेलाक्वेझ,'' ती मुलगी म्हणाली, ''आणि हे ऑफिसर रिऑर्डन. तुमच्या पत्नीच्या संदर्भात तुम्हाला काळजी वाटते आहे, अशी माहिती आम्हाला मिळाली?''

रिऑर्डन एक गोळी चघळत रस्त्यावरून पुढे बघत होता. नदीवरून उडणाऱ्या पक्ष्याकडे त्याची नजर होती. मग अचानक त्यानं आपली नजर माझ्याकडे वळवली. त्याच्या दुमडलेल्या ओठांवरूनच माझ्या लक्षात आलं की, इतरांना मी जसा दिसतो तसाच तो मला बघतोय. माझा चेहरा बघून तुम्हाला माझ्या नाकावर एक ठोसा देण्याची ऊर्मी दाटून येते. मला जरी जगण्याकरता काम करावं लागत असलं तरी माझ्याकडे पाहून कोणाला असं वाटेल की मी बापजाद्यांचा पैसा उधळतोय. त्यावर उपाय म्हणून मी खूप वेळा माझा चेहरा हसरा ठेवतो; पण प्रत्येक वेळी ते कामाला येईलच असं नाही. कॉलेजमध्ये असताना मी काही काळ चष्माही वापरला. साध्या काचांचा खोटा चष्मा, ज्यामुळे माझं व्यक्तित्व जरा मैत्रीपूर्ण, साधंसुधं वाटेल. ''तुला कळतंय ना की त्यामुळे तू आणखीच अवली वाटतोस!'' 'गो'म्हणाली होती. मी तो फेकून दिला आणि हसलो.

मी त्यांना आत येण्याची खूण केली : ''आत येऊन घराची अवस्था बघा.''

दोघं पायऱ्या चढून वर आले. त्यांच्या पट्ट्यांचा आणि बंदुकांचा खसखसता आवाज येत होता. मी बैठकीच्या खोलीच्या दारात उभं राहून त्यांना सगळा विध्वंस दाखवला.

''ओह!'' अचानक ताठ होऊन रिऑर्डन उद्‌गारला. त्यानं आपल्या हाताची बोटं मोडली. आता तो जरा जास्त सावध झाला.

कोण, कुठे, कसे, किती वेळ या प्रकारच्या प्राथमिक प्रश्नोत्तरांच्या वेळी रिऑर्डन आणि वेलाक्वेझ दोघंही डायनिंग रूममध्ये खुर्चीत पुढे झुकून बसले होते. त्यांचे कान अक्षरशः ताठ झाले होते. माझ्या नकळत त्यांनी कोणाला तरी फोन केला. रिऑर्डन म्हणाला की, आणखी पोलीस येतीलच इथं. माझं म्हणणं त्यांनी गंभीरपणे घेतलं याचा मला अभिमानच वाटला.

रिऑर्डननं मला आता दुसऱ्यांदा विचारलं की इतक्यात मी आमच्या आजूबाजूला कोणी अनोळखी लोक वगैरे पाहिले आहेत का? आणि फोन वाजला तेव्हा तो मला तिसऱ्यांदा कार्थेजमधील बेघर माणसांच्या टोळीची आठवण करून देत होता. मी पट्‌कन जाऊन फोन घेतला.

एका बाईचा चिडका आवाज कानावर पडला : ''मि. डन्‌ मी कम्फर्ट हिल असिस्टेड लिव्हिंग* मधून बोलत्येय.'' इथेच मी आणि 'गो'ने आमच्या अल्झायमर्सग्रस्त वडिलांना ठेवलं होतं.

''मी आता तुमच्याशी बोलण्याच्या परिस्थितीत नाही. मी तुम्हाला नंतर फोन करेन.'' कम्फर्ट हिलमध्ये काम करणारी बाई मला अजिबात आवडत नसे. दुर्मुखलेली, असमंजस. तुटपुंज्या पगारात काम करणारी, अगदीच कमी पगार म्हणूनच कदाचित ती दुर्मुखलेली आणि असमंजसपणे वागत असेल. मला कळत होतं की मी वड्याचं तेल वांग्यावर काढतोय; पण मला या गोष्टीची मनस्वी चीड यायची की अशा परिस्थितीतही माझे वडील अजून जिवंत होते आणि माझी आई मात्र केव्हाच गाडली गेली होती.

या वेळचे पैसे भरण्याची पाळी 'गो'ची होती. हो, जुलैचे पैसे 'गो'नं भरायचे होते. नक्कीच. आणि मला खात्री होती की तिला वाटत असणार की माझी पाळी आहे. असं पूर्वी पण झालेलं आहे. 'गो'म्हणते आम्ही दोघंही जे अनवधानानं चेक पाठवायचं विसरतो, ते खरं म्हणजे आम्हाला आमच्या वडिलांनाच विसरायचं असतं.

मी आमच्या त्या शेजारच्या घरात दिसलेल्या विचित्र माणसाबद्दल रिऑर्डनला सांगत असतानाच बेल वाजली. बेल वाजली, हे इतकं नैसर्गिक होतं जणू काही

---

* असिस्टेड लिव्हिंग - रोजच्या जगण्यात मदतीची गरज असणाऱ्या वृद्ध व्यक्तींसाठीची सोय

मी एखाद्या पिझ्झाची वाट पाहत असावं तसं.

दोन पोलीस अधिकारी घरात आले. दिवसभराचं काम संपवतानाचा कंटाळा त्यांच्या चेहऱ्यावर होता. त्यातली बाई जरा कुरूपच होती. जरा डांबरट अशी. नेहमी जे आपण कुरूप लोक पाहतो त्यापेक्षा थोडी जास्तच. छोटे छोटे बटणासारखे डोळे, वाकडे नाक, पुटकुळ्यांनी भरलेली त्वचा, मातकट रंगाचे लांब केस, मला कुरूप बायांविषयी जवळीक वाटते. मला तीन डोळ्यांना शिक्षा असणाऱ्या बायकांनी वाढवलं – माझी आजी, आई आणि तिची बहीण. आणि त्या सगळ्या हुशार, मायाळू आणि मजेशीर आणि खमक्या, चांगल्या बायका होत्या. ॲमी पहिली सुंदर मुलगी होती जिच्याबरोबर मी फिरलो. खरोखर फिरलो.

कुरूप बाईने संभाषणाला तोंड फोडले. ऑफिसर वेलाक्वेझचाच प्रतिध्वनी असल्यासारखं : "मि. डन्? मी डिटेक्टिव्ह ऱ्होंडा बोनी. हे माझे जोडीदार डिटेक्टिव्ह जीम गिलपीन. आम्हाला माहिती मिळाली आहे की तुम्हाला तुमच्या पत्नीच्या संदर्भात काळजी वाटत्येय?"

माझ्या पोटात सगळ्यांना ऐकू येईल इतक्या जोरात गुडगुड झालं, पण सर्वांनीच दुर्लक्ष केलं.

"आम्ही जरा घरात पाहू का?" गिलपीन म्हणाला. त्याच्या डोळ्यांखाली सूज होती आणि मिशीचे केस पांढरे व्हायला लागले होते. त्याचा शर्ट जरी चुरगाळलेला नसला तरी तो तसा असावा, अशा पद्धतीनं त्यानं तो घातला होता. त्यांच्याकडे बघून त्याच्या अंगाला सिगारेट आणि कडू कॉफीचा वास येत असावा असं वाटलं असतं; पण प्रत्यक्षात तसं नव्हतं. त्याच्या अंगाला साबणाचा वास येत होता.

मी त्यांना बैठकीच्या खोलीकडे नेलं आणि परत तिथली तोडमोड दाखवली. ते दोघं तरुण पोलीस तिथं गुडघ्यावर बसून आपण काही महत्त्वाचं करतोय असं दाखवत होते. बोनी मला डायनिंग रूममधल्या खुर्चीकडे घेऊन गेली. झटापटीच्या खुणांपासून लांब, पण तरीही नजरेच्या टप्प्यात.

ऱ्होंडा बोनीनं पुन्हा एकदा मला त्याच चक्रातून फिरवलं. मी जे रिऑर्डन आणि वेलाक्वेझला सांगितलं, तेच पुन्हा एकदा तिला सांगितलं. ती तिच्या छोट्याशा डोळ्यांनी एकाग्रपणे सगळं टिपत होती. गिलपीन गुडघ्यावर बसून बैठकीच्या खोलीची पाहणी करत होता.

"तुम्ही तुमच्या मित्रांकडे किंवा घरच्यांना फोन केला होता का, अशा लोकांना जिथे तुमची पत्नी जाऊ शकेल?"

"मी... नाही. अजूनतरी नाही. मला वाटतं मी तुमच्याकरता थांबलो होतो."

"ओह." ती हसली. "माझ्या लक्षात आलं. तुम्ही धाकटे असणार सर्वांत."

"काय ते?"

"तुम्ही धाकटे आहात ना?"

"मला जुळी बहीण आहे." माझ्याबद्दल काहीतरी मत तिच्या मनात तयार होत असावं. ते मला जाणवलं. "का?" ॲमीची आवडती फुलदाणी जमिनीवर पडली होती. भिंतीला चिकटून पडलेली ती फुलदाणी तुटली नव्हती. ती आम्हाला लग्नात आहेर म्हणून मिळाली होती. जेव्हा आमची घर साफ करणारी बाई कामाला यायची, तेव्हा दर आठवड्याला ॲमी न चुकता ती वर उचलून ठेवायची. तिला खात्री होती बाईच्या हातून ती फुटेल.

"असंच. माझा एक तर्क : तुम्हाला सवय असणार दुसऱ्या कोणीतरी पुढाकार घेण्याची." बोनी म्हणाली. "माझा धाकटा भाऊ पण असाच आहे. ते मोठ्या धाकट्यावर अवलंबून असतं." तिनं तिच्या वहीत काहीतरी खरडलं.

"ठीक आहे." मी रागानं म्हणालो, "मग तुम्हाला माझी रास कोणती ते सांगू का? म्हणजे तुमचं काम सुरू होईल."

बोनी सहनशीलपणे हसली, माझ्या उत्तरासाठी थांबली.

"मी थांबलो, कारण हे बघा नं ती नक्कीच कोणा ओळखीच्यांकडे गेलेली नसावी." मी समोरच्या विध्वंसाकडे बोट दाखवलं.

"तुम्ही किती वर्षं इथे राहताय मि. डन्, दोन वर्षं?" तिनं विचारलं.

"सप्टेंबरमध्ये दोन वर्षं."

"कुठून आलात?"

"न्यूयॉर्क."

"शहर?"

"हो."

तिनं नुसतं बोट दाखवून वरच्या मजल्यावर जाण्याची परवानगी मागितली. मी मान हलवून तिच्याबरोबर निघालो. गिलपीन माझ्यापाठोपाठ आला.

"मी तिथे असताना लिहायचो. लेखक होतो." मी स्वतःला थांबवायच्या आधीच पट्कन बोलून गेलो. इथं येऊन आता दोन वर्षं झाली, तरीही केवळ इथं जगतोय तेवढंच माझं आयुष्य आहे, असा कोणाचा समज झालेला मला सहन होत नाही.

बोनी : "अच्छा?"

गिलपीन : "काय लिहीत होतात?"

मी जिना चढताना उत्तराची जुळवाजुळव केली : मी एका मासिकासाठी लिहीत होतो (पायरी), मी पॉप संस्कृतीबद्दल लिहायचो (पायरी) एका पुरुषांसाठीच्या मासिकासाठी (पायरी). सर्वांत वरच्या पायरीवर मी पाहिलं तर गिलपीन वळून

खालच्या बैठकीच्या खोलीकडे पाहत होता. तो एकदम भानावर आला.

"पॉप संस्कृती?" चढता चढता त्यानं विचारलं. "त्यात नक्की काय अंतर्भूत असतं?"

"आज जे लोकप्रिय आहे ते." मी म्हटलं. आम्ही जिना चढून आलो. बोनी तिथं आमच्यासाठी थांबली होती. "सिनेमे, टीव्ही, संगीत पण अभिजात कला नाहीत, खूप वरच्या दर्जाच्या गोष्टींबद्दल नाही." मी दचकलो. वरचा दर्जा? काय दिखाऊपणे बोलतोय मी. तुम्ही दोन गावठी लोकांना माझी भाषा समजावून द्यायला हवी. शहरात वापरली जाणारी सुशिक्षित भाषा तुम्हाला गावंढळांना काय कळणार? तुमच्या भाषेत सांगायचं तर : ते शिनेमेफिनेमे बघून माझ्या टाळक्यात काय येतंय ते खरडतोय झालं कागदावर.

"तिला सिनेमे आवडतात." बोनीकडे बघून गिलपीन म्हणाला. बोनीनं मान डोलावली, 'हो.'

"आता मी गावातल्या बारचा मालक आहे." मी सांगितलं. मी ज्युनियर कॉलेजमध्ये एक विषय शिकवतही होतो. पण त्याचा इथे उल्लेख करणं मला प्रशस्त वाटलं नाही. मी काही डेटवर चाललो नव्हतो.

बोनी बाथरूममध्ये वाकून बघत होती, मी आणि गिलपीन बाहेर थांबून राहिलो होतो. "द बार?" तिनं विचारलं. "मला माहीत आहे ती जागा. बरेच दिवस तिथं जायचं माझ्या मनात होतं. मला त्याचं नावच आवडलं. एकदम झकास."

"हं. योग्य निर्णय घेतलात." गिलपीन म्हणाला. बोनी बेडरूमकडे वळली, आम्ही पाठोपाठ गेलो. "बिअरनं भरलेलं आयुष्य काही फार वाईट नसावं."

"कधी कधी सगळ्याची उत्तरं आपल्याला बाटलीच्याच तळाशी मिळतात." मी म्हटलं आणि काहीतरी चुकीचं बोलल्याचं लक्षात येऊन परत जीभ चावली.

आम्ही बेडरूममध्ये शिरलो.

गिलपीन हसला. "मला विचारा. मला चांगलंच माहित्येय ते."

"इस्त्री कशी सुरूच आहे ते बघा." मी म्हणालो.

बोनीनं मान डोलावली. आमच्या मोठ्ठ्या कपाटाचं दार तिनं उघडलं, आतमधला दिवा लावला. आपल्या हातमोजे घातलेल्या हातांनी शर्ट आणि ड्रेस बाजूला करून ती आणखी आत शिरली. अचानक काही म्हणत ती मागे वळली आणि खाली वाकून तिनं काहीतरी उचललं. एक चंदेरी कागदात लपेटलेला चौकोनी खोका.

माझ्या पोटात गोळा आला.

"कोणाचा वाढदिवस?" तिनं विचारलं.

"आमच्या लग्नाचा."

बोनी आणि गिलपीन थरथरले. त्यांनी स्वतःला सावरलं.

• • •

जेव्हा आम्ही बैठकीच्या खोलीकडे परत आलो, तोपर्यंत ते पोरगेलेसे पोलीस निघून गेले होते. गिलपीन परत गुडघ्यांवर बसून उलटलेल्या ओट्टोमनचं निरीक्षण करू लागला.

"मला फार अस्वस्थ वाटतंय," मी सुरुवात केली.

"मी तुला दोष देत नाही निक्." गिलपीन म्हणाला. त्याचे निळसर डोळे सतत इकडे तिकडे भिरभिरत होते. जराशी अस्वस्थ करणारी सवय.

"आपण माझ्या बायकोला शोधण्याकरता काही करू या का? ती इथे नाहीये."

बोनीनं भिंतीवरच्या आमच्या लग्नाच्या फोटोकडे बोट दाखवलं : मी टक्स घातलेला, दात दाखवणारं हसू, माझा हात ॲमीच्या कमरेभोवती; ॲमी, तिचे पिंगे केस व्यवस्थित बांधलेले, तिची जाळीदार ओढणी केप कॉडच्या समुद्रावरच्या वाऱ्यावर उडत असलेली, तिचे डोळे संपूर्ण उघडलेले; कारण फोटो काढण्याच्या शेवटच्या क्षणी डोळे मिचकावण्याची तिची सवय आहे आणि तसं न करण्याचा ती त्या वेळी आटोकाट प्रयत्न करत होती. स्वातंत्र्यदिनाच्या एक दिवस नंतर. फटाक्यातला गंधकाचा वास समुद्राच्या खाऱ्या वासात अजूनही जाणवत असलेला उन्हाळा.

केपचे दिवस खूप छान होते. त्याच दिवसांमध्ये माझ्या लक्षात आलं की माझी मैत्रीण ॲमी ही एक श्रीमंत मुलगी आहे. हुशार-सर्जनशील पालकांची एकुलती एक लाडकी लेक. एक प्रतिमाच जणू. मला ते लहानपणी पुस्तक वाचल्याचं आठवतंय, 'अमेझिंग ॲमी'. ॲमीनं हे मला शांत, संयत स्वरात सगळं समजावून सांगितलं. जणू काही मी एखादा रुग्णच होतो. दीर्घ निद्रेतून जागा झालेला रुग्ण. जणू तिनं हे पूर्वी अनेकदा सांगितलं असावं, तिच्या श्रीमंतीविषयी आणि त्याचा उलटाच परिणाम झाला असावा. तिच्या श्रीमंतीच्या वर्णनानं आणि तिच्या त्या तिनं निर्माण न केलेल्या काल्पनिक व्यक्तिमत्त्वाच्या वर्णनामुळे लोकांना जरा जास्तच उत्साही वाटत असावं– तसं काहीसं.

ॲमीनं मला ती कोण आणि काय आहे ते सांगितलं आणि मग आम्ही इलियट कुटुंबाच्या नानटूकेटमधल्या ऐतिहासिक घरी गेलो. एकत्र नौकाविहाराला गेलो आणि माझ्या मनात विचार आला : मी एक मिसुरीमधला मुलगा आज या महासागरावर तरंगतोय, अशा लोकांबरोबर ज्यांच्याकडे माझ्यापेक्षा खूप जास्त

काही आहे. मी आता जरी पैसे कमवायला लागलो असलो, श्रीमंतीची सुरुवात झाली असली, तरी मी त्यांच्या पासंगालाही पुरणार नाही, या विचारानं मला मत्सर न वाटता, उलट समाधानच वाटलं. मला कधीच श्रीमंतीची किंवा प्रसिद्धीची हाव नव्हती. माझे आई-वडील, ज्यांनी मला वाढवलं, तेही साधेच होते. त्यांनीही त्यांचा मुलगा अमेरिकेचा राष्ट्राध्यक्ष होईल वगैरे असली स्वप्नं कधी पाहिली नाहीत. माझे आई-वडील व्यवहारी होते. त्यांच्या नजरेत, मी एखाद्या कार्यालयात काम करून स्वतःची रोजीरोटी कमवेन, इतपतच स्वप्नं होती. माझ्यासाठी इलियट कुटुंबाबरोबर असणं, अटलांटिक महासागरावरून फेरफटका मारून त्यांच्या १८२२ मध्ये बांधलेल्या घरी परत येणं आणि मी न ऐकलेल्या कोणत्यातरी दुर्मिळ अशा गोष्टींपासून बनवलेलं जेवण घेणं, या गोष्टीच माझ्या डोक्यात हवा भरायला पुरेश्या होत्या. किनोआ. मला आठवतंय मला वाटायचं की किनोआ म्हणजे एखादा मासा असेल.

मग आम्ही उन्हाळ्यातल्या एका दिवशी समुद्रकिनाऱ्यावरच लग्न केलं. समुद्रावरच्या वाऱ्यावर फडफडणाऱ्या पांढऱ्याशुभ्र तंबूच्या कनातीत आम्ही खाल्लं, प्यायलो आणि काही वेळ गेल्यावर मी ॲमीला घेऊन अंधारात लाटांजवळ सटकलो, कारण मला हे सगळं अद्‌भुत वाटत होतं. माझी खात्री होती की मीसुद्धा आता नुसता चमचमत असणार. माझ्या शरीरावरच्या थंडगार धुक्यानं आणि ॲमीनं मला मागं खेचलं. आम्ही तंबूच्या दिशेनं वळलो, जिथे यक्ष, गंधर्व अमृतपान करत होते. माझा सगळा प्रियाराधनाचा काळ असाच होता.

बोनीनं पुढे वाकून ॲमीचं निरीक्षण केलं. "तुझी बायको फार सुरेख आहे."

"हो, ती खरंच खूप सुंदर आहे." मी म्हटलं. माझ्या पोटात खड्डा पडला.

"कितवा वाढदिवस आज?" तिनं विचारलं.

"पाचवा."

काहीतरी करण्याकरता मी अस्वस्थ होतो. या पायावरून त्या पायावर मी सारखा नाचत होतो. मला माझी बायको किती सुंदर आहे या विषयाची चर्चा त्यांनी करायला नको होती. मला त्यांनी बाहेर जाऊन माझ्या बायकोला शोधायला हवं होतं; पण हे मी मोठ्यानं बोललो नाही. जेव्हा बोलायला पाहिजे तेव्हा बऱ्याच वेळा मी गप्प बसतो. माझ्या मनाचे कप्पे आहेत, ही एक अस्वस्थ करणारी गोष्ट आहे. माझ्या पोटाच्या तळघरात राग, दुःख, भीती यांच्या असंख्य बाटल्या आहेत; पण माझ्याकडे बघून तुम्हाला त्याचा अंदाज येणार नाही.

"पाचवा, म्हणजे महत्त्वाचाच म्हणायला हवा. मला वाटतं, ह्यूस्टनमध्ये रिझर्व्हेशन?" गिलपीननं विचारलं. हे या गावातलं एकमेव चांगलं रेस्टॉरन्ट

आहे. तुम्ही खरोखर ह्यूस्टन्समध्ये जाऊन पाहायला हवं. आम्ही कार्थेजला परत आल्यावर माझ्या आईनं सांगितलं होतं. जणू काही ते कार्थेजमधलं एक गुपितच होतं आणि त्यामुळे माझी बायको खूश झाली असती.

"हो, अर्थात ह्यूस्टन्स."

आजच्या दिवशी पोलिसांना सांगितलेली ही पाचवी खोटी गोष्ट होती. ही तर केवळ सुरुवात होती.

ॲमी इलियट डन्

५ जुलै, २००८

डायरीतील नोंद

मी प्रेमानं फुलले आहे! मायेनं भरले आहे! भक्तीनं काठोकाठ ओसंडते आहे! वैवाहिक सौख्यानं भारलेली, उत्साही, भिरभिरणारी फुलमाशी असावी तशी वाटत्येय मी मलाच! मी त्याच्या अवतीभोवती गुणगुणते, नाचते, भिरभिरते. मी कोणी वेगळीच वाटत्येय. मी आता पत्नी आहे. मी संभाषणाचं तारू जाणीवपूर्वक वळवते– केवळ त्याचं नाव मोठ्यानं उच्चारता यावं म्हणून. मी आता पत्नी आहे. माझा स्वतंत्रपणा आता मी गमावला आहे, पण मला त्याची पर्वा नाही. मी त्याचे हिशेब सांभाळते, त्याचे केस सारखे करून देते. मी अगदी जुनाट असल्यासारखं वाटतंय. मी माझ्या झुलणाऱ्या कोटात लाल लिपस्टिक लावून ब्यूटीपार्लरकडे निघालीये. मला कशाचीच पर्वा नाही. सगळं आता छानच होईल मला वाटतंय. आयुष्यात निर्माण होणारी प्रत्येक अडचण, कटकट आता फक्त संध्याकाळी जेवताना बोलण्याचा विषय म्हणून उरली आहे. मग आज असं झालं, हनी ... हा हा हा! इतकी मज्जा आली ना!

निक कसा आहे सांगू? एखाद्या उत्तम जमलेल्या पेयासारखा. प्रत्येक गोष्टीला तो एक योग्य परिमाण देतो. वेगळं परिमाण नव्हे तर योग्य परिमाण. तो बरोबर असताना मला कशामुळेच फरक पडत नाही. म्हणजे समजा माझं इलेक्ट्रिकचं बिल उशिरा आलं किंवा माझं नवीन शब्दकोडं तितकंसं जमलं नाही, तरी ठीक आहे. (माझं सगळ्यात अलीकडचं, मी गंमत नाही करत : 'तुम्हाला कोणत्या प्रकारचं झाड व्हायला आवडेल! मला सफरचंदाचं झाड व्हायला आवडेल!' याला काहीच अर्थ नाही) नवीन अमेझिंग ॲमीच्या पुस्तकावर अगदी विखारी टीका झाली आणि जेमतेम बरी सुरुवात होऊन त्याच्या खपाचे आकडे अजून

कमी झाले; होऊ दे. खोलीला कोणता रंग द्यायचा, किंवा आमच्या कचऱ्यातील सामानाचा व्यवस्थित पुनर्वापर होतो का... (मला एकदा कळू देतच) मला कशाचाच फरक पडत नाही; कारण मला माझा जोडीदार मिळाला आहे. तो आहे निक्. शांत संयमी, स्मार्ट आणि मजेशीर, साधा, सरळ, आनंदी, छान, भरदार.

माझ्या स्वतःतील मला न आवडणाऱ्या गोष्टी मनाच्या मागच्या कोपऱ्यात ढकलल्या गेल्या आहेत. कदाचित त्याच्यामधला हाच गुण मला खूप आवडतो, ज्या पद्धतीनं त्यानं माझ्यात बदल घडवलाय. माझ्या भावना नाही बदलल्या, मलाच बदललं. आता मी वेगळीच आहे. आनंदी, हसरी, उत्साही. मला खूप सुखी आणि समाधानी वाटतंय. मी आता पत्नी आहे. काहीतरी वेगळंच वाटतंय, हे शब्द उच्चारताना. (खरंच हे पुनर्निर्माण आहे- न्यूयॉर्क)

आम्ही काहीतरी फालतू गोष्टी करतो. म्हणजे गेल्या आठवड्याच्या शेवटी आम्ही डेलावेअरला गेलो होतो; कारण आम्ही कधीही डेलावेअरमध्ये प्रेम केलं नव्हतं. ते आता खरंतर घडून गेलं आहे म्हणून मी तुम्हाला त्याचं वर्णन करते. आम्ही राज्याची सीमा ओलांडतो– डेलावेअरमध्ये तुमचं स्वागत आहे! तिथे पाटी लावली आहे. आणि 'आश्चर्यकारक', आणखी 'पहिलं राज्य' आणि शिवाय 'करमुक्त खरेदीचं माहेरघर.'

डेलावेअर बहुआयामी व्यक्तिमत्त्वाचं राज्य.

जो पहिला कच्चा रस्ता दिसतो तो मी निक्‌ला दाखवते. आम्ही पाच मिनिटं तसंच पुढे जातो. आता चारही बाजूंनी पाईनच्या झाडांनी आम्हाला वेढलेलं असतं. आम्ही एक शब्दही बोलत नाही. तो त्याची सीट मागे ढकलतो. मी माझा स्कर्ट वर ओढते. आत मी काहीच घातलेलं नाही, मला त्याचा कोरा चेहरा आणि झिंगल्यासारखे डोळे दिसतात. उत्तेजित झाल्यावर त्याचा चेहरा असाच होतो, मला माहिती आहे. त्याच्याकडे पाठ करून मी त्याच्यावर चढते. माझा चेहरा समोरच्या काचेकडे आणि माझं पूर्ण शरीर समोरच्या चाकावर दाबलं गेलेलं आहे. आम्ही एकत्रित हालचाल करतो तेव्हा हॉर्न बारक्या शिट्ट्यांसारखा वाजतो. माझे हात समोरच्या काचेवर घसरल्यासारखे आवाज करतात. निक् आणि मी कुठेही प्रेम करू शकतो. आम्हाला कशाचीच भीती वाटत नाही. उलट जरासा अभिमानच वाटतो. मग आम्ही घरी यायला निघतो. वाटेत बीफ जर्की खातो आणि अनवाणी पायांनी गाडी चालवतो.

आम्हाला आमचं घर फार आवडतं. हे घर अमेझिंग ॲमीने बांधलंय. ब्रुकलीनमधलं हे घर जे माझ्या आई-वडिलांनी आमच्यासाठी घेतलंय. इथून मॅनहटनचा एक मोठ्ठा भाग दिसतो. ते खूप महाग आहे; मला अपराधी वाटतं त्यामुळे, पण ते अगदी परिपूर्ण आहे. मी शक्य तेवढे माझ्यातल्या लाडावलेल्या श्रीमंत मुलीला

ताब्यात ठेवण्याचा प्रयत्न करते. शक्य तेवढं स्वावलंबन. दोन आठवड्यांतले शनिवार, रविवार आम्ही स्वतःच भिंती रंगवल्या. पोपटी, फिका पिवळा आणि मखमली निळा म्हणजे असे रंगवायचे होते, पण आम्हाला हवे तसे कोणतेच रंग उतरले नाहीत, पण आम्ही ते आवडून घेतले. चोरबाजारातून छोट्या छोट्या वस्तू आणून आम्ही आमचं घर सजवलं. निक्च्या रेकॉर्डप्लेयरकरता आम्ही रेकॉर्ड्स आणल्या. काल रात्री आम्ही जुन्या पर्शियन गालिच्यावर वाईन घेत बसलो असताना, हळू हळू अंधार झाला आणि अचानक समोर मॅनहटन झगमगून उठलं, आणि निक् म्हणाला, ''हे असंच चित्र मी माझ्या मनाशी रंगवलं होतं. अगदी असंच.''

वीकेन्डना आम्ही बिछान्यात पडून एकमेकांशी बोलतो. उजळ पिवळ्या रंगाच्या दुलईनं आमचे चेहरे उबदार झालेले असतात. पायाखालची लाकडी तख्तपोशीपण इतकी छान आहे. दारातून आत येताना दोन कुरकुरणाऱ्या फळ्या आहेत. जणू काही आम्ही आत पाऊल टाकलं की त्या आम्हाला हाक मारतात. मला ते फार आवडतं. हे सगळं आमचं आहे हेच मला फार आवडतं. आमच्याकडच्या त्या प्राचीन दिव्यामागची किंवा कॉफी टेबलवर असणाऱ्या ओबडधोबड मातीच्या मगच्या मागे एक कहाणी आहे. मी त्याच्याकरता करता येतील अशा छान छान गोष्टींचा विचार करण्यात दिवस घालवते. त्याच्याकरता पेपरमिंटच्या वासाचा साबण आणावा का, जो एखाद्या उबदार दगडासारखा त्याच्या तळव्यात विसावेल की एखादा ट्राऊट माशाचा तुकडा? त्याचा एखादा छानसा पदार्थ करून त्याला वाढता येईल, त्याच्या जुन्या बोटीवरच्या दिवसांची आठवण करून देणारा. मला माहिती आहे हे सगळं वेडगळपणाचं आहे, पण मला ते आवडतंय. मला वाटलं नव्हतं मी कधी एखाद्या माणसासाठी इतकी वेड्यासारखी वागेन. हे वेगळं आहे. मी त्याच्या मोज्यांबद्दलसुद्धा वेडी आहे, जे तो कसेही चोळामोळा करून टाकतो. जणू काही ते एखाद्या कुत्र्याच्या पिल्लानंच दुसऱ्या खोलीतून आणून टाकले असावेत.

आमच्या लग्नाचा पहिलाच वाढदिवस आहे आणि मी प्रेमानं फुलले आहे. खरंतर लोक आम्हाला सांगत होते की पहिलं वर्ष खूप अवघड असतं, जणू काही आम्ही दोन मूर्ख मुलं युद्धावर निघालो होतो. काही कठीण नव्हतं. आम्ही एकमेकांशी बांधले गेलो होतो. आमचा पहिला वाढदिवस आहे आणि निक् दुपारी कामावरून जेवणाच्या वेळी घरी येणार आहे. माझा खजिन्याचा शोध त्याची वाट बघतोय. त्याचे सगळे क्ल्यू आमच्याबद्दलचे आहेत. आमच्या गेल्या वर्षाबद्दलचे.

जेव्हा माझा गोडुला नवरा सर्दीनं होतो बेजार,
तेव्हा हाच पदार्थ मिळवण्यासाठी मी गाठते बाजार

उत्तर : प्रेसिडन्ट स्ट्रीटवरच्या थाई टाऊनमध्ये मिळणारं टॉम यम सूप. तिथला मॅनेजर ते सूप आणि माझा पुढचा क्ल्यू घेऊन आज दुपारी तयार असेल.

आणि मॅक्मॅनूस चायनाटाऊनमधलं आणि सेन्ट्रलपार्कमधला ॲलीसचा पुतळा. आम्ही सगळ्या न्यूयॉर्कमध्ये फिरू. शेवटी आम्ही फुल्टन स्ट्रीटवरच्या मासळी बाजारात पोहोचू, तिथून आम्ही दोन सुरेख लॉब्स्टर घेऊ आणि ते डबे माझ्या मांडीवर घेऊन मी निक्च्या शेजारी टॅक्सीत बसेन. आम्ही पटकन घरी येऊ आणि मी ते नवीन भांड्यात घेऊन आमच्या जुन्याच गॅसवर ठेवीन आणि केप कॉडला खूप उन्हाळे घालवल्याच्या सफाईनं काम करीन. निक् मात्र जरासा घाबरल्याचा आव आणून किचनच्या दाराशी असेल.

मी बर्गर सुचवलं होतं. निक्ला मात्र एखाद्या पंचतारांकित, वेगवेगळे पदार्थ असणाऱ्या अशा हॉटेलमध्ये जायचं होतं. लॉब्स्टर हा दोन्हीचा सुवर्णमध्य आहे. लॉब्स्टर म्हणजे जे सगळे आम्हाला लग्नाबद्दल सांगतात ती गोष्ट आहे : तडजोड!

आम्ही लोण्यात शिजवलेले लॉब्स्टर खाऊ आणि आमच्या जुन्या जॅझ रेकॉर्डमधली बाई आमच्यासाठी खोल आवाजात गात असताना, तिथं फरशीवरच प्रेम करू. आम्ही चांगल्या प्रतीची स्कॉच घेऊन सावकाश सावकाश झिंगू. मी त्याला त्याची भेट देईन - त्याच्या नावाची आद्याक्षरं असणारे क्रेन आणि कंपनीमधले कागद, जे त्याला केव्हापासून हवे होते. जाड गुळगुळीत कागदावर हिरव्या रंगातली स्पष्ट अक्षरं मिरवणारे, जे त्याचे शब्द तोलून धरतील. लेखकासाठी कागद. न जाणो लेखकाच्या बायकोला एखादं प्रेमपत्र मिळेलही, कोणी सांगावं.

मग परत कदाचित आम्ही प्रेम करू. मग उशिरा रात्री एखादा बर्गर. आणखी स्कॉच. ओहो : जगातलं सगळ्यात आनंदी जोडपं! आणि सगळे म्हणतात लग्न कठीण आहे.

निक् डन्

त्या रात्री...

बोनी आणि गिलपीनने आमची मुलाखत पोलीस स्टेशनमध्ये सुरू ठेवली. ते एखाद्या डुबणाऱ्या बँकेसारखं दिसतं. त्यांनी मला एका छोट्याशा खोलीत चाळीस मिनिटं एकटं बसवून ठेवलं. तिथून हलण्यापासून मी स्वतःला कसंबसं रोखून धरलं. शांत असण्याचं नाटक करणं म्हणजे एका अर्थी शांत असण्यासारखंच आहे. मी टेबलावर पुढे झुकून हातांवर हनुवटी टेकवली आणि वाट पाहत राहिलो.

"तुला ॲमीच्या आई-वडिलांना कळवायचं आहे का?" बोनीनं विचारलं होतं.

"मला त्यांना घाबरवायचं नाही." मी म्हटलं, "जर आणखी तासाभरात तिचा फोन आला नाही तर कळवू."

आमचं तीन वेळा हेच बोलून झालं होतं.

शेवटी एकदाचे पोलीस आले आणि माझ्यासमोर येऊन बसले. हे इतकं एखाद्या टीव्हीवरच्या कार्यक्रमासारखं दिसत होतं की मी हसण्याची ऊर्मी दाबून ठेवली. गेली दहा वर्षं मी रात्री उशिरा जेव्हा टीव्हीचं चॅनेल बदलत असतो, तेव्हा हीच खोली मी बघत असतो आणि दोन पोलीस – गंभीर, थकलेले– जे नटांसारखा अभिनय करत होते. तद्दन खोटं सगळं! एफ्कॉट पोलीस स्टेशन. बोनीच्या हातात तर कॉफीचा पेपर कप आणि एक मनिला पाकीट पण होतं. नाटकाची प्रॉपर्टी असावी तसं. माझं डोकं भणभणलंच, क्षणभर मला वाटलं की आम्ही सगळी आभासी व्यक्तिमत्त्वं आहोत; चला आपण 'बायको हरवते'चा खेळ खेळू या!

"तू ठीक आहेस ना निक्?" बोनी विचारते.

"हो. का?"

"तू हसतोयस."

माझं फिरलेलं डोकं ताळ्यावर आलं. ''सॉरी, ते म्हणजे जरा...''

''मला माहीत आहे.'' बोनी म्हणाली. तिनं नजरेनंच मला थोपटलं. ''हे फारच विचित्र आहे. मला कळतंय.'' तिनं घसा खाकरला. ''सगळ्यात आधी, मला हे कळू दे की तू इथे ठीक आहेस. तुला काही हवं असेल तर फक्त तसं सांग. तू जेवढी जास्त माहिती आम्हाला देऊ शकशील तेवढं चांगलंच आहे. पण तुला हवं तेव्हा तू घरी जाऊ शकतोस. तो काहीच प्रश्न नाही.''

''तुम्हाला काय हवं ते विचारा.''

''ओके. हे छान झालं. धन्यवाद.'' ती म्हणाली. ''ऊम, ओके. मला आधी सगळ्या त्रासदायक गोष्टी विचारून घेऊ देत. त्याला काही इलाज नसतो. जर खरोखरच तुझ्या पत्नीचं अपहरण झालं असेल– अजून आपल्याला त्याची खात्री नाही– पण जर ते तसंच असेल तर आम्हाला त्या माणसाला पकडायचंच आहे. आणि जेव्हा आम्ही त्याला पकडू तेव्हा आम्ही त्याला सोडणार नाही. तशी संधी आम्हाला त्याला मिळू द्यायची नाही.''

''बरोबर.''

''म्हणूनच आम्हाला तुझी असा गुन्हा करण्याची शक्यता ठामपणे निकालात काढली पाहिजे. म्हणजे उद्या असं व्हायला नको की आम्ही एखाद्याला पकडू आणि त्यानं उलटून तुझ्यावरच संशय घेतला... तुला कळतंय ना आम्ही काय म्हणतोय ते?''

मी यांत्रिकपणे मान डोलावली. मला खरंतर काहीच कळत नव्हतं, पण मला शक्य तेवढं सहकार्य त्यांना द्यायचं होतं. ''तुम्ही काय म्हणाल तसं.''

''आम्हाला तुला घाबरवायचं नाही, पण सगळ्या शक्यतांचा आधीच विचार केलेला असला की बरं.'' गिलपीन म्हणाला.

''ठीक आहे.'' नेहमीच नवऱ्यावर पहिला संशय घेतला जातो. माझ्या मनात विचार आला. सगळ्यांच्या मनात हाच विचार येतो की हे नवऱ्यानं केलं असेल. मग ते स्पष्ट तसं म्हणत का नाहीत? तू नवरा आहेस म्हणून आमचा तुझ्यावर संशय आहे. नेहमीच हे काम नवऱ्याचंच असतं.

''ठीक आहे. छान, निक्,'' बोनी म्हणाली, ''सगळ्यात आधी आम्हाला तुझ्या तोंडातून लाळेचा नमुना घेऊ दे म्हणजे आम्हाला या गोष्टीची खात्री करता येईल की घरात कोणते परके डी. एन. ए. आहेत का. ठीक आहे?''

''हो.''

''शिवाय मला तुझ्या हातांचीही तपासणी करावी लागेल, बंदुकीच्या दारूच्या काही खुणा वगैरे आहेत का. म्हणजे नुसतं...''

''थांबा, थांबा, थांबा, तुम्हाला असा काही पुरावा सापडलाय का की त्यामुळे

तुम्हाला वाटतंय की माझ्या पत्नीचं काही...''

''नाही नाही निक्,'' गिलपीन मध्येच म्हणाला. टेबलाजवळची खुर्ची ओढून तो त्यावर उलटा बसला. पोलीस खरोखर असे बसतात की काय, मला आश्चर्य वाटलं. की खरोखर एखाद्या हुशार नटानं असं केलंय आणि मग ते बघून पोलीस आता असं करायला लागलेत, कारण ते बघायला एकदम छान वाटतं!

''निक् ही फक्त आमची कार्यपद्धती आहे.'' गिलपीन म्हणाला. ''आम्ही सगळ्या शक्यता गृहीत धरतो. तुझ्या हातांची तपासणी, तुझी लाळ तपासायची, आणि तुझी गाडी पण तपासायला मिळाली तर...''

''अर्थातच. मी म्हटलं ना, तुम्हाला हवं ते करा.''

''थँक यू निक्. मला खरंच तुझं कौतुक वाटतं. काही वेळा केवळ आम्हाला त्रास द्यायला म्हणून लोकं सहकार्य करत नाहीत.''

मी बरोबर त्याच्या उलट होतो. माझ्या वडिलांनी माझं लहानपण अबोल आरोपांनी भरून टाकलं होतं; ते अशा प्रकारची व्यक्ती होते की जे चिडण्यासाठी काहीतरी कारण शोधत असत. याचा परिणाम म्हणून 'गो' कायम संरक्षणाच्या पवित्र्यात असायची. कुठलेही आरोप ती कधीच मान्य करायची नाही. आणि त्यामुळे मी मात्र कोणत्याही अधिकारापुढे दबून राहायला लागलो. आई, बाबा, शिक्षक : तुमचं काम सोपं कसं होईल हे मी बघतो. मला सतत माझ्या कौतुकाची, मान्यतेची मोहर हवी असायची. ''तू तर लोकांनी तुला चांगलं म्हणावं यासाठी अक्षरशः खोटं बोलशील, फसवशील किंवा चोरी करशील... अगदी खूनही करशील.'' 'गो' एकदा म्हणाली होती. योनाह शिमेलच्या दुकानात काही खायला घेण्याकरता आम्ही रांगेत उभे होतो. 'गो'च्या न्यूयॉर्कमधल्या घराजवळ होतं ते– इतकं चांगलं आठवतंय मला ते – आणि माझी खाण्याची इच्छाच मरून गेली, कारण ती म्हणाली ते अगदीच खरं होतं आणि आजपर्यंत ते माझ्या कधीच लक्षात आलं नव्हतं, आणि ती ते म्हणत असताना माझ्या मनात विचार आला होता की मी हे कधीच विसरणार नाही. हा क्षण कायम माझ्या स्मरणात कोरलेला राहिला.

बंदुकीच्या दारूसाठी माझे हात तपासताना आणि माझ्या गालात कापूस घालून तपासणी करण्याच्या काळात आम्ही काहीतरी इकडचं तिकडचं बोलत राहिलो. जणू काही ती नेहमीची दंतवैद्याची भेट असावी.

ते सगळे सोपस्कार संपल्यावर बोनीनं आणखी एक कॉफीचा कप माझ्या दिशेनं सरकवला, माझ्या खांद्यावर हात ठेवून म्हणाली, ''मला माफ कर. हा आमच्या कामातला सगळ्यात वाईट भाग आहे. तुला बरं वाटत असेल तर तू आमच्या काही प्रश्नांची उत्तरं देशील का? त्यानं खरंच आम्हाला मदत होईल.''

"हो नक्कीच. विचार."

तिनं एक छोटासा डिजिटल टेपरेकॉर्डर माझ्यासमोर ठेवला. "तुझी हरकत नाही ना? म्हणजे मग तुला त्याच त्याच प्रश्नांना पुन्हा पुन्हा उत्तर द्यायला नकोत..." तिला माझं म्हणणं टेप करायचं होतं; म्हणजे मग एकाच गोष्टीला मला बांधून टाकता येईल. 'मी माझ्या वकिलाला बोलवायला हवं' मला वाटून गेलं. पण फक्त जे गुन्हेगार असतात तेच वकिलाची मदत घेतात, मग मी मान डोलावली : हरकत नाही.

"तर : ॲमी." बोनी म्हणाली. "तुम्ही दोघं इथं किती वर्षांपासून राहताय?"

"दोन वर्षं झाली."

"आणि ती मूळची न्यूयॉर्कची होती?"

"हो."

"ती नोकरी करते?"

"नाही. ती पूर्वी व्यक्तिमत्त्वाबद्दलची शब्दकोडी लिहायची."

त्या दोघांनी सहेतुकपणे एकमेकांकडे पाहिलं : शब्दकोडी?

"कुमार मासिकांसाठी, स्त्रियांच्या मासिकांसाठी," मी म्हणालो. "तुम्ही वाचलं असेल : तुम्ही मत्सरी प्रकारची व्यक्ती आहात का? आमची ही प्रश्नमंजूषा सोडवा आणि उत्तर मिळवा. इतरांवर तुमचं दडपण येतं का? आमची प्रश्नमंजूषा सोडवा आणि उत्तर मिळवा."

"हं मस्त. मला आवडतात ते," बोनी म्हणाली. "मला माहिती नव्हतं हे, पण प्रत्यक्षात एक काम असू शकतं. ते लिहिणं हे करियर असू शकेल."

"आता नाहीये ते शक्य. कारण आता इंटरनेटवर अशा प्रश्नमंजूषा फुकटात उपलब्ध असतात. ॲमी खूप हुशार होती. ती मानसशास्त्राची द्विपदवीधर होती – आहे." माझ्या गफलतीवर मी अस्वस्थपणे हसलो. "पण हुशारी फुकटात मिळत नाही."

"मग काय?"

मी खांदे उडवले. "मग आम्ही इकडे आलो. सध्या ती घरीच असते."

"तुम्हाला मुलं आहेत तर?" बोनी म्हणाली. जसं काही तिला एखादी चांगली बातमीच आढळली होती.

"नाही."

"ओ! मग ती घरात बसून करते काय?"

हा प्रश्न तर मलाही पडलेला होता. कोणे एके काळी ॲमी एक अशी स्त्री होती, जी सतत काही ना काही करत असायची. आम्ही जेव्हा एकत्र राहायला सुरुवात केली तेव्हा ती फ्रेंच पद्धतीच्या स्वयंपाकाचा अभ्यास करत होती, तिचं

सुरी वापरायचं कौशल्य वादातीत होतं आणि बीफ बोर्गिन्यॉनसारखी अवघड पाककृती लीलया करायची. तिच्या चौतिसाव्या वाढदिवसासाठी आम्ही बार्सिलोनाला गेलो होतो, त्या वेळी तिनं स्पॅनिश भाषेचे नमुने माझ्यासमोर सादर करून मला आश्चर्यचकित केलं होतं. ती ते गुपचूप शिकली. माझ्या बायकोला एक उत्कृष्ट हुशार मेंदू आणि हावरी उत्सुकता यांची देणगी मिळालेली आहे. पण तिचे हे झपाटलेपण जर स्पर्धा असेल तर जास्त समोर यायचं : तिला सारखं इतर लोकांना दिपवून टाकायचं असायचं आणि त्यांच्या बायकांना हिणवायचं असायचं. अर्थातच, ॲमीला फ्रेन्च अवघड अवघड पदार्थ करता येतात, तिला स्पॅनिशही बोलता येतं. आणि बागकाम, विणकाम आणि ती मॅरेथॉनमध्येही धावते आणि ती शेअर मार्केटमध्ये व्यवहार करू शकते आणि विमान चालवू शकते आणि हे सगळं करताना ती एखाद्या मॉडेलसारखी दिसते. तिला ती सतत अमेझिंग ॲमी असायला हवी असते. इथे मिसुरीमध्ये मात्र बायका टार्गेटमध्ये खरेदी करतात. त्या कष्टपूर्वक साधा स्वयंपाक करतात. आपल्याला शाळेत शिकलेल्या स्पॅनिशपैकी किती थोडं आठवतं, याचा विचार करून त्या स्वतःलाच हसतात. कोणाशीही स्पर्धा करण्यात त्यांना अजिबात रस नाही. ॲमीचं जे सतत काही मिळवणं होतं ते त्यांनी मोकळ्या मनानं आणि कदाचित थोड्याशा करुणेनंच स्वीकारलं. आता माझ्या स्पर्धात्मक स्वभावाच्या बायकोसाठी ही अगदी वाईट गोष्ट होती. थोडक्यात, सुख मानणाऱ्या बायांचं गाव.

"तिला खूप छंद आहेत." मी म्हटलं.

"तुला कशाची चिंता वाटत्येय का?" बोनीनं जरा काळजीनंच विचारलं. "तुझ्या मनात ड्रग्स आणि पिण्याचा विचार तर नाही? म्हणजे मला तुझ्या बायकोबद्दल काही वाईट बोलायचं नाही, पण घरी राहणाऱ्या अनेक बायका तशा पद्धतीनं वेळ घालवतात. आपल्याला अंदाज येत नाही. जेव्हा तुम्ही एकटेच असता तेव्हा दिवस एवढा लांबतो की संपता संपत नाही. आणि पिण्यातून जर ड्रग्जची सुरुवात झाली– म्हणजे मी अगदीच हेरॉईन नाही म्हणत, पण अगदी साध्या पेनकिलर्स– इथे आजूबाजूला आहेत असे काहीबाही विकणारे लोकं."

"आणि हा ड्रग्जचा व्यवसाय इतका फैलावलाय," गिलपीन बोलला, "आधीच आमच्यातले पोलीस कमी केलेत. मुळात आमच्याकडे लोकं कमी, त्यात ही भर. हे इतकं वाईट आहे. सगळं आमच्या हाताबाहेर चाललंय."

"गेल्या महिन्यातच एका गृहिणीला नुसत्या ऑक्झिकॉन्टीनमुळे त्रास झाला होता." बोनीनं दुजोरा दिला.

"नाही, ॲमी एखादा ग्लास वाईन घेईल; पण ड्रग्ज नाही."

बोनीनं माझ्याकडे बघितलं; तिला हे उत्तर नक्कीच अपेक्षित नव्हतं. "तिला

इथं कोणी चांगले मित्र-मैत्रिणी आहेत का? आम्हाला त्यांनाही भेटावं लागेल. फक्त खात्री करून घेण्यासाठी. बाकी काही नाही. राग मानू नकोस, पण कधीकधी जोडीदाराला या गोष्टी सगळ्यात शेवटी कळतात. लोकांना लाज वाटते, विशेषतः बायकांना.''

मित्रमंडळ. न्यूयॉर्कमध्ये ॲमी दर आठवड्याला नवीन मित्र करायची, बदलायची. नवीन मित्र-मैत्रिणींबद्दल ती कमालीची उत्साही असायची. पॉला- जी ॲमीला गाण्याचे धडे द्यायची, तिचा आवाज खूप सुंदर होता. (ॲमी मॅसॅच्युसेट्समध्ये बोर्डिंगमध्ये राहून शिकली. ती जेव्हा मधूनच तिकडची भाषा वापरते ते मला फार आवडतं. खूप सुंदर) फॅशन डिझायनिंगमधली जेस्सी. पण जर मी महिन्याभरानंतर पॉला किंवा जेस्सीबद्दल विचारलं तर ॲमी माझ्याकडे अशा नजरेनं पाहायची की मी माझ्या मनातलंच काही बोलतोय.

आणि काही पुरुष होते जे सतत ॲमीच्या मागं मागं करायचे. तिच्या सगळ्या इच्छा पूर्ण करायला धडपडायचे, ज्या तिचा नवरा पूर्ण करू शकत नव्हता. खुर्चीचा पाय दुरुस्त कर, तिचा आवडता आशियाई चहा शोधून तिला मिळवून दे. असे पुरुष जे केवळ मित्र आहेत असं ती शपथेवर सांगायची. केवळ चांगले मित्र. ॲमी त्यांना बरोबर हातभर लांब ठेवायची. म्हणजे मी चिडणार नाही इतपत लांब आणि तरीही इतक्या जवळ की ती केवळ बोटाच्या इशाऱ्यावर त्यांना नाचवू शकेल आणि ते नाचतील.

मिसुरीमध्ये... देवा, मला खरंच कल्पना नाही. माझ्या हे आत्ता लक्षात येतंय. तू खरंच एक मूर्ख आहेस. मला वाटलं आम्हाला इथं येऊन दोन वर्षं झाली. सुरुवातीच्या भेटीगाठी आणि येणं जाणं फक्त पहिल्या काही महिन्यांत संपलं. त्या सुरुवातीच्या धावपळीनंतर ॲमीला नेहमी भेटणारं कोणीच नव्हतं. माझी आई होती, जी आता वारली आणि मी– आमचं मुख्य संभाषण म्हणजे आरोप-प्रत्यारोप. आम्हाला येऊन जेव्हा एक वर्ष झालं, तेव्हा मी अगदी नाटकीपणानं तिला विचारलं होतं, "आणि तुम्हाला कसं वाटतंय उत्तर कार्थेज मिसेस डन्?" "नवीन कार्थेज म्हणायचंय का तुला?" ती म्हणाली. मी त्याचा संदर्भ विचारण्याच्या भानगडीत पडलो नाही; पण ते अपमानास्पद होतं इतकं मात्र मला नक्की कळलं.

"तिचे काही जवळचे मित्रमैत्रिणी आहेत, पण ते तिकडे पूर्वेला."

"तिचे नातेवाईक?"

"ते न्यूयॉर्क सिटीमध्ये राहतात."

"आणि तू अजूनही त्यांच्यापैकी कोणाला फोन केलेला नाहीस?" बोनीनं विचारलं. तिच्या चेहऱ्यावर गोंधळलेलं हास्य होतं.

"तुम्ही जे सांगताय तेच सगळं मी करतोय. मला तशी संधीच मिळालेली

नाही. ॲमीची क्रेडिट कार्ड, एटीएम कार्ड आणि तिच्या फोन कॉलचा मागोवा घेण्याकरताच्या परवानगीवर मी सही करून दिली. मी 'गो'चा आणि स्यूचा फोन नंबर जे माझ्या बारमध्ये येण्याच्या वेळेची खात्री देऊ शकतील– बोनीला दिला.

''कुटुंबातलं बाळ.'' तिनं मान हलवली. ''खरोखरच तुला बघून मला माझ्या धाकट्या भावाची आठवण येतेय.'' एक क्षण थांबून ती म्हणाली, ''आणि हे मी कौतुकच करते बरं का खरंच!''

''ती त्याचं खूप करते.'' गिलपीन त्याच्या वहीत काहीतरी खरडत म्हणाला. ''हं. मग तू सकाळी साधारण साडेसातच्या सुमारास घर सोडलंस आणि तू बारमध्ये दुपारी बाराच्या सुमारास पोहोचलास आणि मधल्या काळात तू चौपाटीवर होतास.''

आमच्या घरापासून साधारण दहा मैलांवर एक चौपाटीसदृश्य ठिकाण आहे. वाळू, गाळ, बिअरच्या बाटल्यांचे तुकडे अशी ती एक साधारणशी जागा आहे. तिथल्या कचऱ्याच्या डब्यातून घाणेरडे डायपर आणि स्टायरोफोमचे कॉफी कप ओसंडून वाहत असतात. पण तिथं काही बाकं आहेत जिथे छान उन्हात बसता येतं आणि तुम्ही जर सरळ नदीकडे नजर लावून बसलात तर ही आजूबाजूची घाण नजरेआड करता येते.

''मी कधी कधी माझी कॉफी आणि वर्तमानपत्र घेऊन तिकडे जाऊन बसतो. उन्हाळ्याचा फायदा घ्यायला नको का?''

नाही. मी कोणालाही बरोबर घेऊन गेलो नव्हतो. ना मला कोणीही पाहिलं नाही.

''हं तसं मधल्याअधल्या दिवशी तिथं शांतच असतं म्हणा.'' गिलपीननं मान्य केलं.

जर मला ओळखणाऱ्या कोणालाही पोलिसांनी विचारलं असतं तर त्यांना कळलं असतं की मी फारच क्वचित चौपाटीवर जातो आणि मी कधीच नुसता असा सकाळचा कॉफी घेऊन बसत नाही. माझी त्वचा अगदी आयरिश गोरी आहे आणि मला नुसतं असं काही बघत बसायला आवडत नाही. मी चौपाटीवर रमणारा माणूस नाही. मी पोलिसांना तसं सांगितलं कारण ती ॲमीची कल्पना होती, की मी अशा एखाद्या जागेवर जाऊन बसावं, जिथे मी एकटा बसून मला आवडणारी नदी न्याहाळू शकेन आणि आगच्या दोघांच्या एकत्रित आयुष्याचा विचार करू शकेन. तिनं ते मला आज सकाळी सांगितलं होतं, जेव्हा आम्ही तिनं केलेले क्रिप खात होतो. ती टेबलावर पुढे झुकून म्हणाली, ''मला माहीत आहे की आपण एका कठीण काळातून जातोय. माझं अजूनही तुझ्यावर इतकं प्रेम आहे निक् आणि मला माहीत आहे की मला खूप बदलायला हवं. मला तुझ्यासाठी

चांगली पत्नी व्हायचं आहे निक् आणि मला तूच नवरा म्हणून हवा आहेस आणि सुखी व्हायला हवा आहेस, पण तुला काय पाहिजे ते तू ठरवायचंस.''

तिनं असं बोलायचं हे आधीच ठरवून सराव केला असणार; हे म्हणत असताना ती हसली. आणि जेव्हा माझी बायको माझ्यावर ही कृपा करत होती, तेव्हा मी मनात विचार करत होतो, अर्थातच, तिनं हे ठरवलेलं असणार. तिला माझी प्रतिमा अशीच असायला हवी असणार, माझ्यासमोरची वाहती नदी, माझे वाऱ्यावर उडणारे केस आणि मी क्षितिजाच्या पार बघत आमच्या आयुष्याचा विचार करतोय. मी काही उठून डंकिन डोनट्मध्ये जाऊ शकत नाही.

तुलाच ठरवायला हवं, तुला काय हवंय ते. ॲमीच्या दुर्दैवानं मी ते आधीच ठरवलंय.

बोनीनं तिच्या नोंदींमधून मान वर करून मला विचारलं,

''तू तुझ्या बायकोचा रक्तगट सांगू शकशील का?''

''अं. नाही. मला माहिती नाही.''

''तुला तुझ्या बायकोचा रक्तगट माहिती नाही?''

''कदाचित 'ओ' आहे.'' मी तर्क केला.

बोनीनं कपाळाला आठ्या घातल्या आणि एक दीर्घ श्वास सोडल्यासारखं केलं. ''बरं, निक् आता या सगळ्या प्रकरणात आम्ही काय करतोय ते सांगते.'' तिनं त्या सगळ्यांची यादी वाचून दाखवली. ॲमीच्या सेलफोनवर लक्ष ठेवलं गेलं होतं, तिचा फोटो प्रसिद्ध केला होता, तिची क्रेडिटकार्ड कुठे वापरली जात आहेत का, यावर लक्ष ठेवलं होतं. आमच्या भागातले जे माहिती असणारे लैंगिक गुन्हेगार होते, त्यांची तपासणी केली जात होती. आमच्या आसपासचा भाग पिंजून काढला जात होता. आमचा घरचा फोन टॅप केला जात होता, चुकून त्यावर धमकीचे फोन आले तर या शक्यतेपोटी.

यावर काय बोलावं ते मला सुचत नव्हतं. मी ते आठवण्याकरता डोकं खाजवलं. एखाद्या सिनेमामध्ये या अशा प्रसंगात नवरे काय म्हणत असतील? कदाचित ते अपराधी आहेत किंवा निरपराध आहेत यावर अवलंबून असेल.

''यानं माझं काहीच समाधान होत नाहीये. तुम्ही नेमकं – हे अपहरण आहे की बेपत्ता व्यक्तीची केस, नक्की काय सुरू आहे?'' मला सगळे तपशील कळत होते. त्याच कार्यक्रमातून ज्यात आत्ता मी सहभागी होतो. जर पहिल्या अठ्ठेचाळीस तासांत काही समोर आलं नाही तर ती केस अयशस्वी होण्याची शक्यता वाढते. पहिले अठ्ठेचाळीस तास फार महत्त्वाचे असतात. ''मला असं म्हणायचंय की माझी बायको गेली आहे. माझी बायको 'गेलीय!' मला जाणवलं की आत्ता पहिल्यांदाच मी ते वाक्य अशा तऱ्हेनं उच्चारलं जसं मी ते उच्चारायला

हवं होतं. घाबरून आणि रागावून. माझ्या वडिलांना मी वेगवेगळ्या रूपात पाहिलं होतं, कडवट, संताप, तिरस्कार यांच्या वेगवेगळ्या छटा. त्यांच्यासारखं न होण्याच्या माझ्या या आयुष्यभराच्या संघर्षात मी माझ्या भावना– विशेषतः नकारात्मक भावना– व्यक्त करण्याची क्षमताच हरवून बसलो होतो. ही आणखी एक गोष्ट ज्यामुळे मी कुचकामी ठरत होतो– माझ्या पोटात भीतीनं खड्डा पडला असला तरीही माझ्या चेहऱ्यावरून तुम्हाला काही दिसणार नाही आणि शब्दातून तर त्याहून नाही. ही एक कायमची समस्या होती. अति संयम किंवा अजिबात नाही.

"निक् आम्ही हे अतिशय गंभीरपणे घेतोय," बोनी म्हणाली, "आपण इथं बोलतोय तेव्हा तिकडे प्रयोगशाळेतले लोक तुझ्या घरी काम करताहेत. ते आपल्याला अजून माहिती देतील. सध्यातरी तू तुझ्या बायकोची जेवढी माहिती देशील तेवढं चांगलं. कशी आहे ती?"

नेहमीची नवरेमंडळी म्हणतात ती वाक्यं माझ्या डोळ्यांसमोर आली. ती खूप गोड आहे, ती खूप छान आहे, ती चांगली आहे, ती नेहमीच माझ्याबरोबर असते.

"कशी आहे म्हणजे?" मी विचारलं.

"तिच्या व्यक्तिमत्त्वाविषयी सांग." बोनीने सुचवलं. "तू तिला तुमच्या वाढदिवसानिमित्त काय आणलंस? दागिना?"

"मी तिला अजून काहीच आणलं नव्हतं." मी म्हटलं. "मी दुपारी जाणार होतो आणायला." मी थांबलो. ती परत मला 'कुटुंबातलं बाळ' म्हणेल असं मला वाटलं. पण ती तसं बोलली नाही.

"बरं. मग मला तिच्याबद्दल सांग. तिला बाहेर जायला आवडतं का? ती – मला कळत नाही हे कसं म्हणावं, ती अगदी न्यूयॉर्की आहे का? म्हणजे जरा उर्मट, लोकांना उचकवणारी?"

"मला माहीत नाही. ती अगदीच घरकोंबडी, शामळू अशी नाही; पण ती अशीही नाही की जी आपल्या भांडखोरपणाने दुसऱ्याला तिला दुखावण्याच्या मर्यादेपर्यंत आणेल."

हे माझं अकरावं खोटं विधान होतं. आत्ताची ॲमी तिला कोणीही दुखावण्याच्या थरापर्यंत जाण्याइतकी भांडखोर होती. मी फक्त आत्ताच्या ॲमीबद्दल बोलतोय. मी जिच्या प्रेमात पडलो, तिच्याशी हिचं काहीच साम्य नव्हतं. हे एक परिकथेचं भीतिदायक उलटं रूपांतर होतं. गेल्या काही वर्षांत त्या जुन्या हसऱ्या, मोकळ्या ॲमीनं जणू काही आपला एक भाग, आपला आत्माच त्वचेसारखा सोलून टाकला होता, आणि आतून ही नवीन ठिसूळ, कडवट ॲमी बाहेर आली आहे. माझी बायको जणू बायको नसून एक धारदार तारेची गाठ आहे, जी सोडवण्याकरता

मला आव्हान देते आहे. आणि माझ्या जाड, बधिर थरथरत्या बोटांनी ते मला करणं शक्यच नाही. माझी गावठी अशिक्षित बोटं जी ॲमी नावाचं कोडं सोडवण्याचं नाजूक, धोकादायक काम करू शकत नाहीत. आणि जेव्हा मी माझी तुटकी रक्ताळलेली बोटं दाखवून शरणागती पत्करतो, तेव्हा ती एक सुस्कारा सोडून तिच्या त्या मनातल्या गुप्त वहीकडे वळते, ज्यात तिनं माझ्यातल्या सगळ्या कमतरतांचा हिशेब केलेला असतो. तिचे अपेक्षाभंग नोंदलेले असतात. माझ्यातला दुबळेपणा, कमीपणा सगळ्याची नोंद असते. माझी जुनी ॲमी ती किती छान होती. ती आनंदी हसरी होती. ती मला हसवायची. मी ते विसरतच होतो आणि ती पण हसायची. अगदी मनापासून हसायची ती. तिच्या सगळ्या चिंता, काळज्या ती पक्ष्यांना धान्य घालावं तशा उधळून द्यायची. आता आहेत, आता गेल्या.

आता ती जशी झाली आहे, तशी ती नव्हती, मला जिची भीती वाटते अशी संतप्त स्त्री. मी कधीच रागावलेल्या बायकांसमोर स्वतःला सांभाळू शकलो नाही. त्यांच्या आसपास असताना माझ्यातलं काही नको असलेलं, न आवडणारं उफाळून येतं.

"ती हुकूमत गाजवणारी आहे?" गिलपीननं विचारलं. "मी म्हणेन ती पूर्व?"

मी ॲमीच्या दिनदर्शिकेचा विचार केला, जी तीन वर्षं आधीच ठरलेली असते. आणि जर तुम्ही एक वर्षानंतरच्या नोंदी पाहिल्यात तर तुम्हाला त्यात आधीच सगळं नोंदलेलं दिसेल. त्वचारोगतज्ज्ञ, दंतवैद्य, प्राण्यांचा डॉक्टर सगळ्यांच्या भेटींची वेळ नोंदलेली आढळेल. "ती आधीपासून सगळं ठरवून ठेवते. ती काहीच चुकवत नाही. ती तिच्या कामांची यादी करून ठेवते, कामं झाली की त्यांची नोंद करते. ती सगळी कामं व्यवस्थित करते. आणि म्हणूनच हे सगळं मला कळत नाहीये..."

"हं यामुळे तुम्हाला वेड लागू शकतं." बोनी सहानुभूतीनं म्हणाली. "विशेषतः तुम्ही तशा स्वभावाचे नसाल तर. तू तर अगदीच व्यक्तिमत्त्व 'ब' प्रकारचा आहेस."

"मला वाटतं मी जरा जास्तच मागं मागं राहतो." मी म्हटलं. आणि मग जे मी म्हणणं अपेक्षित होतं तेच मी म्हटलं, "आम्ही एकमेकांना अगदी पूरक आहोत."

मी भिंतीवरच्या घड्याळाकडे पाहिलं आणि बोनीने माझ्या हाताला स्पर्श केला.

"तू ॲमीच्या आई-वडिलांना फोन का करत नाहीस? त्यांना पण हे कळायला हवं."

आता मध्यरात्र उलटून गेली होती. ॲमीचे आई-वडील नऊ वाजताच झोपतात. त्यांना त्यांच्या या लवकर झोपण्याचा भलताच अभिमान होता. आतापर्यंत ते

गाढ झोपलेले असतील, म्हणजे हा घाईनं केलेला मध्यरात्रीचा फोन असेल. सेलफोन ते रात्री पावणेनऊलाच बंद करतात, त्यामुळे रॅन्ड इलियटला त्याच्या झोपण्याच्या खोलीतून बाहेर येऊन जुना जड फोन घ्यायला लागणार : तो त्याचा चष्मा शोधेल, टेबललॅम्पशी धडपडेल. इतक्या रात्री फोन आला तरी काळजी करण्यासारखं काही नसेल, असं तो स्वतःलाच बजावेल आणि फोन वाजण्याच्या कोणत्यातरी निरुपद्रवी कारणाचा विचार करेल.

मी दोन वेळा फोन लावला आणि पूर्ण वाजण्याच्या आधीच बंद केला. शेवटी जेव्हा मी पुन्हा एकदा लावला, तेव्हा तो मेरीबेथनं उचलला; रॅन्डनं नाही. तिचा आवाज माझ्या कानावर पडला. मी जेमतेम "मेरीबेथ मी निक् बोलतोय." इतकंच बोलू शकलो.

"काय झालंय निक्?"

मी श्वास घेतला.

"ॲमीला काही झालंय? मला सांग."

"सॉरी, मी तुला आधीच फोन करायला हवा होता..."

"अरे मला सांग!"

"आम्हाला ॲमी सापडत नाहीये." मी जरा चाचरत म्हणालो.

"ॲमी सापडत नाही?"

"मला माहीत नाही...'

"ॲमी हरवली आहे?"

"आम्हाला अजून खात्री नाही. आम्ही अजून..."

"कधीपासून?"

"मला नक्की माहिती नाही. मी सकाळी सात वाजता घरातून निघालो -"

"आणि तू आत्ता आम्हाला सांगतोयस?"

"सॉरी. गला तुम्हाला..."

"जीझस ख्राईस्ट. आम्ही रात्री टेनिस खेळलो. टेनिस. आणि आम्ही त्या वेळी... देवा. पोलिसांना कळवलंय?"

"मी आत्ता पोलीस स्टेशनवरच आहे."

"मला जे कोणी तपास करत असतील त्यांच्याशी बोलू देत."

एखाद्या लहान गुलासारखा मी गिलपीनला बोलवायला गेलो. "माझ्या सासुबाईंना बोलायचंय तुमच्याशी."

इलियटना फोन केल्यावर ते आता अधिकृत झालंय. या संकटाची बातमी – ॲमी नाहिशी झालीय – आता बाहेर पसरत्येय.

मी त्या मुलाखतीच्या खोलीकडे परत जात असताना मला माझ्या वडिलांचा

आवाज ऐकू आला. कधी कधी अगदी अशा लाजिरवाण्या वेळी माझ्या मनात मला त्यांचा आवाज ऐकू येतो. पण हा आवाज मला आत्ता, इथं ऐकू येत होता. त्यांचे शब्द एखाद्या बुडबुड्यासारखे येत होते. कुत्री-कुत्री-कुत्री. माझे वडील, त्यांचं डोकं ठिकाणावर नाही. ज्या कोणत्या बाईमुळे त्यांची थोडीशीही चिडचिड होते, तिला ते म्हणतात; कुत्री, कुत्री, कुत्री. मी त्या खोलीत डोकावून पाहिलं आणि ते तिथेच भिंतीजवळ एका बाकड्यावर बसले होते. कधी काळी ते खूप देखणे होते, प्रभावी, हनुवटीला खळी असलेले. 'चरचरीत स्वप्नाळू', माझी मावशी त्यांना म्हणायची. आता ते जमिनीकडे पाहत काहीतरी पुटपुटत होते. त्यांचे पिंगे केस गुंतलेले, पॅन्ट मळलेली, हातावर खरचटलेलं, जणू काही ते कुठल्यातरी काटेरी झुडपांमधून आले असावेत. लाळेचा एक ओघळ त्यांच्या हनुवटीवरून खाली आला होता. ते आपल्या हाताचे स्नायू आखडून घेत होते. एक वैतागलेली महिला पोलीस अधिकारी त्यांच्या शेजारी बसली होती. तिनं रागानं ओठ आवळून घेतले होते आणि ती त्यांच्याकडे दुर्लक्ष करण्याचा प्रयत्न करत होती : कुत्री, कुत्री, कुत्री. मी सांगितलंय तुला कुत्रे.

''हे काय चाललंय?'' मी तिला विचारलं. ''हे माझे वडील आहेत.''

''तुम्हाला आमचा निरोप मिळाला तर?''

''कसला निरोप?''

''येऊन तुमच्या वडिलांना घेऊन जाण्याचा.'' ती एकेका शब्दावर जोर देत म्हणाली, जणू काही मी अक्कलशून्य दहा वर्षांचा मुलगाच होतो.

''मी– माझी बायको बेपत्ता आहे. सगळी रात्र मी इथेच आहे.''

ती माझ्याकडे बघतच राहिली. तिला कशाचा बोधच होत नव्हता. तिच्या मनातलं द्वंद्व मला कळत होतं. स्वतःचं स्थान सोडून माझी माफी मागायची, चौकशी करायची? तितक्यात माझ्या वडिलांनी परत सुरू केलं कुत्री, कुत्री, कुत्री आणि तिनं स्वतःचं स्थान न सोडण्याचं ठरवलं.

''सर, कम्फर्टहीलमधून आज दिवसभर तुमच्यापर्यंत पोहोचण्याचे प्रयत्न केले जात आहेत. तुमचे वडील आज सकाळीच सुरक्षा दरवाजातून बाहेर पडले. तुम्हाला दिसतंच आहे. त्यांना थोडं खरचटलंय, पण त्याहून अधिक काही नाही. आम्हाला ते काही तासांपूर्वी नदीच्या रस्त्यावर सापडले. त्यांच्या काहीच लक्षात येत नव्हतं. आम्ही सतत तुम्हाला गाठण्याचा प्रयत्न करत होतो.

''मी इथेच होतो.'' मी म्हटलं. ''इथेच शेजारी. कोणाच्याच कसं हे लक्षात आलं नाही?''

''कुत्री, कुत्री, कुत्री'' माझे वडील म्हणाले.

''सर, कृपया या स्वरात माझ्याशी बोलू नका.''

कुत्री, कुत्री, कुत्री.

बोनीनं एका पुरुष पोलीस ऑफिसरला माझ्या वडिलांना परत पोचवायला सांगितलं म्हणजे मी त्यांच्याबरोबरचं माझं काम संपवू शकेन. आम्ही पोलीस स्टेशनच्या बाहेर पायऱ्यांवर उभं राहून त्यांना गाडीत बसताना बघत होतो. ते अजूनही पुटपुटत होते. या सगळ्या वेळात अजूनही त्यांनी मला ओळखलं नव्हतं. जेव्हा ते निघाले तेव्हा त्यांनी मागं वळूनही पाहिलं नाही.

"तुमच्यात फार जवळीक नाही का?" तिनं विचारलं.

"जवळीक नसण्याची व्याख्या म्हणजेच आम्ही दोघं."

पोलिसांनी त्यांची चौकशी सुमारे दोन वाजता संपवली. त्यांच्याच एका गाडीत कोंबलं आणि आता शांत झोप काढायला सांगून दुपारी बारा वाजताच्या पत्रकार परिषदेला हजर राहण्यासाठी अकरा वाजता यायला फर्मावलं.

मी त्यांना घरी जाऊ का हे विचारलंही नाही. मी त्यांना मला 'गो'च्या घरी सोडायला लावलं. कारण मला माहीत होतं की ती माझ्याबरोबर थांबून एखादं ड्रिंक घेईल आणि माझ्यासाठी एखादं सॅन्डविच करेल. आत्ता तरी मला फक्त इतकंच हवं होतं. अशी बाई जी माझ्यासाठी सॅन्डविच करेल आणि कोणतेही प्रश्न विचारणार नाही.

"तुला तिला शोधायला जायचं नाहीये का?" मी खात असताना 'गो'नं विचारलं. "आपण बाहेर बघून येऊ."

"त्याचा काहीच उपयोग नाही." मी निराशेनं म्हणालो. "कुठे शोधणार आपण?"

"निक् हे खरंच खूप गंभीर आहे."

"मला माहीत आहे 'गो."

"मग तसा वाग. कळलं 'लान्स'? नुसतं वॅ वॅ वॅ करू नकोस." माझी अनिश्चितता दाखवून देण्याकरता ती असा आवाज करायची आणि त्याबरोबर डोळे आकाशाकडे नेऊन माझं खरं नाव उच्चारायची. आता खरं म्हणजे माझ्यासारखा चेहरा असणाऱ्या माणसाचं खरं नाव 'लान्स' असणं हे अन्यायकारक आहे. तिनं माझ्या हातात स्कॉचचा ग्लास भरून दिला. "आणि हे घे. पण एवढंच. उद्या तुला हॅन्गओव्हर परवडणार नाही. कुठे गेली असेल ती? देवा! माझा जीव गोळा होतोय." तिनं स्वतःकरता एक ग्लास भरला, एक मोठा घोट घेतला. आणि स्वयंपाकघरात फेऱ्या मारायला लागली. "तुला काळजी वाटत नाहीये का निक्?

म्हणजे एखाद्या माणसानं तिला रस्त्यावर पाहिलं असेल आणि... आणि असंच पळवून वगैरे नेलं असेल तर? किंवा डोक्यात वगैरे मारलं असेल...''

मी दचकलो. ''असं का म्हटलंस तू? डोक्यावर मारलं असेल तर म्हणजे... च्यायला, काय आहे हे?''

''मला माफ कर, म्हणजे मी... मला चित्र रंगवायचं नव्हतं तुझ्यापुढे. मला काही कळत नाही. मी विचार करत राहते. एखादा विचित्र वेडा माणूस.'' तिने तिच्या ग्लासमध्ये आणखी स्कॉच ओतली.

''वेड्या माणसांवरून आठवलं, बाबा आज परत बाहेर पडले, त्यांना ते नदीकाठावर फिरताना सापडले. आता ते परत गेले कम्फर्टहिलला.''

तिनं मान डोलावली. ठीक आहे. ही सहा महिन्यांतली तिसरी वेळ होती त्यांनी पळून जाण्याची. 'गो' सिगारेट पेटवत होती. तिचे विचार अजून ॲमीच्याच दिशेनं चालू होते. ''म्हणजे असं कोणीतरी असेलच ना, ज्यांच्याशी आपण बोलू शकू?'' तिनं विचारलं. ''काहीतरी करायला हवं.''

''परमेश्वरा! 'गो', आधीच मला इतकं हताश वाटतंय, त्यात तुला भर घातलीच पाहिजे का?'' मी वैतागलो. ''मी काय करायला हवं याची मलाच काही कल्पना नाही. असं काही पुस्तक आहे का 'बायको हरवते तेव्हा करायच्या १०१ गोष्टी.' पोलिसांनी मला तू जाऊ शकतोस असं सांगितलं, मी आलो. ते जे सांगतात तेच मी करतोय.''

''अर्थातच, तू तसंच करतोयस.'' ती पुटपुटली. माझ्यातील बंडखोरी जागृत करणं हे तिचं आयुष्यभरासाठीचं लक्ष्य होतं, पण ते काही सफल होत नव्हतं. मी शाळेत असतानाही असा मुलगा होतो जो वेळेत परत येत असे; पुढे लेखक झाल्यावर मी माझ्या सगळ्या डेडलाइन्स पाळत होतो. अगदी खोट्यासुद्धा. मी नियमांचा आदर करतो, कारण जर तुम्ही नियम पाळलेत तर गोष्टी सुरळीत होतात; बऱ्याचदा.

''च्यायला 'गो', मला थोड्या वेळातच परत पोलीस स्टेशनला जायचं आहे, ठीक आहे? तू फक्त थोडा वेळ माझ्याशी चांगलं वागू शकशील का? मला प्रचंड भीती वाटत्येय.''

आम्ही काही वेळ एकमेकांकडे रोखून पाहिलं, आणि मग 'गो'नं माझा ग्लास पुन्हा एकदा भरला. माफी. मग ती माझ्याजवळ बसली आणि माझ्या खांद्यावर हात ठेवला.

''बिच्चारी ॲमी!'' ती म्हणाली.

ॲमी इलियट डन्

२१ एप्रिल, २००९

डायरीतील नोंद

बिच्चारी मी. मी तुमच्यापुढे चित्र उलगडते. कॅम्पबेल, इन्सले आणि मी आम्ही एकत्र सोहोला गेलो होतो. टॅब्यूमध्ये जेवण घेतोय. खूप सारे चीझ टार्ट, लॅम्ब मीटबॉल आणि रॉकेट ग्रीन्स, मला खरंतर कळत नाही सगळा घोळ आम्ही का घातलाय, पण आम्ही सगळं उलटंच करतोय. आधी जेवण, मग कॅम्पबेलनी राखून ठेवलेल्या एका छोट्याशा कोपऱ्यातल्या ठिकाणी ड्रिंक्स. एक अशी छोटीशी जागा जी तुमच्या बैठकीच्या खोलीपेक्षा फारशी वेगळी नाही, तिथं तुम्ही शांतपणे बसून वेळ घालवू शकता. पण ठीक आहे, असं वेड्यासारखं वागायला पण कधीतरी छान वाटतं. आमच्या या दिखाऊ कपड्यांमध्ये आम्ही फारच चमकतो आहोत. आम्ही थोडं थोडं काही घेऊन खातो ज्याची नुसती सजावटच बघून घ्यावी, प्रत्यक्ष त्यात पोटभरीचं असं काही नाही; आमच्यासारखंच.

आमचे नवरे जेवणानंतर या ड्रिंक्सच्या कार्यक्रमाला आमच्याबरोबर असतील असं आम्ही आधीच ठरवलं होतं. त्यामुळे आता इथं आम्ही बसलो होतो. आमच्या पुढ्यात सिनेमात शोभेल अशा वेट्रेसनं आणून ठेवलेली ड्रिंक्स होती.

आमचे बोलण्याचे विषय संपत आलेत. आज मंगळवार आहे आणि कोणालाही वीकेंडसारखं मोकळं वाटत नाहीये. सगळे जण सांभाळूनच पिताहेत. इन्सले आणि कॅम्पबेल दोघींनाही उद्या सकाळी कोणाला तरी भेटायचं आहे आणि मलाही काम आहे, त्यामुळे आम्ही फार काळ बसणार नाही. आम्ही आता आवरतं घेतोय. आम्ही कंटाळलोय. जर आमचे नवरे येणार नसते तर आम्ही कदाचित निघालोही असतो. कॅम्पबेल तिच्या ब्लॅकबेरीशी खेळत राहते. इन्सले स्वतःच्या पायाकडे वेगवेगळ्या कोनातून पाहत राहते. सगळ्यात आधी जॉन येतो. कॅम्पबेलची

मनापासून माफी मागतो. आमच्याकडे पाहून हसतो. त्याला इथं असण्याचा या पार्टीच्या शेवटीतरी इथपर्यंत येऊन सगळ्यांना भेटण्याचा आनंद झाला असावा. त्याच्यानंतर वीस मिनिटांनी जॉर्ज उगवला. ओशाळलेला, वैतागलेला असा. उशिरा येण्याचं काहीतरी कारण त्यानं सांगितलं. इन्सले त्याच्यावर डाफरली. ''तू चाळीस मिनिटं उशिरा आला आहेस.'' त्यावर त्याचं उत्तर, ''खरंच मी आपल्यासाठी पैसे कमावतो हे चुकलंच.'' इतरांशी गप्पा मारत असताना ते एकमेकांशी बोलणं टाळतात.

निक् येतच नाही; फोनपण नाही. आम्ही आणखी पाऊणतास थांबतो, कॅम्पबेलला त्याची काळजी वाटते (''काहीतरी शेवटच्या घटकेला कामात अडकला असेल,'' ती म्हणते आणि जॉनकडे बघून एक स्मित करते, जो कधीच आपल्या बायकोच्या ठरवलेल्या गोष्टीमध्ये स्वतःची कामं येऊ देत नाही.) जॉर्जच या कंपूचा सगळ्यात मोठा अपराधी नाही, हे लक्षात आल्यावर इन्सलेचा राग हळूहळू शांत होऊ लागतो. (''राणी, नीट बघ त्याने एखादा एसेमेस तरी पाठवला असेल.'')

आणि मी नुसती हसते : ''काय माहीत तो कुठे असेल– राहू दे मी आता त्याला घरीच भेटेन.'' आता आमच्यातल्या पुरुषांच्या डोक्यात प्रकाश पडला. म्हणजे हा पण एक पर्याय असू शकतो? कोणत्याही भयंकर परिणामांशिवाय आपण ही अशी भेट टाळू शकतो? रागवणं, रुसणं, अपराधीपणा काहीच नाही?

कदाचित तुमच्यासाठी हा पर्याय नाही.

निक् आणि मी, आम्ही कधी कधी हसतो, अगदी मोठ्यानं हसतो. आपलं प्रेम सिद्ध करण्याकरता बायका नवऱ्यांना काय काय करायला लावतात. काहीतरी फालतू गोष्टी, कसले कसले त्याग, न संपणारी शरणागती; आम्ही या अशा माणसांना भागाबाई म्हणतो. तालावर नाचणारी माकडे.

निक् घरी येईल, घामेजलेला, बिअर ढोसून अख्खा दिवस खेळाच्या मैदानावर काढून येईल, आणि मी त्याच्या कुशीत शिरून त्याला खेळाबद्दल विचारेन, त्याच्या मित्राबद्दल, जॅकबद्दल विचारेन आणि तो म्हणेल, ''अगं, आज त्याचा भागाबाईचा दिवस होता. बिचाऱ्या जेनीफरचा हा आठवडा अगदी तणावाचा होता, त्यामुळे तिच्यासाठी तो घरी असणं अगदी आवश्यक होतं.''

किंवा त्याचा कोण सहकारी, ज्याला त्याच्याबरोबर नुसतं बाहेर ड्रिंक्सकरता जाता येत नाही; कारण त्याला त्याच्या मैत्रिणीबरोबर असणं अगदी आवश्यक आहे, जी तिच्या बाहेरगावाहून आलेल्या मैत्रिणीबरोबर जेवायला जाणार आहे. म्हणजे शेवटी ती तिच्या मैत्रिणीला त्याला भेटवू शकेल आणि दाखवू शकेल की तिचं माकड किती आज्ञाधारक आहे. मी बोलावलं की तो लगेच येतो आणि बघ ना किती व्यवस्थित आहे!

हे घाल, हे घालू नकोस. हे काम आता कर आणि हे तुला वेळ मिळेल तेव्हा (याचा अर्थ लगेच) आणि अर्थातच तुला आवडणाऱ्या सगळ्या गोष्टी माझ्यासाठी सोडून दे, म्हणजे मला कळेल की तुझं माझ्यावर किती प्रेम आहे. ही बायकी स्पर्धा आहे. आम्ही आमच्या वाचक गटातून किंवा कॉकटेलसाठी भेटतो, तेव्हा आमचे पुरुष आमच्यासाठी किती त्याग करतात हे ऐकवायला आम्हाला अतिशय आवडतं. नेहमीचंच संभाषण आणि ठरलेली प्रतिक्रिया : "ओह! किती गोड आहे हे!"

त्या सगळ्या भानगडीत मी नसते, या गोष्टीचा मला अतिशय आनंद होतो. मी त्यात भाग घेत नाही. आनंदी, समाधानी नवऱ्याची भूमिका करण्याची भावनिक जबरदस्ती मी निक्‌वर करत नाही– आनंदी, आज्ञाधारक, 'कचरा बाहेर नेऊन ठेवू का राणी?' अशा नवऱ्याची भूमिका. जशी प्रत्येक पुरुषाच्या कल्पनेत एक सुंदर कामुक स्त्री असते, तसाच प्रत्येक बाईच्या कल्पनेतला एक राजकुमार असतो.

मला हा विचार करून बरं वाटतं की मी एक आत्मविश्वास असणारी, सुरक्षित आणि समंजस अशी बाई आहे. आणि मला माहीत आहे की निक्‌चं माझ्यावर प्रेम आहे जे सतत सिद्ध करण्याची गरज नाही. मला माझ्या मैत्रिणींना ते कंटाळवाणे भागाबाईचे प्रवेश दाखवण्याची गरज नाही. तो जसा आहे तसा असण्यातच माझं समाधान आहे.

बायकांना हे कठीण का वाटतं, ते मला कळतच नाही.

मी जेव्हा घरी पोहोचते तेव्हा टॅक्सीतून उतरत असतानाच निक् येतो. हात पसरून तो रस्त्यावरच थांबतो, त्याच्या चेहऱ्यावर एक मोठ्ठं हसू आहे – "बेबी!" मी धावत त्याच्या मिठीत शिरते आणि त्याचा खरखरीत गाल तो माझ्या गालावर टेकवतो.

"आज काय केलंस तू?"

"काम संपल्यावर काही जण आज पोकरचा डाव टाकणार होते. मी थोडा वेळ तिथे थांबलो. ठीक आहे ना?"

"अर्थातच," मी म्हटलं. "माझ्यापेक्षा तुला जास्त मज्जा आली असेल."

"कोण कोण आलं होतं?"

"ओह, कॅम्पबेल आणि इन्सले आणि त्यांच्या भागाबाई. कंटाळवाणं नुसतं. तू वाचलास. खरोखर सुटलास."

तो मला जवळ आवळून घेतो– त्याचे ते बलदंड हात– तो मला पायऱ्यांवरून जवळजवळ उचलूनच नेतो. "देवा! मला तू इतकी आवडतेस." तो म्हणतो.

मग अर्थातच प्रेम, एक ड्रिंक आणि मग आमच्या मऊ उबदार बिछान्यात रात्रीची झोप. बिच्चारी मी.

निक् डन्

दुसऱ्या दिवशी...

मी पिण्याच्या बाबतीत 'गो'चं ऐकलं नाही. मी तिच्या सोफ्यावर बसून एकट्यानंच अर्धी बाटली संपवली. शेवटी जेव्हा मला झोप लागेल असं वाटत असायचं, तेव्हाच धसक्यानं जाग यायची. माझे डोळे मिटायला लागले होते. माझी कूस बदलून मी डोळे मिटले आणि मला माझी बायको दिसली, तिच्या पिंगट केसांमध्ये रक्त गोठलं होतं, वेदनेनं रडत आमच्या स्वयंपाकघराच्या फरशीवरून स्वतःला ओढत ती मला हाक मारत होती. निक् निक् निक्!

स्वतःला झोपण्यासाठी बजावत मी पुनःपुन्हा बाटलीतून घोट घेतले, पण काही उपयोग नाही. झोप ही एखाद्या मांजरीसारखी असते. ती तेव्हाच येईल जेव्हा तुम्ही तिच्याकडे दुर्लक्ष कराल. मी पुनःपुन्हा पीत राहिलो. आणि मनाशी घोकत राहिलो. 'विचार करू नकोस, एक घोट, मन रिकामं कर, एक घोट, डोक्यातून विचार पूर्णपणे काढून टाक, एक घोट, उद्या तुझं डोकं ताळ्यावर असायला हवं, तुला आता झोपायला हवं!, एक घोट.' इतकं करूनही मला पहाटेपर्यंत जेमतेम एक डुलकी लागली. आणि तासाभरानं मी जागा झालो तेव्हा मला हॅन्गओव्हर आलेला होता. अगदी काम अशक्य करून टाकणारा हॅन्गओव्हर नाही, पण तरीही होताच. मी अगदी नाजूक आणि बधिर झालो होतो. कदाचित अजून थोडी नशाही असेल. मी धडपडत 'गो'च्या सुबारूपर्यंत पोहोचलो, तेव्हा माझ्याच हालचाली मला परक्या वाटत होत्या, जणू माझे पाय उलटे पडत असावेत. सध्या ती कार माझ्या ताब्यात असणार होती. माझी काळजीपूर्वक वापरलेली जेट्टा पोलिसांनी माझ्या लॅपटॉपसकट तपासणीसाठी नेली होती. सगळी फक्त औपचारिक तपासणी होती, अशी त्यांनी मला खात्री दिली होती. कपडे बदलण्याकरता मी घरी गेलो.

आमच्या भागात पोलिसांच्या तीन गाड्या उभ्या होत्या आणि आमचे मूठभर

शेजारी आसपास फिरत होते. कार्ल नव्हता पण ती ख्रिश्चन बाई, जॅन टेवरर, आणि त्या तीन वर्षांच्या तिळ्यांचा बाप, माईक (ट्रिनिटी, टोफर आणि टालूलाह. ("त्यांच्या नुसत्या नावांमुळेच मी त्यांचा तिरस्कार करते." ॲमी म्हणाली होती. कुठल्याही नवीन पद्धतींची ती जबरदस्त टीकाकार होती. जेव्हा मी आठवण करून दिली की कधीतरी ॲमी हे नाव पण नवीन होतं, तेव्हा माझी बायको म्हणाली होती, "निक् तुला माझ्या नावाची कथा माहिती आहे ना?" ती काय बोलते आहे याची मला काहीच कल्पना नव्हती.)

जॅननं लांबूनच माझ्याकडे पाहून मान डोलावली, पण मी गाडीतून उतरल्याबरोबर माईक मात्र माझ्याकडे आला. "ऐकून खूप वाईट वाटलं मला. मी काही मदत करू शकतो का? तर तू मला बेधडक सांग. काहीही. मी आजच बागेतलं गवत कापून ठेवलंय म्हणजे आता तुला आठवडाभर बघायला नको.

आजूबाजूची जी बंद असणारी घरं होती तिथे वाढणारं रान कापण्याचं काम मी आणि माईक आळीपाळीनं करत असू– वसंत ऋतूतल्या जोरदार पावसानं सगळ्या अंगणामध्ये जंगल वाढलं होतं आणि त्यामुळे रकून्स*चा त्रास वाढला होता. रकून्स सगळीकडे होते. ते रात्री आमचा कचरा चावून अस्ताव्यस्त करायचे, आमच्या तळघरातून घुसायचे. पोर्चमध्ये येऊन बसायचे, जणू काही ते त्या घरचे पाळीव प्राणीच आहेत. गवत साफ केल्यानं ते कमी झाले नाहीत; पण आता ते येताना आम्हाला दिसत असत.

"आभारी आहे." मी म्हटलं.

"माझ्या बायकोनं हे ऐकल्यापासून ती वेडीच झाली आहे." तो म्हणाला.

"हे ऐकून वाईट वाटलं." मी म्हटलं, "पण मला..." मी माझ्या दरवाजाकडे बोट दाखवलं.

"नुसती बसून ॲमीचा फोटो हातात घेऊन रडते आहे."

गाझी खात्री होती की या एका रात्रीत इंटरनेटवरून हजारो फोटो प्रसिद्ध झाले असतील. फक्त या अशा कंटाळवाण्या बायकांची गरज भागवण्याकरताच केवळ. त्यानं आणखी काही प्रश्न विचारण्यापूर्वीच मी वळलो आणि माझ्याच घराचं दार वाजवलं.

ऑफिसर वेलाक्वेझ मला वरती माझ्या बेडरूममध्ये घेऊन गेली. माझ्याच त्या खोलीसारख्या मोठ्या कपाटात– त्या चंदेरी चौकोनी भेटीच्या खोक्याच्या पलीकडे– आणि माझे कपडे मला घेऊन दिले. या तरुण मुलीसमोर माझेच कपडे निवडताना माझ्या मनावर प्रचंड ताण आला. ही गडद केसांची वेणी

---

* रकून्स - उंदिर, खार या वर्गातला एक प्राणी.

घातलेली तरुण मुलगी माझं निरीक्षण करत्येय, माझ्याबद्दलचं मत बनवत्येय. मी आंधळेपणानं कपडे निवडले. आता माझा अवतार थोडा औपचारिक, थोडा साधा असा दिसत होता. स्लॅक्स आणि छोट्या बाह्यांचा शर्ट- जणू काही मी एखाद्या मेळाव्याला चाललो असावा तसा. यावर एक चांगला निबंध लिहिता येईल, मला वाटलं. आपलं जवळचं माणूस हरवलेलं असताना योग्य कपडे कसे निवडावेत. माझ्यातला हावरट लेखक सारखा डोकं वर काढतो.

मी ते सगळं बॅगेत कोंबलं आणि मागे वळलो. माझी नजर त्या चंदेरी खोक्यावर पडली. "मी तो उघडून बघू?" मी तिला विचारलं.

ती घुटमळली आणि सावधपणे म्हणाली, "नाही, मला माफ करा, पण आता ते उघडलं नाहीत तर बरं होईल."

त्याच्यावरच्या वेष्टणाची एक कड काळजीपूर्वक कापलेली होती. "कोणीतरी ते उघडून बघितलंय का?"

तिनं मान डोलावली.

मी तिला वळसा घालून पुढे आलो, "पण जर आधीच कोणीतरी ते उघडलं आहे तर मग..."

ती माझ्यापुढे येऊन उभी राहिली. "सर, मी तुम्हाला तसं करून देऊ शकत नाही."

"पण हा वेडेपणा आहे. ते माझ्या बायकोनं माझ्यासाठी –"

मी परत तिच्या पाठून वळलो आणि एका हातानं तो खोका उचलण्याकरता वाकलो असतानाच तिनं पाठीमागून माझ्या हातावर फटका मारला. एक क्षणभर संतापानं मी वेडा झालो. ही कोण बाई मला माझ्याच घरात काय करायचं आणि काय नाही ते सांगणार. मी माझ्या आईसारखं होण्याचा कितीही प्रयत्न केला, तरीही माझ्या वडिलांचे शब्द न बोलावताच माझ्या कानात घुमत राहतात, वाईट दुष्ट विचारांचं बीज पेरतात.

"सर, ही गुन्ह्याची जागा आहे. तुम्ही..."

मूर्ख कुत्री.

अचानक तिचा जोडीदार रिऑर्डनपण खोलीत आला आणि त्यानंही मला धरलं. मी दोघांनाही बाजूला करायला धडपडत होता– ठीक आहे– आता ते मला जिन्यावरून खाली नेत होते. पुढच्या दरवाज्याजवळ एक बाई गुडघ्यांवर बसून खुडबूड करत होती. बहुधा रक्ताचे डाग शोधत असावी. एखाद्या खारीसारखी. तिनं माझ्याकडे कोऱ्या नजरेनं पाहिलं आणि आपल्या कामाला लागली.

मी कपडे करायला 'गो'कडे परत निघालो, तेव्हा मी जाणीवपूर्वक रागाची वाफ जाऊ दिली. तपासणीच्या कामात ज्या काही असंख्य वैतागवाण्या आणि

मूर्खपणाच्या गोष्टी असतील त्यांतलीच ही एक होती. (मला काहीतरी अर्थ असणारे नियम आवडतात, तर्कहीन नियम नाहीत.) आणि म्हणून मला शांत झालं पाहिजे : पोलिसांशी शत्रुत्व घेऊ नकोस. मी स्वतःलाच सांगितलं. परत परत सांगितलं, पोलिसांशी शत्रुत्व घेऊ नकोस.

मी पोलीस स्टेशनमध्ये शिरल्या शिरल्या मला बोनी भेटली, ती धीर देण्याच्या सुरात मला म्हणाली, ''तुझे सासूसासरे आलेत निक्.'' जणू काही ती मला एक गरम मफिन देऊ करत होती.

मेरीबेथ आणि रॅन्ड इलिएट एकमेकांच्या खांद्याभोवती हात वेढून उभे होते. ते फोटोसाठी उभे असावेत असं वाटत होतं. मला ते नेहमी तसंच दिसायचं, हातावर हात, हनुवटी आणि गाल एकमेकांवर घासताना. जेव्हा जेव्हा मी त्यांच्या घरी जायचो, तेव्हा प्रत्येक वेळी घसा खाकरल्याशिवाय पाऊल टाकत नसे– मी आत येतो आहे– कारण ते दोघं कुठेही असण्याची शक्यता असायची. कायम एकमेकांत मग्न. कुठंही जाणार असतील तर एकमेकांचं दीर्घ चुंबन घेतल्याशिवाय बाहेरच पडायचं नाही. बायकोजवळून जाताना तिच्या पार्श्वभागावर हात ठेवून जाण्याची रॅन्डची सवय होती. हे सगळं मला परकं होतं, अनाकलनीय होतं. मी बारा वर्षांचा असताना माझ्या वडिलांचा घटस्फोट झाला आणि मला वाटतं कदाचित मी अगदी लहान असताना त्यांना गालावर चुंबन घेताना बघितलं असावं. तेही अगदीच टाळणं अशक्यच असेल तेव्हाच. ख्रिसमस, वाढदिवस असेल तरच. कोरड्या ओठांनी. त्यांचं लग्न चांगल्या अवस्थेत असतानाही त्यांचं संभाषण म्हणजे फक्त वाक्यांची देवाणघेवाण असायची. दूध संपलंय. (मी आज ते आणीन.) याला नीट इस्त्री झालेली नाही. (आज करीन) दूध आणणं हे काय कठीण काम आहे का? (शांतता) प्लंबरला बोलवायचं विसरलं (निःश्वास) देवा! आत्ताच्या आत्ता तुझा तो कोट घाल आणि बाहेर जाऊन दूध घेऊन ये हे सगळे निरोप आणि आज्ञा माझ्या वडिलांकडून माझ्या आईला मिळायच्या. ते एका फोन कंपनीत मॅनेजर म्हणून काम करत. चांगल्या दिवसांमध्ये ते तिला एखाद्या वेंधळ्या कर्मचाऱ्याप्रमाणे वागवायचे आणि वाईट वेळी? त्यांनी तिला कधी मारलं नाही, पण त्यांचा अनुच्चारित संताप दिवसेंदिवस, काही वेळा कित्येक आठवडे घरात भरून असायचा. वातावरण तप्त, श्वास घेणं पण अवघड व्हावं असं. माझे वडील हनुवटी पुढे काढून घरात फिरत असताना एखाद्या जखमी, खुनशी मुष्टियोद्ध्यासारखे दिसायचे. ते इतक्या जोरात दात कराकरा वाजायचे की कधीतरी ते दुसऱ्या खोलीत पण ऐकू यायचं. तिच्या आजूबाजूला वस्तू फेकायचे, पण तिला कधीच मारायचे नाहीत. माझी खात्री आहे ते स्वतःला सांगत असतील :

मी तिला कधीच मारत नाही. आणि मलाही, पण खात्री आहे की, या एका गोष्टीमुळे त्यांना कधीच आपण तिचा छळ करतो आहोत, असं वाटत नसेल. पण त्यांनी आमचं कौटुंबिक आयुष्य मात्र एखाद्या खराब रस्त्यावरच्या अंतहीन प्रवासासारखं करून टाकलं होतं. अशी सुट्टी ज्यात कधी मजा वाटलीच नाही. 'मला मागे वळायला लावू नका.' खरंच संपवू या हे सगळं. आता मागे वळा.

मला नाही वाटत माझ्या वडिलांना माझ्या आईबद्दल आक्षेप होता. त्यांना स्त्रियाच आवडत नसत. त्यांना त्या क्षुद्र, मूर्ख आणि त्रासदायक वाटायच्या. ती मूर्ख कुत्री. हे त्यांचं आवडतं वाक्य होतं. त्यांना त्रासदायक वाटणाऱ्या कोणत्याही बाईकरता ते वापरत असत. मग ती कोणीही असेल; दुसरी एखादी गाडी चालवणारी स्त्री, एखाद्या हॉटेलमधील सेविका, आमच्या शाळेच्या शिक्षिका, ज्यांना ते प्रत्यक्षात कधीही भेटले नाहीत, कारण शिक्षक-पालक सभेत तर कायम बायकांचंच राज्य असायचं. मला अजून आठवतंय १९८४ मध्ये जेव्हा जिराल्डीन फेरारो यांना उपराष्ट्रपती पदासाठी उमेदवार म्हणून घोषित करण्यात आलं, आम्ही सगळे त्या वेळी जेवणापूर्वीच्या बातम्या पाहत होतो. माझी आई, माझी छोटीशी, गोड आई, तिनं 'गो'च्या डोक्यावरून हात फिरवला आणि म्हणाली, मला वाटतं ही खूपच छान बातमी आहे आणि माझ्या वडिलांनी खट्कन टीव्ही बंद केला आणि म्हणाले, "हे खरं नाही; हा एक मोठ्ठा विनोद आहे. फालतू विनोद. हे म्हणजे माकडानं गाडी चालवावी तसं आहे."

आपण अजून सहन करू शकत नाही हे लक्षात यायला माझ्या आईला अजून पाच वर्षं लागली. एक दिवस मी शाळेतून घरी आलो तेव्हा माझे वडील निघून गेले होते. सकाळी ते घरी होते आणि दुपारी नव्हते. माझ्या आईनं आम्हाला जेवणाच्या टेबलाशी बसवलं आणि सांगितलं, "तुमच्या वडिलांनी आणि मी ठरवलं आहे की आम्ही आता वेगळं राहू. तेच सर्वांसाठी योग्य ठरेल," हे ऐकून 'गो' रडायला लागली आणि म्हणाली, "छान झालं. मला तुमच्या दोघांचाही तिरस्कार वाटतो." आणि नंतर कथा-कादंबऱ्यात दाखवलेलं असतं, त्याप्रमाणे स्वतःच्या खोलीत न पळता ती आईजवळ गेली आणि तिला मिठी मारली.

तर, माझे वडील निघून गेले आणि माझी बारीक, दुखावली गेलेली आई आता जाड आणि सुखी झाली– बऱ्यापैकी जाड आणि अतिशय आनंदी– जणूकाही ती तशीच असायला हवी होती कायम, हवा गेलेल्या फुग्यात हवा भरावी तशी. एका वर्षात ती एक छान आनंदी आणि कामात व्यस्त अशा बाईमध्ये रूपांतरित झाली, जी मरेपर्यंत तशीच राहिली आणि हे पाहून तिची बहीण सतत म्हणायची "नशीब ती जुनी मॉरीन परत आली." जणू काही ज्या बाईनं आम्हाला वाढवलं ती कोणीतरी तोतयाच होती.

आणि माझ्या वडिलांचं म्हणाल तर, अनेक वर्षं महिन्यातून एकदा मी त्यांच्याशी फक्त फोनवर बोलत असे. आमचं बोलणं अगदी नम्रपणे आणि फक्त बातम्या देणं अशा स्वरूपाचं असायचं. काय घडलं त्याची फक्त उजळणी. ॲमीच्या बाबतीत माझे वडील एकमेव प्रश्न विचारायचे, तो म्हणजे, "ॲमी कशी आहे?" आणि "ती छान आहे." या पलीकडे कोणतंच उत्तर अपेक्षित नसायचं. त्यांच्यासाठी नंतर विस्मरणाच्या प्रदेशात हरवतानाही त्यांनी हट्टानं तो परकेपणा जपून ठेवला. 'तुम्ही जर प्रत्येक गोष्ट लवकर केलीत तर तुम्हाला कधीच उशीर होत नाही' हा माझ्या वडिलांचा मंत्र होता. त्यांच्या अल्झायमरच्या बाबतीत पण तो लागू झाला होता बहुतेक. एखाद्या खोल दरीकडे सावकाश प्रवास, ज्यामुळे आम्हाला आमच्या स्वतंत्र, स्त्रीद्वेष्ट्या वडिलांना अशा ठिकाणी ठेवायला लागलं,' जिथे चिकन सूप आणि लघवीचा वास भरून राहिला आहे आणि त्यांच्या मदतीला जिथं स्त्रियाच आहेत. हा!

माझ्या वडिलांमध्ये काही कमतरता होत्या. आमच्या आईनं मला हेच सांगितलं होतं. त्यांच्यात काही कमतरता होत्या; पण त्यांना काही वाईट करायचं नव्हतं. हा तिचा चांगुलपणा होता; पण त्यांनी वाईट केलंच. माझी बहीण आयुष्यात कधी लग्न करेल याविषयी मला शंकाच वाटते. जर ती दुःखी, अस्वस्थ किंवा रागावलेली असेल तर ती एकटीच राहते. तिच्या बायकी अश्रूंची पुरुष खिल्ली उडवतील अशी भीती तिच्या मनात असते. आणि मी, मीही तितकाच वाईट आहे. माझ्यामध्ये जे काही चांगलं आहे, ते माझ्या आईकडून मिळालेलं आहे. मी छान विनोद करू शकतो, मी हसू शकतो, मी चेष्टामस्करी करू शकतो, मी आनंदी राहू शकतो, दुसऱ्याला आधार देऊ शकतो, स्तुती करू शकतो– मी चांगल्या काळात चांगला वागू शकतो– पण मी रागावलेल्या, रडक्या बायकांना हाताळू शकत नाही. माझ्या वडिलांसारखाच संताप माझ्या आतून उफाळून येताना मला जाणवतो. ॲमीनं तुम्हाला त्याबद्दल सांगितलं असतं. ती इथं असती तर तिनं नक्कीच त्याबद्दल सांगितलं असतं.

रॅन्ड आणि मेरीबेथचं लक्ष माझ्याकडे वळण्याआधीच मी त्यांना जरा वेळ न्याहाळत राहिलो. ते माझ्यावर किती रागावले असतील याचा मी विचार करत होतो. त्यांना इतक्या उशिरा कळवून मी अक्षम्य गुन्हा केला आहे. माझ्या नेभळटपणामुळे ती टेनिसच्या खेळाची संध्याकाळ माझ्या सासू-सासऱ्यांच्या कायमची स्मरणात राहील : उबदार संध्याकाळ, कोर्टवर इकडून तिकडे धावणारे ते पिवळे टेनिस बॉल, टेनिसच्या बुटांचा आवाज. त्यांची मुलगी हरवलेली असताना त्यांनी घालवलेली एक साधी नेहमीची गुरुवार संध्याकाळ.

'निक्' मला बघून रॅन्ड इलियट म्हणाला. तीन लांब ढांगात तो माझ्याजवळ

पोहोचला आणि तो मला एखादा ठोसा मारेल, या अपेक्षेत मी असतानाच त्यानं मला घट्ट मिठी मारली.

"तू कसा आहेस?" त्यानं माझ्या मानेत डोकं खुपसून म्हटलं, आणि मला थोपटायला लागला. शेवटी त्यानं एक हुंदका गिळला, माझे हात पकडले आणि म्हणाला, "आपण ॲमीला शोधून काढूच. याखेरीज दुसरं काही होणार नाही. तू विश्वास ठेव." आपल्या निळ्या डोळ्यांनी रॅन्ड इलियटनं माझ्याकडे रोखून पाहिलं आणि परत त्याचा तोल गेला. त्याच्या तोंडून तीन छोटे हुंदके निसटले. मेरीबेथ लगबगीनं त्याच्या दिशेनं आली आणि आपल्या नवऱ्याच्या कुशीत तिनं तोंड लपवलं.

जेव्हा आम्ही बाजूला झालो, तेव्हा तिनं मोठ्ठ्या डोळ्यांनी माझ्याकडे पाहिलं. "हे फक्त दुष्टस्वप्न आहे. वाईट स्वप्न फक्त." ती म्हणाली, "तू कसा आहेस निक्?"

जेव्हा मेरीबेथनं मला विचारलं की 'तू कसा आहेस', तेव्हा तो फक्त उपचार नव्हता, तर तिनं खरंच तो प्रश्न 'विचारला' होता. ती तुला निरखून पाहत होती. मला खात्री आहे की ती माझा अभ्यास करत असणार. माझ्या प्रत्येक विचाराची आणि कृतीची ती नोंद घेणार. इलियट पती-पत्नीची अशी धारणा आहे, की प्रत्येक गुणाचा विचार व्हायला हवा, त्याचं मूल्यमापन करून त्याला योग्य ती जागा मिळायला हवी. प्रत्येक गोष्टीच्या मागे एक कार्यकारणभाव असतो. प्रत्येक गोष्टीला अर्थ असतो आणि त्याचा उपयोग करून घेता येतो. आई, वडील, मुलगी ही तीन अत्यंत पुढं गेलेली माणसं होती. त्यांच्याकडे मानसशास्त्राच्या तीन अद्ययावत अशा पदव्या होत्या. आणि बाकीचे लोक महिन्याभरात जेवढा विचार करत नसतील तेवढा विचार ते दोघं सकाळी उठल्या उठल्या करून टाकतात. मला आठवतंय मी एकदा जेवताना चेरी पाय नको म्हणून सांगितलं होतं, आणि रॅन्डन् डोकं किंचित झुकवलं आणि म्हणाला, "ओह! बंडखोर सुधारक. सोप्या सहज गोष्टी नाकारणारा." मी ते हसून उडवून लावण्याचा प्रयत्न केला आणि सांगितलं की मला चेरी कॉब्लरदेखील आवडत नाही. मेरीबेथनं रॅन्डच्या हाताला हळूच स्पर्श केला. "घटस्फोटामुळे असं सगळं चांगलंचुंगलं अन्न जे आपण सगळं कुटुंब एकत्र खातो, त्या सगळ्या निककरता वाईट आठवणी असणार."

हे खरंतर वेडगळ पण तरीही खूप मोहक होतं, हे सगळे जण मला समजून घेण्याकरता इतका वेळ घालवत आहेत आणि त्याचं उत्तर : मला चेरीच आवडत नाहीत.

साडेअकरापर्यंत पोलीस स्टेशन म्हणजे निरनिराळ्या आवाजांचा कल्लोळ होता.

फोन वाजत होते, लोकं आरडाओरडा करत होते. एक बाई जिचं नाव मला शेवटपर्यंत कळलंच नाही, माझ्या डोक्यात ती फक्त बडबडणारी मान हलवणारी अशीच होती, ती अचानक माझ्याशेजारी अवतरली. ती किती वेळ तिथं होती मला काही कल्पनाच नव्हती "...आणि यातला मुख्य मुद्दा असा आहे की लोकांना ॲमीला शोधायला प्रवृत्त करणं आणि हे समजवणं की ॲमीचं एक कुटुंब आहे जे तिच्यावर प्रेम करतं आणि त्यांना ती परत हवी आहे. आपलं यावर पूर्ण नियंत्रण असेल. निक् तू असं कर... निक्?"

"अं हो."

"लोकांना तिच्या नवऱ्याकडून पट्कन काही खुलासा हवा आहे."

खोलीच्या दुसऱ्या बाजूकडून 'गो' माझ्यापर्यंत येण्याचा प्रयत्न करत होती. ती मला स्टेशनवर सोडून बारकडे गेली होती. अर्धा तास बारमधली कामं निपटून ती आता परत आली होती. जणू काही आठवडाभर तिनं मला सोडून दिलं असावं, अशा तऱ्हेनं ती वागत होती. तिला व्यवस्थित मानानं आत आणण्याच्या कामी नेमलेल्या पोलिसाला बाजूला सारून टेबलांच्या मधून वाट काढत ती माझ्यापर्यंत आली.

"ठीक आहेस ना?" माझा हात दाबून तिनं विचारलं. आम्हाला डन् मुलांना जवळिकीचं प्रदर्शन करता येत नाही. "आज जर आई असती तर किती बरं झालं असतं." ती हळूच म्हणाली. माझ्याही मनात तोच विचार होता. "काही कळलं?" माझ्यापासून बाजूला होत तिनं विचारलं.

"नाही काहीही नाही."

"तू फार वाईट स्थितीत असावास असा दिसतोयस."

"मी फार वाईट स्थितीत आहे." मी तिला सांगण्याच्या बेतात होतो की तिचा दारू न पिण्याचा सल्ला न मानण्याचा मूर्खपणा मी केलाच होता.

"मी तुझ्याजागी असते तर मी ही बाटली संपवली असती." तिनं माझ्या पाठीवर थोपटलं.

"चला वेळ झाली." ती मगाचीच बाई म्हणाली. जुलै ४ चा स्वातंत्र्यदिनाच्या सुट्टीचा आठवडा असूनही बरेच लोक आलेत. तिनं आम्हाला सगळ्यांनाच कॉन्फरन्सरूमकडे हाकलायला सुरुवात केली– ॲल्युमिनियमच्या खिडक्या आणि घडीच्या खुर्च्या, कंटाळलेल्या पत्रकारांचा एक गट– तिनं आम्हाला तिथल्या छोट्या व्यासपीठावर नेलं. मला एखाद्या मध्यम प्रतीच्या मेळाव्यातल्या तिसऱ्या दर्जाच्या वक्त्यासारखं वाटलं. मी माझ्या अर्धवट औपचारिक कपड्यांमध्ये धरून बांधून आणलेल्या अर्धवट झोपेतल्या आणि आपल्याला जेवायला काय असेल याचा विचार करणाऱ्या लोकांपुढे भाषण देतो आहे. पण मला पाहिल्यावर त्या

पत्रकारांच्यात जरा चाळवाचाळव झाली. असं म्हणू या का : माझ्यासारखा तरुण, सभ्य माणूस– तेवढ्यात त्या प्रवक्त्या बाईनं जवळच्या एका स्टॅन्डवर ॲमीचा एक मोठा केलेला फोटो लावला. हा ॲमीचा सगळ्यात सुंदर फोटो होता. असा चेहरा की तुम्ही परत वळून पाहाल, ती इतकी सुंदर आहे? खरंच? ती आहे, होती. मी त्या फोटोकडे पाहत राहिलो आणि मी तसं पाहत असतानाच माझे पटापट फोटो निघाले. मला न्यूयॉर्कमधला तो दिवस आठवला, जेव्हा ती मला भेटली होती; परत : तिचे पिंगे केस, तिच्या मागच्या डोक्याचा आकार एवढंच मला दिसत होतं आणि मी ओळखलं की ती तीच आहे. तो जणू एक संकेत होता. आजवर मी लाखो डोकी पाहिली असतील आयुष्यात; पण मला माहीत होतं की हे ॲमीचंच डोकं आहे, जे त्या सेवन्थ स्ट्रीटवर माझ्या पुढे आहे. मला माहीत होतं की ती तीच आहे, आणि आम्ही एकत्र असणार होतो.

कॅमेऱ्याचे फ्लॅश उडाले. मी वळलो. माझ्या डोळ्यांसमोर अंधारी आली. हे खरं नव्हतं. ज्या गोष्टी नेहमीच्या नसतात त्याचं वर्णन करताना लोकं असंच म्हणतात. मला वाटलं : तुम्हाला कशाचीच कल्पना नाही, नेमकं काय आहे त्याची. माझा हॅन्गओव्हर मला खरोखर त्रास द्यायला लागला होता. माझा डावा डोळा आता थाड्थाड् उडत होता.

कॅमेरे पटापट काम करत होते. आमची दोन्ही कुटुंबं शेजारी शेजारी उभी होती. आमचे ओठ घट्ट मिटलेले. फक्त 'गो' जरा खऱ्या माणसाच्या जवळपास दिसत होती. बाकीचे सगळे आम्ही पुतळे सजवून ठेवावेत तसे दिसत होतो. तिच्या स्टॅन्डवर ॲमीच जास्त जिवंत वाटत होती. आम्ही सगळ्यांनीच अशा प्रकारच्या बातम्यांची परिषद पाहिली होती, जेव्हा इतर कोणी बायका हरवतात. टीव्हीच्या प्रेक्षकांना अपेक्षित असणारा प्रसंग आम्हाला वठवायला लागत होता. काळजी करणारे, तरीही आशा असणारे कुटुंब : तारवटलेले डोळे आणि लोंबणारे हात.

माझं नाव पुकारलं गेलं : सगळ्या खोलीत एक अपेक्षेची लाट उमटली. चला सज्ज व्हा.

जेव्हा नंतर मी ते प्रक्षेपण पाहिलं, तेव्हा मला माझाच आवाज अनोळखी वाटला. मी माझा चेहराही ओळखू शकलो नाही. कालच्या दारूचा परिणाम म्हणून मी एखाद्या आळशी उडाणटप्पू माणसासारखा दिसत होतो. अप्रतिष्ठित वाटू नये इतपतच देखणा. मला भीती होती की माझा आवाज थरथरेल म्हणून मी तर जास्तच शांतपणे, सावकाश बोललो. जणू काही मी एखादा अहवाल वाचत होतो. ''आम्हाला ॲमी फक्त सुरक्षित घरी यायला हवी आहे...'' अगदी परकं आणि न पटणारं... जणू मी कोणतेही आकडे म्हणत होतो.

रॅन्ड इलियट मध्येच उठला, त्यानं माझी बाजू सावरण्याचा प्रयत्न केला : "आमची मुलगी ॲमी, ती खूप गोड आहे आणि उत्साही. आमची एकुलती एक मुलगी आहे ती. ती स्मार्ट आहे. सुंदर आणि चांगली आहे. ती खरंच अमेझिंग ॲमी आहे आणि आम्हाला ती परत हवी आहे. निक्‌ला ती परत हवी आहे." त्यानं माझ्या खांद्यावर हात ठेवला, स्वतःचे डोळे पुसले आणि मी एकदमच ताठरलो. माझे वडील म्हणत : पुरुष रडत नाहीत.

रॅन्ड पुढे बोलत राहिला : "आम्हाला सगळ्यांनाच ती परत हवी आहे. तिची जागा इथं कुटुंबाबरोबर आहे. आम्ही डेज इन मध्ये एक शोध केंद्र सुरू करतोय..."

बातम्यांमध्ये निक् डन्, त्याचे सासू-सासरे रडत असताना त्यांच्याशेजारी पुतळ्यासारखा उभा असलेला दिसेल. हातांची घडी, डोळे भावविहित, कंटाळलेला दिसणारा. आणि मग सगळ्यात वाईट. माझी बऱ्याच वेळानंतरची प्रतिक्रिया; लोकांना कळावं की मी अगदीच फालतू नाही, माझी रिकामी नजर आणि खानदानी चेहऱ्याच्या पलीकडे काही आहे.

तर, ती प्रतिक्रिया, कुठून आली कुणास ठाऊक! रॅन्ड जेव्हा कळवळून आपल्या मुलाच्या सुरक्षित परत येण्याची प्रार्थना करत होता तेव्हा : एक छानसं हास्य!

ॲमी इलियट डन्

५ जुलै, २०१०

डायरीतील नोंद

मी निक्‌ला दोष देणार नाही; नक्कीच नाही. माझं रूपांतर मी एका रागावलेल्या मिटल्या ओठांच्या कुढ्या मुलीमध्ये होऊ देणार नाही. मी निक्‌शी लग्न केलं, तेव्हा मी स्वतःशीच दोन गोष्टी पक्क्या ठरवल्या होत्या. एक : नवऱ्याला नाचणारं माकड करायचं नाही. दोन : ''हो काहीच हरकत नाही. तुला जे करायचं आहे ते तू करू शकतोस,'' असं मी कधीही म्हणणार नाही, (म्हणजे तुला फक्त तुझ्या मित्रांबरोबर वीकेंड घालवायचा असेल किंवा उशिरा घरी यायचं असेल) आणि असं म्हणून त्यानं ते केल्यावर नंतर त्याला त्याबद्दल शिक्षा करायची, असं मी होऊ देणार नाही. मला भीती वाटते की स्वतःला दिलेला शब्द मोडण्याच्या अगदी काठावर येऊन मी उभी आहे.

पण तरीही, आज आमच्या लग्नाचा तिसरा वाढदिवस आहे आणि मी घरात एकटीच आहे. माझा चेहरा अश्रूंनी ओला झाला आहे कारण आज दुपारीच मला व्हॉईसमेलवर निक्‌चा निरोप आला आणि मला कळतंय की हे काही चांगलं नसणार. मला माहीत आहे आता दुसराही निरोप व्हॉईसमेलवर येईल. मला माहित्येय तो सेलफोनवरून फोन करतोय आणि मला पाठीमागे माणसांचे आवाज ऐकू येत आहेत; आणि मग मधेच एक मोठं अंतर, जणू काही तो काय बोलायचं हे ठरवत असावा आणि मग त्याचा टॅक्सीच्या आवाजात मिसळलेला आवाज दारूनं आधीच जड झालेला... मला माहीत आहे की मी चिडणारे – झटकन आत ओढलेला श्वास, घट्ट मिटलेले ओठ, ताठ झालेले खांदे, मला चिडायचं नाही, पण मला माझ्या भावना आहेतच ना? पुरुषांना ही भावना कळेल का? तुम्हाला चिडायचं नसतं, पण तरीही तुम्हाला चिडावंच लागतं. कारण एक

नियम, एक चांगला नियम मोडला जात असतो. कदाचित नियम हा चुकीचा शब्द असावा. शिष्टाचार? पद्धत? पण हे नियम / शिष्टाचार / पद्धत हे सगळं मोडलं जातंय – आमच्या लग्नाचा वाढदिवस – एका चांगल्या कारणाकरता पण मोडलं जातंय, मला कळतंय, खरंच. शेवटी त्या अफवा खऱ्याच होत्या. निक्च्या मासिकातल्या सोळा लेखकांना डच्चू मिळाला. एक तृतीयांश लोकं कमी. अजून तरी निक् वाचलाय, पण अर्थातच त्याला इतरांना बाहेर घेऊन जायला हव- दारू प्यायला. ते सगळे पुरुष आहेत त्यामुळे आल्या प्रसंगाला तोंड देण्याचा आव आणून टॅक्सीत बसून ते आता सेकन्ड अॅव्हेन्यूकडे चालले आहेत. त्यांतील काही लोकं आपल्या घरी बायकोकडे गेले आहेत, पण बरेचसे बाहेरच आहेत. निक् आज आमच्या लग्नाच्या वाढदिवसाची रात्र बाहेर घालवेल; त्या लोकांकरता दारू मागवत, या ठिकाणाहून त्या ठिकाणी, एका बारमधून दुसऱ्या क्लबकडे, वीस बावीस वर्षांच्या मुलींशी चेष्टामस्करी करत, (माझ्या या मित्राला आत्ताच डच्चू मिळालाय, त्याला जवळ घेऊन त्याचं सांत्वन करतात) ही बेकार माणसं निक्ला भला माणूस म्हणून जाहीर करतील. कारण तो त्यांना माझ्या बँक खात्याला जोडलेल्या क्रेडिट कार्डवरून दारू विकत घेऊन देतो. आमच्या लग्नाचा वाढदिवस निक् फारच छान साजरा करणार आहे, अर्थात त्यानं आपल्या फोनच्या वेळी त्याचा उल्लेखही केला नाही, तो नुसता म्हणाला, ''मला माहीत आहे की आपण काहीतरी बेत ठरवला होता पण...''

मी अगदी मुलीसारखीच वागते आहे. मला वाटलं की ती एक परंपरा निर्माण होईल; माझा खजिन्याचा शोध, पूर्ण गावभर वेगवेगळ्या ठिकाणी मी माझ्या प्रेमाचे छोटे छोटे निरोप ठेवलेत. खजिन्याचा भाग. आमच्या गेल्या वर्षाच्या खुणा. माझ्या डोळ्यांसमोर आता तिसरा क्ल्यू येतोय सेन्ट्रल पार्कमध्ये जो रॉबर्ट इंडियानाचा प्रेमाच्या प्रतीकाचा पुतळा आहे. त्याच्या खोबणीत मी तो स्कॉचटेपने चिकटपून ठेवलाय. उद्या एखादा बारा वर्षांचा छोटा पर्यटक मुलगा त्याच्या आई-वडिलांबरोबर फिरताना तो बघेल, उचलून वाचेल आणि काय लिहिलंय हे म्हणून चॉकलेटची चांदी फेकावी तसं फेकून देईल.

माझ्या खजिन्याच्या शोधाचा शेवट मी अगदी व्यवस्थित आखला होता. पण आता तसं होणार नाही. मी त्याच्यासाठी एक सुंदर पारंपरिक ब्रीफकेस घेतली होती. चामड्याची. तिसऱ्या वाढदिवसाला चामड्याची वस्तू द्यायची पद्धत आहे. खरं तर सध्याची कामाची स्थिती बघता कामाशी संबंधित भेटवस्तू ही कल्पना काही फारशी चांगली नाही. आमच्या स्वयंपाकघरात दोन जिवंत लॉब्स्टर आहेत; नेहमीप्रमाणेच. मला माझ्या आईला फोन करून विचारायला हवं ते एक दिवस टिकतील का, की मी आत्ताच त्यांची विल्हेवाट लावायला हवी? कोणी

खाणार नसतानाही मी दोन लॉब्स्टरचा जीव घेणार आहे.

वाढदिवसाच्या शुभेच्छा देण्याकरता माझ्या वडिलांचा मला फोन आला. मी फोन उचलला. मी खरं म्हणजे अगदी शांतपणे बोलणार होते, पण बोलायला सुरुवात केली आणि मला रडायलाच यायला लागलं. मी रडता रडता बोलत होते– किती भयंकर वँ वँ वँ – त्यामुळे मला त्यांना सांगावं लागलं काय झालंय ते, आणि त्यांनी मला सांगितलं की मी एक वाईनची बाटली उघडून आपलं दुःख त्यात बुडवून टाकावं; थोडा वेळ. माझे वडील नेहमीच थोडा वेळ रुसून बसण्याच्या बाजूचे होते, पण तरीही मी रॅन्डला हे सांगितलं म्हणून निक्‌ला राग येईल आणि अर्थातच रॅन्ड निक्‌च्या खांद्यावर मोठेपणानं थोपटेल आणि म्हणेल, ‘‘मी ऐकलं की तुमच्या लग्नाचा वाढदिवसाला तुला अचानक मित्रांबरोबर जावं लागलं निक्?’’ आणि हसेल. त्यामुळे निक्‌ला सगळंच कळेल आणि तो चिडेल, कारण त्याला माझ्या आई-वडिलांना तो अगदी परिपूर्ण आहे असं वाटावं, असंच वाटत असतं. मी नेहमी जेव्हा त्यांना तो कसा निर्दोष आहे याच्या कथा सांगत असते, तेव्हा तो अगदी मनापासून हसतो.

केवळ आजचा दिवस सोडून. मला कळतंय की मी अगदी मुलींसारखी वागत्येय.

सकाळचे पाच वाजले आहेत. सूर्य वर येतो आहे. बाहेरच्या रस्त्यावरच्या नुकत्याच विझलेल्या दिव्यांच्या इतकाच प्रकाशित. मला हा बदल फारच आवडतो. जर मी जागी असेल तर मी तो आवर्जून बघते. कधी कधी जेव्हा मला झोप येत नाही, मी स्वतःला अंथरुणातून बाहेर काढते आणि पहाटे पहाटे रस्त्यावर फिरायला जाते. आणि जेव्हा रस्त्यावरचे दिवे एकदम विझतात, तेव्हा मला नेहमीच असं वाटतं की मी काहीतरी विशेष बघते आहे. मला ओरडावंसं वाटतं, त्या वेळी दिवे बंद झाले! न्यूयॉर्कला पहाटे तीन किंवा चार ही काही फिरण्याची योग्य वेळ नव्हे, कारण तेव्हा बारमधून शेवटी बाहेर निघणारे खूप लोक धडपडत असतात. एकमेकांना हाका मारत टॅक्सीत झोकून देताना, झोपण्यापूर्वी एक शेवटची सिगारेट ओढताना, स्वतःच्या सेलफोनवर गुरकावताना... खूप गोंधळ. ती काही शांत वेळ नसते. पाच वाजता, ही सगळ्यात चांगली वेळ असते जेव्हा रस्त्यावर उमटणारी तुमच्या बुटांची टकटक अतर्क्य वाटते. सगळे लोक आपापल्या कोषात पाठवले गेलेले आहेत आणि सगळं जग तुमचंच असतं.

काय झालं ते असं : निक् पहाटे चारनंतर घरी आला तोच मुळी बिअर, सिगारेट आणि तळलेल्या अंड्याचा वास घेऊन. त्या वासाची त्याच्याशी जणू नाळ जोडली गेली होती. मी जागीच होते, त्याची वाट बघत होते. रात्रभर

'लॉ ॲन्ड ऑर्डर'चे भाग बघून माझा मेंदू बधिर होऊन कोलमडायच्या बेतात होता. तो येऊन आमच्या ओट्टोमनवर टेकला आणि टेबलावर ठेवलेल्या भेटीकडे त्यानं नजर टाकली; पण बोलला मात्र काहीच नाही. मी त्याच्याकडे रोखून पाहिलं. झालेल्या गोष्टीबद्दल माफी वगैरे मागण्याचा विचारही त्याच्या डोक्यात नसावा– मला माफ कर आज जरा गोंधळच झाला. मला फक्त तेवढंच हवं होतं. घडलेल्या गोष्टीचा स्वीकार. बाकी कसलीच अपेक्षा नव्हती माझी.

''लग्नाच्या वाढदिवसाच्या नंतरच्या दिवसाच्या शुभेच्छा.'' मी सुरुवात करते.

तो निःश्वास टाकतो. एक खोल दीर्घ कण्हल्यासारखा उसासा. ''ॲमी, माझ्या आयुष्यातला एक अत्यंत वाईट दिवस संपवून आलोय मी आज. त्याच्यावर तू आता अपराधगंड देऊ नकोस मला.''

निक् अशा वडिलांजवळ लहानाचा मोठा झालाय की जे स्वतःच्या चुकीसाठी कधीही क्षमा मागत नसत, त्यामुळेच जेव्हा जेव्हा आपल्या चुकीची निक्‌ला जाणीव होते, तेव्हा तेव्हा तो जास्तच आक्रमक होतो. मला या गोष्टीची पूर्ण कल्पना आहे आणि बहुतेक वेळी मी शांत राहू शकते. नेहमीच.

''मला फक्त वाढदिवसाच्या शुभेच्छा द्यायच्या आहेत.''

''वाढदिवसाच्या शुभेच्छा, माझा नालायक नवरा ज्यानं या महत्त्वाच्या दिवशी माझ्याकडे दुर्लक्ष केलं.''

काही क्षण आम्ही दोघंही शांत बसलो. माझ्या पोटात गोळा आला. मला आता वाईटपणा घ्यायचा नव्हता. माझी नक्कीच चूक नव्हती. निक् उठून उभा राहिला.

''मग कसा होता आजचा दिवस?'' मी मख्खपणे विचारते.

''कसा होता? भयंकर वाईट होता. माझ्या मित्रांपैकी सोळा जण आता बेकार आहेत. अगदी दुःखद प्रकार होता तो. माझ्यावर पण ही वेळ येईल बहुतेक आणखी काही महिन्यांत.''

मित्र. ज्या लोकांबरोबर तो आज गेला होता, त्यातले अर्धे लोकं त्याला आवडतही नाहीत; पण मी काहीच बोलले नाही.

''मला कळतंय निक् आता तुला त्याच्या झळा तीव्र वाटत आहेत, पण...''

''तुला कधीच इतक्या तीव्र झळा लागणार नाहीत ॲमी. नाही तुझ्याकरता ते कधीच इतकं भयंकर असणार नाही. पण आमच्यासारख्यांसाठी? आमच्यासाठी हे फार वेगळं आहे.''

तीच जुनी कैफियत. मला कधीही पैशांचा विचार करावा लागला नाही, ना पुढे कधी लागेल या गोष्टीची निक्‌ला चीड येते आणि त्यामुळे मी इतरांपेक्षा जरा नाजूक झाले आहे, असंही त्याला वाटतं. अर्थात, ते अगदी चुकीचं आहे असं मी

म्हणणार नाही. पण मीही काम करते. मलाही घड्याळ्याच्या तालावर नाचावं लागतं. माझ्या काही मैत्रिणी आहेत ज्यांनी कधीही काम केलेलं नाही. नोकरी करणाऱ्यांबद्दल त्या ज्या सुरात बोलतात, ते ऐकण्यासारखं असतं. एखाद्या सुंदर चेहऱ्याच्या पण जाड्या मुलींबद्दल बोलताना जसा कीव केल्याचा स्वर असतो ना तसं. थोडंसं पुढे झुकून त्या म्हणतील, ''अर्थातच, एलनला नोकरी करणं गरजेचं आहे.'' त्यात त्या माझा समावेश करत नाहीत. त्यांना माहिती आहे मी केव्हाही नोकरी सोडू शकते. मी धर्मादाय संस्था, घर सजावट, बागकाम किंवा स्वयंसेवी कामातही आयुष्य घालवू शकते. मला अशा कामांमध्ये काळ व्यतीत करणं चुकीचं वाटत नाही. ज्या बायकांना लोकं नावं ठेवतात, त्यांच्या हातूनच बहुधा सुंदर आणि उत्कृष्ट कामं होतात, पण तरीही मी नोकरी करते.

''निक् मी सतत तुझ्याबरोबर आहे. आपल्याला काहीही प्रश्न येणार नाही. माझे पैसे तुझेच आहेत.''

''विवाहपूर्व करार वेगळंच सांगतो.''

तो नशेत आहे. आमच्यातला विवाहपूर्व कराराचा उल्लेख तो नशेत असतानाच करतो. त्या वेळी त्याची सगळी नाराजी उफाळून येते. मी त्याला शेकडो वेळा, अक्षरशः शेकडो वेळा सांगितलं आहे. अगदी स्पष्ट शब्दांत सांगितलं आहे : विवाहपूर्व करार हा माझ्यासाठी केलेला नाही, अगदी माझ्या आई-वडिलांसाठीही नाही. तो फक्त त्यांच्या वकिलांकरता आहे. तो फक्त एक आवश्यक व्यवहार आहे. त्याचा आपल्याशी काहीही संबंध नाही. तुझ्याशी नाही आणि माझ्याशीही नाही.

तो स्वयंपाकघराकडे जातो. त्याचं पाकीट आणि काही चुरगाळलेल्या नोटा कॉफी टेबलावर टाकतो, एका कागदाचा चुरगळा करून आणखी काही क्रेडिटकार्डाच्या पावत्यांबरोबर कचऱ्यात फेकून देतो.

''असं बोलणं चुकीचं आहे निक्.''

''ही भावनापण भयंकर आहे ॲमी.''

तो आमच्या घरातल्या बारकडे जाऊ लागतो– त्याच्या त्या दारुड्यासारख्या लडखडत्या चालीनं– आणि स्वतःकरता थोडं मद्य ओतून घेतो.

''तू उद्या आजारी पडशील अशानं.'' मी म्हणते.

स्वतःलाच चिअर्स केल्यासारखा तो ग्लास उंच करतो, ''तुला कधी ते कळलंच नाही ॲमी, तुला ते कळणं शक्यच नाही. मी वयाच्या चौदाव्या वर्षापासून काम करतो आहे. मला त्या टेनिस कॅम्प किंवा कसल्या लेखनाच्या कार्यशाळा आणि कुठल्याशा परीक्षांसाठीच्या पूर्वतयाऱ्या, हे असलं न्यूयॉर्क सिटीमधल्या लोकांना मिळतं तसल्या गोष्टी कधीही उपलब्ध नव्हत्या. त्याचं मुख्य कारण

म्हणजे त्या वेळी मी मॉलमधली टेबलं पुसणं, बागेतील तण काढणं आणि हानिबालला जाऊन पर्यटकांसमोर त्या हकलबरी फिनसारख्या पोशाखात मनोरंजन करणं हे उद्योग करत होतो आणि मध्यरात्री मी फनेल केकचे तवे घासण्यात घालवल्यात.''

मला एकदम हसण्याची ऊर्मी आली. अगदी खदखदून हसावंसं वाटू लागलं. असं पोट धरून हसणं की ज्यात निक् वाहून जाईल, आणि मग आम्ही दोघंही हसायला लागू आणि हे सगळं संपून जाईल. ही या फालतू नोकऱ्यांवरून आलेली अस्वस्थता. निक्बरोबर लग्न केल्यावर एक गोष्ट माझ्या चांगलीच लक्षात आली आहे. लोकांना पैशाकरता किती भयंकर काय काय करावं लागतं. निक्शी लग्न झाल्यापासून मी अन्नाच्या रूपात येणाऱ्या लोकांशी नेहमी चांगलं वागते.

''या मासिकापर्यंत नुसतं पोचण्याकरता इथल्या कोणत्याही माणसापेक्षा मला कितीतरी जास्त कष्ट करावे लागले आहेत. वीस वर्षं! वीस वर्षं मला फक्त या स्थानावर पोचण्याकरता लागली आणि आता हे सगळं माझ्या हातातून निसटून चाललं आहे, आणि ते टाळण्याकरता काय करावं याची काडीमात्र कल्पना मला नाही. मला जर परत घरी जाऊन त्या डबक्यात खितपत पडायचं नसेल तर मला काहीतरी करावंच लागेल.''

''पुन्हा एकदा हक् फिन् होण्याचं तुझं वय केव्हाच उलटून गेलंय.'' मी म्हणते.

''खड्ड्यात जा ॲमी.''

आणि तो बेडरूमकडे निघून जातो. यापूर्वी तो मला असं कधीच बोललेला नाही, पण हे शब्द त्याच्या तोंडून ज्या सहजपणे निघून गेले– आणि हे माझ्या आधी कधीच लक्षात आलेलं नव्हतं– मला वाटतं की त्याच्या मनात ते असणारच. खूपदा. जिचा नवरा तिला खड्ड्यात जा असं म्हणतो, अशा प्रकारची मी बाई असेन असं मला कधीच वाटलं नव्हतं. आणि आम्ही असं ठरवलं होतं की आपलं भांडण कधीही बिछान्यापर्यंत लांबवायचं नाही. तडजोड, संवाद आणि रात्री झोपायच्या आत भांडण संपवायचं– नवविवाहितांना दिला जाणारा, वारंवार दिला जाणारा अनाहूत सल्ला. पण आताशा अशी परिस्थिती आहे की मी एकटीच तडजोड करत्येय; आमच्या संवादातून काहीच निष्पन्न होत नाही, आणि निक् कुढण्यात अगदी पटाईत आहे. एखादा नळ बंद करावा तसा तो भावना कोंडू शकतो. एव्हाना तो घोरायलाही लागला आहे.

आणि मग माझा माझ्यावर ताबाच राहिला नाही. माझा खरंतर या सगळ्याशी

काही संबंध नाही आणि निक्‌ला कळलं तर तोही डोक्यात राख घालेल; पण तरीही : मी कचऱ्याच्या डब्याजवळ जाते आणि त्याने फेकलेल्या पावत्या काढून घेते. आता मला कळेल रात्रभर तो कुठे होता ते. दोन बार, दोन स्ट्रीप क्लब्ज. माझ्या डोळ्यांसमोर त्या प्रत्येक जागेचं चित्र उभं राहतं की कसा तो माझ्याबद्दल त्याच्या मित्रांशी चर्चा करत असेल. बोलतच असणार तो माझ्याबद्दल. त्याशिवाय का तो खत्रूडपणाचा विचार इतक्या सहजपणे बाहेर आला. मी एका महागड्या स्ट्रीप क्लबमध्ये त्यांची कल्पना करते. ते पॉश क्लब ज्यामध्ये पुरुषांना आपण राजा असल्यासारखं वाटावं, जिथं स्त्रिया फक्त त्यांच्या सेवेसाठी असतात. ध्वनी स्पष्ट होऊ नये म्हणून जाणीवपूर्वक केलेली रचना आणि कानठळ्या बसवणारं संगीत म्हणजे तिथं कोणाला एकमेकांशी बोलताच येऊ नये. एक उन्नत वक्षांची स्त्री माझ्या नवऱ्याच्या मांडीवर बसलेली (सगळी गंमत म्हणे नुसती) तिचे मोकळे केस, रंगवलेले ओलसर ओठ, पण या सगळ्यामुळे मी घाबरून जायला नको, मी हे सगळं गंमत म्हणूनच घ्यायला हवं, त्याची मजा लुटायला हवी. मी 'मोकळ्या मनाची' असणं अपेक्षित आहे.

मग मी तो चुरगाळलेला कागद सरळ करते. त्यावर एका मुलीचं हस्ताक्षर आहे– हान्ना– आणि एक फोन नंबर. हे सिनेमातल्या सारखं असतं तर, मला वाटतं, एखादं फालतू नाव, कॅन्डी किंवा बॅम्बी असं नाव ते तुम्ही हसून सोडून देऊ शकता. किंवा मिस्टी आणि त्यातल्या आयवरच्या टिंबाच्या ऐवजी बदाम, असं काहीसं. पण नाही. हे हान्ना आहे जी कदाचित माझ्याप्रमाणेच खरीखुरी हाडामासाची स्त्री असू शकेल. निक्‌नं कधी मला फसवलेलं नाही. हे शपथेवर सांगितलंय त्यानं; पण मला हेही माहिती आहे की त्याला भरपूर संधी आहे. मी जर त्याला हान्नाबद्दल विचारलं तर तो म्हणेल, मला कल्पना नाही तिनं मला तिचा नंबर का दिला त्याची, पण मी तो न घेणं उद्धटपणाचं ठरलं असतं ना म्हणून मग मी तो ठेवून घेतला. हे खरं असेल किंवा नसेलही. तो मला फसवू शकेल आणि मला कळणारही नाही आणि मग मला कळत नाही म्हणून तो मला आणखीनच कमी लेखेल. रोज सकाळी नाश्ता करताना तो मला बघेल तेव्हा मी किती मूर्ख आहे ते त्याला जाणवेल आणि एखाद्या मूर्खाचा कोण कशाला मान ठेवेल?

आणि हान्नाला हातात घेऊन मी पुन्हा एकदा रडते आहे.

ही एक पूर्णपणे बायकी गोष्ट आहे म्हणजे केवळ मित्रांबरोबर असणारी अशी रात्र घ्यायची आणि त्याचं रुपांतर एखादं लग्न मोडून टाकणाऱ्या प्रतारणेत करून टाकायचं!

काय करावं ते मला कळतच नाही. मला एखाद्या कर्कश कोळिणीसारखं

किंवा एखाद्या मूर्ख पायपुसण्यासारखं वाटतंय. नक्की काय वाटतंय कोणास ठाऊक! मला खरंतर रागवायचं नाहीये, मी रागावणं बरोबर आहे की नाही हेही मला कळत नाही. मी एखाद्या हॉटेलमध्ये जाऊन राहावं का, माझ्या मनात विचार येतो. एखाद्या वेळी त्यानं माझा विचार केला तर कुठे बिघडलं?

मी होते तिथेच काही वेळ बसून राहिले आणि मग एक खोल श्वास घेऊन आमच्या दारूच्या दर्पानं वेढलेल्या बेडरूमकडे वळते. जेव्हा मी बिछान्यात शिरते, तेव्हा तो माझ्याकडे वळतो, माझ्याभोवती आपले हात वेढून माझ्या मानेत आपलं तोंड खुपसतो आणि जवळजवळ एकाच वेळी आम्ही एकमेकांना म्हणतो, 'आय ॲम सॉरी.'

निक् डन्

एक दिवसानंतर...

फ्लॅशबल्बचा लखलखाट होताच मी चेहऱ्यावरचं हास्य पुसून टाकलं. पण मला उशीरच झाला. उष्णतेचा झोत माझ्या मानेवर सरकताना जाणवला. माझ्या नाकावर घामाचे थेंब जमा झाले. 'मूर्ख निक् मूर्ख.' आणि मी स्वतःला सावरत असतानाच ती वार्ताहर परिषद संपली. आता आणखी वेगळी कुठलीही प्रतिक्रिया द्यायला फार उशीर झाला होता.

मी इलियट पती-पत्नीबरोबर बाहेर पडलो. पुन्हा पुन्हा उडणाऱ्या फ्लॅशमुळे मी मान खाली घातली होती. मी जवळजवळ दाराबाहेर पडलोच होतो, तेवढ्यात गिलपीन दुडक्या चालीनं माझ्याजवळ आला आणि मला थांबवत म्हणाला, ''एक मिनिट थांबू शकतोस का निक्?''

आम्ही मागच्या ऑफिसच्या दिशेनं जात असताना त्यानं आत्तापर्यंत काय घडलं ते मला सांगितलं. ''तुझ्या घराजवळचं ते घर होतं ना ज्यात लोकं घुसलेत असं तुला वाटत होतं, तिथं आम्ही शोध घेतला. तिथं काही लोकांनी अड्डा जमवला असावा असं मानायला जागा आहे म्हणून आम्ही प्रयोगशाळेतल्या लोकांना तिथं पाठवलं आणि तुमच्या वसाहतीच्या कोपऱ्यावरचं आणखी एक घर आम्हाला आढळलं जिथे असे लोक राहत असावेत.''

''मला म्हणायचं आहे की या गोष्टीमुळे मला सतत चिंता वाटते की आजकाल असे भटके लोक सगळीकडे आढळून येतात. हे संपूर्ण गावच जणू या कावलेल्या बेकार लोकांनी ओसंडून वाहतं आहे.'' मी म्हणालो.

एक वर्षापूर्वीचं कार्थेज हे एक व्यापारी केंद्र असणारं गाव होतं, आणि ते व्यापारी केंद्र म्हणजे रिव्हरवे मॉल, हे जणू एक छोटंसं स्वयंपूर्ण शहरच असावं तसं होतं. एके काळी इथल्या लोकसंख्येचा मोठा हिस्सा म्हणजे जवळपास चार हजार स्थानिक लोकं इथे काम करत होते. १९८५ मध्ये तो सुरू झाला. एक

अशी जागा जी मध्य पश्चिमेतील सगळ्यांना खरेदीसाठी आकर्षित करेल. मला त्याचं उद्घाटन झालं तो दिवस अजूनही आठवतोय. तिथल्या प्रचंड मोठ्या पार्किंगच्या जागेवर जी प्रचंड गर्दी जमली होती, त्यात आम्ही चौघं अगदी शेवटी उभे होतो. मी आणि 'गो', मॉम, डॅड, आम्ही ते उत्सवी वातावरण पाहत होतो. आमच्या वडिलांना नेहमीच कुठूनही पटकन सटकता यायला हवं असे. अगदी बेसबॉलची मॅच बघायला गेलो तरीही आम्ही अगदी बाहेर पडण्याच्या दरवाजाजवळ गाडी लावून ठेवत असू आणि आठव्या इनिंग्जलाच बाहेर पडत असू. मी आणि 'गो' अनिवार्यपणे अंगावर सॉसचे डाग पडलेले, उन्हानं तापलेले असे कुरकुरत असू. आम्हाला कधीच खेळाचा शेवट पाहायला मिळत नाही. पण या वेळी मात्र हे लांबून बघणं आमच्या फारच पथ्यावर पडलं होतं. कारण त्यामुळे तो संपूर्ण कार्यक्रम आमच्या नजरेच्या टप्प्यात सामावला होता : ती आतुर गर्दी, जी सामूहिकपणे एका पायावरून दुसऱ्या पायावर भार टाकत डोलत होती, लाल, पांढऱ्या आणि निळ्या रंगाच्या व्यासपीठावर उभे असलेले ते महापौर, त्यांचे ते घुमणारे शब्द– अभिमान, वृद्धी, समृद्धी, यश व्यापाराच्या युद्धभूमीवरचे हातात चेकबुक आणि विणलेल्या पिशव्या घेतलेले जणू सैनिकच. उघडणारी दारं, त्या थंड हवेत घुसण्यासाठीची रेटारेटी, मागे सुरू असणारं मंद पार्श्वसंगीत, ते हसतमुख विक्रेते, आमचे शेजारीच खरंतर... त्या दिवशी आमच्या वडिलांनी आम्हाला चक्क आत जाण्याची मुभा दिली. त्या दिवशी चक्क रांगेत उभं राहून आमच्यासाठी काहीतरी आणलं त्यांनी. संत्र्याच्या सरबतानं भरलेले कागदी कप!

जवळजवळ पाव शतक रिव्हरवे मॉल दिमाखात सुरू राहिला. मग मंदीची लाट आली आणि त्यात रिव्हरवेमधलं एकेक दुकान वाहून गेलं आणि सरतेशेवटी रिव्हरवे म्हणजे फक्त एक पोकळ वासा म्हणून उरलं. आता ते फक्त वीस लाख चौरस फुटांचं फोलपट शिल्लक आहे. कोणतीही कंपनी त्याच्यावर दावा सांगायला पुढे आली नाही, ना कोणा व्यापाऱ्यानं त्याचं पुनरुज्जीवन करण्याचा घाट घातला. त्याचं काय करावं याची कोणालाच कल्पना नव्हती, किंवा तिथे काम करणाऱ्या इतक्या सगळ्या लोकांचं काय झालं, तेही माहीत नव्हतं. त्यात माझी आईसुद्धा आली. याच दरम्यान तिची शू-बी-डू-बी या पादत्राणांच्या दुकानातली नोकरीही गेली. दोन दशकं! वाकण्याची, सावरण्याची, खोके निवडून वेगळे करण्याची, घामट पायमोजे वेगळे करण्याची दोन दशकं, चाहूल न देता हळूच निसटून गेली.

रिव्हरवे मॉलच्या अधःपाताच्या परिणामस्वरूप कार्थेज कर्जाच्या खाईत डुबलं. लोकांच्या नोकऱ्या गेल्या, त्यांनी आपली घरं गमावली. कोणाच्याही आयुष्यात आशेचा किरणही उरला नाही. आम्हाला कधीच शेवट पाहायला मिळत नाही;

पण या वेळी मात्र मला आणि 'गो'ला तो बघायला मिळाला असं दिसतंय. आम्हाला सर्वांनाच खरंतर.

माझी मनःस्थिती या दिवाळखोरीशी सुसंगतच होती. गेल्या काही वर्षांपासून मला फार कंटाळल्यासारखं झालं होतं. हा एखाद्या अस्वस्थ, कुरकुरणाऱ्या लहान मुलाचा कंटाळा नव्हता (मी म्हणाल तर तसलाच मुलगा होतो), पण एक तीव्र गडद अशा उदासीनतेचं हे मळभ माझ्या मनावर पसरलं होतं. या जगात आता नवीन काही घडणारच नाही, अशीच जणू माझ्या मनाची धारणा झाली होती. आपला समाज हा पूर्णपणे परावलंबी आहे. (अर्थात, परावलंबी हा शब्द टीका करण्याकरता वापरतानाही परावलंबीच असतो म्हणा) कोणतीही गोष्ट पहिल्यांदाच पाहण्याचं भाग्य ज्यांच्या नशिबात नाही असे मानवजातीतले पहिले मानव आपण आहोत. जगातील महान आश्चर्यांकडेसुद्धा आपण विझलेल्या डोळ्यांनी मख्खपणे पाहतो. मोनालिसा, पिरॅमिड्स, एम्पायर स्टेट बिल्डिंग. जंगलातील आक्रमक जनावरं असोत, प्राचीन हिमखंड कोसळत असोत किंवा ज्वालामुखींचा उद्रेक असो, आपल्याला काहीच फरक पडत नाही. जिचा संबंध एखाद्या सिनेमाशी किंवा एखाद्या टीव्ही कार्यक्रमाशी जोडला जात नाही, अशी एकही आश्चर्यकारक गोष्ट मला आठवत नाही. काही नाही तर रसाळ्या जाहिराती. ते एक भयंकर गाणं माहीत आहे ना सीऽऽऽ न इट. मी अक्षरशः सगळं पाहिलंय आणि त्यातली सर्वांत वाईट गोष्ट ज्यामुळे माझं डोकं खरोखर फिरतं ती गोष्ट म्हणजे प्रत्यक्ष अनुभवापेक्षा हा परानुभवच चांगला असतो. त्यात प्रतिमा जास्त स्पष्ट, दृश्य जास्त रेखीव असतं. कॅमेऱ्याचा कोन आणि पार्श्वसंगीतामुळे माझ्या भावना अशा प्रकारे उचंबळून येतात, जशा प्रत्यक्षात कधीच येत नाहीत. आता या टप्प्यावर आपल्यात थोडीतरी मानवता शिल्लक राहिली आहे का नाही, अशीच मला कधी कधी शंका येते. आणि इतरही आपल्यासारखेच असतात जे टीव्ही, सिनेमे आणि आता इंटरनेट यांच्याबरोबर मोठे होतात.

जर कोणी आपला विश्वासघात केला तर कोणते शब्द वापरावेत, हे आपल्याला माहीतच असतं; एखाद्या प्रिय व्यक्तीचा मृत्यू होतो, आपल्याकडे भावना व्यक्त करायला योग्य शब्द असतात. आपल्याला मिरवायचं असेल, आपली हुशारी दाखवायची असेल, मूर्खपणानं वागायचं असेल, सगळ्याकरता आपल्यापाशी शब्द उपलब्ध असतात. आपण सगळे जण तीच घासून गुळगुळीत झालेली भाषा वापरतो.

हा काळ इतका कठीण आहे की वेगवेगळ्या भूमिका निभावण्याऐवजी एक माणूस म्हणून जगणं, एक अस्सल व्यक्ती असणं, हे अतिशय अवघड आहे. आपण फक्त निरनिराळ्या कठपुतळ्या असतो.

आणि जर आपण नाटकच करत असू तर मग अंतरंगसख्य (सोलमेट) ही संकल्पनाच फिजूल आहे. कारण खऱ्या अर्थानं आपल्याकडे आत्माच नाही.

आता हे सगळं अशा एका टप्प्यावर येऊन थांबलंय, जिथे कशामुळेच फरक पडत नाही. कारण मी तर अस्सल माणूस नाहीच आहे आणि इतर कोणीसुद्धा नाही.

काल रात्री ज्या खोलीत माझी चौकशी केली गेली, त्याच खोलीचं दार गिलपीननं उघडलं. टेबलाच्या मध्यभागी ॲमीचा चंदेरी खोका होता.

माझी नजर त्या टेबलावरच्या खोक्यावर खिळून राहिली. या नवीन ठिकाणी तो अगदी अभद्र वाटत होता. माझ्या मनावरून भयाचं एक पटल सरकून गेलं. मला आधीच का नाही सापडला तो? आधीच सापडायला हवा होता मला.

''बघ तो.'' गिलपीन म्हणाला. ''तुला बघण्याकरताच ठेवलाय तो.''

मी जरा घाबरतच तो उघडला. जणू काही आतून एखादं कापलेलं मुंडकंच निघणार असावं. पण त्यातून फक्त निळसर रंगाचं एक गुळगुळीत पाकीट निघालं. ज्यावर लिहिलेलं आहे : पहिला क्ल्यू.

गिलपीन मानभावीपणे हसला. ''आमचा गोंधळ तू समजू शकशील. इथं एक व्यक्ती बेपत्ता आहे आणि आम्हाला हे 'पहिला क्ल्यू' असं लिहिलेलं पाकीट सापडलं.''

''ते खजिन्याच्या शोधाचा एक भाग आहे, जो माझी बायको–''

''हो. तुमच्या लग्नाच्या वाढदिवसाकरता. तुझे सासरे म्हणाले तसं.''

मी पाकीट उघडलं, आणि आतून आकाशी रंगाचा एक जाडसर कागद बाहेर पडला– ॲमीचे विशिष्ट कागद– एक घडी घातलेला. माझ्या घशाशी कडूजहर आवंढा आला. या खजिना शोधाच्या खेळातून एक प्रश्न अनिवार्यपणे माझ्या मनात उसळून यायचा, 'ॲमी नक्की कोण आहे?' (गाढ्या बायकोच्या डोक्यात नक्की काय शिजतंय? या गेलेल्या वर्षात तिच्यासाठी सर्वांत महत्त्वाची गोष्ट कोणती होती? कोणत्या गोष्टींनी तिला जास्त आनंद दिला? ॲमी, ॲमी, ॲमी. सतत ॲमीचाच विचार करू या.)

पहिला क्ल्यू वाचताना आपोआपच माझे दात आवळले गेले. गेल्या वर्षीची आमच्या लग्नाची एकूण स्थिती बघता, त्यातून माझी प्रतिमा अगदी भयंकर अशीच रंगवली जाणार आहे. आधीच्या चित्रात ही नवीन भर!

मी कल्पना करते तुझी विद्यार्थी असण्याची
असा देखणा आणि शहाणा शिक्षक मिळण्याची

माझं मन उमलून येतं (आणि माझ्या मांड्यासुद्धा!)
मी जर असते तुझी विद्यार्थिनी
तर मला गरज नाही फुलाबिलांची
तुझ्या कामाच्या वेळेतली
एक चुटूकशी भेट आहे मला पुरेशी!
चल ऊठ, कामाला लाग
आणि या वेळी माझ्याकडून
तुला मिळेल काही खास.

ही माझ्या पर्यायी आयुष्याची रूपरेखा होती. जर का गोष्टी माझ्या बायकोच्या मनाप्रमाणे घडल्या असत्या, तर काल मी हे वाचत असताना ती माझ्या अवतीभोवती घोटाळली असती. माझ्याकडे अपेक्षेने बघत तिच्या अंगांगातून होणारा आशेचा निर्यास मला जाणवला असता : हे ओळख प्लीज. मला समजून घे.

आणि मग शेवटी न राहवून म्हणाली असती, 'मग?' आणि मी म्हटलं असतं,

"अरे, मला महिती आहे हे! ती माझ्या ऑफिसबद्दल बोलत असेल. मी ज्युनियर कॉलेजमध्ये साहायक प्राध्यापक आहे. मला वाटतं तसंच असणार ते, हो ना?" मी डोळे बारीक करून ते पुन्हा वाचलं. "या वर्षी तिनं सोपं केलंय वाटतं माझ्यासाठी."

"मी तुला तिकडे घेऊन जाऊ का?" गिलपीननं विचारलं.

"नको, माझ्याकडे'गो'ची गाडी आहे."

"मग मी तुझ्या पाठोपाठ येतो."

"तुला ते इतकं महत्त्वाचं वाटतंय?"

"असं बघ, यामुळे ती ज्या दिवसापासून बेपत्ता झाली त्याच्या आधीच्या एक-दोन दिवसांतल्या हालचाली आपल्याला कळतील. त्यामुळेच ते कमी महत्त्वाचं नाही." त्यानं त्या कागदाकडे पाहिलं. "हे किती गोड आहे ना? एखाद्या सिनेमातल्यासारखं– खजिन्याचा शोध. मी आणि माझी बायको एकमेकांना एखादं कार्ड देतो, क्वचित बाहेर जेवायला जातो, बस्स. पण तुम्हाला मात्र हे छान जमलेलं दिसतंय. प्रेमातला गोडवा टिकवून ठेवणं."

गिलपीनने जराशी लाजल्यासारखी मान खाली घातली आणि किल्ल्या खुळखुळत बाहेर जाण्याची तयारी केली.

कॉलेजनं अत्यंत मोठ्या मनानं मला एक शवपेटीसारखं ऑफिस देऊ केलं होतं. त्यात एक टेबल, दोन खुर्च्या आणि एक कपाट या गोष्टी जेमतेम मावल्या

होत्या. गिलपीन आणि मी उन्हाळी विद्यार्थ्यांच्या मधून वाट काढत पुढे गेलो. विद्यार्थ्यांमध्ये काही अगदी लहान मुलं (जी अगदी कंटाळलेली पण तरीही आपल्या विश्वात मग्न, त्यांची बोटं पटापट मोबाईलवर संदेश टाइप करताना किंवा गाणी वाजवण्यासाठी हलत होती) आणि काही गंभीर प्रौढ विद्यार्थी, जे मला वाटतं की मॉलमधली नोकरी संपल्यामुळे नवीन करिअरच्या शोधात असणारे.

"तू काय शिकवतोस?"

"पत्रकारिता, नियतकालिकांशी संबंधित पत्रकारिता." एक मुलगी जी चालता चालता मोबाईलवर संदेश टाइप करत होती, ती मध्येच मला धडकली. मान वरदेखील न करता ती तशीच बाजूला झाली. मला त्यामुळे जरा वैतागल्यासारखंच झालं. आपल्या मर्यादेपलीकडे गेल्यासारखं. प्रौढ.

"मला वाटलं की तू पत्रकारिता सोडून दिली आहेस आता."

मी हसलो, "असं कोणाला सोडता येतं..."

मी ऑफिसचं कुलूप उघडून आतल्या गुदमरवणाऱ्या मातकट हवेत पाऊल टाकलं. मी या उन्हाळ्यात सुट्टी घेतली होती, त्यामुळे गेले कित्येक आठवडे मी इथे फिरकलोही नव्हतो. तिथल्या माझ्या टेबलवर दुसरं पाकीट होतं. दुसरा क्ल्यू अशी अक्षरं मिरवणारं.

"तुझी किल्ली नेहमी तुझ्याजवळच असते?" गिलपीननं प्रश्न केला.

"हो."

"मग ॲमीनं ती कशी मिळवली असू शकेल?"

मी त्या पाकिटाची कड एका बाजूनं फाडली.

"आमच्या घरी एक जादाची किल्ली आहे." ॲमी प्रत्येक गोष्ट जादा करून ठेवायचा– बऱ्याच वेळा गोष्टी हरवण्याची मला सवय आहे. किल्ल्या, क्रेडिटकार्ड, सेलफोन; पण मला हे गिलपीनला सांगावंसं वाटलं नाही. नाहीतर पुन्हा एखादा फुटुंबातील बाळ अराण्याबद्दल टोमणा ऐकायला मिळायचा, "का?"

"म्हणजे इथे कधी आली तर तिला थेट येता यावं म्हणून असेल. मधे कुणाला भेटायला नको. शिपाई वगैरेंना."

"इथे फ्रेडी क्रूगरच्या प्रकारचे लोक नाही आढळलेले कधी."

"मी ते तसले सिनेमे कधीच पाहिले नाहीत." गिलपीन उत्तरला.

पाकिटात घडी घातलेले दोन कागद होते. एकावर बदामाच्या आकाराचं हृदय होतं आणि दुसऱ्यावर लिहिलं होतं, दुसरा क्ल्यू.

दोन चिठ्ठ्या वेगवेगळ्या. माझ्या पोटात गोळा आला. ॲमीनं यात काय लिहिलं असेल परमेश्वरालाच माहीत. बदामाची खूण असलेली चिठ्ठी मी उघडली. गिलपीनला येण्यापासून रोखता आलं असतं तर बरं झालं असतं, असं मला

वाटलं आणि माझ्या नजरेला त्यातले पहिले शब्द पडले.

माझा प्रिय पती निक्,

तू किती हुशार आहेस हे सांगायला माझ्या मते ही अगदी योग्य जागा आहे– ही विद्येचे माहेरघर असलेली जागा. मी ही गोष्ट नेहमी बोलून दाखवत नाही, पण तुला बघून मला थक्क व्हायला होतं; तुला असणारी माहिती, त्या छोट्या छोट्या गोष्टी, त्या विचित्र सत्यकथा आणि कुठल्याही सिनेमाचा संदर्भ पकडू शकणारी तुझी तल्लख बुद्धी, तुझं चातुर्य, कोणतीही गोष्ट सुंदर शब्दांमध्ये मांडण्याची तुझी हातोटी. मला कधी कधी वाटतं की अनेक वर्षांच्या सहवासानंतर आपण एकमेकांना किती आवडतो हे काही वेळा जोडप्यांना विसरायलाच होत असेल. मला आठवतंय आपल्या पहिल्या भेटीत मी तुझ्यामुळे किती दिपून गेले होते. आज मला तुला पुन्हा एकदा सांगायचं आहे की आजही मी तशीच दिपलेली आहे. आणि तुझ्या बाबतीतली ती माझी एक आवडती गोष्ट आहे; तू किती हुशार आहेस.

माझा जीव भांड्यात पडला. गिलपीन माझ्या खांद्याच्या वरून डोकावून वाचत होता, त्यानं एक उसासा टाकला. ''किती गोड बाई आहे ही!'' तो म्हणाला. मग किंचित घसा खाकरत त्याने विचारलं, ''अं, हं, हे कुणाचं...?''

त्यानं पेन्सिलीच्या रबराकडल्या टोकाचा उपयोग करून एक स्त्रियांचं अंतर्वस्त्र उचललं होतं. (नेमकेपणाने सांगायचं तर ती एक चड्डी होती, टाचकी, लेस असलेली, लाल रंगाची– पण मला माहीत आहे बायको या शब्दाला घाबरतात – तुम्ही फक्त गुगलवर शोधून बघा) एसीच्या एका बटणावर ती लटकत होती.

''अरे देवा! हे किती लाजिरवाणं आहे.''

गिलपीन मी काय सांगतो ते ऐकायला थांबला होता.

''अं, एकदा ॲमी आणि मी, तुम्ही वाचलीत ना तिची चिठ्ठी, आम्ही जरा एकदा... कळलं ना तुम्हाला आयुष्यात थोडा चटपटीतपणा हवा असतोच ना?''

गिलपीन हसला. ''हो कळलं मला. रंगेल प्राध्यापक आणि खट्याळ विद्यार्थी. मला समजतंय. तुम्ही दोघं अगदी योग्य तेच करत होतात.'' मी ते घेण्याकरता हात पुढे केला, पण गिलपीननं आधीच पुरावे गोळा करण्याची थैली काढली आणि त्यात ती सरकवली. ''नुसती सावधगिरी.'' तो गूढपणे म्हणाला.

''असं नको म्हणूस,'' मी म्हटलं. ''ॲमी गेलेली...'' मी स्वतःला थांबवलं.

''काळजी करू नकोस निक्, हे सर्व आम्हाला करावं लागतं मित्रा. आम्हाला कोणकोणत्या दिव्यातून जावं लागतं, त्याची तुला कल्पनासुद्धा येणार नाही.

'असू देत, असू देत' असं म्हणावं लागतं. मूर्खपणा सगळा. त्या क्ल्यूमध्ये काय म्हटलंय?''

मी त्याला पुन्हा एकदा माझ्या खांद्यावरून डोकावून वाचून दिलं. त्याच्या भडक ताज्या गंधानं माझं लक्ष विचलित होत होतं.

''मग याचा अर्थ काय असेल?'' त्यानं विचारलं.

''मला काहीच कल्पना नाही.'' मी थाप मारली.

शेवटी एकदाचं गिलपीनला चुकवून सटकण्यात मला यश आलं. आता मी हायवेवरून निरुद्देश गाडी फिरवत होतो. मला माझ्या मोबाईलवरून एक फोन लावायचा होता; पण पलीकडून काही उत्तरच मिळत नव्हतं. मी कुठलाही निरोप ठेवण्याच्या भानगडीत पडलो नाही. कुठे तरी जाण्याच्या हेतूने निघावं तसं मी आणखी थोडा वेळ जात राहिलो आणि मग परत उलटं वळून मी पंचेचाळीस मिनिटं प्रवास करून पुन्हा गावाच्या दिशेनं आलो. मला इलियट पती-पत्नींना भेटायला डेज इन मध्ये जायचं होतं. मी हॉटेलच्या लॉबीमध्ये शिरलो तेव्हा तिथे मिडवेस्ट पेरोल व्हेन्डर्स असोसिएशनच्या सदस्यांची गर्दी होती. चाकं असलेल्या बॅगांनी मोकळी जागा भरून गेली होती. त्यांचे मालक स्वागताप्रीत्यर्थ दिलेल्या पेयांचे घुटके घेत एकमेकांशी सूत जमवण्याच्या प्रयत्नात होते. चेहऱ्यावर उसनं हास्य आणून खिशातून व्यावसायिक कार्डांची देवाणघेवाण सुरू होती. मी लिफ्टमध्ये शिरताना माझ्याबरोबर चार माणसं होती. चौघंही टक्कल पडायला लागलेले खाकी पॅन्ट, गोल्फ शर्ट घातलेले, सुटलेल्या पोटावर कमरेचा पट्टा ओघळलेले.

स्वतःच्या सेलफोनवर बोलत बोलतच मेरीबेथनं माझ्याकरता दार उघडलं; टीव्हीकडे बोट दाखवत ती हलक्या आवाजात म्हणाली, ''तुला काही खायचं असेल तर तिथे आहे त्यातलं घे हं राजा'' आणि मग ती बाथरूममध्ये शिरली. बंद दाराआडून तिच्या कुजबुजीचा आवाज कानावर येत होता.

काही मिनिटांनी ती बाहेर आली तेव्हा नेमकी सेंट लुईसहून प्रसारित होणाऱ्या स्थानिक बातम्यांची वेळ झाली होती. त्याची सुरुवातच ॲमीच्या बेपत्ता होण्याच्या बातमीपासून झाली. ''अगदी योग्य फोटो.'' मेरीबेथ टीव्हीकडे बघून हलकेच म्हणाली. टीव्हीतून ॲमी आमच्याकडे बघत होती. ''लोकांनी बघितलं की ॲमी नक्की कशी दिसायची याची त्यांना कल्पना येईल.''

मला ते पोर्ट्रेट– ॲमीनं एकदा अभिनयाच्या क्षेत्रात शिरायचा प्रयत्न केला होता तेव्हाचा फोटो– सुंदर पण अस्वस्थ करणारं वाटायचं. ॲमीचे फोटो पाहताना आपल्याला नेहमी ती आपल्याकडे रोखून पाहते आहे, अशी भावना मनात यायची. जुन्या काळच्या त्या झपाटलेल्या घरांमध्ये फोटो असतात ना, डोळे

डावीकडे उजवीकडे फिरणारे, तसे.''

''आपण त्यांना थोडे नैसर्गिक पोझमधले फोटो द्यायला हवेत.'' मी म्हणालो. ''जे रोजच्या आयुष्यातले असतात तसे.''

त्या दोघांनी पाठोपाठ मान डोलावली, पण बोलले मात्र काहीच नाहीत. नुसतेच टीव्ही पाहत राहिले. जेव्हा बातमी संपली, तेव्हा रॅन्ड शांतता भेदत म्हणाला, ''मला आजारल्यासारखं वाटतंय.''

''मला माहीत आहे.'' मेरीबेथ म्हणाली.

''तू ठीक आहेस ना निक्?'' रॅन्डनं विचारलं. तो सोफ्यावर पुढे झुकून हात गुडघ्यांवर ठेवून अशा प्रकारे बसला होता की जणू काही त्याला उठायचं होतं, पण उठता येत नव्हतं.

''माझ्या डोक्याचं खोबरं झालंय खरं सांगायचं तर. मला इतकं निरुपयोगी असल्यासारखं वाटतंय.''

''निक् हे विचारणं भाग आहे, पण तुझ्या कर्मचाऱ्यांचं काय?'' शेवटी रॅन्ड उठून उभा राहिला. तो खोलीत असणाऱ्या मिनीबारकडे गेला आणि स्वतःकरता जिंजर एल* ओतून घेतलं आणि माझ्याकडे व मेरीबेथकडे वळून त्यानं विचारलं, ''कोणाला हवंय काही?'' मी मान हलवली, मेरीबेथनं क्लबसोडा मागितला.

''तुला त्यात जिन पण हवी आहे का?'' रॅन्डनं त्याच्या खर्जातल्या आवाजात विचारलं.

''हो. चालेल.'' मेरीबेथनं डोळे मिटून घेतले आणि ती पुढे वाकली. आपला चेहरा गुडघ्यांच्यामध्ये आणून तिनं एक खोल श्वास घेतला आणि मग आधीच्या नेमक्या स्थितीत येऊन बसली. जणू काही ते योगाचं एखादं आसनच असावं.

''मी त्यांना सगळ्यांची नावं दिली आहेत.'' मी म्हटलं. ''पण आमचा व्यवसाय इतका साधा आहे, मला नाही वाटत की तिथे चौकशी करून काही फायदा होईल.''

रॅन्डनं आपल्या चेहऱ्यावर हात ठेवून वरच्या बाजूला चोळल्यासारखं केलं. त्याच्या गालांवरचं मांस डोळ्याखाली जमा झालं. ''आम्हीही आमच्या व्यवसायाबद्दल तेच करतो आहोत निक्.''

रॅन्ड आणि मेरीबेथ अमेझिंग ॲमी मालिकेला नेहमीच स्वतःचा व्यवसाय मानत आले. मला मात्र तो सगळाच मूर्खपणा वाटत आलाय. ती लहान मुलांची पुस्तकं आहेत. एक आदर्श मुलगी जी प्रत्येक पुस्तकाच्या मुखपृष्ठावर दाखवली आहे. माझ्या ॲमीचं व्यंगात्मक चित्र. पण अर्थातच तो त्यांचा व्यवसाय (होता)

---

* जिंजर एल : एक प्रकारचं आल्याच्या स्वादाचं पेय.

आहे. मोठ्ठा व्यवसाय. जवळजवळ दोन दशकं प्राथमिक शाळेत त्याचा महत्त्वाचा सहभाग होता. मुख्यतः प्रत्येक प्रकरणाच्या शेवटी असणाऱ्या प्रश्नोत्तरांमुळे.

उदाहरण द्यायचं झालं तर तिसऱ्या इयत्तेत अमेझिंग ॲमी तिच्या मित्राला, ब्रायनला– वर्गातल्या कासवाला– गरजेपेक्षा जास्त खाणं घालताना पकडते. ती त्याला समजावण्याचा खूप प्रयत्न करते, पण ब्रायन आपला हट्ट सोडत नाही. मग तिला शिक्षकांकडे त्याची चुगली करण्यावाचून काही पर्यायच उरत नाही. "मिसेस टिब्बल्स, मला चहाड्या करायच्या नाहीत; पण काय करावं ते काही मला कळत नाहीये. मी स्वतः ब्रायनला समजावण्याचा पुष्कळ प्रयत्न केला... पण आता मला वाटतं आहे की मला कोण्या मोठ्या माणसाची मदत लागेल..."
परिणाम :

१) ब्रायननं ॲमीला सांगून टाकलं की विश्वास ठेवायला अजिबात लायक नाही आणि तिच्याशी बोलणं बंद केलं.
२) तिची जराशी भित्री असलेली मैत्रीण सूझी म्हणाली की ॲमीनं सांगायलाच नको होतं. ब्रायनच्या नकळत तिनं जास्तीचं अन्न काढून घ्यायला हव होतं.
३) ॲमीची शत्रू जोआना म्हणाली ॲमीला ब्रायनचा मत्सर वाटत होता. तिला स्वतःला त्या कासवाला भरवायचं होतं.
४) ॲमीनं माघार घेतली नाही– तिला वाटत होतं की तिनं योग्य तेच केलंय.

कोणाचं बरोबर आहे?

हे सांगणं अगदीच सोप्पं आहे. कारण ॲमी नेहमीच बरोबर असते. प्रत्येक कथेत तिचं वागणं योग्य. (आणि असं समजू नका की मी हे खऱ्या ॲमीशी बोललेलो नाही, कारण तिच्याशी वाद घालताना मी अनेक वेळा हा मुद्दा काढलेला आहे.)

आणि या प्रश्नमंजूषा– ज्या दोन मानसशास्त्रज्ञांनी लिहिल्या आहेत, जे तुमच्यासारखे पालकही आहेत! त्यांचा हेतूच मुळी तुमच्या मुलांच्या व्यक्तिमत्त्वाचे विशेष शोधून काढणं आहे : तुमचं छोटंसं बाळ एक कुढणारं मूल आहे का ज्याला ब्रायनसारखीच स्वतःची चूक दाखवलेली आवडत नाही? की सूझीसारखं कणाहिन व्यक्तिमत्त्व? की जोआनसारखं काड्या टाकणारं? का मग ॲमीसारखं आहे तुमचं मूल अगदी आदर्श? त्या वेळी उदयाला येत असलेल्या तथाकथित सजग सुसंस्कृत वर्गात ही पुस्तकं फारच प्रचलित होती. पालकत्वाच्या कल्पनांमध्ये ते अगदी मैलाचा दगड होतं. मूल वाढवतानाच्या समस्यांचं उत्तर : इलियटस् या

सगळ्यात श्रीमंत झाले. एक वेळ तर असं समजलं जात होतं की अमेरिकेतील प्रत्येक शालेय ग्रंथालयात अमेझिंग ॲमीची पुस्तकं असणारच.

"तुला हे सगळं ॲमेझिंग ॲमीशी संबंधित असेल अशी भीती वाटतेय का?"

"काही माणसं आहेत अशी, ज्यांची चौकशी केली तर काही बिघडणार नाही." रॅन्ड म्हणाला.

मी एक उपरोधिक हास्य त्याच्या दिशेनं फेकलं. "म्हणजे तुला असं वाटतंय का की ज्युडिथ वियोर्स्टनं ॲमीचं अलेक्झांडरकरता अपहरण केलं असावं म्हणजे मग त्याला आणखी भयंकर दिवसांना तोंड द्यावं लागणार नाही?"

रॅन्ड आणि मेरीबेथनं वळून माझ्याकडे पाहिलं, दोघांच्याही चेहऱ्यावर निराशेचे, आश्चर्याचे भाव होते. माझं बोलणं अगदी हीन पातळीवरचं होतं; पण माझा मेंदू असेच असंबद्ध विचार, नको त्या वेळी फेकण्यात पटाईत होता. या मानसिक वातावर माझा ताबा नव्हता. म्हणजे जेव्हा जेव्हा ती पोलीस अधिकारी माझ्या समोर यायची, तेव्हा तेव्हा आपोआप माझ्या मनात 'बोनी मोरोनी' या गाण्याच्या ओळी वाजायला लागायच्या. 'शी इज ॲज स्किनी ॲज अ स्टीक ऑफ मॅकरोनी' (मॅकरोनीच्या काडीसारखी बारीक तिची काया). जेव्हा ऱ्होंडा बोनी मला माझ्या बेपत्ता पत्नीच्या शोधाकरता नदीतला गाळ उपसण्याबद्दल सांगत होती, तेव्हा माझ्या मेंदूत या ओळी वाजत होत्या. 'बचावाचा पवित्रा' मी स्वतःचीच समजूत घातली. दुसरं काही नाही, हा विचित्रपणा म्हणजे केवळ बचावाचा पवित्रा. मला हे थांबायला हवंय.

मी हलकेच माझी बसण्याची स्थिती बदलली आणि हळुवारपणे बोलायला सुरुवात केली; जणू माझे शब्द म्हणजे काचेच्या वस्तूच असाव्यात. "मला क्षमा करा. मी काय बोलतोय ते मला कळतच नाही."

"आपण सगळेच थकलोय." रॅन्ड समजुतीनं म्हणाला.

"आपण त्या वियोर्स्टना ताब्यात घ्यायला सांगू," मेरीबेथ म्हणाली. "आणि ती कुत्री बिव्हर्ली क्लिअरी, तिला पण." पण तिच्या बोलण्यात विनोदापेक्षा क्षमेचा भागच जास्त होता.

"मला वाटतं की मी तुमच्या कानावर घालायला हवं, पोलिसांच्या मते अगदी स्वाभाविकपणे अशा प्रकारच्या केसमध्ये..."

मी बोलत असताना रॅन्डनं मला अडवलं, "नवऱ्याचाच संशय घेतला जातो. मला माहिती आहे. मी सांगितलं त्यांना की ते वेळेचा अपव्यय करत आहेत. आम्हाला त्यांनी जे काही प्रश्न विचारले..."

"ते अगदी अपमानास्पद होते." मेरीबेथनं त्याचं वाक्य पूर्ण केलं.

"म्हणजे ते तुमच्याशी बोलले तर, माझ्याबद्दल?" मी मिनीबारकडे वळलो आणि सहजपणे ग्लासमध्ये जिन ओतून घेतली. मी एका पाठोपाठ तीन घोट घेतले आणि माझी परिस्थिती आणखीनच बिघडली. माझी आतडी आता जणू गोळा व्हायला लागली होती. "काय विचारलं त्यांनी?"

"तू कधी ॲमीला दुखापत केली आहेस का... ॲमीनं कधी तू तिला वाईट वागवल्याचा उल्लेख केला होता का..." मेरीबेथनं सांगायला सुरुवात केली. "तुझी चालचलणूक कशी आहे... ॲमीनं कधी तू तिला फसवल्याची तक्रार केली होती का... तसं असतं तर ॲमीनं सांगितलं असतं ना? मी त्यांना स्वच्छ सांगितलं की, आमची मुलगी काही गरीब गाय नाही."

रॅन्डनं माझ्या खांद्यावर हात ठेवला. "निक् हे खरंतर आम्ही आधीच सांगायला हवं होतं. आम्हाला खात्री आहे की तू कधीही अगदी कधीही ॲमीला दुखावणार नाहीस. मी पोलिसांना तू त्या बीच हाऊसमध्ये उंदराला कसं वाचवलं होतंस, ही गोष्टसुद्धा सांगितली." त्यानं अपेक्षेनं मेरीबेथकडे मान वळवली, जणू तिला ती गोष्ट माहीतच नव्हती. मग तीही अगदी लक्षपूर्वक त्याचं बोलणं ऐकू लागली. "एक तासभर तो त्या उंदराला पकडण्यासाठी धडपडत होता आणि सापडल्यावर तो त्याला लांब कुठेतरी सोडून आला. असा माणूस स्वतःच्या बायकोला दुखावेल, हे शक्य तरी आहे का?"

अपराधीपणाची, स्वतःबद्दलच्या तिरस्काराची एक तीव्र लाट माझ्या मनावर येऊन आदळली. एक क्षणभर मला शेवटी अगदी रडू येईलसं वाटलं.

"आम्ही तुझ्यावर खूप प्रेम करतो निक्," रॅन्ड माझा खांदा दाबत म्हणाला.

"खरंय निक्," मेरीबेथनं री ओढली. "तू मुलगाच आहेस आमचा. एकतर हे ॲमीच्या जाण्याचं दुःख आणि वरून तुला या संशयाला तोंड द्यावं लागतंय. या गोष्टीचंच आम्हाला मनस्वी दुःख होतंय."

मला त्यातला 'संशय' हा शब्द आवडला नाही. त्याऐवजी मला साधी चौकशी किंवा औपचारिकता असं म्हटलं असतं तरी चाललं असतं.

"हा, त्यांना तुमच्या त्या रात्रीच्या रेस्टॉरन्टमधल्या आरक्षणाबद्दल शंका वाटत होती जरा." मेरीबेथ जरा अति सहजपणे म्हणाली.

"माझं आरक्षण?"

"ते म्हणाले की तू त्यांना असं सांगितलंस की त्या रात्रीकरता तू 'ह्यूस्टन्स'मध्ये टेबल राखून ठेवलं होतंस म्हणे. त्यांनी चौकशी केली तेव्हा कळलं की तसं काहीच नाही. त्यांना त्या गोष्टीत फारच रस वाटत होता."

मी ना टेबल राखून ठेवलं होतं, ना माझ्याकडे कोणतीही भेटवस्तू होती. जर

मी खरोखर त्या रात्री तिला मारणार असतो, तर मग मी टेबलही ठेवलं असतं, आणि तिच्यासाठी एखादी भेटवस्तूही आणली असती, जी मी तिला कधी दिलीच नसती. व्यावहारिक खुन्याची लक्षणं.

आणि मी अत्यंत व्यावहारिक आहे. माझे मित्र नक्कीच या गोष्टीची खात्री देतील.

"अं नाही. मी टेबल राखून ठेवलंच नव्हतं. त्यांचा काहीतरी गैरसमज झाला असावा. मी सांगेन त्यांना तसं."

मी मेरीबेथच्या समोरच्या कोचावर जवळजवळ कोसळलोच. रॅन्डनं परत मला स्पर्श करू नये, असं मला वाटत होतं.

"बरं बरं ठीक आहे." मेरीबेथ म्हणाली. "अं, तिनं... म्हणजे या वर्षी तुम्ही खजिन्याचा शोध केला होतात...?" तिचे डोळे पुन्हा एकदा लाल झाले. "म्हणजे आधी..."

"हो. त्यांनी आज मला पहिला क्ल्यू दिला. दुसरा क्ल्यू मला आणि गिलपीनला माझ्या कॉलेजमधल्या ऑफिसात सापडला. मी अजून त्याचा अर्थ लावण्याचा प्रयत्न करतोय."

"आम्ही बघू शकतो का?" माझ्या सासूनं विचारलं.

"माझ्याजवळ नाहीये आता." मी थाप मारली.

"तू... तू ते शोधण्याचा प्रयत्न करशील ना?" मेरीबेथनं विचारलं.

"हो मेरीबेथ. मी नक्की शोधेन."

"तिच्या, तिनं हाताळलेल्या वस्तू नुसत्या तशाच पडून राहण्याची कल्पनाही मला सहन होत नाही– "

माझा फोन वाजला. तोच तो तात्पुरता असलेला. मी त्यावरचं नाव पाहिलं आणि बंद करून टाकला. मला त्याची वाट लावून टाकायला हवी, पण मला ते अजून जमलेलं नाही.

"तू खरं म्हणजे आलेला प्रत्येक फोन घ्यायला हवास निक्" मेरीबेथ म्हणाली.

"हा मला माहीत आहे– माझ्या कॉलेजच्या माजी विद्यार्थी फंडासाठी वर्गणी मागणारा."

रॅन्ड सोफ्यावर माझ्याजवळ येऊन बसला. सोफ्याच्या त्या प्राचीन चोळवटलेल्या गिरद्या आमच्या एकत्रित वजनानं खाली दबल्यामुळे आम्ही एकमेकांकडे झुकलो. आमचे दंड एकमेकांना स्पर्श करत होते आणि रॅन्डला त्यात काहीच वावगं वाटत नव्हतं. रॅन्ड अशा प्रकारचा माणूस आहे की ज्याच्या देहबोलीवरूनच समोरच्याला कळतं की त्याला स्पर्शाची ओढ जास्त आहे. पण समोरच्यालाही तसंच वाटतं की नाही, हे तो कधीच लक्षात घेत नाही.

मेरीबेथनं संभाषण परत मूळ विषयाकडे वळवलं. ''आम्हाला तरी असंच वाटतंय की 'ॲमी'चं वेड असणाऱ्यानंच तिला पळवलं असणार.'' स्वतःचं म्हणणं पटवून देण्याकरता ती माझ्याकडे वळली. ''गेली अनेक वर्षं अशी लोकं बघतोय ना आम्ही.''

ॲमीला तिचं वेड असणाऱ्या माणसांच्या गोष्टी आवडायच्या. आमच्या वैवाहिक आयुष्याच्या काळात अनेक वेळा वाईन घेत, गप्पा मारताना दबक्या आवाजात तिनं तिचा पाठलाग करणाऱ्या, तिच्यावर पाळत ठेवणाऱ्या माणसांविषयी सांगितलं आहे. ती माणसं जी बाहेर मोकाट आहेत, जी सतत तिचा विचार करतात, तिची कामना करतात. मला संशय होता की या सगळ्या गोष्टी जरा फुगवून सांगितलेल्या असाव्यात. ही माणसं पण ना अगदी योग्य तितकीच 'धोकादायक असतात– म्हणजे पोलिसांपर्यंत जाण्याइतकी धोकादायक नाहीत, पण मला काळजी नक्की वाटत राहील. थोडक्यात काय तर, एक असं आभासी जग ज्यात मी ॲमीचं रक्षण करणारा निधड्या छातीचा हिरो होतो. ॲमी इतकी आधुनिक, इतकी स्वयंपूर्ण आहे की ती हे सत्य कधीच स्वीकारू शकणार नाही : की तिला स्वतःला संकटात सापडलेल्या नायिकेच्या रूपात पाहायला फार आवडायचं.

''इतक्यात?''

''नाही. इतक्यात नाही कोणी.'' मेरीबेथ जरा चाचरत म्हणाली. ''पण मागे एकदा शाळेत एक अशी एक अस्वस्थ मुलगी होती.''

''अस्वस्थ? म्हणजे कशी?''

''तिला ॲमीचं फार वेड होतं. म्हणजे ॲमेझिंग ॲमीचं. तिचं नाव होतं हिलरी हॅंडी– पुस्तकातल्या ॲमीची जी जिवलग मैत्रीण असते सूझी, त्या रूपात ती स्वतःला बघायची. सुरुवातीला ते सगळं खूप गोड वाटायचं. पण मग मात्र तेवढंच पुरेसं नव्हतं. तिला सूझीची दुय्यम भूमिका नकोच होती. तिला अमेझिंग ॲमीच व्हायचं होतं. मग तिनं आमच्या ॲमीचं अनुकरण करायला सुरुवात केली. ती तिच्यासारखेच कपडे करायची. तिनं केसही तसेच पिंगट रंगवून घेतले. ती न्यूयॉर्कच्या आमच्या घराबाहेर घुटमळत राहायची. एकदा तर मी रस्त्यातून चालत जात असताना ही विचित्र मुलगी माझ्याकडे धावत आली, माझ्या हातात आपला हात गुंफला आणि म्हणायला लागली, ''आता मीच तुमची ॲमी होणार आहे. मी ॲमीला मारून टाकणार आणि तुमची मुलगी होणार. नाहीतरी तुम्हाला काहीच फरक पडत नाही, हो की नाही? तुम्हाला काय एक ॲमी असली की झालं. जणू काही आमची मुलगी म्हणजे एक कादंबरीच होती, जी ती पुन्हा लिहिणार होती.''

''शेवटी आम्ही तिला ॲमीपासून दूर करण्याची परवानगी मिळविली, तिनं

ॲमीला पायऱ्यांवरून खाली ढकलण्याचाही प्रयत्न केला. रॅन्डनं सांगितलं. ''फार वेडी मुलगी. अशा प्रकारची मानसिकता कधीच बदलत नसते.''

''आणि मग देसी.'' मेरीबेथ म्हणाली.

''हो देसी.'' रॅन्ड म्हणाला.

देसीबद्दल मलाही माहीत होतं. ॲमी मेसाच्युसेट्समधल्या एका विक्शायर ॲकॅडमी नावाच्या बोर्डिंग शाळेत शिकली. मी बघितलेत ना फोटो ॲमीचे – लॅक्रोजचे स्कर्ट आणि केसांच्या पट्ट्यांमधले. मागची रंगसंगती नेहमीच पानगळीच्या मोसमात असते तशी. जणू काही शाळा एखाद्या गावात नसून, फक्त ऑक्टोबर महिन्यात वसलेली आहे. विक्शायरची जी मुलांसाठी असणारी निवासी शाळा होती, त्यात हा देसी कॉलिंग्ज शिकायला होता. ॲमीच्या गोष्टींमध्ये तो एक फिकटसा- रोमॅन्टिक व्यक्तिमत्त्वाचा मुलगा होता. आणि त्यांच्या प्रणयाची जातकुळी, अगदी निवासी शाळेतील प्रेमप्रकरणं जितपत फुलतील, त्याच पद्धतीची होती. थंडीतले फुटबॉलचे सामने, धुंद करणारी नृत्यं, लायलॅक फुलांचे गुच्छ, जुन्या जग्वार गाडीतल्या फेऱ्या... सगळं कसं जुन्या काळातल्यासारखं.

ॲमी देसीबरोबर जवळजवळ वर्षभर फिरली असेल. पण नंतर मात्र तिला त्याची जरा भीतीच वाटू लागली. त्या दोघांचं लग्न जणू काही ठरलंच असावं, अशा पद्धतीने तो बोलायला लागला होता. आपल्याला किती मुलं असावीत हेही त्यानं ठरवून ठेवलं होतं. त्यांना चार मुलं असणार होती आणि चारही मुलगेच असणार होते. हे जवळपास देसीच्या स्वतःच्याच कुटुंबासारखं चित्र दिसत होतं, आणि जेव्हा त्यानं ॲमीची त्याच्या आईशी भेट घडवून आणली, तेव्हा त्या दोघींमधल्या साम्यानं तिला जरा अस्वस्थच वाटायला लागलं होतं. त्याच्या आईनं थंडपणे ॲमीच्या गालांवर ओठ टेकवले होते आणि तिच्या कानात कुजबुजली, ''गुडलक.'' ही धमकी होती का धोक्याची सूचना, हे ॲमीला कधी समजलंच नाही.

पुढे जेव्हा ॲमीनी देसीशी संबंध तोडले, तेव्हा नंतर बरेच दिवस तो विक्शायर शाळेच्या परिसरात रेंगाळताना दिसायचा. गडद कोट घालून तो भुतासारखा वावरताना दिसत असे. हिवाळ्यातल्या पानगळ झालेल्या ओकच्या पर्णहीन झाडांना रेलून तो उभा असायचा. फेब्रुवारीतील एका रात्री ॲमी जेव्हा एका नृत्याच्या कार्यक्रमावरून परत आली, तेव्हा तिला तो तिच्या बिछान्यात आढळून आला. झोपेच्या गोळ्यांचा मोठा डोस घेऊन तो संपूर्ण नग्नावस्थेत तिच्या बिछान्यावर निपचित पडला होता. त्यानंतर लवकरच त्यानं शाळा सोडली.

पण तो तिला फोन करत राहिला, अगदी आतासुद्धा वर्षातून अनेक वेळा

तिला जाड पाकिटं येत असतात. मला दाखवल्यावर ॲमी न उघडताच त्यांना कचऱ्याची टोपली दाखवायची. त्यांच्यावर इथून चाळीस मिनिटांवर असणाऱ्या सेंट लुईसचा शिक्का असायचा. "हा इतका भयंकर योगायोग आहे." तिनं मला एकदा सांगितलं होतं. देसी तिच्या आईच्या माहेरच्या नात्यातला होता. अर्थात, तिला यापेक्षा जास्त काहीच माहिती नव्हती. एकदा मी कचऱ्यातून एक पत्र काढून वाचलं होतं. अल्फ्रेडो सॉस लागून ते चिकट झालेलं होतं. ते इतकं फालतू पत्र होतं. त्यानं त्यात टेनिसबद्दल, प्रवासाबद्दल आणि इतर तसल्याच त्या काळातल्या गोष्टींबद्दल लिहिलं होतं. मी, हा सडसडीत, नखरेबाज, टाय लावणार चष्मिश माणूस आमच्या घरात घुसून त्याच्या मऊमऊ हातांनी ॲमीवर झडप घालू पाहतोय, अशी मनाशी कल्पना करून पाहिली. त्याच्या विन्टेज गाडीच्या मागे तिला घेऊन व्हरमॉन्टमध्ये फिरतोय. देसी. तो देसी असेल असं कुणाच्या मनात तरी येऊ शकेल का?

"देसी तसा इथून जवळच राहतो, सेंट लुईसला." मी म्हटलं.

"बघ," रॅन्ड म्हणाला, "मग हे पोलिसांना का माहिती नाही?"

"कोणीतरी पाहायला हवं," मी म्हटलं. "इथला शोध थांबला की उद्या मी जाईन."

"पोलिसांना हे काम जवळच्याच कुणीतरी केलं असावं असं खात्रीनं वाटतंय." मेरीबेथ म्हणाली. तिची नजर एक दीर्घ क्षण माझ्यावर खिळून राहिली आणि मग एखादा विचार मनातून झटकून टाकावा, तशी ती शहारली.

ॲमी इलियट डन्

२३ ऑगस्ट, २०१०

डायरीतील नोंद

उन्हाळा. पाखरं. सूर्यप्रकाश. आजचा संपूर्ण दिवस मी प्रॉस्पेक्ट पार्कच्या आसपास भटकण्यात घालवला. माझी त्वचा नाजूक आणि माझी हाडं फुटत होती. अगदी दुःख आणि निराशेच्या वादळाशी सामना करत. पण ही सुधारणाच म्हणायला हवी, कारण आधीच तीन दिवस मी नुसतेच घरात बसून काढले होते. कपडेसुद्धा न बदलता. पाच वाजेपर्यंतचा वेळ कसाबसा ढकलायचा, म्हणजे मी ड्रिंक घ्यायला मोकळी. दार्फर*मधल्या लोकांची स्थिती किती वाईट आहे हे स्वतःला पटवून द्यायचा प्रयत्न करायचा; म्हणजे मग स्वतःच्या दुःखाकडे बघण्याचा दृष्टिकोन बदलतो. अर्थात, हेही एक प्रकारे दार्फरच्या लोकांचं शोषणच आहे म्हणा.

मागच्या आठवड्यात किती किती घटना घडून गेल्या. मला वाटतं तेच कारण असेल. इतक्या गोष्टी एकदम घडून आल्यानंच मला असा भावनिक ताण आला असेल. महिन्याभरापूर्वीच निक्‌ची नोकरी गेली. खरंतर मंदीचा प्रभाव संपत आलाय म्हणे, पण हे कोणालाच कळत नाहीये. आणि निक्‌ची नोकरी गेली. त्यानं भाकीत केलं होतं तसंच- नोकरकपातीची दुसरी फेरी. पहिल्या फेरीनंतर काही आठवड्यांतच. अरेरे, आम्ही पुरेशी माणसं कमी नाही वाटतं केली. मूर्ख लेकाचे.

सुरुवातीला मला वाटलं निक् ठीक आहे. त्याला केव्हापासून काय काय करण्याची इच्छा होती. त्या सगळ्या गोष्टींची एक मोठ्ठी यादी त्यानं केली आहे.

---

* दार्फर : सुदानमधील एक भाग जिथे यादवी युद्ध सुरू होते.

त्यांतल्या काही गोष्टी अगदीच क्षुल्लक आहेत. त्यानं घड्याळांच्या बॅटरी बदलून घड्याळं पुन्हा सुरू केली, त्यानं आमच्या सिंकच्या खालचा पाइप बदलला. त्यानं आम्ही आधी रंगवलेल्या पण आम्हाला न आवडलेल्या खोल्या पुन्हा रंगवून काढल्या. असं तो खूप काही करू बघतोय. जेव्हा आयुष्यात काहीच घडत नसतं तेव्हा असं काही छोटं छोटं घडलेलंही किती छान वाटतं. मग तो मोठ्या गोष्टींकडे वळला. त्यानं 'वॉर अॅन्ड पीस' वाचायला घेतलं. तो आता अरेबिक शिकण्याचा प्रयत्न करतोय. येत्या काही दशकांमध्ये कोणती कौशल्यं चलनी नाणी ठरतील, हे तो अजमावून बघतोय. हे सगळं बघताना मला फार दुःख होतं, पण अर्थातच त्याच्याकरता मी ते दाखवायचं टाळते.

"तू ठीक आहेस ना?" मी त्याला विचारत राहते.

सुरुवातीला मी फार मनापासून प्रयत्न केला, कॉफी पिताना, त्याच्या नजरेला नजर भिडवून, त्याचा हात हातात घेऊन. पुढे पुढे मी ते सगळं वरच्यावर हसून न्यायचा प्रयत्न केला, सहजपणे, येता जाता त्याला विचारायचं. मग मी हळुवारपणे त्याच्या मनात शिरण्याचा प्रयत्न केला. बिछान्यात, त्याच्या केसांमधून हात फिरवत.

पण त्याचं आपलं एकच ठरलेलं उत्तर. नेहमीचं. "मी ठीक आहे. मला या विषयावर बोलायचं नाही."

त्या काळाला साजेशी अशी एक प्रश्नमंजूषा मी तयार केली होती. तुमची नोकरी जाण्याचा तुमच्या आयुष्यावर काय परिणाम झाला?

(अ) मी माझ्या झोपायच्या पोशाखात बसून भरपूर आईस्क्रीम खातो कुढत बसल्यानं मला जरा बरं वाटतं!

(ब) मी माझ्या बॉसबद्दल ऑनलाईन किंवा संधी मिळेल तिथं वाईट लिहिता – मनातल्या भावनांचा निचरा झाला की छान वाटतं.

(क) नवीन नोकरी मिळेपर्यंत या हाताशी असलेल्या वेळात मी काहीतरा नवीन करण्याचा प्रयत्न करतो, म्हणजे एखादी नवीन भाषा शिकण किंवा 'वॉर अॅन्ड पीस' वाचणं.

हे मी निकसाठी केलं होतं, त्याचं कौतुक म्हणून – 'क' हे योग्य उत्तर होतं- पण मी त्याला ते दाखवलं तेव्हा त्याने माझ्याकडे बघून एक दुखरं स्मित केलं.

असे काही आठवडे गेले आणि त्याचा उत्साह संपला. त्याचं उपयोगी पडणं थांबलं. जणू काही तो एका सकाळी उठला तोच मणामणाचं ओझं घेऊन. निर्विकार डोळ्यांनी तो आता टीव्ही बघतो, टीव्हीवर अश्लील कार्यक्रम बघतो, इंटरनेटवर शोधतो. बहुतेक वेळा बाहेरून मागवलेलं अन्न खातो. भरून वाहणाऱ्या

कचऱ्याच्या डब्याजवळ त्याची स्टायरोफोमची रिकामी खोकी दिसतात. तो माझ्याशी बोलत नाही. मी एक दुष्ट स्त्री असून माझ्याशी बोलण्यानं त्याला यातना होत असाव्यात, अशा पद्धतीनं तो हल्ली वागतो.

गेल्या आठवड्यात मी जेव्हा त्याला माझी नोकरी गेल्याचं सांगितलं, तेव्हा त्यानं नुसतं ऐकल्यासारखं करून खांदे उडवले.

''खूपच वाईट झालं. मला फार वाईट वाटतंय.'' तो म्हणतो. ''पण तुझ्याकडे निदान भरपूर पैसे तरी आहेत.''

''आपल्याकडे पैसे आहेत. आणि मला माझं काम आवडायचं.''

तो गायला सुरुवात करतो, 'यू कान्ट ऑलवेज गेट व्हॉट यू वॉन्ट' (तुम्हाला हवं ते नेहमी मिळेलच असं नाही.) बेसूर, वरच्या पट्टीत आणि त्याबरोबर ते धडपडत केलेलं नृत्य... माझ्या लक्षात येतं की तो आत्ता प्यायलेला आहे. ही दुपारी उशिराची वेळ आहे आणि आजचा दिवस किती सुरेख आहे आणि आमचं घर उदासवाणं, थंड. सडणाऱ्या चायनिज खाण्याचा गोडसर वास घरात भरून राहिलेला. सगळे पडदे ओढलेले. मी प्रत्येक खोलीत जाऊन पडदे सरकवते. आत येणाऱ्या प्रकाशात धुळीचे लोट नाचताना दिसतात. मी एक एक करून जेव्हा काळोखलेल्या डेनमध्ये जाते, तेव्हा मी जमिनीवर पडलेल्या एका पिशवीवर अडखळते. मग दुसऱ्या, मग तिसऱ्या, कार्टूनमधली मांजर खोलीभर असणाऱ्या उंदरांच्या सापळ्यावर नाचावी तसं – मी जेव्हा दिवा लावते तेव्हा मला दिसतं की काहीतरी खरेदी केल्याच्या कितीतरी पिशव्या तिथं पडलेल्या आहेत. आणि त्या अशा दुकानांच्या आहेत जिथे नोकरी गेलेली माणसं नक्कीच जात नसतील. ती पुरुषांच्या वस्तूंची महागडी दुकानं आहेत. जिथे खास तुमच्याकरता कपडे शिवले जातात, तिथे विक्रेते आरामात खुर्चीत बसलेल्या ग्राहकांकरता, घालून बघायला हातावरून टाय घेऊन येतात. म्हणजे हे सगळं खास तुमच्यासाठीच तयार केलेल्या वस्तू आहेत.

''हे सगळं काय आहे निक्?''

''नोकरीच्या मुलाखतींकरता. कोणी परत नोकऱ्या देऊ लागलं तर.''

''म्हणून इतकं?''

''आपल्याकडे पैसे आहेतच.'' हाताची घडी घालून तो माझ्याकडे बघून एक कठोर हास्य फेकतो.

''तू निदान ते व्यवस्थित तरी ठेव मग.'' काही प्लॅस्टिक पिशव्यांचे कोपरे ब्लिकरनं चावलेले दिसत आहेत. एका तीन हजार डॉलर्सच्या सुटाशेजारी मांजराच्या उलटीचं थारोळं दिसत आहे. आणि खास शिवून घेतलेल्या पांढऱ्याशुभ्र शर्टवरच्या केशरी केसांचा अर्थ एवढाच की आमच्या मांजरानं त्यावर झोप काढलेली आहे.

''मला नाही वाटत तसं.'' माझ्याकडे बघून आणखी एक हास्य.

मी कधीच कुठल्याही गोष्टीकरता मागं लागत नाही आणि कटकटही करत नाही. मला माझ्या या गुणाचा जरासा अभिमानच आहे. निक् जे आता मला कटकट करायला भाग पाडतोय, त्यामुळे माझी चिडचिड होते आहे. काही प्रमाणात मीही ढिसाळपणा, आळशीपणा याच्याशी जुळवून घेऊ शकते. मला हे पण कळतं की मी निक्पेक्षा वेगळी आहे आणि मी या गोष्टीची नेहमी काळजी घेते की माझा अतिरेकी व्यवस्थितपणा आणि काटेकोरपणे काम करण्याचा स्वभाव त्याच्यावर लादला जाऊ नये. निक् अशा प्रकारचा माणूस नाही, ज्याच्या डोक्यात घर झाडण्याचे किंवा फ्रिज साफ करण्याचे विचार येतील. त्याला ते दिसतच नाही. खरोखर. पण ठीक आहे. पण मला एका विशिष्ट पद्धतीनं जगणं जास्त भावतं, म्हणजे मला आपलं असं वाटतं की कचऱ्याच्या डब्यातून कचरा ओसंडून वाहू नये. आणि खरकट्याचे डाग असणाऱ्या ताटल्या सिंकमध्ये आठवडाभर पडून राहू नयेत. हे एखाद्या मोठ्या समजूतदार रुममेटचं वागणं असतं. पण निक् आता असं काहीच करत नाहीये; त्यामुळे मग मला कटकट करावी लागते आणि मग माझी चिडचिड होते. मी अशी कधीच नव्हते आणि मला असं बनायचंही नव्हतं. पण तुझ्यामुळे मला तसं बनावं लागतंय. एक कटकटी बायको; कारण तुझ्या बाजूनं तू मला काहीच सहकार्य करत नाहीस. मूलभूत गोष्टीही करत नाहीस. असं नको करूस. असं वागणं योग्य नाही.

मला माहीत आहे. खरंच मला माहीत आहे, नोकरी जाणं ही किती तणावपूर्ण घटना आहे. विशेषतः पुरुषांकरता असं म्हणतात की, कुटुंबात एखादा मृत्यू व्हावा तसाच काहीसा हा धक्का असतो. जे लोक लहानपणापासून सतत काम करत आले आहेत त्या निक्सारख्या लोकांना हे किती जाणवत असेल. म्हणून मग मी एक खोल श्वास घेते. माझ्या रागाचं रूपांतर एका मोठ्या लाल चेंडूत झाल्याची कल्पना करून मनोमन त्याला एक लाथ हाणून अंतराळातच उडवून देते. ''मग मी ते नीट लावून ठेवलं तर चालेल का? म्हणजे ते तुला हवे तेव्हा व्यवस्थित असतील.''

''चालती हो इथून.''

दोघांची एकदम नोकरी जाणं, मस्त आहे ना? मला माहीत आहे की आम्ही इतरांपेक्षा पुष्कळच सुदैवी आहोत. मला जेव्हा जेव्हा अस्वस्थ व्हायला होतं, तेव्हा तेव्हा मी ऑनलाईन जाऊन माझा ट्रस्ट फंड बघते. म्हणजे त्याचं ट्रस्ट फंड हे नाव मी ठेवलेलं नाही. निक् म्हणतो त्याला तसं. आणि खरंतर तो इतका मोठासुद्धा नाही. म्हणजे तसा पुरेसा आहे तो, मोठाच आहे – ७८५,४०४ डॉलर एवढे पैसे माझ्या बचत खात्यात आहेत. माझ्या आई-वडिलांची कृपा. पण

ते इतकेही पैसे नाहीत की तुम्ही कधीच काम केलं नाहीत तरी तुम्हाला चालू शकेल. विशेषतः न्यूयॉर्कमध्ये. माझ्या आई-वडिलांचा यामागचा उद्देश असा होता की मला इतपत सुरक्षितता वाटायला हवी की कोणतेही निर्णय घेताना – शिक्षण किंवा करिअरबाबतचे– मला पैशांचा विचार करायला नको आणि इतकेही जास्त नकोत की, आहेत माझ्याकडे म्हणून मी आळशी होईन. निक् चेष्टा करतो. पण मला वाटतं की कोणत्याही पालकांसाठी ही मोठी गोष्ट आहे. (आणि एका अर्थी योग्य पण कारण त्यांच्या पुस्तकांसाठी त्यांनी माझं लहानपण वापरून घेतलं.)

फोन करून माझे वडील आणि आई मला भेटायला आले. आत्ता तरी चालेल का म्हणून विचारतात, तेव्हाही मला या बेकारीमुळे वाईटच वाटत होतं, माझ्याच नाही तर दोघांच्याही. त्यांना आमच्याशी काही बोलायचं आहे. आत्ताच बोलायचंय जर आम्हाला वेळ असेल तर. ''हो चालेल ना, का नाही,'' मी म्हणते. आणि माझ्या डोक्यात एकच विचार घुमत राहतो, कॅन्सर, कॅन्सर, कॅन्सर.

स्वतःची खूप तयारी करून आल्यासारखे माझे आई-वडील माझ्या दाराशी येऊन उभे राहतात. माझे वडील एकदम टीपटॉप कपड्यांमध्ये, व्यवस्थित, डोळ्यांखालची काजळी सोडल्यास अतिशय अद्ययावत. आणि माझी आई तिच्या एका जांभळ्या ड्रेसमध्ये जो पूर्वी ती कुठल्या भाषणाला किंवा समारंभाला जाताना वापरायची. हा रंग आपल्याला आत्मविश्वास देतो, असं ती म्हणायची.

ते दिसताहेत छान, पण त्यांच्या चेहऱ्यावर एक ओशाळवाणा भाव आहे. मी त्यांना सोफ्याकडे घेऊन जाते. काही क्षण आम्ही सगळेच शांत बसतो.

शेवटी माझे वडील बोलायला सुरुवात करतात, ''बाळांनो, तुमची आई आणि मी, आम्ही... आम्हाला...'' इथे त्यांना अचानक ठसका लागला. ते हात गुडघ्यावर टेकतात. त्यांची बोटं फिकट दिसतात. ''वेल, आम्ही एका मोठ्या आर्थिक गुंत्यात सापडलोय.''

मी यावर काय प्रतिक्रिया द्यायची, हेच मला कळत नाही. मला धक्का बसलाय, की मी त्यांची समजूत घालावी की माझा अपेक्षाभंग झालाय? आजवर माझ्या आई-वडिलांनी त्यांच्या अडचणींबद्दल मला कधीच काही सांगितलेलं नाही. मुळात मला कधी जाणवलंच नाही की त्यांना काही अडचणी असतील.

''यातलं सत्य हे आहे की आम्हीच बेजबाबदारपणे वागलो.'' मेरीबेथ पुढे सांगू लागते. ''आधीची वीस वर्षं जेव्हा आम्हाला भरपूर पैसा मिळत होता, तेव्हा ज्या ऐषआरामात आम्ही जगलो, त्याच पद्धतीनं आम्ही मागची दहा वर्षंही जगत राहिलो. आणि हे केव्हा तर जेव्हा पैशांचा ओघ पूर्वीपेक्षा अर्ध्याने कमी झाला

होता. पण आम्ही ही गोष्ट नाकारत राहिलो. आम्हाला आशा वाटत होती असं म्हणणं जरा दयाळूपणाचं होईल. आम्हाला वाटत राहिलं की पुढचं पुस्तक आम्हाला पुन्हा पूर्वपदावर आणेल. पण ते तसं झालं नाही. आम्ही चुकीचे निर्णय घेत गेलो. आम्ही मूर्खासारख्या गुंतवणुकी केल्या. आम्ही मूर्खासारखा खर्च केला. आणि आता हे.''

''आम्ही डुबलोत.'' रॅन्ड म्हणतो. ''आमचं घर, आणि हे घरपण सगळंच गमावलंय.''

मला वाटलं होतं– म्हणजे मी असं गृहीत धरलं होतं की, त्यांनी हे घर आमच्यासाठी विकत घेतलंय. ते त्याचे हप्ते भरताहेत याची मला कल्पनाच नव्हती. निक् म्हणतो तशी खरंच मी एक झोंबाळलेली मुलगी आहे, या विचारानं मला ओशाळवाणंच वाटलं.

''मी म्हटलं त्याप्रमाणे आमचे अंदाज जरा चुकलेच.'' मेरीबेथ म्हणाली. ''आम्ही एक पुस्तक लिहायला हवं खरं तर : अमेझिंग ॲमी आणि बदलणारे व्याजदर. सगळ्या कोड्यांमध्ये आम्ही मग नापास होऊ. आमच्यावरून सावधगिरीचे इशारे दिले जातील.''

''मग आता पुढे काय?'' मी विचारते.

''ते पूर्णपणे तुमच्यावर अवलंबून आहे.'' माझे वडील म्हणतात. माझी आई पर्समधून एक घरीच तयार केलेलं पत्रक काढून आमच्या पुढ्यात टेबलावर ठेवते. त्यावर कसले कसले आलेख, पायचार्ट नोंदलेले आहेत. हे सगळं घरातल्या कॉम्प्यूटरवरच केलेलं असावं.

माझे आई-वडील त्या कॉम्प्यूटरच्या माहितीपत्रकाशी हे सगळं मला नीट समजवण्यासाठी झगडताहेत, ही कल्पनाच मला असह्य झाली.

मेरीबेथ सुरुवात करते, ''आम्हाला असं विचारायचं होतं की आम्ही पुढे काय करावं याचा निर्णय होईपर्यंत आम्ही तुझ्या ट्रस्टमधले पैसे वापरले तर चालतील का?''

उमेदवारीची संधी मिळण्याकरता उत्सुक असणाऱ्या दोन महाविद्यालयीन मुलांप्रमाणे माझे आई-वडील माझ्या पुढ्यात बसले होते. माझ्या वडिलांचा गुडघा आपोआप हलत होता. माझ्या आईनं हलकेच त्यावर आपलं बोट टेकवलं.

''त्या ट्रस्टफंडमध्ये तुमचेच पैसे आहेत, त्यामुळे तुम्ही अर्थातच ते केव्हाही वापरू शकता.'' मला हे सगळं पटकन संपायला हवं आहे. माझ्या आई-वडिलांच्या चेहऱ्यावर असणारा तो आशाळभूत भाव माझ्या सहन करण्याच्या पलीकडे आहे. ''सगळं कर्ज फेडून आरामात राहण्याकरता तुम्हाला किती पैसे लागतील असा अंदाज आहे?''

माझे वडील मान खाली घालतात. आई एक खोल श्वास घेते. ''सहा लाख पन्नास हजार.'' ती म्हणते.

''ओह!'' मी पुढे काही बोलूच शकत नाही. आमच्याकडे तेवढेच असतात.

''ॲमी, मला वाटतं आपण यावर जरा चर्चा करावी...'' निक् म्हणतो.

''नाही, नाही, जमेल आपल्याला हे.'' मी म्हणते. ''मी जाऊन माझं चेकबुक आणते.''

''त्यापेक्षा, तू जर सरळ उद्या ते आमच्या अकाऊंटमध्ये जमा केलंस तर जास्त बरं होईल. नाहीतर दहा दिवस थांबावं लागेल.'' मेरीबेथ म्हणाली.

तेव्हा मला कळलं की परिस्थिती फारच गंभीर आहे.

निक् डन्

दोन दिवसांनंतर...

इलियटच्या हॉटेलच्या स्वीटमध्ये सोफ्यावर मला जाग आली, तेव्हाही माझा थकवा कमी झालेला नव्हता. माझं घर अजून माझ्यासाठी खुलं नव्हतं, त्यामुळे त्यांनी मला तिथेच राहण्याचा आग्रह केला. त्यांचा आग्रह अजूनही तसाच होता ज्या आग्रहानं पूर्वी ते जेवणाचं बिल द्यायला बघायचे. तो जणू त्यांचा स्वभावच होता. इतकं पराकोटीचं आदरातिथ्य : तू आम्हाला तुझ्याकरता हे करू द्यायलाच हवंस. म्हणून मग मी राहिलो. ती संपूर्ण रात्र मी बेडरूमच्या बंद दरवाजाआडून दोघांचं घोरणं ऐकण्यात घालवली. एकाचं स्थिर आणि सुदीर्घ – जोरजोरात घोरणं आणि दुसरं अजिबात लय नसलेलं मध्येच श्वास ओढल्यासारखं, जणू काही घोरणारा पाण्यात बुडण्याचं स्वप्न पाहत असावा.

मला फार झटकन झोप लागते. मी आता झोपणार आहे असं मी स्वतःला बजावतो, माझे हात प्रार्थना केल्याप्रमाणे गालावर ठेवतो, इझ्झ ऽऽ नायक्विल घेतलेल्या मुलांसारखी शांत गाढ झोप मला लागलेली असते आणि माझी निद्रानाश झालेली बायको मात्र बिछान्यात माझ्याशेजारी तळमळत पडलेली असते; पण काल रात्री मात्र माझी अवस्था ॲमीसारखी झालेली होती. माझा मेंदू विचार करत होता. माझं शरीर अजूनही ताणाखाली होतं. मी अशा प्रकारचा माणूस आहे की जो आपला आपण असतानासुद्धा आरामात राहू शकतो. जर ॲमी आणि मी सोफ्यावर एकत्र बसून टीव्ही बघत असलो, तर तेव्हा वितळलेलं मेण शांतपणे पसरावं तसा मी शांत पहुडलेला असतो; पण माझी बायको मात्र गाड्याशेजारी सारखी वळवळ वळवळ करत बसलेली असते. एकदा मी तिला विचारलंही होतं, तिला चळवळ्या पायाचा रोग झालाय का? त्या वेळी त्या रोगाची जाहिरात सतत येत होती. त्यात काम करणाऱ्या नटांचे पोटऱ्या हलवताना आणि पाय चोळताना वेदनेनं आक्रसलेले चेहरे सतत दिसत राहायचे आणि ॲमी त्यावर

म्हणाली की तिला चळवळ्या सगळ्याचाच रोग आहे.

हॉटेलच्या खोलीचं छत आधी राखाडी, मग गुलाबी, मग पिवळं होताना पाहून शेवटी जेव्हा मी उठलो, तेव्हा सूर्य प्रखरपणे तळपायला लागला होता. नदीच्या पलीकडून जणू तो माझी कसून चौकशी करत होता आणि मग अचानक माझ्या डोक्यात नावं आली! हिलरी हॅन्डी. या असल्या विचित्र गोष्टींचे आरोप ठेवायला किती मस्त नावं आहेत ही. देसी कॉलिंग्ज, पूर्वी ॲमीसाठी वेडा असलेला, जेमतेम तासाभराच्या अंतरावर राहणारा. त्या दोघांची चौकशी करण्याची जबाबदारी मीच घेतली होती. सध्याचा जमानाच मुळी प्रत्येक गोष्ट स्वतःची स्वतः करण्याचा आहे. आरोग्य, जागेचे व्यवहार, पोलीस चौकशी सगळं काही. ऑनलाईन जा आणि स्वतःचं स्वतः शोधून काढा. कारण इथे प्रत्येक जण कामाच्या ओझ्याखाली दबलेला आहे आणि कामाला त्यांच्याकडे माणसंही नाहीत. मी पत्रकार होतो. लोकांच्या मुलाखती घेणं, त्यांच्या पोटातल्या गोष्टी काढून घेणं, या कामात मी दहाच्या वर वर्षं घालवली आहेत. हेच माझं काम होतं. मी हे नक्कीच करू शकेन. रॅन्ड आणि मेरीबेथला पण तसाच विश्वास होता. मी एक संशयाच्या विरळ वलयात गुरफटलेला नवरा, पण अजूनही ते माझ्यावर विश्वास ठेवत आहेत हे मला जाणवून दिल्याबद्दल मला त्यांच्याबद्दल कृतज्ञता वाटते. 'विरळ' हा शब्द वापरून मी स्वतःला फसवत तर नाही ना?

'द डेज इन' वाल्यांनी आम्हाला एक वापरात नसलेली बॉलरूम (नृत्याची खोली) 'ॲमी डन् शोधकेंद्र मुख्यालय' म्हणून वापरायची मुभा दिली होती. खोली अगदी गचाळ होती– भिंतींवर तपकिरी रंगाचे डाग आणि कसले तरी कोंदून राहिलेले वास– पण पहाटे पहाटेच मेरीबेथनं त्याचं रूपांतर करायला सुरुवात केली. तिनं ती खोली झाडून, स्वच्छ करून घेतली. निरनिराळे फलक मांडून ठेवले, फोनची व्यवस्था करवली, ॲमीच्या चेहऱ्याचा एक मोठ्ठा फोटो एका भिंतीवर अडकवला. ते पोस्टर– ज्यात ॲमीची शांत आत्मविश्वासानं भरलेली नजर, जी तुमचा पाठलाग करते– ते एखाद्या अध्यक्षीय निवडणूक मोहिमेतल्यासारखं दिसत होतं. खरं सांगायचं तर मेरीबेथचं काम आटोपल्यावर सगळी खोलीच जणू तिच्या कार्यप्रवणतेनं उजळून निघाली होती– एखादा उपेक्षित राजकारणी आणि त्याचे सच्चे कार्यकर्ते चिवटपणे आशेचा तंतू धरून राहावेत, तसं काहीसं.

तिच्या मोबाईलवर बोलत बोलत बोनी आली, तेव्हा नुकतेच दहा वाजून गेले होते. तिनं माझ्या खांद्यावर थोपटलं आणि प्रिंटरशी काही खुडबुड करायला लागली. मग स्वयंसेवक यायला सुरुवात झाली. 'गो' आणि आमच्या दिवंगत आईच्या अर्धा डझन मैत्रिणी. चाळिशीच्या पुढच्याच या बायका कॅप्री पॅन्ट घालून

आलेल्या, जणू इथे त्या नृत्याचा सराव करणार असाव्यात. त्यातल्या दोघी जणी सडसडीत, पिंग्या केसांच्या, ज्या नेतृत्व करायला बघत होत्या आणि बाकीच्या आपल्या दुय्यम स्थानावर खूश होत्या. आणि एक मोठ्या आवाजात बोलणाऱ्या पांढऱ्या केसांच्या म्हाताऱ्या बायांचा गट; प्रत्येक जण एकदुसऱ्याच्या वरताण बोलण्याच्या प्रयत्नांत, त्यांतल्या काही मोबाईलवरून संदेश पाहण्यात मग्न. या अशा म्हाताऱ्या आहेत, ज्यांच्याकडे भरपूर ऊर्जा असते. तारुण्यातल्यासारखा जोश, कधी कधी वाटतं की त्या आपल्यापुढे त्याचं प्रदर्शन करत आहेत. त्यात फक्त एकच पुरुष होता. माझ्या वयाचाच साधारण, दिसायला सुस्वरूप, नीटनेटके कपडे घातलेला, एकटाच. त्याच्या बहुधा लक्षात आलं नसावं की त्याचं इथं असणं जरा शंकास्पद असू शकतं. तो तिथं ठेवलेल्या पेस्ट्रीजकडे पाहताना, ॲमीच्या पोस्टरकडे नजर टाकताना मी त्याच्यावर लक्ष ठेवून होतो.

बोनीचं प्रिंटर लावणं संपलं. तिनं एक कडकडीत दिसणारं मफिन उचललं आणि माझ्याजवळ येऊन उभी राहिली.

"जे लोकं स्वयंसेवक म्हणून काम करायला येतात, त्या सर्वांवर तुम्ही लक्ष ठेवता का?" मी विचारलं. "मला असं म्हणायचं आहे की त्यातलाच एखादा कोणी..."

"म्हणजे असा एखादा ज्याचा या बाबतीतला उत्साह शंकास्पद असतो? नक्कीच." तिनं मफिनच्या कडा मोडून त्याचा तुकडा तोंडात टाकला. तिनं आवाज खाली आणत म्हटलं, "पण खरं सांगायचं तर आपण जे टीव्ही शोज् बघतो, तेच शोज् अट्टल खुनी पण बघतात. त्यांना काय काय करायचं असतं ते आपल्याला माहीत आहे हे त्यांना पण माहिती असतं..."

"म्हणजे ते स्वतःच तपासात सामील होतात..."

"हो तेच." तिनं मान डोलावली. "त्यामुळे आता अशा गोष्टींबद्दल ते फार जागरूक असतात. अर्थात, आम्ही सगळी चमत्कारिक माणसं तपासून घेतो. खात्री करून घेतो की ती फक्त तशीच आहेत, 'चमत्कारिक'.

"म्हणजे बघ मी आणि गिलपीन आम्ही दोघं काही वर्षांपूर्वी त्या कायला होलमन केसचे मुख्य तपासाधिकारी होतो. कायला होलमन?"

मी नकारार्थी मान हलवली : माझ्या डोक्यात काही प्रकाश पडत नाही.

"असो. तर अशी काही भूतं आशा गोष्टींकडे आकर्षित होताना दिसतात आपल्याला. आणि त्या दोघांवर पण लक्ष ठेवायला हवं. आपल्याला..." बोनीनं दोन आकर्षक अशा चाळिशीतल्या बायांकडे बोटं दाखवली. "कारण त्या तशाच दिसताहेत. काळजीत पडलेल्या नवऱ्याची समजूत काढायला उत्सुक असलेल्या."

"काहीही काय?"

"तुझ्या लक्षातपण येणार नाही. तुझ्यासारखा देखणा पुरुष– असं होऊ शकतं."

आणि नेमकं तेव्हाच त्यातली एक बाई जिचे केस थोडे जास्त पिंगट होते आणि जिची त्वचा जरा जास्त रापलेली होती, तिनं वळून आमच्याकडे पाहिलं, नजरेला नजर भिडवली आणि माझ्याकडे बघून एक हळुवार लाजरं असं स्मित केलं. आणि मग लाड करून घ्यायला उत्सुक असणाऱ्या मांजरीप्रमाणे मान खाली घातली.

"आता बघ ती तुझं लक्ष वेधून घ्यायचा किती प्रयत्न करेल. अगदी या सगळ्या प्रकरणात गुंतून गेल्यासारखी वागेल." बोनी म्हणाली. "हं. चांगलंच आहे म्हणा ते."

"मग त्या कायला होलमन केसचं काय झालं?" मी विचारलं. बोनीनं नकारार्थी मान हलवली.

आता आणखी चार बायका आत आल्या. त्या एकमेकींकडे सनब्लॉकची बाटली फिरवत होत्या. त्यातलं क्रीम घेऊन स्वतःचे उघडे हात, खांदे आणि नाकांवर चोपडत होत्या. खोलीत नारळासारखा वास भरून राहिला होता.

"अरे निक्," बोनी म्हणाली, "तुला आठवतंय मी तुला ॲमीच्या या गावातल्या मित्रमंडळाबद्दल विचारलं होतं– त्या नोएली हॉथोर्नचं काय? तर तू काही बोलला नाहीस तिच्याबद्दल. तिनं आम्हाला दोन वेळा फोन केला."

मी काहीच न समजल्यासारखं तिच्याकडे पाहिलं.

"तुमच्या कॉम्प्लेक्समधली नोएली? त्या तिळ्या मुलांची आई..."

"नाही. त्या काही मैत्रिणी नाहीत."

"गंमतच आहे. तिला नक्की वाटतंय की त्या मैत्रिणी आहेत."

"ॲमीच्या बाबतीत हे कायमच घडतं." मी म्हटलं. "ती एकदाच कधीतरी बोलते त्यांच्याशी आणि मग ते चिकटायलाच लागतात. कधी कधी भीतीच वाटते."

"तिचे आई-वडील पण असंच म्हणाले."

हिलरी हॅन्डी आणि देसी कॉलिंग्जबद्दल बोनीला थेटच विचारावं का, असा एक चुकार विचार माझ्या मनात आला. पण मग मी ठरवलं नकोच विचारायला. जर मी स्वतःहून चौकशी करायला सुरुवात केली तर माझ्याबद्दल जरा बरं मत होईल. रॅन्ड आणि मेरीबेथनं मी एखाद्या नायकाप्रमाणे काम करताना पाहावं, असं मला वाटत होतं. माझ्या डोक्यात ती मेरीबेथची नजर जशी काही रुतूनच बसली होती. पोलिसांना जवळजवळ खात्रीच आहे की हे कोणत्यातरी जवळच्याच माणसाचं

काम आहे...

“लोकांना वाटतं की ते तिला चांगले ओळखतात, कारण लहानपणी त्यांनी ती पुस्तकं वाचलेली असतात ना?” मी म्हणालो.

“ते कळतंय मला.” बोनी मान हलवत म्हणाली. “आपण समोरच्याला चांगलं ओळखतो, यावर लोकांना फार विश्वास ठेवावासा वाटतो. आई-वडिलांना वाटत असतं आपण मुलांना ओळखतो. बायकांना विश्वास असतो की आपण आपल्या नवऱ्यांना ओळखतो.”

आणखी एखादा तास गेला आणि हे मदतकेंद्र एखाद्या कौटुंबिक मेळाव्यासारखं वाटायला लागलं. माझ्या काही जुन्या मैत्रिणी मला भेटायला, त्यांच्या मुलांची ओळख करून द्यायला आल्या. माझ्या आईच्या खास मैत्रिणींपैकी एक, विकी तिच्या नातींबरोबर आली. गुलाबी कपडे घातलेल्या त्या जुळ्या मुली फारच लाजाळू होत्या.

नातवंडं. माझी आई बऱ्याच वेळा नातवंडांबद्दल बोलत असे, जणू ती असणार याची तिला पक्की खात्री होती– जेव्हा केव्हा ती एखादी नवीन गोष्ट खरेदी करायची, तेव्हा ती सांगायची की तिने ही गोष्ट, या पद्धतीचीच का घेतली तर नातवंडं झाल्यावर ती सोयीची असेल म्हणून. तिला तिची नातवंडं बघायची होती. तिच्या सगळ्या मैत्रिणींना नातवंडं होती. द बारचा सगळ्यात समृद्ध आठवडा साजरा करण्याकरता एकदा मी आणि ॲमीनं आईला आणि 'गो'ला जेवायला बोलावलं होतं. मी नुसतं म्हटलं की काहीतरी साजरं करण्याकरता बोलावलं आहे, तशी आई घाईघाईनं खुर्चीतून उठून उभी राहिली आणि तिला एकदम रडूच कोसळलं. तिनं ॲमीला घट्ट मिठी मारली, तर तीही रडायला लागली. मग आईच्या मिठीत घुसमटत असताना ती हलकेच पुटपुटली, “तो बारविषयी बोलतोय. फक्त 'बार'बद्दल.” हे ऐकल्यानंतर त्याचाही तिला फारच आनंद होतो आहे हे दाखवण्याचा आईनं विफल प्रयत्न केला. “बाळ होण्यासाठी अजून काही वेळ गेलेली नाही.” तिनं समजुतीच्या आवाजात म्हटलं. तिच्या त्या सांत्वनानं ॲमीला पुन्हा एकदा रडू फुटलं. आता हे जरा चमत्कारिकच होतं. कारण मुलं न होऊ देण्याचा निर्णय हा ॲमीचाच होता आणि हे तिनं अनेक वेळा बोलूनही दाखवलं होतं. पण तिच्या या अश्रूंमुळे तिचं मन पालटत आहे की काय, अशी एक शंका माझ्या मनाला स्पर्श करून गेली. कारण खरं म्हणजे फारसा वेळ नव्हता आता हातात. आम्ही कार्थेजला राहायला आलो, तेव्हा ॲमी सदतीस वर्षांची होती. या ऑक्टोबरमध्ये ती एकोणचाळीस वर्षांची होईल.

आणि मग माझ्या मनात विचार आला : हे सगळं जर तोपर्यंत संपलं नाही,

असंच सुरू राहिलं तर आम्हाला एक खोटी खोटी पार्टी द्यावी लागेल तेव्हा. तिच्या वाढदिवसाची. या सगळ्याची काहीतरी खूण मागे राहायला हवी ना? एखादा सोहळा, या कार्यकर्त्यांकरता, प्रसार माध्यमांकरता – सगळ्यांचं लक्ष परत एकदा वेधून घ्यावं म्हणून. मला अजून आशा वाटते आहे, असं नाटक मला करायला हवं.

''सोडून गेलेल्या मुलाचं पुनरागमन'' एक अनुनासिक आवाज माझ्या कानावर पडला. मी वळलो तर एक ताणलेला टीशर्ट घातलेला एक हडकुळा माणूस माझ्याशेजारी उभा राहून स्वतःच्या मिशीवर ताव देत होता. माझा जुना मित्र स्टक्स बक्ले, हा एकटाच मला प्रॉडिगल सन अर्थात, पळून गेलेला मुलगा म्हणायचा. खरंतर त्याला त्या शब्दाचा उच्चारही जमत नसे आणि बहुधा नेमका अर्थही ठाऊक नव्हता. बहुधा तो ते मूर्ख या शब्दासाठी समानार्थी शब्द म्हणून वापरत असावा. स्टक्स बक्ले, नाव तर एखाद्या बेसबॉल खेळाडूप्रमाणे वाटतं की नाही. त्याला खरंतर तेच बनायचं होतं, पण त्याच्याकडे ते कौशल्य कधीच नव्हतं. होते ते फक्त अफाट कष्ट. तरुणपणी तो आमच्या गावातला सर्वोत्कृष्ट खेळाडू होता, पण तेवढं पुरेसं नव्हतं. कॉलेजमध्ये असताना जेव्हा त्याला संघातून वगळण्यात आलं, तेव्हा त्याला जो काही धक्का बसला त्यातून तो कधीच सावरला नाही. आता तो त्याच्या मर्जीला येईल, त्याप्रमाणे छोट्या मोठ्या नोकऱ्या करायचा. तो काही वेळा कामाच्या आशेनं बारमध्ये पण येऊन गेला होता; पण मी जे काही छोटं-मोठं काम त्याला देऊ केलं, त्याला मात्र तो कायमच नाक मुरडत राहिला. गाल चावत वैतागायचा : आणखी काही काम नाही का तुझ्याकडे? असेल काही वेगळं तर बघ, बघ.''

''स्टक्स,'' मी त्याची दखल घेत म्हटलं. त्याचा मूड जरा बरा आहे का याचा अंदाज घेत राहिलो.

''पोलिसांनी या सगळ्या प्रकरणाची वाट लावली आहे, असं ऐकतोय.'' दोन्ही हात काखेत सारत तो म्हणाला.

''अजून तरी असं नाही म्हणता येणार.''

''चल रे, हा काय तपास आहे का? यापेक्षा जास्त कष्ट मेयरचा कुत्रा शोधताना घेताना पाहिलं आहे मी.'' स्टक्सचा चेहरा उन्हामुळे रापलेला होता. तो माझ्याजवळ झुकला तेव्हा मला त्याच्या अंगातली उष्णता जाणवली आणि लिस्ट्रीनचा भपकारा जाणवला. ''त्यांनी अजून कोणाला पकडलं का नाही? या गावात अशी कितीतरी माणसं आहेत आणि त्यांनी अजून कोणालाही पकडलं नाही? कोणालाच नाही? आणि त्या ब्लू बुक मुलांचं काय? मी ती महिला पोलीस आहे, तिला हेच विचारलं. त्या ब्लू बुक मुलाचं काय? पण ती मला

उत्तर द्यायलाही तयार नाही.''

''ब्लू बुक मुलं कोण आहेत? टोळी आहे का एखादी?''

''मागच्या हिवाळ्यात ब्लू बुकमधून ज्या लोकांना कामावरून कमी करण्यात आलं ते लोक. त्यांना नुकसानभरपाई मिळाली नाही, की काहीच नाही. तू ती बेघर माणसं गावात फिरताना पाहिली असशील. जी खरोखर रागावलेली दिसतात. ती बहुधा ब्लू बुक मुलं आहेत.''

''मला अजूनही तू काय म्हणतो आहेस ते कळत नाही. ब्लू बुक प्लांट?''

''तुला माहीत असायला हवं : रिव्हर व्हॅली प्रिन्टवर्क्स. ते गावाच्या टोकाला होतं ते? ते त्या निळ्या वह्या तयार करायचे, जे आपण शाळा-कॉलेजमध्ये वापरत असू.''

''ओह, ते मला माहीत नव्हतं.''

''आता काय कॉलेजमध्ये कॉम्प्यूटर्स आणि काय काय वापरतात त्यामुळे ब्लू बुक्स मुलांना अच्छा, टाटा.''

''देवा, हे सगळं गावच बंद होतंय बहुतेक.'' मी पुटपुटलो.

''ती ब्ल्यू बुकची लोकं, ते दारू पितात, अमली पदार्थ घेतात, लोकांना त्रास देतात. म्हणजे ते पूर्वीदेखील हे सगळं करायचेच, पण त्यांना मध्येच हे सगळं थांबवावं लागायचं. सोमवारी कामावर जावं लागायचं. पण आता त्यांना कसलंही बंधन नाही.''

स्टक्स त्याचे तुटके दात दाखवत माझ्याकडे बघून हसला. त्याच्या केसात रंगाचे पोपडे अडकलेले होते. शाळेत असल्यापासूनच त्याचं हे उन्हाळी काम होतं. घरं रंगवणं. ''कडेनं रंगवण्यात मी पटाईत आहे,'' तो म्हणत असे आणि त्यातला विनोद तुम्हाला कळेपर्यंत थांबत असे. तुम्ही हसला नाही तर मग समजावून सांगायचा.

''मग पोलीस मॉलमध्ये बघून आले की नाही?'' स्टक्सनं विचारलं. मी जरा गोंधळून खांदे उडवले.

''शी! अरे सद्गृहस्था, कोणे एके काळी तू पत्रकार होतास ना?'' स्टक्सला माझ्या जुन्या व्यवसायाचा नेहमीच राग यायचा. जणू काही ती एक बराच काळ टिकून राहिलेली थाप असावी. ''ते ब्लू बुक लोकं, त्यांनी मॉलमध्ये स्वतःकरता एक मस्त गावच वसवलंय. बेकायदा घुसखोरी, अमली पदार्थांचा व्यापार. पोलीस अधूनमधून हटकून काढतात त्यांना. पण हे आपले दुसऱ्या दिवशी हजर. असो, पण त्या बाईला मी हेच सांगितलं; तो शिंचा मॉल शोधा आधी. त्यांच्यापैकी काही जणांनी थोड्या दिवसांपूर्वी एका मुलीवर सामूहिक बलात्कार केला होता. मला असं म्हणायचंय की ही अशी काही विघ्नसंतोषी लोकं एकत्र आली की

त्यांच्या वाटेत येणाऱ्या बायाचं ते काय करतील हे काय सांगायला हवं?''

दुपारी ज्या भागाचा तपास करायचा होता तिथे जाताना मी बोनीला फोन केला आणि तिने फोन उचलून हॅलो म्हणताक्षणीच मी सुरुवात केली.

''मॉलचा तपास का नाही केला जात आहे?''

''मॉलचा तपास करायचा आहेच निक्. आत्ता या क्षणी पोलीस त्याच ठिकाणी चालले आहेत.''

''ओह. ओके. माझा एक मित्र...''

''स्टक्स. मला माहीत आहे. मी ओळखते त्याला.''

''तो त्या लोकांबद्दल बोलत...''

''ब्लू बुक लोकं. मला माहीत आहे. आमच्यावर विश्वास ठेव निक्. आमचे प्रयत्न चालूच आहेत. तुझ्याइतकंच आम्हालाही ॲमीला शोधायचं आहे.''

''बरं मग, अं, थँक्स.''

माझ्यातली हवाच निघून गेल्यासारखी झाली. मी माझ्या मोठ्या स्टायरोफोम कपमधून कॉफी ढोसली आणि ठरलेल्या भागाकडे जायला निघालो. आजच्या दुपारी तीन जागा तपासल्या जाणार होत्या. बोटीचा धक्का (आता या जागेचं नाव आहे, कोणाला नकळत निक्नं जिथं सकाळ घालवली ती जागा); मिलर खाडीवरची झाडी (हे नाव किती चुकीचं होतं, झाडी सुरू होते तिथून आतली फास्ट फूड रेस्टॉरन्ट अगदी सहज दिसायची.) आणि वोल्की पार्क जिथं हायकिंग आणि घोड्यांवरून रपेट करता यायची. मला वोल्की पार्क नेमून दिलं होतं.

मी तिथं पोचलो, तेव्हा तिथला स्थानिक अधिकारी दहा-बारा लोकांच्या गटासमोर बोलत होता. सगळे जाड पायांचे अर्ध्या चड्डीतले, गॉगल लावलेले, हॅट घातलेले लोक. एखाद्या शिबिराचं उद्घाटन वगैरे असावं तसं दिसत होतं.

स्थानिक टीव्ही स्टेशनकरता दोन वेगवेगळ्या वाहिन्यांचे लोक वार्तांकन करत होते. ही चार जुलैची आठवडाअखेर असल्यामुळे, ॲमीची बातमी राज्यातल्या निरनिराळ्या सोहळ्यांच्या बातम्यांमध्ये कुठेतरी दाखवली जाणार. एक वार्ताहर बच्चा माझ्याभोवती भिरभिरत होता, मला फालतू प्रश्न विचारून बेजार करत होता. माझं शरीर एकदम ताठरल्यासारखं झालं. सगळ्यांचं लक्ष माझ्यावर केंद्रित झाल्यामुळे माझा 'काळजीत पडलेला' चेहरा एकदम नाटकी वाटायला लागला. घोड्याच्या लिदीचा वास आजूबाजूला भरून राहिला होता.

तिथले वार्ताहर लवकरच स्वयंसेवकांच्या मागोमाग त्या पायवाटांवरून निघून गेले. (हे कोणत्या प्रकारचे पत्रकार आहेत जे संशय असणाऱ्या नवऱ्याला सोडून निघून जातात? सगळ्या चांगल्या पत्रकारांना डच्चू दिल्यावर जे कमी पगारावर

कामाला तयार असतात ते.) एका गणवेशातल्या तरुण पोलिसानं मला तिथंच थांबायला सांगितलं. इथं जिथून सगळ्या पायवाटा सुरू होऊन वेगवेगळ्या दिशेला वळतात. तिथल्याच एका वार्ताफलकावर जुन्या बातम्यांची कात्रणं, जाहिरातींबरोबर ॲमीच्या बेपत्ता होण्याची सूचनाही आहे. त्या फोटोतून माझी बायको मला टक लावून बघते आहे. ती आज सगळीकडे माझ्या पाठी होती.

"मी काय करायचंय?" मी त्या अधिकाऱ्याला विचारलं. "मला इथं उभं राहणं बावळटासारखं वाटतंय. मला काहीतरी केलं पाहिजे." लांब झाडीत घोड्याच्या खिंकाळण्याचा आवाज आला.

"आम्हाला तू इथेच असणं योग्य वाटतंय निक्. लोकांना प्रोत्साहन दे." माझ्याजवळच्या केशरी थर्मोसकडे बोट दाखवत तो पुढे म्हणाला, "लोकांना पाणी दे. कोणी आलं तर त्याला माझ्याकडे पाठव." तो वळून तबेल्यांच्या दिशेनं चालू लागला. तेव्हा माझ्या लक्षात आलं की ते मला गुन्ह्याच्या संभाव्य जागांपासून जाणीवपूर्वक लांब ठेवण्याचा प्रयत्न करत होते. या सगळ्याचा अर्थ कसा लावायचा, ते मला कळत नव्हतं.

मी असाच निरुद्देश उभा राहून खूप कामात असण्याचा आव आणत असताना एक उशिरा आलेली गाडी माझ्या समोर येऊन थांबली. नेलपॉलिशसारख्या चकचकीत लाल रंगाची एसयूव्ही. मुख्यालयात असणाऱ्या त्या चाळिशीतल्या बाया त्यातून भराभरा बाहेर पडल्या. त्यांतली जी सुंदर बाई होती जी बोनीनं चिकटी म्हणून दाखवली होती, ती तिच्या मैत्रिणीला मानेवर किडे पळवून लावणाऱ्या औषधाचा फवारा मारता यावा म्हणून आपले केस पोनीटेलमध्ये उचलून उभी होती. तिनं ते औषध हातानं उडवल्यासारखं केलं. डोळ्याच्या कोपऱ्यांतून ती माझ्याकडे पाहत होती. मग ती तिच्या मैत्रिणींपासून वेगळी झाली आणि माझ्या दिशेनं यायला लागली. चेहऱ्यावर तेच दुःखी, सहानुभूतीपूर्ण हास्य. मोठे मोठे तपकिरी डोळे, स्वच्छ पांढऱ्या शॉर्ट्सवर नेमकेपणाने थबकलेला गुलाबी शर्ट, उंच टाचांच्या चपला, कुरळे वळवलेले केस, मोठे सोन्याचे कानातले, कोणाला शोधायला जाताना हे असे कपडे घालतात की काय? माझ्या मनात विचार आला.

"बाई, माझ्याशी कृपाकरून बोलू नकोस."

"हाय निक्. मी शॉना केली. मला इतकं वाईट वाटतंय." तिचा आवाज उगीचच मोठा होता. जरासा गाढवाच्या ओरडण्यासारखा, एखाद्या जादुई बोलक्या गाढवासारखा. तिनं हात पुढे केला आणि मला जरा चमकल्यासारखं झालं. शॉनाच्या मैत्रिणी पायवाटांवरून पुढे चालायला लागल्या होत्या. मुलींचा कंपू जसा एखाद्याकडे बघेल तशा नजरेनं त्या आमच्याकडे पाहत होत्या. आमच्या

जोडीकडे.

माझ्याकडे जे होतं तेच मी पुढे केलं. माझे आभार, पाणी आणि माझं अवघडलेपण. माझी नजर थेट पायवाटांवरून जिथे तिच्या मैत्रिणी दिसेनाशा झाल्या होत्या तिथे वळवली, तरीही शॉनाचं हलण्याचं चिन्ह दिसेना.

"निक् मला आशा आहे की या सगळ्यात तुझ्याबरोबर तुझे मित्र, नातेवाईक कोणीतरी असतील जे तुझी काळजी घेत असतील." एकीकडे गोमाशीला उडवत ती म्हणाली, "पुरुष नेहमी स्वतःची काळजी घ्यायला विसरतात. तुझ्या पोटात चांगलं अन्न जायला हवंय."

"आम्ही जास्त करून पट्कन आणि सहज जमणारं अन्न खातोय." मघाशी खाल्लेल्या सालामीची चव माझ्या घशाशी जाणवत होती. माझ्या पोटातून त्याचा दर्प जाणवत होता. माझ्या एकदम लक्षात आलं की सकाळपासून मी दात घासलेलेच नाहीत.

"आई गं! बिच्चारा! पण हे असं चालणार नाही."

तिनं मान हलवली. तिच्या कानातल्यांवरून प्रकाश चमकत होता. "तुझी ताकद कमी व्हायला नको. हं. तू खूप सुदैवी आहेस बरं. मी खूप छान चिकन फ्रिटो पाय बनवू शकते. मी काय करते, की मी तो उद्याच करीन आणि मदतकेंद्रात आणून देईन. तुला जेव्हा खायची इच्छा होईल, तेव्हा तू तो मायक्रोवेव्हमध्ये गरम करून खाऊ शकतोस."

"नाही नाही. तुम्हाला कशाला त्रास उगीचच. आम्ही ठीक आहोत. खरोखर."

"चांगलं जेवण झालं की तुला आणखी बरं वाटेल." माझ्या दंडावर थोपटत ती म्हणाली.

शांतता. तिनं प्रयत्नांची दिशा बदलली.

"मला आशा आहे की आपल्याकडे जी बेघर लोकांची समस्या आहे त्याच्याशी हे संबंधित नसेल." ती सांगायला लागली. "मी तुला सांगते, मी तक्रारींवर तक्रारी केल्या आहेत. गेल्या महिन्यात एक जण माझ्या बागेत घुसला होता. माझा मोशन सेन्सर (हालचाल दर्शवणारं यंत्र) वाजायला लागला म्हणून मी बाहेर बघितलं, तर हा माणूस तिथं उकिडवा बसून टॉमेटो ओरपत होता. सफरचंदासारखे त्याचे दातांनी लचके तोडत होता. त्याचा चेहरा आणि शर्ट सगळा टॉमेटोच्या रसानी आणि बियांनी भरून गेला होता. मी त्याला घाबरवायचा प्रयत्न केला; पण पळून जाण्यापूर्वी त्यानं अजून वीसएक तरी टोमॅटो लांबवले असतील. ते तरी काय करणार म्हणा, त्यांचा अगदी कडेलोट झाला होता. ती ब्लू बुक लोकं. त्यांच्याकडे आणखी काही कौशल्यंही नाहीत."

मला त्या ब्लू बुक लोकांच्या टोळीबद्दल एकदम जवळीकच वाटली जरा.

माझ्या डोळ्यांसमोर चित्र उभं राहिलं, मी हातात पांढरं निशाण घेऊन त्यांच्या वसाहतीत शिरतोय, मी तुमचाच साथी आहे रे, मी पण याच व्यवसायात होतो. माझी नोकरीसुद्धा या कॉम्प्यूटरमुळेच गमावली आहे.

"हां आता असं नको म्हणूस की ब्लू बुक्स तुझ्या काळात नव्हते, तुला ते आठवत नाही." शॉना बोलतच होती. तिनं माझ्या बरगडीत ढोसलं. मला एकदम दचकायलाच झालं.

"मी इतका म्हातारा झालोय की तू आठवण करून देईपर्यंत मी त्याबद्दल विसरलोच होतो."

ती हसली. "काय वय आहे तुझं एकतीस, बत्तीस?"

"चौतीसचा विचार कर."

"म्हणजे बाळच आहेस."

तीन प्रौढ उत्साही बाया तेवढ्यात तिथं येऊन पोहोचल्या. जडपणे चालत त्या आमच्या दिशेनं आल्या. त्यांतली एक आपल्या सेलफोनवर काही करत होती. सगळ्यांनी दणकट स्कर्ट आणि त्यावर बिनबाह्यांचे गोल्फ टॉप घातले होते, त्यातून त्यांचे थुलथुलीत दंड दिसत होते. त्यांनी माझ्याकडे पाहून गंभीरपणे मान डोलावली आणि मग शॉनाला बघितल्यावर एक नापसंतीचा कटाक्ष. घराच्या अंगणात पार्टी करणाऱ्या जोडप्यासारखे आम्ही दिसत होतो. अगदीच विसंगत.

प्लीज जा इथून शॉना. मी मनातल्या मनात विचार केला.

"तर मी म्हणत होते की, हे बेघर लोक खरोखर उर्मट असतात. बायकांसाठी धोकादायक." शॉना म्हणाली. "मी हे डिटेक्टिव्ह बोनीला सांगण्याचा प्रयत्न केला, पण मला वाटतं की तिला मी फारशी आवडत नाही."

"असं का म्हणतेस तू?" ती काय म्हणणार हे मला आधीच ठाऊक होतं. सगळ्या देखण्या बायांचा मंत्रच असतो तो.

"बायकांना मी आवडत नाही फारशी." तिनं खांदे उडवले. "असंच असतं ते. ॲमीचे खूप मित्रमैत्रिणी होते– आहेत का?"

खूप साऱ्या बायांनी– आईच्या मैत्रिणी, 'गो'च्या मैत्रिणी – त्यांनी ॲमीला कसल्या कसल्या कार्यक्रमाला बोलावलं होतं. वाचक गट, ॲमवे पार्टींना, फक्त मुलींच्या रात्रभराच्या पार्टीसाठी, पण त्यातली बरीचशी आमंत्रणं तिनं अर्थातच नाकारली. जी थोडी स्वीकारली आणि ज्यांना ती गेली तिथं ती वैतागलीच : "आम्ही इतके सारे तेलकट पदार्थ मागवले आणि आईस्क्रीम पासून तयार केलेली कॉकटेल प्यायलो."

शॉना गला न्याहाळत होती. तिला ॲमीबद्दल अजून काही जाणून घ्यायचं होतं. तिला ॲमीबरोबर जोडून घ्यायचं होतं. जिला शॉना कधीच आवडली नसती.

"मला वाटतं तिलाही तुझ्यासारखीच अडचण येत असणार." मी तुटक आवाजात म्हटलं.

ती हसली.

जा. शॉना.

"असं नवीन शहरात येऊन राहणं किती कठीण आहे." ती म्हणाली. "मैत्री करणं किती कठीण होऊन बसतं. वाढत्या वयात. ती तुझ्याच वयाची आहे का?"

"अडोतीस?"

तिला याचाही आनंद झाला असावा.

खड्ड्यात जा.

"हुशार माणूस. त्यांना मोठ्या स्त्रियाच आवडतात."

तिनं तिच्या त्या भल्या थोरल्या बॅगेतून एक सेलफोन बाहेर काढला आणि हसत म्हणाली, "इकडे ये." माझ्याभोवती हात टाकत मला जवळ खेचलं. "आता एक छानसं हसून दाखव."

मला तिला एक ठेवून द्यावीशी वाटली. तिची बेपर्वाई, तिचा तो पोरकटपणा, तिला फक्त स्वतःचा अहम् गोंजारायचा होता, तोही बायको हरवलेल्या नवऱ्याकडून. मी माझा राग गिळला आणि उलटच वागण्याचा प्रयत्न केला म्हणजे चांगलं वागण्याचा. मग तिनं जेव्हा आपला चेहरा माझ्या गालाला चिकटून तिच्या फोनवर फोटो काढला, तेव्हा मी अगदी यांत्रिकपणे हसलो. तिच्या फोनच्या कॅमेऱ्याच्या आवाजानं मी भानावर आलो.

तिनं फोन फिरवला, फोटोत आमचे उन्हात रापलेले चेहरे एकमेकांना चिकटून आम्ही हसत होतो. जणू आम्ही एखाद्या बेसबॉलच्या सामन्यालाच निघालो होतो. माझं ते लबाड हास्य, अर्धे उघडे डोळे बघून मला वाटलं, मला या माणसाचा तिरस्कार वाटतो.

ॲमी इलियट डन्

सप्टेंबर १५, २०१०

डायरीतील नोंद

ही नोंद मी कुठूनतरी पेनसिल्व्हानियामधून करते आहे. नैर्ऋत्य कोपऱ्यातून. हायवेजवळच एक मोटेल आहे. आमच्या खोल्या पार्किंगच्या जवळच आहेत आणि मी जर या कडकडीत पडद्यांच्या आडून डोकावून पाहिलं तर मला दिव्यांच्या भगभगीत प्रकाशात फिरणारी माणसं दिसू शकतात. ही अशी जागा आहे जिथं माणसं फिरत असतात. मी पुन्हा एकदा भावनिक वळणावर उभी आहे. खूप काही घडून गेलंय. आणि इतक्या झपाट्यानं घडलंय की मी आता नैर्ऋत्य पेनसिल्व्हानियात आहे. बाहेरच्या हॉलमध्ये जे वेन्डिंग मशिन आहे, त्यातून आणलेले वेफर्स आणि चॉकलेटच्या पाकिटांच्या पसाऱ्यात माझा नवरा मजेत झोपा काढतोय. तेच आमचं आजचं जेवण. मला या सगळ्यात त्याच्याएवढी गंमत वाटत नाही म्हणून तो चिडलाय माझ्यावर. मला वाटलं मी त्याला साथ देऊ शकेन – एक वेगळ्या प्रकारचं साहसच हे! पण छे तसं नाहीये ते.

आता जेव्हा मी मागे वळून पाहते, तेव्हा जाणवतं की, आम्ही काहीतरी घडण्याचीच वाट पाहत होतो. जणू काही निक् आणि मी एका मोठ्या बंदिस्त, आवाजही न येणाऱ्या एका बरणीत बसलो होतो. मग तो जार पडला– आता आम्ही काहीही करू शकतो.

दोन आठवड्यांपूर्वी आम्ही आमच्या नेहमीच्या बेकारीच्या स्थितीत होतो. अर्धवट कपड्यात, कंटाळलेलो, पेपर वाचत अबोलपणे नाश्ता करण्याच्या तयारीत. आता तर आम्ही पेपरच्या पुरवण्यासुद्धा पूर्ण वाचतो.

सकाळी दहा वाजता निक्चा सेलफोन वाजला आणि त्याच्या आवाजावरून मला कळलं की हा 'गो' चा फोन आहे. तिच्याबरोबर बोलताना त्याचा आवाज

एकदम खुलतो, बालिश होतो, जसा पूर्वी माझ्याबरोबर बोलताना व्हायचा तसा.

तो बेडरूममध्ये जाऊन दरवाजा बंद करून घेतो. नुकत्याच केलेल्या ताज्या अंड्याचा पदार्थ ताटलीत तसाच घेऊन मी बसले आहे. मी त्याची ताटली टेबलावर ठेवते आणि समोर बसते. थांबावं का त्याच्यासाठी खायला? हीच जर या ठिकाणी मी असते तर मी बाहेर येऊन त्याला खाऊन घ्यायला सांगितलं असतं किंवा मी त्याला बोट उंचावून दाखवलं असतं. फक्त एक मिनिट. मला समोरच्या माणसाचं भान राहिलं असतं. माझ्या जोडीदाराचं, जो स्वयंपाकघरात खाण्याची ताटली घेऊन ताटकळतो आहे. हा विचार मनात आल्यावर मला वाईट वाटत राहतं. कारण नंतर लगेचच मला त्या बंद दाराआडून काळजीचा स्वर ऐकू येतो, त्याबरोबरच अस्वस्थ उद्‌गार आणि समजूत घालणंसुद्धा. मला शंका यायला लागते की 'गो' चा प्रेमभंग झाला असावा. तसा तो खूप वेळा झाला आहे. जी नाती तिच्याकडून तोडली गेली आहेत, अगदी त्या वेळीसुद्धा तिला निक्‌नं सांभाळायला, सावरायला लागलेलं आहे.

त्यामुळे बोलणं संपवून निक् बाहेर आला, तेव्हा मी माझ्या चेहऱ्यावर 'बिच्चारी गो' असे भाव घेऊन सज्जच होते. अंडी एव्हाना ताटलीत कडक झालेली होती. त्याच्याकडे एक नजर टाकताच मला कळलं की ही काही नुसती 'गो'शी संबंधित समस्या नाही.

"माझी आई." तो बोलायला सुरुवात करतो आणि मट्‌कन खालीच बसतो. "शी! माझ्या आईला कॅन्सर झालाय. चौथ्या स्टेजला आहे. आता तो लिव्हर आणि हाडांपर्यंत पसरलाय. हे इतकं वाईट आहे. हे..."

तो त्याचा चेहरा आपल्या हातांमध्ये लपवतो आणि मी पुढे होऊन त्याला जवळ घेते. जेव्हा तो मान वर करतो, तेव्हा त्याचे डोळे अगदी कोरडे असतात. शांत. मी कधीच माझ्या नवऱ्याला रडताना पाहिलं नाही.

"गो'साठी अति होतंय हे सगळं, आणि त्यात भरीला माझ्या वडिलांचा अल्झायमर्स."

"अल्झायमर्स? अल्झायमर्स? कधीपासून?"

"झाले थोडे दिवस. सुरुवातीला त्यांना वाटलं की हा लवकर सुरू झालेला विस्मरणाचा रोग आहे. पण ते तेवढंच नाही. आता सगळंच बिघडलंय."

ज्या अर्थी माझ्या नवऱ्याला ही गोष्ट मला सांगाविशीही वाटली नाही, त्या अर्थी मला वाटतं आमच्यात काहीतरी बिघडलंय. असं काहीतरी जे आता कधीच सावरलं जाणार नाही. कधी कधी वाटतं की हा त्याचा एक व्यक्तिगत खेळच आहे, जणू त्यानं एखाद्या कठोर अंतःकरण असण्याच्या अघोषित स्पर्धेतच भाग घेतला असावा. "पण तू मला काहीच का नाही बोललास?"

"मला माझ्या वडिलांबद्दल फारसं बोलायला आवडत नाही."

"तरी पण..."

"ॲमी प्लीज." त्याच्या चेहऱ्यावर तसेच भाव आहेत, जणू काही मी त्याला समजूनच घेत नाहीये, त्याला मी समजून घेत नाही याची एवढी खात्री आहे. मला शंका यायला लागते की तेच खरं असावं.

"पण आता 'गो' म्हणते आहे की आईला केमो लागणार, त्या वेळी ती खरोखरच आजारी होईल. तिला मदतीची गरज असेल."

"मग आपण तिच्यासाठी कोणी मदतीला माणूस बघू यात का? कोणी नर्स वगैरे?"

"तिच्या विम्याच्या पैशात तेवढं शक्य नाही."

तो माझ्याकडे रोखून बघत राहतो, हाताची घडी : मला समजतंय तो मला एक प्रकारे आव्हान देतोय. मी पैसे भरावेत यासाठी. पण आम्ही पैसे भरू शकत नाही, कारण मी माझे पैसे माझ्या आई-वडिलांना दिले आहेत.

"ठीक आहे." मी म्हणते, "तुझं काय म्हणणं आहे यावर, आता काय करायचं आपण?"

आम्ही दोघं एकमेकांसमोर उभे ठाकलोय. सोक्षमोक्ष लावण्याच्या पवित्र्यात. जणू मला कोणी काहीच न सांगितल्यानं भांडणाच्या तयारीत. मी त्याला स्पर्श करण्याकरता हात पुढे करते, तेव्हा तो माझ्या हाताकडे नुसतीच नजर टाकतो.

"आपण परत जायला हवं," तो डोळे वटारून माझ्याकडे बघतो. एखादी चिकट गोष्ट झटकून टाकावी तशी तो स्वतःची बोटं झटकतो. "आपण एक वर्षासाठी तिकडे जाऊ. आपल्याला जे करायला हवं ते करू. तश्याही आपल्याला नोकऱ्या नाहीतच, आपल्याकडे पैसेही नाहीत. इथं काय ठेवलंय आपल्यासाठी. तुला पण हे मान्य करावं लागेल."

"मला पण मान्य करावं लागेल?" म्हणजे मीच विरोध करते आहे की काय? संतापाची एक लाट माझ्या मनात उसळून येते, जी मी गिळून टाकते.

"आपण आता काय करूया मी सांगतो. आपण योग्य तोच निर्णय घेऊ. आता निदान एकदातरी आपण माझ्या आईवडिलांना मदत करू."

अर्थातच, आम्ही असंच करायला हवंय आणि मी त्याची शत्रू असावी अशा पद्धतीनं जर त्यानं मला हे सगळं सांगितलं नसतं, तर कदाचित मीसुद्धा असंच म्हटलं असतं. पण तो दाराबाहेर आला तोच मुळी अशा आविर्भावात की मीच त्याची समस्या आहे, जी सोडवणं गरजेचं आहे. मी एक असा कडवट स्वर आहे जो दाबून टाकणं भाग आहे.

जोपर्यंत त्याच्या विरोधात जात नाही, तोवर माझा नवरा या भूतलावरचा

अत्यंत निष्ठावान माणूस आहे. जेव्हा त्याच्या एखाद्या मित्राकडून, अगदी जवळच्या जुन्या मित्राकडून जेव्हा त्याची फसवणूक झाल्यासारखं त्याला वाटतं, तेव्हा त्याचे डोळे अक्षरशः गडद रंगाचे झालेले मी पाहिले आहेत. त्यानंतर त्या मित्राचा साधा उल्लेखही कधी होत नाही. तो माझ्याकडे अशाच नजरेनं पाहत होता की मी जणू अशीच नाकारण्याची वस्तू आहे. त्या नजरेनं मी अक्षरशः गोठून गेले.

असं सगळं झाल्यावर आम्ही फार वादविवाद न घालता असा निर्णय घेतला, की आम्ही न्यूयॉर्क सोडून मिसुरीला राहायला जाणार. मिसुरीत जाऊन नदीकाठावरच्या एका घरात आम्ही राहणार. हे सगळं कल्पनेपलीकडचं आहे, अवास्तव आहे आणि मी तरी अवास्तव शब्द चुकीच्या अर्थाने वापरणार नाही. हो ना?

मला माहिती आहे की सगळं ठीक होईल. फक्त माझ्या मनातल्या चित्रापेक्षा हे फार वेगळं आहे. मी मनाशी एक वेगळंच चित्र रंगवलं होतं. म्हणजे हे वाईट आहे असं नाही म्हणायचं मला, फक्त... म्हणजे मला कोणी जर वेगवेगळ्या कल्पना करायला सांगितल्या की आयुष्यात मी कुठे जाईन, काय करीन, तर हे काही माझ्या कल्पनेत येणार नाही. मला हे फारसं चांगलं वाटत नाही.

घरातलं सामान भरून हलवणं ही एक वेगळीच शोकांतिका आहे. निक् ठामपणे पण जराशा अपराधी भावनेनं ते सगळं आवरण्यात गुंतलेला. त्याचे ओठ एका बारीक रेषेत घट्ट मिटलेले. माझ्याकडे बघायचं टाळणारा. आमच्या छोट्याशा रस्त्यावरच्या वाहतुकीला अडथळा करत यू-हॉलचा ट्रक कित्येक तास तिथे ठिय्या मारून होता. आपले हझार्ड लाईट मिचकावत जणू सांगत होता धोका-धोका-धोका. निक् जिन्यावरून वर-खाली करतोय. एक एक करून सगळं खाली येतंय– पुस्तकांची खोकी, स्वयंपाकघरातील सामानाची खोकी, खुर्च्या, छोटी टेबलं. आम्ही आमचा सोफा घेऊन जाणार आहोत– आमचा जुन्या पद्धतीचा रुंद चेस्टरफील्ड सोफा, माझे वडील आम्ही तो पाळलेला आहे असं म्हणतात आणि जो आम्हाला अत्यंत प्रिय आहे. सगळ्यात शेवटी आम्ही तो बांधायला घेतो. दोन माणसांसाठी पण हे कष्टांचं काम आहे. ते धूड आमच्या जिन्यांवरून खाली आणणं (थांब थांब मला जरा विश्रांती घेऊ दे. उजवीकडून उचल. थांब इतक्या घाईत उतरू नकोस. बघ बघ माझी बोटं!) हाही एक अनुभवच आहे. सोफा नेल्यावर कोपऱ्यावरच्या दुकानातून आम्ही आमचं जेवण बांधून घेऊ. जाताना वाटेत खायला सॅन्डविच आणि थंड सोडा.

निक्नं मला सोफा बरोबर घेऊ दिला खरा; पण इतर अवजड वस्तू इथं न्यूयॉर्कमध्येच ठेवून जाऊ. आमचा बेड निक्चा एक मित्र नेणार आहे. आम्ही गेल्यानंतर तो या– धूळ आणि केबलच्या वायर शिवायच्या– रिकाम्या घरी येईल

आणि बेड घेऊन जाईल. मग कदाचित तो त्याचं न्यूयॉर्कचं आयुष्य या न्यूयॉर्कच्या बेडवर घालवेल. रात्री दोन वाजता चायनिज खात आणि कोणत्यातरी विचित्र झिंगलेल्या पोरींबरोबर वासना शमवण्याकरता तो हा बेड वापरेल. (आमचं घरसुद्धा एका बडबड्या जोडप्यानं घेतलं आहे. नवरा-बायको दोघे वकील आहेत. इतक्या स्वस्तात व्यवहार झाल्याचा त्यांचा आनंद ते निर्लज्जपणे व्यक्त करत आहेत. मला त्यांचा खरोखर तिरस्कार वाटतो.)

निक् चार वस्तू खाली नेतो तेव्हा मी जेमतेम एक नेते. मी हळू हळू हालचाली करते, जणू माझी हाडं पिचलेली असावीत अशा. एक नाजूकपणा माझ्या शरीरात भरून राहिला आहे. आणि खरंच सगळ्याच गोष्टी मला दुखावताहेत. निक् खालीवर जाताना झपाट्यानं मला ओलांडून जातो, कपाळाला आठ्या घालून माझ्याकडे बघतो. ''ठीक आहेस ना?'' माझ्यावर खेकसत विचारतो आणि मी उत्तर द्यायच्या आधीच चालायला लागतो. काळ्या तोंडाचं कार्टून असावं तशी मी आ वासून बघतच राहते. मी ठीक नाहीये. मी ठीक होईन, पण आता तरी मी ठीक नाही. मला माझ्या नवऱ्यानं जवळ घ्यायला हवंय, माझं सांत्वन करायला हवं आहे, माझी समजूत घालायला हवी आहे. फार नाही, थोडा वेळ फक्त.

ट्रकच्या मागच्या भागात निक्‌ची खोक्यांची ठेवरेव चालली आहे. निक्‌ला स्वतःच्या सामान भरण्याच्या कौशल्याचा फारच अभिमान आहे. त्याने डिशवॉशरमध्ये भांडी रचण्याचं काम केलं आहे. सुट्टीवर जाताना बॅग भरण्याचं काम त्याचंच असतं. साधारण तीन एक तासांतच आमच्या लक्षात येतं की आम्ही आमच्या सामानापैकी जरा जास्तच सामान विकलं तरी आहे किंवा देऊन तरी टाकलं आहे. यू हॉलचा प्रचंड मोठा मागचा भाग अर्धा रिकामाच आहे. त्या दिवसभरातली ती एकच गोष्ट मला समाधान देऊन जाते. सळसळता पारा असावा तसं एक दुष्ट खुनशी समाधान. बरं झालं. मला वाटत राहतं. बरं झालं!

''तुला अगदी हवाच असेल तर आपण बेड घेऊन जाऊ या.'' माझी नजर टाळून रस्त्याकडे बघत निक् म्हणतो. ''जागा आहे भरपूर.''

''नको. तू तो वॅलीला द्यायचं कबूल केलं आहेस. तो त्यालाच मिळायला हवा.'' मी ताठपणे सांगते.

माझं चुकलं. नुसतं म्हण एकदा : माझं चुकलं मला माफ कर. आपण हा बेड घेऊन जाऊ या. तुला त्या नवीन जागेत तुझा जुना आरामशीर पलंग तरी असू दे. माझ्याकडे बघून एकदा हस. माझ्याशी चांगला वाग. आजतरी. माझ्याशी नीट वाग.

निक् एक सुस्कारा टाकतो. ''ठीक आहे, तुझी इच्छा असेल तसं करू ॲमी? तो खोक्यांच्या उतरंडीला टेकून उभा राहतो, श्वास किंचित फुललेला.

सगळ्यात वरच्या खोक्यावर 'ॲमी हिवाळी कपडे' असं लिहिलेलं आहे. ''त्यानंतर मला बेडबद्दल काही ऐकून घ्यायचं नाही हं ॲमी. मी आता तुला शेवटचं विचारतो आहे. मी तुझ्याकरता तो बेड घेऊ शकतो.''

''वा! किती उदारपणा हा,'' मी पुटपुटते, मला उलट उत्तर द्यायचं असतं, तेव्हाही मी अशीच करते. मी फार भित्री आहे. मला वादावादी आवडत नाही. मी एक खोका उचलून ट्रककडे जायला लागते.

''काही बोललीस तू?''

मी मान हलवते. मी रडताना त्यानं मला बघू नये असं मला वाटतं, कारण त्यामुळे तो आणखीच चिडेल.

दहा मिनिटांनंतर जिन्यात दाण दाण आवाज यायला लागतो. निक् एकटाच आमचा सोफा खाली आणतोय.

न्यू यॉर्क सोडताना मला मागे बघता येत नाही. कारण ट्रकला मागच्या बाजूला खिडक्याच नाहीत. बाजूच्या आरशात मला न्यूयॉर्कची क्षितिजरेषा दिसते. (मागे पडणारी क्षितिजरेषा जुन्या काळच्या कादंबऱ्यांमध्ये असंच लिहितात ना, जिथे नायिकेला आपलं पूर्वापारचं घर सोडून जावं लागतं) पण चांगल्या इमारती मात्र दिसत नाहीत. ना क्रिसलर, ना एम्पायर स्टेट या कधीच त्या छोट्याशा चौकोनात दिसत नाहीत.

आदल्या रात्री माझे आई-वडील मला भेटून गेले. लहानपणापासून मला आवडणारं आमचं जुनं कक्कूचं घड्याळ ते मला भेट म्हणून देऊन गेले. आम्ही तिघं एकमेकांना मिठी मारून खूप रडलो आणि निक्नं माझी काळजी घेण्याचं त्यांना कबूल केलं.

त्यानं माझी काळजी घेण्याचं कबूल केलं तरी मला मात्र भीती वाटते आहे. काहीतरी खूप चुकीचं घडतंय असं सारखं मला वाटत राहतंय. परिस्थिती आणखीच बिघडत जाईल अशी भीती दाटून येते आहे. मी निक्ची बायको आहे असं मला वाटतच नाहीये. खरंतर मला माणूस असल्यासारखंच वाटत नाही. मी फक्त एखादी बांधून न्यायची वस्तू आहे, सोफा किंवा घड्याळासारखी. भंगारमध्ये टाकायची किंवा नदीत भिरकावून देण्यासारखी वस्तू. मला माझ्या अस्तित्वाचीच शंका येत्येय. मला वाटतं की मी नाहिशी होईन.

निक् डन्

तीन दिवसांनंतर...

एक गोष्ट स्पष्टच होती की ॲमी सापडावी अशी कोणाची तरी इच्छा असल्याशिवाय पोलीस तिला शोधणार नव्हते. आसमंतात जे काही हिरवं आणि तपकिरी होतं ते सर्व शोधून झालं होतं. मिसिसिपीतला मैलो न् मैल चिखल, जंगलातल्या पायवाटा आणि खुद्द आमचं खुरटं जंगल. ती जर जिवंत असेल तर कोणीतरी ती परत यावी म्हणून प्रयत्न करेलच. आणि ती जर जिवंत नसेल तर निसर्गच तिला आपल्याकडे पाठवून देईल आणि कडवट असलं तरी हेच सत्य आहे. मी जेव्हा मदतकेंद्रावर पोचलो, तेव्हा मला जाणवलं की सगळ्यांनाच हे सत्य जाणवलेलं आहे. तिथलं वातावरण निष्क्रियतेनं, पराभूत भावनेनं भारलेलं होतं. मी निरुद्देशपणे पेस्ट्रीज ठेवल्या होत्या, तिथं जाऊन त्या खाण्यासाठी स्वतःचीच समजूत घालत राहिलो. दानिश पेस्ट्री. माझं स्पष्ट मत असं आहे की दानिश पेस्ट्रीपेक्षा जास्त निराशाजनक अन्नपदार्थ कोणताच नसेल. ते केल्याकेल्याच शिळं दिसतं.

"मला अजूनही नदीचीच शंका येते." एक स्वयंसेवक आपल्या मित्राला सांगत होता. दोघंही जण घाणेरड्या बोटांनी अन्न चिवडत होते. "ती त्यांच्या घराच्या अगदी मागेच आहे. याहून दुसरा सोपा मार्ग कोणता असणार?"

"पण मग एव्हाना नदीच्या प्रवाहातून ती वर आली असती."

"जर तिचे तुकडे करून टाकले असतील तर नाही येणार. तुम्ही हात-पाय छाटून मग तुकडे नदीत फेका आणि बघा ते पार आखतापर्यंत वाहत जातील. ट्युनिकापर्यंत तरी नक्कीच."

त्याचं माझ्याकडे लक्ष जायच्या आधीच मी तिथून बाजूला झालो.

माझे पूर्वीचे एक शिक्षक मि. कोलमन एका टेबलाजवळ फोनवर वाकून काहीतरी माहिती खरडत बसले होते. जेव्हा त्यांचं माझ्याकडे लक्ष गेलं, तेव्हा त्यांनी मला खूण केली. एक बोट कानाजवळ फिरवून नंतर फोनकडे बोट

दाखवलं. काल जेव्हा ते मला भेटले तेव्हा त्यांनी मला सांगितलं होतं, "माझी नातपण एका दारूड्या ड्रायव्हरच्या हातून मारली गेली, म्हणून मग..." आम्ही काहीतरी पुटपुटत अवघडल्यासारखं एकमेकांना थोपटलं.

माझा फोन वाजला. तोच तो तात्पुरता– तो कुठे ठेवावा हे न कळल्यामुळे मी तो माझ्याजवळच ठेवला होता. मी त्यावरून फोन केला होता. त्याचं उत्तर म्हणून हा फोन वाजत होता. पण आत्ता मी तो घेऊ शकत नव्हतो. मी फोन बंद केला आणि इलियट पती-पत्नीने हे पाहिलं तर नाही ना, या गोष्टीची खात्री करण्यासाठी सगळ्या खोलीवर नजर टाकली. मेरीबेथ स्वतःच्या ब्लॅकबेरीवर काहीतरी टाइप करत होती. नंतर तिनं ते वाचण्याकरता म्हणून फोन हातभर अंतरावर धरला. जेव्हा तिने मला पाहिलं तेव्हा आपला ब्लॅकबेरी एखाद्या ताइतासारखा स्वतःपुढे धरून चटचट पावलं उचलत ती पुढे आली.

"इथून मेम्फिस किती दूर आहे?" तिनं विचारलं.

"जवळपास पाच तासांच्या अंतरावर आहे. काय आहे मेम्फिसमध्ये?"

"हिलरी हॅन्डी मेम्फिसला राहते. हायस्कूलमध्ये ॲमीला त्रास देणारी ती मैत्रीण. किती योगायोग आहे हा. हो ना?"

मी काय म्हणणार होतो यावर, नाही?

"हो आणि गिलपीननं मला खोडून काढून झालेलं आहे. *एकवीस वर्षांपूर्वी जे काही झालं त्यासाठीचा खर्च आम्ही आता मंजूर करू शकत नाही.* हलकट माणूस. मी हिस्टेरिया होण्याच्या टोकावर उभी असावी अशा पद्धतीने वागवतो हा माणूस मला. मी बाजूला उभी असताना तो रॅन्डशी बोलतो आणि माझ्याकडे दुर्लक्ष करतो. जणू काही माझ्या नवऱ्यानं मला समजावून सांगितल्याशिवाय याचं बोलणं मला समजणारच नाही. हलकट!"

"हे अगदी दरिद्री शहर आहे," मी तिची समजूत काढत म्हणालो. "त्यांच्याकडे खरंच तेवढा निधी नसेल मेरीबेथ."

"हो पण आमच्याकडे आहे. मी हे गंभीरपणे बोलते आहे निक्, ही मुलगी फार विचित्र होती. आणि मला माहीत आहे की गेली काही वर्षं ती ॲमीशी संपर्क ठेवण्याच्या प्रयत्नात होती. ॲमीनं सांगितलं आहे मला."

"पण तिने मला कधीच नाही सांगितलं."

"किती पैसे पडतील तिथपर्यंत जायला? पन्नास डॉलर्स? ठीक आहे. तू जाशील? तू म्हणाला होतास तू जाशील म्हणून. प्लीज? जोपर्यंत तिच्याशी कोणी बोलत नाही तोवर ती गोष्ट माझ्या डोक्यातून जाणार नाही."

ही गोष्ट खरी आहे हे मला नक्की माहीत आहे. कारण तिची मुलगी पण काळजी करण्याच्या बाबतीत अशीच चिवट होती. ॲमीपण एखादी आख्खी

संध्याकाळ या गोष्टीची काळजी करायची की तिने गॅस बंद केला होता ना नक्की, आणि हे तेव्हा, जेव्हा आम्ही त्या दिवशी स्वयंपाकच केलेला नसायचा. किंवा दार नीट बंद केलं ना नक्की? अशा वेळी तिची कल्पनाशक्ती चौखूर उधळायची. हा फक्त केवळ दार नीट बंद करण्याचा प्रश्न नसायचा तर दार उघडं राहिलं तर मग माणसं घरात घुसतील आणि ते तिच्यावर बलात्कार करून तिला मारून टाकतील, इथपर्यंत गाडी जायची.

ती कल्पना आठवूनच मला घाम फुटला, कारण माझ्या बायकोची भीती शेवटी एकदा सत्यात उतरली होती. इतकी वर्षं ज्या गोष्टीची काळजी करत घालवली ती शेवटी खरी झाली, हे किती भयंकर आहे.

"हो नक्की जाईन मी. आणि मी मध्ये सेंट लुईसला थांबून तो दुसरा कोण आहे ना देसी, त्यालाही भेटेन. ते झालंच म्हणून समज." मी वळलो आणि मोठ्या झोकात बाहेर यायला निघालो. जेमतेम वीस फूट गेलो असेन, तर समोर स्टक्स. त्याचा चेहरा झोपेनं मरगळला होता.

"पोलिसांनी काल मॉलमध्ये शोध घेतला म्हणे." दाढी खाजवत तो म्हणाला. त्याच्या दुसऱ्या हातात डोनट होता, न खाल्लेला. त्याच्या कार्गो पॅन्टच्या पुढच्या खिशात बॅजेलच्या आकाराचा फुगवटा दिसत होता. मी त्यावर विनोदानं म्हणणारच होतो : तुझ्या खिशात काही आहे की...

"हो. काही सापडलं नाही."

"काल. ते काल गेले. मूर्ख लेकाचे."

त्यानं एकदम वाकून इकडेतिकडे बघितलं, जणू कोणीतरी त्याचं बोलणं ऐकेल अशी त्याला भीती वाटत असावी. मग तो माझ्याकडे झुकला आणि म्हणाला, "तू रात्री जा; तेव्हा असतात ते तिथं. दिवसा ते नदीवर असतात किंवा मग झेंडे फडकवत असतात."

"झेंडे फडकवत म्हणजे?"

"अरे म्हणजे हायवेच्या बाहेर पडण्याच्या वाटेवर हातात ते फलक घेऊन बसतात. 'नोकरी गेली, मदत करा, बिअरसाठी पैसे द्या'... जे काही." अजूनही तो खोली न्याहाळत होता. "झेंडे फडकवत रे."

"बरं."

"आणि रात्री ते मॉलमध्ये असतात," तो म्हणाला.

"मग आज रात्री जाऊ या आपण," मी म्हटलं. "तू, मी आणि जे कोणी यायला तयार असतील ते."

"जो आणि मिकी हिलसॅम," स्टक्स म्हणाला. "ते तयार असतील." हे हिलसॅम माझ्यापेक्षा तीन-चार वर्षांनी मोठे असतील. गावातली वाया गेलेली

मुलं. या मुलांना भीती, वेदना असल्या गोष्टींची ओळखच नव्हती. संपूर्ण उन्हाळा ही मुलं त्यांच्या बुटक्या घाटदार पायांवर इकडे तिकडे पळत, बेसबॉल खेळत, बिअर ढोसत काढत असत. कसले तरी आचरट उद्योग करत, गटारांच्या खड्ड्यांमध्ये उतरून बघायचं, नाहीतर पाण्याच्या टाक्यांवर नागड्यानं चढायचं, हे असले उद्योग ते पैजेवर करत. ही अशी मुलं होती जी एखाद्या कंटाळवाण्या शनिवारी तयारीत यायची आणि मग तुम्हाला कळायचं की आता काहीतरी घडणार आहे. म्हणजे चांगलं घडेल असं नाही, पण काहीतरी नक्की घडेल. हो, हिलसॅम नक्कीच तयार होतील आज रात्रीसाठी.

"ठीक आहे मग. आज रात्री जाऊ आपण." मी म्हणालो.

माझा तो तात्पुरता फोन खिशात परत वाजला; पण मला तो नीट बंद करता आला नाही. मग परत वाजला.

"तू फोन घेणारेस का?" स्टक्सनं विचारलं.

"नाही."

"तू प्रत्येक फोन घ्यायला हवास रे, अगदी प्रत्येक फोन."

उरलेल्या संपूर्ण दिवसात करण्यासारखं काहीच नव्हतं. कुठली शोध मोहीम नाही, कसली पत्रकं नकोत. फोनवर कोणीतरी हजर. मेरीबेथनं स्वयंसेवकांना घरी पाठवायला सुरुवात केली; असेही ते कंटाळून काहीतरी तोंडात टाकत नुसतेच उभे होते. मला शंका होती की स्टक्स जाताना खाद्य पदार्थांचं टेबल अर्धं तरी रिकामं करून गेला असणार.

"कोणाला आज पोलिसांकडून काही कळलं का?" रॅन्डनं विचारलं.

"काहीच नाही." मी आणि मेरीबेथ एकदमच उत्तरलो.

"कधी कधी काही न कळणं पण चांगलंच असतं ना."

रॅन्डच्या आशेवर पाणी ओतणं माझ्या आणि मेरीबेथच्या जिवावर आलं. हो नक्कीच.

"तू मेम्फिसला कधी जाणार आहे?" तिनं विचारलं.

"उद्या. आज रात्री मी आणि माझे मित्र मॉलमध्ये पुन्हा एकदा शोधून बघणार आहोत. काल तिथला तपास नीट झाला नसावा असं वाटतंय."

"छान." मेरीबेथ उद्गारली. "असंच काहीतरी करणं गरजेचं आहे. आपल्याला जर एखादी गोष्ट नीट न झाल्याची शंका आली तर मग ते काम आपणच करावं. कारण आत्तापर्यंत इथं जे काही झालंय, त्यामुळे माझं काही खास समाधान झालेलं नाही."

रॅन्डनं बायकोच्या खांद्यावर हात ठेवला. याचा अर्थ ही तक्रार अनेक वेळा

ऐकवून झालेली असणार.

"मला तुझ्याबरोबर यायला आवडेल निक्," रॅन्ड म्हणाला.

आज रात्री मी येतो तुझ्याबरोबर." रॅन्डनं निळ्या रंगाच्या गोल्फचा शर्ट आणि काळपट हिरवी पॅन्ट घातली होती. त्याचे काळे कुळकुळीत केस डोक्यावर चमकत होते. तो हिलसॅम भावाच्या पाठोपाठ जातोय, त्यांच्या कंपूत मिसळून जाण्याचा प्रयत्न करतोय, *हे, मला पण बिअर आवडते आणि तुमच्या त्या खेळणाऱ्या संघाचं काय झालं?* – अशी कल्पना मनाशी करून पाहिली आणि मनोमन मला अवघडल्यासारखं झालं.

"अर्थातच रॅन्ड. नक्कीच."

माझ्या हातात आता दहा तास होते. काहीही काम नसलेले. रिकामे. माझ्या गाडीचं काम पूर्ण होऊन, स्वच्छ करून मला परत मिळणार होती बहुतेक. त्यामुळे मी एका वयस्कर आजीबाईसारख्या गडबड करणाऱ्या स्वयंसेविकेबरोबर तिच्या गाडीतून पोलीस स्टेशनला आलो. माझ्याबरोबर एकटीनं येताना ती जरा अस्वस्थ झाली असावी.

"मी जरा मि. डन्ना पोलीस स्टेशनला सोडायला जात्येय, पण मी अर्ध्या तासात परत येईन." तिनं तिच्या एका मैत्रिणीला सांगितलं. "अर्ध्या तासापेक्षा जास्त नाही."

गिलपीननं ॲमीची दुसरी चिठ्ठी पुराव्यांमध्ये सामील करून घेतली नव्हती. तो त्या अंतर्वस्त्रातच गुंतला होता. मी माझ्या गाडीत शिरलो आणि गाडीत कोंडलेली उष्णता बाहेर काढण्याकरता दार सताड उघडं टाकलं. आणि मग माझ्या बायकोची दुसरी चिठ्ठी पुनःपुन्हा वाचली :

बघ मला किती वेडावलंय माझं मन
आणि माझं भविष्य उज्ज्वल तुझ्यामुळेच केवळ...
तू आणलंस इथं मला
की गुंजावीत माझ्या कानात
तुझ्या पोरवयातील साहसं...
चुरगळलेली जीन्स आणि उन्हेरी टोपीखालचे केस...
विसरून जाऊ बाकी सर्व
आपल्यासाठी नाही कुणी
जणू भेटलो आताच आपण
चाखू हळूच चुंबनगोडी.

हा उल्लेख सरळसरळ मिसुरीमधल्या हानिबालचा होता. मार्क ट्वेनचं लहानपणीचं गाव. किशोरवयात मी काही उन्हाळ्यांत तिथे काम करत असे. हक फिन*सारखा पोशाख म्हणजे गवताची विणलेली टोपी, कृत्रिमरीत्या जुनाट केलेली पॅन्ट घालून लबाडपणे हसत लोकांना आईस्क्रीमच्या दुकानाकडे वळवायचं हे माझं काम. ही अशी एक गोष्ट होती जी तुम्ही जेवताना तोंडी लावण्यासारखी चघळू शकता. निदान न्यूयॉर्कमध्ये तरी. कारण तिथे तसं काम केलेलं कुणीच सापडणार नाही. तिथला कोणी 'हो मीपण असंच करायचो', असं म्हणूच शकणार नाही.

आणि त्यातला उन्हेरी टोपी किंवा वायजर हॅट*चा जो उल्लेख होता तो खास आमच्यातला खासगी विनोद होता. मी जेव्हा ॲमीला पहिल्यांदा सांगितलं की मी हकचं काम करत असे, ते आम्ही बाहेर जेवायला गेलेलो असताना. आम्ही वाईनची पहिली बाटली संपवून दुसऱ्या बाटलीपर्यंत आलो होतो आणि ॲमी इतकी गोड झिंगली होती. माझ्यात एखादं चुंबक असावं तशी ती टेबलावर माझ्या दिशेनं सारखी झुकत होती. ती मला सारखा एकच प्रश्न विचारत होती की माझ्याकडे वायजर आहे का आणि मी तिच्यासाठी ती घालून दाखवेन का? मग मी जेव्हा तिला विचारलं की तिला असं का वाटतंय की हक फिन वायजर घालायचा, तेव्हा एक आवंढा गिळून ती म्हणाली, "ओह! मला गवती टोपी म्हणायचं होतं!" जणू काही ते दोन्ही एकमेकांच्या बदल्यात सहज वापरता येण्यासारखे शब्द होते. त्यानंतर आम्ही जेव्हा जेव्हा टेनिस बघायचो, तेव्हा तेव्हा आम्ही खेळाडूंच्या टोप्यांचं कौतुक करत असू.

पण ॲमीनं हानिबालची निवड का केली असावी, कारण तिथं आमच्या कुठल्याच चांगल्या किंवा वाईट आठवणी नाहीत. फक्त गेलो होतो आम्ही तिथे. मला आठवतंय जवळपास वर्षापूर्वी आम्ही तिथे एकदा फिरलो होतो. नुसतेच आजूबाजूला बघत, पाट्या वाचत. एक म्हणणार, "हे बघ काय आहे." आणि दुसरा दुजोरा देणार, "हो खरंच." त्यानंतर मी तिथे ॲमीला न घेता पण गेलो होतो, (माझी तीच जुन्यात रमण्याची खोड) आणि तो इतका छान दिवस होता, आनंदी सगळं जग आपलंच आहे असं वाटण्याचा दिवस, पण ॲमीबरोबर मात्र तो एक कंटाळवाणा अर्थहीन दिवस होता. जरा लाजिरवाणंच होतं ते. मला आठवतंय एक वेळ अशी आली की मी माझ्या लहानपणीच्या इथल्या एका सहलीची एक काहीशी चमत्कारिक गोष्ट सांगायला सुरुवात केली आणि मला तिचा चेहरा निर्विकार होताना जाणवला. मला आतून इतका संताप आला होता

---

* हकलबरी फिन : मार्क ट्वेनच्या साहित्यातील किशोरवयीन नायक

* वायजर हॅट : टाळूचा भाग उघडा असणारी टोपी. विशेषतः खेळाडू घालतात तशी

ना, की त्या संतापातच मी दहा मिनिटं काढली– कारण आमच्या लग्नाच्या या टप्प्यावर तिच्यावरच्या रागाची मला इतकी सवय झाली होती की खरं सांगायचं तर आता मला त्या रागाची मजाच वाटायला लागली होती. आपण आपली नखं चावत बसावं, तसं मी तो राग चघळत होतो. तुम्हाला कळत असतं की असं नखं चावणं बरं नाही. तुम्हाला वाटतं तितकं काही खरंतर तुम्हाला ते आवडत नसतं, पण तरीही तुम्ही ते थांबवू शकत नाही. अर्थात, माझ्या चेहऱ्यावरून तिला काहीच दिसलं नाही. आम्ही तसेच पुढे पाट्या वाचत चालत राहिलो.

किती भयंकर जाणीव आहे ही. आम्ही इथे आल्यापासून आमच्या चांगल्या स्मृतींच्या अभावामुळेच माझ्या बायकोला तिच्या खजिन्याच्या शोधासाठी हा हानिबालचा प्रसंग आठवावा लागला.

मी वीस मिनिटांत हानिबालला पोचलो. गिल्डेड एज कोर्ट हाऊस*वरून पुढे गेलो. बंद दुकानं – उद्ध्वस्त सहकारी बँका आणि बंद असलेली सिनेमागृहं ओलांडून मी नदीच्या दिशेनं गेलो. माझी गाडी मी मिसिसिपी नदीच्या अगदी जवळ लावून ठेवली, थेट मार्क ट्वेन बोटीच्या अगदी समोर पार्किंग निःशुल्क होतं. (या गोष्टीचं मला वाटणारं अप्रूप कधीच कमी झालं नाही. निःशुल्क पार्किंग) दिव्याच्या खांबांवरून पांढऱ्या केसांच्या माणसाची बॅनर्स निर्जीवपणे लोंबकळत होती. उष्णतेने त्याच्या कडा वळल्या होत्या. हा अगदी उष्ण-गरम दिवस होता, पण तरीही हानिबाल अगदी अस्वस्थ वाटण्याइतकं शांत वाटत होतं. रस्त्यालगतच्या कसल्या कसल्या वस्तू विकणाऱ्या दुकानांवरून मी थोडं अंतर पुढे चालत गेलो. 'विकणे आहे'च्या पाट्यांची संख्या खूपच वाढलेली दिसते आहे. बेकी थॅचरचं घर नूतनीकरणाकरता म्हणून बंद होतं, पण त्यासाठी अजून वर्गणी जमलीच नव्हती. फक्त दहा डॉलर्समध्ये टॉम सॉयरनं रंगवलेल्या कुंपणावर तुमचं नाव रंगवायची मुभा होती, पण कोणालाच त्यात रस नव्हता.

एका रिकाम्या दुकानाच्या पायऱ्यांवर मी बसलो. मला एकदम जाणवलं की मी ॲमीला सगळ्याच्या शेवटाकडे घेऊन आलो होतो. आम्ही जगण्याच्या एका पद्धतीचा शेवट अनुभवत होतो. हे शब्द खरंतर मी न्यूगिनीचे टोळीवाले किंवा अपालाशिअन लोकांच्या संदर्भात वापरत होतो. मंदीने मॉलचा बळी घेतला होता. कॉम्प्यूटरमुळे ब्लू बुक फॅक्टरीचा घास घेतला. कार्थेज तर डुबलंच होतं, पण त्याचं जोडीदार असणारं हानिबाल शहरदेखील नवीन चमकदार, गोंगाटानं भरलेल्या कार्टूनचा प्रभाव असणाऱ्या पर्यटनाच्या जागांमुळे मागे पडल्यासारखं झालं होतं.

---

* गिल्डेज एज - एकोणिसाव्या शतकाच्या उत्तरार्धात हानिबाल शहराची प्रचंड भरभराट झाली, त्या कालखंडाला गिल्डेज एज असं म्हणतात. त्या काळातील कोर्टाची इमारत

माझी लाडकी मिसिसिपी मिशिगन तलावाच्या दिशेनं उलट प्रवास करणाऱ्या एशियन कार्प माशांनी गढुळली होती. अमेझिंग ॲमी संपली होती. माझ्या आणि तिच्यासुद्धा करियरचा हा शेवट होता. माझ्या वडिलांचा शेवट, माझ्या आईचा अंत, आमच्या लग्नाचा शेवट आणि ॲमीचाही शेवट.

नदीच्या दिशेनं स्टीमबोटच्या भोंग्याचा खसखसता आवाज आला. माझी पाठ घामानं भरली होती. मी जबरदस्ती उभा राहिलो आणि त्या सहलीचं तिकीट काढलं. ॲमी आणि मी जसे फिरलो होतो, त्याच रस्त्यानं मी चालायला सुरुवात केली. माझ्या मनात माझी बायको आताही माझ्या बाजूला होती. त्या दिवशी पण असंच गरम होत होतं. तू किती 'हुशार' आहेस. माझ्या कल्पनेत ती माझ्या बाजूनं चालत होती आणि या वेळी ती माझ्याकडे पाहून हसली. माझ्या पोटात खड्डा पडला.

पर्यटकांच्या मुख्य जागांवरून मी माझ्या मनातल्या पत्नीला फिरवलं. एक पिकलेल्या केसांचं जोडपं हकलबरी फिनच्या घरात डोकावण्याकरता थांबलं; पण आत शिरलं नाही. त्या चौकात शेवटी एक ट्वेनसारखा पोशाख केलेला एक माणूस, पांढरे केस, पांढरा सूट असा फोर्ड फोक्समधून बाहेर आला. त्यानं आळस दिला, रिकाम्या रस्त्याकडे नजर टाकली आणि एका पिझ्झाच्या दुकानात शिरला. आणि मग आम्ही त्या बिल्डिंगच्या बाहेर होतो, जी सॅम्युएल क्लेमेन्सच्या वडिलांचं न्यायालय होतं. बाहेरच्या पाटीवर जे. एम. क्लेमेन्स, जस्टिस ऑफ पीस असं लिहिलं होतं.

जणू भेटलो आताच आपण चाखून पाहून चुंबनगोडी...

तू हे किती सोप्पं आणि छान करून ठेवलं आहेस ॲमी. जणू काही मला हे सापडावं अशी तुझी खरीखुरी इच्छा आहे. हे सगळं असंच चालू राहिलं तर मी माझे आतापर्यंतचे विक्रम मोडून टाकीन.

आत कोणीच नव्हतं. त्या धुळकटलेल्या जमिनीवर बसून मी पहिल्या बाकाखाली डोकावलो. जर ॲमीनं सार्वजनिक जागी एखादा क्ल्यू सोडला असेल तर मग ती नेहमी तो वस्तूंच्या आतल्या बाजूला चिकटवून ठेवायची आणि तिचा तसं करण्याचा निर्णय योग्यच ठरायचा कारण कोणालाच वस्तूंच्या खालच्या बाजूला बघायला आवडत नाही. पहिल्या बाकाच्या खाली काहीच नव्हतं; पण त्याच्या मागच्या बाकाखालून एक कागदाचा तुकडा लोंबताना दिसत होता. मी पलीकडे गेलो आणि तो ॲमीचा निळा लिफाफा ओढून काढला. त्याची चिकटपट्टीपण त्याला लगटून आली होती.

माझे प्रिय पतिदेव,

तू शोधलंस तर ते, हुशार माणूस! या वर्षीचा खजिन्याचा शोध माझ्या गूढ व्यक्तिगत आठवणींवर आधारित ठेवून तुझ्यासाठी हा प्रवास कष्टदायक न करण्याच्या माझ्या निर्णयाचा तुला आनंदच झाला असेल.

तुझ्या आवडत्या मार्क ट्वेनकडूनच मला ही युक्ती सापडली.

''ज्याच्या डोक्यातून हे वाढदिवस वगैरे साजरे करण्याच्या कल्पना निघाल्या. त्याचं काय करावं? निव्वळ देहदंड ही फारच हलकी शिक्षा आहे.''

आता मला कळलं, तू जे वर्षानुवर्ष म्हणत आलास, की हा खजिन्याचा शोध हे आपल्या आनंदाचं एक निधान असायला हवं. वर्षभरात मी काय बोलले, काय विचार करते हे तुला कितपत आठवतंय याची परीक्षा असायला नको. एखाद्या वयानं वाढलेल्या बाईला हे आपलं आपण लक्षात यायला हवं असंही वाटू शकेल. कोणाला पण... नवरे त्यासाठीच तर असतात ना पण. जे तुम्हाला दिसत नाही ते दाखवून द्यायला. मग भले त्याला पाच वर्षं का लागेनात.

आणि म्हणून मार्क ट्वेनच्या या लहानपणीच्या गावात हा एक क्षण थांबून मी तुझे आभार मानायची संधी घेते आहे. तुझ्या हुशारीचे आभार. आजपर्यंत मला भेटलेल्यापैकी तू सगळ्यात हुशार, गमतीशीर व्यक्ती आहेस. वेगवेगळ्या 'जाणिवा' मला नेहमीच छान लक्षात राहतात. मला इतक्या वर्षांमधल्या त्या सगळ्या वेळा आठवतात, जेव्हा तू माझ्या कानाकडे झुकायचास– मला माझ्या कानाच्या पाळ्यांना लगटून हुळहुळणारा तुझा श्वास जाणवतोय, अगदी आतासुद्धा हे लिहीत असताना – आणि काहीबाही पुटपुटायचास केवळ मला हसवण्याकरता, माझ्यासाठी. किती छान गोष्ट आहे ती हे मला आता कळतंय; पत्नीच्या चेहऱ्यावर हास्य फुलावं म्हणून धडपडणारा नवरा. आणि तू हे अगदी नेमक्या वेळी करायचास. तुला आठवतंय एकदा इन्स्ले आणि तिचा तो भागाबाई नवरा आपल्याला आग्रह करून त्यांचं बाळ बघायला घेऊन गेले होते आणि आपणही कर्तव्य म्हणून त्यांच्या त्या अगदी आदर्श असणाऱ्या, फुलं भरलेल्या ओसंडणाऱ्या घरी दुपारी नाश्ता कम जेवण करायला आणि बाळाला बघायला म्हणून गेलो होतो आणि ते कसे आपल्याला मूल नसण्याबद्दल मानभावीपणानं बोलत होते आठवतंय? आणि त्याच वेळेला त्यांचा तो भयानक मुलगा लाळेनं आणि उकडलेल्या गाजरानं माखलेला आणि कदाचित त्याची थोडी शी पण लागली असेल... आणि गळ्याभोवती गुंडाळलेल्या रुमालाखेरीज आणि विणलेल्या छोट्या बुटांखेरीज संपूर्ण नागडा असा आणि मी माझ्या संत्र्याच्या रसाचा एक घोट घेत असताना तू माझ्याकडे

वळून हळूच कुजबुजलास, "मी पण नंतर हे असे एवढेच कपडे ठेवणारे." हे ऐकल्यावर मला जो काही ठसका लागलाय म्हणून सांगू. ती तसलीच वेळ होती, जेव्हा तू मला अक्षरशः वाचवलंस. नेमक्या वेळी मला हसवलंस. फक्त एक ऑलिव्ह. म्हणून म्हणते तू खूप हुशार आहेस. आता मला एक चुंबन दे!

माझं मन चुरमडून गेलं. ॲमी या खजिन्याच्या शोधाचा उपयोग आम्हाला दोघांना पुन्हा एकत्र आणण्याकरता करत होती. पण आता त्याला खूपच उशीर झाला होता. हे सगळे माग ठेवत असताना माझ्या मनात काय चाललंय याची तिला काहीच कल्पना नव्हती. ॲमी, तू हे या आधी का गं केलं नाहीस?

आमच्या वेळा कधी जमल्याच नाहीत.

मी पुढचा क्ल्यू उघडला, वाचला. माझ्या खिशात ठेवून दिला आणि मी घरी यायला निघालो. कुठे जायचं हे मला माहीत होतं, पण माझ्या मनाची अजून तयारी झाली नव्हती. माझ्या पत्नीकडून आणखी चांगले शब्द, आणखी स्तुती मला झेपणारी नव्हती. आणखी एक समजुतीचा हात. माझ्या तिच्याविषयीच्या भावना कडवटपणाकडून फार झपाट्यानं प्रेमाकडे सरकत होत्या.

काही वेळ एकट्यानं घालवावा म्हणून मी 'गो'कडे गेलो. कॉफी पीत, टीव्हीचे चॅनेल बदलत, उत्कंठित, चिडलेला. मला रात्री अकरा वाजता मॉलमध्ये जाईपर्यंत वेळ घालवायचा होता.

माझी जुळी बहीण संध्याकाळी सातनंतर घरी आली. बारमध्ये एकटीवरच सगळं काम पडल्यानं ती काहीशी कोमेजलेली दिसत होती. तिची टीव्हीकडे वळलेली नजर बघूनच मला तो बंद करायला हवा, हे जाणवलं.

"काय केलंस मग आज?" सिगारेट पेटवत तिनं विचारलं. आमच्या आईच्या जुन्या टेबलावर ती धप्पकन बसली.

"फार काही नाही. मदतकेंद्रात होतो... आता आम्ही अकरा वाजता मॉलमध्ये तपास करायला जाणार आहोत," मी तिला एवढंच सांगितलं. मला तिला ॲमीच्या क्ल्यूबद्दल सांगावंसं वाटलं नाही. मला आधीच इतकं अपराधी वाटत होतं.

'गो'नं सॉलिटेअरचा डाव खेळायला पत्ते लावायला सुरुवात केली. टेबलावर वाजणारा एकेका पत्त्याचा आवाज मला चाबकासारखा वाटत होता. मी फेऱ्या मारायला सुरुवात केली. तिनं माझ्याकडे लक्षच दिलं नाही.

"मी फक्त माझं लक्ष दुसरीकडे लागावं म्हणून टीव्ही पाहत होतो."

''मला माहिती आहे. खरोखर.''

तिनं पत्त्यांमधून एक गुलाम काढला.

''मला करण्यासारखं काहीतरी असेलच ना,'' मी खोलीत फेऱ्या मारताना म्हटलं.

''तुम्ही आता थोड्या वेळात मॉल शोधायला जाणार आहातच ना,'' 'गो' म्हणाली. नंतर काहीही बोलणं तिनं टाळलं. तीन पत्ते तिनं उलटून टाकले.

''तुला त्यात काही अर्थ नाही असं वाटतंय, हो ना?''

''अरे नाही. प्रत्येक गोष्ट तपासून घेतलीच पाहिजे. कधी कधी अगदी छोट्याशा गोष्टीवरून मोठ्या गुन्ह्यांचा छडा लागतो.''

या गोष्टीचा माझ्याजवळ उल्लेख करणारी 'गो' तिसरी व्यक्ती होती; ज्या केसेसमध्ये काहीच माग लागेनासा होतो, त्याचा हा मंत्र असावा बहुधा. मी तिच्यासमोर बसलो.

''ॲमीच्या जाण्यानं मी फारसा अस्वस्थ झालेलो नाही,'' मी म्हणालो. ''मला कळतंय ते.''

''नसेलही कदाचित. पण तू चमत्कारिकपणे वागतो आहेस.'' शेवटी मान उचलून तिनं माझ्याकडे पाहिलं.

''मला वाटतं घाबरण्याऐवजी मी तिच्यावर रागावण्यावरच जास्त भर देतोय. त्याचं कारण हल्ली आमच्यातले संबंध इतके ताणलेले होते. मला असं वाटतंय की तिच्यावर रागावण्याचा मला त्यामुळे काही अधिकारच नाहीये.''

''तू चमत्कारिकपणे वागतोहेस. मी खोटं नाही सांगणार,'' 'गो' म्हणाली. ''पण ही परिस्थिती पण विचित्र आहे.'' तिनं तिची सिगारेट विझवली. ''तू माझ्याबरोबर असताना कसा वागतोस त्याची मी पर्वा करत नाही, पण इतरांशी वागताना जरा काळजीपूर्वक वाग. लोकं तर्कवितर्क करत बसतात. आणि ते पण पटापट.''

ती परत तिच्या पत्त्यांकडे वळली. पण मला तिनं माझं ऐकायला हवं होतं. मी परत बोलायला सुरुवात केली.

''एकदा आपल्या वडिलांची पण खबरबात घ्यायला हवी.'' मी म्हणालो. ''त्यांना ॲमीबद्दल काय सांगावं कळत नाही.''

''नको.'' ती उद्गारली. ''ते ऑगीच्या बाबतीत तुझ्यापेक्षाही विचित्रपणे वागतात.''

''मला नेहमीच असं वाटत आलंय की तिला बघून त्यांना त्यांच्या एखाद्या जुन्या मैत्रिणीची आठवण येत असणार, जी त्यांना सोडून निघून गेली असावी. नंतर जेव्हा ते...'' मी हात खाली करून खूण केली; ज्यामुळे त्यांचा अल्झायमर्स दर्शवला जाईल. ''तसे ते उद्धट आणि भयंकर होते, पण...''

“हं पण एकाच वेळी त्यांना तिच्यावर त्यांची छाप पडावी असंही वाटत होतं.” ती म्हणाली. “साठ वर्षांच्या शरीरात कोंडलेला बारा वर्षांचा अस्थिर मुलगा.”

“सगळ्या बायकांना असंच वाटतं ना पण, की प्रत्येक पुरुष मनानं कायम बारा वर्षांचा अस्थिर मुलगाच असतो.”

“हो. पण जर मनं जुळली तरच.”

रात्री अकरा वाजून आठ मिनिटांनी रॅन्ड आमच्यासाठी हॉटेलच्या सरकत्या दाराच्या बरोबर आत उभा होता. काळोखात आम्हाला बघण्यासाठी त्याचा चेहरा आक्रसल्यासारखा झाला होता. हिलसॅमनं त्यांचा ट्रक घेतला होता आणि आम्ही पाठीमागे हौद्यात बसलो होतो. रॅन्ड त्याच्या खाकी गोल्फ शॉर्ट्स आणि चुरचुरीत शर्टात आमच्याकडे पळत आला. त्यानं मागच्या बाजूला आत उडी मारली आणि सहजपणे स्वतःला एका जागी स्थिरावलं. आपण स्वतःच कार्यक्रमाचा यजमान असावा, तसं सगळ्यांच्या ओळखी करून घेतल्या.

“ॲमीचं मला खरंच खूप वाईट वाटतंय रॅन्ड.” स्टक्स मोठ्या आवाजात म्हणाला. आम्ही पार्किंगमधून बाहेर पडलो आणि अनावश्यक वेगानं हायवेला लागलो. “ती किती गोड आहे. एकदा तिनं मला एक घर रंगवताना पाहिलं. उन्हानं घामाघूम झालो होतो मी. ती तशीच पुढे ७-इलेवन मध्ये गेली आणि माझ्यासाठी थंड प्यायला घेऊन आली. पार शिडीवर आणून दिलं तिनं.”

ही सरळ सरळ थाप होती. ॲमीला स्टक्स किंवा त्याच्या थंड पेयाची अजिबात पर्वा नव्हती. एवढंच काय, तर तिनं त्याच्यासाठी काहीही केलं नसतं.

“ती अशीच होती.” रॅन्ड म्हणाला आणि माझ्या मनात एक आगंतुक, असभ्य चिडचिड भरून आली. कदाचित ते माझ्यातल्या पत्रकारामुळे असेल; पण जे सत्य आहे ते सत्य आहे. आणि केवळ भावनात्मकदृष्ट्या सोयीचं आहे, म्हणून ॲमीला सगळ्यांच्या आवडत्या मैत्रिणीच्या रूपात रंगवणं बरोबर नाही.

रॅन्डच्या टीशर्टकडे बोट दाखवत स्टक्स पुढे बोलतच राहिला. “मिडलबरीचा शर्ट? त्यांची रग्बी टीम काय सॉलिड आहे.”

“अगदी खरं, आहेच आमच्याकडे.” रॅन्डच्या चेहऱ्यावर परत एक मोठ्ठं स्मित होतं. आणि मग त्या तसल्या रात्री, ट्रकच्या आवाजावर कडी करत मॉलच्या प्रवासात रॅन्ड आणि स्टक्सच्या अशक्य कोटीतल्या गप्पा सुरू झाल्या.

जो हिलसॅमनं कोपऱ्यातल्या मेरविन्सच्या समोर ट्रक उभा केला. आम्ही सगळ्यांनी बाहेर उड्या मारून पाय ताणले आणि आळस देऊन स्वतःला जागृतावस्थेत आणलं. गुदमरवून टाकणारी रात्र चंद्राच्या चकतीनं छेदलेली होती. मला दिसलं

की स्टक्सनं– कदाचित उपरोधानं असेल किंवा नसेलही– असा टीशर्ट घातला होता, ज्यावर लिहिलं होतं – बरणीत पादा, गॅस वाचवा.

"तर आपण जिथं शोधणार आहोत ती ही जागा आहे आणि मी खोटं नाय बोलत ती फारच धोकादायक आहे." मिकी हिलसॅमनं सांगायला सुरुवात केली. इतक्या वर्षांत त्या दोघा भावांच्या तब्येती चांगल्याच सुधारल्या होत्या; त्यांची नुसती छातीच नव्हे तर सगळंच रुंद होतं. शेजारी शेजारी उभे राहिल्यावर पाचशे पाऊंड तरी वजन असेल त्यांचं.

"आम्ही एकदा आलो होतो इथे, कशाकरता कोणास ठाऊक! या सगळ्याचं नक्की काय झालंय ते बघायला आलो असू. आणि आमच्या जवळ जवळ जिवावर बेतलं होतं ते." जो म्हणाला. "त्यामुळे आज आपण गाफील राहणार नाही." त्यानं गाडीत हात घालून एक मोठी कॅनव्हासची बॅग काढली आणि उघडून त्यातल्या अर्धा डझन बेसबॉलच्या बॅट काढल्या व एकेकांना द्यायला सुरुवात केली. तो रॅन्डजवळ आला तेव्हा जरासं गोंधळून त्याने विचारलं, "तुम्हाला हवी आहे एखादी?"

"हो. हो. हवीच आहे." रॅन्डच्या बोलण्यावर सगळ्यांनी माना डोलावल्या आणि समजुतीचं हसले. आता त्या वर्तुळात उत्साह सळसळला. पाठीवर एक मित्रत्वाची थाप. छान मित्रा.

"चला," मिकी म्हणाला आणि आम्हाला बाहेरच्या बाजूनं पुढे घेऊन गेला. "इथे स्पेन्सरच्या बाजूला एकीकडे एक कुलूप तोडलेलं आहे."

तेवढ्यात आम्हाला शू-बी-डू-बी दुकानाची अंधारलेली खिडकी लागली, जिथे माझ्या आईनं माझ्या अर्ध्या आयुष्यापेक्षा जास्त काळ काम केलं. तिच्या जगातल्या सगळ्यात भव्य आणि आश्चर्यकारक ठिकाणी नोकरीसाठी अर्ज करण्याच्या वेळची तिची उत्कंठा आणि उत्साह मला आजही आठवतोय. मॉलमध्ये! एका शनिवारी सकाळी ती मॉलच्या नोकरीच्या भरतीच्या ठिकाणी जाण्यासाठी तिच्या त्या चमकत्या बदामी सुटात बाहेर पडली. चाळीस वर्षांची ती बाई आयुष्यात पहिल्यांदाच नोकरी शोधत होती आणि मग संध्याकाळी चेहऱ्यावर उत्साही हसू घेऊन ती घरी आली. आम्हाला कल्पनाच नव्हती मॉल किती गजबजलेला असेल, तिथे इतकी वेगवेगळ्या प्रकारची दुकानं आहेत आणि कोण जाणे तिला कोणत्या दुकानात नोकरी मिळेल. तिनं नऊ ठिकाणी अर्ज केले होते. कपड्यांची दुकानं, स्टिरिओची दुकानं, अगदी खास अशा पॉपकॉर्नच्या दुकानातही केला होता. आणि मग आठवडाभराने जेव्हा तिनं सांगितलं की ती आता अधिकृत पादत्राणं विक्रेती आहे, तेव्हा तिच्या मुलांची हवाच गेली.

"तुला सगळ्या प्रकारच्या घाणेरड्या पायांना हात लावावा लागेल." 'गो'

तक्रारीच्या सुरात म्हणाली.

"मला किती वेगवेगळ्या लोकांना भेटण्याची संधी मिळेल." आईचं उत्तर.

"अंधाऱ्या खिडकीतून मी आत डोकावून पाहिलं. ती जागा पूर्णपणे रिकामी होती. फक्त एक बूटमापक भिंतीजवळ पडलेला होता.

"माझी आई इथे नोकरी करायची." मी रॅन्डला म्हटलं. आता त्याला माझ्याबरोबर रेंगाळणं भागच होतं.

"कसली जागा आहे ही?"

"चांगली जागा होती ही. तिच्याशी चांगले वागायचे ते लोक."

"म्हणजे काय विकायचे ते?"

"ओह! बूट, चपला. पादत्राणांचं दुकान होतं हे."

"अच्छा चपला! छान आहे. ती एक अशी गोष्ट आहे ज्याची लोकांना गरज असते. आणि या कामात तुम्हाला तुम्ही नक्की काय करताय हे नीटच कळत असतं. म्हणजे आज मी पाच जणांना चपला विकल्या. झालं. लेखनासारखं नाही हे."

"डन् चल आता!" स्टक्सची हाक आली. तो पलीकडे उघड्या दाराशी रेलून उभा होता. बाकीचे आधीच आत शिरले होते.

आत शिरताना माझ्या मनात मॉलच्या त्या विशिष्ट वासाची अपेक्षा होती. तापमान नियंत्रित पोकळी. त्याऐवजी माझ्या नाकात वास शिरला तो जुनाट गवत, माती असला. या वासाची जागा बाहेर उघड्यावर होती; आत नव्हे. बिल्डिंग आतून खूप गरम आणि गुदमरवून टाकणारी होती. एखाद्या गादीच्या आतलं वातावरण असावं तसं. आमच्या तिघांकडे मोठे कॅम्पिंगच्या वेळी वापरायचे फ्लॅशलाईट होते. त्यांच्या प्रकाशात गोष्टींचे आकार उजळून निघत होते.

पांढऱ्या शुभ्र जमिनीवर सामानाच्या ढकलगाड्यांच्या चाकांच्या मातकट ओरखड्यांचा गुंता उमटला होता. स्त्रियांच्या बाथरूमच्या दाराशी एक रकून कुत्र्यासाठीचं खाणं चावत बसला होता. त्याचे डोळे अंधारात मण्यांसारखे चमकत होते.

संपूर्ण मॉलमध्ये स्मशानशांतता होती. मिकीचा आवाज घुमत होता, आमच्या पावलांचे आवाज घुमत होते, स्टक्सचं झिंगलेलं हसणं घुमत होतं. आम्हाला जर हल्लाच करायचा असता, तर मग तो आकस्मिक हल्ला नक्कीच झाला नसता.

आम्ही जेव्हा मॉलच्या मधल्या मोठ्या मोकळ्या जागेत गेलो, तर तो पूर्ण भाग एखाद्या फुग्यासारखा विस्तारलेला होता. चार मजले उंच, पाठीमागे सरकत्या जिन्याचं आणि लिफ्टचं जाळं. आता एका कोरड्या असणाऱ्या कारंज्याजवळ आम्ही सगळे जमलो आणि कोणीतरी पुढाकार घ्यावा यासाठी थांबलो.

"मग आता इथून पुढे काय करणार आहोत आपण?" रॅन्डनं जरा संशयानंच विचारलं, "तुम्हाला सगळ्यांना ही जागा माहिती आहे; पण मला नाही. आपण सगळ्यांनी आता कसं करायचं ते ठरवायला..."

आमच्या मागे एकदम कसलातरी धातू आपटल्याचा आवाज आम्हाला ऐकू आला, सुरक्षा दरवाजा उचलला जात होता.

"हे, तो बघा तिकडे एक माणूस!" स्टक्स ओरडला. त्याची बॅटरी त्यानं त्या माणसावर रोखली. त्याचा रेनकोट त्याच्यामागे फडफडत होता, क्लेअर्स दुकानाच्या दरवाजातून झपाट्यानं बाहेर पडून तो आमच्यापासून वेगानं दूर पळत होता.

"त्याला रोखा!" जो किंचाळला आणि त्यानं त्याचा पाठलाग करायला सुरुवात केली. सिरॅमिक टाइल्सवर त्याच्या टेनिस बुटांचा चपचप आवाज येत होता. मिकी त्याच्या पाठीमागेच होता, त्याची बॅटरी त्या पळणाऱ्या माणसावर रोखलेली. दोघं भाऊ मोठमोठ्यानं त्याला हाका मारत आहेत. थांब, थांब, जरा. आम्हाला फक्त काहीतरी विचारायचं आहे. त्या माणसानं मागे वळूनही पाहिलं नाही. अरे थांब ××× च्या! या सगळ्या आरडाओरड्यात तो पळणारा माणूस शांत होता, पण त्यानं स्वतःचा वेग वाढवला आणि मॉलच्या मधल्या बोळांमधून पळत सुटला. कधी बॅटरीच्या उजेडात, कधी पलीकडे, त्याचा कोट मागे झुलीसारखा फडफडत होता. हा माणूस डोंबारीच असावा. त्यानं कचऱ्याच्या डब्यावरून एक उडी मारली, कारंज्याची कड पार करून सुरक्षा दरवाजातून आत शिरून तो नाहीसा झाला.

"स्साला!" हिलसॅम भाऊ इतके लालेलाल झाले होते की कोणत्याही क्षणी त्यांना हृदयविकाराचा झटका येईल असं वाटत होतं. त्यांनी आळीपाळीनं ताकद लावून गेट उचलण्याचा प्रयत्न केला.

मी त्यांच्याबरोबर हात लावला; पण फूटभर वर उचलण्याखेरीज काही झालं नाही. मी जमिनीवर आडवा पडलो आणि गेटखालून सरकण्याचा प्रयत्न करायला लागलो. पायाची बोटं, पोटऱ्या आणि शेवटी कंबरेशी अडकलो.

"नाही, नाही जाता येत." मी श्वास ओढत म्हणालो. "श्यट!" मी उठून माझ्या बॅटरीचा प्रकाशझोत दुकानात टाकला. आख्खं दुकान रिकामं होतं. फक्त कपड्यांचे स्टॅन्ड तेवढे कोणीतरी मधे ओढून रचून ठेवलेले दिसत होते. शेकोटीसाठी रचल्यासारखे. सगळी दुकानं मागच्या एका बोळानं जोडलेली आहेत. कचरा उचलण्यासाठी बहुतेक." मी म्हटलं. "तो बहुधा आता मॉलच्या दुसऱ्या टोकाला असेल."

"ठीक आहे मग; आपण दुसऱ्या टोकाला जाऊ." रॅन्ड म्हणाला.

"बाहेर या साल्यांनो!'' घशाच्या शिरा ताणत मान मागे झुकवत जो ओरडला. डोळे आक्रसून घेतलेले. त्याचा आवाज त्या इमारतीत घुमून परत आला. बॅट हातात घेऊन फरफटत आम्ही जरा विस्कळीतपणे चालायला सुरुवात केली. फक्त हिलसॅम तेवढे आपली बॅट वाटेत येईल त्या सुरक्षा दरवाजावर, गेटवर आपटत चालत होते. जणू काही ते कुठल्याशा युद्ध क्षेत्रात सैनिकी पहाऱ्यावर असावेत.

"आम्ही तुमच्यापर्यंत येण्यापेक्षा तुम्ही आमच्याकडे आलेलं जास्त चांगलं!'' मिकीनं ओरडून सांगितलं. "योह, हॅलो!'' एका पाळीव प्राण्यांसाठीच्या दुकानाच्या दारात एक बाई आणि एक पुरुष काही सैनिकी ब्लँकेटवर अंग आक्रसून बसले होते. घामानं त्यांचे केस चिंब भिजले होते. फुललेल्या श्वासांनी, कपाळावरील घाम निपटत मिकी त्यांच्यासमोर उभा ठाकला. युद्धपटातील दृश्य असावं, ज्यात वैतागलेले सैनिक निष्पाप गावकऱ्यांच्या समोर येतात आणि मग काहीतरी वाईट घडतं, तसंच हे दृश्य दिसत होतं.

"काय हवंय तुम्हाला?'' जमिनीवरच्या माणसानं विचारलं. तो नुसता हाडं नि कातडं राहिला होता. त्याचा चेहरा इतका बारीक आणि ओढलेला होता, की तो विरघळत असल्यासारखा दिसत होता. त्याच्या केसांच्या जटा होऊन त्या खांद्यापर्यंत लोंबत होत्या. त्याचे डोळे उदास आणि बुब्बुळं वर जात होती. चोरलेला जीझस. बाई जरा बऱ्या अवस्थेत होती. स्वच्छ गुबगुबीत हात, पाय, तिचे निस्तेज पण तेलकट केस विंचरलेले होते.

"तू ब्लू बुकचा मुलगा आहेस?'' स्टक्सनं विचारलं.

"मी कोणाचा मुलगा नाही.'' हाताची घडी घालत तो माणूस पुटपुटला.

"नीट बोला जरा आमच्याशी.'' ती बाई करवादली. तिला कोणत्याही क्षणी रडू फुटेल असंच वाटत होतं. तिनं लांबवर काहीतरी बघत असल्यासारखी मान वळवली. "कोणीही नीट बोलत नाही त्याचा वैताग आलाय मला.''

"आम्ही तुला काही विचारलं मित्रा,'' मिकी त्याच्या जवळ सरकत म्हणाला. त्याच्या पायाला त्यानं ढोसलं.

"ब्लू बुकचा आणि माझा काही संबंध नाही,'' तो माणूस म्हणाला. "फक्त माझं नशीब फिरलंय.''

"हट फालतू!''

"इथे खूप वेगवेगळे लोकं असतात. फक्त ब्लू बुकच नाही. तुम्ही त्यांना शोधत असाल तर...''

"जा चालू पडा, त्यांना धरा शोधून.'' ती बाई उपरोधानं म्हणाली. "त्यांना काय ते छळा.''

"ते तिकडे खाली भोकात असतात." त्या माणसानं सांगितलं. न कळल्यानं आमचे चेहरे जेव्हा तसेच निर्विकार राहिले, तेव्हा त्यानं हात दाखवला. "तिकडे पलीकडे एकदम शेवटी मेरविन्सच्या इथे पूर्वी फिरता पाळणा असायचा तिथे."

"आणि खड्ड्यात जा." ती बाई रागारागानं पुटपुटली.

पूर्वी जिथे पाळणा होता तिथे एक गोलाकार डाग होता. मॉल बंद होण्यापूर्वी एकदा मी आणि ॲमी त्या सरकत्या पाळण्यात बसलो होतो. त्या तरंगत्या ससुल्यांच्या पाठीवर बसलेली दोन प्रौढ माणसं. कारण जिथं मी लहानाचा मोठा झालो, तो मॉल माझ्या बायकोला बघायचा होता. माझ्या गोष्टी ऐकायच्या होत्या. इतकं काही वाईट नव्हतं ते.

मेरविन्सचं जे समोरचं गेट होतं, ते साफ मोडून टाकलेलं होतं. त्यामुळे दुकान अगदी सताड उघडं होतं. ती संपूर्ण जागा साफ रिकामी होती. फक्त गल्ला असायची ती टेबलं तेवढी होती आणि आतल्या वस्तूंची नाव असलेल्या पाट्यांखाली साधारण डझनभर लोकं नशेच्या वेगवेगळ्या अवस्थेत लोळत होते. गॅसबत्त्यांचा कमी-जास्त होणारा प्रकाश त्यांच्यावर पसरलेला होता. आम्ही तिथून जाताना काही लोकांनी जेमतेम डोळे उघडून बघितलं, तर काही शुद्धीतच नव्हते. लांबच्या एका कोपऱ्यात आपल्या पोरवयातून जेमतेम बाहेर पडलेली दोन मुलं गटिसबर्गचं भाषण पुनःपुन्हा म्हणत होती. आता आपण एका मोठ्या यादवी युद्धात गुंतलो आहोत... एक माणूस टिपटॉप जीन्स शॉर्ट्स आणि पांढरे शुभ्र टेनिसचे बूट घालून तिथल्या सतरंजीवर लोळत होता. त्याचे कपडे बघून कोणाला वाटेल तो त्याच्या लेकाचा टेनिसचा सामना बघायलाच जात असेल. तो ओळखीचा असावा, तसा रॅन्ड त्याच्याकडे रोखून बघत होता.

माझ्या माहितीप्रमाणे अमली पदार्थांच्या व्यसनाची साथ कार्थेजमध्ये मोठ्या प्रमाणावर होती. कालच तर पोलीस इथं येऊन धाड टाकून गेले होते आणि आज पुन्हा ते व्यसनी लोक इथं येऊन स्थिरस्थावर पण झाले. आम्ही या माणसांच्या ढिगाऱ्यातून वाट काढत असतानाच एक अतिजाडी बाई इलेक्ट्रिक स्कूटरवरून आमच्या दिशेनं सट्कन आली. तिचा चेहरा पुटकुळ्यांनी भरलेला, घामेजलेला होता. तिचे दात मांजरीसारखे होते.

"तुम्ही खरेदी करायला आलाय की जाताय? हे नुसतं पाहायला यायचं ठिकाण नाही." ती म्हणाली.

स्टक्सनं आपला फ्लॅशलाईट तिच्या चेहऱ्यावर रोखला.

"ते डबडं माझ्या तोंडासमोरून बाजूला कर आधी." ती ओरडली. फ्लॅशलाईट त्यानं बाजूला केला.

"मी माझ्या बायकोला शोधतोय," मी बोलायला सुरुवात केली, "ॲमी

डन्. जी गुरुवारपासून बेपत्ता आहे.''

''ती येईल. ती शुद्धीवर आली की येईल आपोआप घरी.''

''आम्हाला ती नशेत असेल असं नाही वाटत,'' मी म्हटलं, ''आम्हाला इथल्या लोकांमुळे काळजी वाटते आहे. आमच्या कानावर काही काही अफवा आलेल्या आहेत.''

''ठीक आहे मेलनी.'' एका बाजूनं आवाज आला. लहान मुलांच्या विभागाशेजारी एका नग्न पुतळ्याला टेकून एक लंबूटांग माणूस उभा होता. त्याच्या चेहऱ्यावर एक तिरकस हास्य होतं.

मेलनीनं खांदे उडवले आणि कंटाळलेल्या, वैतागलेल्या चेहऱ्यानं ती स्कूटरवरून निघून गेली.

आमच्यावरची नजर न हटवता त्या माणसानं मागे कोणाला तरी आवाज दिला. कपडे बदलण्याच्या खोलीच्या दाराखालून पायांच्या चार जोड्या डोकावत होत्या. लोक त्यांच्या स्वतंत्र, बंदिस्त जागेत राहत होते.

''ए, लोनी, हे लोकं परत आले आहेत. हे सगळे मूर्ख परत आलेत बघा. पाच लोकं आहेत.'' तो माणूस बडबडत राहिला. बिअरचा एक रिकामा कॅन त्यानं आमच्या दिशेनं उडवला. त्याच्या पाठीमागे पायांच्या तीन जोड्या आता हालचाल करायला लागल्या होत्या. लोकं आता उठून उभी राहायला लागली होती. पण एक जोडी मात्र तशीच होती. त्यांचा मालक एकतर झोपला तरी असावा किंवा शुद्धीत तरी नसणार.

''होय आलोय आम्ही परत.'' मिकी हिलसॅम म्हणाला. त्याची बॅट त्यानं स्वतःसमोर पूल खेळातल्या काठीसारखी धरली आणि समोरच्या पुतळ्याच्या छातीच्या मधोमध ढोसली. पुतळा जमिनीवर कोसळताना त्या ब्लू बुक इसमानं सहजपणे त्याच्यावरचा आपला हात बाजूला केला. नाटकाच्या व्यवस्थित तालीम केलेल्या प्रवेशासारखाच हा प्रसंग वाटला असता कोणाला. ''आम्हाला एका हरवलेल्या मुलीची माहिती हवी आहे.''

कपडे बदलायच्या खोलीतून तीन माणसं बाहेर पडून तिथं जमा झाली. सगळ्यांच्या अंगावर ग्रीक पार्टी टीशर्ट होते. पाय-फो-टाय-डाय आणि फिजी आयलंड लिहिलेले. उन्हाळा आला की स्थानिक धर्मादाय दुकानं या असल्या शर्टांनी भरून वाहत असतात– युनिव्हर्सिटीच्या पदवीधर विद्यार्थ्यांच्या मागं सोडलेल्या खुणा.

ही माणसं सगळी चिवट आणि सशक्त होती. त्यांच्या कमावलेल्या हातावर निळ्या शिरा तटतटून आल्या होत्या. त्यांच्या मागून बाहेर आलेल्या माणसाच्या

मोठ्या मिशा आणि केसांचं पोनीटेल बांधलं होतं. हातात एक लांब पाइपचा तुकडा होता आणि अंगात गॅमा फीचा टीशर्ट घातला होता. आमच्यासमोर मॉलचे रक्षक उभे होते.

"काय झालं?" लोनीनं विचारलं.

"आपण अर्पण करू शकत नाही. आपण याभोवती पवित्रतेचं वलय निर्माण करू शकत नाही..." ती मुलं आता जवळजवळ किंचाळण्याच्या पट्टीत पठण करत होती.

"आम्ही ॲमी डन्‌ला शोधतोय, तुम्ही बहुतेक तिला बातम्यांमध्ये बघितलं असणार, गुरुवारपासून हरवली आहे." जो हिलसॅम म्हणाला. "छान, सुंदर गोड मुलगी तिच्या घरूनच गायब झाली आहे."

"मी ऐकलंय त्या बाबतीत. मग?" लोनी म्हणाला.

"ती माझी बायको आहे." मी म्हटलं.

"तुम्ही लोकं इथं काय करत असता ते माहीत आहे मला." जो पुढे म्हणाला. तो फक्त लोनीकडे बघून बोलत होता, जो स्वतःचा पोनीटेल हलवण्यात आणि तोंड वेडंवाकडं करण्यात मग्न होता. "आम्हाला सामूहिक बलात्काराविषयी माहिती आहे."

रॅन्ड ठीक आहे ना हे पाहायला मी त्याच्याकडे नजर टाकली तर तो जमिनीवरच्या पुतळ्याकडे एकटक बघत होता.

"सामूहिक बलात्कार," लोनीची मान झटक्यात मागं गेली. "तुम्ही लोकं काय सांगणार त्याबद्दल."

"तुम्ही लोक," जो म्हणाला, "तुम्ही ब्लू बुकची लोकं..."

"ब्लू बुक बॉईज, जशी काही ही आमची एक टोळी आहे का?" लोनी वैतागून म्हणाला. "आम्ही काय कोणी पशू नाही. हलकटांनो. आम्ही बायका चोरत नाही. लोकांना आम्हाला मदत न करण्याकरता काहीतरी कारणच हवं असतं. बघितलंत, त्यांची ती लायकीच नाही. ते नरपशू आहेत नुसते. खड्ड्यात जा. जर कंपनीनं मला माझे बुडवलेले पैसे परत दिले, तर एक क्षणही मी या गावात राहणार नाही. पण मला काहीच मिळालं नाही. आम्हाला कोणालाच काही मिळालं नाही. त्यामुळे नाही हलणार आम्ही इथून."

"आम्ही पण तुला पैसे देऊ. भरपूर देऊ. पण तू आम्हाला ॲमीच्या गायब होण्याबद्दल काय सांगू शकशील?" मी विचारलं. "तुम्हा लोकांना खूप माहिती असते. कदाचित तुमच्या कानावर काही आलं असेल."

मी तिचा फोटो बाहेर काढला. हिलसॅम आणि स्टक्स दोघांच्याही चेहऱ्यावर

आश्चर्यचकित भाव होते. माझ्या एकदम ध्यानात आलं की त्यांच्यासाठी हे फक्त त्यांची रग जिरवायची संधी होती. मी फोटो लोनीच्या तोंडापुढे धरला. मला वाटलं तो फक्त एक नजर टाकेल त्यावर; पण तो पुढे झुकला आणि त्यानं नीट बघितलं.

"अरे देवा! ही?" तो उद्गारला.

"तू ओळखतोस तिला?"

त्याला धक्का बसला असावा. "तिला एक बंदूक विकत हवी होती."

ॲमी इलियट डन्

ऑक्टोबर १६, २०१०

डायरीतील नोंद

लग्नाच्या वाढदिवसाच्या माझ्या मलाच हार्दिक शुभेच्छा! मिसुरीला राहायला येऊन मला एक आख्खा महिना झालाय आणि आताच मी इथे रुळायला लागले आहे. पूर्व किनाऱ्यावरच्या सगळ्या गोष्टी मी मागे सोडून दिल्या आहेत. तीस दिवसांची चिप* पण मला मिळाली आहे. (इथे ती बटाट्याचे चिप असणार) मी नोंदी करते आहे. इथल्या परंपरा पाळते आहे. मी मिसिसिपीची मार्गरेट मीड आहे.

हं, मग सध्या नवीन काय? मी आणि निक् सध्या ज्याला मी कक्कू क्लॉक घोळ म्हणते, त्या वादात गुंतलो आहोत. माझ्या आई-वडिलांची ही आवडती परंपरागत भेट आमच्या नवीन घरात फारच हास्यापद दिसते आहे. पण तसं तर आमचं न्यू यॉर्कचं सगळं सामान इथे शोभतच नाही. आमचं अवाढव्य चेस्टरफिल्ड आणि त्याला शोभेसा बारका ओट्टोमन आमच्या बैठकीच्या खोलीत अवाक होऊन बसले असावेत, तसे ठेवले आहेत. जणू त्यांना कोणीतरी द्रोणेतून त्यांच्या नैसर्गिक ठिकाणाहून इकडे या नकली गालिचा, सिंथेटिक लाकूड आणि सपक भिंतींच्या विचित्र तुरुंगात पळवून आणले आहे. मला आमच्या जुन्या घराची खूप आठवण येते. अनेक दशकांचा परिणाम असलेल्या खडबडीत भिंती, कडा आणि बारीक बारीक तडे. (भूमिका बदलण्यासाठी एक क्षणभराचा थांबा). पण नवीनही चांगलंच आहे म्हणा! फक्त जरा वेगळं. पण घड्याळाला काही हे पटणार नाही. त्यातल्या त्या खोट्या कक्कू पक्षालाही या नवीन जागेत जमवून घ्यायला त्रास

---

* तीस दिवसांची चिप : व्यसनमुक्तीच्या काळात तीस दिवस जर नशा न करता राहता आलं तर बक्षीस स्वरूपात मिळणारी चिप

होत असावा. तो छोटासा पक्षी तासानंतर दहा मिनिटांनी झिंगल्यासारखा लडखडत येतो, कधी सतरा मिनिटं आधी, कधी एक्केचाळीस मिनिटं उशिरा. बाहेर येऊन तो मरतुकडी साद देतो कुऽऽ कुईऽऽ – त्या प्रत्येक किंचाळीला ब्लिकर कुठल्यातरी लपलेल्या जागेतून पळत बाहेर येतो, डोळे मोठे, एकदम झडप घालायच्या तयारीत, शेपटी फिस्कारलेली, तो त्या पिसांकडे डोकं कलतं करून म्यांव म्यांव करत बसतो.

"तुझे आई-वडील खरोखरच माझा तिरस्कार करत असणार." जेव्हा जेव्हा आम्ही त्या आवाजाच्या टप्प्यात असतो तेव्हा तेव्हा निक् म्हणतो. पण तो तसा हुशार असल्यानं अजून तरी त्यानं ते घड्याळ टाकून देण्याची भाषा केलेली नाही. मलाही खरंतर ते नकोसंच झालेलं आहे. मीच एक अशी आहे (बेकार) जी दिवसभर घरी बसून असते. त्याच्या ओरडण्याची वाट बघत. तयारीत राहते. म्हणजे सिनेमाचा एखादा प्रेक्षक असतो ना, तो कसा मागच्या प्रेक्षकाकडून येणाऱ्या प्रतिक्रियेची वाट पाहतो– आणि मग ती आली की (एकदाचा सुटलो) सुटल्यासारखं पण वाटतं आणि रागही येतो (वाजलं परत!)

गृहप्रवेशाच्या पार्टीच्या वेळी सगळ्यांनी फार कौतुक केलं त्या घड्याळाचं (ओह! बघितलंत हे, जुन्या काळातलं घड्याळ!) विशेषकरून माझ्या सासूबाई, मॉरीन डन्, त्यांनी फारच आग्रहानं सांगितलं. नाही खरंतर आग्रहपण नाही. ममा मॉरीन आग्रह नाही करत, त्या फक्त एखाद्या गोष्टीची कल्पना करतात आणि ती प्रत्यक्षात आणतात. म्हणजे आम्ही इथे आल्याच्या पहिल्याच सकाळी जेव्हा त्या आमच्या दाराशी आमचं स्वागत करण्याकरता म्हणून घरी केलेले स्क्रॅम्बल्ड एग्ज आणि टॉयलेट पेपरचं एक मोठ्ठं पाकीट घेऊन आल्या (म्हणजे स्क्रॅम्बल्ड एग्ज काय लायकीचे असतील), तेव्हापासून त्या गृहप्रवेशाच्या पार्टीबद्दल, ती ठरलेलीच आहे, अशा थाटात बोलू लागल्या. मग कधी करणार तुम्ही गृहप्रवेश? मी कोणाकोणाला आमंत्रण द्यायचं याविषयी काही विचार केलाय का तुम्ही? तुम्हाला नेहमीसारखाच गृहप्रवेश करायचाय की वेगळं काहीतरी मजेशीर करायचं, स्टॉक-द-बार पार्टीसारखं? पण पारंपरिक गृहप्रवेशच जास्त छान वाटतो, हो ना?

आणि मग अचानक एक तारीखही ठरली आणि ती आज आहे. सगळे डन् कुटुंबीय आणि स्नेही त्यांच्या छत्र्यांवरून ऑक्टोबरच्या पावसाचं पाणी झटकताहेत आणि मॉरीननं आजच जे पायपुसणं आणलंय आमच्याकरता, त्यावर काळजीपूर्वक पाय पुसून घरात येताहेत. 'इथे प्रवेश करणारे सगळे मित्र आहेत.' त्या पायपुसण्यावर लिहिलं आहे. कॉस्टकोमधून आणलंय ते. मिसिसिपी नदीवरची रहिवासी म्हणून मी जी इथं आता चार आठवडे राहत आहे, त्यात मी या ठोक खरेदीविषयी शिकले आहे. रिपब्लिकन लोकं सॅमच्या क्लबमध्ये जातात. डेमोक्रॅट लोकं कॉस्टकोमध्ये

जातात, पण सगळे जण एकदम ठोक खरेदी करतात. कारण मॅनहटनवाल्यांच्या विरुद्ध इथे सगळीकडेच लोणच्याच्या चोवीस बाटल्या ठेवायला जागा असते आणि मॅनहटनवाल्यांच्या विरुद्ध त्यांच्याकडे त्या सगळ्या चोवीस बरण्यांचा उपयोगही होतो. (कोणतंही एकत्र जमणं या लोणच्याशिवाय आणि बरणीमधल्या स्पॅनिश ऑलिव्हज् आणि काहीतरी खारं असल्याशिवाय अपूर्ण असतं.)

मी देखावा उभा करते : हा एक सुंदर सुवासिक दिवस आहे, जेव्हा लोक आपल्याबरोबर बाहेरचं वातावरणही आत घेऊन येतात, त्यांच्या अंगाला, केसांना पावसाचा गंध असतो. त्या म्हाताऱ्या बायका– मॉरीनच्या मैत्रिणी– प्लॅस्टिकच्या डिशवॉशरमध्ये वापरू शकू अशा डब्यांमध्ये वेगवेगळे खाद्य पदार्थ आणून देतात. हे डबे नंतर त्या परत मागणारेत. पुन्हा पुन्हा मागतील. आता मला कळलंय की मी ते डबे स्वच्छ धुवून त्यांच्या त्यांच्या घरी धाडून द्यायचेत. मी अगदी तत्परतेनं ते सगळे प्लॅस्टिकचे डबे पुनर्वापरासाठी दिले, त्यामुळे मला मग सगळे नवीन घ्यावे लागले. मॉरीनची जिवलग मैत्रीण, विकी, तिच्या नेमकं लक्षात आलं की तिचा डबा कोरा करकरीत नवीन आणलेला आहे ते. तोतया; मग जेव्हा मी तिला सगळा गोंधळ समजावला, तेव्हा ती चकितच झाली एकदम. म्हणजे न्यू यॉर्कमध्ये असं करतात?

पण आता गृहप्रवेशाबद्दल : या सगळ्या म्हाताऱ्या बाया मॉरीनच्या जुन्या मैत्रिणी आहेत. शिक्षक-पालक संघाच्या, कुणी वाचक गटाच्या, कुणी शू-बी-डू-बी मध्ये जेव्हा ती काम करत होती तिथल्या. आठवड्यातले चाळीस तास ती बायकांच्या पायात जोडे चढवण्याचं काम करत होती. (ती नुसत्या नजरेने पायाचा साईझ सांगू शकते– बायकांचा ८ नंबर निमुळता! ती तिची पार्टीत दाखवायची युक्ती आहे.) 'गो' च्या सगळ्या मैत्रिणींचा निक् लाडका आहे आणि त्या सगळ्यांकडे त्यानं कधीतरी त्यांच्याकरता केलेल्या छान छान गोष्टींचा साठा आहे.

आणि त्यांतल्या जरा तरुण बायका, ज्या पुढे-मागे ॲमीच्या मैत्रिणी होऊ शकतील अशा. सगळ्यांचेच केस रंगवलेले, एकाच पद्धतीत कापलेले. सगळ्या एकसारख्याच. त्या मॉरीनच्या मैत्रिणींच्या मुली आहेत. त्यांनाही निक् फार आवडतो. त्यांच्याकडेही निक्ने त्यांच्याकरता केलेल्या छान छान गोष्टींचा साठा आहे. मॉल बंद झाल्यामुळे त्यातल्या बऱ्याचशा बेरोजगार आहेत किंवा मग त्यांचे नवरे तरी बेरोजगार आहेत, त्यामुळे त्या सगळ्या मला 'स्वस्तात चांगल्या जेवणाच्या पाककृती' सांगत बसतात. बहुतेक पाककृती हवाबंद डब्यातले पदार्थ वापरून केलेल्या गोष्टी, या स्वरूपातच असतात.

पुरुष जरा बरे आहेत. शांत. घोळक्यात फिरणारे, खेळांबद्दल बोलणारे, माझ्याकडे दयाळूपणे हसून बघणारे.

सगळे छान आहेत. ते सगळे अक्षरशः जेवढे छान असू शकतात तेवढे आहेत. मॉरीन जी तीन राज्यांमधली अगदी चिवट अशी कॅन्सर पेशंट आहे, ती आपल्याकडला एखादा धोकादायक पाळीव प्राणी दाखवावा, तशी मला तिच्या मैत्रिणींशी ओळख करून देते. "ही निक्‌ची बायको, ॲमी. ती न्यू यॉर्क सिटीमध्ये जन्मली आणि वाढली." आणि तिच्या मैत्रिणी गुबगुबीत, मला सामावून घ्यायला उत्सुक असलेल्या अशा, त्या अचानक पलटतात. त्या परत तेच शब्द उच्चारतात, न्यू यॉर्क सिटी– हात घट्ट दाबून धरतात आणि त्यांच्या खऱ्या प्रतिक्रियांच्या बरोबर विरुद्ध शब्द उच्चारतात : वा किती छान आयुष्य असेल ते. किंवा त्यांच्या खरखरीत आवाजात गायला लागतात, "न्यू यॉर्क, न्यू यॉर्क." आणि मागंपुढं झुलायला लागतात. चपलांच्या दुकानातली मॉरीनची मैत्रीण बार्ब हेल काढते, "न्यू यॉर्क सीऽऽ टी! गेट अ रोप," आणि मग जेव्हा मी गोंधळून तिच्याकडे बघते, तेव्हा ती म्हणते, "अगं, ते जुन्या जाहिरातीतलं गाणं आहे." तरीसुद्धा जेव्हा माझ्या लक्षात येत नाही तेव्हा ती ओशाळून लाजते आणि माझ्या खांद्यावर हात ठेवून म्हणते, "जाऊ दे, नाही कळलं म्हणून तुला कोणी फाशी देणार नाही."

सरतेशेवटी, सगळ्या जणी खुदखुदायला लागतात आणि मग कबूल करतात की त्यांच्यापैकी कोणीच न्यू यॉर्कला गेलेली नाही किंवा एकदा कधीतरी त्या गेल्या होत्या; पण त्यांना काही ते फारसं आवडलेलं नव्हतं. मग मी काहीतरी बोलून वेळ मारून नेते : नाही तसं नाही, आवडेल तुम्हाला ते किंवा सगळ्यांनाच ते आवडतं असं नाही किंवा नुसतंच हम्म, कारण मला आता काय बोलावं ते सुचत नाही.

"जरा हसून खेळून राहा, ॲमी," आम्ही स्वयंपाकघरात शीतपेयाचे ग्लास पुन्हा भरत असताना निक् माझ्या कानात खेकसतो. (या मध्यपश्चिमेतल्या लोकांना दोन लिटर सोड्याचं भारी वेड आहे. नेहमी दोनच लिटर. आणि तुम्ही तो लाल रंगाच्या प्लॅस्टिक कपमध्ये ओतायचा. नेहमीच.)

"मी तशीच वागतेय." मी कुरकुरते. मला या गोष्टीनं खरंच दुखावल्यासारखं होतं. तुम्ही जर खोलीतल्या कोणालाही विचारलंत की, मी त्यांच्याशी मित्रत्वानं वागते आहे की नाही, तर मला खात्री आहे की, ते होच म्हणतील.

कधी कधी मला वाटतं की निक् माझी अशी आवृत्ती पक्की करतोय जी अस्तित्वातच नाही. आम्ही इथं आल्यापासून मी काय काय केलं. मी इथल्या बायांबरोबर रात्रभर राहिले आहे, त्यानंतर सामाजिक बांधिलकीसाठी चालणाऱ्या कार्यक्रमात भाग घेतलाय, त्याच्या वडिलांकरता स्वयंपाक केलाय, लॉटरीची तिकिटं विकली. माझ्याकडचे सगळे पैसे मी निक् आणि 'गो'ला त्यांना हवा

असलेला बार उभा करण्यासाठी काढून दिले– एवढंच नाही तर चेक देतानासुद्धा मी तो बिअरच्या मगचा आकार असणाऱ्या कार्डमध्ये घालून त्यावर 'चीअर्स टू यू' असं लिहून दिला– आणि निकनं फक्त माझे कोरडे आभार मानले. काय करायचं ते मला काहीच कळत नाही. मी प्रयत्न करते.

आम्ही सोडा घेऊन बाहेर जातो. मी जरा जास्तच हसरी; जरा जोरातच हसते आहे. आनंदाचं आपुलकीचं प्रत्यक्ष चित्रच जणू सगळ्यांना काय हवं, काय नको, विचारते आहे. बायकांच्या वेगवेगळ्या पदार्थांचं कौतुक करते.

निक्‌चे वडील 'गो'बरोबर येतात. ते शांतपणे उंबऱ्यातच उभे राहतात. मध्यपश्चिमेतल्या शिल्पासारखे बिल डन् सडसडीत आणि अजूनही देखणे. त्यांच्या कपाळावर एक छोटीशी बॅन्डअेड होती. 'गो' गंभीर चेहऱ्याची, केस चापात अडकवलेले. तिची नजर वडिलांना टाळू पाहणारी.

"निक्," बिल डन् त्याचा हात धरून म्हणाले आणि माझ्याकडे रागानं बघत आत शिरले. 'गो' पाठोपाठ आत शिरली आणि निक्‌ला मागे खेचून त्याच्या कानात कुजबुजली, "मनानं ते कुठे असतील आत्ता, मला काहीच सांगता येत नाही. म्हणजे आजचा दिवसच त्यांचा खराब आहे की ते मुद्दाम असे वागत आहेत, काही सांगता येत नाही."

"ठीक आहे. ठीक आहे. काळजी करू नकोस. मी लक्ष ठेवीन त्यांच्यावर."

'गो' वैतागून खांदे उडवते.

"खरंच सांगतोय, 'गो' जा, एक बिअर घे, जरा विश्रांती घे. पुढचा एक तास त्यांच्यावर लक्ष ठेवण्याचं तुझं काम आता माझ्या खांद्यावर."

माझ्या मनात विचार येतो : हीच जर इथं मी असते तर मी जरा अतिच हळवेपणानं वागत्येय, असा निक् कुरकुरला असता.

त्या म्हाताऱ्या बायका माझ्या आसपास घोटाळत राहतात. निक् आणि मी कशी सुरेख जोडी आहोत हे मॉरीनचं मत असल्याचं मला पुनःपुन्हा सांगतात. आणि तिचं म्हणणं बरोबर आहे, आम्ही अगदी 'एक दुजे के लिए' आहोत, हेही सांगतात.

आमच्या लग्नाच्या आधी मी जे काही बोलणं ऐकलं, त्यापेक्षा ही घासून गुळगुळीत झालेली पण चांगल्या उद्देशानं बोललेली वाक्यं पुष्कळच परवडली. लग्न म्हणजे तडजोड, कठोर तपस्या आणि मग अजून कष्ट आणि संवाद, आणि तडजोड आणि आणखी कष्ट. एकदा त्यात पाऊल टाकलं की आशाच संपली.

न्यू यॉर्कमधली आमच्या साखरपुड्याची पार्टी तर अगदीच वाईट होती. सगळे पाहुणे दारू आणि नाराजीनं पेटलेले होते. जणू काही प्रत्येक जोडपं येताना भांडतच आलं असावं किंवा त्यांना जुने कोणतेतरी वाद आठवले असावेत.

बिन्क्ससारखे विक्स मोरिआर्टी, माझ्या आईच्या मैत्रिणीची अठ्ठ्याऐंशी वर्षांची आई, तिनं एकदा मला बारमध्ये थांबवलं आणि आपल्या गडगडाटी आवाजात मला म्हणाली, "ॲमी, मला तुला काही सांगायचं आहे. तिनं तिच्या जाडजूड बोटातल्या अंगठ्या फिरवल्या, खसाखस फिरवल्या आणि मग माझा हात पकडून कुरवाळायला सुरुवात केली. (ती म्हाताऱ्या माणसांची पकड असते ना – थंडगार बोटांनी ते तुमच्या मऊसूत कोवळ्या त्वचेच्या उबदार हातांचा ताबा घेतात.) आणि मग बिन्क्सनं मला सांगितलं, त्रेसष्ठ वर्षं ज्याच्याबरोबर संसार केला त्या आपल्या मृत पतीबद्दल. कसं त्यांना 'ते' पॅन्टमध्ये सांभाळून ठेवताच आलं नाही कधी. आपल्या मोतीबिंदूनं धुरकटलेल्या डोळ्यांनी बिन्क्सनं हे सांगितलं, तेव्हा तिच्या चेहऱ्यावर ते खास *'माझं काय राहिलंय आता, काय बिघडणारे हे सांगितलं म्हणून'* छापाचं *हसू होतं.* "त्यांना कधी स्वतःला आवरता आलंच नाही." त्या वृद्धेनं मला सांगितलं. आपल्या हातात तिनं माझा हात घट्ट पकडून ठेवला होता. "पण त्या इतर कोणापेक्षाही त्यांचं माझ्यावर जास्त प्रेम होतं. मला माहीत आहे ते आणि इतर सगळ्यांनाच." गोष्टीचं तात्पर्य : मि. बिन्क्स एक व्यभिचारी माणूस होता, पण आपल्याला माहीत आहे, लग्न ही एक शेवटी तडजोड आहे.

मी झटकन मागे होते आणि लोकांमध्ये मिसळायला सुरुवात करते. सुरकुतलेल्या चेहऱ्यांकडे बघून स्मित करत मी पुढे होते. मध्यम वयात लोकांच्या चेहऱ्यावर कसा थकलेला, निराश भाव असतो ना, सगळे चेहरे तसेच होते. त्यांतले बरेचसे झिंगलेलेही होते. त्यांच्या तरुणपणचं नृत्य करत– जुन्या गावठी चालींवर झुलत होते आणि ते तर सगळ्यात वाईट दृश्य होतं. मी जरा मोकळ्या हवेत जावं म्हणून दाराकडे जात असतानाच, माझा हात दाबला गेला. निक्ची आई– ममा मॉरीन– तिच्या काळ्या भेदक डोळ्यांनी माझ्याकडे बघत होती. गोट चीझ आणि क्रॅकर्सचा एक मोठ्ठा घास तोंडात कोंबताना तिचे शब्द कसेबसे तोंडातून बाहेर येत होते, "असं आयुष्यभरासाठी कोणाबरोबर तरी स्वतःला बांधून घेणं सोपं नाही. ती अतिशय कौतुकास्पद गोष्ट आहे आणि तुम्ही दोघं ते करताय याचा मला अतिशय आनंद आहे; पण तुला सांगते, असेही दिवस असतात जेव्हा आपण या फंदात पडलोच नसतो तर किती बरं झालं असतं, असं तुम्हाला वाटत राहतं. ते वाटणं जर 'महिन्यांच्या' ऐवजी काही 'दिवसां'पर्यंतच मर्यादित राहिलं तर फारच उत्तम." मला धक्का बसलेला तिला कळला असला पाहिजे– कारण खरंच मी अवाक झाले होते– कारण ती पुढे पटकन म्हणाली, "पण अर्थात चांगले दिवसही असतातच. मला माफ कर राणी, माझं आधीचं बोलणं विसरून जा. हे मी माझ्यातली वेडी, घटस्फोटित बाई बोलते आहे. अरे परमेश्वरा,

मला वाटतंय की मला वाईन थोडी जास्तच झाली आहे.'' मग माझ्याकडे बघून तिनं निरोपाचा हात हलवला आणि इतर निराश जोडप्यांमध्ये हरवून गेली.

''तू इथं कशी आलीस?'' बिल डन् अचानक म्हणाले. माझ्या मग लक्षात आलं की ते हे मला म्हणत आहेत. ''तू इथं का आलीस? इथं यायची तुला परवानगी नाही.''

''मी ॲमी आहे.'' मी त्यांना स्पर्श करून म्हटलं, जणू काही त्यामुळे त्यांना जागच येणार होती. बिलना मी नेहमीच आवडायची; हा, आता माझ्याशी काय बोलावं हे सुचत नसे त्यांना, पण ते माझ्याकडे जणू मी एखादा दुर्मिळ पक्षी असावी, अशा पद्धतीनं पाहायचे, त्यावरून मला समजायचं ते, की मी त्यांना आवडते. पण आता मात्र ते छाती पुढे काढून, कपाळाला आठ्या घालून माझ्याकडे बघत आहेत. एखादा तरुण सैनिक लढायला सज्ज उभा असण्याचं व्यंगचित्र काढावं, तसे ते दिसत आहेत. काही अंतरावर 'गो' स्वतःचा घास थांबवून आमच्या दिशेनं यायला निघते; सावकाश एखादी माशी पकडायला सज्ज व्हावं तसं.

''तू आमच्या घरात का आहेस?'' बिल डन् विचारतात, त्यांचं तोंड रागानं वाकडं झालेलं, ''तू फारच आगाऊ आहेस.''

''निक्.'' मागून 'गो'ची हाक येते. मोठ्यानं नाही पण जरा घाईनं.

''आलोच.'' निक् पुढे येत म्हणतो. ''डॅड, ही माझी बायको आहे, ॲमी. ॲमी आठवतेय ना तुम्हाला? आम्ही आता इथं राहायला आलो आहोत; म्हणजे आपण एकमेकांना भेटू शकू. हे आमचं नवीन घर आहे.''

निक् माझ्याकडे रागारागानं बघतो. त्याच्या वडिलांना बोलावण्याचा हट्ट माझाच होता.

''मला फक्त एवढंच म्हणायचं आहे निक्...'' माझ्या चेहऱ्यावर बोट रोखत बिल डन् म्हणतात, पार्टीत आता शांतता होती, अनेक जण दुसऱ्या खोलीतून सावकाश इकडे आले. गरज पडल्यास हालचाल करण्याकरता त्यांचे हात सज्ज होते, ''मला इतकंच म्हणायचं आहे की ती आपल्यातली नाही. स्साली कुत्री, तिला वाटतं की ती काहीही करू शकते.''

ममा मॉरीन झपाट्यानं पुढे येतात आणि आपल्या एके काळच्या नवऱ्याला जवळ घेतात. त्या नेहमीच वेळेला सांभाळून घेतात. ''अर्थात, ती आपल्यातलीच आहे बिल. हे तिचंच घर आहे. ती तुझ्या मुलाची पत्नी आहे. आठवतंय?''

''तिला जायला सांग मॉरीन. मला ती इथे नको आहे. तुला कळतंय मी काय म्हणतोय?'' ते तिला झटकून टाकतात आणि माझ्याकडे पुढे सरकतात.

"स्साली कुत्री, मूर्ख कुत्री."

ते हे मला म्हणतात की मॉरीनला, कुणास ठाऊक! पण मग ते माझ्याकडे बघतात आणि ओठ घट्ट मिटून घेतात. "ती आपल्यातली नाही."

"मी जाते," मी म्हणते आणि वळून दाराबाहेर पडून चालायला लागते. पावसात. शेवटी हे सत्य एका अल्झायमर्स रुग्णाच्या तोंडून यावं! माझ्या मनात विचार येतो. मी जवळपास एक चक्कर मारते. मला वाटत राहतं की निक् येऊन मला घरी घेऊन जाईल. पाऊस हलक्या चापट्यांनी मला भिजवत असतो. मला खरंच वाटत राहतं की निक् माझ्या मागून येईल. मी घराकडे वळते, तेव्हा मला फक्त बंद दरवाजा दिसतो.

निक् डन्

चार दिवसांनंतर...

पहाटे पाच वाजता मी आणि रॅन्ड आता रिकाम्या असणाऱ्या ॲमी डन् शोधकेंद्रात कॉफी पीत बसलो होतो. पोलीस , तोवर लॉनीची चौकशी करत होते. भिंतीवरच्या तिच्या पोस्टरमधून ॲमी आमच्याकडे रोखून पाहत होती. फोटोत ती अस्वस्थ वाटत होती.

"पण मला हे कळत नाही की तिला जर कशाची भीती वाटत होती तर तिनं तुला ते का सांगू नये?" रॅन्ड म्हणाला. "का नसेल सांगितलं?"

तो माणूस लॉनी म्हणाला की ॲमी बंदूक खरेदी करायला मॉलमध्ये आली होती आणि तेही व्हॅलण्टाइन्स डेच्या दिवशी. ती जराशी गोंधळलेली, जरा अस्वस्थ झाली होती. मी जरा वेड्यासारखीच वागते आहे, पण... मला वाटतं मला एका बंदुकीची गरज आहे. पण जास्त करून ती घाबरलेली होती. कोणीतरी तिला घाबरवत होतं, असं तिनं लॉनीला सांगितलं होतं. यापलीकडे तिनं काही सांगितलं नाही, पण जेव्हा त्यानं तिला विचारलं की तिला कोणत्या प्रकारची बंदूक हवी आहे, तेव्हा ती म्हणाली : समोरच्याला पटकन थांबवू शकेल अशी.

त्यानं तिला काही दिवसांनंतर परत यायला सांगितलं आणि ती आलीही. त्याला तशी बंदूक मिळवता आली नव्हती. ("माझं काम नाही हे खरंतर.") पण मिळवता आली असती तर बरं झालं असतं, असं त्याला आज वाटायला लागलं. त्याला ती चांगलीच लक्षात राहिली होती आणि या इतक्या महिन्यात अनेक वेळा तिचा विचार त्याच्या मनात येऊन गेला : ती पिंगट केसांची, गोड पण घाबरलेल्या चेहऱ्याची, व्हॅलण्टाइन डेला बंदूक मिळवू पाहणारी मुलगी कुठे असेल? कशी असेल?

"तिला कोणाची भीती वाटत असेल?" रॅन्डनं विचारलं.

"रॅन्ड मला देसीबद्दल पुन्हा एकदा सांग," मी विचारलं. "तू भेटला होतास

त्याला कधी?''

"तो बऱ्याच वेळा घरी यायचा.'' रॅन्डनं आठवण्याचा प्रयत्न केला. "तो दिसायला चांगला होता. ॲमीची त्याला फार काळजी होती– तिला एखाद्या राजकन्येसारखं वागवायचा. पण मला मात्र तो कधीच आवडला नाही. अगदी त्यांच्यात चांगले संबंध होते, तेव्हाही नाही– कोवळं प्रेम, ॲमीचं पहिलं प्रेम– पण तेव्हाही नाहीच आवडला मला. माझ्याशी फार उर्मटपणे वागायचा तो. ॲमीच्या बाबतीत फार मालकी असल्यासारखा वागायचा. कायम तिच्याभोवती हात टाकून असायचा. मला फार विचित्र वाटायचं की तो आमच्याशी मात्र वाईट वागायचा. बहुतेक जे तरुण मित्र असतात ते मुलीच्या आई-वडिलांशी चांगले संबंध राखण्याच्या प्रयत्नांत असतात.''

"मलाही राखायचे होते.''

"आणि तू ते राखलेस!'' तो हसला. "तू जेवढा आवश्यक तेवढाच घाबरलास. ते खूप छान वाटायचं; पण देसीचं तसं नव्हतं. तो वाईटच होता.''

"देसी इथून तासाभराच्या अंतरावर आहे.''

"खरंच? आणि हिलरी हॅन्डी?'' रॅन्डनं डोळे चोळत विचारलं. "मला इथं काही स्त्री-पुरुष भेद करायचा नाही– पण ती देसीपेक्षा भयंकर होती. तो मॉलमधला लोनी का कोण तो असं काही म्हणाला नाही, की ॲमी कोणत्या पुरुषाला भीत होती.''

"नाही तो नुसतं ती घाबरली होती असं म्हणाला,'' मी म्हटलं. "आणि एक मुलगी होती ती, नोएली हॉथोर्न, जी आमच्या जवळ राहते. तिनं पोलिसांना सांगितलं की ॲमी तिची जिवलग मैत्रीण आहे; पण मला माहीत आहे की हे खोटं आहे. त्यांच्यात साधी मैत्रीसुद्धा नव्हती आणि तिचा नवरा म्हणतोय की ती दुःखानं वेडीपिशी झाली आहे. ती सारखी ॲमीचे फोटो पाहून रडते आहे. ते आधी मला वाटलं की ते इंटरनेटवरचे फोटो असतील कदाचित; पण ते जर खरेखुरे फोटो असले तर? ती तर नसेल ना ॲमीच्या मागावर?''

"मी काल जरा कामात असताना ती माझ्याशी बोलण्याचा प्रयत्न करत होती.'' रॅन्ड म्हणाला, "तिनं अमेझिंग ॲमीमधल्या काही ओळी म्हणून दाखवल्या. 'अमेझिंग ॲमी ॲन्ड द वेस्ट क्रेड वॉर.' या पुस्तकातल्या. नेमकेपणानं सांगायचं तर आपले जिवलग मित्रच आपल्याला खऱ्या अर्थानं जाणून घेऊ शकतात.''

"हे त्या हिलरीसारखंच वाटतंय.'' मी म्हणालो, "फक्त आता मोठ्या झालेल्या.''

आम्ही सकाळी सात वाजता हायवेवरच्या एका आयहॉप (IHOP)* मध्ये बोनी आणि गिलपीनला भेटायला गेलो. काय काय झालं ते त्यांना सांगायला. त्यांच्याकरता आम्ही त्यांचं काम करत होतो ही किती विचित्र गोष्ट होती. तपासाचे धागेदोरे आम्ही शोधणं, हा आणखी एक मूर्खपणा. जर स्थानिक पोलिसांना हे झेपत नसेल तर एफबीआयला बोलवायची वेळ आली होती.

एका गुबगुबीत तपकिरी डोळ्यांच्या वेट्रेसनं आमची ऑर्डर घेतली आणि आम्हाला कॉफी ओतून दिली. आणि मग मला ओळखून, गिलपीननं तिला हाकलेपर्यंत आमच्या आसपास घोटाळत राहिली; पण ती एखाद्या माशीसारखी चिवट होती. आणि मग पुन्हा कॉफी ओतणं, काटे-चमचे मांडणं आणि जादूनं आल्याप्रमाणे झटपट आमचं अन्न घेऊन येणं या तिच्या लगबगीत आमच्या भल्या मोठ्या भाषणाचे तुकडे तुकडे झाले.

हे चालणार नाही... अजून कॉफी नको. धन्यवाद... विश्वास ठेवणं कठीण आहे पण... हो हो चटणी छान आहे...

आणि आमचं बोलणं संपण्यापूर्वीच बोनीने मध्येच थांबवलं, "मला कळतंय की तुम्हाला पण काहीतरी करावंसं वाटत आहे. पण आता तुम्ही जे काही केलं आहे, ते धोकादायक आहे. हे सगळं तुम्ही आमच्यावर सोपवायला हवं."

"तेच तर. तुम्ही त्याबद्दल काहीच करत नाही आहात." मी म्हणालो. "आम्ही जर काल रात्री तिथे गेलो नसतो, तर ही बंदुकीची माहिती तुम्हाला कधीच मिळाली नसती. तुम्ही त्याच्याशी बोललात तेव्हा लोनी काय म्हणाला?"

"तुम्हाला जे सांगितलंय तेच," गिलपीन म्हणाला. "ॲमी घाबरली होती आणि तिला एक बंदूक खरेदी करायची होती."

"पण या माहितीचं तुम्हाला विशेष काही वाटलेलं दिसत नाहीये."

मी रागानं म्हटलं, "तुम्हाला त्याचं बोलणं खोटं वाटतंय का?"

बोनी म्हणाली, "नाही, तो खोटं बोलत असेल असं नाही. तो कशाला पोलिसांचं लक्ष स्वतःकडे वेधून घेईल. तुझी बायको त्याच्या चांगलीच लक्षात राहिलेली दिसते आहे. तिच्याबाबतीत हे असलं घडल्याचं ऐकून तो अगदीच– काय म्हणू या आपण– हादरला आहे. त्याला सगळं अगदी तपशीलवार आठवतंय. निक् त्यानं सांगितलं की त्या दिवशी तिने हिरवा स्कार्फ बांधला होता, म्हणजे हिवाळ्यातला स्कार्फ नाही. फॅशन म्हणून बांधतात तसला स्कार्फ." असं फॅशन करणं वगैरे तिला किती बालिश वाटतं, त्याच्याकडे लक्ष द्यावं इतकं ते महत्त्वाचं

* (IHOP) इन्टरनॅशनल हाऊस ऑफ पॅनकेक्स– सकाळचा नाश्ता पुरवणाऱ्या हॉटेल्सचा साखळी

नाही हे दर्शवण्याकरता तिनं बोटांची एक उडती हालचाल केली. ''पाचूसारखा हिरवा, काही आठवतंय?''

मी मान डोलावली. ''आहे तसला तिच्याकडे एक, जो ती खूप वेळा निळ्या जीन्सवर घालते.''

''आणि तिच्या जॅकेटवरची पीन, सोनेरी कर्सिव्ह ए?''

''हो.''

बोनीनं खांदे उडवले : बघितलंस.

''तुला असं नाही ना वाटत की, तो तिच्यामुळे इतका भारला गेला की त्यानंच तिला... पळवून नेलं असावं?'' मी विचारलं.

''त्याच्याकडे ॲलिबी* आहे पक्की.'' माझ्याकडे रोखून बघत बोनी म्हणाली. ''आणि खरं सांगायचं तर आम्ही आता जरा दुसऱ्या प्रकारच्या हेतूचा शोध घेत आहोत.''

''जास्त व्यक्तिगत असा हेतू.'' गिलपीननं म्हटलं. त्यानं त्याच्या स्ट्रॉबेरी आणि साय घातलेल्या पॅनकेक्सकडे एक साशंक नजर टाकली आणि ते त्याच्या ताटलीच्या कडेला ढकलायला सुरुवात केली.

''जास्त व्यक्तिगत, म्हणजे तुम्ही आता शेवटी देसी कॉलिंग्ज किंवा हिलरी हॅन्डीला भेटणार तर? का मी भेटू?'' खरं म्हणजे मी आज जाईन असं मेरीबेथला कबूल केलं होतं.

''आम्ही नक्कीच बोलू.'' बोनी म्हणाली. एखाद्या चिडचिड्या आईला, मी आता यापुढे नीट जेवीन, असं समजावणाऱ्या मुलीसारखा तिचा स्वर होता. ''त्यातून काही निष्पन्न होईल असं नाही– पण आम्ही बोलू त्यांच्याशी.''

''हं, कसं का होईना पण तुमचं काम करताय त्याबद्दल आभार.'' मी उपरोधानं म्हटलं. ''आणि नोएली हॉथोर्नचं काय? तुम्हाला जवळचं कोणी हवं असेल तर ती आमच्या जवळच राहते आणि ती जरा ॲमीसाठी वेडी झालेली वाटते आहे.''

''माहीत आहे. तिनं आम्हाला फोन केला होता. आमच्या यादीत आहे ती.'' गिलपीन मान डोलवत म्हणाला, ''आजच.''

''छान. आणि काय करताय तुम्ही?''

''निक् तुला जर आमच्यासाठी आणखी थोडा वेळ काढता आला तर बघ ना. थोडा मेंदूला ताण दे,'' बोनी म्हणाली. ''बऱ्याच वेळा जोडीदाराला पुष्कळ

---

* ॲलिबी - गुन्हा घडला त्या वेळी माणूस घटनास्थळी नसून अन्यत्र कुठेतरी असल्याचा पुरावा

माहिती असते, फक्त त्याच्या ते लक्षात येत नाही. तुमच्या दोघांची जी वादावादी झाली– त्या तुमच्या शेजारी मिसेस अं– टेव्हरर त्यांनी तुला आणि ॲमीला ती नाहीशी झाली त्याच्या आदल्या रात्री भांडताना ऐकलं त्याबद्दल आठवून सांगितलंस तर बरं होईल.'' बोनी म्हणाली.

रॅन्डची मान झटक्यात माझ्या दिशेनं वळली.

जॅन टेव्हरर. तीच ती ख्रिश्चन कॅसरॉल देणारी बाई. म्हणून ती आता माझ्या नजरेला नजर देत नाही तर.

''म्हणजे मला म्हणायचंय, की हे कदाचित ॲमीवर कशाचा तरी परिणाम झाला असू शकेल म्हणून घडलं असलं तर? मला माहित्येय की हे ऐकतानासुद्धा त्रास होतो, मि. इलियट.'' बोनीनं विचारलं तेव्हा तिच्या नजरेत कसलाच संशय नव्हता. ''म्हणजे असं की जर तिचा समाजातल्या जरा खालच्या घटकातील लोकांशी संपर्क झाला असला आणि या गावात इतर अनेक अमली पदार्थांचे व्यापारी आहेत. कदाचित पाणी तिच्या गळ्यापर्यंत आलं असेल म्हणूनही तिला बंदूक हवी असू शकेल. तिला संरक्षणाकरता बंदूक हवी आहे आणि ही गोष्ट ती स्वतःच्या नवऱ्याला सांगत नाही. काहीतरी कारण असेलच ना? आणि निक् ते आम्हाला हेही जरा नीट आठवून सांग की त्या भांडणापासून ते सगळ्यात शेवटी ॲमीचा आवाज ज्यांनी कोणी ऐकला असेल त्या वेळेपर्यंत तू नक्की कुठे होतास?''

''म्हणजे माझ्याखेरीज ज्या कोणी आवाज ऐकला...''

''हो तुझ्याखेरीज– म्हणजे आदल्या रात्री अकरा वाजल्यापासून ते दुसऱ्या दिवशी दुपारी १२ वाजता बारमध्ये पोहोचेपर्यंत, जर तू या गावातच कुठंतरी असशील, बीचवर गेला असशील, नदीकिनाऱ्यावर रेंगाळला असशील तर कोणी ना कोणी तुला पाहिलं असणारच. अगदी कोणीही म्हणजे कुत्र्याला फिरवायला आलेला माणूसही असेल. तू जर आम्हाला मदत करू शकलास तर ते खरंच...''

''उपयुक्त ठरेल.'' गिलपीननं वाक्य पूर्ण केलं आणि स्ट्रॉबेरीत काटा खुपसला.

ते माझ्याकडे अगदी लक्षपूर्वक आणि सहानुभूतीनं बघत होते. ''ते खरंच खूपच उपयुक्त ठरेल निक्,'' गिलपीन पुन्हा एकदा सहजपणे म्हणाला. भांडणाचा संदर्भ आता पहिल्यांदाच येत होता– म्हणजे त्यांना हे सगळं कळलंय– आणि ते मला सांगण्यासाठी त्यांनी ही रॅन्ड बरोबर असतानाची वेळ निवडली आहे– आणि हे सगळं अचानक उघडकीला आल्याचा आवही ते आणत नाहीयेत.

''हो नक्कीच.'' मी म्हणालो.

''तू आम्हाला सांगशील कशाबद्दल होतं ते?'' बोनीनं विचारलं. ''भांडणाबद्दल म्हणत्येय मी.''

“मिसेस टेव्हररनी काय सांगितलं तुम्हाला, कशाबद्दल होतं म्हणून?”

“इथं तू माझ्या समोर असताना, तिच्या शब्दावर मी कशाला विश्वास ठेवू?” तिनं आपल्या कॉफीत क्रीम घातलं.

“त्याचं कारण इतकं क्षुल्लक होतं,” मी सांगायला सुरुवात केली. “म्हणून खरंतर मी त्याबद्दल काहीच बोललो नाही. आम्ही दोघंही नुसतेच वादडत बसलो होतो, सगळे नवरा-बायको करतात तसेच.”

मी काहीतरी अनाकलनीय बोलत असल्याप्रमाणे रॅन्ड आश्चर्यानं माझ्याकडे बघत होता. वादडत? हे कसले वाद असतात? कशाबद्दल बोलतो आहेस तू?

“काही नाही ते जेवणाबद्दल होतं.” मी पुन्हा एक थाप मारली, “म्हणजे जेवायला काय करायचं याबद्दल. आमच्या लग्नाच्या वाढदिवशी काय करावं? तुम्हाला सांगतो ॲमी जरा परंपरा पाळणारी आहे या बाबतीत...”

“लॉब्स्टर!” रॅन्ड मध्येच उद्गारला. तो त्या दोघांकडे वळून सांगू लागला. “ॲमी दर वर्षी निकसाठी लॉब्स्टर बनवते.”

“हो खरंय. पण या गावात ताजे लॉब्स्टर कुठून मिळणार? निदान तलावातले ताजे फडफडीत तर नाहीच. त्यामुळे ती जरा नाराज होती. मी ह्यूस्टनचं आरक्षण कर...”

“मला वाटलं तू ह्यूस्टनचं आरक्षण केलं नव्हतंस असं म्हणालास.” रॅन्ड कपाळाला आठ्या घालत म्हणाला.

“हो हो सॉरी. मला गोंधळायला होतंय. माझ्या डोक्यात नुकतीच ती ह्यूस्टनमध्ये जागा राखून ठेवायची कल्पना आली होती. पण खरंतर मी लॉब्स्टर मागवून घ्यायला हवं होतं, हो ना?”

ते पोलीस , दोघांनीही एक भुवई उंचावली. : वा! काय मस्त.

“ते काही फार महाग पडत नाही. असो. पण आम्ही मग वाद घालत होतो आणि मग शब्दानं शब्द वाढत गेला.” मी माझ्या पॅनकेक्सचा एक घास घेतला. मला माझ्या गळ्याभोवती उष्णता जाणवत होती. “एका तासात त्या मूर्खपणाबद्दल आम्ही हसतही होतो.”

“हं.” बोनीनं एवढाच उद्‌गार काढला.

“आणि त्या ट्रेझरहन्टचं काय झालंय, ते कुठपर्यंत आलंय?” गिलपीननं विचारलं.

मी उठून उभा राहिलो आणि जाण्याच्या तयारीत टेबलावर थोडे पैसे ठेवले. मला स्वतःला वाचवण्याची आवश्यकताच काय? “कुठपर्यंत नाही. सांगण्यासारखं काहीच नाही. इतक्या सगळ्या गोष्टी घडत असताना कुठलाही विचार करणं कठीण होऊन बसतं.”

"ठीक आहे." गिलपीन म्हणाला. "ती इतके महिने कोणाला तरी भिऊन होती, हे कळल्यावर त्या खजिन्याच्या खेळाचा विचार करायला नको. पण काय घडतंय ते मला सांग नक्की."

आम्ही सगळे बाहेरच्या गरमीत आलो. रॅन्ड आणि मी आमच्या गाडीत शिरतच होतो की बोनीनं हाक मारली, "निक्, ॲमी अजूनही २ नंबरच आहे ना?"

माझ्या चेहऱ्यावर गोंधळ उमटला असला पाहिजे.

"अरे म्हणजे साईझ. साईझ २."

"हो मला वाटतं असावी." मी म्हणालो, "हो आहे."

हम्म म्हणावं तसा बोनीनं चेहरा केला आणि स्वतःच्या गाडीत बसली.

"ते सगळं नक्की काय होतं?" रॅन्डनं विचारलं.

"ते दोघं ना? कोणास ठाऊक! "

हॉटेलला पोचेपर्यंतचा संपूर्ण रस्ता आम्ही गप्पच होतो. रॅन्ड खिडकीच्या बाहेर वेगानं मागं पडत जाणाऱ्या फास्टफूड रेस्टॉरंटकडे पाहत आणि मी माझ्या ज्या थापा मारल्या होत्या त्या विचारात. डेज इनला गाडी लावायची जागा शोधायला आम्हाला एक वळसा घालावा लागला. ते पेरोलवाल्यांचं संमेलन जोरात चालू असावं.

"काय गंमत आहे बघ, मी इतका प्रांतवादी आहे, पक्का न्यू यॉर्ककर." दाराच्या कडीवर हात ठेवत रॅन्ड म्हणाला. "जेव्हा ॲमी इथं तुझ्याबरोबर या मिसिसिपी नदीच्या काठावर राहायला येण्याबद्दल बोलायची, तेव्हा माझ्या डोळ्यांसमोर... हिरवाई, शेतं, सफरचंदांची झाडं, जुनी घरं, असं चित्र उभं राहायचं. पण मी तुला सांगू इथे सगळं अगदी ओंगळ आहे." तो हसला. "एक माझी मुलगी सोडल्यास या आख्ख्या गावात काहीही सुंदर नाही."

तो बाहेर पडून भराभर हॉटेलच्या दिशेनं चालत गेला, मी पाठोपाठ जाण्याचं टाळलं. काही मिनिटं जाऊ देऊन मग मी त्या मदतकेंद्रात प्रवेश केला आणि मागे एका बाजूला असणाऱ्या टेबलवर जाऊन बसलो. ते क्ल्यू हरवायच्या आधी मला खजिन्याचा शोध पूर्ण करणं गरजेचं होतं. ॲमी मला कुठे घेऊन जात होती ते शोधायला हवं होतं. इथे थोडा वेळ काढून मग मी तिसऱ्या क्ल्यूकडे वळेन. मधल्या काळात मी एक नंबर फिरवला.

'हॅलो," पलीकडून एक अधीर आवाज कानावर आला. मागे एका बाळाच्या रडण्याचा आवाज ऐकू येत होता. चेहऱ्यावर आलेले केस उडवण्यासाठी घातलेल्या फुंकरीचा आवाजही माझ्या कानावर पडला.

"हाय, तुम्ही... तुम्ही हिलरी हँडी?"

तिनं फोन ठेवून दिला. मी पुन्हा फोन केला.

"हॅलो?"

"हाय. मघाशी फोन मध्येच बंद झाला."

"तुम्ही हा नंबर तुमच्या फोन न करण्याच्या यादीत टाकलात..."

"हिलरी, मी कोणी विक्रेता नाही आणि काही विकण्यासाठी फोन केला नाही. मी ॲमी डन्साठी फोन केलाय, ॲमी इलियट."

शांतता. पुन्हा एकदा मुलाच्या किंचाळण्याचा आवाज आला. ते हसणं होतं की हट्ट; काही सांगता आलं नसतं.

"तिचं काय?"

"तुम्ही हे टीव्हीवर बघितलं आहे की नाही मला माहिती नाही; पण ती बेपत्ता आहे. ती पाच जुलैच्या सकाळपासूनच बेपत्ता झाली, तेव्हा आसपास झटापटीच्या खुणा होत्या."

"ओह. आय ॲम सॉरी."

"माझं नाव निक् डन्, तिचा नवरा. मी तिच्या जुन्या मित्रांना फोन करतो आहे."

"हो?"

"मला वाटलं की तुम्ही इतक्यात कधी भेटला असाल तर..?" फोनवर तिचा श्वासोच्छ्वास जाणवत होता. तिनं तीन दीर्घ श्वास घेतले. "हे सगळं मागे शाळेत असताना जे प्रकरण झालं त्यामुळे तर नाही?" मागून एका लहान मुलाचा लाडंलाडं हाक मारण्याचा आवाज आला, "आईऽऽ ये नाऽऽ."

"एक मिनिटात आले जॅक." तिनं तिच्या मागच्या पोकळीत उत्तर दिलं आणि मग उत्तेजित आवाजात मला विचारलं, "हो? त्या करता तुम्ही मला फोन केलाय? कारण ती घटना आता जुनी झाली. वीस वर्षांच्या वर होऊन गेली त्या गोष्टीला."

"मला कळतंय, मला कळतंय. पण विचारणं माझं काम आहे ना? न विचारणं हा मूर्खपणा ठरेल माझा."

"अरे देवा, परमेश्वरा, 'तीन' मुलांची आई आहे मी आता. शाळा संपल्यानंतर मी ॲमीशी बोलले पण नाही कधी. मला चांगलाच धडा मिळालाय. ती रस्त्यात दिसली ना तरी मी उलट्या बाजूनं निघून जाईन." बाळ आता जोरजोरात किंचाळत होतं. "मला गेलं पाहिजे."

"एक पट्कन जरा... हिलरी..."

तिनं फोन ठेवून दिला आणि लगेचच माझा दुसरा फोन वाजला. मी त्याकडे दुर्लक्ष केलं. तो ठेवण्याची एक चांगली जागा शोधायला हवी मला.

माझ्या शेजारी मला कोणाची तरी जाणीव झाली. कोणीतरी स्त्री. पण मी मान वर केली नाही. कदाचित मग ती निघून जाईल.

''अजून दुपारसुद्धा झाली नाही आणि आख्खा दिवस खराब गेला असावा तसा तू दिसतो आहेस. बिच्चारा.''

शॉना केली. तिनं तिचे केस मानेवर उंच पोनीटेलमध्ये बांधले होते. आपल्या रंगवलेल्या ओठांचा तिने माझ्याकडे बघून एक सहानुभूतीपूर्ण चंबू केला. ''मी आणलेलं फ्रिटो पाय खाणारेस?'' तिच्या हातात एक कॅसरॉल डिश होती, जी तिनं आपल्या छातीजवळ धरली होती. तिच्या बोलण्याचा सूर ८०च्या दशकातल्या एखाद्या व्हिडिओतल्या नायिकेसारखा होता. ''तुला थोडा पाय हवाय?''

''माझा खूप नाश्ता झालाय. पण धन्यवाद. तू खरंच किती करतेस.''

यावर तिथून निघून जायच्याऐवजी ती माझ्याजवळ बसली. आकाशी रंगाच्या स्कर्टमधून दिसणारे तिचे पाय क्रीम लावून इतके तुकतुकीत झाले होते, की त्यावरून प्रकाश परावर्तित होत होता. तिच्या जराही डाग नसलेल्या ट्रेटर्न बुटांच्या चवड्यांनी तिनं मला ढोसलं. ''तुझी झोप नीट होतेय ना राजा?''

''निभावतोय मी सगळं.''

''तुला नीट झोप घ्यायलाच हवी निक्. तूच जर असा थकलास तर तू कोणाला काय मदत करणार?''

''मी आता निघेनच थोड्या वेळात. बघतो थोडा वेळ तरी झोप मिळते का.''

''खरंच जा. मला वाटतं तुला गरज आहे त्याची.''

माझ्या मनात अचानक तिच्याविषयी कृतज्ञता दाटून आली. हे माझं सतत कोणावरतरी अवलंबून राहण्याच्या प्रवृत्तीमुळे होतं. हे थांबायला हवं निक्.

ती जाईल म्हणून मी थांबलो. तिनं जायला हवं आता– लोक आता आमच्याकडे बघायला लागले होते.

''तुला वाटत असेल तर तुला घरी सोडते मी लगेच'' ती म्हणाली. ''जरा झोपलास की बरं वाटेल तुला.''

माझ्या गुडघ्यांवर थोपटण्यासाठी तिनं हात पुढे केला आणि माझ्या मनात एकदम संतापच उफाळून आला. ठेव ते काय आणलंयस ते. स्साली चिकट रांड. जा आता. ही माझ्या वडिलांची प्रवृत्ती वर येते आहे. तितकीच वाईट.

''तू मेरीबेथला का मदत करत नाहीस?'' मी तुटकपणे म्हटलं आणि माझ्या सासूकडे बोट दाखवलं. ती झेरॉक्स मशिनजवळ उभं राहून ॲमीच्या फोटोच्या असंख्य प्रती काढण्याच्या उद्योगात होती.

''ठीक आहे.'' ती रेंगाळली, पण मी तिच्याकडे सरळ दुर्लक्षच केलं.

''ठीक आहे तर मग. तुला पाय आवडेल अशी मला आशा वाटते.''

माझं तिला असं झटकून टाकणं तिला दुखावणारं होतं. तिनं जाताना माझ्या नजरेला नजर भिडवली नाही त्यावरूनच ते लक्षात आलं माझ्या. नुसती वळली आणि निघून गेली. मला वाईट वाटलं. तिची क्षमा मागावी न मागावी अशी माझी द्विधा मनःस्थिती झाली. त्या बाईपाठोपाठ जायची काही गरज नाही. मी स्वतःला बजावलं.

"कळलं का काही?" शॉनाच्या रिकाम्या झालेल्या जागी आता नोएली हॉथोर्न आली. ती खरंतर शॉनापेक्षा लहान होती; पण दिसत मात्र मोठी होती. गुबगुबीत भरलेलं शरीर, पण कठोर लांब लांब वक्ष असलेली, कपाळावर आठ्या.

"अजून तरी काही नाही."

"तुला हे सगळं व्यवस्थित जमल्यासारखं दिसतंय."

मी तिच्याकडे मान वळवली, काय बोलावं हे मला सुचेना.

"मी कोण आहे हे तरी माहीत आहे का तुला?" तिनं विचारलं.

"अर्थातच तू नोएली हॉथोर्न आहेस."

"मी ॲमीची अत्यंत जिवलग मैत्रीण आहे."

मला पोलिसांना आठवण करून द्यायला हवी. नोएलीच्या बाबतीत दोन पर्याय होते. एक, ती केवळ सवंग प्रसिद्धीकरता हे सगळं करत होती– तिला हरवलेल्या स्त्रीची मैत्रीण असण्याची कल्पना आवडत होती– किंवा ती वेडी होती. ॲमीच्या पाठलागावर असणारी अशी स्त्री जिनं ॲमीची मैत्री संपादन करण्याचा निश्चय केलाय, आणि जेव्हा ॲमीनं तिला झटकून टाकलं...

"तुला ॲमीविषयी काही माहिती आहे का नोएली?" मी विचारलं.

"अर्थातच आहे. ती माझी जिवलग मैत्रीण होती निक्."

काही क्षण आम्ही तसंच एकमेकांकडे रोखून पाहत उभे राहिलो.

"मग तू ती सांगणार आहेस की नाही?" मी विचारलं.

"पोलिसांना जर आवश्यकता असेल तर मी कुठे भेटेन ते माहीत आहे की त्यांना."

"केवढी ही मदत नोएली, ते नक्की तुझ्याशी बोलतील. मी खात्री देतो."

तिचे गाल लालेलाल झाले. तिच्या भावना दर्शविणारे रंगाचे दोन शिडकावे.

ती निघून गेली. माझ्या मनात एक क्रूर विचार आला. असा विचार जो मनाच्या तळातून उफाळून येतो, ज्यावर आपला ताबा असत नाही. बायका वेड्या असतात. त्याला काही निकष नाही, काही बायका, बऱ्याचशा बायका असं नाही तर बायका वेड्या असतात.

पूर्ण रात्र झाल्यावर मी माझ्या वडिलांच्या रिकाम्या घराकडे गेलो. ॲमीचा क्ल्यू

माझ्या शेजारच्या सीटवर होता.

कदाचित वाटत असेल अपराधी
की तू आणलंस मला इथं
मान्य करायलाच हवं हे सगळं आहेच विचित्र काहीसं.
पण करणार कशी निवड
आपल्याकडे नव्हत्याच फार जागा
घेतला आपण निर्णय की
इथेच आपला अवकाश
प्रेम सोबत घेऊन जाऊ,
या छोट्याशा तपकिरी घरात
आज तुझ्या सदिच्छा दे मला
माझ्या लाडक्या प्रियकरा

हा संदेश इतरांपेक्षा जरा जास्त गूढ होता; पण मला खात्री होती की मी ते कोडं सोडवलंय. ॲमी आता कार्थेज स्वीकारण्याच्या पातळीवर आली होती. इथं परत येण्याबद्दल तिनं आता मला माफ केलं असावं. कदाचित तू मला इथं घेऊन आलास त्याबद्दल तुला अपराधी वाटत असेल... (पण) आता आपण आपला अवकाश इथं उभा केला आहे.

ते छोटंसं, तपकिरी घर म्हणजे माझ्या वडिलांचं घर होतं, जे खरंतर निळ्या रंगाचं होतं, पण ॲमी इथं आमच्या आणखी एका खासगी गोष्टीचा उल्लेख करत होती. आमचे हे खासगी विनोद ही माझी आणखी एक आवडती गोष्ट होती. कोणत्याही प्रांजळ सत्यापेक्षा किंवा आवेगी प्रेमापेक्षा किंवा रात्रभर मनमोकळ्या गप्पांपेक्षा हे आमचे केवळ दोघांमधले खासगी विनोद मला ॲमीशी जास्त जोडून घ्यायचे. त्या ‘छोट्याशा तपकिरी घराची गोष्ट माझ्या वडिलांशी संबंधित आहे आणि ॲमी ही एकमेव व्यक्ती आहे, जिला मी ती सांगितली आहे. घटस्फोट झाल्यावर मला ते इतके क्वचितच भेटायचे की मी असं ठरवलं की त्यांना यापुढे आपण गोष्टीच्या पुस्तकातलं एक पात्रच समजायचं. ते माझे खरेखुरे वडील असणार नव्हते – ज्यांनी माझ्यावर प्रेम केलं असतं, माझ्याबरोबर थोडा वेळ घालवला असता– तर ते असतील एक दयाळू पण महत्त्वाची व्यक्ती, ज्यांचं नाव गि. ब्राऊन अरोल आणि ते युनायटेड स्टेट्सकरता काही महत्त्वाच्या कामगिऱ्या पार पडत असतील आणि क्वचित केव्हातरी माझे कोणी असण्याचा आव आणून ते गावात राहत असतील. मी जेव्हा ही गोष्ट ॲमीला सांगितली, तेव्हा तिच्या डोळ्यांत पाणी आलं. माझा उद्देश तो नव्हताच पण. माझा उद्देश मुलं कशी गमतीशीर असतात हे सांगायचा होता. तिनं मला सांगितलं की आता यापुढे ती

माझं कुटुंब असेल आणि असल्या दहा बापांना पुरून उरेल एवढं प्रेम ती माझ्यावर करेल. आता आमचं डन् कुटुंब असेल. आमच्या दोघांचं. आणि मग ती माझ्या कानात कुजबुजली होती, "तुला छानच जमेल असं एक काम आहे माझ्याकडे..."

आणि सदिच्छांचं म्हणाल तर ती आम्हाला जोडणारी आणखी एक गोष्ट होती. माझे वडील जेव्हा पूर्णतया अल्झायमर्सच्या विळख्यात सापडले, तेव्हा आम्ही त्यांचं घर विकून टाकण्याचा निर्णय घेतला. ॲमी आणि मी एक दिवस त्यांच्या घरी गेलो आणि सदिच्छा म्हणून द्यायच्या गोष्टी खोक्यांमध्ये भरायला सुरुवात केली. अर्थातच ॲमी एखादा दरवेश जसा स्वतःभोवती गिरक्या घेतो तशी भराभर काम करत होती– बांधा, ठेवून द्या, टाकून द्या– आणि मी मात्र शांतपणे माझ्या वडिलांच्या वस्तू हाताळत होतो. माझ्यासाठी प्रत्येक गोष्ट म्हणजे माझ्या वडिलांचं आयुष्य जाणून घेण्याची एक किल्ली होती. इतरांपेक्षा जास्त कॉफीचे डाग असणारा मग त्यांचा आवडता असणार. त्यांना भेट म्हणून मिळाला असेल का तो? कोणी दिला असेल तो त्यांना? का मग त्यांनी स्वतःच विकत घेतला असेल तो? माझी कल्पना होती की माझ्या वडिलांना खरेदीसारखी क्षुद्र गोष्ट त्यांच्या पौरुषाला लाज आणणारी वगैरे वाटत असणार. पण तरीही त्यांचं कपाट उघडलं तेव्हा त्यातून नवीन चकचकीत बुटांचे पाच जोड सापडले, जे अजून खोक्यातून बाहेरही काढले नव्हते. या एकट्या रित्या होत जाणाऱ्या बिल डन्पेक्षा वेगळा जरा जास्त मिळून मिसळून वागणारा माणूस त्यांनी मनाशी चितारला होता का? ते शू-बी-डू-बी मध्ये गेले असतील का? त्यांनी माझ्या आईची मदत घेतली असेल का? अर्थातच या सगळ्या कल्पना ॲमीला सांगितल्याच नाहीत, त्यामुळे तिला मी नेहमीसारखाच आळशी ओंडका वाटलो असणार.

"हा खोका घे. सदिच्छेकरता," ती म्हणाली. मी भिंतीला टेकून जमिनीवर बसून एका बुटाकडे एकटक पाहत होतो. "तू ते बूट आता खोक्यात ठेव. ठीक आहे?" मला ओशाळल्यासारखं झालं. मी रागानं तिला बोललो, तीसुद्धा माझ्यावर खेकसली आणि... नेहमीसारखंच.

ॲमीच्या बाजूनं बोलायचं तर मला हे म्हणावंच लागेल की निदान दोनदा तरी तिनं मला या विषयावर बोलायचं आहे का ते विचारलं होतं. मी हे सगळं करू शकेन की नाही तेही विचारलं होतं. कधी कधी हे सगळे तपशील मी सोडूनच देतो. मला ते जास्त सोयीस्कर वाटतं. खरं बोलायचं तर मला तिनं माझ्या मनातलं ओळखायला हवं होतं, म्हणजे मग मला बायकीपणाच्या पातळीवर येऊन मनातलं बोलावं लागलं नसतं. कधी कधी मी पण ॲमीसारखाच कोड्यात वागायचो. अर्थात, माझी ही पण माहिती मी लपवून ठेवली आहे.

मी पुष्कळ वेळा गोष्टी सांगायचं टाळतो.

मी माझ्या वडिलांच्या घराशी रात्री दहा वाजता पोहोचलो. ते एक छोटंसं टुमदार घर होतं. आयुष्याची सुरुवात करायला (किंवा शेवट करायला) अतिशय उत्तम घर. दोन बेडरूम, दोन बाथरूम, डायनिंगरूम, जुन्या पद्धतीचं पण चांगलं स्वयंपाकघर. 'विकणे आहे'ची पाटी अंगणात गंजत पडली होती. एक वर्ष झालं पण जसंच्या तसं.

त्या गुदमरून टाकणाऱ्या घरात मी शिरलो, तेव्हा उष्णतेची एक लाटच अंगावर आली. तिसऱ्यांदा घरफोडीचा प्रयत्न झाल्यानंतर आम्ही जी मध्यम प्रतीची अलार्म सिस्टिम बसवली होती, ती बॉम्ब फुटण्यापूर्वी जसा बीप बीप करतो, तशी बोंबलायला लागली. मी त्यात कोड घातला. कोड तयार करण्याचे जे नियम असतात त्या सगळ्या नियमांविरुद्ध हा कोड असल्यानं त्याच्यामुळे ॲमीचं डोकं फिरत असे. ती माझ्या जन्मदिवसाची तारीख होती ८१५७७.

कोड रिजेक्टेड. मी पुन्हा प्रयत्न केला. कोड रिजेक्टेड. घामाचा एक थेंब माझ्या पाठीवरून खाली ओघळला. ॲमी मला नेहमीच कोड बदलण्याची धमकी द्यायची. ती म्हणायची की इतका सहज सोपा कोड ठेवण्यात काहीच मतलब नव्हता. पण मला खरं कारण माहिती होतं. आमच्या लग्नाच्या वाढदिवसाऐवजी मी माझा वाढदिवस ठेवला त्याचा तिला राग होता. पुन्हा एकदा मी आमच्याऐवजी माझी निवड केली होती. माझ्या मनात ॲमीच्या ज्या गोडसर आठवणी होत्या त्या नाहीशा झाल्या. मी पुन्हा पुन्हा नंबरांवर बोटं मारली, पण अलार्म नुसताच बीप बीप करत राहिला. भीतीनं माझ्या पोटात गोळा आला; आणि शेवटी बीप बीप थांबून तो जोराने ठणाणाच करायला लागला.

वूऽऽऽऽन्क, वूऽऽऽऽन्क, वूऽऽऽऽन्क

खरं म्हणजे असं झाल्यावर माझा सेलफोन वाजायला हवा होता म्हणजे मी सगळं नीट असल्याचा निर्वाळा देऊ शकेन : मीच आहे मूर्ख. पण तो वाजलाच नाही. मी पूर्ण एक मिनिटभर थांबलो. हा गजर ऐकून मला टॉरपेडोचा हल्ला झालेल्या पाणबुडीचा सिनेमा आठवला. या बंद घरात साठून राहिलेली भर जुलैतील उष्णता मला पोळत होती. माझा शर्ट एव्हाना घामानं भिजला होता. च्यायला, ॲमी. मी त्या अलार्मवर कुठे कंपनीचा नंबर दिसतो आहे का, ते शोधायचा प्रयत्न केला, पण काहीच सापडलं नाही. मी खुर्ची पुढं ओढली आणि तो अलार्म उचकटून काढायचा प्रयत्न केला, मी जेव्हा तो भिंतीवरून काढला, तेव्हा माझा फोन वाजला. अलार्म अजूनही त्याच्या वायरवर लटकत होता. पलीकडून एका खत्रूड आवाजात मला ॲमीच्या पहिल्या पाळलेल्या प्राण्याचं नाव विचारण्यात आलं.

वूऽऽऽऽन्क, वूऽऽऽऽन्क, वूऽऽऽऽन्क!

त्या प्रश्नाचा सूर इतका चुकीचा होता– आत्मसंतुष्ट, तिरसट, अलिप्त– आणि नेमका चुकीचा प्रश्न, कारण मला त्याचं उत्तर माहिती नव्हतं. ज्यामुळे माझा तिळपापड झाला. अशी कित्येक कोडी मी जरी सोडवली तरी शेवटी कुठली ना कुठली अशी क्षुल्लक गोष्ट असणारच जी माझा नशा उतरवू शकेल.

"हे पाहा, मी निक् डन् बोलतोय, हे माझ्या वडिलांचं घर आहे आणि हे सगळं काम तुमच्याकडून मीच करवून घेतलेलं आहे." मी खेकसून म्हटलं, "त्यामुळे माझ्या बायकोच्या पाळीव प्राण्याचं नाव काहीही असलं तरी त्यानं काहीही फरक पडत नाही."

वूऽऽऽऽन्क, वूऽऽऽऽन्क, वूऽऽऽऽन्क!

"कृपया माझ्याशी या स्वरात बोलू नका सर."

"मी फक्त माझ्या वडिलांच्या घरातून एक गोष्ट घेण्याकरता आलो होतो आणि आता मी निघालोय."

"मला ताबडतोब पोलिसांना कळवायला लागेल."

"तुम्ही हा दळिद्री अलार्म बंद कराल का, तर मला काही विचार तरी करता येईल."

वूऽऽऽऽन्क, वूऽऽऽऽन्क, वूऽऽऽऽन्क!

"बंद केला अलार्म."

"नाही झालाय बंद."

"सर, मी तुम्हाला या आधीपण सांगितलं आहे की माझ्याशी या सुरात बोलू नका."

स्साली कुत्री.

"तुला सांगतो, खड्ड्यात जा, मर."

मी फोन बंद करता करताच मला ॲमीच्या पहिल्या मांजराचं नाव आठवलं, अगदी पहिल्या मांजराचं नाव : स्टुअर्ट.

मी पुन्हा फोन केला, या वेळी उत्तर द्यायला वेगळी व्यक्ती होती, जरा समजूतदार व्यक्ती, जिनं अलार्म बंद केला आणि देव तिचं भलं करो, तिनं पोलिसांची तक्रार मागे घेतली. मी खरोखर कुठलीही स्पष्टीकरणं देण्याच्या मनःस्थितीत नव्हतो.

मी त्या खालच्या पातळ, स्वस्तातल्या गालिच्यावर बसलो आणि खोल श्वास घेतला, माझं हृदय धडधडत होतं. एका मिनिटानंतर, जेव्हा माझे खांदे सैल पडले, माझा आवळून धरलेला जबडा मोकळा झाला, माझ्या वळलेल्या मुठी उघडल्या आणि माझ्या छातीतली धडधड कमी झाली, तेव्हा मी उठून उभा

राहिलो. एक क्षणभर मनाशी विचार केला की असंच इथून निघून जावं, जणू त्यानं ॲमीला धडा शिकवला गेला असता. पण मी उभा राहिलो तेव्हा मला स्वयंपाकघरातल्या ओट्यावर ते निळं पाकीट दिसलं.

मी एक खोल श्वास घेतला आणि सोडला– हा नवीन पवित्रा– आणि पाकीट उघडलं, आतून हृदयाचं चित्र रंगवलेलं एक पत्र बाहेर काढलं.

हाय डार्लिंग,

आपल्या दोघांजवळ अशा काही गोष्टी आहेत, ज्यावर आपल्याला काम करायला लागणार आहे. माझा अधूनमधून उफाळून येणारा आत्ममग्न प्रामाणिकपणा. आणि तुझ्या बाबतीत? मला माहीत आहे की कधीमधी तू फार काळजी करतोस की तू खूप अलिप्त, निर्मम, हळुवारपणा नसलेला किंवा प्रेमळ नसलेला असा आहेस. पण मला तुला सांगायचं आहे – इथे तुझ्या वडिलांच्या घरात– हे खरं नाही. तू तुझ्या वडिलांसारखा नाहीस. तुला हे समजायला हवं की तू एक चांगला माणूस आहेस, एक गोड, दयाळू माणूस आहेस. काही वेळा माझ्या मनात काय आहे हे न ओळखता आल्याबद्दल मी तुला शिक्षा करते आणि त्या क्षणी माझ्या मनात काय भावना असतील त्याबरहुकूम न वागल्याबद्दलही. तू खरा सच्चा माणूस असल्याबद्दल मी तुला शिक्षा करते. तुला तुझा मार्ग शोधू देण्याऐवजी तू कसं चालायचं हे मीच ठरवते. मी तुला संशयाचा फायदाही कधी मिळू दिला नाही. की आपण कितीही चुका केल्या असल्या तरीही तुझं माझ्यावर प्रेम आहे आणि तुला मला सुखातच ठेवायचं आहे. खरंतर कुठल्याही मुलीकरता हीच महत्त्वाची गोष्ट असायला हवी, हो ना? मला सारखं वाटत राहतं की मी तुझ्याबद्दल अशा अनेक गोष्टी बोलले आहे, की ज्या खऱ्या नाहीत, पण आता तुला त्या खऱ्या वाटू लागल्या आहेत. आणि म्हणूनच मी आता तुला हे सांगते आहे की तू माझ्यासाठी प्रेमाची ऊब आहेस, तू माझ्या विश्वाचा आधार आहेस.

तिनं जसं ठरवलं होतं त्याप्रमाणे आज जर ॲमी इथं असती तर नेहमीप्रमाणेच तिनं स्वतःला माझ्या मिठीत झोकून दिलं असतं. तिचं डोकं माझ्या मानेत घुसळून माझं चुंबन घेतलं असतं आणि हसून म्हणाली असती. तू आहेसच माहीत आहे ना तुला, माझ्या विश्वाचा आधार. माझ्या घशात काहीतरी दाटून आलं. पुन्हा एकवार मी माझ्या वडिलांच्या घरात नजर फिरवली आणि निघालो. गाडीत बसल्यावर मी चौथा क्ल्यू असं लिहिलेलं पाकीट उघडलं. कधी संपणार हे.

बघ मला, किती वाईट मुलगी आहे मी
शिक्षा 'भोगणं' हीच सजा भोगेन मी
पाचव्या वाढदिनाच्या वस्तू साठवल्यास तू जिथं
माफ कर मला, पण सगळं योजून ठेवलंय तिथेच.
घालवली इथे मजेत एक उन्हाळी दुपार
मग कॉकटेलसाठी जाणं किती आनंद अपार
धाव घे मग तिथे भरून श्वास खोल,
दरवाजे उघड सर्व, उभं ठाकलंय एक नवल.

माझ्या पोटात गोळा आला. याचा अर्थ काय तो मला माहीत नव्हता. मी ती चिठ्ठी पुन्हा वाचली, पण माझा तर्कच चालत नव्हता. माझ्यासाठी हा खेळ सोपा करणं ॲमीनं थांबवलं होतं. हा खजिन्याचा शोध पूर्ण होईल असं वाटत नव्हतं मला.

मला एकदम चीडच आली. कसला घाणेरडा दिवस होता हा. बोनी मला पकडण्यासाठी टपूनच बसली आहे, नोएलीला वेड लागलंय, शॉना वैतागली आहे. हिलरी नाराज आहे. त्या सुरक्षा कंपनीतली बाई तर हरामी आहे, आणि सगळ्यात शेवटी माझी बायको, ती तर मला गाडायलाच निघाली आहे. आता बास हा दिवस आता संपायलाच हवा. आत्ता या क्षणी जगातल्या फक्त एका स्त्रीच्या सहवासात मी राहू शकेन.

'गो' ने माझ्याकडे नुसती एक नजर टाकली– तिरसटलेला गप्प गप्प, वडिलांच्या घरातील उष्णतेनं पोळलेला असा– आणि मला तिनं सोफ्यावर बसवलं आणि बजावलं की उशीर झाला असला तरी ती माझ्यासाठी जेवायला आणते आहे. पाचच मिनिटांनी ती हातात एका जुन्या टीव्ही ट्रेवर जेवण घेऊन माझ्याकडे काळजीपूर्वक पावलं टाकत होती. आम्हा डन् लोकांचं उरलेलं जेवण : ग्रिल्ड चिज आणि चिप्स आणि एक प्लॅस्टिकचा कप भरून...

"ते कूल-एड नाहीये," 'गो' म्हणाली, "त्यात बिअर आहे. कूल-एड जरा जास्त मागास ठरलं असतं या क्षणी."

"तू माझी फारच काळजी घेते आहेस, हे जरा विचित्रच आहे ना, गो?"

"उद्याचा स्वयंपाक तू करणार आहेस."

"तुला डबाबंद सूप आवडत असेल तर ठीक आहे."

ती माझ्याशेजारी कोचावर बसली, माझ्या प्लेटमधून एक चिप उचलला आणि जरा जास्तच सहजपणे विचारलं :

"तुझा काय अंदाज आहे, पोलिसांनी 'मला' का विचारलं असेल की ॲमी अजूनही साईझ दोनची असेल का?"

"च्यायला, अजूनही ते तो मुद्दा लावून धरत आहेत?" मी वैतागलो.

"तुला त्याची भीती नाही वाटत का? कदाचित त्यांना तिचे कपडे वगैरे मिळाले असतील?"

"तसं असतं तर ते ओळखण्याकरता त्यांनी मला बोलावलं असतं, हो ना?"

तिनं एक क्षणभर त्यावर विचार केला. तिचा चेहरा आक्रसलेला होता. "हो बरोबर आहे." ती म्हणाली. मी बघतोय हे तिच्या लक्षात येईपर्यंत तिचा चेहरा तसाच आक्रसलेला होता, मग ती हसली. "मी आजचा खेळ टेप केलाय. बघायचाय? तू ठीक आहेस ना?"

"मी ठीक आहे." मला भयानकच वाटत होतं. माझं पोट ढवळत होतं, माझं मन हादरलेलं होतं. कदाचित मला न शोधता आलेल्या क्ल्यूचा हा परिणाम असावा, पण अचानक मला वाटलं की माझं काहीतरी चुकतंय. मी काहीतरी मोठ्ठी गफलत केली आहे आणि माझ्या चुकीचे परिणाम भयंकर होणार आहेत. कदाचित ती माझी सद्सद्विवेकबुद्धी असेल, जी कोणत्यातरी खोलवरच्या अंधारकोठडीतून वर येण्यासाठी धडका देत असेल.

'गो' नं खेळ सुरू केला आणि पुढची दहा मिनिटं बिअरचे घोट घेताना अध्येमध्ये फक्त खेळावरच बोलणं सुरू राहिलं. 'गो' ला ग्रिल्ड चीझ आवडत नाही. त्यामुळे ती बरणीतून पीनट बटर काढत होती. मध्येच जेव्हा जाहिरात लागली तेव्हा ते थांबवून ती म्हणाली, "मी जर पुरुष असते तर या पीनट बटरबरोबरच झोपले असते." मुद्दाम माझ्याकडे क्रॅकर सरकवत ती म्हणाली.

"तू पुरुष असतीस तर यापेक्षाही वाईट गोष्टी घडल्या असत्या."

काहीच न घडणारी एक इनिंग्ज तिनं फास्ट फॉरवर्ड केली. पुन्हा जाहिरात लागली तशी ती थांबली, म्हणाली, "आज माझ्या सेलफोनचा प्लान बदलण्याकरता मी फोन केला होता, तर मधलं गाणं कोणाचं होतं माहीत आहे, लियोनेल रिची– तू ऐकली आहेस लियोनेल रिचीची गाणी? मला ते 'पेनी लव्हर' फार आवडतं. पण ते ते गाणं नव्हतं. तेवढ्यात एक बाई बोलायला आली, आणि ती म्हणाली की ग्राहक सेवेचे प्रतिनिधी सगळे बॅटनरूममध्ये आहेत. हे जरा विचित्रच वाटलं मला, कारण तिच्या बोलण्यात काही हेल वगैरे नव्हता, पण ती म्हणाली की ती न्यू ऑर्लिन्सची आहे आणि हे फार थोड्यांना माहीत असतं की– न्यू ऑर्लिन्समध्ये वाढलेल्या लोकांना काय म्हणायचं रे न्यू ऑर्लिन्सन?– असो, त्यांच्या बोलण्यात फारसे हेल नसतात. मग ती म्हणाली की माझ्या पॅकेजकरता, म्हणजे पॅकेज ए..."

हा 'गो'चा आणि माझा एक खेळ होता. आम्ही आमच्या आईकडून उचलला

होता. तिला या असल्या फालतू, नीरस, अंतहीन गोष्टी सांगण्याची इतकी सवय होती की 'गो'ला खात्री होती की ती खरं तर आतून आमची चेष्टा करत असणार. आता जवळपास दहा वर्षं झाली. जेव्हा जेव्हा मला आणि 'गो' ला बोलताना पुढे काय बोलावं ते सुचत नाही, तेव्हा आमच्यातील एक कोणीतरी असली गोष्ट सुरू करायचे – एखादी वस्तू बिघडण्याची किंवा मिळालेलं कूपन वटवण्याची. पण या खेळात 'गो' माझ्यापेक्षा जास्त माहीर होती, तिची टिकून राहण्याची ताकद माझ्यापेक्षा खूपच जास्त होती. तिच्या गोष्टी अशाच रटाळपणे सुरू राहायच्या, इतका वेळ की शेवटी खरोखरच वैताग यायला लागायचा आणि मग शेवटी वळण घेऊन विनोदी व्हायच्या.

'गो' आता तिच्या फ्रिजच्या दिव्याच्या गोष्टीकडे हळूहळू वळायला लागली होती. तिच्या थांबण्याचं काहीही चिन्ह दिसत नव्हतं. अचानक माझ्या मनात तिच्याबद्दल इतकी कृतज्ञता दाटून आली की मी पुढे झुकून तिच्या गालांवर ओठ टेकवले.

''हे काय होतं?''

''काही नाही, थँक्स.'' माझे डोळे भरून आलेले मला जाणवले. मी नजर वळवून ते निपटून टाकले. 'गो' म्हणाली, ''तर मग मला ट्रिपल अे बॅटरी लागणार होती, तुला माहीत आहे, ती ट्रान्झिस्टरच्या बॅटरीपेक्षा वेगळी असते, त्यामुळे ती ट्रान्झिस्टरची बॅटरी परत करण्याकरता मला त्याची पावती शोधावी लागली...''

आम्ही खेळ बघून संपवला. कार्ड्स हरले. ते जेव्हा संपलं, तसा 'गो'नं टीव्हीचा आवाज बंद करून टाकला. ''तुला काही सांगायचं आहे की अजून तुला लक्ष विचलित करायला हवंय? तुला काय हवं ते करू.''

''तू झोप जा, 'गो'. मी जरा इकडे तिकडे करीन. कदाचित झोपीनसुद्धा. मला झोपायला हवं.''

''तुला ॲम्बीन हवी आहे?'' माझी बहीण नेहमीच सोप्या मार्गाची पाईक होती. कोणत्यातरी मन शांत करणाऱ्या टेप्स किंवा देवमाशाचे आवाज हे सगळं तिच्याकरता नाही; एक गोळी घ्यायची आणि शांत झोपायचं.

''नको.''

''तुला नंतर घ्यावीशी वाटली तर ती औषधांच्या कपाटात आहे. जर कधी झोपेच्या गोळीची गरज असेल तर ती...'' ती एक क्षणभर माझ्याभोवती घोटाळत राहिली आणि मग अगदी तिच्यासारखीच तरातरा खोलीतून निघून गेली. तिच्या डोळ्यांत जराही झोप नव्हती. आत जाऊन तिनं खोलीचं दार लावून घेतलं. तिला माहीत होतं की आत्ता मला एकटं सोडणं हीच माझ्यासाठी उत्तम गोष्ट होती.

अनेक लोकांकडे ही उपजत देणगी नसतेच. आपण केव्हा चालतं व्हावं हे कळतच नाही त्यांना. लोकांना बोलायला आवडतं आणि मी असा मोकळेपणानं बोलणारा कधीच नव्हतो. मी मनातल्या मनात स्वगत बोलतो, पण बऱ्याचदा शब्द माझ्या ओठांपर्यंत पोचतच नाहीत. ती किती छान दिसते आहे आज हे मला जाणवेल; पण माझ्या तोंडातून ते शब्द बाहेर पडतील तर शपथ! माझी आई बोलकी होती. माझी बहीण बोलते; पण माझ्यावर ऐकण्याचे संस्कार आहेत. त्यामुळे असंच अबोलपणे, उदास वाटून घेत मी सोफ्यावर बसून राहिलो. मी 'गो'च्या मासिकांमधलं एक चाळलं, टीव्हीचे चॅनेल बदलून पाहिले आणि शेवटी एक कृष्णधवल कार्यक्रम बघायला सुरुवात केली. फेडोरा हॅट घातलेले लोक काहीतरी नोंदी करतात आणि एक गृहिणी त्यांना समजावत राहते की तिचा नवरा लांब फ्रेस्नोला गेला आहे. हे ऐकल्यावर दोन्ही पोलीस एकमेकांकडे सहेतुकपणे बघतात आणि मान डोलावतात. मला गिलपीन आणि बोनी आठवतात आणि माझ्या पोटात गोळा येतो.

माझ्या खिशात माझा तो तात्पुरता फोन खुणेचा आवाज देतो; त्याचा अर्थ मला काही संदेश आला आहे :

मी बाहेर आहे, दरवाजा उघड.

ॲमी इलियट डन्

एप्रिल २८, २०११

डायरीतील नोंद

‘असं चालत राहणं चालत राहू दे,’ हे ममा मोचं वाक्य आहे, आणि जेव्हा त्या असं म्हणतात– त्यांचा ठामपणा, प्रत्येक शब्दावर जोर देणं, जणू काही तो जीवनाचा मार्गच आहे– तेव्हा ते घासून गुळगुळीत झालेले शब्द उरत नाहीत, ते सत्यात उतरतात. अनमोल शब्द ‘चालणं चालत राहू दे, नक्कीच’! माझ्या मनात विचार येतो.

या मध्य-पश्चिमेच्या बाबतीतली ही गोष्ट मला फार आवडते. इथली लोकं कशाचा बाऊ करत नाहीत. अगदी मृत्यूचाही नाही. ममा मो पण ‘चालतंय तोवर चालवत राहतील’ आणि मग कॅन्सर जेव्हा सगळ्याचा ताबा घेईल, तेव्हा मरून जातील.

त्यामुळे मी मान खाली घालून अवघड परिस्थितीशी सामना करायचा प्रयत्न करते आहे. मी हे अक्षरशः ममा मोंच्या अर्थानंच म्हणते आहे. मी माझी मान खाली घालून काम करत राहते. मी ममा मोंना डॉक्टरांच्या भेटीसाठी किंवा केमोथेरपीकरता घेऊन जाते. मी निक्च्या वडिलांच्या खोलीतल्या फुलदाणीतलं घाणेरडं पाणी बदलते. तिथल्या कर्मचाऱ्यांकरता खाऊ नेते, जेणेकरून ते त्यांची व्यवस्थित काळजी घेतील.

कठीण परिस्थितीशी मुकाबला करण्याचा मी आटोकाट प्रयत्न करत आहे. ही परिस्थिती वाईट आहे; कारण माझा नवरा, आपल्या आजारी आई-वडिलांकरता ज्यानं मला इथे आणलं, आपल्या आजारी आईवडिलांकरता ज्यानं मला उखडून काढून इथे घेऊन आला, त्याला आता त्याच्या त्या आजारी आई-वडिलांच्यात आणि माझ्यात दोन्हीत रस उरलेला नाही.

वडिलांना तर निक्नं जणू वाऱ्यावरच सोडलं आहे. तो वडिलांचं नावही उच्चारत नाही. मला माहीत आहे, जेव्हा जेव्हा आम्हाला कम्फर्ट हिलमधून फोन येतो, तेव्हा तेव्हा निक्ला आशा वाटते की त्याचे वडील मृत्यू पावले असतील. मोच्या बाबतीत म्हणाल तर निक् त्यांच्याबरोबर एका केमोच्या सत्राला काय गेला असेल आणि त्यानं आपल्याला ते सहन होत नसल्याचं जाहीर केलं. तो म्हणायचा की त्याला हॉस्पिटलचा, आजारी लोकांचा, हळू हळू सरकणाऱ्या काळाचा, आयव्ही बॅगमधून पडणाऱ्या थेंबांचा, सगळ्याचा तिरस्कार वाटतो. तो ते सहन करूच शकत नाही आणि नंतर मी जेव्हा त्याला समजावण्याचा प्रयत्न केला, त्याला जरा तरी ताठपणे वागण्यासाठी उद्युक्त करायचा प्रयत्न केला– जे करायला हवं ते करायलाच हवं असं सांगितलं – तेव्हा त्यानं ते मलाच करायला सांगितलं. त्यामुळे ते सगळं मी केलं. मीच केलं. ममा मो आहेतच त्याची बाजू घ्यायला. एक दिवस आम्ही माझ्या कॉम्प्यूटरवर एक विनोदी प्रेमकथा बघत होतो. सलाईनच्या नळीतून अगदी संथपणे थेंब पडत होते आणि मग सिनेमातील नटी सोफ्यावर पडत असताना मो माझ्याकडे वळल्या आणि म्हणाल्या, ''निक् हे काम करायला बघत नाही म्हणून त्याला फार बोल लावू नकोस हो. मी त्याचे फार लाड केले, त्याला लहान मुलासारखं वागवलं– आणि त्याचा बालिश चेहरा बघ, कोण नाही वागवणार? त्यामुळे त्याला असली कठीण कामं जमत नाहीत. पण मला त्याचं काही वाटत नाही. खरंच ॲमी.''

''पण तुम्हाला वाटायला पाहिजे.'' मी म्हणाले.

''निक्ला त्याचं प्रेम सिद्ध करण्याची काहीच गरज नाही.'' माझ्या हातावर थोपटत त्या म्हणाल्या, ''मला माहीत आहे तो माझ्यावर किती प्रेम करतो.''

मला मोच्या निरपेक्ष प्रेमाचं खरंच कौतुक वाटतं. म्हणूनच मला निक्च्या कॉम्प्यूटरवर जे सापडलंय त्याबद्दल त्यांना सांगायचं टाळते. मॅनहटनमधला मासिकांसाठी लिहिणारा लेखक कसा आपल्या आजारी आई वडिलांची सेवा करण्याकरता मिसुरीला परत येतो, त्या स्मरणात्मक पुस्तकाचा प्रस्ताव. निक्च्या कॉम्प्यूटरमध्ये खूप चित्रविचित्र गोष्टी असतात. अधूनमधून त्या बघायला मला आवडतं, त्यामुळे माझ्या नवऱ्याच्या डोक्यात काय शिजतंय त्याचा वास मला लागतो. त्यानं इतक्यात जे शोधलंय त्याच्या नोंदींवरून मला सध्या काय सुरू आहे ते कळतं : गुन्हेगारपट, त्याच्या जुन्या मासिकाचे संकेतस्थळ आणि मिसिसीपी नदीविषयीचा अभ्यास इथून ते थेट आखातापर्यंत सहज वाहत जाणं शक्य आहे का? त्याच्या डोक्यात काय कल्पना आहे ते मला माहिती आहे : हक् फिन्‌सारखं मिसिसिपीतून तरंगत जाणं आणि त्यावर एक लेख लिहिणं. निक् नेहमीच वेगवेगळे दृष्टिकोन तपासून पाहत असतो.

आणि हे सगळं मी बघत असताना, मला तो पुस्तकाचा प्रस्ताव आढळला.

दुहेरी आयुष्य : अंत आणि आरंभाबद्दल बोलणारं एक स्मरणरंजनात्मक पुस्तक जे विशेषत्वानं या पिढीच्या पुरुषांच्या मनाची तार छेडेल, आता मोठी झालेली मुलं ज्यांना आपल्या वयस्कर आजारी पालकांची काळजी घेण्याच्या ताणतणावांना सामोरं जावं लागत आहे. दुहेरी आयुष्य– यामध्ये मी याविषयी तपशिलात लिहीन :

- माझ्या एके काळी दूरस्थ असणाऱ्या अस्वस्थ वडिलांविषयीचा माझी विस्तारत जाणारी समजूत.
- माझ्या प्रिय आईच्या मृत्यूनंतर एका स्वच्छंद मुलापासून ते कुटुंबप्रमुख म्हणून माझ्या घडवून आणावा लागणारा यातनादायक बदल.
- आयुष्याच्या या वळणावर माझ्या मॅनहटनमधल्या शहरी बायकोला वाटणारी नाराजी, मला इथे नमूद करायला हवं की माझी पत्नी म्हणजे ॲमी इलियट डन्, जी अमेझिंग ॲमी या गाजलेल्या पुस्तक मालिकेची प्रेरणा-स्रोत आहे.

हा प्रस्ताव कधी पूर्णत्वाला गेलाच नाही, त्याचं कारण मला वाटतं निक्‌ला आपल्या 'अस्वस्थ दूरस्थ' वडिलांना समजून घेणं कधी जमलंच नाही; आणि 'कुटुंबप्रमुखाची कर्तव्य निक् टाळत होता म्हणून, आणि माझ्या नव्या आयुष्याबद्दलचा रागही मी कधी दाखवत नव्हते म्हणून. थोडी निराशा असेलही कदाचित, पण पुस्तक लिहिण्याएवढा राग निश्चितच नाही. गेली इतकी वर्षं माझा नवरा मध्य पश्चिमेतल्या लोकांच्या भावनिक कणखरपणाचं कौतुक करत आलेला आहे : सहनशील, नम्र, कठोर, प्रेमळ नसणारा! पण अशा प्रकारचे लोक असलं पुस्तक लिहू शकणार नाहीत. त्याची कल्पना करून बघा नुसती : लोकं बहुतेक वेळा सुसभ्य वागली आणि मग मरून गेली.

पण तरीही ते जरासं टोचतंच, "माझ्या मॅनहटनच्या शहरी बायकोला वाटणारी नाराजी." कदाचित मला तसं वाटतही असेल... हटवादी. मी जेव्हा मॉरीनला बघते, त्यांच्या प्रेमात किती सातत्य आहे, तेव्हा मला वाटायला लागतं की माझे आणि निक्‌चे सूर जुळलेच नाहीत कधी. तो अशा एखाद्या बाईबरोबर सुखी झाला असता जिला फक्त नवऱ्याची काळजी घेणं आणि घर सांभाळणं यातच रस असेल आणि मी काही या गुणांना कमी लेखत नाही : पण माझ्याकडेही ते असतं तर किती बरं झालं असतं. मला कधी कधी वाटतं की निक्‌ला त्याची आवडती टूथपेस्ट नेहमी मिळेल किंवा त्याची कॉलर साईझ, या असल्या गोष्टींची मला जास्त काळजी घेता यायला हवी होती. मी अशी निरपेक्ष प्रेम करणारी बाई

असायला हवी होते, जिचा सगळ्यांत मोठा आनंद हा तिच्या नवऱ्याच्या सुखात असेल.

काही काळ मी तसं वागण्याचा प्रयत्नही केला निक्‌बरोबर. पण ते फार टिकलं नाही. मी तेवढी निःस्वार्थी नाही म्हणा. निक् नेहमी म्हणतो तसं एकुलती एक असण्याचा परिणाम असेल.

पण मी प्रयत्न करते. चालवणं चालवत राहते आणि निक् एखाद्या लहान मुलासारखा गावभर फिरत राहतो. तो त्याच्या बाळराजांच्या भूमिकेत खूश आहे– त्यानं दहा पाऊंड वजन कमी केलं, त्यानं नव्या पद्धतीनं केस कापून घेतले. त्यानं नवीन जीन्स आणली, आता तो एकदम चिकणा दिसतोय. पण मला हे कसं कळतं तर घरी येताना किंवा बाहेर जाताना मला त्याची जी झलक दिसते त्यावरून. सतत घाईत असल्याचा आव आणायचा. 'तुला आवडणार नाही.' तो जिथं कुठे जात असेल तिथं मी येऊ का विचारलं, तर हे त्याचं ठरलेलं उत्तर असतं. त्याच्या आई-वडिलांचा उपयोग संपल्यावर जसं त्यानं त्यांना आयुष्यातून बेदखल केलं, तसंच त्याच्या नव्या आयुष्यात मी बसत नाही म्हणून तो मला बाहेर काढू बघतोय. मी इथे रुळण्याकरता त्याला कष्ट घ्यावे लागतील. त्याला त्याची तयारी नाही. त्याला फक्त स्वतःचं सुख महत्त्वाचं आहे.

थांबव, थांबव हे सगळं. मी चांगली बाजू पण बघायला हवी. शब्दशः अगदी. मला माझ्या नवऱ्याला माझ्या या काळ्या विचारांतून बाहेर काढून त्याच्यावर जरा उजळ प्रकाशाचा झोत टाकायला हवा. मला पुन्हा त्याच्यावर पहिल्यासारखं प्रेम करण्याचा प्रयत्न करायला हवा. निक् प्रेमाला चांगला प्रतिसाद देतो. माझी एवढीच इच्छा होती की प्रेम दोन्ही बाजूंनी जाणवायला हवं. माझा मेंदू निक्‌च्या विचारांनी इतका भरलेला आहे की माझ्या डोक्यात जणू गुंजारव सुरू आहे : निक् निक् निक् निक् निक्! आणि मी जेव्हा त्याच्या मनाची कल्पना करते, तेव्हा मला माझं नाव एखाद्या घंटेच्या बारीक टिंग् सारखं ऐकू येतं जे दिवसातून एकदा किंवा फारतर दोनदा वाजतं आणि संपून जातं. कधी कधी मला वाटतं की मी जेवढा त्याचा विचार करते, तितकाच त्यानं माझाही करावा.

हे चुकीचं आहे का? मला आता काही कळत नाही.

निक् डन्

चार दिवसांनंतर...

रस्त्यावरच्या दिव्याच्या पिवळट प्रकाशात ती तिथं उभी होती. अंगावर पातळसा उन्हाळी पोशाख, दमटपणानं वळलेले केस. ॲन्डी. मला मिठीत घ्यायला हात पसरून ती दारातून झटक्यात आत आली, "थांब, थांब!" मी खेकसलो आणि तिनं मला कवेत घेण्याआधी मी पटकन दार लावून घेतलं. माझ्या छातीवर तिनं आपला गाल घासला. मी तिच्या उघड्या पाठीवर हात ठेवत डोळे मिटून घेतले : मला एकाच वेळी सुटल्यासारखं वाटत होतं आणि भीतीही दाटून आली होती. म्हणजे कसं असतं ना की तुम्हाला येणारी कंड थांबते; पण तेव्हाच तुमच्या लक्षात येतं की ती थांबलीये त्याचं कारण तुम्ही खाजवून तिथे भोक पडलं आहे.

मला एक प्रेयसी आहे. अंगवस्त्र खरंतर. आता इथं मला तुम्हाला सांगायला हवं की मला एक प्रेयसी आहे आणि मग मी तुम्हाला आवडेनासा होईन. म्हणजे आधी जर मी तुम्हाला आवडत असेन तर. मला एक सुंदर तरुण, अगदीच कोवळी अशी प्रेयसी आहे. आणि तिचं नाव ॲन्डी.

मला माहीत आहे, हे वाईट आहे.

"बेबी, तू मला फोन का नाही केलास?" ती म्हणाली. अजूनही तिचं डोकं माझ्या छातीवर होतं.

"मला माहीत आहे राणी, मला कळतंय. पण तू कल्पनाही करू शकत नाहीस. एखाद्या भयंकर स्वप्नासारखं आहे हे सगळं. तू कसं शोधलंस मला?"

ती तशीच मला खेटून राहिली. "तुझ्या घरात अंधार होता. मग मी विचार केला की 'गो'कडे बघावं."

ॲन्डीला माझ्या सवयी माहीत होत्या, मी कुठे राहू शकेन ती ठिकाणं माहीत होती. आम्ही एकमेकांबरोबर आहोत त्याला आता बरेच दिवस झाले आहेत. मला एक सुंदर, तरुण प्रेयसी आहे आणि आता बराच काळ आम्ही

एकत्र आहोत.

"मला तुझी काळजी वाटत होती निक्. जीव उडून गेला माझा. मी अशी मॅडीकडे बसले होते आणि टीव्ही आपला सहज सुरू होता आणि अचानक टीव्हीवर मी बघते की तुझ्यासारखा दिसणारा एक माणूस आपल्या बेपत्ता बायकोबद्दल बोलतोय आणि मग माझ्या लक्षात येतं की तो तूच आहेस. तुला कल्पना तरी आहे का मी किती घाबरले असेन त्याची? आणि तू साधा मला फोनही केला नाहीस."

"मी तुला फोन केला होता."

"काही बोलू नकोस. जिथं आहेस तिथंच राहा. आपलं बोलणं होईपर्यंत काहीही बोलू नकोस. ही आज्ञा होती निक्. याला तुझा माझ्याशी संपर्क म्हणता येणार नाही."

"मी एकटा नव्हतोच फारसा, माझ्या आजूबाजूला सगळा वेळ लोकं होते. ॲमीचे आई-वडील, 'गो', पोलीस ." मी तिच्या केसांमध्ये डोकं खुपसत म्हणालो.

"ॲमी नाहीशी झाली?" तिनं विचारलं.

"ॲमी नाहीशी झाली." मी तिच्यापासून बाजूला होत सोफ्यावर बसलो. ती माझ्याशेजारी येऊन बसली. तिचा पाय माझ्या पायाला खेटून होता. तिचा हात माझ्या हाताला स्पर्श करत होता. "कोणीतरी पळवलं तिला."

"निक्? तू ठीक आहेस का?"

तिचे चॉकलेटी केस लाटांसारखे तिच्या हनुवटीवर, खांद्यावर आणि वक्षावर पसरले होते. तिच्या श्वासाच्या लयीत त्यातली एक बट हलत होती, त्याकडे माझं लक्ष होतं.

"नाही. फारसा ठीक नाही." मी तोंडावर बोट ठेवून तिला गप्प राहायला खुणावलं आणि आतमध्ये बोट दाखवलं. "माझी बहीण."

आम्ही दोघं शेजारी शेजारी बसलो होतो, अगदी शांतपणे. टीव्हीवर एक जुना गुन्हेगारपट लागला होता. फेडोरा हॅट घातलेली माणसं इतरांना अटक करत होती. मला तिचा हात माझ्या हातात चाळवताना जाणवला. एखाद्या सिनेमाच्या रात्रीसाठी सज्ज व्हावं, तशी ती माझ्या अंगावर रेलून बसली. एखादं स्वच्छंद जोडपं आरामात बसलं असावं तशी आणि मग तिनं माझा चेहरा आपल्याकडे ओढून घेतला आणि माझं चुंबन घेतलं.

"नको ॲन्डी." मी कुजबुजलो.

"हो. मला हवा आहेस तू आता." तिनं परत एकदा माझं चुंबन घेतलं आणि माझ्या मांडीवर चढून बसली. माझ्या दोन बाजूला तिचे पाय होते, तिचा कॉटनचा ड्रेस तिच्या गुडघ्यांवर सरकला होता, तिची एक चप्पल जमिनीवर

पडलेली होती. "निक्, मला तुझी एवढी काळजी वाटत होती म्हणून सांगू. मला तुझ्या हातांचा स्पर्श हवा आहे. एवढंच फक्त मला कळत होतं. मला खूप भीती वाटते."

ॲन्डी एक अतिशय शारीर मुलगी होती, पण याचा अर्थ असा नाही की तिच्या मनात सारखा सेक्सचाच विचार असायचा. तिला शारीर जवळीक आवडायची. पट्कन मिठी मारणं, सतत स्पर्श करणं किंवा माझ्या केसांतून किंवा पाठीवरून हात फिरवणं हे नेहमीचं होतं. स्पर्शातून तिला आधार वाटायचा, जवळीक जाणवायची आणि हो ठीक आहे की तिला सेक्सही आवडत होताच.

एका झटक्यात तिने तिच्या ड्रेसचा वरचा भाग खाली ओढला आणि माझे हात आपल्या वक्षांवर ओढून घेतले. माझी कुत्र्यासारखीच एकनिष्ठ असलेली वासना उफाळून आली.

मला आता इथं तू हवी आहेस. मी जवळजवळ मोठ्यानं बोललोच होतो. तू किती उबदार आहेस. माझी पत्नी कानात पुटपुटली. मी झटकन बाजूला झालो. मी इतका दमलो होतो की सगळी खोली माझ्याभोवती फिरत होती.

"निक्?" माझ्या लाळेनं तिचा खालचा ओठ भिजलेला होता. "काय झालं? आपलं काही चुकतंय का? हे ॲमीमुळे होतंय का?"

ॲन्डी नेहमीच लहान वाटायची– ती तेवीस वर्षांची होती, अर्थातच ती लहानच वाटणार– पण त्या क्षणी मला जाणवलं की ती किती विलक्षण लहान आहे. किती बेजबाबदारपणे, अनर्थकारक कोवळी होती ती. विनाशकारी लहान. तिच्या तोंडून माझ्या पत्नीचं नाव ऐकताना नेहमीच माझा थरकाप व्हायचा आणि ती खूपदा ते घ्यायची. एखाद्या रात्रीच्या मालिकेतल्या नायिकेविषयी बोलावं तसं ती ॲमीविषयी बोलत असे. ॲन्डीनं तिला कधीच आपली शत्रू मानलं नाही, तिनं तिला आयुष्यातलं एक पात्र मानलं. ती सारखे प्रश्न विचारत राहायची, आमच्या आयुष्याविषयी, ॲमीविषयी : तुम्ही दोघं न्यू यॉर्कमध्ये काय करायचात? शनिवार, रविवारी काय करायचात? एकदा जेव्हा मी तिला ऑपेरा बघायला जाण्याबद्दल सांगितलं, तेव्हा आश्चर्यानं तिचा 'आ' वासलेलाच राहिला होता. तुम्ही ऑपेराला गेला होतात? मग तिनं काय घातलं होतं? पायघोळ ड्रेस? अंगावर काय घेतलं होतं? शाल की फर? आणि तिचे दागिने आणि केसांचं काय केलं होतं? आणखी : ॲमीची दोस्तमंडळी कशी होती? आम्ही काय बोलत असू? कशी होती ॲमी? खरोखर कशी होती? ती त्या पुस्तकातल्या मुलीसारखी होती का, आदर्श? ती जणू ॲन्डीची, रात्री ऐकायची गोष्ट होती : ॲमी.

"माझी बहीण पलीकडच्या खोलीत आहे राणी. तू इथं असणंही खरंतर योग्य नाही. देवा, मला तू किती हवी आहेस म्हणून सांगू? पण तू इथं यायला

नको होतंस. जोपर्यंत हे सगळं काय आहे ते स्पष्ट होत नाही, तोवर तरी नको.''

''तू हुशार आहेस, तू मिस्कील आहेस, तू किती उबदार आहेस. माझं चुंबन घे.''

ॲन्डी तशीच माझ्या अंगावर होती, छाती पुढं काढून, एसीमुळे तिची स्तनाग्र कडक झाली होती.

''बेबी, मला फक्त इतकंच स्पष्ट करून हवं आहे की आपल्यात काही गोंधळ नाही. मला फक्त तेवढंच हवं आहे.'' ती मला अजूनच खेटून बसली उबदार आणि लुसलुशीत. ''प्लीज निक्, मला तेवढंच हवं आहे. मला इतकी भीती वाटते आहे. मी तुला ओळखते. मला माहित्येय की तुझी आत्ता काहीही बोलण्याची इच्छा नाही. ठीक आहे, नको बोलूस. पण मला तुझी गरज आहे... मला तुझ्या जवळ राहायचं आहे.''

आणि मला त्या वेळी तिचं चुंबन घेण्याचा मोह होत होता. अगदी पहिल्या वेळी घेतलं होतं ना तसं. दाताला दात भिडलेले, तिचा चेहरा माझ्याकडे झुकलेला, तिचे केस माझ्या हातांना गुदगुल्या करत होते, एक खोल, दीर्घ चुंबन, माझ्या मनात इतर कोणताच विचार नाही. कारण हे किती छान वाटतंय याखेरीज इतर कोणताही विचार मनात येणं हे धोकादायक असू शकतं. हे सगळं किती चुकीचं आहे– खरं म्हणजे चुकीच्या अनेक पायऱ्या आता पार झाल्या आहेत– पण त्याहीपेक्षा हे सगळं आता अत्यंत धोकादायक प्रकरण झालेलं आहे. ही एकच गोष्ट मला तिला आता बेडरूममध्ये नेण्यापासून रोखत होती.

आणि शिवाय ॲमीही होतीच. सरतेशेवटी ॲमी आहेच. गेली पाच वर्षं माझ्या कानात गुंजत राहणारा तो आवाज, माझ्या पत्नीचा आवाज. पण आता तो चिडवणारा नव्हता, त्यातला गोडवा पुन्हा परत आला होता. माझ्या बायकोच्या केवळ तीन छोट्याशा चिठ्ठ्यांनी मला पुन्हा असं भावुक बनवणं हे मला अजिबात आवडत नव्हतं.

असं भावुक होण्याचा मला काहीही अधिकार नव्हता.

ॲन्डी आणखीच माझ्या कुशीत घुसायच्या प्रयत्नात होती आणि मी मात्र पोलिसांची 'गो'च्या घरावर पण नजर असेल का, या काळजीत होतो. कोणत्याही क्षणी दारावर थाप तर ऐकू येणार नाही ना? मला एक खूप सुंदर, कोवळी प्रेयसी आहे.

माझी आई नेहमी तिच्या मुलांना सांगत आली : तुम्ही जर एखादी गोष्ट करायला बघत असाल आणि ती चांगली आहे की वाईट हे जर तुम्हाला समजून घ्यायचं असेल तर ते वर्तमानपत्रातून जगजाहीर झालं आहे, अशी कल्पना करा.

निक् डन्, एके काळचा लेखक, २०१०च्या नोकरकपातीमुळे अजूनही

अहम् दुखावलेला, आता उत्तर कार्थेज ज्युनियर कॉलेजमध्ये पत्रकारितेचा अभ्यासक्रम शिकवण्यास तयार झाला आहे. या प्रौढ विवाहित गृहस्थानं त्याच्या एका कोवळ्या संस्कारक्षम विद्यार्थिनीबरोबर त्वरित गरमागरम लफडं सुरू करून आपल्या स्थानाचा फायदा उठवला आहे.

प्रत्येक लेखकाच्या सगळ्यात मोठ्या भीतीचं मी अगदी मूर्त स्वरूप होतो. घासून गुळगुळीत झालेली वाक्यं.

तुमच्या मनोरंजनासाठी मी आणखी अशी वाक्यं वापरून दाखवतो. ते अगदी सहजपणे झालं, मला कोणालाही दुखवायचं नव्हतं. मी इतका खोल कसा गेलो ते मला लक्षातच आलं नाही, पण हे नुसतंच लफडं नाही. हे नुसतं अहम् गोंजारणं नाही. माझं खरंच ॲन्डीवर प्रेम आहे. खरंच आहे.

मी ज्या वर्गाला शिकवत होतो– नियतकालिकांमध्ये आपली करियर कशी सुरू करावी– त्यात चौदा विद्यार्थी होते. कौशल्याची भिन्न पातळी असणाऱ्या एकूण चौदा मुली. मी खरंतर बाया म्हणायला हवं; पण मला वाटतं; आपण वस्तुस्थितीचा विचार केला तर त्यांना मुली म्हणणंच योग्य ठरेल. त्या सगळ्यांना नियतकालिकांमध्ये काम करायचं होतं. त्या चारचौघींसारख्या कोणी वार्ताहर मुली नव्हत्या, तर त्या सुंदर दिसणाऱ्या नायिका होत्या. त्यांनी सिनेमात बघितलं होतं. त्या स्वतःला एका हातात कॉफी आणि दुसऱ्या हातात फोन घेऊन पायात महागड्या सुंदर उंच टाचांच्या चपला घालून टॅक्सी थांबवत मॅनहटनभर धावपळ करण्याची कल्पना करतात आणि शेवटी एखादा देखणा, हवाहवासा जोडीदार मिळण्याची स्वप्नं बघतात. त्यांच्या पदवीच्या मुख्य विषयाची निवड किती मूर्खपणाची आणि अज्ञानी आहे, याचा त्यांना पत्ताच नाही. माझ्या बेकारीची गोष्ट सांगून मला खरंतर त्यांना सावध करायचं होतं, पण त्याचबरोबर मला स्वतःला दुःखी आत्म्याच्या भूमिकेतही रंगवायचं नव्हतं– मी फार बाऊ न करता जरा विनोदी, बेफिकीर सुरात ती गोष्ट सांगायचं ठरवलं. फार मोठ्ठं काही नाही. मला माझ्या कादंबरीवर काम करायला वेळ मिळेल.

आणि मग मी पहिल्या तासाला इतक्या चित्रविचित्र भारावलेल्या प्रश्नांची उत्तरं दिली की, मी कौतुकाची हवा भरलेल्या फुग्यासारखा फुललो होतो की मला खरी गोष्ट सांगणं शक्यच झालं नाही. दुसऱ्या नोकरकपातीच्या वेळी व्यवस्थापकीय संपादकांच्या कार्यालयातून आलेलं बोलावणं, क्युबिकल्सच्या लांब रांगांमधून ते चालत जाणं, माझ्याकडे वळलेल्या सगळ्यांच्याच नजरा, चालतंबोलतं प्रेत असावं तशा, माझ्या मनात एक क्षीणपणे धुगधुगणारी आशा की मला काहीतरी वेगळं सांगण्यात येईल– की मासिकाला तुझी गरज आहे. इतर कोणत्याही वेळेपेक्षा आता जास्त हे स्फूर्ती देणारं भाषण असेल, सगळ्यांच्या सहकार्याची

मागणी करणारं भाषण! पण नाही, माझ्या बॉसनं फक्त इतकंच म्हटलं; मला वाटतं तुझ्या लक्षात आलंच असेल, दुर्दैवानं मला तुला आज इथं बोलवावं लागलं, चश्म्याच्या आडून डोळे चोळत आपल्याला किती वाईट वाटतंय हे दाखवत.

पण मला मी काही गमावलं आहे, असं अजिबात दर्शवायचं नव्हतं. त्यामुळे मी त्यांना माझ्या जाण्याबद्दल काहीच सांगितलं नाही. मी त्यांना सांगितलं, की माझ्या कौटुंबिक आजारपणाकरता मी इकडे लक्ष देणं आवश्यक आहे. ते खरं पण आहे. हो, मी स्वतःला बजावलं, ते खरंच आहे आणि उदात्तसुद्धा. आणि ही गोडशी, वांग असलेली ॲन्डी माझ्या समोरच बसलेली होती. चॉकलेटी केसांखाली असलेले निळसर डोळे, किंचित उघडलेले लुसलुशीत ओठ, जरा अतिरेकी मोठे असलेले स्तन आणि लांब बारीक हात-पाय, कोणीतरी परकी कमनीय अशी बाहुली. माझ्या खानदानी मोहक पत्नीपेक्षा जेवढी वेगळी असू शकते तेवढी वेगळी. तिच्या शरीरातून उष्णतेच्या आणि लव्हेंडरच्या लाटाच जणू काही पसरत होत्या. तिच्या लॅपटॉपवर ती पटापट नोंदी करत तिच्या किंचित घोगऱ्या आवाजात मला प्रश्न विचारत होती, "एखाद्या खबऱ्याच्या मनात तुमच्यावर विश्वास कसा निर्माण करायचा? त्याला मोकळेपणानं बोलायला कसं उद्युक्त करायचं?" आणि त्या क्षणी माझ्या मनात विचार आला. च्यायला... कुठून आली आहे ही मुलगी? कसला वेडेपणा आहे हा?

तुम्ही मग स्वतःलाच प्रश्न करता : का? मी कायम ॲमीशी एकनिष्ठ राहिलेलो आहे. जर बारमध्ये एखादी स्त्री फारच लगट करायला लागली आणि आपल्यालाही तिच्या स्पर्शाचा मोह व्हायला लागला तर मी उठून घरी परत येतो, मी अशा स्वभावाचा माणूस आहे. मी फसवणारा माणूस नाही. मला फसणारी माणसं आवडत नाहीत (नव्हती?) अप्रामाणिक, अपमानकारक, क्षुद्र, भ्रष्ट. मी कधीही मोहाला बळी पडलो नाही. पण ते सगळं पूर्वी जेव्हा मी आनंदी, सुखी होतो. या सगळ्याचं उत्तर इतकं सोपं असेल हा विचार तापदायक आहे, पण मी माझ्या आयुष्यात आनंदी होतो आणि आता नाहीये. आणि ॲन्डी समोर आहे. क्लास संपल्यावर रेंगाळत माझ्याबद्दल असे प्रश्न विचारत, जे ॲमीनं कधीच विचारले नाहीत, अलीकडे तरी नाही. तिच्या प्रश्नांमुळे मला मी कोणीतरी असल्यासारखं वाटतं. नोकरी गेलेल्या एखाद्या मूर्खासारखं नाही. एखादा मंदबुद्धी असल्यासारखं नाही जो टॉयलेटसीट खाली करायला पुनःपुन्हा विसरतो किंवा ज्याला कोणतंही काम कधी जमलंच नाही. मग ते कोणतंही असो, असा एखादा मठ्ठही नाही.

ॲन्डी माझ्याकरता एकदा एक सफरचंद घेऊन आली. एक लालचुटूक चवदार (आमच्या या प्रकरणाच्या आठवणी मी जर लिहिण्याचं ठरवलं तर हे

नाव त्याला शोभून दिसेल.) तिनं लिहिलेली एक कथा तिनं माझ्या नजरेखालून घालायला आणली होती. ती सेंट लुईसच्या क्लबमधल्या एका नृत्यांगनेचं व्यक्तिचित्र होतं, पण ते 'पेन्टहाऊस फोरम'* मधल्यासारखं वाटत होतं. मी ते वाचत असताना ॲन्डीनं माझं सफरचंद खायला सुरुवात केली. माझ्या खांद्यावरून वाकून बघत असताना सफरचंदाचा रस तिच्या ओठांवरून गळत होता. माझ्या मनात विचार आला, 'अरे देवा ही मुलगी तर मला मोहात पाडायला बघते आहे.' आणि मला वेड्यासारखा धक्काच बसला. म्हातारा बेन्जामिन ब्रॅडॉक.*

मग ते सुरूच झालं. मला ॲन्डी म्हणजे सुटकेचा मार्ग, एक संधी, एक पर्याय वाटायला लागली. मी घरी यायचो तेव्हा ॲमी सोफ्यावर अंगाचं मुटकुळं करून बसलेली असायची. भिंतीकडे बघत मख्खपणे बसून राहणारी ॲमी. ती कधीही पहिल्यांदा माझ्याशी बोलायची नाही. मी बोलायची वाट बघत राहायची. शांतता भंग कोण करणार याचं एक मानसिक आव्हान– आज काय केलं म्हणजे ॲमीला आनंद होईल? मी विचार करायचो : ॲन्डी अशी कधीच वागणार नाही. जसं काही मी ॲन्डीला ओळखूनच होतो. ॲन्डी या विनोदावर हसेल, ॲन्डीला ही कथा आवडेल. ॲन्डी माझ्या गावातली एक गोड भरगच्च अशी आयरिश मुलगी होती. मोकळीढाकळी, आनंदी. माझ्या वर्गात ती पहिल्या बाकावर बसते. ती किती हळुवार वाटते, तिला मी आवडतो.

मी ॲन्डीबद्दल विचार करतो, तेव्हा माझ्या बायकोची आठवण झाल्यावर जसा पोटात गोळा येतो तसा येत नाही– स्वतःच्याच घरात जिथं माझं स्वागत होत नाही, तिथं जाण्याची एक कायमची भीती.

हे कसं घडलं असावं याची मी कल्पना करतो. मला तिच्या स्पर्शाची ओढ वाटायला लागली– हो तसंच झालं ते, ऐंशीच्या दशकातल्या जुन्या गाण्यातल्यासारखं. मला तिच्या स्पर्शाची ओढ वाटायला लागली. खरं तर मला एकूणच स्पर्शाची ओढ वाटायला लागली. कारण माझी बायको माझा स्पर्श टाळायला लागली. घरात असताना एखाद्या माशासारखी ती माझ्या बाजूनं सुळ्ळकन सटकून जायची. स्वयंपाकघरात किंवा जिन्यावर स्पर्शाच्या जरा पलीकडे असायची ती. आम्ही एका सोफ्यावर दोन वेगवेगळ्या गिरद्यांवर बसून टीव्ही बघायचो. बिछान्यात ती माझ्याकडे पाठ करून झोपायची. आमच्या दोघांच्यामध्ये ब्लँकेट आणि चादरी ढकलायची. एकदा मला अचानक रात्री जाग आली. ती झोपली आहे अशी खात्री झाल्यावर मी हलकेच तिच्या कपड्याचा पट्टा बाजूला केला आणि तिच्या उघड्या

---

* पेन्टहाऊस फोरम – कामुक गोष्टी छापणारं नियतकालिक

* बेन्जामिन ब्रॅडॉक – 'द ग्रॅज्युएट' या चित्रपटाचा नायक

खांद्यावर माझा गाल आणि तळवा टेकवला. त्या रात्री पुन्हा मला झोप लागली नाही. स्वतःवरच मी इतका वैतागलो होतो. मी बिछान्यातून बाहेर आलो आणि शॉवरखाली उभा राहून स्वतःशीच खेळलो. डोळ्यांसमोर सारखी ॲमी येत होती. तिच्या लालसेनं भरलेल्या डोळ्यांनी ती माझ्याकडे बघायची, तिच्या जडावलेल्या तेजाळ डोळ्यांनी मला पिऊन टाकायची, मला जाणवून द्यायची. माझं झाल्यानंतर मी तसाच टबमध्ये वाहणाऱ्या पाण्याकडे पाहत बसलो. एखाद्या लाटेबरोबर वाहून आलेल्या प्राण्यासारखं माझं लिंग गलितगात्र होऊन डाव्या मांडीवर पडलं होतं. मी शरमेने चूर होऊन टबमध्ये खाली बसलो आणि न रडण्याचा आटोकाट प्रयत्न करू लागलो.

आणि ते घडलं. एप्रिलच्या सुरुवातीला अचानक आलेल्या एका विचित्र बर्फाच्या वादळाच्या वेळी ते घडलं. या एप्रिलमध्ये नाही गेल्या वर्षीच्या एप्रिलमध्ये. बारमध्ये मी एकटाच काम करत होतो, कारण 'गो' घरी माझ्या आईजवळ थांबली होती. आम्ही आळीपाळीनं काम करत असू. एक जण घरी आईजवळ थांबत असे- टीव्हीवर रटाळ कार्यक्रम बघत. आईची तब्येत झपाट्यानं खालावत होती. ती हे एक वर्षतरी काढेल की नाही शंकाच आहे.

खरं तर त्या क्षणी मी ठीक होतो. माझी आई आणि 'गो' दोघी घरी आरामात टीव्ही बघत होत्या, कोणतातरी ॲनेट फनीसेलोचा सिनेमा. बारमध्ये गर्दी होती. सळसळतं उत्साहाचं वातावरण होतं. ही एक अशी रात्र होती की, जसा सगळ्यांचाच दिवस छान गेला असावा. त्यामुळे वातावरण छान होतं. सुंदर मुली लोकांशी चांगल्या वागत होत्या. लोकं असंच इतरांकरताही एखादं पेय मागवत होते. सगळा उत्सवी माहोल होता आणि मग वेळ संपली. बार बंद करण्याची वेळ झाली, सगळे बाहेर. मी दरवाजा बंद करण्याच्याच बेतात होतो. तेवढ्यात दार ढकलून ॲन्टी आत आली, माझ्यावर जवळजवळ आदळलीच. तिच्या श्वासात सौम्य बिअरचा गोडसर सुगंध जाणवत होता, केसांचा धुरकट वास. मी एक क्षणभर थबकलो. तुम्ही एखाद्या व्यक्तीला एका ठरावीक जागी पाहिलेलं असतं आणि मग दुसऱ्या कोणत्या संदर्भात जेव्हा तुम्ही पाहता, तेव्हा तुम्ही त्यांना ओळखू शकत नाही. ॲन्डी, बारमध्ये. ओके. ती एकदम बहकल्यासारखी हसली आणि मला आत ढकललं.

"मी आत्ताच एका भयंकर, भयंकर डेटवरून आल्येय आणि तुम्ही माझ्याबरोबर एक तरी ड्रिंक घ्यायलाच हवं." तिच्या गडद केसांच्या लाटांमध्ये हिमकण अडकून पडले होते, तिच्या चेहऱ्यावर खुलून दिसणारे वांग चमकत होते, कुणीतरी तिला चापट मारली असावी तसे तिचे गाल गुलाबी झाले होते. तिचा

आवाज असा वेगळाच आहे. एखाद्या गोंधळलेल्या पिल्लासारखा, सुरुवातीला तो छान गोड वाटतो आणि नंतर असा मादकपणाकडे झुकतो. ''प्लीज निक्, त्या भयंकर डेटची चव माझ्या मनावरून पुसून टाकायची आहे मला.''

मला आठवतंय, त्यानंतरचं आमचं हसणं आणि माझ्या मनातला विचार की असं एखाद्या बाईबरोबर तिला हसताना ऐकणं, ही किती छान गोष्ट आहे. तिनं जीन्स आणि त्यावर व्ही गळ्याचा काश्मिरी स्वेटर घातला होता. औपचारिक पोशाखापेक्षा ज्यांना जीन्स जास्त छान दिसते, अशा मुलींपैकी ती एक होती. तिचा चेहरा, तिचं शरीर यात एक सुंदर सहजता आहे. मी बारच्या मागची माझी ठरावीक जागा घेतली, आणि ती बार स्टुलवर बसली, तिचे डोळे माझ्या मागच्या मद्याच्या बाटल्यांचा वेध घेत होते.

''काय देऊ बाई तुम्हाला?''

''आश्चर्याचा धक्का,'' ती म्हणाली.

''बूऽऽ'' म्हणत असताना माझे ओठ चुंबन घेतानासारखे झाले. ''आत्ता मला ड्रिंकचा धक्का दे.'' ती अशा तऱ्हेनं पुढे झुकली की तिच्या छातीचे उभार बारवर दाबले गेले आणि वक्ष आपोआप वर उचलले गेले. तिच्या गळ्यात एका बारीक सोनसाखळीत एक पदक घातलेलं होतं; ते पदक तिच्या दोन्ही स्तनांच्यामध्ये स्वेटरच्या आत गेलं होतं. 'असं करू नकोस' मी स्वतःला बजावलं. ते पदक कुठे जाऊन विसावलंय त्यावर लाळ गाळू नकोस.

''तुला कोणत्या प्रकारचं ड्रिंक हवंय?'' मी विचारलं.

''तू देशील ते मला आवडेल.''

ते शब्द – त्यांनी मला खेचून घेतलं, त्यातल्या सहजतेनं. मी एखादी गोष्ट केल्याने कोणा स्त्रीला आनंद होऊ शकेल, ही कल्पनाच विलक्षण होती. हे इतकं सोपं असू शकतं. तू जे देशील ते मला आवडेल. दिलाश्याची एक लाटच माझ्या मनावरून ओघळून गेली. त्या क्षणी मला जाणवलं की माझं आता ॲमीवर प्रेम नाही.

माझं आता माझ्या बायकोवर प्रेम नाही. दोन ग्लास घेण्याकरता वळत असताना माझ्या मनात विचार आला. थोडंसुद्धा नाही. माझ्या मनातलं प्रेम साफ पुसलं गेलेलं आहे. अगदी एवढासासुद्धा अंश नाही. मी माझं आवडतं पेय तयार केलं. ख्रिसमस मॉर्निंग, गरम कॉफी आणि थंड पेपरमिटचं सरबत. मी पण तिच्याबरोबर एक घेतलं आणि जेव्हा ती जरा शहारून हसली– मोठ्यानं हसली– तेव्हा मी आमच्यासाठी पुन्हा एकदा ग्लास भरून घेतला. नेहमीच्या बार बंद करण्याच्या वेळेपलीकडे एक तासभर तरी आम्ही तिथं बसलो होतो. तेवढ्या वेळात मी निदान तीन वेळा तरी बायको हा शब्द उच्चारला असेल, कारण मी

ॲन्डीकडे बघत होतो आणि तिचे कपडे उतरवण्याची कल्पना करत होतो. त्यामुळे कमीत कमी तिला हा एक इशारा. मला एक बायको आहे. आता यावर तुला काय म्हणायचं आहे?

ती माझ्यासमोर बसली होती. हातांवर हनुवटी टेकवून, माझ्याकडे हलकेच स्मित करत...

"मला घरी सोडणार?" ती म्हणाली. ती गावात किती जवळ राहते ते यापूर्वीच तिनं सांगितलं होतं. कसं ती कधीही बारमध्ये येऊन मला पटकन भेटू शकते. ती बारच्या किती जवळ राहते हेही सांगितलं होतंच की तिनं! माझ्या मनाची तयारी झालेलीच होती. मनानं मी कितीतरी वेळा थोड्या अंतरावर असणाऱ्या, तिचं घर असणाऱ्या इमारतीकडे गेलो होतो. त्यामुळे मी अचानक जेव्हा दाराबाहेर पडून तिला घरी सोडायला गेलो, तेव्हा मला त्यात काहीच वेगळं वाटलं नाही– म्हणजे कुठे अशी काही धोक्याची घंटा वगैरे वाजली नाही की जी सांगेल की– हे वेगळं आहे. आपण नेहमी असं वागत नाही.

मी तिला घरी सोडायला गेलो. वाहत्या वाऱ्याच्या विरुद्ध दिशेनं, बर्फ भुरभुरत असताना, मी तिला तिचा लाल विणलेला रुमाल व्यवस्थित बांधायला मदत करत होतो. एकदा, दोनदा आणि तिसऱ्यांदा मी तिला तो व्यवस्थित बांधून दिला. आमचे चेहरे एकमेकांच्या निकट आणि तिचे गाल छानशी गुलाबी छटा असलेले. अगदी शंभर रात्री अशा गेल्या तरी ही गोष्ट सहजासहजी घडण्यातली नव्हती; पण त्या रात्री ती घडली. त्या गप्पा, दारू, वादळ, रुमाल.

आम्ही दोघांनी एकाच वेळी एकमेकांना पकडलं. आधार मिळायला म्हणून मी तिला झाडाला टेकून धरलं होतं. झाडाच्या हडकुळ्या फांद्या आमच्यावर बर्फ झाडत होत्या. एक अवाक करणारा क्षण, ज्यामुळे मला तिला स्पर्श करण्याची अनावर इच्छा झाली. एकाच वेळी सगळीकडे स्पर्श करण्याचा अनावर आवेग. माझा एक हात वर तिच्या स्वेटरमध्ये आणि दुसरा तिच्या मांड्यांच्या मधे आणि तिचं मला ते करू देणं.

ती माझ्यापासून दूर झाली. तिचे दात वाजत होते.

"माझ्याबरोबर वर ये." मी थबकलो.

"माझ्याबरोबर वर ये." ती पुन्हा म्हणाली. "मला तुझ्याबरोबर राहायचं आहे."

आमचं पहिल्या वेळी एकत्र येणं काही फार खास नव्हतं. वेगवेगळ्या लयीची दोन शरीरं होतो आम्ही फक्त. आम्हाला एकमेकांचा अंदाजच आला नाही आणि त्यातून मला स्त्रीसहवास मिळाल्याला फार दिवस होऊन गेले होते, मी फार

लवकर उत्तेजित झालो, मला वेग आवरत नव्हता. महत्त्वाचे तीस सेकंद आणि माझा जोर संपायला सुरुवात झाली. मी पूर्णपणे थंडावायच्या आधी कसंबसं तिचं समाधान करू शकलो.

तर ते छान होतं पण निराशाजनक, अगदीच फुसकं. आपलं कौमार्य गमावताना मुलींना असंच वाटत असेल : ज्याचा एवढा बाऊ केला ते हे होतं? पण ज्या पद्धतीनं ती मला लपेटून होती ते आवडलं मला आणि मी कल्पना केली तशीच मुलायम होती ती; तेही. नवीन कोवळी त्वचा. माझ्या मनात ॲमीचा विचार आला तिचं सतत त्वचेला लोशन लावत राहणं डोळ्यांसमोर आलं आणि बिछान्यात बसून स्वतःला थापट्या मारून घेणं पण.

मी ॲन्डीच्या बाथरुममध्ये जाऊन लघवी केली, आरशात बघितलं आणि स्वतःशीच शब्द उच्चारले. तू फसवलं आहेस. सगळ्यात मूलभूत अशी पुरुषी कसोटी तू पार करू शकला नाहीस. तू चांगला माणूस नाहीस आणि जेव्हा त्यानं मला काहीच फरक पडला नाही, तेव्हा मी पुन्हा म्हणालो : तू खरोखर चांगला माणूस नाहीस.

सगळ्यात भयंकर गोष्ट ही होती की आमचं एकत्र येणं हे जर अगदी भान हरपवणारं असतं, तर मग ते माझ्या बाजूनी एक अविचार म्हणून खपून गेलं असतं. पण ते तसं नव्हतं. ते अगदीच सामान्य होतं आणि आता मी फक्त व्यभिचारी म्हणून ठरलो होतो. माझी एकनिष्ठता मला इतक्या सामान्य गोष्टीकरता भंग पावलेली कशी चालली असती? त्यामुळे पुन्हा ही गोष्ट घडणार हे निश्चितच होतं. पुन्हा असं काही करणार नाही अशी काही मी स्वतःला कबुली दिली नव्हती आणि मग पुन्हा जेव्हा हे घडलं तेव्हा ते छानच होतं, खूपच छान, आणि त्यानंतरचं तर खासच. मग ॲमीच्या सगळ्या गोष्टींकरता ॲन्डी हा एक शारीरिक पर्याय झाला. ती माझ्यासोबत हसायची, मला हसायला लावायची, ती मला चट्‌कन विरोध करत नसे किंवा माझ्यावर टीकाही करत नसे. ती कधी माझ्याकडे बघून कपाळाला आठ्या घालायची नाही. ती अगदी सरळ होती. हे सगळं इतकं सहज होतं. मला वाटलं : प्रेमामुळे एक चांगली व्यक्ती होण्याची इच्छा तुम्हाला होते– हो ना? पण कदाचित प्रेम, खरं प्रेम तुम्हाला तुम्ही जसे आहात तसंच राहण्याची परवानगी देतं.

मी ॲमीला सांगणार होतो. मला माहीत आहे की ते सांगायलाच हवं होतं. पण महिन्यांमागून महिने गेले तरीही मी तसंच ते न सांगता राहिलो आणि मग अजून काही महिने गेले. यातला बराचसा वाटा भित्रेपणाचा होता. तिच्याशी बोलण्याची, स्पष्टीकरण देण्याची कल्पना मला सहनच होईना. आमच्या घटस्फोटाबद्दल रॅन्ड आणि मेरीबेथशी बोलण्याची कल्पना मला रुचेना; कारण मग त्या गुंत्यात

त्यांनी नक्कीच स्वतःला अडकवून घेतलं असतं; पण त्यातला बराचसा भाग माझ्या व्यवहारीपणाचा होता– किती विचित्र होतं हे खरं तर, किती व्यवहारी (स्व-केंद्रित?) होऊ शकतो मी! मी ॲमीला घटस्फोट मागितला नाही त्याचं एक कारण म्हणजे 'द बार'च्या उभारणीत ॲमीचा पैसा लागला होता. त्यावर खरं तर तिचीच मालकी होती आणि तिनं नक्कीच तो हक्क मागितला असता. आपल्या आयुष्यातील दोन वर्षांची मेहनत पाण्यात जाताना बघताना माझ्या जुळ्या बहिणीची जी तडफड झाली असती, ती मला बघवली नसती आणि मग या विचित्र परिस्थितीत मी स्वतःला वाहू दिलं, या आशेवर की कोणत्यातरी एका क्षणी ॲमी सगळी परिस्थिती ताब्यात घेईल. ती स्वतःच घटस्फोटाची मागणी करेल आणि मग मी वाईटपणा न येता या सगळ्यातून सहीसलामत बाहेर पडेन.

ही इच्छा– कोणताही वाईटपणा न घेता निभावून जाण्याची– ती अगदी नीचपणाची होती आणि मी जितका खालच्या पातळीला आलो तितकी मला ॲन्डीची ओढ वाटू लागली. ती जाणून होती की जितका वाईट मी वाटतोय तेवढा वाईट नाही. विशेषतः जर कोण्या परक्या माणसानं माझी गोष्ट वाचली तर त्याला नक्कीच नाही वाटणार. ॲमी नक्की तुला घटस्फोट देईल. ती हे सगळं इतका काळ रेंगाळत ठेवणार नाही; पण वसंत ऋतू जाऊन उन्हाळा आला आणि मग पानगळ सुरू होऊन हिवाळाही आला आणि मी सगळ्या ऋतूंमध्ये एक व्यभिचारी माणूसच होतो– एक गोड अधीर प्रेयसी असणारा व्यभिचारी– तेव्हा ही गोष्ट पक्की झाली की काहीतरी करायला हवं.

"निक् माझं प्रेम आहे तुझ्यावर." इथं माझ्या बहिणीच्या सोफ्यावर बसून ॲन्डी स्वप्निलपणे म्हणाली. "काहीही होऊ दे. मला काय म्हणावं या सगळ्यावर ते सुचत नाही. मला अगदी बावळट असल्यासारखं वाटतं आहे." तिनं हताशपणे हात झटकले.

"असं ताटून घेऊ नकोस." मी म्हटलं, "बोलण्यासारखं काहीच नाही. मलाही काय बोलायचं ते सुचत नाही."

"तू हे म्हणू शकतोस की काहीही झालं तरी तुझं माझ्यावर प्रेम आहे."

मला वाटलं : मी आता हे मोठ्यानं म्हणू शकेन की नाही कोणास ठाऊक. मी एकदा दोनदा म्हटलंही असेन, तिच्या मानेत डोकं खुपसून पुटपुटणं होतं ते, कशाची तरी आस लागून उच्चारलेले शब्द. पण ते शब्द बोलले गेले होते आणि त्याबरोबर बरंच काही उजेडात आलं होतं. माझ्या मनात मग आम्ही ज्या काही खुणा मागे सोडल्या होत्या, त्यांचा विचार आला. आमचं घाईगर्दीचं, अर्धवट लपवलेलं प्रेमप्रकरण ज्याची मी कधीच पुरेशी काळजी घेतली नाही. जर तिच्या बिल्डिंगमध्ये सिक्युरिटी कॅमेरा असेल तर मी त्यावर दिसलेलो असणार. फक्त

तिचे फोन घेण्याकरता मी तात्पुरता फोन घेतला होता. पण मी पाठवलेले संदेश तर तिच्या नेहमीच्या फोनवरच गेले होते ना? मी व्हॅलण्टाइनच्या वेळी तिला एक अत्यंत अश्लील संदेश पाठवला होता, तो बातम्यांमध्ये कसा चघळला जाईल हे मला आत्ताच डोळ्यांसमोर दिसायला लागलं आणि हे इथेच थांबत नव्हतं : ॲन्डी तेवीस वर्षांची होती. मला माहीत होतं, माझे शब्द, माझा आवाज अगदी माझे फोटोसुद्धा वेगवेगळ्या इलेक्ट्रॉनिक गोष्टींवर नोंदले गेले असणार. एका रात्री थोड्या उत्सुकतेनं, थोड्या मत्सरानं आणि थोड्या तिच्याविषयी वाटणाऱ्या स्वामित्वानं मी तिच्या फोनमधले फोटो बघितले होते. त्यात तिच्या एक-दोन माजी प्रियकरांचे तिच्या बिछान्यातले अभिमानाने हसतानाचे अनेक फोटो होते. कधी ना कधी मीही त्या गटात सामील होणार, हे मी गृहीत धरलंच होतं– एका परीने मला कदाचित त्यात सामील व्हायचंच होतं– आणि कसं कोणास ठाऊक मला या गोष्टीची कधी काळजी वाटलीच नाही. खरं म्हणजे एखाद्या सुडाच्या क्षणी ते कधीही लाखो लोकांना पाठवणं सहज शक्य होतं तरीही.

"ॲन्डी ही परिस्थिती इतकी विचित्र आहे. तू थोडा धीर धर."

ती माझ्यापासून मागे झाली, "काही झालं तरी तुझं माझ्यावर प्रेम आहे, हे तू म्हणू नाही शकत?"

"माझं प्रेम आहे ॲन्डी, खरंच आहे." मी तिच्या डोळ्यांत बघत म्हटलं. आता प्रेमाची कबुली देणं धोकादायक होतं; पण ती न देणं हे त्याहूनही धोकादायक.

"मला जवळ घे मग, प्रेम कर." ती कुजबुजली आणि माझा पट्टा खेचायला लागली.

"आपण खूप काळजी घ्यायला हवी सध्या. मी... माझ्याबद्दल जर पोलिसांना कळलं तर माझी खूप पंचाईत होईल. नुसती पंचाईत नाही, तर मी अडचणीत येईन."

"तुला या गोष्टीचीच काळजी आहे फक्त?"

"मी एक बायको गायब झालेला आणि एक गुप्त... मैत्रीण असलेला माणूस आहे. कसं दिसेल हे. मलाच गुन्हेगार समजलं जाईल."

"तू ते अगदी घाणेरडं असल्यासारखं बोलतो आहेस." ती अजूनही तशीच छाती पुढे काढून बसली होती.

"लोकं आपल्याला ओळखत नाहीत ॲन्डी. त्यांना ते घाणेरडंच वाटणार."

"देवा हे अगदी एखाद्या वाईट गुन्हेगारपटासारखं आहे."

मी हसलो. मीच ॲन्डीला गुन्हेगारपटांची ओळख करून दिली होती– बोगार्ट आणि द बीग स्लीप, डबल इन्डेम्निटी, सगळे अभिजात सिनेमे. आमच्या बाबतीतली हीच गोष्ट मला सर्वांत जास्त आवडायची. मी तिला गोष्टी दाखवू शकायचो.

"मग आपण सरळ पोलिसांनाच सांगितलं तर?" ती म्हणाली. "तेच चांगलं होईल..."

"नाही. ॲन्डी, तसा विचारसुद्धा मनात आणू नकोस."

"पण त्यांना कळणारच..."

"का? कसं कळेल त्यांना? तू आपल्याबद्दल कोणाला सांगितलं आहेस का?"

तिनं माझ्याकडे एक दुखावलेली नजर टाकली. मला वाईट वाटलं : तिची रात्र अशी असेल अशी तिने खासच अपेक्षा केली नसणार. मला भेटायची तिला उत्कंठा वाटत असणार, आमच्या आवेगानं एकत्र येण्याची कल्पना तिच्या मनात असणार, एक शारीर खात्रीची अपेक्षा आणि मी होतो की मी माझीच कातडी वाचवण्याचा प्रयत्न करत होतो.

"राणी, मला माफ कर, पण मला कळायला नको का हे." मी म्हणालो.

"नाव नाही सांगितलं."

"नाव नाही सांगितलं, म्हणजे काय?"

"म्हणजे असं की माझी आई, माझ्या मैत्रिणी, त्यांना माहीत आहे की मी कोणाला तरी भेटते; पण कोण ते माहीत नाही." शेवटी तिनं कपडे घालायला सुरुवात केली.

"आणि तू माझं वर्णनही केलेलं नाहीस, हो ना?" मी घाईघाईनं विचारलं. एखादं कोसळू पाहणारं छत मी हातावर तोलून धरतोय, असा भास आता मला व्हायला लागला. "फक्त दोन जणांनाच याविषयी माहिती असायला हवी, तुला आणि मला. जर तू मला मदत केलीस, तुझं जर माझ्यावर प्रेम असेल तर ही गोष्ट तिसऱ्या कोणाला कळणार नाही आणि मग पोलिसांनाही कळणार नाही."

तिनं माझ्या हनुवटीवरून बोट फिरवलं, "आणि जर ॲमी कधी सापडलीच नाही तर..."

"ॲन्डी काहीही घडलं तरी तू आणि मी, आपण एकत्र असणार आहोत. पण ते आपण काळजी घेतली तरच. जर आपण काळजी घेतली नाही तर शक्यता आहे की मी तुरुंगात जाईन."

"कदाचित ती कोणाबरोबर तरी पळून गेली असेल." ती माझ्या खांद्यावर डोकं टेकवून म्हणाली, "कदाचित..."

मला तिच्या बायकी मेंदूत घुमणारे विचार जाणवत होते. ॲमीच्या गायब होण्याला ती एका खळबळजनक, सनसनाटी प्रेमकहाणीमध्ये गुंफू पाहत होती. आणि हे करत असताना हे किती विसंगत आहे, या वास्तवाचं तिला भानच नव्हतं.

“ती पळून गेलेली नाही. हे जास्त गंभीर आहे, अॅन्डी.” मी तिच्या हनुवटीखाली बोट ठेवून तिचा चेहरा वर केला म्हणजे ती माझ्याकडे बघू शकेल. “अॅन्डी, तू हे सगळं हसण्यावारी नेऊ नकोस. समजतंय तुला?”

“अर्थात, मी हे खूप गंभीरपणे घेते आहे. पण तू मला जास्त वेळा भेटायला हवंस निक्, माझ्याशी सतत बोलायला हवंस. मला भीती वाटते निक्.”

“आपण आता नुसतं शांत राहायला हवं.” मी तिचे दोन्ही खांदे पकडून तिला माझ्याकडे वळवलं. “माझी बायको गायब झाली आहे अॅन्डी.”

“पण तुला तर...”

मला माहीत होतं ती काय म्हणणार ते– पण तुला तर तिच्याबद्दल इतकंसंही प्रेम वाटत नाही. पण ते न उच्चारण्याइतकी ती हुशार होती.

तिनं दोन्ही हातांनी मला वेढून घेतलं. “मला तुझ्याशी वाद घालायचा नाही. मला माहीत आहे की तुला अॅमीची काळजी वाटते, आणि आत्ता तू खरोखरच खूप काळजीत असणार. मीही काळजीतच आहे. मला माहीत आहे, मी कल्पनाही करू शकत नाही एवढा तुझ्यावर ताण असणार. त्यामुळे मी पूर्वीपेक्षाही सावधगिरीने मान खाली ठेवून राहीन. पण लक्षात घे की या सगळ्याचा परिणाम माझ्यावर पण होणार आहे. माझा तुझ्याशी संपर्क असला पाहिजे. दिवसातून निदान एकदातरी. जेव्हा तुला जमेल तेव्हा फोन कर. अगदी थोडावेळ केलास तरी चालेल. मला फक्त तुझा आवाज ऐकू दे. दिवसातून एकदा निक्. रोजच्या रोज. मला वेड लागेल नाहीतर. खरंच वेडी होईन मी.”

ती माझ्याकडे बघून हसली आणि हळूच म्हणाली. “आता एक पापी...”

मी हळुवारपणे तिचं चुंबन घेतलं.

“आय लव्ह यू,” ती म्हणाली. तिच्या मानेवर ओठ टेकत मी काहीतरी पुटपुटलो. टीव्हीच्या हलत्या प्रकाशात आम्ही काहीही न बोलता शांत बसलो होतो.

मी माझे डोळे मिटू दिले. आता एक चुंबन, नक्की कोणी उच्चारले होते हे शब्द?

पहाटेचे पाच वाजत असताना मी एकदम दचकून जागा झालो, ‘गो’ उठली असावी. मला तिच्या वावरण्याचा आवाज ऐकू येत होता. बाथरूममध्ये पाण्याचा आवाज. मी अॅन्डीला हलवलं– पाच वाजलेत, पहाटेचे पाच– प्रेमाची आणि फोन करण्याची कबुली देत मी तिला एखाद्या एका रात्रीच्या लाजिरवाण्या लफड्यासारखं दाराच्या दिशेनं ढकललं.

“मला रोज फोन कर आठवणीनं,” ती कुजबुजत म्हणाली.

मला बाथरूमचं दार उघडल्याचा आवाज आला.

''रोज नक्की.'' मी म्हणालो. दरवाजा उघडून मी झटकन दाराच्या आड झालो आणि ॲन्डी बाहेर पडली.

जेव्हा मी पाठीमागे वळलो, तेव्हा 'गो' बाहेरच्या खोलीत उभी होती. आश्चर्यानं तिचं तोंड उघडंच राहिलं होतं. पण तिच्या शरीराच्या हालचालीतून तिचा संताप जाणवत होता. हात कमरेवर, भुवया उंचावलेल्या.

''निक्, अरे मूर्ख माणसा!''

ॲमी इलियट डन्

जुलै २१, २०११

डायरीतील नोंद

मी किती मूर्ख आहे. कधी कधी मी माझ्याकडे पाहते तेव्हा विचार करते : नवल नाही, निकला मी त्याच्या आईशी तुलना करता हास्यास्पद, उथळ, लाडावलेली वाटते ते. मॉरीन शेवटच्या घटका मोजते आहे. ती तिचं दुखणं तिच्या दिलखुलास हसण्यामागे आणि ढगळ भरतकाम केलेल्या शर्टामागे दडवते. तिच्या तब्येतीविषयी काहीही विचारलं तरी "मी मस्त आहे. तू कशी आहेस स्विटीऽऽ?" असं म्हणून टाळून देतात. त्या मरत आहेत, पण त्यांनी ते मान्य केलेलं नाही. अजून तरी नाही. मग काल त्यांनी मला फोन करून त्यांच्या आणि त्यांच्या मैत्रिणींबरोबर बाहेर येणार का म्हणून विचारलं– त्यांचा आजचा दिवस चांगला आहे आणि त्यांना शक्य तितकं घराच्या बाहेर फिरायचं आहे– मी लगेचच जरी तयार झाले तरी मला माहीत होतं की त्या मला ज्यात रस वाटेल असं काहीही करणार नाहीत. पत्ते, ब्रिज आणि चर्चचं कोणतंतरी काम – बहुतेक वस्तू निवडण्याचं.

"आम्ही पंधरा मिनिटात तिथे पोहोचतो." त्या म्हणतात. "आखूड बाह्यांचे कपडे घाल."

सफाई. आज सफाईचं काम असणार. ज्याकरता कोपरांना तेल लावावं लागेल असं काहीतरी. मी छोट्या बाह्या असलेला एक शर्ट घालते, आणि बरोबर पंधरा मिनिटात मी मॉरीनसाठी दार उघडत असते. विणलेल्या टोपीखाली टक्कल असणाऱ्या मॉरीन त्यांच्या दोन मैत्रिणींसोबत खिदळत असतात. त्या तिघीही ॲप्लिक काम केलेले, सारखेच टीशर्ट घालून उभ्या असतात. टीशर्टवर समोर The PlasMamas असे शब्द रंगवलेले असतात.

त्यांनी बँड सुरू केलाय की काय अशी शंका माझ्या मनात येते. पण मग

आम्ही रोझच्या जुन्या ख्रिसलर गाडीत बसतो. गाडी इतकी जुनी आहे की त्यांची पुढची सीट अखंड असण्याच्या काळातली आहे. बायकी सिगारेटचा वास येणारी जुनी आजीबाईसारखी कार. आणि आम्ही आनंदानं प्लाझ्मा डोनेशन सेंटरच्या दिशेनं निघतो.

"आम्ही दर सोमवार आणि गुरुवार जातो." आरशातून मागे बघत रोझ म्हणतात.

"ओह," मी म्हणते. आता यावर काय उत्तर द्यायचं? वा, हे प्लाझ्मा दिवस एकदम मस्त आहेत!

"तुम्ही आठवड्यातून दोन वेळा देऊ शकता," मॉरीन मला समजावतात. त्यांच्या टीशर्टवरच्या घंटा किणकिणत असतात. "पहिल्या वेळी तुम्हाला वीस डॉलर्स मिळतात आणि दुसऱ्यावेळी तीस. म्हणून तर सगळ्या एवढ्या छान मूडमध्ये आहेत आज."

"तुला आवडेल ते," इति विकी. "सगळे जण तिथं बसून मस्त गप्पा मारतात. एखाद्या ब्यूटीपार्लरमधल्यासारखं."

माझा दंड दाबत मॉरीन हळूच म्हणतात, "मला आता द्यायची परवानगी नाही; पण मला वाटलं की माझ्याऐवजी तू देऊ शकशील. स्वतःकरता थोडे पैसे मिळवण्याचा हा एक चांगला मार्ग आहे– प्रत्येक मुलीकडे स्वतःचे असे पैसे असायलाच हवेत."

मनात आलेली संतापाची एक लाट मी मागे ढकलते : यापेक्षा कितीतरी जास्त असे स्वतःचे पैसे माझ्याजवळ होते; पण ते मी तुमच्याच मुलाला दिलेत.

एक छोटं जीन्सचं जॅकेट घातलेला हडकुळा माणूस रस्त्यावरच्या कुत्र्यासारखा पार्किंग लॉटमध्ये फिरत असतो. आतमध्ये मात्र हे स्वच्छ आहे. भरपूर उजेड, पाईनचा गंध असलेल्या भिंतींवर सगळी कबूतरं आणि धुक्याची चित्रं असणारी खोली. पण मला माहीत आहे की मी हे करू शकणार नाही. सुया, रक्त. मी नाही करू शकणार काही. मला इतर कोणतेही भयगंड नाहीत; पण हे दोन अगदी पक्के आहेत. साधं खरचटलं तरी गरगरणारी मुलगी मी, त्वचा उकलली की मला काय होते कोणास ठाऊक : अगदी खरचटलं, भोक पडलं, सोलवटली; काहीही. जेव्हा मॉरीनबरोबर मी केमोला जायची, तेव्हा सुई टोचताना मी नेहमी मान वळवायचे.

"हाय केलिज!" आम्ही आत शिरत असताना मॉरीननं आवाज दिला. त्यावर एक साधारण वैद्यकीय गणवेश घातलेल्या एका जाड्या काळ्या बाईनं प्रतिसाद दिला, "हाय मॉरीन! कशी आहेस तू?"

"मी मस्त आहे, एकदम छान– पण तू कशी आहेस?"

“कधीपासून करताय तुम्ही हे?” मी विचारते.

“झाले बरेच दिवस,” मॉरीनचं उत्तर, “केलिज सगळ्यांची लाडकी आहे कारण तिच्या सुई टोचण्यात सफाई आहे. माझ्यासाठी तर ते फारच चांगलं कारण माझ्या शिरा बारीक आहेत ना.” त्या माझ्यापुढे दोरीसारख्या निळसर शिरा दिसणारा हात धरतात. मी जेव्हा मोंना पहिल्यांदा भेटले, तेव्हा त्या चांगल्याच जाड होत्या. पण आता नाही. हे जरा विचित्रच आहे; पण जाड्याच चांगल्या दिसायच्या. “बघ, एकावर बोट ठेवून बघ.”

मी इकडे तिकडे नजर वळवते. केलिज आम्हाला आता आत बोलावण्याची मला आशा वाटते.

“बघ हात लावून.”

मी हलकेच एका शिरेवर बोट ठेवते तशी ती माझ्या बोटाखाली सरकताना मला जाणवते. उष्णतेची एक लाट माझ्यावरून सरकून जाते.

“ही आपली नवी उमेदवार आहे तर मग?” केलिज विचारते. अचानक ती आता माझ्या शेजारी आहे.

“मॉरीन सतत तुझं कौतुक करत असते. तुला जरा इथले फॉर्म वगैरे भरावे लागतील...”

“मला माफ कर, पण मला नाही जमणार. मला सुया, रक्त हे सगळं जमत नाही. मला त्याची भयंकर भीती आहे. मी खरोखर करू शकणार नाही.”

माझ्या लक्षात येतं, की मी आज काहीही खाल्लेलं नाही. काळोखाची एक लाट मला धडकते. मला गरगरल्यासारखं होतं.

“इथलं सगळं अगदी स्वच्छ असतं बघ, तुला काहीही त्रास होणार नाही.” केलिज म्हणते.

“नाही. नाही. तो काहीच प्रश्न नाही, खरंच. मी आजपर्यंत कधीच रक्त दिलेलं नाही. माझे डॉक्टरपण वैतागतात माझ्यावर. कारण मी साधी वार्षिक कोलेस्ट्रॉल वगैरेसाठीची रक्त तपासणी पण सहन करू शकत नाही.”

त्याऐवजी आम्ही थांबतो. दोन तास लागतात सगळं संपायला. विकी आणि रोझ दोघीही मशिनशी जखडलेल्या असतात, जणू काही त्यांच्यातलं सत्त्वच शोषून घेत आहेत. त्यांच्या बोटांवर खुणासुद्धा केलेल्या आहेत ज्या जांभळ्या दिव्यात दिसून येतात म्हणजे त्या आठवड्यातून दोनपेक्षा जास्त वेळा देऊ शकणार नाहीत.

“ते जेम्स बाँडसारखं आहे.” विकीच्या मल्लिनाथीवर त्या सगळ्या खिदळतात. मॉरीन बाँडपटाचं शीर्षकगीत गुणगुणतात (तेच असावं, मला वाटतं.) आणि रोझ बोटांनी बंदुकीचा आकार दाखवतात.

"तुम्ही थेरड्या जरा हळू बोलू शकत नाही का?" चार खुर्च्यांपलीकडे बसलेली पांढऱ्या केसांची बाई त्यांना टोकते. पलीकडे असलेल्या तीन आडव्या तेलकट माणसांवरून ती ओणवलेली आहे. प्लाझ्मा दान करणाऱ्या माणसांचं माझ्या मनात जे चित्र आहे तशीच ती माणसं आहेत. दंडावर निळं हिरवं गोंदण. वाढलेली दाढी. ती आपल्या मोकळ्या हातांनी आमच्या दिशेनं बोटं हलवते.

"मेरी! मला वाटलं तू उद्या येणार होतीस!"

"हो उद्याच येणार होते, पण माझा बेरोजगार भत्ता आठवडाभर तरी मिळणार नाही आणि माझ्याकडे फक्त आता सिरिअलचा एक खोका आणि मक्याच्या दाण्यांचा एक डबा उरलाय."

उपासमार एक गम्मत असावी तशा त्या सगळ्या हसतात– कधी कधी हे गाव अगदी अंगावरच येतं. इतकं हताश, सगळ्याच्या पलीकडलं. मला अस्वस्थ वाटायला लागतं, तो रक्त घुसळण्याचा आवाज, शरीरापासून ते मशिनपर्यंत जाणाऱ्या रक्ताच्या प्लॅस्टिकच्या पट्ट्या आणि लोकं, जणू काही लोकांमधून पीक घेतलं जात होतं. नजर जाईल तिथे रक्त, बाहेर उघड्यावर, जिथे ते असायला नको. घट्ट, गडद रक्त, जांभळं, जवळजवळ.

मी उठून बाथरूममध्ये जाते आणि माझ्या चेहऱ्यावर थंड पाणी मारते. मी दोन पावलं टाकते आणि माझ्या कानात दडे बसतात, माझी नजर मिटत येते, मला माझ्याच हृदयाची धडधड जाणवते, माझं स्वतःचं रक्त, पडता पडता मी एवढंच म्हणू शकते, "माफ करा."

मी घरी कशी गेले ते मला आठवत नाही. मॉरीन मला बिछान्यात झोपवतात. सफरचंदांच्या रसाचा ग्लास, थोडं सूप माझ्याशेजारी आणून ठेवतात. आम्ही निक्‌ला कळवण्याचा प्रयत्न करतो. 'गो' सांगते की तो बारमध्ये नाही आणि तो त्याचा फोन उचलत नाही.

हा माणूस अदृश्यच झालाय.

"लहानपणी पण तो असाच होता– भटक्या," मॉरीन सांगतात, "सगळ्यात वाईट काय असेल तर त्याला खोलीत कोंडून ठेवणं." त्या माझ्या कपाळावर थंड पाण्याच्या पट्ट्या ठेवतात. "तू आता आराम कर. तो आता घरी येईपर्यंत मी त्याला फोन करत राहते."

जेव्हा निक्‌ घरी आला तेव्हा मला झोप लागली होती. त्याच्या शॉवरचा आवाज ऐकून मला जाग आली, मी घड्याळ बघितलं : रात्रीचे ११:०४. तो बारमध्ये गेला असणार बहुतेक– तिकडून आल्यावर बहुतेक वेळा तो आंघोळ करतो. अंगाला येणारा बिअर आणि पॉपकॉर्नचा खारा वास त्याला नकोसा होतो. (तो म्हणतो.)

तो अंथरुणात शिरतो आणि जेव्हा मी उघड्या डोळ्यांनी त्याच्याकडे वळते, तेव्हा मी जागी आहे हे बघून तो जरा घाबरलेला वाटला.

''किती तरी वेळ आम्ही तुला फोन करत होतो,'' मी म्हणते.

''माझ्या फोनची बॅटरी संपली होती. तुला चक्कर आली?''

''मला वाटतं, तू म्हणालास की, तुझ्या फोनची बॅटरी संपली.''

तो थबकतो, मला कळतं तो आता काहीतरी थाप मारण्याच्या तयारीत आहे. सगळ्यात वाईट भावना कोणती असेल तर तुम्ही थांबून त्या खोट्याची वाट पाहता, स्वतःला त्याकरता तयार करता. निक् जरा जुनाट विचारांचा आहे. त्याला कसलीही स्पष्टीकरणं द्यायला आवडत नाहीत. त्यानं आठवडाभर आधी जरी मित्रांबरोबर बेत ठरवले असले तरी तो त्या पोकरच्या खेळाच्या आधी अगदी शेवटच्या घटकेपर्यंत थांबेल. मग अगदी सहजपणे सांगितल्यासारखं मला सांगेल, ''मग मी म्हटलं मी पण येतो खेळायला. तुला चालेल ना?'' म्हणजे मी जर दुसरे काही बेत आखले असतील तर मी वाईट. जी आपल्या नवऱ्याला पोकरच्या खेळापासून वंचित ठेवते अशी बायको आपल्याला व्हायचं नाही– गुंडाळलेल्या केसांची, हातात लाटणं घेतलेली कजाग बायको आपल्याला व्हायचं नाही. त्यामुळे आपण आपली निराशा लपवायची आणि त्याला 'हो' म्हणून टाकायचं. मला नाही वाटत की, हे सगळं तो दुष्टपणानं करत असेल; पण त्याचा तो स्वभावच आहे. त्याचे वडीलपण कायम स्वतःच्या मनाप्रमाणे वागायचे आणि त्याची आई ते चालवून घ्यायची. अगदी शेवटी तिनं घटस्फोट घेईपर्यंत.

तो त्याची थाप मारायला सुरुवात करतो. मी लक्षही देत नाही.

निक् डन्

पाच दिवसांनंतर...

मी दारावर रेलून माझ्या बहिणीकडे पाहत राहिलो. ॲन्डीचा गंध अजूनही हवेत रेंगाळत होता. तो एक क्षण मला माझ्याकरता हवा होता. कारण आता ती निघून गेल्यावर मला तिच्या कल्पनेचा आस्वाद घ्यायचा होता. तिची चव बटरस्कॉचसारखी आणि गंध लव्हेंडरसारखा आहे, असं नेहमीच मला वाटत आलं आहे. लव्हेंडरचा शॅम्पू, लव्हेंडरचं लोशन, लव्हेंडरमुळे नशीब बदलतं; एकदा तिनं मला सांगितलं होतं. मला आता त्या सुदैवाची गरज होती.

"किती वर्षांची आहे ती?" कमरेवर हात ठेवून 'गो' विचारत होती.

"तर मग आपण इथून सुरुवात करायची आहे?"

"ती किती वर्षांची आहे निक्?"

"तेवीस."

"तेवीस? वा छान!"

"गो..."

"निक्. तुला कळतंय तू किती मूर्ख आहेस?" गोनं विचारलं. "मूर्ख आणि मठ्ठ." 'मठ्ठ' लहान मुलांसाठी वापरतात तो शब्द तिने असा म्हटला की मला बोचलाच तो.

"मला माहीत आहे की ही योग्य परिस्थिती नाही," मी जरा शांतपणे बोलण्याचा प्रयत्न केला.

"योग्य परिस्थिती! तू... तू व्यभिचारी आहेस, निक् अरे, काय झालंय काय तुला? तू असा नव्हतास कधी, तू नेहमीच एक चांगला माणूस होतास. की मीच मूर्ख होते नेहमी?"

"नाही." मी मान खाली घालून जमिनीकडे नजर वळवली, त्याच जागेकडे– जिथे लहानपणी माझी आई जेव्हा मी काही उद्योग केल्यावर सोफ्यावर बसवून

मला सांगायची की, मी एक चांगला मुलगा आहे आणि असं करणं मला शोभत नाही– तेव्हा जिथे बघायचो तिथे.

“नाही? अरे, तू असा माणूस आहेस जो आपल्या बायकोला फसवतो. हे तू बदलू शकणार आहेस का कधी?” ‘गो’ म्हणाली. “देवा, अगदी डॅडनीही कधी फसवलं नाही आणि तू इथे छाकट्या...”

“गो’, तूही ॲमीची बाजू घेते आहेस त्याची मला फार मजा वाटते आहे. म्हणजे ॲमी खरंतर तुला कधीच आवडली नाही, अगदी सुरुवातीपासूनच नाही; पण आता हे सगळं घडल्यावर मात्र,...”

“हे सगळं घडल्यावर तुझ्या बेपत्ता बायकोविषयी मला काळजी वाटत्येय, हो निक्, मला खरंच काळजी वाटते आहे. तुला आठवतंय, आधीही मी तुला तू विचित्रपणे वागतो आहेस हे सांगितलं होतं? तू... तू वेडा आहेस ठार. ज्या पद्धतीनं तू वागतो आहेस ते वेडगळपणाचं आहे.”

ती खोलीतल्या खोलीत फेऱ्या मारायला लागली. एकीकडे ती अंगठ्याचं नख कुरतडत होती. “पोलिसांना याबद्दल कळतं आणि मला माहीतपण नाही,” ती म्हणाली. “आता मात्र मला भीती वाटते आहे, निक्. आता पहिल्यांदा मला तुझ्याबद्दल भीती वाटते आहे. माझा या गोष्टीवर विश्वास बसत नाही की पोलिसांना अजून हे कळलं कसं नाही. त्यांनी तुझ्या फोनचं रेकॉर्ड तपासलंच असेल.”

“मी एक वेगळा तात्पुरता फोन घेतलाय.”

ती थबकली, “हे आणखीनच वाईट आहे. हे म्हणजे... पूर्वनियोजित असल्यासारखंच आहे.”

“पूर्वनियोजित फसवणूक, ‘गो, त्या बाबतीत मी दोषी आहे.”

क्षणभर ती हताश होऊन सोफ्यावर कोसळली, हे नवीन सत्य पचवण्याचा ती प्रयत्न करत होती. अगदी खरं सांगायचं तर ‘गो’ ला हे सगळं कळल्यावर मला आता सुटल्यासारखंच वाटत होतं.

“कधीपासून?” तिनं विचारलं.

“वर्ष होऊन गेलं असेल.” मी जाणीवपूर्वक नजर उचलून तिच्याकडे पाहिलं.

“वर्ष होऊन गेलं? आणि तू मला सांगितलंही नाहीस?”

“मला भीती वाटली की तू मला हे थांबवायला सांगशील. तुझं माझ्याविषयीचं मत बदलेल आणि मग मला हे सगळं थांबवायला लागेल. आणि मला ते थांबवायचं नव्हतं. ॲमीबरोबरचं नातं–”

“वर्ष होऊन गेलं.” ‘गो’ म्हणाली. “आणि मला कधी शंकाही आली नाही. ऐंशी हजार वेळा तरी गप्पा मारल्या असतील आपण आणि हे मला सांगावं इतकाही माझ्याबद्दल विश्वास वाटला नाही तुला. मला वाटलं नाही तू असं

करशील कधी, माझ्यापासून गोष्टी लपवून ठेवशील.''

''ही एकच गोष्ट आहे.''

'गो नं खांदे उडवले : आता कसा विश्वास ठेवू मी तुझ्यावर? ''तुझं प्रेम आहे तिच्यावर?'' तिनं किंचित चेष्टेत विचारावं तसं विचारलं. जणू काही ही गोष्ट किती अशक्य आहे हे तिला दाखवायचं असावं.

''हो. मला वाटतं आहे. होतं आहे.''

''तुला कळतंय ना, की तू जर खरोखरीच तिच्याबरोबर फिरला असतास, तिला नियमित भेटला असतास, तिच्याबरोबर राहिला असतास तर तिला तुझ्यातले दोष दिसलेच असते. बरोबर आहे ना? आणि तिला तुझ्यातल्या अशा काही गोष्टी कळल्या असत्या, ज्यामुळे तिला वेडच लागलं असतं. तिनं तुझ्याकडे अशा काही मागण्या केल्या असत्या, ज्या तुला आवडल्या नसत्या आणि अर्थात, ती तुझ्यावर रागावली असती.''

''मी दहा वर्षांचा नाहीये 'गो'. मला माझ्या जबाबदाऱ्या कळतात. नाती निभावायला काय लागतं माहीत आहे मला.''

तिनं परत एकदा खांदे उडवले : खरंच? ''आपल्याला एक वकील शोधायला लागेल,'' ती म्हणाली. ''एखादा चांगला वकील ज्यांच्याकडे लोकांशी संवाद साधण्याचंही कौशल्य असेल, कारण काही चॅनेल, काही केबल शोवाले ते खोदकाम करण्याचा प्रयत्न करत आहेत. मीडिया तुझं चित्र एक दुष्ट, व्यभिचारी नवरा म्हणून करत नाही याची आपण खात्री करून घ्यायला हवी. कारण तसं झालं तर मग सगळंच संपलं.''

''गो' तू जरा अतिच करते आहेस.'' खरंतर मला तिचं म्हणणं पटत होतं; पण प्रत्यक्ष ते शब्द मला ऐकवत नव्हते. विशेषतः 'गो' कडून. मला ते खोडून काढायलाच हवेत.

''निक् हे जरा अतिच आहे. मी जरा काही फोन करून घेते.''

''तुला जर त्यांनी बरं वाटणार असेल तर कर.''

'गो'नी दोन बोटांनी माझ्या बरगडीत ढोसलं. ''आता हे सगळं तू मला पटवून द्यायचा प्रयत्न करू नकोस, लान्स. 'ओह! मुलींना हे सगळं किती आवडतं.' याला काही अर्थ नाही. तुझी परिस्थिती खूपच बिकट आहे मित्रा, तेव्हा तुझं डोकं ताळ्यावर आण आणि हे निस्तरायला मला मदत कर.''

नशिबानं 'गो'वळली आणि तिच्या खोलीकडे गेली. माझ्या शर्टाखाली त्या जागेची जळजळ आता मला जाणवायला लागली होती. मी सुन्न होऊन तिच्या कोचावर बसलो आणि लगेच उठायचं ठरवून मी आडवा झालो.

मला स्वप्नात ॲमी दिसली. ती आमच्या स्वयंपाकघराच्या फरशीवर रांगत होती.

हातांवर, गुडघ्यांवर. तिला मागच्या दरवाजापर्यंत पोहोचायचं होतं; पण डोळ्यांत उतरलेल्या रक्तामुळे तिला काहीच दिसत नव्हतं. ती अगदी हळू जात होती. अतिशय सावकाश. तिच्या त्या सुंदर मस्तकाचा आकार आता काहीसा विचित्रच झाला होता. उजव्या बाजूनं पोचा आलेला. केसाच्या एका लांब बटेतून रक्त ओघळत होतं आणि ती माझं नाव घेत विव्हळत होती.

मला जाग आली तसं लक्षात आलं की मला आता घरी जायला हवं, ती जागा मला बघायलाच हवी– गुन्हा घडला ती जागा. मला त्याला सामोरं जायलाच हवं.

एवढ्या गरमीचं कोणीच बाहेर नव्हतं. आमच्या आसपासचा परिसर ॲमी गायब झाली त्या दिवशी जितका निर्मनुष्य आणि एकाकी होता, तेवढाच आजही होता. मी पुढच्या दारातून घरात शिरलो आणि एक दीर्घ श्वास घेतला. किती चमत्कारिक आहे, की हे नवीन घर असून इतकं भारलेलं वाटतंय. म्हणजे त्या कथा-कादंबऱ्यांमध्ये असतं तसं भारलेलं नव्हे; तर खऱ्या अर्थानं भयानकपणे उद्ध्वस्त झालेलं. एव्हाना त्या घराला एक पार्श्वभूमी आली होती आणि ते घर फक्त तीन वर्षं जुनं होतं. प्रयोगशाळेतल्या तंत्रज्ञांनी सगळं घर चाळून घेतलेलं होतं. सगळीकडे वस्तूंवर डागधब्बे होते. मी सोफ्यावर बसलो. एखाद्या विशिष्ट माणसाला येत असावा तसा त्याला गंध येत होता. उग्र आफ्टरशेव्हचा. उन्हाळा होता तरी मी खिडक्या उघडून थोडी हवा आत येऊन दिली. ब्लिकर जिन्यावरून दुडदुडत आला. त्याला उचलून घेत मी त्याचे थोडे लाड केले. कोणीतरी, कोणा पोलिसाने बहुतेक त्याच्या बाऊलमध्ये ओसंडेपर्यंत खाणं काढून ठेवलं होतं. माझ्या घराची वाट लावल्यावर केलेली एक छानशी कृती. मी त्याला जिन्याच्या तळाशी खाली सोडलं आणि शर्टाची बटणं काढत वर बेडरूममध्ये निघालो. माझ्या बिछान्यात आडवा होऊन माझा चेहरा मी माझ्या उशीत खुपसला. तोच तो गडद निळा उशीचा अभ्रा जो आमच्या लग्नाच्या वाढदिवसाच्या दिवशी होता. त्या दिवशी.

माझा फोन वाजला. 'गो'. मी फोन घेतला.

"एलन ॲबोट आज एक खास कार्यक्रम करते आहे टीव्हीवर. ॲमीबद्दल. मी, अं, तो तितकासा चांगला नाही. मी येऊ का तिकडे?"

"नको मी एकटा बघीन, थँक्स."

आम्ही दोघंही समोरचा माफी मागेल या अपेक्षेनं जरा रेंगाळलो.

"नंतर बोलू आपण," 'गो' म्हणाली.

एलन ॲबोट लाईव्ह हा खून झालेल्या, बेपत्ता झालेल्या स्त्रियांविषयीचा एक खास केबल शो होता. कायम संतापल्यासारखी दिसणारी एलन ॲबोट तो करायची. ती माजी सरकारी वकील आणि पीडितांच्या हक्कांची पुरस्कर्ती होती.

शो सुरू झाला तेव्हा कॅमेऱ्यासमोर केस वळवलेली, ओठ रंगवलेली एलन होती. "आज एक धक्कादायक बातमी समोर आलेली आहे: एक सुंदर तरुण स्त्री, जी ॲमेझिंग ॲमीची प्रेरणास्त्रोत आहे, ती बेपत्ता झालेली आहे. घर अस्ताव्यस्त झालेलं, तिचा नवरा आहे लान्स निकोलस डन्. एक बेरोजगार लेखक. ज्यानं आता बायकोच्या पैशांवर बार सुरू केला आहे. त्याला किती काळजी वाटते आहे बघायचंय तुम्हाला? हे जे फोटो आहेत ते पाच जुलैला त्यांच्या लग्नाच्या पाचव्या वाढदिवशीच ॲमी बेपत्ता झाली त्यानंतर घेतलेले आहेत."

पडद्यावर आता माझा वार्ताहर परिषदेच्या वेळी घेतलेला फोटो, ते मूर्खासारखं हसू. दुसरा माझा गाडीतून उतरताना एखाद्या उत्सवी राणीसारखा हसून सगळ्यांना हात हलवून दाखवणारा. (मी मेरीबेथकडे बघून हात हलवत होतो आणि हसत होतो कारण मी नेहमीच हात हलवत असताना हसतो.)

नंतरचा फोटो माझा आणि शॉनाचा सेलफोनवर काढलेला. तीच ती फ्रिटो–पाय बनवणारी. दोघंही आम्ही गालाला गाल घासत, आमची बत्तिशी दाखवताना. मग प्रत्यक्ष शॉनाच समोर आली, छान उन्हात रापलेल्या शिल्पासारखी आणि एलन तिची ओळख करून देताना गंभीर चेहऱ्याची. माझ्या सर्वांगाला घाम फुटला.

एलन : लान्स निकोलस डन् – शॉना तू काय सांगू शकशील आम्हाला त्याच्याबद्दल, त्याच्या एकूण वागणुकीबद्दल? सगळे जण जेव्हा त्याच्या बायकोला शोधण्याकरता बाहेर होते, तेव्हा तू त्याला भेटलीस, हो ना? आणि हा लान्स निकोलस डन्, तो काय करत होता–?

शॉना : तो एकदम शांत, अगदी मिळून मिसळून होता.

एलन : थांब, थांब. तो शांत आणि मनमिळाऊ होता? त्याची बायको बेपत्ता आहे शॉना. अशा वेळी कोणता माणूस शांत आणि मनमिळाऊ असेल?

तो भयंकर फोटो पुन्हा एकदा पडद्यावर झळकला. आता आम्ही जास्तच आनंदी दिसत होतो.

शॉना : तसं बघायला गेलं तर तो जरा नखरेलच वाटत होता...

तू तिच्याशी चांगलं वागायला हवं होतंस निक्. तू तो फ्रिटो-पाय खायला हवा होतास.

एलन : नखरेल? त्याची बायको कोण जाणे कुठे असेल आणि हा लान्स निकोलस डन्... मला माफ कर शॉना पण हा फोटो अगदीच... काय शब्द वापरू मी, पण घृणास्पद आहे. एखादा निष्पाप माणूस असा दिसत नाही कधी...

कार्यक्रमाचा उर्वरित भाग पूर्णतया एलन ॲबोट या धंदेवाईक तिरस्कर्तीने माझ्या ॲलिबी नसण्याचं चर्वितचर्वण करण्यात घालवला : "लान्स निकोलस डन्कडे दुपारपर्यंतच्या त्याच्या हालचालींचा पुरावा का नाही? त्या सकाळी तो नक्की कुठे होता?" टेक्सास पोलिसांच्या सारखा हेल काढत ती म्हणाली. तिच्या कार्यक्रमातले पाहुणे पण या गोष्टीशी सहमत झाले, की, ही फारशी चांगली गोष्ट नाही.

मी 'गो' ला फोन केला तर ती म्हणाली, "नाही म्हटलं तरी एक आठवडा काढलास की तू त्यांनी तुझ्याकडे लक्ष वळवण्याआधी," आणि मग आम्ही तिच्या नावानं खडे फोडत राहिलो. फालतू शॉना, मूर्ख कुत्री साली.

"आज खरंच काहीतरी चांगलं अगदी उपयुक्त काम कर," 'गो'नं मला सल्ला दिला. "लोकं आता तुझ्यावर लक्ष ठेवून असतील."

"मी ठरवलं तरी आता स्वस्थ बसू शकणार नाही."

मी सेंट लुईसला निघालो, तेव्हा रागातच होतो. टीव्हीवरच्या त्या कार्यक्रमाचा विचार पुन्हा पुन्हा माझ्या डोक्यात घोळत होता. मनातल्या मनात मी एलन ॲबोटच्या सर्व प्रश्नांची उत्तरं देऊन तिचं थोबाड बंद करून टाकलं. एलन ॲबोट, रांडेचे, अगं, आज मी ॲमीच्या मागे लागलेल्या एका माणसाचा छडा लावला, देसी कॉलिंग्जचा. सत्य जाणून घेण्याकरता मी त्याला शोधून काढलं. मी- ॲमीच्या हिरो नवऱ्यानं. माझ्याकडे जर एखादी अशी वरची धून असती तर त्यावर मी हे बसवलं असतं. मी, श्रीमंत बायको केलेला मध्यमवर्गीय माणूस! मीडियाला याकडे लक्ष द्यावंच लागलं असतं. सामान्य बायकोच्या खुन्यांपेक्षा झपाटल्यागत मागावर राहणारे लोक हे जास्त लक्षवेधी असतात; पण निदान माझ्या या कामानं इलियट पती-पत्नीला तरी बरं वाटेल. मी मेरीबेथला फोन केला, पण तो व्हॉईसमेलवर गेला. चला पुढे.

जेव्हा मी त्याच्या परिसरात पोहोचलो, तेव्हा मला देसीबद्दलची श्रीमंत ही कल्पना बदलून गर्भश्रीमंत, गडगंज अशी करावी लागली. हा माणूस लॉडमधल्या एका प्रचंड मोठ्या वाड्यात राहत होता, ज्याची किंमत निदान पाच मिलियन डॉलर्स तरी असेल. पांढरं विटांचं बांधकाम, काळ्या लाखेचं काम केलेली दारं, खिडक्या, जुन्या काळचे दिवे, आयव्हीनं परिपूर्ण. या भेटीसाठी मी एक सभ्य सूट आणि टाय घालून आलो होतो; पण त्याच्या दारावरची घंटा वाजवताना माझ्या लक्षात आलं की, या परिसरात मी एक वेळ जीन्स घालून आलो असतो, तरी चाललं असतं, पण हा चारशे डॉलर्सचा सूट अगदीच यथातथाच आहे. घराच्या मागच्या भागातून पुढच्या दाराकडे येणारा विशिष्ट बुटांचा आवाज माझ्या कानावर पडत होता. फ्रिजचं दार उघडताना होतो तसा खेचल्यासारखा आवाज

होऊन दार उघडलं. थंड हवेचा एक झोत आतून माझ्या अंगावर येऊन आदळला.

आपण जसं दिसावं असं मला वाटायचं तसाच देसी दिसत होता. एखाद्या देखण्या, सभ्य माणसासारखा. त्याच्या डोळ्यांत किंवा जबड्यात काहीतरी वेगळेपण होतं. त्याचे डोळे खोल आणि बदामाच्या आकाराचे होते; टेडीबेअरच्या डोळ्यांसारखे, दोन्ही गालांवर खळ्या. जर तुम्ही आम्हाला दोघांना एकत्र पाहिलंत, तर तुम्ही त्याला चांगला माणूस समजाल.

''ओह,'' देसी मला न्याहाळत म्हणाला. ''तू निक् आहेस ना. निक् डन्. परमेश्वरा, मला ॲमीविषयी इतकं वाईट वाटतंय. आत ये. ये.''

तो मला एका बैठकीच्या खोलीत घेऊन गेला. सजावट करणाऱ्यानं खोली अगदी पुरुषी कठोरता डोळ्यांसमोर ठेवून केली असावी. भरपूर गडद आणि गैरसोयीचं चामड्याचं फर्निचर. त्यानं मला एका कडक पाठीच्या आरामखुर्चीत बसण्याची खूण केली. मी स्वतःला त्यात आरामशीरपणे बसवण्याचा प्रयत्न केला; पण त्या खुर्चीत फक्त एकाच अवस्थेत बसणं शक्य होतं, ते म्हणजे एखाद्या दम दिलेल्या विद्यार्थ्यासारखं, ताठ : ताठ बस आणि लक्ष दे.

मी त्याच्या घरात का आहे हे देसीनं मला विचारलं नाही किंवा त्यानं मला एकदम कसं ओळखलं याबद्दलही स्पष्टीकरण दिलं नाही. अर्थात, मला आता सरावाचं झालं असलं तरी मला बघून लोकं दचकायचे किंवा कुजबुजायचे.

''तू काही घेशील?'' देसीनं दोन्ही हात एकमेकांवर दाबत विचारलं. काम आधी.

''नको मी ठीक आहे.''

तो माझ्या समोर बसला. नेव्ही आणि क्रीम रंगाचे अगदी शोभणारे कपडे त्यानं घातले होते. अगदी त्याच्या बुटांच्या नाड्यादेखील सरळ केल्यासारख्या वाटत होत्या. अर्थात, त्याला ते सगळं शोभूनही दिसत होतं म्हणा. मी जशी कल्पना केली तसा तो कोणी फालतू इसम नव्हता. देसी म्हणजे एक आदर्श सभ्य माणसाचं उदाहरण होता. असा माणूस जो एखाद्या महान कवीच्या कवितांचे दाखले देऊ शकेल, एखादी दुर्मिळ स्कॉचची ऑर्डर देऊ शकेल किंवा स्त्रीसाठी एखादा शेलका दागिना व्यवस्थित निवडू शकेल. एखाद्या स्त्रीला नक्की काय हवंय हे ज्याला नेमकेपणानं कळेल, अशा प्रकारचा तो माणूस होता– त्याच्या समोर बसल्यावर मला माझा सूट अगदीच कोमेजल्यासारखा वाटायला लागला. मला गोंधळल्यासारखं झालं. आपण फुटबॉलविषयी चर्चा सुरू करावी अशी तीव्र इच्छा माझ्या मनात मूळ धरायला लागली. या अशा माणसांच्या सान्निध्यात मला अस्वस्थ व्हायला होतं.

''ॲमी. काही कळलं?'' देसीनं विचारलं.

तो का जाणे ओळखीचा वाटत होता, एखादा नट असावा तसा, बहुधा.

“खास काही नाही.”

“तिला घरातून पळवलं गेलं. हो ना?”

“आमच्या घरातून. हो.”

आता माझ्या लक्षात आलं तो कोण होता. तो तोच होता, जो शोधाच्या पहिल्या दिवशी आला होता. जो ॲमीच्या फोटोकडे वळून वळून बघत होता.

“तू त्या मदतकेंद्रात होतास. पहिल्या दिवशी, होतास ना?”

“हो होतो.” देसी म्हणाला. सहजपणे. “मी तुला म्हणणारच होतो. त्या दिवशी मला तुला भेटता यायला हवं होतं. तुला सहानुभूती द्यायला.”

“इतक्या लांब आलास तू?”

“हे तर मी पण तुला म्हणू शकतो ना?” तो हसला. “हे बघ, मला ॲमी खरोखरच आवडते. जे काही घडलं ते ऐकल्यावर, मला स्वस्थ बसवेना. हे म्हणजे... हे बोलणं तर भयंकर वाटेल तुला, पण निक् जेव्हा मी बातम्यांमध्ये ते ऐकलं तेव्हा मला वाटलं, अर्थातच.”

“अर्थातच?”

“अर्थातच. अर्थात कोणाला तरी ती हवीशी वाटली असणार,” तो म्हणाला. त्याचा आवाज खोल गंभीर होता. “तुला सांगतो, ती तशीच होती, सगळ्यांना हवीशी वाटणारी, नेहमीच. तुला ती जुनी पुन्हा पुन्हा म्हटली जाणारी गोष्ट माहीत आहे ना, पुरुषांना ती हवीशी वाटायची आणि बायकांना तिच्यासारखं असणं हवंसं वाटायचं. ॲमी तशी होती.”

देसीनं त्याच्या त्या मोठ्या हातांची घडी करून ते मांडीवर टेकवले. त्याच्या त्या नीटनेटक्या ट्रावझर्सवर. तो मला मुद्दाम घुमवतोय की काय, अशी मला शंका येत होती. मी सावधपणे वागायचं ठरवलं. हा स्फोटक होऊ पाहणाऱ्या मुलाखतींचा नियमच आहे : गरज पडत नाही तोपर्यंत आक्रमक होऊ नका, समोरची व्यक्ती स्वतःच स्वतःला किती लटकवून घेते, ते आधी पाहा.

“तुझे ॲमीशी अगदी जवळचे संबंध होते, बरोबर ना?” मी विचारलं.

“हे फक्त तिच्या सौंदर्यापुरतंच मर्यादित नव्हतं.” देसी म्हणाला. तो गुडघ्यांवर झुकला होता, त्याची नजर शून्यात लागली होती. “मी यावर खूप विचार केला, अर्थातच. पहिलं प्रेम. मी खूपच विचार केलाय त्यावर. माझ्यात एक तत्त्वचिंतक आहे. खूप जास्त तत्त्वज्ञान आहे ते.” तो किंचित हसला, तशा त्याच्या खळ्या उमलल्या. “असं बघ, जेव्हा ॲमीला तुम्ही आवडता, जेव्हा तिला तुमच्यात रस वाटत असतो, तेव्हा तुम्हाला अगदी उबदार, लपेटून घेणाऱ्या कोशात असल्यासारखं वाटतं. उबदार पाण्यात असल्यासारखं.”

मी भुवया उंचावल्या.

''माझं बोलणं ऐकून घे.'' तो म्हणाला, ''तुम्हाला खूप छान वाटत राहतं. कदाचित पहिल्यांदाच इतकं छान वाटत असेल आणि मग तिला तुमचे दोष दिसायला लागतात. तिच्या लक्षात येतं की तुम्ही एक असेच सर्वसामान्य माणूसच आहात- कदाचित खऱ्या अर्थानं एबल ॲन्डी, आणि प्रत्यक्ष आयुष्यात अमेझिंग ॲमी आणि एबल ॲन्डी जमणारच नाही. मग तिचा तुमच्यातला रस कमी होऊ लागतो, तुमचं छान वाटणं कमी होतं. तुम्हाला तो जुनाच थंडपणा पुन्हा एकदा वेढायला लागतो. जसं काही तुम्ही बाथरूमच्या थंड जमिनीवर अनावृत पडलेले आहात आणि तुम्हाला पुन्हा एकदा त्या उबदार पाण्यात शिरायचं आहे.''

ही भावना माझ्या ओळखीची होती– गेली तीन वर्षं मी बाथरूमच्या फरशीवरच होतो. या परक्या इसमाबरोबर ही भावना जाणून घेताना मला स्वतःलाच तिटकारा आला.

''मी काय म्हणतोय हे तुला नक्कीच कळत असणार,'' देसी मिस्कीलपणे हसत म्हणाला.

किती विचित्र माणूस आहे हा, माझ्या मनात विचार आला. अशी कोणी दुसऱ्या माणसाच्या बायकोची तुलना उबदार पाण्याशी करतं का, ज्यात तुम्हाला डुंबावंसं वाटतं?तेही दुसऱ्या माणसाची बेपत्ता बायको.

देसीच्या पाठीमागे एक लांबलचक पॉलिश केलेलं टेबलं होतं, ज्यावर अनेक चांदीने मढवलेले फोटो ठेवलेले होते. त्यांच्या अगदी मधोमध देसी आणि ॲमीचा एक मोठ्ठा फोटो होता. जुना, शाळेत असतानाचा, पांढरेशुभ्र टेनिसचे कपडे घातलेला– दोघं इतके विसंगतपणे स्टायलिश दिसत होते, इतके बडे बाप के बेटे की ही जणू एखादी हिचकॉकच्या सिनेमातलीच फ्रेम असावी. माझ्या डोळ्यांसमोर चित्र उभं राहिलं. देसी, किशोरवयातला देसी, हळूच ॲमीच्या हॉस्टेलच्या खोलीत शिरतोय, कपडे उतरवून फरशीवर टाकलेत आणि तिच्या थंडगार बिछान्यावर पडून झोपेच्या गोळ्या गिळतोय, कुणाचं तरी लक्ष जाईल. हा शिक्षेचाच एक प्रकार होता, संतापाचा, पण माझ्या घरात घडला तो प्रकार वेगळा होता. पोलिसांना त्यात का रस वाटत नव्हता, ते माझ्या लक्षात आलं. माझ्या नजरेकडे देसीची नजर वळली.

''हम्म, त्याकरता तू मला दोष देऊ शकत नाहीस.'' तो हसून म्हणाला. ''तू तरी इतका छान फोटो फेकून देऊ शकला असतास का?''

''त्या मुलीचा फोटो जिला मी वीस वर्षांत बघितलेलं नाही?'' मी बोलून गेलो. माझ्या नकळत माझा आवाज गरजेपेक्षा जास्त आक्रमक झाला होता.

''मला ॲमी माहीत आहे– '' देसी फाडकन् म्हणाला. त्यानं थांबून श्वास

घेतला. ''मी ओळखत होतो तिला. अगदी चांगलंच ओळखत होतो. अजून काहीही माग लागत नाही? मला काही विचारायचं आहे... तिचे वडील... ते आहेत... तिथेच?''

''अर्थातच आहेत.''

''तुमची खात्री आहे की हे घडलं तेव्हा ते न्यू यॉर्कलाच होते?''

''हो न्यू यॉर्कलाच होते. का?''

देसीनं खांदे उडवले. ''काही नाही असंच कुतूहल वाटलं, कारण नाही.''

एक अर्धा मिनिट आम्ही दोघंही शांतच राहिलो. एकमेकांकडे रोखून बघत. पण दोघांपैकी कोणाचीच पापणी हलली नाही.

''मी इकडे आलो खरंतर तू मला काही सांगू शकशील म्हणून.'' मी म्हटलं.

देसी ॲमीबरोबर पळून जातोय, अशी मी पुन्हा एकदा कल्पना करून बघितली. इथे जवळपास तलावाजवळ वगैरे त्याचं दुसरं एखादं घर असू शकेल का? या अशा लोकांची असतातच. हा सभ्य सुसंस्कृत दिसणारा मनुष्य ॲमीला एखाद्या तळघरात वगैरे कोंडून ठेवेल, हे कितपत शक्य आहे? ॲमी खोलीत फेऱ्या मारते आहे, एखाद्या धूळभरल्या चकचकीत जुन्या पद्धतीच्या पिवळट सोफ्यावर झोपते. बोनी आणि गिलपीन आता माझ्याबरोबर असते तर किती बरं झालं असतं! देसीचं मानभावी बोलणं त्यांनी ऐकायला हवं होतं : मी ओळखतो ॲमीला.

''मी?'' देसी हसला. अगदी खदखदून हसला. त्याच्या हसण्याचं हेच अगदी योग्य वर्णन आहे. ''मी तुला काहीच सांगू शकत नाही. तू म्हणालास तसं, मी तिला जाणतच नाही.''

''पण आताच तर तू म्हणालास की, तू ओळखतोस म्हणून.''

''पण तू जसा तिला ओळखतोस, तसा तर मी नक्कीच नाही ओळखत.''

''हायस्कूलमध्ये असताना तू तिच्या मागे लागला होतास.''

''मी मागे लागलो? निक् ती माझी मैत्रीण होती.''

''मैत्री संपेपर्यंत,'' मी म्हणालो, ''पण तू तिचा पिच्छा सोडायला तयार नव्हतास.''

''हो, थोडाफार झुरलो असेन मी तिच्यासाठी, पण त्यात जगावेगळं काहीच नव्हतं.''

''मग तिच्या हॉस्टेलच्या खोलीत स्वतःला संपवण्याचा प्रयत्न, त्याला काय सर्वसामान्य म्हणायचं?''

त्यानं डोळे बारीक करत झटक्यात वर बघितलं. काहीतरी बोलायला त्यानं

तोंड उघडलं आणि हातांकडे नजर वळवली. ''तू नक्की कशाबद्दल बोलतो आहे ते कळत नाहीये मला.'' काही वेळानं तो म्हणाला.

''तू हायस्कूलमध्ये असताना माझ्या बायकोचा पिच्छा पुरवला होतास त्याबद्दल बोलतोय मी. तेही आत्ता.''

''मग हे त्याबद्दल आहे?'' तो परत एकदा हसला. ''अरे देवा, मला वाटलं की तू बक्षीस देण्याकरता पैसे उभे करण्याचा प्रयत्न करतो आहेस, जे मी नक्कीच करू शकतो. मी म्हटलं ना तुला मी कायमचं ॲमीकरता जे सर्वोत्तम असेल त्याची इच्छा केली. माझं प्रेम आहे का तिच्यावर? नाही. आता मी खरंच तिला तितकीशी ओळखत नाही. खऱ्या अर्थानी नाही. हां, क्वचित कधीतरी आम्ही एकमेकांना पत्र पाठवतो, पण ते तेवढंच. पण तुझं इकडे येणं, हे काहीतरी वेगळंच आहे. तुझ्या मनातला हा गोंधळ विचित्र आहे. कारण मला तुला हे सांगितलंच पाहिजे निक् की टीव्हीवर, किंवा आता इथेही तू काही दुःखी नवरा वगैरे वाटत नाहीस. उलट तू... खूषच वाटतोयस; पण तुला सांगायचं तर पोलीस माझ्याशी आधीच बोलले आहेत. मला वाटतं तुझ्या सांगण्यावरूनच असेल किंवा ॲमीच्या आई-वडिलांमुळेही असेल. तुला कसं माहीत नाही हे– जर नवऱ्यावर त्यांचा संशय नसेल तर त्यांनी हे सगळं नवऱ्याला सांगायला हवं, हो की नाही?''

माझ्या पोटातले स्नायू आवळल्यासारखे झाले. ''मी इथे आलोय कारण ॲमीबद्दल बोलत असताना तुझा चेहरा कसा बदलतोय ते मला प्रत्यक्षच पाहायचं होतं,'' मी म्हटलं. ''आणि मी सांगतो तुला की तो बघून मला आता काळजीच वाटत्येय. तू जरा... हरवल्यासारखाच होतोस.''

''आपल्यापैकी कोणीतरी तसं असायला हवं ना,'' देसी परत व्यवहारीपणे म्हणाला.

''स्वीटहार्ट...'' घराच्या मागच्या भागातून आवाज आला आणि पुन्हा एकदा फरशीवर महागड्या बुटांची टकटक ऐकू आली. ''त्या पुस्तकाचं नाव काय होतं...?''

आलेली स्त्री ॲमीचीच अस्पष्ट प्रतिमा होती, वाफ धरलेल्या आरशात दिसणारी ॲमी– तोच वर्ण, तशीच चेहरेपट्टी, फक्त पाव शतक मोठी. तिचा वर्ण, तिचा चेहरा सगळं काही एखाद्या खानदानी वस्त्रासारखं होतं. ती अजूनही सुंदर होती. अशी स्त्री जी अगदी डौलदारपणे वयस्क होत जाते. तिचा बांधा एखाद्या ओरिगामीच्या कलाकृतीसारखा होता. टोकदार कोपरं, एखाद्या कपडे टांगायच्या हॅंगरसारखे खांदे. तिच्या अंगावर निळ्या रंगाचा पोशाख होता. तिचा प्रभाव ॲमीसारखाच होता : म्हणजे ती जेव्हा खोलीत असेल तोपर्यंत तुम्ही पुन्हा पुन्हा मान वळवून

तिच्याकडे पाहत राहता. माझ्याकडे बघून तिनं किंचित आक्रमक हास्य केलं.

"हॅलो. मी जॅक्लिन कॉलिंग्ज."

"आई, हा ॲमीचा नवरा, निक्," देसीनं ओळख करून दिली.

"ॲमी." ती स्त्री पुन्हा हसली. तिचा आवाज खोल विहिरीतून यावा तसा होता. घुमणारा. "इथे सगळ्यांना त्या गोष्टीबद्दल बरीच उत्सुकता आहे. खूपच." ती शांतपणे तिच्या मुलाकडे वळली. "आपण त्या सुरेख ॲमी इलियटला कधीच विसरू शकलो नाही. हो ना?

"आताची ॲमी डन्" मी म्हटलं.

"हो. हो," जॅक्लिन म्हणाली, "तुझ्यावर जी परिस्थिती आली आहे त्याबद्दल मला वाईट वाटतं निक्." क्षणभर तिनं माझ्याकडे रोखून पाहिलं. "मला माफ कर, म्हणजे मी... मी कधी ॲमीची अशा... म्हणजे इतक्या 'अमेरिकन' मुलाबरोबर कल्पनाच केली नव्हती." ती नक्की माझ्याशी बोलत्येय की देसीशी ते कळत नव्हतं. "अरेच्चा, याच्या हनुवटीला छान खड्डा पण आहे."

"मी इथे आलो कारण तुमचा मुलगा ॲमीविषयी काही माहिती देऊ शकेल का, ते मला पाहायचं होतं." मी म्हणालो. "गेल्या काही वर्षांत त्यानं माझ्या पत्नीला बरीच पत्रं लिहिली आहेत, हे मला माहीत आहे."

"अच्छा, ती पत्रं." जॅक्लिन किंचित रागीट हसल्या. "तुला असं नाही वाटत का की वेळ घालवण्याचं ते फार छान साधन आहे?"

"ॲमीनं ती तुला दाखवली?" देसीनं विचारलं. "मला आश्चर्य वाटतंय."

"नाही." मी त्याच्याकडे वळून म्हणालो. "ती नेहमीच ती न उघडता फेकून द्यायची."

"सगळी? नेहमी? तुला खात्री आहे?" देसी अजूनही हसत होता.

"एकदा मी एक पत्र कचऱ्यातून काढून वाचलं होतं." मी पुन्हा जॅक्लिनकडे वळून म्हणालो. "फक्त कळून घ्यायला, काय चाललंय ते."

"बरोबर आहे तुझं," माझ्याकडे बघत जॅक्लिननं गोड स्वरात म्हटलं. "माझ्या नवऱ्यानं पण असंच केलं असतं."

"ॲमी आणि मी नेहमीच एकमेकांना पत्र लिहायचो." देसी म्हणाला. त्याच्या बोलण्यात आईचीच लय होती. बोलण्याचा सूर सांगत होता की त्याचे उच्चारलेले शब्द तुम्ही ऐकलेच पाहिजेत. "ती आमची खास गोष्ट होती. मला ई-मेल हा प्रकारच अगदी... क्षुद्र वाटतो. आणि कोणीही त्या जपून ठेवत नाही. कोणीही त्या जपून ठेवत नाहीत कारण मुळातच त्या अतिशय व्यक्तिनिरपेक्ष असतात आणि मी नेहमीच पुढचा विचार करतो. ती सगळी महान प्रेमपत्रं– म्हणजे सिमाँ द बॉव्हेनी सार्त्रला लिहिलेली, सॅम्युएल क्लिमेन्सनं आपल्या पत्नीला ऑलिव्हियाला

पाठवलेली– कोणास ठाऊक, मला नेहमी वाटतं की आपण काय गमावून बसू''

''माझी सगळी पत्रं तू ठेवली आहेस?'' जॅक्लिननं विचारलं. ती फायरप्लेसजवळ उभी होती. एक लांब हडकुळा हात त्याच्या कडेवरून फिरत होता.

''अर्थात.''

डौलदारपणे खांदे उडवत ती माझ्याकडे वळून म्हणाली, ''उत्सुकता वाटली फक्त.''

माझ्या अंगावर एकदम काटा आला. मी उबेसाठी म्हणून फायरप्लेसच्या जवळ सरकणारच होतो; पण माझ्या लक्षात आलं की सध्या जुलै महिना सुरू आहे. ''तुझं हे इतकी वर्षं तिच्याशी निष्ठा असणं मला जरा विचित्रच वाटतंय. तिनं तर तुला कधीच पत्रं लिहिली नाहीत.'' मी म्हणालो.

देसीचे डोळे एकदम चमकले. ''ओह.'' एवढा एकच शब्द त्यानं उच्चारला, त्या वेळी त्याचा स्वर अचानक आतषबाजीची अपेक्षा असावी तसा होता.

''मला हे सगळं चमत्कारिक वाटतंय निक्, की तू इथं येऊन देसीला त्याच्या तुझ्या पत्नीशी असलेल्या– किंवा खरं तर नसलेल्या– नात्याविषयी प्रश्न विचारावेस,'' जॅक्लिन कॉलिंग्ज म्हणाली. ''तू आणि ॲमी, तुम्ही दुरावला होतात का? मी तुला खात्री देते : देसीचा ॲमीशी गेली अनेक वर्षं काहीही संपर्क नाही.''

''मी फक्त खात्री करून घेतोय, जॅक्लिन. कधी कधी काही गोष्टी तुम्हालाच बघाव्या लागतात.''

जॅक्लिननं दरवाजाकडे मोर्चा वळवला : मध्येच माझ्याकडे वळून तिनं मानेला एक झटका देत माझी निघायची वेळ झाली आहे ते सुचवलं.

''किती हा उमदेपणा निक्. किती स्वावलंबीपणा.''

ती हसली आणि तिनं माझ्यासाठी दार उघडून धरलं. मी तिच्या गळ्याकडे पाहून विचार करत होतो की तिनं मोत्यांची माळ का बरं घातली नसावी? या अशा बायकांच्या गळ्यात नेहमी मोत्यांची माळ असतेच असते. मला तिचा गंध जाणवत होता विशिष्ट बायकी, गुप्तांगासारखा, विचित्रसा असभ्य असा गंध.

''तुला भेटणं फारच रोचक होतं निक्,'' ती म्हणाली. ''आपण सगळेच आशा करू या, की ॲमी सुखरूप घरी येईल; पण तोपर्यंत, जर तुला देसीला भेटावंसं वाटलंच...''

तिनं एक जाड गुळगुळीत कार्ड माझ्या हातात सारलं. ''तर आमच्या वकिलांना जाऊन भेट.''

ॲमी इलियट डन्

ऑगस्ट १७, २०११

डायरीतील नोंद

मला कळतंय की हे अगदीच किशोरवयातल्या स्वप्नाळू मुलींच्या भानगडीतल्यासारखं वाटतंय; पण मी जरा निक्‌च्या मूड्‌सवर लक्ष ठेवून आहे. माझ्याबद्दलच्या मूडवर. फक्त इतकीच खात्री करून घेण्याकरता की मी वेडी नाही. माझ्याकडे एक कॅलेंडर आहे. ज्या दिवशी निक् माझ्याशी प्रेमानं वागतो, त्या दिवशी मी त्यावर छोटे बदाम काढते आणि ज्या दिवशी नीट वागत नाही, त्या दिवशी छोटे काळे चौकोन. मागचं जवळजवळ संपूर्ण वर्ष काळ्या चौकोनांनी भरलेलं आहे.

आणि आता? नऊ दिवस बदाम. सलग. कदाचित मी त्याच्यावर किती प्रेम करते आणि मी किती दुःखी होते हे फक्त त्याच्या लक्षात यायला हवं होतं. कदाचित त्याचं 'हृदयपरिवर्तन' झालं असेल. यापेक्षा मला अधिक कोणतीच गोष्ट प्रिय नाही.

शब्दकोडं : एका वर्षभराच्या दुराव्यानंतर तुमचा पती तुमच्यावर अचानक पुन्हा प्रेम करू लागला. तर तुम्ही :

अ) त्यानं तुम्हाला किती दुखावले आहे हे पुन्हा उगाळत राहाल आणि त्याला पुन्हा पुन्हा माफी मागायला भाग पाडाल.

ब) काही काळ त्याच्याकडे दुर्लक्ष कराल– म्हणजे तो त्यातून धडा शिकेल.

क) त्याच्या बदललेल्या वागणुकीबद्दल त्याला पुन्हा पुन्हा टोकू नका– ह समजून घ्या की वेळ आली की तो तुम्हाला सगळं खरं काय ते सांगून टाकेल. तोपर्यंत त्याच्यावर मायेचा वर्षाव करा, जेणेकरून त्याला तुमच्या प्रेमाची खात्री पटेल, त्याला सुरक्षित वाटेल, कारण संसार याच पद्धतीनं चालतात.

ड) नक्की काय झालं होतं हे कळण्यासाठी त्याच्या पाठी लागाल. त्याला त्यावर पुन्हा पुन्हा बोलायला लावाल; म्हणजे मग तुमची काळजी कमा होईल.

उत्तर : क)

हा ऑगस्ट महिना चालू आहे. खरंतर मला आता काळा चौकोन अजिबात सहन होणार नाही. पण नाही आता 'बदामांशिवाय' काही नाही. निक् अगदी माझ्या प्रेमळ नवऱ्यासारखा वागतोय. गोड, वेडोबा. न्यू यॉर्कच्या माझ्या आवडत्या दुकानातून त्यानं माझ्याकरता चॉकलेट मागवली आहेत आणि त्याबरोबर माझ्यासाठी एक चिटुकली कविता पण लिहिली आहे. एक वात्रटिकाच म्हणायला हवं :

एक होती मुलगी, तिचं गाव होतं मॅनहटन,
झोपण्याच्या चादरीत तिच्या वापरलं होतं सॅटीन
नवरा तिचा धडपडला आणि घसरून पडला
तेव्हा दोघांचं भिडलं अंगाला अंग
आणि मग लॅटीनमध्ये त्यांनी काहीतरी वात्रटपणा केला.

या कवितेत सुचवल्याप्रमाणे जर आमचं लैंगिक आयुष्य खरोखरच गमतीशीर असतं तर किती मजा आली असती; पण गेल्या आठवड्यात आम्ही काय केलं?... संभोग नुसता? ते करायचं असतं? नुसत्या संभोगापेक्षा जास्त भावपूर्ण आणि प्रणयापेक्षा कमी मधुर. तो कामावरून घरी आला आणि त्यानं माझ्या ओठांचं मनःपूत चुंबन घेतलं. मनापासून मला स्पर्श केला. जणू माझ्या तिथे असण्याची त्याला जाणीव होती. मी कसेबसे अश्रू आवरले. मी इतकी एकाकी होते. तुमच्या नवऱ्यानं तुमच्या ओठांचं चुंबन घेणं ही अगदीच अवनतीकारक गोष्ट असावी.

आणि काय? तो लहानपणी ज्या तलावात पोहायला जायचा, तिथे मला घेऊन जातो. मला पाण्यात मनसोक्त खेळणारा तो छोटासा निक् दिसतोय. सनस्क्रीन लोशन न लावल्यानं (आताच्या प्रमाणेच) चेहरा आणि खांदे उन्हानं लालबुंद झालेले आणि ममा मो त्याच्या पाठीमागे लोशन घेऊन धावताहेत आणि तो हाताला लागला की त्याला ते चोपडताहेत.

मी गेली कित्येक वर्षं त्याच्या मागे लागले होते त्याप्रमाणे तो आता मला त्याच्या लहानपणीच्या ठिकाणांना भेटी द्यायला घेऊन जातो आहे. तो मला नदीच्या काठी घेऊन जातो. वाऱ्यावर माझे केस उडत असताना माझं चुंबन घेतो. (मला बघायला आवडणाऱ्या सर्वांत प्रिय गोष्टी. तो हळूच माझ्या कानात कुजबुजतो.

तो एका खेळातल्या गमतीशीर किल्ल्यात माझं चुंबन घेतो, जे त्याला त्याचं स्वतःचं क्लबहाऊस वाटायचं. ("मला नेहमी वाटायचं की इथं एका मुलीला घेऊन यावं. एका खास मुलीला, बघ आणलं की नाही," तो माझ्या कानात हळूच कुजबुजतो.) मॉल जेव्हा कायमसाठी बंद झाला, त्या दोन दिवस अगोदर आम्ही त्या गोल फिरणाऱ्या चक्रात बसलो होतो. त्या गोल फिरणाऱ्या सशांवर बसून गोल गोल फिरताना आमचं हसणं त्या रिकाम्या जागेत कितीतरी वेळ घुमत होतं.

तो मला आईस्क्रीम खाण्याकरिता त्याच्या आवडत्या आईस्क्रीम पार्लरमध्ये घेऊन जातो. सकाळी सकाळी आमच्याखेरीज दुकानात कोणीच नाही. हवेत चिकट गोडसर वास भरून राहिलेला. तो माझं चुंबन घेतो आणि मला सांगतो की ही तीच जागा आहे जिथे पूर्वी तो अनेक मुलींना घेऊन आला होता, त्यांच्याशी चाचरत का होईना बोलला होता. त्याला वाटतं की त्याला जर त्या हायस्कूलमधल्या स्वतःलाच हे सांगता आलं असतं, की तो पुन्हा केव्हातरी त्याच्या स्वप्नातल्या मुलीला घेऊन इथं येणार आहे, तर किती छान झालं असतं. आम्ही इतकं आईस्क्रीम खाल्लं की आता घरी जाऊन झोपण्याशिवाय गत्यंतर नाही. त्याचा हात माझ्या पोटावर आहे. एक आकस्मिक वामकुक्षी.

माझ्यातली शंकेखोर बाई अर्थातच सतत विचारते : यातली गोम कुठे आहे नक्की? निक्‌मधला हा बदल इतका आकस्मिक आहे आणि इतका दिपवून टाकणारा आहे की वाटतं... वाटतं नक्कीच त्याला काहीतरी हवं असणार किंवा नक्कीच त्यानं काहीतरी उपद्‌व्याप केले असणार आणि मला ते कधीतरी कळेल म्हणून तो इतक्या प्रेमानं वागतो आहे. मला काळजी वाटते. गेल्या आठवड्यात मी त्याला माझ्या डनूस असं लिहिलेल्या फाइल धुंडाळताना पाहिलं होतं. (माझ्या आनंदी दिवसांमधल्या चांगल्या हस्ताक्षरात लिहिलेल्या) या फाइलमध्ये आमच्या एकत्रित आयुष्यातली सगळी कागदपत्रं, संसारात महत्त्वाची असणारी, ठेवलेली होती. मला काळजी वाटते की तो आता पुन्हा मला बारवर कर्ज काढायला लावतो की काय किंवा आमच्या विम्याच्या रकमेवर उचल करायला किंवा तीस वर्षं अडकवून ठेवलेल्या शेअर्समधलं काही विकायला लावतो की काय. तो म्हणाला की सगळी कागदपत्रं व्यवस्थित आहेत ना याची तो फक्त खात्री करून घेत होता, पण हे सगळं तो गडबडून जाऊन म्हणाला. तर माझं मन दुखावेल. खरंच दुखावेल. जर चुकूनही बबलगम आईस्क्रीम खात असताना तो मध्येच माझ्याकडे वळून म्हणाला : तुला माहीत आहे, एखाद्या गोष्टीवर पुन्हा कर्ज घेण्यासारखं...

मला हे लिहायलाच हवं होतं, माझ्या मनातून ते बाहेर काढायलाच हवं होतं आणि हे वाचत असतानाच मला कळतंय की हे किती वेडगळपणाचं आहे ते. वेडगळ, असुरक्षित आणि संशयीसुद्धा.

माझ्यातल्या या वाईटपणामुळे मी माझ्या संसाराचा विचका होऊ देणार नाही. माझ्या नवऱ्याचं प्रेम आहे माझ्यावर. हो, त्याचं प्रेम आहे माझ्यावर आणि तो माझ्याकडे परत आलाय आणि म्हणूनच तो मला इतकं चांगलं वागवतो आहे. हेच कारण आहे.

असं सहजच जणू : हेच माझं आयुष्य आहे, जे मला परत मिळालंय.

निक् डन्

पाच दिवसांनंतर...

मी माझ्या गाडीतल्या असह्य उष्णतेत देसीच्या घराबाहेर बसलो होतो. गाडीच्या काचा खाली घेतलेल्या होत्या. मी माझ्या फोनवरचे संदेश बघायला सुरुवात केली. गिलपीनचा संदेश : हाय निक्. आज भेटू या का आपण, तुला काही गोष्टी सांगायच्या आहेत. काही प्रश्न सोडवणं गरजेचं आहे. तुझ्या घरी चार वाजता आम्हाला भेट; चालेल ना? थँक्स.''

'मला भेट' आदेश मिळण्याची ही पहिलीच वेळ होती. भेटू शकू का, आम्हाला भेटायला आवडेल, तुला चालणार असेल तर... असलं काहीच नाही; तर 'भेटणं गरजेचं आहे; येऊन भेट...'

मी घड्याळाकडे नजर टाकली, तीन वाजले होते. उशीर करण्यात अर्थ नव्हता.

उन्हाळी हवाई प्रात्यक्षिकं – जेट आणि इतर विमानं मिसिसिपी नदीवरून उड्डाणं करतात आणि प्रवासी पर्यटक नेणाऱ्या बोटींवरून घोंघावतात– तो तीन दिवसांवर आलाय, आणि गिलपीन आणि ऱ्होंडा आले, तोवर त्यांचा सराव अगदी जोशात सुरू झालाय. 'त्या दिवसानंतर' आज पहिल्यांदाच आम्ही माझ्या बैठकीच्या खोलीत एकत्र जमलो होतो.

त्यांच्या उड्डाणाच्या अगदी वाटेतच माझं घर होतं; त्यामुळे एखाद्या हातोड्याच्या घणघणाटापासून ते एखादा कडा कोसळण्याच्या अध्येमध्ये असेल असे आवाज येत होते. त्या आवाजाच्या स्फोटांच्या मधल्या वेळात माझे पोलीस मित्र आणि मी आमचं संभाषण बसवण्याच्या प्रयत्नांत होतो. ऱ्होंडा नेहमीपेक्षा जास्तच जरा एखाद्या पक्ष्यासारखी दिसत होती. एकदा एका पायावर भार तर एकदा दुसऱ्या पायावर. तिचं डोकं सर्व बाजूंनी हलत होतं. तिची नजर खोलीतल्या सगळ्या

वस्तूंच्या दृश्यांचा वेध घेत होती. मॅगपाय पक्षी घरट्यासाठी जागा शोधतो त्याप्रमाणे. गिलपीन तिच्या आसपासच घोटाळत होता, ओठ दाताखाली चावत, एक पाय आपटत. खोलीसुद्धा अगदी शांत वाटत होती. दुपारच्या उन्हात हवेतले धुळीचे कण चमकत होते. अचानक एक जेट विमान घरावरून सुसाटत गेलं, कसला भयंकर आकाश चिरणारा आवाज.

''ठीक आहे. एक दोन गोष्टी बोलायच्या आहेत.'' सगळं शांत झाल्यावर ऱ्होंडा म्हणाली. अचानक इथं थांबण्याचा निश्चय करावा तसे ती आणि गिलपीन खाली बसले. ''काही गोष्टी तुझ्याकडून स्पष्ट करून घ्यायच्या आहेत, काही गोष्टी तुला सांगायच्या आहेत आणि नेहमीप्रमाणेच, तुला जर वकिलांना बोलवायचं असेल...''

पण मला आजवरच्या माझ्या बघितलेल्या सिनेमांवरून, टीव्ही शोजवरून माहीत होतं की फक्त जे अपराधी असतात, त्यांनाच फक्त वकिलाची गरज भासते. खरोखरच्या दुःखी, काळजी करणाऱ्या आणि निरपराध नवऱ्यांना लागत नाही.''

''नको मला. आभारी आहे.'' मी म्हणालो. ''खरं म्हणजे माझ्याकडेच काहीतरी तुम्हाला सांगण्यासारखं आहे. ॲमीचा तो पूर्वी पाठी लागलेला, ती हायस्कूलमध्ये असताना ज्याच्याबरोबर फिरायची तो, त्याच्याबद्दल.''

''देसी– अं कॉलिंग्ज,'' गिलपीननं सुरुवात केली.

''कॉलिंग्ज. मला माहीत आहे तुम्ही त्याच्याशी बोललात ते, मला हे पण माहीत आहे की तुम्हाला त्याच्यात फारसा रस वाटत नाही, कारण काय असेल ते असो, म्हणून मग आज मी त्याला भेटायला गेलो होतो. म्हणजे खात्री करून घ्यायला की त्याचा काही संबंध नाही ना? पण मला काही तो ठीक वाटला नाही. मला वाटतं की तुम्ही त्याच्याकडे जास्त लक्ष द्यायला हवं. खरोखर लक्ष ठेवायला हवं. म्हणजे बघा ना तो सेंट लुईसला राहायला आला...''

''तो तुम्ही इथं राहायला येण्यापूर्वी तीन वर्षं अगोदर सेंट लुईसला राहायला आला होता.'' गिलपीन म्हणाला.

''असेल. पण तो सेंट लुईसमध्ये राहतो. जवळच. ॲमी घाबरली होती म्हणून तिनं बंदूक विकत घेतली–''

''देसी ठीक आहे, निक्. चांगला माणूस आहे तो,'' ऱ्होंडा म्हणाली. ''तुला नाही वाटत, त्याला बघून मला तुझीच आठवण झाली. राजपुत्र. घरातलं बाळ.''

''मी जुळ्यातला एक आहे. बाळ नाही. प्रत्यक्षात मीच तीन मिनिटांनी मोठा आहे.''

ऱ्होंडा सरळ सरळ मला उचकवून माझ्या तोंडून काही बाहेर पडतंय का ते पाहत होती, पण हे लक्षात येऊनही तिनं प्रत्येक वेळी माझा 'बाळ' म्हणून

केलेल्या उल्लेखानं माझं रक्त तापायचं राहत नव्हतं.

"असू दे," गिलपीन मध्ये पडला. "तो आणि त्याची आई दोघांनीही तो ॲमीच्या मागे लागला होता, हे साफ नाकारलं, अगदी त्याचा गेल्या काही वर्षांत तिच्याशी क्वचित एखादी चिठ्ठी, पत्र पाठवण्यापलीकडे काही संबंध होता, हेही त्यांनी अमान्य केलं."

"पण माझी बायको तुम्हाला वेगळंच काही सांगेल. गेली अनेक वर्षं तो ॲमीला पत्र लिहीत होता- अनेक वर्षं- आणि मग तो त्या शोधकार्याच्या ठिकाणी उगवतो, ऱ्होंडा, तुला माहीत होतं का हे? तो पहिल्या दिवशी इथं होता. तू बोललीही होतीस की जी माणसं या शोधकार्यात घुसू पाहतात, त्यांच्यावर लक्ष ठेवायला हवं–"

"देसी कॉलिंग्ज संशयित नाही." मला हातानं थांबवत ती मध्येच म्हणाली.

"पण–"

"देसी कॉलिंग्ज संशयित नाही." ती पुन्हा म्हणाली.

ही बातमी टोचलीच एकदम. मला ती एलन ॲबोटच्या प्रभावाखाली बोलत्येय असा आरोप करावासा वाटला. पण आता एलन ॲबोटचं नाव न घेणंच इष्ट.

"ओके, मग या सगळ्यांबद्दल काय? हे सगळे लोकं जे आपल्याला टिप देण्याकरता म्हणून फोन करताहेत?" मी पुढे होऊन डायनिंगरूमच्या टेबलवर निष्काळजीपणानं टाकलेला नावं आणि नंबर लिहिलेला कागद उचलला आणि त्यावरची नावं वाचायला सुरुवात केली. "हे स्वतःला तपासात गुंतवू पाहताहेत. डेव्हिड सॅम्सन, मर्फी क्लार्क – हे जुने मित्र आहेत– टॉमी ओ'हारा, टॉमी ओ'हारा, टॉमी ओ'हारा तीन फोन, टिटो प्यूंटे हा अगदी फालतू विनोद आहे."

"तू त्यातल्या कोणाला फोन केला होतास का उलटा?" बोनीनं विचारलं.

"नाही. ते तुमचं काम आहे ना? यातले कोणते लोक कामाचे आहेत ते मला कसं कळणार? आणि कोणत्यातरी स्वतःला टिटो प्यूंटे म्हणवून घेणाऱ्या फालतू माणसाला फोन करत बसायला मला वेळ नाही."

"मी काही त्या टिप देणाऱ्यांना फारसं महत्त्व देणार नाही, निक्," ऱ्होंडा म्हणाली, "असतात असे उपटसुंभ. असे तर तुझ्या जुन्या मैत्रिणींकडूनही पुष्कळ फोन आले होते. काही नाही, नुसतं हाय करायला. तू कसा आहेस ते विचारायला. लोक विचित्र असतात."

"आपण आता आपल्या प्रश्नांकडे वळू या का?" गिलपीननं ढोसलं.

"हो. मला वाटतं आपण तुझी बायको बेपत्ता झाली, त्या सकाळी तू कुठे होतास, इथपासून सुरुवात करू या." बोनी म्हणाली. अचानक तिचा स्वर दिलगिरीचा होता आणि ती तसा आव आणते आहे हे आम्हाला दोघांनाही कळत होतं.

म्हणजे, ती जर खरंच माझ्या बाजूने नसेल तर, कधी कधी पोलीस तुमच्या बाजूचे आहेत असं असू शकतं. हो ना?

"म्हणजे मी 'चौपाटीवर' होतो तेव्हा."

"आणि तुला कोणी बघितलं असू शकेल ते तुला अजूनही आठवत नाहीये?" बोनीनं विचारलं. "हे कोडं जर आपण सोडवू शकलो तर आम्हाला खूपच मदत होईल." एक सहानुभूतीदर्शक शांतता खोलीत पसरली. ऱ्होंडा नुसती शांत राहणंच जाणत नव्हती तर तिला पाहिजे त्या भावनेनं खोली भारून टाकणं, हेही तिला चांगलं जमत असे. एखाद्या ऑक्टोपसनं शाई सोडावी तसं.

"माझ्यावर विश्वास ठेव. मलाही तेच हवं आहे, पण नाही मला खरंच कोणी बघितल्याचं आठवत नाही."

बोनीनं एक काळजीनं भरलेलं स्मित केलं. "हे जरा चमत्कारिक आहे, आम्ही काही लोकांशी बोलताना– अगदी सहजच म्हणजे– तू चौपाटीवर असण्याचा उल्लेख केला, तर ते म्हणाले... ते आश्चर्यचकितच झाले असं म्हणायला हवं. तुझ्याबाबतीत त्यांना ती गोष्ट जरा विचित्रच वाटली. तू चौपाटीवर फिरणारा माणूस नाही, असं त्यांचं म्हणणं."

मी खांदे उडवले, "म्हणजे मी रोज तिकडे दिवसभर चौपाटीवर पडीक असतो का, तर नाही. पण सकाळी माझ्या कॉफीचा आस्वाद घेण्याकरता म्हणून नक्कीच जातो."

"अरेच्या! यामुळे कळू शकेल." बोनी उत्साहानं म्हणाली. "तू कॉफी कुठून घेतलीस त्या सकाळी?" तिनं दुजोरा मागावा तसं गिलपीनकडे वळून बघितलं. "निदान आपल्याला वेळेचं तरी गणित जुळवता येईल."

"मी ती इथेच तयार केली."

"ओह." ती आठ्या घालत म्हणाली. "हे विचित्रच आहे जरा; कारण तुझ्याकडे कॉफी नाहीये अजिबात. घरात कुठेच नाही. मला आठवतंय की हे जरा चमत्कारिक आहे, असा विचार माझ्या मनात त्या वेळी येऊनही गेला. कॉफीचं व्यसन असणाऱ्यांच्या या गोष्टी पट्कन लक्षात येतात."

बरोबर. हे बरं तुझ्या नेमकं लक्षात आलं. माझ्या मनात विचार आला. मला एक पोलीस माहीत आहे– बोनी मोरोनी नावाची... तिचे सापळे इतके उघड उघड असतात... ते उघडच बनावट असतात.

"माझ्या फ्रिजमध्ये एक कप उरलेला होता. ती मी गरम केली." मी पुन्हा खांदे झटकले : त्यात काय मोठंसं.

"हं. बरेच दिवस असणार म्हणजे ती तिथे– मला कुठे कचऱ्यात कॉफीचा डबा दिसला नाही."

"हो काही दिवस. तरी चव चांगली होती."

आम्ही दोघंही एकमेकांकडे पाहून हसलो : मला माहित्येय आणि तुला माहीत आहे. खेळ सुरू. माझ्या डोक्यात खरोखर हे मूर्खासारखे शब्द आले : खेळ सुरू. पण तरीही एका अर्थानं मी खूश होतो. पुढच्या भागाला सुरुवात होत होती.

गुडघ्यांवर हात ठेवत बोनी गिलपीनकडे वळली आणि तिनं मान हलवली. गिलपीन जरा वेळ ओठ चावत गप्प राहिला आणि मग त्यानं बोट दाखवलं : ओट्टोमनच्या दिशेनं, टेबल, आता व्यवस्थित असणारी बैठकीची खोली. "आमची समस्या ही आहे, निक्," त्यानं बोलायला सुरुवात केली, "आम्ही कैक डझन घरफोड्या पाहिल्या आहेत –"

"कितीतरी डझन, भरपूर." बोनी मध्येच म्हणाली.

"तर बऱ्याच घरफोड्या. हा सगळा भाग, या इथे बैठकीच्या खोलीत– आठवतंय ना? उलटलेला ओट्टोमन, टेबल, जमिनीवरची फुलदाणी"– त्यानं त्या दृश्याचा फोटो माझ्यासमोर टाकला– "हा सगळा भाग, इथं खरं तर झटापटीच्या खुणा दिसायला हव्यात. बरोबर?"

माझं डोकं एकदम ताणल्यासारखं झालं आणि परत ताळ्यावर आलं. शांत राहा. "दिसायला हव्यात?"

"ते चुकीचं वाटत होतं," गिलपीन पुढे म्हणाला. "ज्या क्षणी आम्ही बघितलं तेव्हापासूनच. अगदी प्रामाणिकपणे सांगायचं तर हा सगळा एक देखावा वाटत होता. पहिलं म्हणजे की हे सगळं या एकाच ठिकाणी एकवटलं होतं. ही एक खोली सोडून इतर कोणत्याच खोलीत या अशा खुणा का बरं नव्हत्या? ते जरा चमत्कारिक आहे." त्यानं आणखी एक फोटो पुढे केला. हा जवळून घेतलेला होता. "आता इथे बघ. हा पुस्तकांचा ढीग, त्या टेबलाच्या समोर असायला हवा ना– नेहमी टेबलावरच पुस्तकं ठेवली जातात ना?"

मी मान डोलावली.

"म्हणजे जेव्हा टेबल पडलं असणार, तेव्हा ती सगळी त्याच्यासमोर विखुरली जायला हवीत. टेबलाच्या पडण्याचा कोन बघ. पण तसं न होता, ती मागे पडली आहेत. जणू काही टेबल ढकलण्यापूर्वी कोणीतरी ती पाडली असावीत."

मी मठ्ठासारखा फोटोकडे पाहत राहिलो.

"आणि हेही बघ. याचं तर मला फारच आश्चर्य वाटतंय," गिलपीन पुढे म्हणाला. त्यानं मॅन्टलपीसवरच्या* तीन जुन्या पातळ चित्रांकडे लक्ष वेधलं. त्यानं

* मॅन्टलपीस - फायरप्लेस भोवतीची लाकडी किंवा दगडी फळी.

जोरात पाय आपटले आणि तिन्ही चित्रं पालथी पडली. "पण हे सगळं जेव्हा घडत होतं, तेव्हा मात्र ही तिन्ही जशीच्या तशीच होती."

तिन्ही चित्रं सरळ असतानाचा एक फोटो त्यानं मला दाखवला. मला जरा आशा वाटत होता– अगदी माझी ह्यूस्टनची जेवणाची गफलत त्यांच्या लक्षात आली तरीही– की हे जरा मठ्ठ असतील, सिनेमात असतात तसे गावठी पोलीस, ज्यांना सगळ्यांना खूश ठेवायचं असतं, जे स्थानिक माणसावर विश्वास ठेवतात : काय तू म्हणशील ते मित्रा. पण माझ्या वाट्याला आलेले पोलीस मठ्ठ नव्हते.

"यावर मी काय बोलावं अशी तुमची इच्छा आहे?" मी गुळगुळीतपणे म्हणालो. "हे सगळं... मला काही कळतच नाहीये. मला फक्त माझी बायको सापडायला हवी आहे."

"निक् आम्हालाही तेच हवंय." ऱ्होंडा म्हणाली. "पण आणखी एक गोष्ट आहे. ओट्टोमन... आठवतंय कसं पाय वर करून पडलं होतं?" तिनं त्या बसक्या ओट्टोमनवर थाप मारली आणि त्याच्या चार पायांकडे बोट दाखवलं. प्रत्येक पाय जेमतेम एक इंच उंच होता. "बघ याचे पाय इतके बारीक आहेत त्यामुळे हे खालून जड आहे. याची गिरदी जवळजवळ जमिनीला टेकलेली आहे. हे ढकलून बघ जरा." मी तसाच उभा राहिलो, "बघ ना, बघ." बोनीनं मला ढोसलं.

मी त्याला एक धक्का दिला; पण उलटं होण्याच्या ऐवजी ते गालिच्यावरून घसरलं. मी मान डोलावली. पटलंच मला ते खालच्या बाजूनं जड होतं.

"खरंच, खाली वाक तुला हवं असेल तर; पण ते उलटवून दाखव." बोनीनं आज्ञा केल्यासारखं सांगितलं.

मी गुडघ्यांवर बसलो आणि एकदम खालच्या बाजूने ते ढकलायचा प्रयत्न केला, शेवटी मी त्याच्याखाली हात घालून ते उलटं करण्याकरता ढकललं; पण तेव्हाही ते ढचललं गेलं. त्याची एक बाजू वर गेऊन ते परत जागेवर आपटलं; शेवटी मला ते हातानं उचलून उलटं करावं लागलं.

"विचित्रच आहे ना?" बोनीनं विचारलं. तिला फारसं आश्चर्य वाटलं नसावं, असं तिचा स्वर सांगत होता.

"निक् तुझी बायको बेपत्ता झाली, त्या दिवशी तू काही साफसफाई केली होतीस का?" गिलपीननं प्रश्न केला.

"नाही."

"बरं. कारण आमच्या तंत्रज्ञानं ल्युमिनॉल परीक्षा केली, आणि सांगताना मला वाईट वाटतंय की तुझ्या स्वयंपाकघराच्या फरशीवर त्याचा परिणाम लक्षात आला. त्यावर भरपूर रक्त सांडलेलं होतं."

"ॲमीच्या रक्तगटाचं– बी पॉझिटिव्ह." बोनी मध्येच म्हणाली. "आणि मी छोट्याशा खरचटण्याचं बोलत नाहीये, मी रक्त म्हणते आहे. भरपूर."

"बापरे!" माझ्या छातीत अचानक जळजळल्यासारखं झालं. "पण..."

"हो. म्हणजे तुझी बायको या खोलीतून बाहेर पडली," गिलपीन म्हणाला, "कसंबसं, म्हणजे तात्त्विकदृष्ट्या ती स्वयंपाकघरापर्यंत आली– तेही स्वयंपाकघराच्या बाहेर जे टेबल आहे त्यावरच्या वस्तूंना धक्का न लावता– आणि मग इथे स्वयंपाकघरात पडली जिथे तिचं बरंच रक्त वाहिलं असावं."

"आणि मग कोणीतरी ते काळजीपूर्वक पुसून काढलं." माझ्याकडे पाहत बोनी म्हणाली.

"थांब. थांब जरा. पण स्वयंपाकघरातलं रक्त लपवायचं आणि बाहेरच्या खोलीतला राडा तसाच ठेवायचा असं कोणी का करेल?..."

"आपण शोधून काढू तेही, तू काळजी नको करूस." ऱ्होंडा हळुवारपणे म्हणाली.

"पण मला समजत नाहीये, मला खरंच काही..."

"आपण बसू या, ये," बोनी म्हणाली. तिनं जेवणघरातल्या एका खुर्चीत मला बसायची खूण केली. "तू खाल्लं आहेस का काही? सँडविच वगैरे काही हवंय?"

मी मान हलवली. बोनी आलटूनपालटून वेगवेगळी स्त्रीरूपं दाखवत होती : एक सक्षम स्त्री, निगुतीनं काळजी घेणारी, कोणत्या प्रकारे जास्त परिणाम मिळतील ते पाहत होती.

"तुमचा संसार कसा चालला होता निक्?" तिनं विचारलं. "पाच वर्षं, म्हणजे ते म्हणतात ना सातव्या वर्षांचा कडू त्याच्या जवळपास आलाच की."

"आमचा संसार चांगला चालला होता." मी पुन्हा म्हटलं. "उत्तम चालला आहे. आदर्श नाही. पण चांगला. चांगला."

तिनं नाक आक्रसलं : 'तू खोटं बोलतोयस.'

"तुला काय वाटतं, ती पळून गेली असेल?" "म्हणजे हे असं गुन्हा घडला असावा असं रचून ठेवून निघून गेली असेल? पळून गेलेली बायको?" मी विचारलं, जरा जास्तच आशेनं विचारलं.

बोनीनं बोटांवर कारणं मोजायला सुरुवात केली : तिनं तिच्या सेलफोनचा वापर केलेला नाही, तिनं तिची क्रेडिट कार्ड्स किंवा एटीएम कार्ड्स वापरलेली नाहीत. गेल्या काही आठवड्यात तिनं मोठ्या रकमा काढलेल्या नाहीत."

"आणि शिवाय रक्त," गिलपीन म्हणाला. "म्हणजे हे बघ, मी अगदी कठोरपणे बोलतोय असं समजू नकोस, पण जेवढं रक्त सांडलंय ना, ते एखाद्या

गंभीर... म्हणजे मला म्हणायचंय की आपण ते स्वतःच स्वतःला नाही करू शकत. मी चांगल्या खोल जखमांविषयी बोलतोय. तुझी बायको इतकी कठीण मनाची आहे?''

''हो आहे.'' आणि तिला रक्ताची प्राणांतिक भीतीदेखील वाटते; पण मी हे बोलणार नाही. या हुशार पोलिसांना शोधून काढू देत ते.

''पण हे सगळं अगदी अशक्य कोटीतलंच वाटतंय,'' गिलपीन म्हणाला. ''जर तिला स्वतःला जखम करूनच घ्यायची होती, तर ती नंतर ते सगळं स्वच्छ तरी का करेल?''

''त्यामुळे आता आपण जरा सत्य काय आहे ते पाहू या, निक्.'' पुढे झुकत बोनी म्हणाली. तिला माझ्या नजरेला नजर भिडवायची होती; पण मी मात्र जमिनीकडे नजर वळवून बसलो होतो. ''मग सध्या तुमचा संसार कसा चालला होता? आम्ही तुझ्याच बाजूचे आहोत निक्, पण आम्हाला सत्य काय ते कळायलाच हवं. तू जर आमच्यापासून माहिती लपवून ठेवलीस तर ती एक गोष्ट मात्र तुझ्या विरोधात जाईल.''

''काही अडथळे होते आमच्यात.'' त्या शेवटच्या रात्रीची बेडरूममधली ॲमी माझ्या डोळ्यांसमोर उभी राहिली, तिचा चेहरा, ती संतापली की होतो तशा लाल चट्ट्यांनी भरला होता. तोफगोळ्यांसारखे तिच्या तोंडून शब्द बाहेर पडत होते– क्रूर, बेफिकीर शब्द – आणि मी ऐकत होतो, ते शब्द मान्य करायचा प्रयत्न करत होतो. कारण ते खरे होते. तात्त्विकदृष्ट्या ती जे काही म्हणत होती ते अक्षरशः खरं होतं.

''कसले अडथळे ते सांग.'' बोनी म्हणाली.

''विशेष असं काही नाही, मतभेद नुसते. म्हणजे ॲमी एकदम शीघ्रकोपी आहे. ती छोट्या छोट्या गोष्टी मनात दाबून ठेवते आणि मग एकदम– धुडूम!– पण मग ते संपतं तिथेच. आमची भांडणं कधी रात्रीपर्यंत पण टिकत नाहीत.''

''बुधवारी पण नव्हतं टिकलं?'' बोनीनं विचारलं.

''कधीच नाही.'' मी आणखी एक थाप मारली.

''कशाबद्दल भांडता तुम्ही? पैशांवरून?''

''आमच्या भांडणाचे विषयही आठवत नाहीत मला. असंच छोट्या-मोठ्या गोष्टी.''

''मग ती बेपत्ता झाली, त्याच्या आदल्या रात्री कुठल्या गोष्टीवरून वाद झाले तुमच्यात?'' हे म्हणत असताना गिलपीनच्या चेहऱ्यावर एक तिरकस हसू होतं. जणू त्याला म्हणायचं होतं, कसं पकडलं.

''मी तुम्हाला सांगितलं ना लॉब्स्टरचा विषय होता.''

“आणखी काय? मला खात्री आहे की तुम्ही केवळ लॉब्स्टर या एका गोष्टीवरून तासभर आरडाओरडा करणार नाही.”

नेमक्या त्याच वेळी ब्लिकर जिन्यावरून अर्धवट खाली आला आणि कठड्यातून वाकून बघायला लागला.

“इतरही काही घरगुती गोष्टी. नवरा-बायकोमध्ये असतात तशा. मांजराचा खोका. तो कोणी साफ करायचा?” मी म्हणालो.

“तुम्ही एवढा आरडाओरडा फक्त मांजराच्या खोक्यावरून करत होता?” बोनी उद्‌गारली.

“म्हणजे मूळ मुद्दा हा की मी खूप वेळ काम करतो आणि ॲमीला तितकं नसतं, आणि मला वाटतं की तिनं जरा घर सांभाळायला काय हरकत आहे? निदान अगदी गरजेच्या गोष्टी तरी.”

आजारी माणूस झोपेतून दचकून उठावं तसा गिलपीन जागा झाला. “तू जरा जुन्या पठडीतला माणूस दिसतो आहेस. हो ना? मी पण तसाच आहे. मी माझ्या बायकोला सतत सांगत असतो, ‘मला कपड्यांना इस्त्री करता येत नाही, मला भांडी घासता येत नाहीत, मला स्वयंपाक करता येत नाही. त्यामुळे राणी मी बदमाशांना पकडतो, जे मला जमतं. तू अधूनमधून कपडे धुवत जा.’ ऱ्होंडा तुझं पण लग्न झालं होतं ना, तू असली घरगुती कामं करायचीस का कधी?”

बोनी वैतागली. “मी पण बदमाशांनाच पकडते मूर्खा.”

गिलपीननं माझ्याकडे सहेतुक नजर टाकली; मला वाटलं की हा नक्की यावर काहीतरी चेष्टा करणार– कोणाचं तर काहीतरी बिनसलंय बहुतेक– तो अगदी त्या काठावरच होता.

गिलपीनने त्याच्या कोल्यासारख्या जबड्यावरून हात फिरवला. “तर मग तुला फक्त घरी राहणारी एक बायको हवी होती,” तो माझ्याकडे बघून म्हणाला. त्याच्या सुरावरून ही गोष्ट काही वावगी वाटत नव्हती.

“मला काय हवं होतं– मला ॲमीला जे हवं होतं तेच हवं होतं. मला इतर कशाचीही पर्वा नव्हती.” मी आता बोनीकडे वळलो. डिटेक्टिव्ह ऱ्होंडा बोनी, सहानुभूतीचा आविर्भाव असणारी, जो निदान खरा वाटतो आहे. (खरा नाही. मी स्वतःला बजावतो.) “ॲमीला इथं काय करावं तेच ठरवता येत नव्हतं. तिला नोकरी मिळत नव्हती आणि तिला बारमध्ये काम करण्यात काहीच रस नव्हता. तेही ठीक आहे, जर तुला घरी राहायचं असेल तर ते पण ठीक आहे, मी म्हणतो. पण ती जेव्हा घरीच राहिली तेव्हा तीही दुःखीच होती आणि हे सगळं मी निस्तरावं, अशी तिची अपेक्षा होती. जणू काही तिच्या आनंदासाठी मीच जबाबदार होतो.”

बोनी काहीही न बोलता पाण्यासारख्या कोऱ्या चेहऱ्यानं माझ्याकडे पाहत राहिली.

"आणि मी म्हणतो थोडा वेळ आपण हिरो असणं ठीक आहे. अगदी मजा आहे. पण हे कायमसाठी नाही ना असू शकत. मी तिला आनंदी 'करू' शकत नाही. तिला आनंदी होण्याची इच्छाच नव्हती. म्हणून मग मला वाटलं की तिनं जर साध्यासुध्या व्यावहारिक गोष्टींमध्ये लक्ष घातलं..."

"म्हणजे मांजराच्या खोक्यासारखं," बोनी म्हणाली.

"हो. मांजराचा खोका स्वच्छ करणं, वाणसामान आणणं, किंवा ज्या गळक्या नळाला ती वैतागली होती, तो दुरुस्त करण्याकरता माणूस बोलावणं."

"वा! ही तर आनंदाची अगदी परमावधीच दिसत्येय इथे. शी!"

"पण माझं म्हणणं होतं की 'काहीतरी कर.' काहीही असू दे पण कर. जी परिस्थिती आहे त्याचा स्वीकार कर. नुसतं मी काहीतरी करीन या अपेक्षेनं बसून राहू नकोस." मी जरा जास्तच मोठ्यानं बोलत होतो, माझ्या लक्षात आलं की माझा स्वर रागावलेलाच येतो आहे नक्कीच, स्वसमर्थन करणारा, पण मला तसंच बरं वाटत होतं. मी एक थाप मारली होती खरं तर– मांजराच्या खोक्याची– आणि मग त्यातूनच हा सत्याचा उमाळा आला होता. आता माझ्या लक्षात आलं की गुन्हेगार इतके का बोलतात, कारण एखाद्या परक्या माणसाला आपली कहाणी सांगणं हा किती दिलासा असतो. अशा लोकांना की जे त्याची फालतू म्हणून संभावना करणार नाहीत. ज्यांना तुमची बाजू ऐकून घ्यावीच लागते. (जे तुमची बाजू ऐकून घेण्याचा आव आणतात. मी सुधारून घेतलं.)

"मग मिसुरीला परत येण्याचं काय?" बोनीनं विचारलं. "तू ॲमीला तिच्या मनाविरुद्ध आणलंस इथे?"

"तिच्या मनाविरुद्ध? नाही. आम्हाला जे करणं भागच होतं ते आम्ही केलं, ॲमीला नोकरी नव्हती, माझी आई आजारी होती. मीही ॲमीकरता हेच केलं असतं."

"किती छान वाटतंय ऐकायला." बोनी पुटपुटली. अचानक तिच्याकडे बघताना मला ॲमीचीच आठवण झाली : हे असले खालच्या आवाजातले टोमणे इतक्या नेमक्या वेळेला मारलेले, की जे मी ऐकलेत याची खात्री असते; पण तरीही ठामपणे म्हणू शकत नाही आणि मी जर अपेक्षित प्रश्न विचारलाच– काय म्हणालीस तू?– तर ती एकच उत्तर देणार : काही नाही. मी बोनीकडे रागानं ओठ आवळून पाहिलं. मग अचानक माझ्या मनात विचार आला : कदाचित हाच त्यांचा प्लॅन असेल की रागावलेल्या, असमाधानी स्त्रीकडे वागण्याची तुझी पद्धत त्यांना तपासायची असेल. मी हसण्याचा एक केविलवाणा प्रयत्न केला, पण

त्यामुळे ती आणखीनच वैतागली असावी.

"आणि तुला हे परवडत होतं. ॲमी नोकरी करते, न करते, जे काही असेल ते, पण तुम्हाला तुमचं आर्थिक गणित बसवता येत होतं?" गिलपीननं प्रश्न केला.

"अलीकडे आम्हाला थोडे आर्थिक प्रश्न सुरू झाले होते," मी म्हणालो. "आमचं लग्न झालं तेव्हा ॲमी श्रीमंत होती, अगदी गर्भश्रीमंत."

"हो," बोनी म्हणाली, "ती अमेझिंग ॲमीची पुस्तकं ना."

"ऐंशी आणि नव्वदच्या दशकात त्यांना त्यातून भरपूर पैसा मिळाला; पण नंतर प्रकाशकानं त्यांना डच्चू दिला. म्हणाले की आता त्याची सद्दी संपली आहे. मग सगळी परिस्थिती खालावली. मग ॲमीच्या आई-वडिलांना तगून राहण्याकरता आमच्याकडूनच पैसे घ्यावे लागले."

"म्हणजे तुझ्या पत्नीकडून म्हणायचंय तुला?"

"बरोबर, ठीक आहे आणि मग ॲमीच्या नावाच्या विश्वस्तनिधीतल्या उरल्यासुरल्या पैशातून आम्ही बार विकत घेतला, मग त्यानंतर आमचं त्यातूनच भागवतोय."

"अच्छा तर मग तुझं ॲमीशी लग्न झालं, तेव्हा ती पैसेवाली होती," गिलपीन म्हणाला. मी मान डोलावली. माझ्या डोक्यात हिरोच्या स्वगताचा विचार सुरू होता. असा पती जो पत्नीच्या कुटुंबीयांच्या वाताहतीत तिच्या पाठीशी खंबीरपणे उभा राहतो.

"तर मग तेव्हा तुमचं आयुष्य अगदी छान चाललं होतं."

"हो एकदम मस्त. छानच."

"आणि आता तिच्याकडचे पैसे जवळजवळ संपलेत आणि आता तुमचं राहणीमान अगदी वेगळं आहे. तुम्ही जशी सुरुवात केली होती त्यापेक्षा वेगळं."

माझ्या हिरोच्या स्वगताचा बार फुसका ठरणार, हे माझ्या लक्षात आलं.

"कारण, आम्ही तुझी आर्थिक स्थिती तपासून पाहिली आहे निक् आणि ती काही फारशी चांगली नाही," गिलपीन म्हणाला. त्याच्या स्वरावरून तो आरोप करण्याऐवजी माझी काळजी करतोय असंच कोणालाही वाटलं असतं.

"बार चांगला चाललाय," मी म्हणालो. "कुठलाही नवीन व्यवसाय व्यवस्थित चालायला तीन ते चार वर्षं जावीच लागतात."

"तुझ्या त्या क्रेडिट कार्ड्सनी माझं लक्ष वेधून घेतलं," बोनी म्हणाला. "तुझ्या क्रेडिट कार्ड्वर एकवीस लाख दोन हजार डॉलर्सचं कर्ज आहे. मला बघूनच घाम फुटला." तिनं लाल शाईतल्या नोंदी असलेले कागद माझ्या पुढ्यात फडकवले.

माझे आई-वडील क्रेडिट कार्डच्या बाबतीत अगदी काटेकोर होते– ते काही खास कारण असेल तरच कार्ड वापरायचे. महिन्याच्या महिन्याला बिल भरून टाकायचे.

आपल्याला जे परवडत नाही ते आपण घ्यायचं नाही, हे डन् कुटुंबाचं घोषवाक्य होतं.

"आम्ही नाही– निदान मी तरी नाही; पण ॲमी असं करेल असं नाही वाटत मला– मी बघू शकतो का ते?" मी अडखळलो. तेवढ्यात एक खालून उडणारं बॉम्बर विमान खिडकीच्या काचा थडथडवत गेलं. मॅन्टलवरच्या झाडाची पाच कोवळी जांभळी पानं त्या झटक्यानं गळून पडली. त्या मेंदू खिळखिळ्या करणाऱ्या दहा सेकंदांत आम्हाला सगळ्यांना त्या गळणाऱ्या पानांकडे बघत शांत बसणं भाग पडलं.

"ही जी सगळी भयंकर झटापट झाली असावी असं आपण म्हणतोय, ती याच खोलीत झाली; पण एकही पान जमिनीवर नव्हतं त्या वेळी." गिलपीन वैतागून पुटपुटला.

मी बोनीकडून कागद घेतले आणि बघितलं तर त्यावर माझं नाव होतं, फक्त माझं एकट्याचं नाव, त्याची वेगवेगळी रूपं– निक् डन्, लान्स डन्, लान्स एन. डन्, लान्स निकोलस डन्. जवळजवळ डझनभर निरनिराळ्या क्रेडिटकार्ड ज्यांची शिल्लक $ ६२.७८ पासून ते $ ४५,६०२.३३ होती आणि जी वेगवेगळ्या मुदतीच्या टप्प्यात होती, सगळ्यांवरती कठोर शब्दात एकच आज्ञा छापलेली होती : ताबडतोब भरणा करा.

"परमेश्वरा! हे काय आहे, हे म्हणजे माझी ओळखच कोणीतरी चोरली आहे बहुतेक." मी ओरडलो. "ही माझी नाहीत म्हणजे हे बघा ना : मी तर गोल्फ खेळतही नाही. कोणीतरी गोल्फ क्लब्ज घेण्याकरता म्हणून सात हजार डॉलर्स खर्च केले होते. कोणीही सांगेल तुम्हाला मी गोल्फ खेळत नाही ते." मी माझा स्वर जरा खाली आणण्याचा प्रयत्न केला– मला न जमणारी आणखी एक गोष्ट– पण पोलीस फसणारे नव्हते.

"तुला नोएली हॉथोर्न माहीत आहे ना?" बोनीनं विचारलं. "ती ॲमीची मैत्रीण जिच्याकडे तू लक्ष द्यायला आम्हाला सांगितलंस."

"थांब थांब, मला आधी त्या बिलांबद्दल सांग, कारण ती माझी नाहीयेत." मी म्हटलं. "प्लीज माझं ऐका- आपल्याला याचा छडा लावायलाच हवा."

"आपण छडा लावूच. त्याची काळजी नको." बोनी निर्विकारपणे म्हणाली. "नोएली हॉथोर्न?"

"हम्म. मी तुम्हाला तिची चौकशी करायला सांगितली कारण ती गावभर

ॲमीवरून गळे काढत फिरत्येय.''

बोनी एक भुवई उंचावत म्हणाली, ''तुला राग आलेला दिसतोय त्याचा.''

''नाही. मी तुम्हाला सांगितलं ना, ती जरा जास्तच काळजी करते आहे, खोटेपणा वाटतोय सगळा. दिखाऊगिरी, लक्ष वेधून घेण्याचं तंत्र. ती जरा जास्तच झपाटल्यासारखी वाटत्येय.''

''आम्ही बोललो नोएलीशी,'' बोनी म्हणाली. ''तिचं म्हणणं आहे की तुझी बायको संसारात अत्यंत त्रासलेली होती. पैशांवरून अस्वस्थ होती. तिला काळजी वाटत होती की तू तिच्या पैशांवर डोळा ठेवून तिच्याशी लग्न केलंस. ती म्हणते की तुझी बायको तुझ्या रागाला अतिशय भीत होती.''

''नोएली असं का म्हणते ते मला समजत नाही; मला नाही वाटत ॲमी तिच्याशी कधी चार शब्द तरी बोलली असेल.''

''हे तू काय बोलतोयस? कारण हॉथोर्नच्या घरातली बैठकीची खोली ॲमी आणि नोएलीच्या एकत्रित फोटोंनी भरलेली आहे.'' बोनीनं कपाळाला आठ्या घातल्या आणि मी पण : खरीखुरी चित्रं, तिची आणि ॲमीची?

बोनी पुढे सांगतच राहिली : ''मागच्या ऑक्टोबरमध्ये सेंट लुईसच्या प्राणिसंग्रहालयात त्या तिळ्यांबरोबर, या मागच्या जूनच्या एका आठवड्याच्या अखेरीला बोटीच्या ट्रिपवर म्हणजे या मागच्या महिन्यातच.''

''आम्ही आज इतके दिवस इथे राहतोय, पण इतक्या दिवसांत ॲमीच्या तोंडून एकदाही नोएलीचं नाव ऐकलेलं नाही. मी हे गंभीरपणे सांगतोय.'' मी या मागच्या जून महिन्याच्या संदर्भात डोकं खाजवून आठवण्याचा प्रयत्न केला, तेव्हा मला एक शनिवार, रविवार आठवला जेव्हा मी ॲन्डीला घेऊन गेलो होतो. ॲमीला मी मित्रांबरोबर सेंट लुईसला जातोय म्हणून थाप मारली होती. मी घरी आलो तर तिचे गाल लाल लाल झाले होते. ती संतापलेली होती. त्याचं जे कारण तिने मला सांगितलं ते म्हणजे केबल धड सुरू नव्हती आणि मागच्या व्हरांड्यात नुसतं वाचत बसून ती अगदी कंटाळली होती. ती त्या वेळी बोट ट्रिपवर गेली होती? नाही. या खास मध्यपश्चिमेचं वैशिष्ट्य असणाऱ्या बोट ट्रिपचं आकर्षण ॲमीला असणं शक्यच नाही. छोट्या होड्यांच्या पाठी तरंगणाऱ्या खोक्यांमध्ये थंड होणारी बिअर, मोठ्या मोठ्यानं वाजणारं संगीत, झिंगलेली टपोरी पोरं, लोकांच्या उलट्यांनी माखलेलं कॅम्पिंगचं मैदान. ''तुम्हाला खात्री आहे त्या फोटोंमध्ये माझी बायकोच आहे?''

त्या दोघांनी एकमेकांकडे 'हा बरा आहे ना?' अशी नजर टाकली.

''निक्,'' बोनी म्हणाली. ''ही जी फोटोतली तंतोतंत तुझ्या बायकोसारखी दिसणारी जी बाई आहे, जिला नोएली हॉथोर्न, जी तीन मुलांची आई आणि तुझ्या

बायकोची जिवलग मैत्रीण आहे, ती तुझी बायकोच आहे असं म्हणते आहे, ती तशी नाही हे मानण्याचं कोणतंही कारण आमच्याजवळ नाही.''

''तुझी बायको– नोएलीच्या म्हणण्याप्रमाणे– जिच्याशी तू पैशांकरता लग्न केलंस,'' गिलपीनने पुढे भर घातली.

''मी चेष्टा करत नाहीये.'' मी म्हणालो. ''आजकाल कोणीही उठून लॅपटॉपवर नकली फोटो तयार करू शकतात.''

''बरं म्हणजे एका मिनिटापूर्वी तुला खात्री होती की देसी कॉलिन्जचा या सगळ्यात हात आहे आणि आता तू नोएली हॉथोर्नवर घसरला आहेस,'' गिलपीन म्हणाला. ''असं दिसतंय की तू फक्त खापर फोडण्याकरता कोणीतरी शोधतो आहेस.''

''म्हणजे माझ्याखेरीज म्हणताय? तर हो. हे बघा. मी काही ॲमीशी तिच्या पैशांकरता लग्न केलेलं नाही, तुम्ही ॲमीच्या आई-वडिलांशी का बोलत नाही? ते चांगले ओळखतात मला, त्यांना माझा स्वभाव माहीत आहे.'' पण ते सगळं जाणत नाहीत, मला वाटलं. माझ्या पोटात आता गोळा आला. बोनीचं माझ्याकडे लक्ष होतं; तिला बहुधा माझ्याबद्दल वाईट वाटत असावं. गिलपीनचं तर माझ्या बोलण्याकडे लक्षच नसावं.

''तुझ्या बायकोच्या नावावर जी विम्याची रक्कम होती, ती तू बारा लाखांपर्यंत वाढवलीस,'' गिलपीन खोट्या काळजीनं म्हणाला. त्यानं अगदी त्याच्या हडकुळ्या चेहऱ्यावरून हातदेखील फिरवला.

''ॲमीनंच केलं होतं ते.'' मी झट्कन म्हटलं. ते दोघं माझ्याकडे तसेच बघत राहिले. ''म्हणजे त्याची कागदपत्रं वगैरे मी तयार केली; पण ती कल्पना ॲमीची होती. तिनंच आग्रह केला. मी शपथ घेऊन सांगतोय. मला काहीच फरक पडत नव्हता, पण ॲमी म्हणाली– ती म्हणाली की तिच्या उत्पन्नात आता जो काही बदल झालाय, त्यामुळे तिला जास्त सुरक्षित वाटेल किंवा तो एक चांगला व्यावसायिक निर्णय होता. शी! मला माहीत नाही. तिला ते का करायचं होतं, मला माहीत नाही; पण मी तिला ते करायला सांगितलेलं नाही.''

''दोन महिन्यांपूर्वी कोणीतरी तुझ्या लॅपटॉपवरून शोध घ्यायचा प्रयत्न केला होता,'' बोनी पुढे म्हणाली. "Body Float Mississippi River" (मिसिसिपी नदीत वाहणारं शरीर) तू त्याबद्दल काही सांगू शकशील?''

मी दोन दीर्घ श्वास घेतले. नऊ सेकंद मला सावरण्याकरता.

''परमेश्वरा, ती एक नुसती कल्पना होती. पुस्तकाची कल्पना,'' मी म्हणालो. ''मी एक पुस्तक लिहिण्याचा विचार करत होतो.''

''हं.'' बोनी त्यावर उत्तरली.

"हे बघा, काय घडत असू शकेल असं मला वाटतंय ते मी सांगतो," मी बोलायला लागलो, "मला वाटतं आजकाल पुष्कळ लोक टीव्हीवरचे प्रोग्रॅम बघतात, जिथं नेहमी नवरा बायकोचा खून करताना दाखवला जातो. मला सगळे जण त्याच नजरेनं बघत आहेत आणि काही साध्यासुध्या गोष्टींना उगीचच विकृत रूप देऊन त्याचा बाऊ केला जात आहे. हे सगळं एखाद्याची पारध करावी, तसं सुरू आहे."

"मग त्या क्रेडिट कार्डच्या बिलाचं स्पष्टीकरण तू असं देत आहेस तर." गिलपीननं विचारलं.

"मी आधीच सांगितलंय की मला त्या बिलांबद्दल काहीच माहीत नाही. माझा त्यांच्याशी काहीही संबंध नाही. ती कुठून, कशी आली हे शोधून काढणं हे तुमचं काम आहे."

ते दोघं तसेच थांबून राहिले, शांत.

"माझ्या बायकोला शोधण्याकरिता सध्या काय केलं जातंय?" मी प्रश्न केला, "माझ्याखेरीज आणखी कोणत्या गोष्टींची खातरजमा करून घेताय तुम्ही?"

अचानक घर हलायला लागलं आणि आकाश फाटल्यासारखं झालं. मागच्या खिडकीतून आम्हाला एक जेट विमान सपाट्यानं जाताना दिसलं. नदीवरून थेट पलीकडे.

"-१० (एफ-१०)," ऱ्होंडा म्हणाली.

"नाही खूप छोटं आहे ते," गिलपीनचं उत्तर, "ते..."

"ते एफ-१०च आहे."

बोनी माझ्या दिशेनं पुढे झुकली, हात एकमेकांत गुंतलेले. "तू शंभर टक्के निर्दोष आहेस याची खात्री करून घेणं हे आमचं काम आहे निक्." ती म्हणाली. "तुलाही तेच हवं असेल हे मला माहीत आहे. आता तू जर आम्हाला थोडासा गुंता सोडवायला मदत केलीस– कारण ते गुंतेच आहेत, आणखी काही नाही. आम्हाला अडखळायला होतंय त्यामुळे."

"कदाचित मी वकील शोधायची वेळ आली आहे आता."

त्या दोन पोलिसांनी पुन्हा एकमेकांकडे पाहिलं, एखादी पैज जिंकावी तसं.

ॲमी इलियट डन्

ऑक्टोबर २१, २०११

डायरीतील नोंद

निक्ची आई वारली. इतके दिवस मी लिहू शकले नाही, त्याचं कारण म्हणजे निक्ची आई वारली आणि तिचा मुलगा अगदी उद्ध्वस्त झालाय. गोड पण कणखर मॉरीन. जाण्यापूर्वी अगदी काही दिवसांपर्यंत ती चांगली हिंडती फिरती होती, आपल्या आजाराबद्दल कधी एक चकार शब्द काढायची नाही. 'मी मरेपर्यंत मला जगायचं आहे,' ती म्हणत असे. इतर केमोपेशंटकरता ती टोप्या विणायची. (तिनं पहिल्या फेरीनंतर लगेचच स्वतःकरता हे सगळं थांबवलं होतं. जर 'नळ्यांवरच' काढायचं असेल तर आयुष्य लांबवण्यात काय अर्थ?) त्यामुळे माझ्या मनात तिची आठवण कायम रंगीबेरंगी लोकरी घेऊन बसलेली अशीच असेल : लाल, पिवळी, हिरवी आणि तिची ती हलणारी बोटं आणि तिच्या त्या स्वप्नील, समाधानी आवाजात ती बोलत असताना येणारा तिच्या विणायच्या सुयांचा आवाज.

आणि मग सप्टेंबरमधल्या एका सकाळी ती उठली, पण तिला जाग आली नाही. ती मॉरीन नव्हती. एका रात्रीत ती चिमणीसारखी झाली, एका झटक्यात. नुसत्या सुरकुत्या आणि बाहेरचं फोलपट असावं तसं. तिची नजर खोलीभर भिरभिरत होती आणि तिला कशाचीच ओळख पटत नव्हती. अगदी स्वतःचीसुद्धा. मग आलं हॉस्पिस* एक मंद प्रकाश असलेली एक छानशी जागा, जिथे गवताळ डोंगरउतारांची, बॉनेट घातलेल्या स्त्रियांची चित्रं होती. खाण्या-पिण्याच्या पदार्थांची मशिन्स होती. कॉफीची मशिन्स होती. हॉस्पिसमध्ये ती बरी होईल किंवा तिला

---

* हॉस्पिस - जीवघेण्या आजाराने ग्रस्त रुग्णांची जिथे काळजी घेतली जाते असे हॉस्पिटलवजा ठिकाण.

मदत मिळेल ही अपेक्षाच नव्हती. फक्त तिला शांतपणे, कमीत कमी त्रासात मृत्यू येईल एवढंच. आणि फक्त तीन दिवसांनी तो आलाच. अगदी शांतपणे आणि झटपट जसा मॉरीनला हवा होता. (मला खात्री आहे या वाक्यावर ती नक्की हसली असती : जसा मॉरीनला हवा होता.)

तिची नंतरची शोकसभा साधी पण छान होती– असंख्य लोक हजर होते. तिची ओमाहाची तिच्यासारखीच दिसणारी बहीण तिच्याऐवजी लगबग करायला होती. कोणाला कॉफी ओतून दे, कोणाला पाणी, कोणाला कुकीज काढून दे. मो बद्दलच्या गमतीशीर गोष्टी ती सांगत होती. आम्ही तिचं एका वारा सुटलेल्या उबदार सकाळी दफन केलं. एकमेकांना आधार देत उभ्या असणाऱ्या 'गो' आणि निक्च्या शेजारी मी एखाद्या आगंतुकासारखी उभी होते. त्या रात्री बिछान्यात निक्नं मला त्याला जवळ घेऊ दिलं. त्याची माझ्याकडे पाठच होती, पण काही वेळानं तो उठला आणि जरा 'जरा मोकळ्या हवेत फिरून येतो,' असं पुटपुटत बाहेर निघून गेला.

त्याच्या आईनं सतत त्याला झोंबाळून ठेवलं होतं– ती दर आठवड्याला येऊन आमच्यासाठी कपडे इस्त्री करून जायची, आणि कपडे झाले की म्हणायची, 'मी तुला आवरायला मदत करते,' आणि मग ती गेल्यावर बघितलं की फ्रिजमध्ये तिनं त्याच्यासाठी फळं कापून सोलून व्यवस्थित डब्यात भरून ठेवलेली असायची. ब्रेडचा डबा उघडला की दिसायचं की सगळ्या ब्रेडच्या कडा कापून ठेवलेल्या असत. मी अशा एका माणसाशी लग्न केलंय, ज्याला वयाच्या चौतिसाव्या वर्षीही ब्रेडच्या कडांचा त्रास होतो.

त्याची आई गेल्यावर पहिले काही आठवडे मी हे सगळं करायचा प्रयत्न केला. मी ब्रेडच्या कडा कापल्या, मी त्याच्या टीशर्टना इस्त्री केली, त्याच्या आईच्या पाककृतीप्रमाणे मी त्याच्यासाठी ब्ल्यूबेरी पायसुद्धा केला. ''मला लहान बाळांसारखं वागवण्याची गरज नाही ॲमी.'' कडा काढलेल्या ब्रेडकडे पाहत तो म्हणाला. ''मी माझ्या आईला हे करू द्यायचो, कारण त्यामुळे तिला आनंद मिळायचा. पण मला माहीत आहे की तुला असं झोंबाळणं आवडत नाही.''

तर आम्ही पुन्हा एकदा काळ्या चौकोनात आहोत. गोड, काळजी घेणारा, प्रेमळ निक् आता नाही. गंभीर, वैतागलेला, चिडलेला निक् परत आला. कठीण परिस्थितीत तुम्हाला तुमच्या जोडीदाराचाच आधार असतो असं म्हणतात; पण निक् मात्र लांबच जातो आहे. तो फक्त एक लाडका लेक आहे; ज्याची आई वारली आहे त्याला माझ्याशी काही देणंघेणं नाही.

त्याला जेव्हा शरीराची गरज भासते, तेव्हा तो मला वापरतो. मला एखाद्या टेबलाजवळ किंवा बिछान्याशी दाबून धरतो आणि स्वतःचं काम उरकतो. तेही

अगदी गप्पपणे, शेवटच्या काही क्षणांतले उसासे सोडल्यास तो काही बोलत नाही. मग तो मला सोडतो आणि आपला तळवा माझ्या पाठीवर ठेवतो. त्याच्या जवळीकीची ही छोटीशी खूण, आणि मग काहीतरी बोलायचं म्हणून, जणू काही हे सगळं खेळीमेळीत चाललंय असं दर्शविण्यासाठी म्हणतो, "तू इतकी सेक्सी आहेस, कधी कधी माझा स्वतःवर ताबाच राहत नाही." पण तो हे अगदी निर्जीवपणे म्हणतो.

प्रश्नमंजूषा : तुमचा पती, ज्याच्याशी तुमचं अतिशय मधुर असं शारीरिक नातं होतं, ते आता अलिप्त आणि संपल्यासारखंच झालेलं आहे– त्याला आता फक्त स्वतःच्या मर्जीप्रमाणे आणि वेळेप्रमाणे शरीरसंबंध ठेवण्याची इच्छा आहे. तुम्ही :

अ) त्याला अडवून धरता– त्याला यात जिंकू देणार नाही!

ब) रडत, कण्हत राहता, जी उत्तरं देण्याची त्याची तयारी नाही ती मागून तुम्ही त्याला आणखी दूर लोटता.

क) विश्वास धरता की एका दीर्घकालीन संसारात आलेला एक छोटासा अडथळा आहे– तो आता अंधारात चाचपडतो आहे– त्यामुळे त्याला समजून घेता, वाट बघता.

उत्तर : क) बरोबर?

माझा संसार माझ्या हातातून निसटून चाललाय आणि मी काहीही करू शकत नाही, या गोष्टीची मला फारच काळजी वाटते आहे. तुम्हाला वाटेल की माझे आई-वडील जे मानसशास्त्रज्ञ आहेत, त्यांच्याशी मी बोलू शकतेच अशा वेळी, पण माझा स्वाभिमान आड येतो. माझ्या सांसारिक सल्ल्याकरता ते योग्य नाहीत. ते अगदी 'एक दुजे के लिए' आहेत. माहीत आहे ना? ते कायम शिखरावरच असतात. त्यांच्या संसारात खड्डे नाहीत– वैवाहिक सुखाचं एकात्मिक अनंत कारंजं. माझ्याकडे असणारी एकमेव गोष्ट म्हणजे माझा संसार, तो मी गमावते आहे हे मी त्यांना सांगू शकत नाही. मग ते आणखी एखादं पुस्तक लिहितील, एक साहित्यिक फटका, ज्यात अमेझिंग ॲमी जगातलं सर्वांत सुंदर, परिपूर्ण, विनाकटकटीचा संसार उभा करेल... कारण ती त्याकरता कष्ट घेत होती.

पण मला मात्र काळजी वाटत राहते. सतत. मला माहीत आहे की माझ्या नवऱ्याच्या आवडीनिवडीच्या मानानं मी आता थोडी प्रौढ झालेली आहे. कारण सहा वर्षांपूर्वी मी त्याच्यासाठी अगदी आदर्श होते, त्यामुळे चाळिशीजवळ येणाऱ्या स्त्रियांबद्दलची त्याची निष्ठुर मतं ऐकलेली आहेत : त्याला कशा त्या अगदी

तिरस्करणीय वाटतात, भडक पोशाख केलेल्या, बारमध्ये येणाऱ्या, त्याच्यातलं आकर्षण संपलंय याची जाणीवही नसणाऱ्या. कधी कधी तो रात्री बाहेर पिण्याच्या कार्यक्रमाहून आल्यावर मी त्याला बार कसा होता ते विचारायची, कुठला बार असेल तो "परिणामशून्य बायकांनी ओसंडून वाहत होता." हे त्याचे माझ्या वयाच्या बायकांसाठीचे उद्‌गार असायचे. त्या वेळी जेमतेम तिशीत असलेली मी, माझं असं काही होणारच नाही अशा थाटात हसायचे आणि आता त्याच्यासाठी मी 'परिणामशून्य' आहे, आणि तो माझ्याबरोबर अडकून पडला आहे, आणि कदाचित हेच त्याच्या चिडण्यामागचं कारण आहे.

मी सध्या लहान मुलांच्यात रमण्याचा प्रयत्न करते आहे. मी रोज नोएलीकडे जाते आणि तिच्या तिळ्यांना माझ्या अंगावर बागडू देते. त्यांचे माझ्या केसांतले ते गोंडस हात, माझ्या मानेवरचा त्यांचा चिकट श्वास. बायका नेहमी मुलांना खाऊ का, खाऊ का विचारतात ते आपल्याला समजतंच मग : मी तिला चमच्यानं खाऊन टाकीन! मी त्याला चमच्यानं खाऊन टाकीन! तिची ती तीन मुलं झोपेतून उठल्यानं पेंगुळलेली अशी धडपडत डोळे चोळत तिला शोधत येतात. त्यांचे ते छोटुकले हात तिच्या गुडघ्यांना किंवा हाताला स्पर्श करतात, भोज्ज्याला शिवल्यासारखे! जणू काही मग ते सुरक्षित आहेत, हे त्यांना जाणवतं... ते बघताना माझ्या मनात काहीतरी दुखतं.

काल अशीच मी उदास होऊन दुपारची नोएलीकडे गेले होते, कदाचित म्हणूनच असेल, मी एक मूर्खपणा केला.

निक् घरी आला तेव्हा मी बेडरूममध्ये होते, नुकतीच अंघोळ करून बाहेर आलेली. काही वेळातच त्यानं मला भिंतीशी ढकललेलं आणि तो माझ्या आत, आत. जेव्हा त्याचं काम झालं आणि त्यानं मला सोडलं, तेव्हा मला माझ्याच चुंबनाचा ओलसर ठसा समोर दिसत होता. धापा टाकत तो बिछान्याच्या कडेला बसला आणि म्हणाला, "माफ कर, पण मला आता तुझी फार गरज होती."

हे सगळं माझ्याकडे न बघता.

मी त्याच्याजवळ जाते आणि त्याला मिठीत घेते. आमच्यात आता जे काही घडलं ते सर्वसामान्य सुखद असं वैवाहिक कर्मकांड होतं, असा आव आणत म्हणते, "माझ्या मनात एक विचार येतो आहे."

"हो, काय तो?"

"कदाचित हीच योग्य वेळ आहे, बाळ होऊ द्यायला. दिवस जाऊ द्यायला." ही कल्पना वेडगळपणाची आहे हे मला ते बोलत असतानाच कळत होतं; पण मी स्वतःला थांबवू शकले नाही– मी एक वेडपट बाई आहे, जिला आपला संसार वाचवण्याकरता मूल व्हायला हवं आहे.

ज्या गोष्टीची कोणे एके काळी तुम्ही मनसोक्त चेष्टा केली होती, तीच तुम्हाला करावी लागणं, ही किती लाजीरवाणी गोष्ट आहे.

तो दचकून माझ्यापासून दूर होतो. "आता? आताची वेळ तर या गोष्टीकरता अजिबात योग्य नाही, ॲमी. तुला नोकरी नाही–"

"मला माहीत आहे; पण पहिला काही काळ तर असंही मला बाळाबरोबर घरी राहायला हवं–"

"ॲमी, माझी आई नुकतीच वारली."

"हे नवीन आयुष्य असेल. नवी सुरुवात."

तो माझ्या दोन्ही दंडांना धरून थेट माझ्या डोळ्यांत बघतो, आठवड्याभरात पहिल्यांदाच. "ॲमी मला वाटतं की तुझी अशी कल्पना आहे की आता माझी आई नाही, तर आपण न्यू यॉर्कला परत जाऊ. आपल्याला मुलं होतील आणि तुला तुझं जुनं आयुष्य परत मिळेल; पण आपल्याकडे तेवढा पैसा नाही. आपण दोघं जेमतेम इथं राहू शकू एवढेच पैसे आपल्याकडे आहेत. हा जो सगळा गोंधळ आहे, तो निस्तरण्याचं केवढं मोठं ओझं माझ्या खांद्यावर आहे याची तुला कल्पना नाही. नुसतं आपलं भागवण्याकरता, मला हे परवडणारं नाही- तू, मी आणि वरती मुलं. तुला मोठं होत असताना जे काही मिळालं ते त्यांना मिळावं असं तुला वाटेल आणि मी ते देऊ शकणार नाही. आपल्या मुलांसाठी खासगी शाळा नाहीत, टेनिस आणि व्हायोलिनचे धडे नाहीत, उन्हाळी घरं नाहीत. आपण गरीब आहोत याचा तुला किती तिरस्कार वाटेल. तुला नाही रुचणार ते."

"मी इतकी उथळ नाही निक्..."

"तुला खरंच वाटतंय की आपली परिस्थिती इतकी चांगली आहे की आपण मुलं होऊ देऊ शकू?"

यापूर्वी आम्ही इतकंही कधी आमच्या संसाराबद्दल बोललो नव्हतो आणि एवढं बोलल्याचाही त्याला खेद होता, हे मला स्पष्ट दिसत होतं.

"आपल्यावर आत्ता खूप ताण आहे, राजा." मी म्हणते. "आपल्याला कठीण परिस्थितीचा सामना करावा लागलाय, आणि त्यातल्या पुष्कळ गोष्टींसाठी मीच जबाबदार आहे, हेही कळतंय मला. पण इथे मला इतकं हरवल्यासारखं वाटतंय..."

"मग जे मोडकळीला आलेला संसार सावरण्यासाठी मुलं होऊ देतात, अशा जोडप्यांपैकी आपण एक असणार आहोत का? केवळ तो एक नेहमीचा उपाय आहे म्हणून?"

"आपण मूल याकरता होऊ देऊ..."

त्याचे डोळे हिंस्त्र झाले आणि पुन्हा एकदा त्याने माझे दंड पकडले.

''नाही... नाही ॲमी. सध्या तरी नाही. माझी आता आणखी एवढाही ताण घेण्याची तयारी नाही. काळजी करण्यासारखी आणखी कोणतीही गोष्ट मला नको आहे. मी आधीच या ताणाखाली पिचून जातोय. मी मोडून पडेन.''

या वेळी तो खरंच बोलतोय, हे कळतंय मला.

निक् डन्

सहा दिवसांनंतर...

कोणत्याही तपासाकरता पहिले अठ्ठेचाळीस तास अगदी महत्त्वाचे असतात. ॲमी आता जवळ जवळ आठवडाभर तरी गायब आहे. आज संध्याकाळी टॉम सॉयर पार्कमध्ये कॅन्डललाईट विजील* असणार होतं. प्रेसच्या मते 'ॲमी इलियट डन्ची ही आवडती जागा' होती. (मला नाही माहीत ॲमीनं इथे कधी पाऊलही ठेवलं असेल; त्या बागेचं नाव जरी असं असलं तरी त्यात काहीही वैचित्र्य नव्हतं– अगदीच सामान्य, झाडी नसलेली, त्यातले जे मुलांसाठी वाळूचे पट्टे होते, कायम प्राण्यांच्या विष्ठेनं भरलेले, ट्वेनला अगदीच न शोभणारी होती ती.) गेल्या चोवीस तासांत ही बातमी देशभरातल्या बातम्यांमध्ये गेली होती– सगळीकडे पसरली होती, सहजपणे. वणव्यासारखी.

देव त्या इलियट दाम्पत्याचं भलं करो. मी पोलिसांच्या चौकशीच्या दिव्यातून कसाबसा सावरत असताना मेरीबेथचा मला काल रात्री फोन आला. माझ्या सासूनं एलन ॲबोट शो बघितला होता आणि ती बाई 'संधिसाधू, प्रसिद्धीलोलुप रांड' असल्याची तिनं लगेचच घोषणा केली; पण तरीही आजचा सगळा दिवस आम्ही प्रसारमाध्यमांना कसं हाताळायचं याच्या योजना करण्यात घालवला.

प्रसारमाध्यमं (माझे पूर्वीचे जातभाई, माझी लोकं!) त्यांच्या कहाणीला आकार देत होते, त्यांना त्यातल्या ॲमेझिंग ॲमीचा भाग फारच भावला होता. त्याचबरोबर इलियट दाम्पत्याचा इतक्या वर्षांचा संसारसुद्धा. ही मालिका बंद पडली त्याबद्दल कसलेही खडूस टोमणे नाहीत किंवा लेखकाच्या जवळजवळ दिवाळखोरीचाही

---

* कॅन्डललाईट विजील : सूर्यास्तानंतर मेणबत्तीच्या प्रकाशात आयोजित केलेली सभा, बहुधा एखाद्या विशिष्ट कारणाकरता, पाठिंबा दर्शवण्याकरता किंवा एखाद्याच्या मृत्यूनंतर स्मरणसभा.

उल्लेख नाही– सध्यातरी इलियट दाम्पत्यासाठी प्रेम आणि कौतुकाचा वर्षाव होता फक्त. मीडियाला फारच आवडले होते ते.

मला फारसे आवडत नाही. प्रसारमाध्यमं एव्हानाच माझ्या विरोधातल्या गंभीर ठरू शकणाऱ्या गोष्टी शोधत होती. केवळ बाहेर फुटलेल्या बातम्याच नाहीत– म्हणजे माझ्याकडे ॲलिबी नसणं किंवा कदाचित मुद्दाम निर्माण केलेला गुन्ह्याचा देखावा– तर प्रत्यक्ष माझ्या व्यक्तिमत्त्वातले गुणदोष. त्यांनी असं म्हटलं की हायस्कूलमध्ये असताना मी कधीही कोणत्याही मुलीबरोबर काही महिन्यांपेक्षा जास्त राहिलो नाही. त्यामुळे मी नक्कीच स्त्रीलंपट होतो. त्यांनी शोधून काढलं की आमचे वडील कम्फर्ट हिलमध्ये आहेत आणि मी क्वचितच तिथं जातो. त्यामुळे मी कृतघ्न वडिलांविषयी बेपर्वा होतो. ''त्यांना तू आवडत नाहीस– हा एक प्रश्नच आहे.'' नवीन बातम्या आल्यानंतर 'गो' म्हणाली, ''ही अगदी खरीखुरी गंभीर समस्या आहे लान्स.'' माध्यमांनी माझं मूळ नाव पुन्हा प्रचलित केलं होतं, जे मी शाळेत असल्यापासूनच मला आवडत नव्हतं. दर वर्षी शाळा सुरू झाली की शिक्षकांनी हजेरी घेताना मला घुसमटायला व्हायचं. ''मी निक् आहे, मला निक् म्हणतात सगळे!'' प्रत्येक सप्टेंबरमध्ये शाळेच्या पहिल्या दिवशीची ही परंपराच झाली होती : ''मला निक् म्हणतात सगळे!'' आणि मग मधल्या सुट्टीत एखादा आगाऊ पोरगा शाळाभर मिरवत फिरायचा, ''हाय मी आहे लाऽऽन्स'' असं किनऱ्या आवाजात चिडवायचा आणि मग पुढच्या वर्षापर्यंत ही गोष्ट विस्मरणात जायची.

पण आता नाही. आता ते सगळ्या बातम्यांमधून प्रसिद्ध झालं होतं. सगळ्या खुन्यांकरता एकच नाव– लान्स निकोलस डन् – आणि मी कोणाला थांबवू शकणार होतो?

रॅन्ड आणि मेरीबेथ इलियट, गो आणि मी आम्ही एकत्रच सभेकरता गेलो. इलियट दाम्पत्याला नक्की किती माहिती आहे, त्यांच्या जावयाविरुद्ध किती पुरावा त्यांना मिळतो आहे, ते नक्की समजत नव्हतं. मला हे माहिती होतं की गुन्ह्याच्या जागेचा देखावा कृत्रिमपणे निर्माण केला असावा त्याची त्यांना कल्पना आहे. ''मी माझ्या ओळखीच्या काही लोकांना बोलावून घेणार आहे. ते आपल्याला नक्की याच्या विरुद्ध सांगतील– की नक्कीच इथे झटापट झालेली असणार,'' रॅन्ड ठासून म्हणाला. ''सत्य हे नेहमी लवचिक असतं, तुम्हाला फक्त योग्य तो तज्ज्ञ निवडता यायला हवा.''

रॅन्डला इतर गोष्टींबाबत फारशी माहिती नव्हती. क्रेडिट कार्ड आणि विमा पॉलिसी, रक्त आणि नोएली, माझ्या बायकोची कडवट जिवलग मैत्रीण जी मला

उद्ध्वस्त करणारे दावे करते आहे : छळ, हाव, भीती. ती आज संध्याकाळी एलन ॲबोटच्या कार्यक्रमात असणार होती. सभेनंतर. बघणाऱ्या प्रेक्षकांच्या वतीनं नोएली आणि एलन दोघी मिळून माझ्याविरुद्ध तिरस्कार व्यक्त करू शकतील.

पण सगळ्यांनाच काही माझ्याविषयी घृणा वाटत नसावी. या मागच्या एका आठवड्यात, बारमधली गर्दी वाढायला लागली होती. अक्षरशः शेकडो गिऱ्हाइकं बिअर पिण्याकरता, पॉपकॉर्न चघळण्याकरता लान्स निकोलस डन्, जो संभाव्य खुनी असू शकता, त्याच्या बारमध्ये येत होते. 'गो' ला बारची व्यवस्था बघायला चार नवी मुलं नेमावी लागली होती; ती मध्येच एकदा जाऊन आली आणि म्हणाली पुन्हा तिकडे जाणं केवळ अशक्य आहे. ती गर्दी तिला बघवतच नाहीये. हे भिकारडे चोंबडे लोक तिथे बसून आमची दारू पिणार आणि माझ्याबद्दलच्या बातम्या तिखट-मीठ लावून चघळणार. हे फार किळसवाणं होतं. पण तरीही, 'गो'नं विचार केला की उद्या काही झालं तर, हेच पैसे कामाला येतील...

उद्या काही झालं तर... ॲमी बेपत्ता होऊन आता सहा दिवस होऊन गेलेत आणि आम्ही सगळे जर तरच्या भाषेत बोलतो आहोत.

आम्ही बागेकडे निघालो तेव्हा एका मेरीबेथच्या काचेवर आपटणाऱ्या नखांखेरीज गाडीत स्मशानशांतता होती.

''काहीतरी वेगळंच वाटतंय ना जोडीनं फिरायला निघाल्यासारखं.'' रॅन्ड हसला, त्याचं हसणं जरासं बेफामपणाकडे झुकणारं : वरच्या पट्टीतलं, चिरकं. रॅन्ड इलियट एक बुद्धिमान मानसशास्त्रज्ञ, लोकप्रिय लेखक, जगन्मित्र, कोलमडून पडत होता. मेरीबेथनं स्वतःचं औषध सुरू केलं होतं. स्वच्छ मद्याचा नेमका डोस, ज्यानं दुःखाची धार तर कमी व्हायला हवी, पण बधिरताही यायला नको. पण रॅन्डचा मात्र नक्की तोल जात होता. मला वाटलं त्या जॅक-इन-बॉक्सच्या स्प्रिंगसारखं त्याचंही डोकं खाली येणार– ककूऽऽऽ! रॅन्डच्या गप्पिष्ट स्वभावाचा अतिरेक होत होता. येईल जाईल त्या प्रत्येकाशी तो जरा अति मोकळेपणानं वागत होता, भेटेल त्याला जवळ करावं, मग ते पोलीस असोत की पत्रकार किंवा स्वयंसेवक. विशेषतः आमच्या डेज इनची 'मध्यस्थ' तिच्याशी त्याची फारच घसट होती. या गोंधळलेल्या, लाजवट पोरीची, डॉनीची चेष्टा करायला आणि तसं बोलून दाखवायला त्याला फार आवडायचं. ''मी तुझी चेष्टा करतोय बरं डॉनी,'' तो म्हणायचा, आणि डॉनीचा चेहरा हास्यानं फुलून यायचा.

''त्या पोरीला कौतुक करायला दुसरं कोणी मिळत नाही का?'' एका रात्री मी 'गो'जवळ चिडचिड केली. ती म्हणाली, त्याला माझ्यापेक्षा जास्त कोणीतरी आवडतंय म्हणून मला मत्सर वाटतोय. खरंच होतं ते.

आम्ही बागेकडे चालत असताना मेरीबेथने रॅन्डच्या पाठीवर थोपटल्यासारखं केलं.

मला जाणवलं की मलाही असंच कोणीतरी करावंसं वाटत होतं. एक स्पर्श फक्त. अचानक माझ्या तोंडून एक हुंदका बाहेर पडला. एक अश्रूभरला उसासा. मला कोणीतरी हवं होतं, पण मला कळत नव्हतं अॅमी की अॅन्डी.''

''निक्?'' 'गो' म्हणाली. तिनं माझ्या खांद्याला स्पर्श करण्याकरता म्हणून हात वर उचलला, पण मी तो झटकून टाकला.

''सॉरी, खरंच माफ कर,'' मी म्हटलं. ''विचित्रच उमाळा भावनांचा, हे डन् स्वभावाविरुद्ध आहे अगदी.''

''असू दे. आपण दोघंही तसंच वागतोय,'' 'गो'म्हणाली. आणि तिनं नजर वळवली. जेव्हापासून तिच्या लक्षात माझी 'परिस्थिती'– माझ्या व्यभिचाराला आम्ही हा शब्द वापरला होता– ती जरा लांब झाली होती, तिची नजर परकी आणि चेहरा अतिशय गंभीर. मी फार तिरस्कार न करण्याचा प्रयत्न करत होतो.

त्यांनी बागेत प्रवेश केला तेव्हा कॅमेरा घेतलेले वार्ताहर सगळीकडेच होते. स्थानिकच नव्हे केवळ तर सगळीकडचे. दोघे डन् आणि इलियट गर्दीच्या कडेकडेनं पुढे झाले. एखाद्या आमंत्रित पाहुण्यासारखा रॅन्ड सगळ्यांकडे बघत हसत चालला होता. बोनी आणि गिलपीन लगेचच पुढे आणि वाट दाखवणाऱ्या कुत्र्यांसारखे आमच्या पुढे-पुढे चालायला लागले; ते जवळजवळ आता आमच्या आयुष्याचाच भाग झाल्यासारखे होते; त्यांची तीच कल्पना असावी. बोनीनं तेच कपडे घातले होते जे ती कोणत्याही सार्वजनिक कार्यक्रमांना घालते : एक साधासा काळा स्कर्ट आणि राखाडी पट्टे असणारा ब्लाऊज. दमट केसांच्या दोन्ही बाजूंना पिना लावलेल्या.

एक मुलगी आहे जिचं नाव बोनी मोरोनी... रात्र उष्म्याची होती; बोनीच्या काखांमध्ये घामाचे गडद डाग होते. ती माझ्याकडे बघून दिलखुलास हसली. जणू काही कालचे आरोप-प्रत्यारोप– आरोपच होते ना ते? ते झालेच नव्हते.

एका तात्पुरत्या केलेल्या जराशा खिळखिळ्याशा व्यासपीठावर मी आणि इलियट पती-पत्नी चढलो. मी मागं वळून माझ्या जुळ्या बहिणीकडे नजर टाकली. तिनं माझ्याकडे बघून मान डोलावली आणि दीर्घ श्वास घेण्याची खूण केली. तेव्हा कुठे मला श्वास घेण्याची आठवण झाली. फोटो काढणाऱ्या, फ्लॅश टाकणाऱ्या कॅमेऱ्यांबरोबरच शेकडो चेहरेपण आमच्या दिशेनं वळलेले होते. हसू नकोस. मी स्वतःला बजावले; अजिबात हसू नकोस.

'अॅमीला शोधा' असं छापलेल्या कित्येक टीशर्टमधून माझी बायको माझ्याकडे नजर रोखून होती.

'गो' म्हणाली होती की मला भाषण करावं लागेल. (तुला जरा माणसासारखं वागायला हवं. झटपट) म्हणून मी तेच केलं. मी माईकजवळ गेलो. तो खूपच

खाली होता, जेमतेम पोटापर्यंत येत होता. काही सेकंद त्याच्याशी झटापट केल्यावर तो जेमतेम इंचभर वर आला. असल्या गलथान कारभाराची मला खरंतर चीड आली असती एरवा; पण आता मला अशी चीड सार्वजनिकरीत्या व्यक्त करणं शक्यच नव्हतं, त्यामुळे मी एक खोल श्वास घेतला आणि खाली वाकून माझ्या बहिणीनं मला लिहून दिलेले शब्द वाचायला सुरुवात केली. ''एक आठवड्यापासून माझी पत्नी ॲमी डन् ही बेपत्ता आहे. आमचं कुटुंब आता कोणत्या त्रासातून, दुःखातून जातंय ते कदाचित मी तुमच्यापर्यंत पोहोचवू शकणार नाही. ॲमीच्या नाहीशा होण्यानं आमच्या आयुष्यात जो खड्डा तयार झाला आहे, तो तुमच्यापर्यंत कसा पोहोचवू? ॲमी माझं प्रेम आहे, तिच्या कुटुंबाची ती जान आहे. तुमच्यापैकी ज्यांना ती माहिती नसेल त्यांच्याकरता सांगतो, ती हसरी आणि गोड आहे, ती दयाळू आहे. ती शहाणी आणि उत्साही आहे. ती माझा आधार आहे आणि सगळ्या बाबतीतली माझी जोडीदार.''

मी मान उचलून वर गर्दीकडे बघितलं आणि अचानक माझी नजर ॲन्डीवर पडली. तिच्या नजरेत विश्वास भरला होता, मी घाईघाईनं माझ्या भाषणाकडे नजर वळवली.

''मला ॲमीबरोबर आयुष्य घालवायचं आहे, आणि मला खात्री आहे की ते तसंच होणार.''

''थांब, श्वास घे. हसू नको.'' माझ्या हातातल्या कागदावर 'गो'नं हे शब्द प्रत्यक्ष लिहिलेले होते. 'होणार, होणार, होणार' वेगवेगळ्या माईकवरून माझ्या आवाजाचा प्रतिध्वनी नदीपर्यंत घुमत गेला.

''तुम्हाला जर काही माहिती कळली तर ती कृपया आमच्यापर्यंत पोहोचवा. ती लवकर आणि सुखरूप घरी यावी म्हणून आज आपण सगळे जण मेणबत्त्या लावणार आहोत. आय लव्ह यू ॲमी.''

एक ॲन्डी सोडून मी बाकी सगळीकडे माझी नजर फिरवली. बाग मेणबत्त्यांच्या प्रकाशात चमकायला लागली. एक मिनिटाची शांतता पाळायची होती. पण छोटी बाळं रडत होती आणि एक बेघर माणूस मोठ्यानं विचारत होता, ''हे सगळं काय चाललं आहे? कशाकरता चाललं आहे?'' मग कोणीतरी हळू आवाजात ॲमीचं नाव उच्चारायचं आणि मग तो माणूस परत मोठ्यानं विचारायचा ''काय? कशाकरता?''

गर्दीच्या मधून नोएली हॉथोर्न वाट काढत पुढे सरकायला लागली. तिच्या तिळ्यांपैकी एक तिच्या कडेवर आणि उरलेली दोन तिच्या स्कर्टला लोंबकळून चालत होती. ज्यांना मुलांची सवयच नाही, त्यांच्या नजरेला ते अगदी लहान दिसणारच. नोएलीनं, गर्दीला तिला आणि तिच्या मुलांकरता वाट देण्याकरता

भाग पाडलं आणि ती स्टेजपर्यंत आली आणि मान उचलून माझ्याकडे बघायला लागली. मीही तिच्याकडे रागानं बघू लागलो– या बाईने माझी प्रतिमा खराब केली होती– तेव्हा माझं लक्ष तिच्या पोटाकडे गेलं आणि माझ्या लक्षात आलं की ती पुन्हा गरोदर आहे. एक क्षणभर आश्चर्यानं माझा आ वासला गेला– चार वर्षांच्या आतली चार मुलं, परमेश्वरा! नंतर त्या नजरेचं विश्लेषण होईल, त्यावर चर्चा होईल, वाद होतील, बऱ्याच लोकांना नजरेत राग आणि भीतीचं मिश्रण दिसेल.

"ए निक्," अर्धवट उंचीच्या माईकमधून तिचा आवाज सगळ्या श्रोत्यांमध्ये घुमला.

मी पुन्हा माईकशी धडपड केली, पण मला तो बंद करण्याचं बटण सापडेना.

"मला फक्त तुझा चेहरा पाहायचा होता," ती म्हणाली आणि रडायला लागली. सगळ्या श्रोत्यांमधून एक हुंदका उमटला. सगळे तल्लीनपणे ऐकत होते. "ती कुठे आहे? तू काय केलंस ॲमीचं? तू काय केलं आहेस तुझ्या बायकोचं?"

"बायको, बायको." तिचा आवाज घुमत गेला. तिच्या मुलांपैकी दोघं जण घाबरून किंचाळायला लागली.

एक क्षणभर नोएलीला बोलणं अशक्य झालं. ती इतकी ओक्साबोक्शी रडत होती, ती रागानं बेफाम झाली... तिनं मायक्रोफोनचा स्टँड खेचला आणि आख्खा माईकच तिच्या दिशेनं ओढून घेतला. मी तो पुन्हा खेचून घेण्याचा विचार केला. मला माहीत होतं की या गर्भवती बाईसमोर, या तिळ्यांच्या आईसमोर मी काहीही करू शकणार नाही. मी गर्दीत नजर फिरवून माईक हॉथोर्न कुठं दिसतोय का ते पाहिलं– तुझ्या बायकोला आवर– पण तो कुठंच नव्हता. नोएली आता गर्दीच्या दिशेनं वळली.

"मी ॲमीची जिवलग मैत्रीण आहे!" मैत्रीण, मैत्रीण, मैत्रीण तिच्या मुलांच्या किंकाळ्यांबरोबरच तिचे शब्द बागेत घुमायला लागले. "मी इतके प्रयत्न केले पण पोलीस माझं म्हणणंच मुळी गांभीर्यानं घेत नाहीत. म्हणून मग मी आता सगळ्या गावाला आवाहन करते आहे, हे गाव ज्यावर ॲमीनं प्रेम केलं, ज्या गावानं तिच्यावर प्रेम केलं! हा माणूस निक् डन् याच्याकडून काही प्रश्नांची उत्तरं मिळायला हवीत. त्यानं त्याच्या बायकोचं काय केलं हे आपल्याला कळायला हवं."

बोनी झटकन स्टेजच्या एका बाजूनं तिच्या दिशेनं पुढं झाली, नोएली वळली आणि दोघांची नजर भिडली. बोनीनं गळ्याशी हात नेऊन तिला खूण केली : "बोलू नकोस!"

"त्याची गर्भवती पत्नी!"

एका क्षणात मेणबत्त्या दिसेनाशा झाल्या. कॅमेऱ्याचे फ्लॅश फटाफट उडत होते. माझ्या शेजारी रॅन्डनं चिरकल्यासारखा आवाज केला. खाली बोनीनं कपाळावर बोटं दाबून धरली. जणू काही ती डोकेदुखीची एक लाट अडवून धरत होती. माझ्या नजरेसमोर झपाझप लोकांचे चेहरे सरकत होते, त्याच वेगानं माझी नाडीही दौडत होती.

मी गर्दीत ॲन्डीकडे नजर वळवली, ती माझ्याकडे एकटक पाहत होती. तिच्या चेहऱ्यावर लाली होती आणि तो वाकडा झालेला होता. तिचे गाल ओलसर दिसत होते. आमची नजरानजर झाली तशी तिनं निःशब्दपणे एकच शब्द उच्चारला, 'हलकट!' आणि गर्दीत वळून नाहीशी झाली.

"आपण निघायला हवं," अचानक माझी बहीण माझ्या शेजारी उभी राहून माझा दंड खेचत कानात कुजबुजत होती. माझ्यावर कॅमेऱ्याचे फ्लॅश पडत होते. फ्रॅन्केनस्टीनचा तो अमानवी आकार जसा गावकऱ्यांच्या मशालींना घाबरून, त्रासून समोर उभा राहिला असेल, तसा मी उभा होतो. 'फ्लॅश, फ्लॅश' आम्ही जायला निघालो दोन भागात, माझी बहीण आणि मी 'गो'च्या गाडीच्या दिशेनं पळून चाललेलो आणि इलियट पती-पत्नी तसेच स्टेजवर मागे राहिलेले आ वासून. राहा तसेच. वार्ताहर माझ्यावर प्रश्नांचा भडिमार करत होते. 'निक्, ॲमी गरोदर होती? निक् ॲमी गरोदर असल्यामुळे तुला काय वाटत होतं?' आणि मी, मी बागेच्या बाहेर पडायला धडपडत होतो. गारा पडताना डोकं वाचवायला मान खाली घालतो तशी मान खाली : गरोदर, गरोदर, गरोदर. या उन्हाळी रात्री रातकिड्यांच्या लयीत तो शब्द कानांवर आदळत होता.

ॲमी इलियट डन्

फेब्रुवारी १५, २०१२

डायरीतील नोंद

किती विचित्र काळ आहे. मला असाच विचार करायला हवा, हे सगळं लांबून अलिप्तपणे निरखायला हवं : हा हा, मागे वळून बघताना हा काळ किती विचित्र भासेल. जेव्हा मी ऐंशी वर्षांची होईन, तेव्हा मला किती गंमत वाटेल! जुनाट जांभळट रंगाच्या कपड्यात, हातातल्या मार्टिनीचा ग्लास फिरवणारी, एक शहाणी, मागं वळून आयुष्यातली गंमत बघणारी स्त्री. याची एक कहाणी होऊ शकेल? ज्यातून मी तगले त्या सगळ्याची एक भयंकर, चमत्कारिक गोष्ट.

कारण माझ्या नवऱ्याचं काहीतरी बिनसलंय या गोष्टीची मला आता खात्रीच आहे. तो त्याच्या आईच्या दुःखात आहे हे खरं; पण त्याहीपेक्षा आणखी काहीतरी आहे आणि त्याचा रोख माझ्या दिशेनं आहे, दुःख नाही; पण... कधी कधी तो माझ्याकडे बघतोय हे मला जाणवतं आणि मी जेव्हा वर बघते तेव्हा त्याच्या चेहऱ्यावर तिरस्कार स्पष्ट उमटलेला असतो. जणू काही सकाळी साधं काहीतरी खाण्याऐवजी किंवा रात्री केस विंचरत असण्याऐवजी मी काहीतरी भयंकर करत असताना त्यानं मला पकडलं असावं. तो इतका रागावलेला आहे, इतका अस्वस्थ आहे की मला शंका येते, की याचे मूड कोणत्यातरी शारीरिक गोष्टीशी तर निगडित नसतील? ती गव्हाची ॲलर्जी असते, ज्यामुळे लोकं वेडी होतात किंवा एखाद्या बुरशीच्या वाढीनं त्याचा मेंदू ग्रासला असेल का?

एकदा मी रात्रीची खाली होते तर तो डायनिंग टेबलाशी बसला होता, डोक्याला हात लावून, समोर क्रेडिट कार्डाच्या बिलांची एक चळत होती. वरच्या झुंबराच्या प्रकाशात एकाकी बसलेल्या माझ्या नवऱ्याकडे मी पाहत राहिले. मला वाटलं त्याच्या जवळ जाऊन बसावं आणि जोडीदारांप्रमाणे या सगळ्याचा सोक्षमोक्ष

लावावा. पण मी तसं केलं नाही. मला माहीत आहे त्यामुळे तो आणखीच वैतागला असता. कधीकधी मला वाटतं की त्याला मी आवडत नाही त्याचं हेच कारण असावं. त्याचे दोष मला दिसतात आणि म्हणून तो माझा तिरस्कार करतो.

त्यानं मला ढकललं. जोरात. दोन दिवसांपूर्वी त्यानं मला ढकललं, मी पडले आणि माझं डोकं स्वयंपाकघरातल्या ओट्यावर आपटलं आणि तीन सेकंदांकरता मला काही दिसेचना. काय बोलू मी त्याबद्दल, मला काही कळतच नाही. दुखण्यापेक्षा ते जास्त धक्कादायक होतं. मी त्याला सांगत होते की मी कुठेतरी नोकरी बघते, काही स्वतंत्र काम. म्हणजे मग आपण मुलं होऊ देऊ शकू, खरंखुरं आयुष्य जगू शकू...

''मग आता जे आहे त्याला काय म्हणतेस तू?'' तो म्हणाला.

'नरक' मी मनाशीच म्हटलं आणि गप्प राहिले.

''या जगण्याला काय म्हणतेस तू ॲमी? हं? याला काय म्हणायचं? मिस ॲमेझिंगच्या मते हे जगणं नाही तर मग काय आहे?''

''आयुष्याबद्दलची माझी ही कल्पना नाही,'' मी म्हणाले. त्यानं माझ्या दिशेनं तीन पावलं टाकली, मला वाटलं, तो बहुतेक मला... आणि मग तो मला ढकलत होता आणि मी आपटले.

आम्ही दोघंही दचकलो. त्यानं एका हाताची मूठ आवळून धरली होती आणि कोणत्याही क्षणी तो आता रडायला लागेल असं मला वाटत होतं. त्याला नुसतं वाईट वाटत नव्हतं तर तो अवाक झाला होता. पण एक गोष्ट मला इथं स्पष्ट करू दे. मी काय करते आहे हे मला नक्की माहीत होतं. मी त्याला त्या टोकापर्यंत ढकलत होते, मी त्याला स्वतःला आक्रसून घेताना बघत होते– मला त्यानं काहीतरी बोलायला हवं होतं, काहीतरी करायला हवं होतं. मग ते काही असो, वाईट असू देत अगदी काहीतरी टोकाचं करू देत; पण काहीतरी कर. निक् मला इथं असं भूतासारखं सोडू नकोस.

मला वाटलंच नाही की तो असं करेल.

जर माझ्या नवऱ्यानं माझ्यावर हल्ला केला तर मी काय करीन याचा मी कधी विचारच केला नाही, कारण मी कधी अशा बायकोला छळणाऱ्या लोकांमध्ये वावरलेच नाही. (मला माहीत आहे, लाईफटाईम मूव्ही*, मला माहीत आहे : हिंसात्मक प्रवृत्ती सर्व सामाजिक-आर्थिक अडथळ्यांना ओलांडून जाते; पण तरीही निक्?) मी किती वरवरचं बोलते आहे. हे इतकं सगळं हास्यास्पद आहे : मी एक मार खाल्लेली बायको. अमेझिंग ॲमी आणि छळणारा नवरा.

---

* लाईफटाईम मूव्ही - सत्यघटनांवर आधारित कार्यक्रम दाखवणारे एक चॅनेल.

त्याने भरपूर क्षमा मागितली. (क्षमा मागण्याखेरीज कोणी 'भरपूर' काय करत असेल? मला वाटतं घाम 'भरपूर' येतो फक्त.) त्यानं समुपदेशन घेण्याचं मान्य केलंय. त्याला तो तयार होईल असं माझ्या कधी स्वप्नातही आलं नाही. ही चांगली गोष्ट आहे. खरं म्हणजे मुळात तो एक चांगला मनुष्य आहे म्हणूनच मी ही गोष्ट सोडून देते आहे, ही एक चुकून घडलेली चूक होती, यावर विश्वास ठेवते आहे. आम्ही दोघंही इतक्या तणावाखाली आहोत, त्यामुळे हे घडलं असावं बहुतेक. कधी कधी मी ही गोष्ट विसरून जाते, की जितका ताण माझ्यावर आहे तेवढाच तो निक्‌लासुद्धा जाणवत असणार. मला इथे घेऊन येण्याचं ओझं असणारच त्याच्या मनावर. माझ्यासारख्या रडक्या बाईनं सुखात राहावं या भावनेचा ताण त्याच्यावर असणारच आणि निक्‌सारखा माणूस जो छोट्याशा गोष्टीतही आनंद मानतो– त्याला ही गोष्ट तापदायकच असणार.

त्यामुळेच तो धक्का, इतक्या झटकन दिलेला, त्यामुळे मी घाबरले नाही. मी जर कशामुळे घाबरले असेन तर ते मी जमिनीवर बावचळल्यासारखी पडलेली असताना, माझं डोकं कलकलत असताना त्याच्या चेहऱ्यावर जे भाव होते, त्यामुळे. त्याच्या चेहऱ्याकडे बघून वाटत होतं, की मला आणखी धक्का देण्यापासून त्यानं स्वतःला कसंबसं आवरून धरलंय. मला आणखी एक धक्का द्यायला त्याचे हात जणू शिवशिवत होते. स्वतःला आवरणं त्याला किती कठीण जात होतं. कसा तो तेव्हा माझ्याकडे बघत होता. अपराधी भावना आणि त्याबद्दलचा तिरस्कार : आत्यंतिक तिरस्कार.

आणि सगळ्यात वाईट गोष्ट पुढे आहे. काल मी मॉलमधून बाहेर पडले, जिथे गावातली अर्धीअधिक लोकं अमली पदार्थ घ्यायला जातात, औषध विकत घेण्याइतकं सोपं आहे ते; मला माहीत आहे कारण नोएलीनं सांगितलंय मला : तिचा नवरा कधी कधी तिकडे एखादा झुरका मारायला जातो. मला तसलं काही नको होतं पण, मला एक बंदूक हवी होती. असावी लागलीच गरज तर. जर निक्‌च्या बाबतीत गरज लागलीच तर. मी तिथं पोहोचेपर्यंत माझ्या लक्षातच आलं नाही की तो 'व्हॅलन्टाइन डे' होता. त्या दिवशी 'व्हॅलन्टाइन डे' होता आणि मी बंदूक खरेदी करायला गेले होते आणि मग मी माझ्या नवऱ्यासाठी जेवण बनवणार होते. मग माझ्या मनात विचार आला : निक्‌चे वडील तुझ्याबाबतीत म्हणतात ते बरोबर आहे. तू एक मुर्ख कुत्री आहेस. कारण तुला जर असं वाटत असेल की तुझा नवरा तुला इजा करेल तर तू इथून जायला हवंस. आणि तरीही तुला तसं त्याला सोडून जाता येत नाही कारण तो सध्या त्याच्या आईच्या दुःखात आहे. नाही जाऊ शकत तू. तसं करण्याकरता तू एक आत्यंतिक भयंकर बाई असायला हवंस, किंवा काहीतरी बिनसलेलं असायला हवं. तुला या गोष्टीची खात्री पटली

की तुझा नवरा खरंच तुला इजा पोहोचवू शकतो, तरच तू हे करू शकशील.

पण मला नाही वाटत, की निक् मला इजा करू शकेल.

मला फक्त बंदूक असेल तर जास्त सुरक्षित वाटेल.

निक् डन्

सहा दिवसांनंतर...

'गो'नं मला कारमध्ये ढकललं आणि बागेपासून लांब निघाली. आम्ही नोएलीला ओलांडून वेगात पुढे निघालो. ती बोनी आणि गिलपीनबरोबर त्यांच्या गाडीकडे निघाली होती. तिची व्यवस्थित कपड्यांमधली तिळी मुलं तिच्या पाठून पतंगाची शेपूट असावी तशी लोंबकळत चालली होती. आम्ही गर्दी ओलांडून पुढे गेलो : शेकडो चेहरे... माझ्या दिशेनं रोखलेला एक शारीर झोत. आम्ही चक्क तिथून पळून गेलो. तांत्रिकदृष्ट्या पलायनच होतं ते.

"काय हल्ला होता." 'गो' पुटपुटली.

"हल्ला?" मी धक्का बसून म्हणालो.

"तुला काय वाटतं निक् हा एक अपघात होता? ती तिळकट रांड, तिने आधीच पोलिसांना जबाब दिला असणार. गरोदरपणाबद्दल काहीच सांगितलं नसणार."

"किंवा ते शांतपणे एका मागून एक बॉंब टाकताहेत."

बोनी आणि गिलपीनला आधीच माहीत असणार माझी बायको गरोदर आहे ते. त्यांनी तो डाव रचला असणार. त्यांना खात्री वाटत असेल की मीच तिला मारलंय.

"आता पुढचा आठवडाभर प्रत्येक केबल नेटवर्कवर फक्त नोएलीच असेल, तू कसा खुनी आहेस आणि ती ॲमीची जिवलग मैत्रीण तिला न्याय मिळवून देण्याचा कसा प्रयत्न करते आहे. प्रसिद्धीची हाव असलेली रांड आहे ती."

मी काचेला चेहरा टेकवून माझ्या सीटमध्ये रेललो. बऱ्याच बातम्यांच्या गाड्या आमच्या पाठोपाठ येत होत्या. गाडीत शांतता होती. 'गो'चा श्वास आता संथपणे येत होता. मी नदी न्याहाळत राहिलो, एका झाडाची फांदी दक्षिणेकडे वाहत चालली होती.

"निक्?" शेवटी तिला राहवलं नाही. "हे खरं... तुला– "

"मला माहीत नाही, 'गो'. ॲमी मला काहीच बोलली नव्हती. ती जर खरंच गरोदर असेल तर ती मला न सांगता नोएलीला का सांगेल?"

"मग ती बंदूक मिळवण्याचा प्रयत्न करते आणि तुला सांगत नाही, असं का?" 'गो' म्हणाली. "या सगळ्याचा काही अर्थच लागत नाहीये."

आम्ही 'गो'च्या घरी गेलो– माझ्या घराभोवती वार्ताहरांचा घोळका असणार– आणि आम्ही पोहोचतो न पोहोचतो तोच माझा फोन वाजला. माझा खराखुरा फोन. तो इलियटचा फोन होता. मी श्वास ओढला आणि माझ्या जुन्या बेडरूममध्ये शिरलो आणि मगच फोन उचलला.

"मला तुला हे विचारणं गरजेचं आहे निक्." फोनवर रॅन्ड बोलत होता. पाठीमागे टीव्हीचा आवाज येत होता. "तू हे मला सांगितलं पाहिजेस निक्. तुला माहीत होतं ॲमीला दिवस गेलेत हे?"

मी थबकलो. ही गरोदरपणाची शक्यता किती अशक्य कोटीतील आहे, हे त्याला कुठल्या शब्दात सांगावं याचा मी विचार करू लागलो.

"मला उत्तर दे, निक्!"

रॅन्डच्या आवाजाच्या पट्टीनं मी स्वतःला आणखीच शांत केलं. मी हळुवार समजुतीच्या आवाजात बोलायला सुरुवात केली. "ॲमी आणि मी दिवस जाण्याकरता प्रयत्नही करत नव्हतो. तिला मुळात दिवस राहणं मंजूरच नव्हतं. रॅन्ड, मला वाटत नाही तिला कधी ते हवं असेल असं. आमच्यात... आमच्यात तेवढे वारंवार संबंधच येत नव्हते. मला आश्चर्यच वाटेल ती खरंच गरोदर असलीच तर."

"नोएली म्हणाली की ती खात्री करून घेण्याकरता डॉक्टरांकडे गेली होती. पोलिसांनी रेकॉर्ड पाहायला मिळावं म्हणून आधीच समन्स काढलं आहे. आज रात्रीपर्यंत कळेल काय आहे ते."

'गो' बैठकीच्या खोलीत बसलेली मला आढळली. माझ्या आईच्या टेबलाशी ती थंड कॉफीचा कप हातात घेऊन बसली होती. मी बाहेर आल्याचं तिला कळलंय हे मला कळावं म्हणून ती जराशी वळली, पण तिचा चेहरा तिनं मला दिसू दिला नाही.

"तू का खोटं बोलतोयस, निक्?" तिनं विचारलं. "इलियट काही तुझे शत्रू नाहीत. तू त्यांना कमीत कमी एवढं तरी सांगायचं होतंस की तुला मुलं नको होती. ॲमीला वाईटपणा का देतोस?"

पुन्हा एकदा मी संताप गिळला. माझं मन संतापानं खदखदत होतं नुसतं. "मी पार थकलोय, 'गो'. हे सगळं आत्ताच बोलायला हवंय का?"

"यापेक्षा आणखी कोणती चांगली वेळ मिळणार आहे आपल्याला?"

"मला मुलं हवी होती. आम्ही काही काळ तसा प्रयत्नही केला होता; पण उपयोग झाला नाही. आम्ही नंतर त्यावर कृत्रिम गर्भधारणेचाही विचार केला; पण नंतर ॲमीनं ठरवलं की तिला मुलंच नको आहेत."

"तू मला म्हणाला होतास की तुला नको आहेत."

"मी ते सांभाळून घेण्याचा प्रयत्न करत होतो."

"वा. किती छान. आणखी एक थाप," 'गो' म्हणाली. "मला वाटलंच नाही कधी की तू इतका... तू जे म्हणतोयस ना निक् त्याला काही अर्थच नाहीये. आपण बार सुरू केला तेव्हाच पार्टीच्या वेळी मी होते तिथे, आणि आईचा गैरसमज झाला होता, तिला वाटलं की तुम्ही दोघं हीच बाळाची बातमी देताय आणि मग ॲमी रडायला लागली."

"हे बघ ॲमीचं प्रत्येक वेळचं वागणं मी उलगडून सांगू शकत नाही, 'गो'. एक वर्षापूर्वी ती अशी का रडली असेल ते मला माहीत नाही."

'गो' शांत बसून राहिली. रस्त्यावरच्या दिव्यांचा केशरी उजेड तिच्या डोक्याभोवती वलय निर्माण करत होता. "हीच तुझी खरी परीक्षा आहे, निक्." माझ्याकडे न पाहताच ती पुटपुटली. "तुझा हा नेहमीच सत्याचा गोंधळ होता– जर तुला वाटलं की त्यामुळे भांडण टळेल तर नेहमीच तू गोष्टी रचून सांगायचास. कायमच तू सोपा मार्ग निवडत आलास. आईला सांगायचास की तू बेसबॉलच्या प्रॅक्टिसला गेला होतास आणि तू टीम सोडलेली असायचीस; आईला सांगायचास चर्चमध्ये गेलो आणि प्रत्यक्षात तू सिनेमाला गेलेला असायचास. ही तुझी चमत्कारिक सवय आहे."

"हे बेसबॉलपेक्षा वेगळं आहे, 'गो'."

"खूप वेगळं आहे. पण तरीही तू एखाद्या लहान पोरासारखा गोष्टी रचून सांगतो आहेस. सगळ्यांना तू आदर्श आहेस असं वाटावं म्हणून तू अगदी आसुसला आहेस. तुला कधीच वाईटपणा नको असतो. मग तू ॲमीच्या आई-वडिलांना सांगतोस की तिला मुलं नको होती. तू तुझ्या बायकोला फसवत होतास तेही मला सांगितलं नाहीस. तुझ्या नावावर असणारी क्रेडिट कार्ड्स तुझी नाहीत असंही तू शपथपूर्वक सांगतोस, तुला चौपाटीवर जायला आवडत नाही तरीही तू ठासून सांगतोस की तू तिथेच होतास. तू म्हणतोस तुझा संसार आनंदानं सुरू होता. मला तर आता कशावर विश्वास ठेवायचा तेच कळत नाही."

"तू माझी चेष्टा करतेस ना?"

"ॲमी नाहीशी झाल्यापासून तू काय केलं असशील तर फक्त खोटं बोललाहेस. मला काळजी वाटते. जे काही चाललंय त्या सगळ्याचीच काळजी वाटते."

काही क्षण पूर्ण शांतता.

"मला जे वाटतंय तेच तू बोलते आहेस का, 'गो'? कारण तू जर तेच म्हणत असशील तर आपल्यातलं काहीतरी नक्कीच मेलंय."

"तू लहानपणी आईबरोबर एक खेळ खेळायचास, आठवतंय : तरीही तू माझ्यावर प्रेम करशील? मी 'गो'ला मारलं तरी तू माझ्यावर प्रेम करशील? मी बँक लुटली तरी तू माझ्यावर प्रेम करशील? मी कोणाचा खून केला तरी तू माझ्यावर प्रेम करशील?"

मी काहीच बोललो नाही. माझा श्वास फारच जलद येत होता.

"मी तरीही तुझ्यावर प्रेम करीन." 'गो' म्हणाली.

"गो' मी हे बोलून दाखवावं असं खरंच वाटतंय तुला?"

ती काहीच बोलली नाही.

"मी ॲमीला मारलेलं नाही."

ती तरीही काहीच बोलली नाही.

"तुझा विश्वास आहे ना माझ्यावर?" मी विचारलं.

"माझं प्रेम आहे तुझ्यावर."

तिनं माझ्या खांद्यावर हात ठेवला आणि ती बेडरूममध्ये निघून गेली आणि दार लावून घेतलं. मी तिच्या खोलीत दिवा लागायची वाट पाहत राहिलो; पण तिथे काळोखच होता.

दोन सेकंदांनी माझा फोन वाजला. या वेळी माझा तात्पुरता फोन वाजला, जो मी खरंतर नष्ट करायला हवा; पण करू शकत नाही कारण मला तो ॲन्डीकरता उचलायलाच हवा. *दिवसातून एकदा निक्. आपण दिवसातून एकदा तरी बोलायला हवं.*

मी माझे दात आवळून धरले होते; माझ्या लक्षात आलं.

मी एक खोल श्वास घेतला.

लांब तिकडे गावाच्या वेशीकडे जिथे जुन्या पश्चिमेकडच्या किल्ल्याचे अवशेष होते, तिकडे आता आणखी एक बाग झाली होती. जिथे कोणीच जात नसे. तिथे फक्त आता एक दुमजली लाकडी टेहळणी बुरुज शिल्लक होता आणि आजूबाजूला गंजलेले झोपाळे आणि खेळणी. मी आणि ॲन्डी एकदा तिथे भेटलो होतो. त्या अंधाऱ्या मनोऱ्यात एकमेकांना चाचपडत प्रेम केलं होतं.

माझ्या आईच्या जुन्या गाडीतून मी गावातून तीन लांब चकरा मारल्या, माझ्यावर कोणाची पाळत नाही ना हे बघायला. तिथं जाणं हा शुद्ध वेडेपणा होता– अजून दहासुद्धा वाजले नव्हते– पण आमच्या भेटीगाठींमध्ये माझ्या म्हणण्याला

आता काहीच अर्थ उरला नव्हता. मला तुला भेटायचंय निक्. आज रात्रीच, आत्ता, नाहीतर मी खरं सांगते माझा ताबाच सुटेल. मी त्या किल्ल्यापाशी गेलो, तेव्हा त्याचा एकाकी ओसाडपणा माझ्या नजरेत आला आणि त्याचा अर्थही लक्षात आला : ॲन्डी अजूनही मला एकाकी, अंधाऱ्या जागी भेटायला तयार होती. मला, स्वतःच्या गरोदर बायकोला मारणाऱ्या खुन्याला. मी त्या दाट खाजऱ्या गवतातून अंधाऱ्या बुरुजाकडे जात असताना, मला त्याच्या छोट्याशा खिडकीत तिची आकृती दिसली.

ती तुला खलास करणार आहे निक्. उरलेलं अंतर मी भराभरा कापलं.

तासाभरानी मी माझ्या पापाराझ्झीं* नी वेढलेल्या घरात वाट पाहत बसलो होतो. रॅन्ड म्हणाला होता की मध्यरात्रीपर्यंत त्याला समजेल माझी बायको गरोदर होती की नाही ते. फोन वाजल्यावर मी तो झडप घालून उचलला तर तो त्या फालतू कम्फर्ट हिलचा फोन होता. माझे वडील पुन्हा एकदा तिकडून निसटले होते. पोलिसांना कळवलं होतं. नेहमीप्रमाणे त्यांच्या बोलण्याचा सूर मी कसा नालायक आहे हाच होता. असं पुन्हा झालं तर आम्हाला तुमच्या वडिलांचं इथलं राहणं थांबवावं लागेल. माझ्या पोटात ढवळून आलं : माझे वडील इथे माझ्याजवळ राहायला आले तर– दोन केविलवाणे संतप्त नमुने– जगातील सर्वोत्तम विनोदी जोडी असेल ती आणि त्याचा शेवट खून किंवा आत्महत्या. डम् डम्! हसण्याचे आवाज.

मी फोन ठेवत असताना माझी नजर मागच्या खिडकीतून नदीकडे होती– शांत राहा निक्– आणि अचानक मला बोटीजवळ एक वाकलेली आकृती दिसली. आधी मला वाटलं, असेल एखादा भरकटलेला पत्रकार, पण मग मला त्या वळलेल्या मुठींची आणि ताणलेल्या खांद्यांची ओळख पटली. नदीच्या रस्त्यानी सरळ चालत गेलं तर कम्फर्ट हिल तीस मिनिटांच्या अंतरावर आहे. त्यांना मी आठवत नसलो तरी आमचं घर मात्र लक्षात राहिलं होतं.

मी काळोखातून बाहेर गेलो तर ते काठावरून एक पाय सोडून नदीकडे पाहत बसले होते. आधीपेक्षा जरा अवतार बरा होता, पण त्यांच्या घामाचा दर्प येत होता.

"डॅड? तुम्ही इथं काय करताय? सगळे काळजीत आहेत तिथे."

त्यांनी त्यांची ती गडद तपकिरी नजर माझ्याकडे वळवली, त्यांचे डोळे अजूनही तेज होते. बऱ्याचदा उतारवयात एक धुरकट पडदा येतो, तसे काचेसारखे

---

* पापाराझ्झी - बातम्या मिळवण्याकरता कुठलाही विधिनिषेध न बाळगणाऱ्या वार्ताहरांना दिलेली संज्ञा.

नव्हते. ते जर तसे दुधाळ, धुरकट असते तर कदाचित कमी अस्वस्थ वाटलं असतं.

"तिनं मला यायला सांगितलं," ते फटकारल्यासारखं म्हणाले. "तिनं मला यायला सांगितलं. हे माझं घर आहे. मला हवं तेव्हा मी येऊ शकतो."

"तुम्ही इथपर्यंत चालत आलात?"

"मी कधीपण इथे येऊ शकतो. तुला मी आवडत नाही, पण तिचा जीव आहे माझ्यावर."

मला क्षणभर हसू आलं. माझे वडीलही आता ॲमीबरोबर नातं जोडू पाहत होते.

माझ्या पुढच्या अंगणातले काही छायाचित्रकार आता फोटो काढायला लागले होते. मला वडिलांना आता घरी आणायला हवं. या खास फोटोंबरोबर ते कसा लेख तयार करतील, त्याचं चित्र माझ्या डोळ्यांसमोर आलं : बिल डन् कशा प्रकारचे वडील होते? कसल्या मुलाला जन्म दिलाय त्यांनी? त्यांनी जर ती त्यांची बायकांबद्दलची असंबद्ध बडबड सुरू केली तर देवा... मी कम्फर्ट हिलला फोन केला आणि जरा बाबापुता केल्यावर त्यांनी त्यांचा एक शिपाई वडिलांना न्यायला पाठवला. मी त्यांना अगदी हळुवारपणे गाडीपर्यंत घेऊन जाण्याचा देखावा केला, फोटोग्राफर फोटो काढताना त्यांच्या कानाशी आश्वासकपणे कुजबुजलो.

माझे वडील. ते गेले तसं मी चेहऱ्यावर हसू आणलं. मी किती प्रेमळ मुलगा आहे हे दाखवायचा प्रयत्न केला. वार्ताहर मला मी माझ्या बायकोचा खून केलाय का? ते विचारत होते, तेवढ्यात दारात पोलिसांची गाडी येऊन थांबली.

सगळ्या पत्रकारांना तोंड देत माझ्या दाराशी आली ती बोनी; मला सांगायला आली ती. तिने मला अगदी ममतेनं हळुवार आवाजात सांगितलं.

ॲमी गरोदर होती.

माझी बायको तिच्या पोटात वाढणाऱ्या माझ्या बाळासकट नाहीशी झाली होती. बोनी मला न्याहाळत होती, माझ्या प्रतिक्रियेची वाट पाहत होती– म्हणजे तिला पोलीस अहवालात ते लिहिता येईल– म्हणून मी स्वतःलाच बजावलं, नीट वाग, सगळं उधळू नकोस, एखाद्या माणसाला ही बातमी कळली तर तो जसा वागेल तसा वाग. मी माझं डोकं हातात दाबून धरलं आणि पुटपुटलो, देवा रे देवा, आणि हे म्हणत असताना माझी बायको माझ्या नजरेसमोर आली, स्वयंपाकघराच्या फरशीवर, हात पोटाशी आवळलेले आणि तिचं डोकं फुटलेलं.

ॲमी इलियट डन्

जून २६, २०१२

डायरीतील नोंद

आयुष्यात मला आजच्याइतकं उत्साही कधीच वाटलेलं नाही. आजचा दिवस अगदी स्वच्छ, निळ्या आकाशाचा, तेजस्वी असा आहे. हवेतल्या उबदारपणानं पक्षी वेडावल्यासारखे झालेत. बाहेरची नदी खळाळत वाहते आहे आणि मी रसरशीत, जराशी घाबरलेली, उत्कंठित पण उत्फुल्ल.

आज सकाळी जेव्हा मी उठले तेव्हा निक् आधीच निघून गेला होता. मी बिछान्यातच बसून छताकडे पाहत होते. सूर्य एकेक फुटानं त्याला सोन्याचा मुलामा देत होता. आमच्या खिडकीच्या अगदी बाहेरच ब्ल्यूबर्ड गात होते, आणि मला उलटीसारखं वाटत होतं. माझा घसा एखादं हृदय आकुंचन पावावं, तसा आक्रसत होता. मी विचार केला की उलटी होऊ द्यायची नाही; पण मग मी बाथरूमकडे धावले आणि उलटी झालीच : पित्त, कोमट पाणी आणि एक छोटासा हेलकावणारा वाटाणा. माझं पोट आवळलं जात असताना आणि माझा श्वास कोंडलेला असताना, मी मनातल्या मनात गणित करायला सुरुवात केली जे फक्त बायका करतात. मी गोळ्या घेते खरी; पण मी एखाद-दोन दिवस विसरलेही असेन– आणि काय फरक पडतो. मी अडोतीस वर्षांची आहे, आणि जवळ जवळ आज वीस वर्षं मी गोळ्या घेते आहे. असे अचानक कसे मला दिवस जातील.

कुलूप घातलेल्या काचेच्या कपाटात मला घरच्या घरी तपासणीची साधनं सापडली. मला ते कपाट उघडून घेण्याकरता, त्या त्रासलेल्या ओठांवर मिशीसारखी लव असणाऱ्या बाईला आधी शोधून काढावं लागलं आणि मला नक्की काय हवंय ते दाखवावं लागलं. तिनं माझ्याकडे तपासणारी एक कोरडी नजर टाकली

आणि म्हणाली, "गुडलक."

नक्की काय चांगलं असणार कोणास ठाऊक! अधिकची खूण की वजाची खूण. मी घरी आले आणि त्यावर दिलेल्या सूचना तीन वेळा तरी वाचल्या, मी ती पट्टी योग्य सेकंदांकरता काटकोनात धरली. मग ती सिंकच्या कडेवर ठेवून तो एखादा बॉंब असल्यासारखी तिथून लांब पळाले. तीन मिनिटं म्हणून मग मी रेडिओ लावला आणि अर्थातच त्यावर टॉम पेट्टीचं गाणं लागलं होतं– अशी एक तरी वेळ दाखवा की जेव्हा रेडिओ लावल्यावर टॉम पेट्टीचं गाणं लागलं नसेल– म्हणून मग मी 'अमेरिकन गर्ल' गाण्याचा शब्द न् शब्द गायले. मग अगदी चोरपावलांनी बाथरूममध्ये शिरले, जणू काही ही अगदी गुपचूप करण्याचीच गोष्ट होती. माझं हृदय नेहमीपेक्षा वेगात धडधडत होतं आणि मी गरोदर होते.

आणि अचानक मी समोरच्या उन्हाळी गवतावरून, रस्त्यावरून धावत जाऊन नोएलीचं दार वाजवत होते. मग जेव्हा तिनं दार उघडलं तेव्हा मला रडायलाच यायला लागलं. मी तिला ती पट्टी दाखवली आणि ओरडले, "मी आई होणारे."

आणि अर्थातच आता हे माझ्याखेरीज आणखी कोणाला तरी कळलं होतं, म्हणून मग मला भीती वाटायला लागली.

घरी आले तेव्हा माझ्या मनात दोन विचार होते.

एक : पुढच्या आठवड्यात आमच्या लग्नाचा वाढदिवस आहे. मी क्ल्यूचा वापर प्रेमपत्रांसारखा करीन आणि शेवटी असेल एक पाळणा, जुन्या पद्धतीचा. मी त्याची समजूत काढीन की आम्ही एक कुटुंब आहोत, एकमेकांचे आहोत.

दोन : मला ती बंदूक मिळायला हवी होती.

हल्ली मला भीती वाटते कधीकधी, विशेषतः माझा नवरा घरी येतो तेव्हा. काही आठवड्यांपूर्वी निक्ने मला त्याच्याबरोबर बाहेर जायला बोलावलं, तराफ्यावर, निळ्या खुल्या आकाशाखाली प्रवाहाबरोबर तरंगत राहायचं. त्यानं मला जेव्हा हे विचारलं तेव्हा मी आमच्या जिन्याच्या खांबाभोवती अक्षरशः हात आवळून घेतले, मी चिकटूनच राहिले त्याला. माझ्या डोळ्यांसमोर चित्र उभं राहिलं, तो तो तराफा मुद्दाम डुगडुगवतोय– आधी चेष्टेत माझ्या भीतीला हसत. मग त्याचा चेहरा कठोर होतो, निश्चयी आणि मी पाण्यात पडत्येय, त्या मातकट गढूळ पाण्यात, जे त्यातल्या काड्याकाटक्या आणि वाळूमुळे अंगाला चरचरतंय आणि तो माझ्यावर त्याच्या बळकट हातानं मला खाली दाबून धरतोय, माझी धडपड थांबेपर्यंत.

मी काही करू शकत नाही. निक्नं माझ्याशी लग्न केलं, तेव्हा मी तरुण, श्रीमंत आणि सुंदर स्त्री होते आणि आता मात्र मी गरीब, बेरोजगार चाळिशीच्या जवळ असलेली; फारशी सुंदर नाही राहिलेली गी आता, पण वयाच्या मानाने सुंदर आहे मी. हे सत्य आहे की माझी किंमत आता कमी झाली आहे. निक् ज्या

पद्धतीनं माझ्याकडे बघतो, त्यावरून मी सांगू शकते. मनापासून एखादी गोष्ट करायला घेतलेल्या पण ती फिस्कटलेल्या माणसाची ही नजर नाही. ही नजर अशा माणसाची आहे, ज्याला फसवलं गेल्यासारखं वाटतं आहे. लवकरच ती एखाद्या सापळ्यात अडकलेल्या माणसासारखी होईल. त्यानं मला या बाळाच्या अगोदर कदाचित घटस्फोटही दिला असता, पण आता तो असं करणार नाही. तो चांगला माणूस असलेला निक् नक्कीच नाही. या कौटुंबिक मूल्य असणाऱ्या गावातला प्रत्येक जण, निक्कडे बायको आणि मुलाला सोडून देणारा माणूस म्हणून बोट दाखवणं, हे निक्ला सहनच होणार नाही. त्यापेक्षा तो माझ्याबरोबर राहून सहन करेल. सहन करेल, तिरस्कार करेल, चिडेल.

मी गर्भपात करणार नाही. आज सहा आठवडे हे बाळ माझ्या पोटात आहे, छोट्या दाण्याएवढा आकार असेल त्याचा. आता त्याला डोळे, फुफ्फुसं, कान आले असतील. काही वेळापूर्वी मी स्वयंपाकघरात गेले. तिथं सुकवलेल्या दाण्यांचा एक डबा होता तो शोधला आणि त्यातला एक दाणा माझ्या हातावर काढून घेतला, तो माझ्या करंगळीच्या नखापेक्षाही लहान होता. छोटुसा– मला त्याला त्या थंडगार ओट्यावर ठेववेना, म्हणून मग मी तो उचलून हातावर घेतला आणि बोटाच्या टोकांनी त्याला मायेने स्पर्श केला. आता तो माझ्या टीशर्टच्या खिशात आहे म्हणजे तो सतत माझ्या जवळ राहील.

मी गर्भपात करणार नाही आणि निक्ला घटस्फोटही देणार नाही. आता तरी नाही. कारण मला अजूनही आठवतंय, कशी एका उन्हाळी दिवशी त्यानं समुद्रात बुडी मारली होती आणि हातांवर उभा राहिलेला, पाय उलटे पाण्याच्या बाहेर असा आणि मग अचानक उडी मारून तो माझ्यासाठी एक सुंदर शिंपला घेऊन बाहेर आला. माझे चमचमत्या उन्हानं दिपलेले डोळे जेव्हा निक्नं त्याचे खारटलेले ओठ टेकवून बंद केले, तेव्हा माझ्या पापण्यांमध्ये मला पावसाच्या थेंबांसारखे रंग दिसले होते. मग मला वाटलं होतं, मी किती सुदैवी आहे की हा माझा नवरा आहे. हाच माझ्या मुलांचा बाप असणार आहे. आम्ही सगळे किती सुखात राहू.

पण कदाचित माझं चुकतंय, काहीतरी खरंच चुकतंय. कारण कधीकधी तो माझ्याकडे बघतो तेव्हा? तो समुद्रावरचा गोड मुलगा, माझ्या स्वप्नातला तो पुरुष, माझ्या मुलांचे वडील. कधी कधी त्या बारीक लक्ष असणाऱ्या नजरेने माझ्याकडे बघताना मी त्याला बघते, ती किड्यासारखी नजर, हिशेबी आणि मग मला वाटतं : हा माणूस माझा खूनही करेल.

तर तुम्हाला जर हे सापडलं आणि जर माझं काही बरंवाईट झालेलं असेल, तर...

सॉरी, पण ही गंमत नाही.

निक् डन्

सात दिवसांनंतर...

आता वेळ आली होती. बरोबर आठ वाजता, मध्यवर्ती वेळेप्रमाणे आणि न्यू यॉर्कच्या वेळेप्रमाणे नऊ वाजता सकाळी, मी फोन उचलला. माझी बायको नक्कीच गर्भवती होती. आणि मी मुख्य किंवा असं म्हणू या की एकमात्र संशयित होतो. मी माझ्यासाठी वकील शोधणार होतो आणि तेही आजच्या आज. असा वकील जो खरंतर मला नकोय; पण ज्याची मला आत्यंतिक गरज आहे.

टॅनर बोल्ट. एक कटू आवश्यकता. कोणताही सत्यघटनेवर आधारित, सध्या चालू असलेल्या मामल्यांवरचे टीव्ही शोज लावा. तुम्हाला टॅनर बोल्टचा कृत्रिमपणे रापलेला चेहराच समोर येईल. त्याच्या कुठल्यातरी अशिलाच्या काळजीनं भरलेला, पण कठोर, निश्चयी चेहरा. वयाच्या चौतिसाव्या वर्षी शिकागोच्या एका हॉटेलमालकाचा खटला चालवताना तो रातोरात प्रसिद्ध झाला. कोडी ओल्सनवर आपल्या गर्भवती पत्नीचा गळा दाबून खून करून, तिच्या मृतदेहाची विल्हेवाट लावण्याचा आरोप होता. पोलिसांच्या कुत्र्यांनी मृतदेहाच्या वासाचा माग कोडीच्या मर्सिडिझपर्यंत आणून पोचवला होता. त्याच्या लॅपटॉपच्या तपासात, त्याची बायको बेपत्ता झाली त्याच सकाळी कोणीतरी जवळच्या कचऱ्याच्या खड्ड्याची माहिती आणि नकाशा छापला होता, हे उघडकीला आलं. आणखी काय हवं होतं; पण टॅनर बोल्टनं आपलं काम संपवलं होतं. कोडी ओल्सन सोडून सगळे जण– पोलीस खातं, पश्चिम शिकागोच्या टोळीतले दोन गुंड, एक वैतागलेला क्लबचा दरवान– असे सगळे त्या खुनात गोवले गेले होते. कोडी ओल्सन मात्र उजळ माथ्यानं कोर्टातून बाहेर पडला.

त्यानंतरच्या दशकात टॅनर बोल्टची नवरे वाचवणारा म्हणून प्रसिद्धी झाली. त्याचं वैशिष्ट्य म्हणजे ज्या नवऱ्यांवर पत्नीच्या खुनाचा आरोप असेल, अशा महत्त्वाच्या खटल्यांमधून अशिलांना नेमकेपणानं सोडवणं. निम्म्याअधिक वेळा तो

त्यात यशस्वी व्हायचा. खटल्याचं एखाद्याला रसातळाला नेणारं एकूण स्वरूप बघता, ही तशी चांगलीच गोष्ट म्हणायला हवी. आरोपी अगदीच तिरस्कार वाटावा असे, फसवणारे, स्वतःवरच आत्यंतिक प्रेम असणारे विकृत असेच असायचे. टॅनर बोल्टचं टोपणनाव होतं- विकृतांचा मसीहा.

मला त्यानं दुपारी दोन वाजताची वेळ दिली.

"हा मेरीबेथ इलियटचा फोन आहे, आपण जर निरोप ठेवलात तर मी लवकरच फोन करीन..." ती अगदी ॲमीसारख्याच आवाजात बोलत होती. ॲमी जी लवकर फोन करत नाही.

मी टॅनर बोल्टला भेटण्याकरता न्यू यॉर्कला जाण्याकरता विमानतळाच्या दिशेनं निघालो होतो. मी गाव सोडण्याकरता बोनीची परवानगी मागायला गेलो, तर तिला त्याची गंमतच वाटली असावी. पोलीस असं करत नाहीत, हे सगळं फक्त टीव्हीवर दाखवतात.

"हाय मेरीबेथ, मी निक् बोलतोय. मला तुझ्याशी तातडीनं बोलायचं आहे. मला तुला सांगायचं होतं... अं, मला खरंच ॲमीच्या गर्भारपणाविषयी काहीही माहीत नव्हतं. तुला जितका धक्का बसलेला असणारे, तेवढाच मलाही बसलाय... मला तुला हेही सांगायचं आहे की मी एक वकील नेमतोय. मला वाटतं रॅन्डचं पण असंच मत होतं. असो. मला असं फार बोलता येणार नाही. मला फोन कर. आपण प्रत्यक्षच बोलू."

टॅनर बोल्टचं ऑफिस शहराच्या मध्यवर्ती भागातच होतं. मी पूर्वी जिथं काम करत होतो त्यापासून जवळच. लिफ्ट मला पंचवीस मजले उंच घेऊन गेली; पण कानात दडे बसेपर्यंत मी हलतोय हेच मला समजलं नाही. सव्विसाव्या मजल्यावर आवळलेल्या ओठांची, पिंग्या केसांची एक बाई आत शिरली. अधीरपणे ती पाय आपटत दरवाजा बंद होण्याची वाट बघत राहिली आणि मग मला फटकारत म्हणाली, "दार बंद करायचं बटण दाबा." मी तिच्या दिशेनं एक मस्त स्मित फेकलं, मी नेहमी तिरसटलेल्या बायकांना देतो ते स्मित, समजूत घालणारं स्मित, ॲमी ज्याला 'निक्चं लाडिक हास्य' म्हणते ते स्मित, आणि मग ओळखलंच त्या बाईनं मला. "ओह," ती म्हणाली. तिला कसला तरी सडका वास येत असावा तशी ती दिसत होती. मी टॅनरच्या मजल्यावर बाहेर पडलो तेच तिला अगदी सुटल्यासारखं झालं असणार.

हा माणूस सर्वोत्तम होता आणि मला सर्वोत्तमच हवा होता, पण तरीही मला या माणसाबरोबर जोडलं जाणं अजिबात आवडत नव्हतं– हा दिखाऊ डॅंबीस

माणूस, हा अपराधी लोकांचा वकील. माझ्या मनात टॅनर बोल्टबद्दल आधीच इतका तिरस्कार भरला होता की मला त्याचं ऑफिस पण 'मयामी वाईस'च्या सेटसारखं असेल असंच वाटत होतं. पण बोल्ट आणि बोल्ट यांचं ऑफिस त्याच्या अगदी विरुद्ध होतं– ते अगदी प्रतिष्ठित, अगदी 'वकिली' होतं. चमकत्या काचेच्या दरवाजाच्या मागे सभ्य सूट घातलेली माणसं ये-जा करत होती.

रसरशीत फळांच्या रंगाचा टाय घातलेल्या एका देखण्या तरुण मुलानं माझं स्वागत केलं आणि मला काच आणि आरशांनी सजवलेल्या स्वागतकक्षात बसवलं. मोठ्या नम्रपणे मला पाणी देऊ केलं (नाकारलं). मग तो एका चमकणाऱ्या टेबलाशी गेला आणि त्यानं तिथला लखलखीत फोन उचलला. मी सोफ्यावर बसून क्षितिजाकडे बघत राहिलो. यांत्रिक पक्षी असावेत तशी क्रेन, वस्तू वर खाली करत होती. तेव्हा मी ॲमीचा शेवटचा क्ल्यू खिशातून बाहेर काढून उलगडला. पाचव्या वर्षी लाकूड असतं. तसलंच काहीतरी असेल का या खजिन्याच्या खेळाच्या शेवटी? बाळासाठी काहीतरी : नक्षीकाम असलेला ओकच्या लाकडाचा पाळणा, लाकडी खुळखुळा? आमच्या बाळासाठी आणि आमच्यासाठी काहीतरी, एक नवीन सुरुवात, नवीन डन् कुटुंब.

मी क्ल्यू बघत असताना 'गो'चा फोन आला.

"ठीक आहे ना सगळं?" तिनं लगेच विचारलं.

माझ्या बहिणीला वाटतंय की मी माझ्या बायकोचा खून केलाय.

"प्राप्त परिस्थितीत सगळं जितकं ठीक असू शकतं, तितकं सगळं ठीक आहे."

"निक्, मला माफ कर. मी तुझी क्षमा मागायला फोन केलाय," 'गो' म्हणाली. "मी उठले तेव्हा मला वेड लागण्याचीच वेळ आली होती. आणि भयंकर. माझं डोकंच फिरलं होतं. तो त्या वेळचा वेडेपणा होता निक्. खरंच मी मनापासून माफी मागते तुझी."

मी काहीच बोललो नाही.

"निक् जरा माझ्या बाजूनं विचार कर : या दमणूक, तणाव आणि ...मला माफ कर... खरंच."

"ठीक आहे." मी खोटंच म्हणालो.

"पण मला बरं वाटलं, खरं म्हणजे, गैरसमज तरी दूर झाले–"

"ती गरोदर होती."

माझं पोट ढवळून आलं. पुन्हा एकदा मला तीव्रतेनं वाटलं की मी अगदी महत्त्वाचं काहीतरी विसरतोय. कुठल्यातरी अगदी महत्त्वाच्या गोष्टीकडे मी दुर्लक्ष करतोय आणि मला त्याची किंमत चुकवावी लागणार आहे.

"मला क्षमा कर," 'गो' म्हणाली. काही क्षण ती थांबली. "पण त्यातली

खरी गोष्ट अशी आहे...''

''मी बोलू शकत नाही त्याबद्दल.''

''बरं.''

''आत्ता मी न्यू यॉर्कमध्ये आहे.'' मी म्हटलं. ''माझी आता टॅनर बोल्टबरोबर भेट ठरली आहे.''

तिने एक लांब निःश्वास टाकला.

''नशीब! तुला इतक्या लगेच भेट मिळाली?''

''इतकी गंभीर केस आहे माझी.'' माझा फोन लगोलग टॅनरशी जोडून देण्यात आला होता– माझं नाव सांगितल्यावर जेमतेम तीन सेकंद मला थांबून राहायला लागलं होतं– आणि जेव्हा मी त्याला माझ्या बैठकीच्या खोलीतल्या चौकशीबद्दल आणि गर्भारपणाबद्दल सांगितलं, तेव्हा त्यानं मला लगेचच विमान पकडून यायला सांगितलं होतं.''

''मला कळत नाहीये मी काय करतोय,'' मी म्हणालो.

''तू योग्य तेच करतो आहेस. खरंच.''

अजून शांतता.

''त्याचं नाव टॅनर बोल्ट कसं असेल, असेल खरंच? मी जरा वातावरण हलकं करण्याकरता विचारलं.

''मी ऐकलंय की 'रॅटनर टोल्ब'ची अक्षरं बदलून केलंय ते.''

''खरंच?''

''नाही.''

मी हसलो. अयोग्य आहे ही भावना, पण बरं वाटलं. मग खोलीच्या दुसऱ्या टोकाकडून तो स्वतःच माझ्या दिशेनं येत होता– काळा उभ्या रेघांचा सूट आणि हिरवट पिवळ्या रंगाचा टाय, चेहऱ्यावर लबाड हास्य. तो हात पुढे करून माझ्या दिशेनं आला.

''निक् डन्, मी टॅनर बोल्ट. चल माझ्याबरोबर. आपण कामाला लागू.'' टॅनर बोल्टच्या ऑफिसची सजावट, एखाद्या गोल्फकोर्सवर फक्त पुरुषांसाठीची क्लबरूम असावी तशी होती– आरामशीर चामड्यानं मढवलेल्या खुर्च्या, कायद्याच्या पुस्तकांनी भरलेली शेल्फ, एअरकंडिशनिंगनं गार केलेल्या हवेत ज्वाळा तडतडणारी गॅसची फायरप्लेस. आरामात बसा, सिगार प्या, बायकोच्या तक्रारी सांगा, काही ठेवणीतले विनोद सांगा, सगळे पुरुषच आहेत इथं.

बोल्टनं जाणूनबुजून आपल्या टेबलामागच्या खुर्चीत बसण्याचं टाळलं. तो मला एका दोघे जण बसू शकतील अशा टेबलाजवळ घेऊन गेला; जणू काही आम्ही आता बुद्धिबळच खेळणार होतो. 'हे आपल्या दोघांच्यातलं बोलणं आहे,

बरोबरीचं.' काहीही न बोलताच बोल्ट हे सांगून गेला. आपण आपल्या युद्धखोलीतल्या टेबलाशी बसून या सगळ्याचा फडशा पाडून टाकू.

"मि. डन्, माझी फी एक लाख डॉलर्स आहे. अर्थातच ही खूप मोठी रक्कम आहे. त्यामुळे मी काय देऊ करतो आहे आणि तुमच्याकडून माझ्या काय अपेक्षा आहेत, हे मी स्पष्ट सांगतो. ठीक आहे?"

तो एकटक नजरेनं माझ्याकडे बघत, चेहऱ्यावर एक सहानुभूतीचं हसू घेऊन मी मान डोलावण्याची वाट पाहत थांबला होता. फक्त टॅनर बोल्टच माझी केस लढू शकत होता. त्याच्याकडे जायचं आणि मग तो मला काय काय करावं लागेल ते सांगणार आणि मगच मी माझे पैसे त्याला देणार.

"मी जिंकतो. मि. डन्. पार अशक्यकोटीतल्या केसेसही मी जिंकतो. आणि तुम्हाला आता लवकरच ज्या केसला तोंड द्यावं लागणार आहे– मी तुम्हाला भरीला घालत नाहीये– पण ती अवघड आहे. पैशांची समस्या, अस्थिर संसार, गरोदर बायको. प्रसारमाध्यमांचं लक्ष तुमच्याकडे लागलंय, सगळ्या लोकांचं लक्ष तुमच्याकडे वेधलंय."

मी त्याचं बोलणं ऐकतोय याचा अंदाज घेत तो हातातली अंगठी फिरवत थांबला. मी हे वाक्य नेहमीच ऐकलं होतं की चाळिशीत माणूस नेहमी आपला कमावलेला मुखवटा वापरतो. चाळिशीच्या जवळच्या बोल्टचा चेहरा व्यवस्थित काळजी घेतलेला, सुरकुत्या नसलेला आणि त्याच्या 'अहम्'ने छान फुगीर असा होता. तो एक आत्मविश्वास ठासून भरलेला माणूस होता. आपल्या आयुष्यावर प्रेम करणारा माणूस.

"यापुढे माझ्या अनुपस्थितीत पोलिसांशी अजिबात बोलायचं नाही." बोल्ट म्हणत होता. "तू आधी ते केलंस याचं मला खरोखर वाईट वाटतंय; पण कायदेशीर बाबींकडे वळण्यापूर्वी आपण आधी लोकांच्या मताकडे लक्ष द्यायला हवं. कारण ते आता ज्या पद्धतीनं चाललंय त्यावरून असं दिसतं आहे की यापुढे सगळ्या गोष्टी उघडकीला येतील : तुझी क्रेडिट कार्डस्, विमा पॉलिसी, गुन्हा घडवून आणल्याचा देखावा, पुसलेलं रक्त, हे सगळं चांगलं नाही, मित्रा. आणि हे एक दुष्टचक्र आहे : पोलिसांना वाटतं की हे तूच केलं असणार, ते ही बातमी लोकांपर्यंत पोहोचू देतात. लोकं संतप्त होतात, ते तुझ्या अटकेची मागणी करतात, त्यामुळे आपल्याला आणखी एक : कोणीतरी संशयित शोधायला पाहिजे. दोन : आपल्याला ॲमीच्या आई-वडिलांचा पाठिंबा मिळवायलाच पाहिजे. त्याचं महत्त्व मी तुला सांगायला नको. आणि तीन : आपल्याला तुझी एक प्रतिमा तयार केली पाहिजे, कारण जर हा खटला उभा राहिला तर आपल्याला ज्युरींवर प्रभाव पाडता आलाच पाहिजे. आजकालच्या काळात नुसती जागा बदलून

उपयोग नाही. चोवीस तास टीव्ही, इंटरनेट सगळं जग तुझ्याकरता खुलं आहे. त्यामुळे हे सगळं उलटंपालटं करून टाकणं किती महत्त्वाचं आहे, हे मी तुला सांगायला नको.''

''मला पण तेच हवंय, खरं सांगतो.''

''ॲमीच्या आई-वडिलांची काय परिस्थिती आहे? ते आपल्याला पाठिंबा द्यायला तयार होतील?''

''ॲमी गरोदर होती हे नक्की कळल्यानंतर माझं त्यांच्याशी काहीच बोलणं झालेलं नाही.''

''गर्भार आहे.'' टॅनरनं कपाळाला आठ्या घातल्या. ''आहे. ती गर्भार आहे. चुकूनही कधी तुझ्या बायकोचा भूतकाळात उल्लेख करू नकोस.''

''शी!'' मी क्षणभर माझा चेहरा तळव्यांत लपवला. ''माझ्या लक्षातही आलं नाही मी काय बोलतोय ते.''

''इथं माझ्यासमोर काहीच प्रश्न नाही.'' बोल्ट मोठेपणानं हात हलवत म्हणाला. ''पण इतर ठिकाणी, काळजी घे. खूप काळजी घे. आत्ता या क्षणापासून तू पूर्ण विचार केल्याशिवाय एक शब्दही उच्चारलेला मला चालणार नाही. बरं तुझं ॲमीच्या आईवडिलांशी बोलणं झालेलं नाही तर. हे मला आवडत नाही; पण तू त्यांच्याशी संपर्क साधण्याचा तरी प्रयत्न केला असशील ना?''

''हो, मी निरोप ठेवले त्यांना.''

बोल्टनं पिवळ्या रंगाच्या लीगल पॅडवर काहीतरी खरडलं. ''बरं, आपण गृहित धरू या की ही काही आपल्यासाठी फारशी चांगली बातमी नाही; पण तुला त्यांच्याशी संपर्क साधायलाच हवा. कोणत्याही सार्वजनिक जागी नको, जिथे एखादा नालायक माणूस कॅमेरासमोर तुझं छायाचित्रण करू शकेल– आपल्याला अजून एक शॉना केली प्रसंग नको आहे. किंवा तुझ्या बहिणीला पाठव. अंदाज घ्यायला, काय चाललंय ते बघू दे. हं. तेच कर, तेच योग्य आहे.''

''बरं.''

''आणि निक्, तू माझ्याकरता एक यादी तयार कर, त्यात तू इतक्या वर्षांमध्ये ॲमीकरता काय चांगल्या गोष्टी केल्यास त्याची नोंद कर. प्रेमाच्या हळुवार गोष्टी, विशेषतः या गेल्या वर्षभरात. ती आजारी असताना तू तिच्याकरता चिकनसूप बनवलंस, किंवा तू कधी प्रवासात असताना, तिला प्रेमपत्रं लिहिली असशील, असलं काही. फार झगमगाट नको. म्हणजे दागिने वगैरे असं काही नको. हा, फक्त जर तुम्ही कुठे प्रवासाला वगैरे गेला असताना घेतले असतील तर गोष्ट वेगळी. आपल्याला इथे अगदी व्यक्तिगत गोष्टी हव्यात. एखाद्या प्रेमकथेतल्या सारख्या.

"पण मी तसा प्रेमकथेतल्या नायकासारखा नसेनच तर?"

टॅनरने ओठ आवळून घेतले आणि मग परत मूळ पदावर आणले. "काहीतरी शोधून काढ निक्. तू एक चांगला माणूस वाटतो आहेस, मला खात्री आहे गेल्या वर्षी तू काही ना काही चांगलं केलं असशीलच."

मला एकही चांगली गोष्ट आठवत नव्हती, जी मी गेल्या दोन वर्षांत केली असेन. न्यू यॉर्कमध्ये असताना, लग्नाच्या त्या सुरुवातीच्या वर्षांमध्ये मी माझ्या बायकोला खूश ठेवण्याकरता अगदी कासावीस व्हायचो. त्या दिवसांमधले ते वेडे क्षण आठवायचे तर, जेव्हा एखाद्या औषधांच्या दुकानाच्या बाहेर ती उत्स्फूर्तपणे धावत येऊन माझ्या गळ्यात पडायची, साध्या तिच्या केसांचा स्प्रे खरेदी केल्याच्या आनंदात. तिचा चेहरा सतत माझ्या चेहऱ्याजवळ, तिचे तेजस्वी निळे डोळे मोठे आणि पिवळसर पापण्यांनी माझ्या डोळ्यांत बघणं, माझ्या नाकाच्या जरा खाली तिच्या श्वासांची उब, दोन वर्षांत माझी ती जुनी बायको माझ्या हातून निसटून जात असताना, मी खूप प्रयत्न केला– रागावणं नाही, वाद नाहीत, सतत पडतं घ्यायचं, शरणागती. मी अगदी सिरियलमधल्या नवऱ्यांसारखा झालो होतो : हो राणी, नक्की स्वीटहार्ट, एखाद्या घाबरलेल्या सशासारखं तिला सारखं खूश ठेवण्याच्या विचारांनी माझी शक्तीच ओसरत चालली होती. काही केलं, कोणतीही कृती, प्रत्येक प्रयत्न, सगळ्याचा परिणाम फक्त एकच एक उदास सुस्कारा. तुला काहीच कळत नाही म्हणणारा किंवा डोळ्यांची निराश हालचाल.

आम्ही मिसुरीला परत यायला निघालो तोपर्यंत मी पूर्ण वैतागलो होतो. माझ्या स्वतःच्याच रूपाच्या आठवणीनं मला शरम वाटत होती– एखाद्या पळपुट्या, धडपडणाऱ्या बेडकात माझं रूपांतर झालं होतं. त्यामुळे मी प्रेमळ तर नव्हतोच; पण नुसता चांगलाही नव्हतो.

"शिवाय मला अशा लोकांची यादी लागेल जे ॲमीला दगाफटका करू शकतात, ज्यांचं तिच्याशी वाकडं असू शकेल."

"मी तुला हे सांगायला हवं की या वर्षाच्या सुरुवातीला ॲमीनं बंदूक मिळवण्याचा प्रयत्न केला होता."

"पोलिसांना माहीत आहे?"

"हो."

"तुला माहीत होतं?"

"ज्याच्याकडून तिनं घेण्याचा प्रयत्न केला त्यानं सांगेपर्यंत नव्हतं माहीत."

विचार करण्याकरता त्याला फक्त दोन सेकंद लागले. "मग मला खात्री आहे की त्यांना वाटत असेल की तिला तुझ्यापासून संरक्षण म्हणून बंदूक हवी असेल." तो म्हणाला. "ती एकाकी होती. ती घाबरली होती. तिला तुझ्यावर

विश्वास ठेवावासा वाटत होता; पण तरीही तिला कुठेतरी अस्पष्टशी जाणीव होती की काहीतरी गंभीर घोटाळा आहे आणि म्हणून तिला बंदूक हवी असणार. जर चुकून तिची भीती खरी ठरली तर.''

''काय हुशार आहेस तू.''

''माझे वडील पोलीस होते.'' तो म्हणाला. ''पण मला ही बंदुकीची कल्पना आवडली आहे. आता फक्त आपल्याला तुझ्याखेरीज कोणाशीतरी त्याच्याशी सांगड घालायला हवी. ते काही फार अवघड नाही. जर ती सतत भुंकत राहणाऱ्या कुत्र्यांवरून वगैरे एखाद्या शेजाऱ्याशी भांडली असेल, किंवा एखाद्या तिच्या मागे लागलेल्या मजनूला धडा शिकवला असेल, जे काही तुला मिळेल ते मला हवंय. तुला टॉमी ओ'हारा बद्दल काय माहीत आहे?''

''बरोबर! त्यानं टिप देण्याच्या फोनवर बऱ्याच वेळा फोन केला होता.''

''२००५मध्ये त्याच्यावर ॲमीवर बलात्कार केल्याचा आरोप होता.'' माझं तोंड उघडंच राहिलं, पण मी काहीच बोललो नाही.

''ती तेव्हा त्याच्याबरोबर फिरायची. एकदा त्यांनी त्याच्या घरी जेवायला भेटायचं ठरवलं. गोष्टी हाताबाहेर गेल्या आणि त्यानं तिच्यावर बलात्कार केला असं माझी माहिती सांगते.''

''२००५मध्ये केव्हा?''

''मे.''

म्हणजे हे त्या आठ महिन्यांत घडलं असणार जेव्हा आमचा संपर्क नव्हता. म्हणजे त्या नवीन वर्षाच्या पार्टीच्या भेटीपासून मला ती सातव्या रस्त्यावर भेटेपर्यंतच्या काळात घडलं असणार हे.

टॅनरनं त्याचा टाय घट्ट केला आणि हातातली हिऱ्याची अंगठी फिरवत मला विचारलं, ''तिनं सांगितलं नाही हे तुला?''

''मला यातला एक शब्दही माहीत नाही.'' मी म्हणालो. ''कोणाकडूनच नाही. विशेषतः ॲमीकडून तर नाहीच नाही.''

''तुला आश्चर्य वाटेल; पण कितीतरी स्त्रियांना या गोष्टीबाबत गंड असतो. त्यांना या गोष्टीची शरम वाटते.''

''पण माझा विश्वासच बसत नाही, मी...''

''माझा नेहमी हाच प्रयत्न असतो की माझ्या क्लायंटना भेटायच्या वेळी नवीन माहिती हातात असल्याशिवाय जायचं नाही,'' तो म्हणाला. ''मला तुला हेच दाखवून द्यायचं आहे की तुझ्याबाबतीत मी हे सगळं किती गांभीर्याने घेतोय. आणि तुलाही माझी किती गरज आहे!''

''हा माणूस संशयित असू शकेल?''

"हो. का नाही," टॅनेट अगदी सहजपणे उद्गारला. "त्याचा तुझ्या बायकोशी निगडित असा एक हिंसक इतिहास आहे."

"तो तुरुंगात गेला होता?"

"तिनं नंतर आरोप मागे घेतला. मला वाटतं तिला साक्ष द्यायची नव्हती. जर का तू माझ्याबरोबर काम करायचं ठरवलंस तर मी त्याची चौकशी करीन. पण दरम्यान जरा आठवून बघ की कोणाला तुझ्या बायकोमध्ये रस होता. जर कार्थेजमधलंच असं कोणीतरी असेल तर उत्तमच. जास्त विश्वास बसण्यासारखं असेल आणि आता–" टॅनरनं पाय दुसऱ्या पायावर ठेवला आणि खालचे दात विचकले. त्याच्या वरच्या रेखीव आणि पांढऱ्याशुभ्र दातांच्या तुलनेत ते अगदीच वाकडेतिकडे आणि डागाळलेले होते. क्षणभर त्यानं ते ओबडधोबड दात वरच्या ओठांवर दाबून धरले. "आता सगळ्यात अवघड भाग निक्," तो म्हणाला. "मला तुझ्याकडून संपूर्ण प्रामाणिकपणाची अपेक्षा आहे. दुसरा कोणताही उपाय नाही. त्यामुळे मला तुमच्या लग्नाबद्दल, संसाराबद्दल सगळं काही सांग. जे सर्वांत वाईट असेल ते सांग. कारण ते जर मला माहीत असेल तर मी त्यासाठी तयार असेन; पण जर मलाच तू धक्का दिलास तर मग आपण खलास होऊ आणि आपण खलास म्हणजे तू खलास. कारण मी त्यातून केव्हाच बाहेर पडेन."

मी एक श्वास घेतला, त्याच्या नजरेला नजर भिडवली, "मी ॲमीला फसवलं. मी तिला फसवत आलोय."

"बरं. अनेक बायका की फक्त एक?"

"नाही. अनेक जणी नाहीत. याआधी मी कधी असं केलेलं नाही."

"मग एकच स्त्री?" बोल्टनं विचारलं. त्यानं माझी नजर चुकवली. त्याचे डोळे एका बोटीच्या चित्रावर खिळले होते, हात अंगठी फिरवण्याचा चाळा करत होते. माझ्या मनात तो त्याच्या बायकोला फोन करून सांगतोय, त्याचं चित्र उभं राहिलं. एकदा, निदान एकदा तरी असा माणूस भेटू दे जो हलकट नसेल.

"हो फक्त एक मुलगी, ती इतकी– "

"मुलगी म्हणू नकोस. कधीही मुलगी म्हणू नकोस." बोल्टनं बजावलं. "बाई. एक बाई जी तुझ्यासाठी खास आहे, असंच म्हणायचं होतं ना तुला?"

"हो अर्थात. असंच."

"तुला माहिती आहे निक्, हे खास कुणीतरी असणं हे जास्त वाईट. नुसत्या... बरं. केव्हापासून?"

"वर्ष झालं असेल."

"ॲमी गायब झाल्यापासून तू बोलला आहेस तिच्याशी?"

“हो. माझ्या एका तात्पुरत्या फोनवरून आणि प्रत्यक्ष एकदा, नाही दोनदा. पण...”

“प्रत्यक्ष?”

“पण आम्हाला कोणीही पाहिलेलं नाही. माझी खात्री आहे. फक्त एक माझी बहीण.”

एक श्वास घेऊन त्यानं परत बोटीच्या चित्राकडे नजर वळवली. “आणि मग ही... काय नाव आहे तिचं?”

“अ‍ॅन्डी.”

“तिचं काय म्हणणं आहे या सगळ्याबद्दल?”

“ती एकदम व्यवस्थित... म्हणजे गर्भारपणाची बातमी जाहीर होईपर्यंत. आता मला वाटतं की ती थोडी अस्वस्थ झाली आहे. खरं म्हणजे घायकुतीला आली आहे. खूप ‘गरज’ म्हणणं चुकीचं होईल...”

“तुला काय म्हणायचं आहे ते स्पष्टच सांग निक्. जर तिला तुझी गरज असेल– ”

“तिला गरज आहे. ती फार चिकटणारी आहे. तिला सतत आधार द्यावा लागतो. तशी ती एक गोड मुलगी आहे, पण ती तरुण आहे. आणि अर्थातच हे किती कठीण आहे ना.”

टॅनर बोल्ट त्याच्या मिनीबारजवळ गेला आणि त्यानं एक क्लेमॅटो बाहेर काढली. तो आख्खा फ्रिज क्लेमॅटोनंच भरलेला होता. त्यानं बाटली उघडली आणि तीन घोटांमध्ये संपवून टाकली, मग एका कापडी रुमालानं त्यानं आपले ओठ टिपले. “तुला हे थांबवलं पाहिजे. संपूर्णपणे आणि कायमसाठी अ‍ॅन्डीशी संबंध तोडलेच पाहिजेत.” तो म्हणाला. मी बोलण्याकरता तोंड उघडलं, पण त्यानं हातानंच मला रोखलं. “ताबडतोब.”

“मी असं एकाएकी तोडू शकत नाही तिला.”

“मला याच्यावर वाद घालायचा नाही निक्. अरे असं बघ, मित्रा, मी हे सांगायलाच हवं का? तुझी गर्भार बायको बेपत्ता असताना तू असं दुसऱ्या कोणाबरोबर फिरू शकत नाहीस. अरे, तू तुरुंगात जाशील. आता प्रश्न असा आहे की तिला आपल्या विरोधात जाऊ न देता, हे कशाप्रकारे साध्य करायचं. तिच्या मनात काही छान गोड आठवणींखेरीज काहीही असायला नको, सुडाची भावना नको की हे सगळं चव्हाट्यावर आणण्याची इच्छाही नको. तिला पटवून दे की हीच योग्य गोष्ट आहे. तुला वाचवण्याची इच्छा तिच्या मनात निर्माण कर. या अशा बाबतीत तुझं कौशल्य कितपत आहे?”

मी बोलायला तोंड उघडलं, पण तो थांबलाच नाही.

"आपण तुझी या संभाषणाची तयारी करून घेऊ जशी आपण उलटतपासणी करतो ना तशीच, ठीक आहे? तर, आता जर तुला वाटत असेल तर मी मिसुरीला येतो, तिथेच तळ ठोकून आपण कामाला सुरुवात करू. जर तुला मी तुझा वकील म्हणून हवा असेन तर मी लवकरात लवकर उद्यापासून येऊ शकतो. आता सांग मान्य आहे का तुला?"

"मान्य आहे."

मी संध्याकाळी जेवणाच्या वेळेपर्यंत कार्थेजला पोचलो होतो. किती विचित्र आहे हे, एकदा का टॅनरनं चित्रातून अॅन्डीला बाजूला केलं– या सगळ्यांमध्ये तिला स्थान नाही हे एकदा का स्पष्ट झालं– त्याचबरोबर मी ते वास्तव अगदी सहजपणे स्वीकारलं, त्याबद्दल माझ्या मनात काडीमात्र दुःख नव्हतं. त्या एका दोन तासांच्या विमानप्रवासात मी 'अॅन्डीच्या प्रेमात आहे इथपासून ते अॅन्डीच्या प्रेमात नाही' हा प्रवास सहजपणे पार पाडला. एखाद्या दरवाजातून बाहेर पडावं तसं. आमच्या नात्याला लगेचच एक जुनाट छटा आली : भूतकाळ. किती विचित्र की जिच्यात आणि माझ्यात एक शारीर जवळिकीनंतरची थंड बिअर आणि मनसोक्त हसायला आवडतं, याखेरीज काहीही समानता नाही, अशा एका छोट्याशा मुलीकरता मी माझा संसार मोडला.

तुला काय जातंय ते संपवायला. 'गो' म्हणाली असती : ते फार कठीण झालं होतं.

पण खरं कारण वेगळं होतं : माझ्या मनात पुन्हा एकदा अॅमी भरून राहिली होती. ती गायब होती; पण इतर कोणातरी पेक्षा माझ्या मनात तिचं अस्तित्व भरून राहिलं होतं. मी अॅमीच्या प्रेमात पडलो होतो कारण अॅमी बरोबर असताना मी एक खास माणूस असायचो. तिच्यावरच्या प्रेमानं मला अतिमानवी असल्यासारखं वाटायचं, मला अगदी जिवंत असल्यासारखं वाटायचं. तिचं अगदी सहज असणंही अवघड वाटावं असं होतं. कारण तिचा मेंदू सतत काम करत असे. सतत काम, काम, काम– नुसतं तिच्या बरोबरीनं असण्यातदेखील माझा अगदी कस लागत असे. नुसती तिला एक साधी मेल पाठवायची तरी मला तासभर लागत असे. केवळ तिला गुंतवून ठेवण्याकरता म्हणून मी कोणत्या कोणत्या गोष्टींचा अभ्यास केला : लेक कवी*, द्वंद्वयुद्धाचे नियम, फ्रेंच राज्यक्रांती. तिची बुद्धी सर्वसमावेशक आणि खोल होती आणि तिच्याबरोबर राहून मीही चांगला तयार झालो. जास्त

* लेक पोएट्स - इंग्लंडमधल्या लेक या भागातल्या कवींचा एक गट. एकोणिसाव्या शतकाच्या वळणावरचे हे कवी स्वतंत्र वृत्तीचे होते.

समजूतदार, उत्साही, जास्त रसरशीत. कारण ॲमीकरता प्रेम ही एक नशा होती. व्यसन, अमली पदार्थ, मद्य मादक : तिच्या प्रेमात काहीच समतल नव्हतं. उत्कटतेचं शिखर दर वेळी पहिल्यापेक्षा जास्त उंच असायला हवं.

मी वेगळा आहे, या खेळात मी तिच्या तोडीस तोड आहे, असं ॲमीनं मला वाटायला लावलं. ही गोष्ट एकाच वेळी आमच्या नात्याची ताकदही होती आणि आमची कच्ची कडीसुद्धा. त्याचं कारण म्हणजे कोणीतरी खास असण्याच्या ज्या अपेक्षा होत्या, त्या मला जड होऊ लागल्या होत्या. मला नैसर्गिक सहजपणा आणि सामान्यपणाची ओढ लागली होती आणि या गोष्टीकरता मी स्वतःचाच तिरस्कार करू लागलो होतो. आणि माझ्या लक्षात आलं की त्या सगळ्याची शिक्षा मात्र मी तिला देत होतो. मी तिचं, ती आता जशी चिडचिडी, तुसडी झालीये त्या स्त्रीमध्ये रूपांतर केलं. मी जसा असण्याचा आव आणला, वास्तवात मी तसा नव्हतोच. त्याहीपेक्षा मी स्वतःची अशी समजूत घातली की आमच्या दुःखद संसाराला केवळ ती आणि तीच जबाबदार आहे. वर्षानुवर्षांच्या मेहनतीनं मी स्वतःला, मला ती जशी वाटत होती : तिरस्कारानं आटोकाट भरलेली, तसाच घडवत गेलो.

परतीच्या प्रवासात मी तो चौथा क्ल्यू इतक्या वेळा नजरेखालून घातला की शेवटी तो मला पाठच झाला. मी स्वतःलाच छळत होतो. या वेळी तिच्या चिठ्ठ्या इतक्या वेगळ्या होत्या यात काहीच आश्चर्य नव्हतं : माझी पत्नी गरोदर होती. तिला एक नवी सुरुवात करायची होती, आमच्या आनंदी, लखलखीत आयुष्याकडे तिला परत जायचं होतं. माझ्या डोळ्यांसमोर चित्र आलं की ती गावभर त्या चिठ्ठ्या लपवण्याकरता फिरते आहे. एखाद्या शाळकरी मुलीसारखी मी कधी शेवटपर्यंत पोचून चिठ्ठ्यांचा उलगडा करतो त्याची वाट पाहते आहे– जेव्हा ती सांगेल की ती माझ्या बाळाची आई होणार आहे. लाकूड पाळणा जुन्या पद्धतीचा असायला हवा. मी माझ्या बायकोला व्यवस्थित ओळखतो : तो जुना पारंपरिक पाळणा हवा. अर्थात, हा क्ल्यू काही होऊ घातलेल्या आईच्या सुरात नव्हता म्हणा.

बघ मला, किती वाईट मुलगी आहे मी.
शिक्षा भोगणं हीच सजा भोगेन मी.
पाचव्या वाढदिनाच्या वस्तू साठवल्यास तू जिथे,
माफ कर मला, पण सगळं योजून ठेवलंय तिथेच.
घालवली इथे मजेत एक उन्हाळी दुपार

मग कॉकटेलसाठी जाणं किती आनंद अपार.

धाव घे तिथे भरून श्वास खोल
दरवाजे उघड सर्व इथे उभं ठाकलंय

मला जेव्हा त्याचा अर्थ लागला, तेव्हा मी जवळजवळ घरी पोहोचलो होतो.

पाचव्या वाढदिनाच्या वस्तू साठवल्यास तू जिथे : वस्तू म्हणजे लाकडी असणार आणि शिक्षा भोगायला आपण एखाद्याला लाकडी बळदात घेऊन जातो. म्हणजे ते माझ्या बहिणीच्या घरामागचं लाकडी खोपटं असणार– जिथे गवत कापणी यंत्र, गंजकी अवजारं ठेवली जातात ती जागा– एक मोडकळीला आलेलं जुनं झोपडीवजा बांधकाम, मारधाडीच्या चित्रपटात लोकांना पकडून आणून डांबून ठेवून मारतात तसली जागा. 'गो' तिथे कधीच जायची नाही. ती या घरात राहायला आल्यापासून खूपदा गमतीत ते जाळून टाकण्याविषयी बोलायची. पण त्याऐवजी तिनं ते तसंच पडीक राहू दिलं होतं. झुडपांनी आणि कोळिष्टकांनी भरलेलं. आम्ही नेहमी गमतीत म्हणायचो की एखादं प्रेत पुरण्याकरता ही उत्तम जागा आहे.

नाही तसं नसणार ते.

मी गावातून रस्ता पार करून जाताना माझा चेहरा बधिर झाला होता आणि हात थंड पडले होते. 'गो'ची गाडी घरासमोर उभी होती, पण मी बैठकीच्या खोलीच्या दिव्यानं उजळलेल्या खिडकीवरून तसाच पुढे गेलो आणि उतारावरून खाली आलो. लवकरच मी तिच्या नजरेच्या टप्प्यापलीकडे गेलो, खरं तर सगळ्यांच्याच नजरेच्या टप्प्याआड. संपूर्णपणे खासगी.

मागच्या अंगणाच्या अगदी मागच्या बाजूला झाडीच्या जवळ तिथे ते खोपटं होतं.

मी दार उघडलं.

नाही नाही नाही नाही नाही.

भाग २

मुलगा मुलीला भेटतो...

ॲमी इलियट डन्

त्या दिवशी...

मी आता मेले आहे, त्यामुळे मी फारच आनंदात आहे.

तांत्रिकदृष्ट्या बोलायचं तर, बेपत्ता. लवकरच मी मृत समजली जाईन; पण सोयीसाठी आपण मृतच म्हणू या. आताशी तर काही तासच झालेत; पण आत्ताच मला बरं वाटतंय. सैलावलेलं शरीर. आज सकाळी एका क्षणी मला माझाच चेहरा वेगळा वाटत होता, अनोळखी. मी गाडीच्या आरशात पाहिलं– ते भीतिदायक कार्थेज माझ्यामागे त्रेचाळीस मैलांवर होतं, माझा बेफिकीर आनंदी नवरा त्याच्या त्या चिकट बारमध्ये लोळत असणार. लवकरच होऊ घातलेला गोंधळ त्याच्या त्या सडक्या अनभिज्ञ डोक्यावर एखाद्या टांगत्या तलवारीसारखा– आणि माझ्या लक्षात येतं की मी हसत्येय. हा! हे नवीनच आहे काहीतरी.

माझ्या आजच्या कामांची यादी– गेल्या वर्षभरात मी बनवलेल्या अनेक कामांच्या याद्यांपैकी एक– माझ्या शेजारच्या सीटवर पडली आहे. त्यातल्या बाविसाव्या कामाजवळ एक छोटासा रक्ताचा डाग आहे. स्वतःला कापून घेणे. पण ॲमीला तर रक्ताची भीती वाटते. माझी डायरी वाचणारे म्हणतील (डायरी. खरंच की! येऊच सावकाश आपण माझ्या त्या खास डायरीकडे.) नाही. जराही नाही. पण गेलं वर्षभर मला ती वाटते असं मी घोकते आहे. मी निक्ला निदान अर्धा डझन वेळा तरी मला रक्ताची भीती वाटते हे सांगितलं आहे, आणि जेव्हा तो म्हणाला, ''मला आठवत नाही तुला रक्ताची इतकी भीती वाटल्याचं,'' त्यावर मी त्याला उत्तर दिलं, ''मी सांगितलंय की तुला, मी इतक्यांदा सांगितलंय तुला!'' निक्ची इतरांच्या प्रश्नांची आठवण इतकी बेफिकीर असते, की त्यानं सहजपणे ते खरं असावं असं मान्य केलं. त्या प्लाझ्मा सेंटरची चक्कर, ती एक मस्त गोष्ट झाली. मी ते खरोखर केलं. मी ते केलं म्हणून नुसतं लिहिलं नाही. (काळजी नको, मी समजावते सगळं : सत्य, असत्य आणि जे सत्य असू शकेल

तेही.)

नंबर २२, स्वतःला कापून घेणं, हे माझ्या यादीत बरेच दिवसांपासून होतं. आता ते घडलं आहे आणि माझा हात दुखतोय. खूप दुखतोय. आपल्या स्वतःला नुसत्या कापण्यापलीकडे जाऊन पार स्नायूंपर्यंत जखम करायला फार कौशल्य लागतं. रक्त तर भरपूर यायला हवं; पण इतकंही नको की तुम्ही चक्कर येऊन पडाल आणि काही तासांनी रक्ताच्या थारोळ्यात सापडाल आणि मग सगळ्याची स्पष्टीकरणं द्यावी लागतील. सुरुवातीला मी चाकू माझ्या मनगटावर धरला; पण मग ते शिरांचं जाळं बघताना मला एखाद्या 'देमार' चित्रपटातल्या बॉम्ब निकामी करणाऱ्या तंत्रज्ञानासारखं वाटायला लागलं. चुकीची शीर कापलीत की मेलाच म्हणून समजा. मग शेवटी मी माझ्या दंडाच्या वरच्या बाजूला कापलं. माझ्या तोंडून किंचाळी फुटू नये, म्हणून मी माझ्या तोंडात एक बोळा कोंबला होता. एक लांब खोल जखम. मी माझ्या स्वयंपाकघराच्या फरशीवर चांगली दहा मिनिटे मांडी घालून बसले होते. खाली एक छोटंसं थारोळं होईपर्यंत संथपणे रक्त गळू दिलं. मग निक्नं जेवढ्या निष्काळजीपणे ते स्वच्छ केलं असतं, त्याचप्रमाणे मीही केलं. खरं आणि खोटं यामधल्या देखाव्याची कहाणी या घरानं सांगायला हवी आहे. बैठकीच्या खोलीत झटापटीचा देखावा खोटा वाटतोय; पण इकडे तर रक्त साफ केलेलं आहे : ॲमी नाही करू शकत असं!

त्यामुळे हे स्वपीडन् अगदी योग्यच होतं. पण आता इतक्या तासांनंतरही ती जखम दुखते आहे. बांधलेली असूनही (नं. ३० : जखम काळजीपूर्वक बांधणे. जिथे असायला नको अशा ठिकाणी रक्ताचा एक थेंबही सांडायला नको. खोका कापायचा चाकू गुंडाळून खिशात ठेवणे म्हणजे नंतर त्याची विल्हेवाट लावता येईल.)

नं. १८ : बैठकीच्या खोलीत झटापटीचा देखावा निर्माण करणे. ओट्टोमन उलटवणे : टिक्मार्क

नं. १२ : पहिला क्ल्यू खोक्यात व्यवस्थित ठेवून तो नेमका अशा पद्धतीनं ठेवणे, की बावचळलेल्या नवऱ्याअगोदर तो पोलिसांना सापडेल. तो पोलिसांच्या रेकॉर्डचा एक भाग असायला हवा. हा खजिन्याच्या शोधाचा खेळ त्याला सुरू करायलाच लागायला हवा. (तो संपवणं मग त्याला त्याचा अहम् भाग पाडेल.) : टिक्मार्क

नं. ३२ : कपडे बदलून अगदी सर्वसामान्य कपडे चढवायचे. केस टोपीखाली दडवायचे आणि नदीकाठावर जायचं. काठाच्या कडेकडेनं लपतछपत या वसाहतीच्या कडेपर्यंत जायचं. या वेळी आमचे एकुलते एक शेजारी, ज्यांच्या नजरेच्या टप्प्यात हा भाग येतो ते या वेळी चर्चमध्ये असतील, हे माहीत असलं तरीही हे

असंच करायचं. कारण कधी काय होईल कोणी सांगावं. आपण नेहमीच इतरांपेक्षा जास्त काळजी घेतो. मी ही अशी आहे.

नं. २९ : ब्लिकरचा निरोप घ्यायचा. त्याच्या अंगाचा तो खास मांजरी गंध एकदा शेवटचा नाकात भरून घ्यायचा. त्याची खाण्याची थाळी भरून ठेवायची कारण एकदा का हा घोळ सुरू झाला आणि लोकं त्याला खायला घालायला विसरले तर!

नं. ३३ : डॉजमधून चालतं होणं.

टिक्मार्क, टिक्मार्क, टिक्मार्क.

मी हे सगळं कसं केलं हे तुम्हाला नीट सांगू शकते; पण तत्पूर्वी तुम्ही मी कोण आहे ते जाणून घ्यायला हवं. म्हणजे मी ती डायरीतील ॲमी नाही, जी फक्त एक कल्पनेचा आविष्कार आहे, (आणि निक् म्हणतो की मी लिहू शकत नाही. मी का ऐकलं त्याचं?) तर मी, खरीखुरी ॲमी. कोणती बाई हे सगळं करेल? मी तुम्हाला एक गोष्ट सांगते, एक 'खरी' गोष्ट म्हणजे मग तुम्हाला सगळं नीट समजेल.

सुरुवातीला : मी जन्मायलाच नको होते.

माझ्या जन्मापूर्वी माझ्या आईचा पाच वेळा गर्भपात झाला होता आणि दोनदा तिची अपत्यं मृतावस्थेतच जन्मली. प्रत्येक वर्षी एक, पानगळीच्या मोसमात जणू काही ते एक वार्षिक कर्तव्य असावं, आंतरपिकं घ्यावीत त्याप्रमाणे. त्या सगळ्या मुली होत्या आणि प्रत्येकीचं नाव 'होप'. मला खात्री आहे की हे माझ्या वडिलांनीच सुचवलं असणार– त्यांची नेहमीची आशावादी ऊर्मी, त्यांचा सच्चेपणा. आपण आशा गमावू शकत नाही, मेरीबेथ. पण प्रत्यक्षात त्यांनी प्रत्येक वेळी होपच (आशा) गमावली. पुन्हा पुन्हा.

डॉक्टरांनी माझ्या आई-वडिलांना त्यांचे प्रयत्न थांबवण्याचा सल्ला दिला; त्यांनी तो नाकारला. ते असे हरणारे नव्हते. त्यांनी जिद्द सोडली नाही आणि शेवटी मी झाले. मी जगले हे माझ्या आईला खरंच वाटत नव्हतं. ती मला खरंखुरं बाळ, एक जिवंत मूल, एक मुलगी जी घरी येईल, अशी समजतच नव्हती. दुर्दैवानं जर याही वेळी काही कमी-जास्त झालं असतं, तर मी होप ८ असते. पण मी सणसणीत आरोळ्या ठोकत या जगात अवतीर्ण झाले. माझे आई-वडील आश्चर्यानं इतके सुन्न झाले होते, की त्यांच्या लक्षातच आलं नाही की त्यांनी माझ्यासाठी नावाचा विचारही केलेला नाही. खऱ्या बाळासाठी खरं नाव. हॉस्पिटलमधल्या माझ्या पहिल्या दोन दिवसांत त्यांनी माझं नावच ठेवलं नव्हतं. रोज सकाळी माझी आई तिच्या हॉस्पिटलच्या खोलीचं दार उघडून नर्स बाहेर वावरतानाची चाहूल घ्यायची. (मला तिचं चित्र डोळ्यांसमोर येतं, लांब पांढरा

स्कर्ट आणि चायनिज खोक्यांसारखी दुमडलेली ती डोक्यावरची टोपी.) ती नर्स बाहेर घुटमळायची, आणि मानही वर न करता माझी आई तिला विचारायची, "ती जिवंत आहे अजून?"

जेव्हा मी जगले तेव्हा त्यांनी माझं ॲमी हे नाव ठेवलं, कारण ते एक नेहमीचं नाव होतं. लोकप्रिय नाव. त्या वर्षी हजारो मुलींना ते नाव ठेवलं गेलं असेल. मग कदाचित त्या असंख्य मुलींमधल्या या छोट्याशा बाळाकडे देवाचं लक्ष जाणार नाही. मेरीबेथ म्हणायची की तिला परत एकदा संधी मिळाली असती तर तिनं माझं नाव लिडिया ठेवलं असतं.

मी कोणीतरी खास आहे या अभिमानी जाणिवेत मी वाढले. नियतीशी लढा देऊन जगलेली मी मुलगी होते. माझ्या जगण्याची फक्त एक टक्का शक्यता होती, पण मी ते शक्य केलं. या सगळ्यात मी माझ्या आईचं गर्भाशय खलास केलं. मेरीबेथला आता मूल होणं शक्य नव्हतं. लहानपणी या गोष्टीनं मला अपार आनंद मिळायचा. मी, फक्त मी, केवळ मीच.

सगळ्या होपच्या जन्मदिनी आणि मृत्युदिनी माझी आई गरम चहाचे घोट घेत आरामखुर्चीत बसायची व म्हणायची, "स्वतःकरता थोडा वेळ बाजूला काढते." काहीही नाटकं नाहीत. शोकगीतं वगैरे गाण्याइतकी माझी आई भावनाशील नव्हती, पण ती खिन्न व्हायची, स्वतःला दूर करायची; पण मला मात्र त्याचं काहीच नसायचं, मला तीच हवी असायची. मी तिच्या मांडीवर चढून बसायची, किंवा एखादं खडूनं रंगवलेलं चित्र तिच्या डोळ्यांसमोर फडकवायची किंवा ज्याकडे लगेच लक्ष द्यायलाच हवं, अशी परवानगीची चिठ्ठी तिला आठवण करून द्यायची. माझे वडील अर्थातच माझं लक्ष दुसरीकडे वळवण्याचा प्रयत्न करायचे. मला एखाद्या सिनेमाला घेऊन जायचे किंवा मला गोळ्या चॉकलेटची लाच देऊ करायचे; पण त्यांनी काहीही केलं तरी त्याचा उपयोग नव्हता. मी काही माझ्या आईला तो थोडा वेळ मिळू द्यायची नाही.

मी त्या सगळ्या होपपेक्षा जास्त चांगली होते. मी जगले होते. पण मला त्यांचा हेवा वाटायचा नेहमीच– सात उडालेल्या राजकन्या. कसलेही प्रयत्न न करताच त्या आदर्श असतात. अगदी एक क्षणही त्या अस्तित्वात नसतात, तरीही आदर्श! आणि मी मात्र इथे पृथ्वीवर अडकले आहे आणि प्रत्येक दिवशी मला झगडावं लागतंय. प्रत्येक दिवस हा आदर्श नसण्याची एक संधीच असतो.

हे असं जगणं आपल्याला फार थकवणारं असतं. मी एकतीस वर्षांची होईपर्यंत अशीच जगले.

आणि मग जवळ जवळ दोन वर्षं सगळं छान होतं. निकमुळे.

निकचं माझ्यावर प्रेम होतं. अगदी जिवापाड प्रेम. त्याचं फाऽऽर प्रेम होतं

माझ्यावर आणि तरीही नव्हतं, माझ्यावर. निक् एका अस्तित्वात नसलेल्या मुलीवर प्रेम करायचा. मी नाटक करत होते जसं मी नेहमीच करायचे. एका वेगळ्या व्यक्तिमत्त्वाचं नाटक. मी नेहमीच तसं करत आले आहे, काही इलाज नाही आता त्याला. काही बायका जशा आपली फॅशन बदलतात, तशी मी व्यक्तिमत्त्वं बदलते. माझी कुठली छबी चांगली वाटते आहे... कोणतं रूप हवंहवंसं वाटतं आहे... कुठलं रूप अद्ययावत आहे... मला वाटतं सगळे जण असंच करतात, फक्त कबूल करत नाहीत किंवा मग ते एकच व्यक्तिमत्त्व धारण करतात. कारण सतत बदलत राहण्याचा त्यांना कंटाळा तरी येतो किंवा ते मूर्ख असतात.

त्या रात्री, त्या ब्रुकलीन पार्टीमध्ये मी असंच स्टाइलिश मुलीचं रूप घेतलं होतं, निक्सारख्या मुलाला आवडेल अशी मुलगी. मस्त मुलगी. पुरुष नेहमी मुलीचं कौतुक करताना असंच म्हणतात ना? ती एकदम मस्त मुलगी आहे. मस्त मुलगी म्हणजे मी एकदम मादक, हुशार, गमतीशीर बाई आहे, जिला फुटबॉल, पोकर, अश्लील विनोद आणि ढेकर देणं आवडतं. जी व्हिडिओ गेम्स खेळते, स्वस्त बिअर पिते, जिला अनैसर्गिक संभोगाची आवड आहे आणि जी हॉटडॉग्ज आणि हॅम्बर्गर अशा पद्धतीनं हादडते की जणू जगातली खाण्याची स्पर्धा तिला जिंकायची असावी आणि तरीही ती बारीक राहते कारण मस्त मुली नेहमीच मादक असतात. मस्त मुली कधीच चिडत नाहीत. त्या मादक आणि समजूतदार असतात. त्या फक्त जरा उदास, प्रेमळपणे हसतात आणि त्यांच्या पुरुषांना त्या हवं ते करू देतात. कर. काहीही कर तू माझं. मला काही फरक पडत नाही. मी एक मस्त मुलगी आहे.

पुरुषांना खरोखर वाटत असतं की अशी मुलगी अस्तित्वात असते. कदाचित खूप साऱ्या बायका तसं असण्याचं नाटक करतात, म्हणून त्यांचा विश्वास बसत असावा. खूप काळ या मस्त मुलीचा मला राग यायचा. मी कित्येक पुरुष– मित्र, सहकारी, अगदी परके पुरुषसुद्धा– या नाटकी बायांना बळी पडलेले पाहिले आहेत. मला वाटायचं की या माणसांना बाजूला बसवून घ्यावं आणि त्यांना समजवावं : तुम्ही एखाद्या स्त्रीबरोबर फिरत नाही आहात, तर तुम्ही अशा एका बाईबरोबर फिरत आहात जिने खूप सिनेमे पाहिले आहेत, जे अवघडलेल्या पुरुषांनी बनवलेले असतात. ज्यांना वाटत असतं की अशी बाई असते आणि ती त्यांना कधीतरी भेटेल. मला वाटायचं की या बिचाऱ्या पुरुषाला धरावं आणि सांगावं : तिला चिलीडॉग्ज एवढे आवडत नाहीत– कोणालाच चिलीडॉग्ज आवडत नाहीत! आणि मस्त मुली आणखीच दयनीय असतात. त्यांना जसं व्हावंसं वाटतं तसं असण्याचं नाटकही त्या करत नाहीत. उलट त्या पुरुषाला जशी अपेक्षित

आहे तसं असण्याचं नाटक करतात. ओह आणि तुम्ही जर मस्त मुलगी नसाल तर कृपा करून असं समजू नका की तुमच्या पुरुषाला मस्त मुलगी आवडत नाही. त्याला काही थोडंसं वेगळं हवं असेल– कदाचित तो शाकाहारी असेल, म्हणून मग मस्त मुलीला सिटन (गव्हाचा पदार्थ) आवडेल आणि तिला कुत्र्यांविषयी प्रेम असेल, किंवा मग तो एखादा हिप्स्टर कलाकार असेल, तर मग मस्त मुलगी एक टॅटू काढलेली चश्मीस अभ्यासू मुलगी असेल, जिला कॉमिक्स आवडतात. तपशिलात फरक असेल; पण माझ्यावर विश्वास ठेवा की त्याला मस्त मुलगीच हवी असते, जिला त्याच गोष्टी आवडतात, ज्या त्याला आवडतात आणि जी कसलीही तक्रार करत नाही. (तुम्हाला कसं कळेल की तुम्ही मस्त मुलगी नाही? कारण मग तो अशी वाक्यं उच्चारतो : "मला समर्थ बायका आवडतात." जर तो हे तुम्हाला म्हणत असेल तर मग तो नक्कीच कधीतरी दुसरीशी लफडं करेल. कारण 'मला समर्थ बायका आवडतात.' याचा अर्थ 'मला समर्थ बायका आवडत नाहीत.')

मी खूप धीर धरला– कित्येक वर्षं– की लोलक जरा दुसऱ्या बाजूला पण झुकेल, पुरुष जेन ऑस्टिनची पुस्तकं वाचू लागतील, विणकाम करायला शिकतील, विश्वावर प्रेम करण्याचा आव आणतील, बालिश गोष्टींसाठी पार्टी करतील आणि आम्ही चेष्टा करू तेव्हा एकमेकांना धरून राहतील आणि मग आम्हीही म्हणू : काय मस्त पोरगा आहे तो.

पण तसं कधी झालंच नाही. सगळीकडच्या बाया कट केल्यासारख्या करून तश्या अधोगतीला गेल्या! लवकरच मस्त मुलगी सामान्य झाली. लोकांची तिच्या अस्तित्वाबद्दल खात्री पटली– ती कोणी लाखातली एक अशी स्वप्नसुंदरी नाही असं वाटू लागलं. प्रत्येक मुलगी त्यांना तशीच असायला हवी होती. आणि तुम्ही जर तसं नसाल तर तुमच्यातच काहीतरी उणीव आहे.

पण मस्त मुलगी असण्याचा मोह होतो खरा. विशेषतः माझ्यासारख्या एखादीला, जिला नेहमी जिंकायला आवडतं. तिला अशी प्रत्येक पुरुषाला हवीहवीशी वाटणारी मुलगी असण्याचा मोह होतो. जेव्हा मी निक्ला भेटले तेव्हा त्याला अशीच मुलगी हवी आहे, असं लगेच माझ्या लक्षात आलं. आणि मला वाटतं की त्याच्याकरता म्हणून मी प्रयत्न करायलासुद्धा तयार होते. ठीक आहे मी त्या चुकीतला माझा वाटा उचलते. पण खरी गोष्ट ही आहे की सुरुवातीला मी त्याच्यासाठी अगदी वेडी झाले होते. मला तो विलक्षण वेगळा वाटला होता. एक छानसा मिसुरीचा मुलगा. तो इतका चांगला होता की त्याच्याबरोबर असताना मजा यायची. मला कल्पनाच नव्हती की असेही गुण माझ्यात आहेत, जे तो बाहेर काढायचा, मनाचा हलकेपणा, विनोदी वृत्ती, सहजता. जणू काही त्यानं

मला आतून पोकळ करून सुंदर पिसांनी भरून टाकलं होतं. मला मस्त मुलगी व्हायला त्यानंच मदत केली– मी इतर कोणासाठीही अशी मस्त मुलगी होऊ शकले नसते. मला तशी इच्छाच झाली नसती. अर्थात, ते सगळं मला आवडलंच नाही असं नाही म्हणू शकणार नाही मी : मी मून पाय खाल्ले, मी अनवाणी चालले, मी काळजी करणं सोडून दिलं, मी रद्दड सिनेमे पाहिले आणि कसलं कसलं खाणं हादडलं. कुठल्याही गोष्टीचा मी गांभीर्यानं विचारच केला नाही आणि हाच कळीचा मुद्दा होता. मी कोक प्यायले, पण त्याच्या कॅनचा पुनर्वापर कसा करायचा त्याचा विचारच केला नाही किंवा त्यातलं किती ॲसिड माझ्या पोटात जमा होतंय, तेही इतकं जहाल की ज्यात नाणं पण विरघळेल– याचीही काळजी केली नाही. आम्ही एखाद्या मठ्ठ सिनेमाला गेलो; पण त्यातल्या आक्रमक लैंगिकतेचा, त्यातल्या भूमिकांमधल्या त्रुटींचा विचारच केला नाही. त्या सिनेमाला काही अर्थ आहे की नाही याचाही मी कधी विचार केला नाही. पुढे काय होईल याची कधीच काळजी केली नाही. परिणामांची फिकीर केली नाही. मी फक्त तो तो क्षण जगत होते. मला जाणवत होतं की मीही मठ्ठ आणि उथळ होते आहे; पण मी आनंदात होते.

निक् भेटेपर्यंत मला मी खरीखुरी माणूस असल्यासारखं कधी वाटलंच नाही, कारण मी फक्त एक उत्पादन होते. एक वस्तू. अमेझिंग ॲमी ही हुशार, सर्जनशील, दयाळू, विचारी, हजरजबाबी आणि आनंदीच असायला हवी, नाही का? आम्हाला फक्त तू सुखी व्हायला हवी आहेस. रॅन्ड आणि मेरीबेथ असं नेहमी म्हणायचे, पण कसं ते त्यांनी कधीच सांगितलं नाही. इतके सगळे धडे, संधी, फायदे होते; पण त्या सगळ्यातून आनंदी कसं असावं हे त्यांनी कधीच शिकवलं नाही. मला आठवतंय माझ्या वयाच्या इतर मुलांबाबत मी कायम गोंधळलेली असायची. मी एखाद्या वाढदिवसाच्या पार्टीला गेलेली असायची तिथं मुलं हसायची, एकमेकांना चिडवायची, तोंडं वेडीवाकडी करायची, मग मी पण तसंच करायची; पण मला का ते कधी कळलंच नाही. मी तिथे अवघडून बसलेली असायची. त्या पार्टीच्या टोपीच्या घट्ट इलॅस्टिकमुळे माझ्या हनुवटीखालच्या मांसाचे दोन भाग झालेले असायचे, केकवरच्या दाणेदार क्रीममुळे माझे दात निळसर झालेले असायचे, आणि मी विचार करत राहायची की यात कसली मज्जा आहे?

पण शेवटी मला ते निक्बरोबर कळलं. कारण तो इतका मजेशीर होता. हे म्हणजे एखाद्या सी ऑटर बरोबर फिरल्यासारखंच होतं. मला भेटलेला तो पहिला आनंदी माणूस होता, जो माझ्या तोडीस तोड होता. तो हुशार, देखणा, विनोदी आणि मोहक होता. लोकांना तो आवडायचा. बायका त्याच्या प्रेमात होत्या. मला

वाटलं आमची जोडी अगदी आदर्श असेल : जगातलं सगळ्यात आनंदी जोडपं. म्हणजे प्रेम काही कुठली स्पर्धा नव्हे; पण तुम्ही जर आनंदी नसाल तर एकत्र असण्यातला मुद्दाच मला समजत नाही.

मला वाटतं, त्या काही वर्षांच्या काळात मी वेगळीच कोणीतरी असण्याचं नाटक करत असताना जेवढी आनंदी होते, तेवढी मी त्याआधीही नव्हते आणि नंतरही. या सगळ्याचा अर्थ काय असावा कोणास ठाऊक!

पण कधीतरी ते संपणारच होतं; कारण ते काही खरं नव्हतं. ती मी नव्हतेच. ती मी नव्हते निक्! मला वाटलं तुला कळलं असेल. मला वाटलं तो एक खेळ आहे. मला वाटलं आपल्यात तू विचारलं नाही– मी सांगितलं नाही असं काहीतरी सुरू आहे. मी सहजतेचा इतका प्रयत्न केला; पण ते टिकलं नाही. आता कळतंय की त्याच्या बाजूनं त्यालाही ते टिकवता आलेलं नाही. ते हजरजबाबी शाब्दिक युद्ध, ते हुशारीनं खेळलेले डाव, तो प्रणय, ती मनधरणी. हळूहळू सगळ्याचे इमले खाली यायला लागले. मी जेव्हा माझ्यासारखी वागायला लागले, तेव्हा निक्ला वाटलेल्या आश्चर्याचा मला राग आला. ते कधी तरी संपणार आहे हे त्याला कळलं नाही. त्याचा मला राग आला. आपलं या मुलीशी, जी स्वतःवरच खूश असणाऱ्या वीर्यानं माखलेल्या बोटांनी हस्तमैथुन करणाऱ्या लाखो लोकांची केवळ कल्पनाच आहे, तिच्याशी लग्न झालंय यावरच्या त्याच्या विश्वासाचा मला राग आला. मी त्यानं माझं म्हणणं ऐकावं असा आग्रह धरला, तेव्हा त्याला अगदी खरोखरचं आश्चर्य वाटलं होतं. माझ्या खासगी भागावरचे केस उपटून काढायला मला आवडत नाहीत, यावर त्याचा विश्वासच बसत नव्हता. माझ्या मित्र-मैत्रिणींबरोबर बाहेर जायचं ठरवल्यावर तो येत नाही ते मला खटकतं, हेच त्याला पटत नव्हतं.

आणि डायरीतील ती हास्यास्पद नोंद? मला माझ्या मैत्रिणींसमोर ती दीनवाणी भागाबाईची नाटकं नको आहेत, तो त्याच्या मनासारखं जगू दे.

ते फक्त फालतू मठ्ठ, मस्त मुलीनं म्हणण्याचं वाक्य होतं. काय फालतूपणा. मला कळतच नाही. तुम्ही जर पुरुषांना ठरलेले बेत रद्द करू दिले किंवा तुमच्यासाठी काही न करण्याची सूट दिली, तर ती तुमची हार आहे. तुम्हाला जे काही हवं ते मिळतच नाही हे तर स्पष्टच आहे. अर्थातच, तो खूश असेल. तो म्हणेलच की जगातील सगळ्यांत मस्त मुलगी आहेस, पण तो असं म्हणतोय कारण सगळं त्याच्या मनाप्रमाणे घडतंय. मस्त मुलगी म्हणून तो तुम्हाला मूर्खात काढतोय. पुरुष हे असेच वागतात : ते तुम्हाला भासवत राहतात की तुम्ही एक मस्त मुलगी आहात; म्हणजे तुम्ही त्यांच्या इच्छेपुढे मान तुकवाल. कारचा विक्रेता कसं म्हणतो, या सुंदर गाडीसाठी किती किंमत देण्याची तुमची तयारी आहे? हे

केव्हा तर तुम्ही अजून ती घेण्याचं कबूल केलेलं नसतं तेव्हा. आणि पुरुष काय वाक्यं वापरतात : ''मला माहीत आहे की तू काहीच म्हणणार नाहीस जर मी...'' हो, मला काही म्हणायचंय. बोलून मोकळं व्हा ना. मूर्ख बाई, हे हातातून गमावू नकोस.

म्हणून मग हे थांबायलाच हवं होतं. निक्शी लग्न करणं, निक्बरोबर सुरक्षित जगणं, त्याच्याबरोबर सुखात राहणं या सगळ्यामुळे माझ्या लक्षात आलं, की माझ्यात एक खरीखुरी ॲमी दडलेली आहे जी या मस्त ॲमीपेक्षा जास्त गुंतागुंतीची, जास्त चित्तवेधक, जास्त आव्हानात्मक आहे; पण निक्ला मस्त ॲमीच हवी होती. तुम्ही कल्पना करून बघा की शेवटी तुम्ही आपल्या जोडीदाराला आपलं खरं रूप, आपलं अंतरंग उघड करून दाखवता आणि त्याला ते आवडत नाही. तर अशा तऱ्हेनं कटुतेला सुरुवात झाली. मी यावर खूप विचार केला आणि मला वाटतं की तिथपासूनच सगळ्याला सुरुवात झाली.

निक् डन्

सात दिवसांनंतर...

कशीबशी पावलं टाकत मी त्या लाकडी खोपटात शिरलो आणि माझा श्वास छातीतच अडकला. भिंतीवर रेलून मी श्वास घेण्याचा प्रयत्न केला.

मला माहीत होतं की ते भयानक असणार आहे. मला त्या क्ल्यूचा अर्थ लागताक्षणीच ते लक्षात आलं होतं. लाकडी खोपटं. दुपारची गंमत, कॉकटेल्स. कारण हे वर्णन माझं आणि ॲमीचं नव्हतं तर माझं आणि ॲन्डीचं होतं. ते लाकडी खोपटं त्या अनेक विचित्र जागांपैकी एक होतं, जिथे मी आणि ॲन्डीनं प्रेम केलं होतं. आम्हाला भेटायला फार कमी ठिकाणं उपलब्ध होती. तिचं त्या गजबजलेल्या भागातलं घर बहुधा आम्ही टाळत असू. मोटेलमध्ये जायचं तर त्याची नोंद क्रेडिट कार्डवर येणारच आणि माझी बायको सहज विश्वास ठेवणाऱ्यातली नव्हती आणि मूर्खही नव्हती. (ॲन्डीकडे एक मास्टरकार्ड होतं; पण त्याचा हिशेब तिच्या आईकडे जायचा. हे सांगणं खरंतर आवडत नाहीये मला.) म्हणून मग ते खोपटं, माझ्या बहिणीच्या घराच्या पार मागच्या बाजूला असणारं, 'गो' कामाला गेली की मग ते अगदी सुरक्षित ठिकाण होतं. तसंच माझ्या वडिलांचं आता रिकामं असणारं घर (मला इथे आणण्याबद्दल कदाचित तुला अपराधी वाटत असेल! मला माहीत आहे की हे जरा विचित्र आहे; पण आपल्याला निवड करायला फार जागाही नव्हत्याच. म्हणून मग आपण निर्णय घेतला आणि हा अवकाश आपलासा केला.) आणि मग काही वेळा कॉलेजमधील माझं ऑफिस. (मी बघते मला तुझी विद्यार्थिनी म्हणून. माझे शिक्षक असे शहाणे आणि देखणे, माझं मन उमलून येतं आणि माझ्या मांड्यादेखील!) आणि एकदा ॲन्डीच्या गाडीत, आम्ही हानिबालला फिरायला गेलेलो असताना, गाडी एका कच्च्या रस्त्यावर बाजूला घेऊन त्या सहलीचा अगदी समाधानकारक उपयोग केला होता. जणू ॲमीबरोबरच्या त्या नीरस सहलीचा वचपाच काढला होता (तू इथे आणलंस

मला की मी ऐकावं तुझं बोलणं, तुझी पोरवयातील साहसं : चुरगळलेली जीन्स आणि पसरट टोपी.)

प्रत्येक क्ल्यू अशा ठिकाणी दडवला होता, जिथे जिथे मी ॲमीशी प्रतारणा केली होती. तिनं त्या खजिन्याच्या खेळाचा उपयोग करून मला माझ्याच प्रतारणेची सैर घडवली होती. माझ्या नकळत तिच्या गाडीतून माझ्या पाठी पाठी फिरणारी ॲमी माझ्या डोळ्यांसमोर उभी राहिली आणि मला पोटातून ढवळून आलं– माझ्या वडिलांच्या घराशी, 'गो'च्या घरी, दळभद्री हानिबालला– मला त्या गोड तरुण मुलीशी प्रेम करताना, तिचे ओठ किळस येऊन कसे दुमडले असतील त्याचं चित्र माझ्या मनात उमटलं. तिरस्कारानं भरलेल्या विजयी हास्याचं चित्र.

कारण तिला माहीत होतं, की ती मला चांगली शिक्षा करणार आहे. आणि आता या शेवटच्या वळणावर ती माझ्यापेक्षा किती हुशार आहे हे दाखवून द्यायला ॲमी सिद्ध झाली होती. कारण ते खोपटं त्या प्रत्येक वस्तूंनी भरलेलं होतं जे मी खरेदी केलेलं नाही, असं बोनी आणि गिलपीनला छातीठोकपणे सांगितलं होतं. हे सगळं त्याच क्रेडिट कार्डवर खरेदी केलं होतं जी मी माझी नाहीत म्हणून सांगितलं होतं. ते महागडे गोल्फ क्लब इथे होते, घड्याळं, खेळाची उपकरणं, महागडे कपडे हे सगळं माझ्या बहिणीच्या जागेत वाट पाहत दडून होतं. त्याकडे बघताना माझी बायको मेली की मग मी त्याचा आनंद घेईन, असंच भासत होतं.

मी 'गो'च्या दरवाजावर थाप मारली आणि जेव्हा तिनं सिगारेट फुंकत दार उघडलं, तेव्हा मी तिला सांगितलं की मला तिला काहीतरी दाखवायचंय आणि वळून काहीही न बोलता त्या खोपटाकडे चालू लागलो.

"बघ," तिला दाराकडे नेत मी म्हणालो.

"हे सगळं... या सगळ्या वस्तू... हे सगळं क्रेडिट कार्डवरून आलंय?" 'गो' चा आवाज एकदम चढला व चिरकला. तिनं एक हात तोंडावर धरला आणि माझ्यापासून दोन पावलं मागे सरकली. मग माझ्या लक्षात आलं की क्षणभर तिला वाटतंय की मी तिच्याजवळ कबुली देतोय.

आमच्यातून हे कधीही पुसलं जाणार नाही, तो एक क्षण, त्या एका क्षणाकरता माझ्या बायकोचा राग कधीही जाणार नाही.

"ॲमी, मला गुंतवते आहे 'गो.'' मी म्हटलं. "गो' हे सगळं ॲमीनं आणलंय आणि ती मला गुंतवते आहे."

ती एकदम भानावर आली. तिच्या पापण्या फडफडल्या एकदा, दोनदा आणि तिनं हलकेच मान हलवली. जणू काही ती माझी प्रतिमाच झटकून टाकत

होती : निक् – बायकोचा खुनी.

“ॲमी मला तिच्या खुनाच्या आरोपात गुंतवते आहे. बघ ना, तिचा शेवटचा क्ल्यू. त्यावरून मी इथं येऊन पोहोचलो. आणि नाही मला या सगळ्याबद्दल काहीच माहिती नव्हती. हा तिचा भव्यदिव्य प्रयोग आहे. सादर आहे : निक् तुरुंगात जातो!” एक मोठा हवेचा बुडबुडा माझ्या घशाशी दाटून आला– मला एकतर हुंदका तरी आला असता किंवा हसू तरी आलं असतं. मी हसलो. “बरोबर आहे ना? सांग ना, बरोबर आहे ना?”

मग घाई कर, ऊठ. या वेळी शिकवेन तुला एक-दोन गोष्टी. ॲमीच्या पहिल्या क्ल्यूचे शेवटचे शब्द. मला कसं लक्षात आलं नाही हे?

“जर ती तुला अडकवत असेल, तर तुला सांगून कशाला करेल ती?” ‘गो’अजूनही सामानाकडे एकटक बघत होती. त्या बळदातल्या सामानानं तिला खिळवून ठेवलं होतं.

“कारण तिनं ते इतकं नेमकेपणाने केलंय. तिला कायमच ते कौतुक, ती स्तुती हवी असते. मी अडकलोय हे मला लक्षात आलंय, हे मला कळणं तिच्या दृष्टीनं महत्त्वाचं आहे. ती हा मोह टाळूच शकत नाही, नाहीतर तिला त्यात काय मजा?”

“नाही.” ‘गो’ बोटाची नखं चावत म्हणाली. “आणखी काहीतरी आहे. काहीतरी वेगळं. तू कशाला हात तर लावला नाहीस ना?”

“नाही.”

“मग प्रश्न हा उरतो की...”

“हे सगळं सापडल्यावर मी काय करीन असं तिला वाटत असेल, हा असा मला गोवणारा पुरावा सापडल्यावर आणि तोही माझ्या बहिणीच्या मालकीच्या जागेत,” मी म्हणालो. “तो खरा प्रश्न आहे, कारण मी जे करीन असं तिला वाटतंय, मी जे करावं असं तिला वाटतंय, मला त्याच्या विरुद्ध कृती करायला हवी. जर तिला वाटत असेल की मी घाबरून या सगळ्याची गुपचूप विल्हेवाट लावायला जाईन, तर मी तुला खात्रीनं सांगतो, तिनं काही ना काही योजून ठेवलेलं असेल ज्यामुळे सगळंच बिंग फुटेल.”

“हो, पण तू ते इथे ठेवू शकत नाहीस.” ‘गो’ म्हणाली. “मग तुझी नक्कीच वाट लागेल. तुला खात्री आहे की तोच शेवटचा क्ल्यू होता? तुझी भेटवस्तू कुठे आहे?”

“अरे देवा! ती आत असणार कुठेतरी.”

“आत जाऊ नकोस तिथे.”

"मला जायला हवं. तिथं तिनं माझ्यासाठी आणखी काहीतरी रचून ठेवलं असेल."

मी अगदी काळजीपूर्वक त्या कोंदट जागेत पाऊल टाकलं, माझे हात मी माझ्या शरीराजवळ आवळून धरले होते आणि पावलांच्या खुणा उमटू नयेत म्हणून अगदी काळजीपूर्वक चवड्यांवर चालत होतो. फ्लॅट स्क्रीन टीव्हीच्या अगदी पुढेच एका मोठ्या खोक्यावर ॲमीचं ते निळं पाकीट होतं. एका सुंदर चंदेरी कागदात ते गुंडाळलेलं होतं. मी तो खोका आणि पाकीट दोन्ही बाहेरच्या गरम हवेत आणलं. खोक्याच्या आतली वस्तू चांगलीच जड होती. तीसेएक पाऊंडतरी वजन असावं. त्याचे तुकडे तुकडे झाले असावेत. मी खोका पायाशी ठेवताना ते एखाद्या खुळखुळ्यासारखं वाजलं. 'गो' नकळत दोन पावलं मागे सरकली. मी पाकीट उघडलं.

प्रिय पतिदेव,

आता या क्षणी मी तुला सांगते आहे की तुझ्या कल्पनेपलीकडे मी तुला चांगलीच ओळखते. मला माहीत आहे की मध्ये मध्ये तुला वाटत असतं, की तू अगदी एकटा, कोणाच्या नजरेस न येता, कोणाचं लक्ष न वेधता, वावरत असतोस. पण यावर जराही विश्वास ठेवू नकोस बरं. मी तुझा नीटच अभ्यास केलाय. तू एखादी गोष्ट करण्यापूर्वीच तू काय करणार हे मला माहिती असतं. तू कुठे गेला होतास आणि कुठे जाणार आहेस हेही मला माहिती असतं आणि लग्नाच्या या वाढदिवसाकरता मी एक सहल आयोजित केली आहे : तुझ्या त्या प्रिय नदीतून वर वर वर प्रवास करत राहा! आणि तुझ्या भेटीची काळजी करू नकोस. या वेळी ती भेट स्वतःच तुझ्यापर्यंत येऊन पोहोचेल! त्यामुळे शांत बस आणि आराम कर, कारण तू आता 'संपलाहेस."

"नदीत वर म्हणजे काय?" 'गो'नं विचारलं आणि मी खवळलोच.

"ती मला नदीतून वरच्या दिशेला प्रवास करायला सांगते आहे."

"खड्ड्यात जाऊ दे तिला. तो खोका उघड."

मी खाली वाकून बोटांच्या टोकांनी झाकण ढकलून उघडलं, जणू काही ते उघडल्यावर स्फोटच होणार होता. काही नाही. मी वाकून आत पाहिलं. खोक्याच्या तळाशी दोन लाकडी कठपुतळीच्या बाहुल्या होत्या. शेजारी शेजारी पडलेल्या. त्या बहुतेक नवरा-बायकोच्या बाहुल्या असाव्यात. त्यातल्या पुरुषाच्या अंगावर रंगीबेरंगी कपडे होते आणि हातात एक काठीसारखं काही घेऊन तो चक्रमसारखा

हसत होता. मी तो नवरा बाहुला बाहेर खेचला. त्याचे हात-पाय जोरजोरात हलत होते. एखाद्या नर्तकानं नृत्य सुरू करण्यापूर्वी हलवावेत तसे. बायको जरा सुंदर होती, जास्त नाजूक आणि ताठर. तिचा चेहरा कसलातरी धक्का बसावा तसा दिसत होता. जणू काही तिनं काहीतरी धक्कादायक दृश्य पाहिलं असावं. तिच्या खाली एका छोट्याशा बाळाची बाहुली होती, जी रिबिनीनं तिला जोडता येत होती. त्या कठपुतळ्या अगदी जुनाट, मोठ्या आणि जड होत्या, बोलक्या बाहुल्या असतात तेवढ्या. मी त्यातल्या पुरुषाला उचलून घेतलं आणि त्याचं जाड दांडुक्यासारखं हँडल फिरवून त्याला हलवण्याचा प्रयत्न केला. त्याचे हात-पाय एकदम वेड्यासारखेच हलायला लागले.

"भयंकर आहे हे." 'गो'म्हणाली. "थांबव."

त्या सगळ्याच्या खाली एक घडी घातलेला निळसर मऊसूत कागद होता. आणि त्यावर ॲमीच्या टोकेरी हस्ताक्षरात लिहिलं होतं –

> "एका सुंदर कहाणीची ही सुरुवात आहे निक्! हे असंच पुढे सुरू ठेव. मजा कर."

आमच्या आईच्या स्वयंपाकघरातील टेबलावर आम्ही ॲमीच्या खजिन्याच्या शोधाच्या खेळाचे सगळे क्ल्यूज पसरले आणि त्या कठपुतळ्यांचा खोकाही ठेवला. एखाद्या जिग् सॉ कोड्याच्या तुकड्यांकडे पाहावं, तसं आम्ही त्याच्याकडे एकटक पाहत होतो.

"पण ती जर तिचे... बेत ठरवत होती तर मग हा खजिन्याच्या शोधाचा घोळ कशाला घालायचा?" 'गो' म्हणाली.

तिचा 'बेत' थोडक्यात असा होता की, स्वतःच्या बेपत्ता होण्याचं नाटक आणि मला खुनाच्या आरोपात गोवणं.

"एक तर माझं लक्ष दुसरीकडे वेधलं गेलं आणि दुसरं म्हणजे तिचं अजूनही माझ्यावर प्रेम आहे असं मला वाटायला लावणं. मी आपला दुनियाभर तिचे क्ल्यूज शोधत फिरतोय, या समजुतीनं, की माझ्या बायकोला स्वतःला बदलायचं आहे. तिला आमचा संसार वाचवायचा आहे..."

तिच्या त्या चिठ्ठ्यांनी मी ज्या वेडावलेल्या अवस्थेला पोहोचलो होतो, त्यानी मला कसंतरीच होत होतं. मला लाजिरवाणं वाटत होतं. खोलपर्यंत ओशाळल्यागत. जी पार हाडांपर्यंत अगदी तुमच्या गुणसूत्रांपर्यंत पोहोचून तुम्हाला बदलायला भाग पाडते. इतक्या वर्षांनंतरही आज ॲमीची माझ्यावर तेवढीच पकड आहे, ती आजही मला खेळवू शकते. साध्या काही चिठ्ठ्या लिहून ती मला पुन्हा एकदा

वळवू शकते. मी तिच्यासाठी एक कठपुतळीच होतो, ज्याच्या दोऱ्या तिच्या हातात आहेत.

मी शोधून काढेन, तुला, ॲमी. प्रेमाचे शब्द आणि दुष्टाव्याने भरलेला हेतू.

''म्हणजे मग मी थांबून विचारसुद्धा करणार नाही. अरे हे तर मी माझ्याच बायकोचा खून केला असावा असं दिसतंय. का असेल हे असं?''

''हं आणि पोलिसांना आणि तुलाही ते विचित्र वाटलं असतं, जर तिने हा खजिन्याच्या शोधाचा खेळ रचला नसता तर.'' 'गो' नं तर्क लढवला. ''म्हणजे ते असं दिसलं असतं की तिनं आधीपासूनच ठरवलं होतं की ती निघून जाणार आहे.''

''मला यांच्यामुळे काळजी वाटते आहे.'' मी त्या कठपुतळ्यांकडे बोट दाखवत म्हटलं. ''ते इतके वेगळे आहेत की त्यांना काहीतरी अर्थ असणार. म्हणजे बघ, तिला जर मला नुसतंच दुसरीकडे कुठेतरी गुंतवून ठेवायचं असेल, तर ही शेवटची भेटवस्तू, काहीही लाकडी असल्याशी कारण.''

'गो' नं त्या पुरुषाच्या रंगीबेरंगी कपड्यावरून बोट फिरवलं. ''ते नक्कीच खूप जुने आहेत. विशिष्ट काळातले. तिनं त्यांचे कपडे वर खाली करून त्या पुरुषाचं दांडुक्यासारखं हँडल बाहेर काढलं. त्या बाईला फक्त डोक्यात एक चौकोनी पोकळी होती. ''हे काहीतरी लैंगिक असणार. त्या पुरुषाला हे लाकडी हँडल लिंग असावं तसं आणि बाईचं मात्र गायब आहे. तिला फक्त एक भोक आहे.''

''हं हे अगदी स्पष्ट विधान केल्यासारखंच आहे. पुरुषांना लिंग असतं आणि स्त्रियांना योनी.''

'गो'नं त्या बाहुलीच्या भोकात एक बोट घालून आत काही लपवलेलं नाही ना ते तपासून पाहिलं. ''मग नक्की काय म्हणायचं आहे ॲमीला?''

''मी जेव्हा हे पहिल्यांदा पाहिलं तेव्हा मला वाटलं की तिनं लहान मुलांची खेळणी आणली आहेत. आई, बाबा आणि बाळ. कारण ती गरोदर आहे म्हणून.''

''पण ती आहे का खरंच गरोदर?''

निराशेची एक लाटच माझ्या अंगावर येऊन आदळली. पण आदळली म्हणण्यापेक्षा त्याच्या उलट. लाट माझ्यावर येण्यापेक्षा ओहोटीच्या वेळी समुद्र मागे जातो, तेव्हा काहीतरी खेचलं गेल्यासारखं वाटतं ना आणि आपणही त्याबरोबर आत ओढले जातो असं वाटत राहतं, तसंच काहीसं. मला आता माझी बायको गरोदर असण्याची जराही आशा वाटत नव्हती, पण त्याचबरोबर ती गरोदर नसेलच याचीही खात्री वाटत नव्हती.

'गो' नं तो बाहुला पुढे ओढला. नाकाला आठ्या घालून ती पाहत राहिली

आणि अचानक तिच्या डोक्यात प्रकाश पडला. ''तू नाचवला जाणारा बाहुला आहेस.''

मी हसलो. ''माझ्या मनातदेखील अगदी हाच विचार आला होता; पण त्यातही पुरुष आणि स्त्री कशाकरता? ॲमी, तर नक्कीच दोरीवर नाचणारी कठपुतळी नाही, उलट ती तर नाचवणारी आहे.''

''आणि ते काय आहे : हे असंच पुढे सुरू ठेव? काय सुरू ठेवायचं?''

''मला खड्ड्यात घालणं.''

''हे वाक्य ॲमी कधी म्हणायची का? किंवा ॲमेझिंग ॲमीच्या पुस्तकातलं असेल का ते, किंवा...'' ती घाईघाईनं कॉम्प्यूटरजवळ गेली अणि तिनं त्या वाक्याचा शोध घेतला. 'हे असंच पुढे सुरू ठेव.' ते एक गाणं होतं 'मॅडनेस' या कलाकाराचं. ''हो मला आठवतंय ते.'' 'गो' म्हणाली. ''मस्त स्का बँड होता तो.''

''स्का'' माझं हसणं उन्मादाच्या दिशेनं झुकायला लागलं होतं. ''छान.''

हे गाणं अशा एखाद्या माणसावर होतं, जो निरनिराळी घरदुरुस्तीची कामं करू शकायचा– अगदी इलेक्ट्रिकल, प्लंबिंगची आणि ज्याला कामाचा मोबदला पैशांच्या स्वरूपातच हवा असायचा.

''परमेश्वरा! मला इतका राग येतो त्या काळातल्या गाण्यांचा.'' मी वैतागून म्हणालो. ''कोणत्याही गाण्याला अर्थ नसायचा.''

''द रिफ्लेक्स* इज ॲन ओनली चाईल्ड.'' 'गो'मान डोलावून म्हणाली.

''ही इज वेटिंग बाय द पार्क.'' मी यांत्रिकपणे पुटपुटलो.

''मग जर का ते हेच असेल तर त्याचा अर्थ काय?'' 'गो'नं माझ्याकडे वळून विचारलं. ''हे गाणं त्या अशा माणसाबद्दल आहे जो तुमची घरगुती कामं करतो. ज्याला तुमच्या घरात प्रवेश आहे – दुरुस्ती करायला किंवा गोष्टी जोडून ठेवायला. ज्याला रोख पैसे दिले की काम झालं. कसलीही नोंद राहणार नाही.''

''म्हणजे जर कोणी व्हिडिओ कॅमेरे लावले असतील तर?'' मी विचारलं. ''...लफडं सुरू होतं त्या काळात ॲमी काही वेळा गावाला गेली होती. कदाचित तिला वाटलं असेल की ती आम्हाला टेपवर पकडू शकेल.''

'गो'ने नजरेनंच प्रश्न विचारला.

''नाही, आमच्या घरी कधीच नाही.''

''ते काहीतरी गुप्त दार वगैरे असेल का?'' 'गो' नं सुचवलं. ''एखादं गुप्त दार किंवा फळी ॲमीनं काहीतरी लपवण्याकरिता बसवलेली. असं काहीतरी जे...

---

* द रिफ्लेक्स... बाय द पार्क - हे ऐंशीच्या दशकातील एक गाणं.

कसं सांगू, अं, दोषमुक्त करेल?''

"हो, असंच असणार हे. नक्कीच, ॲमी त्या मॅडनेसच्या गाण्यातून माझ्या सुटकेचा मार्ग सुचवते आहे. फक्त मला त्यांच्या गाण्यातल्या गुप्त संदेशाचा अर्थ तेवढा लागायला हवा.''

आता 'गो'पण हसायला लागली. "देवा, कदाचित आपणच मूर्ख आहोत. मला वाटतं तसंच असेल. हो ना? हे किती अर्थहीन आहे.''

"काही अर्थहीन नाही. तिने मला यात अडकवलेलं आहे. तुझ्या मागच्या अंगणातल्या गोदामातल्या वस्तूचं दुसरं कोणतंही स्पष्टीकरण असूच शकत नाही आणि तुला पण यात खेचणं, हे ॲमीच्या स्वभावाशी अगदी सुसंगत आहे. माझ्यातला थोडा चिखल तुझ्यावर पण उडवायचा. हे ॲमीचंच काम. ती भेट, ती मला बरोबर कळेल अशी धूर्तपणे लिहिलेली चिठ्ठी... नाही हे सगळं पुन्हा त्या कठपुतळ्यांशी येऊन थांबतं आहे. तू 'मरिओनेट्स' (कळसूत्री बाहुल्या) असा शब्द घालून शोधून बघ.''

मी कोचावर कोसळलोच जवळजवळ, माझं सगळं अंग ठणकत होतं. 'गो' सेक्रेटरीसारखी माझं काम करत होती. "अरे देवा! निक् त्या पंच आणि ज्युडी बाहुल्या* आहेत. काय मूर्ख आहोत आपण. ती ओळ ती पंच बाहुल्यांचं घोषवाक्य आहे – 'हे असंच करायचं असतं!'''

"बरं तो जुना कठपुतळ्यांचा कार्यक्रम– तो खूप हिंसक असायचा ना?'' मी विचारलं.

"काय भयंकर गोंधळ आहे हा.''

"गो' तो हिंसक होता, हो ना?''

"हो. हिंसक. देवा, ही बाई वेडी झाली आहे.''

"तो मारतो तिला. बरोबर?''

"मी वाचत्येय पुढे... बरं. पंच त्यांच्या बाळाला मारून टाकतो.'' 'गो' नं मान वर करून माझ्याकडे पाहिलं. "आणि जेव्हा ज्युडी त्याला जाब विचारते, तेव्हा तो तिला बडवून काढतो. मरेपर्यंत.''

माझा घसा पाणी सुटून ओला झाला.

"आणि दर वेळी जेव्हा तो काहीतरी भयंकर करून त्यातून सहीसलामत सुटतो, तेव्हा तो हे वाक्य उच्चारतो, "हे असंच करायचं असतं!'' तिने पंचवर झडप घालून उचलून स्वतःच्या मांडीवर ठेवलं, एखाद्या बाळाला घट्ट धरावं तसं

---

* पंच आणि ज्युडी या परंपरागत कळसूत्री बाहुल्या आहेत. त्यांचे ठिकठिकाणी खेळ केले जातात.

तिनं बोटांनी त्याचे हात गच्च पकडून ठेवले होते. ''स्वतःच्या बायको, मुलाचा खून करूनही तो कसा सराईत आहे बघ.''

मी त्या बाहुल्यांकडे बघितलं. ''म्हणजे यातून ती मला कसं अडकवलं आहे ते दाखवते आहे.''

''माझ्या मेंदूला हे सगळं पेलण्यापलीकडचं आहे. स्साली विकृत आहे.''

''गो?''

''हो मग काय? तुला तिला मूल व्हायला नको होतं, म्हणून मग तू चिडलास आणि गर्भातल्या जीवासकट तिला मारून टाकलंस.''

''हे काही फार उत्कंठावर्धक वाटत नाहीये, हो ना?''

''उत्कंठतेची परिसीमा तेव्हा असेल जेव्हा तू पकडला जाशील आणि पंचनं कधीच न शिकलेला धडा तुला शिकवला जाईल, तुझ्यावर खुनाचा आरोप येईल.''

''आणि मिसुरीमध्ये फाशीची शिक्षा अजूनही वैध आहे.'' मी म्हणालो. ''वा! काय मज्जा.''

ॲमी इलियट डन्

त्या दिवशी...

तुम्हाला माहित्येय मला कसं कळलं ते? मी बघितलं त्यांना. इतका माझा नवरा मूर्ख आहे. एप्रिलमधल्या एका बर्फाळ रात्री मला फार एकाकी वाटत होतं. मी ब्लिकरबरोबर उबदार अमरेट्टो मद्याचे घुटके घेत वाचत होते. बाहेर बर्फ पडत असताना मी घरात छानशी गाणी ऐकत फरशीवर लोळत पडले होते, जसे पूर्वी निक् आणि मी लोळायचो. (ती नोंद खरी होती.) अचानक माझ्या मनात निक्च्या प्रेमाची ऊर्मी दाटून आली. मी बारमध्ये त्याला भेटून एक सुखद आश्चर्याचा धक्का द्यावा आणि मग थोडा वेळ तिथे बसून, थोडं ड्रिंक घेऊन मग एकत्र रस्त्यावरून भटकावं, आम्ही आता शांत झालेल्या गावातून फिरत असताना त्यानं मला भिंतीशी खेटून त्या साखरेच्या ढगासारख्या दिसणाऱ्या बर्फात माझं चुंबन घ्यावं, तो परत यावा... असं मला इतक्या तीव्रतेनं वाटत होतं की मी पुन्हा तोच जुना क्षण नव्यानं जगायलासुद्धा तयार होते. मी पुन्हा एकदा ती जुनी वेगळी ॲमी व्हायला तयार होते. मला माझे विचारही आठवताहेत : आपण अजूनही हे सगळं सावरू शकू. आशा! मी त्याच्याबरोबर इतक्या लांब मिसुरीला आले, त्याचं कारण मला अजूनही वाटत होतं की कदाचित तो पुन्हा माझ्यावर प्रेम करेल. त्याच जुन्या तीव्रतेनं, जसं तो पूर्वी करायचा आणि मग सगळं छान वाटायला लागायचं. आशा!

मी तिथे अगदी वेळेत पोहोचले जेव्हा तो तिच्याबरोबर बाहेर पडत होता. मी त्याच्या मागे जेमतेम वीस फुटांवर पार्किंगच्या जागेत होते, पण त्याला ते जाणवलंसुद्धा नाही. जणू मी एखादं अदृश्य भूत असावी. तो तिला स्पर्शही करत नव्हता, अजून तरी नाही, पण मला कळलंच एकदम. मला जाणवलं कारण तिची जाणीव इतकी तीव्र त्याच्या मनात होती. मी त्यांचा पाठलाग केला आणि अचानक त्यानं तिला एका झाडापाशी दाबून धरलं– गावाच्या भर मध्यात– आणि

तिचं चुंबन घेतलं. 'निक् मला फसवतोय.' माझ्या मनात विचार आला आणि मी स्वतःला सावरून काही बोलण्याआधीच ते वर तिच्या घरी चालले होते. मी जवळजवळ तासभर बाहेर पायरीवर वाट बघत बसून होते, मग इतकी थंडी वाजायला लागली, नखं निळी पडली, दात वाजायला लागले– मग मी घरी गेले. त्याला कळलंदेखील नाही, की मला कळलंय.

आता मला एक नवीन व्यक्तिमत्त्व होतं. मी निवडलेलं नाही. एका सामान्य हलकट माणसाशी लग्न केलेली सामान्य मठ्ठ बाई होते मी. त्यानं एक हाती अमेझिंग ॲमीचं रूपांतर सामान्य ॲमीत करून टाकलं होतं.

मला अशा अनेक स्त्रिया माहीत आहेत, ज्यांचं संपूर्ण व्यक्तिमत्त्व हे सौम्य सामान्यत्वानं भरलेलं आहे. त्यांचं आयुष्य म्हणजे उणिवांची यादीच आहे. त्यांची कदर नसलेला प्रियकर, जास्तीचं दहा पाऊंड वजन, हिडीसफिडीस करणारा बॉस, लबाड बहीण, इतरत्र भरकटणारा नवरा, मी नेहमी त्यांच्या गोष्टी कडेकडेनं ऐकत राहिले. सहानुभूतीनं मान डोलवत असताना वाटायचं, किती बावळट आहेत या बाया, त्या कसं घडू देतात हे सगळं, किती बेशिस्तपणा आहे हा सगळा. आणि आता मी त्यांच्यातलीच एक आहे! अंतहीन कहाण्यांनी भरलेली अशी एक बाई, जिच्यासमोर लोकं सहानुभूतीनं मान डोलवतात आणि मनात म्हणत राहतात : बिच्चारी बथ्थड बाई.

मला ती कहाणी ऐकू येते आहे. लोकांना चघळायला किती आवडेल ती : कसं अमेझिंग ॲमीला– त्या मुलीला जी कधीच काही चुकीचं करत नाही, तिला विपन्नावस्थेत कुठेतरी खबदाडातल्या गावात जावं लागलं आणि तिथे एका तरुण मुलीच्या नादाला लागून तिच्या नवऱ्यानं तिला फसवलं. हे असंच होणार होतं, किती सामान्य आणि मजेशीर आहे ना हे! आणि तिचा नवरा? तो तर कायमचा सुखी झाला. छे छे, मला नाही चालणार हे. नाही. कधीच नाही. नाही, तो माझ्याशी असं वागून परत उजळमाथ्यानं वावरणार, ते शक्य नाही. नाही.

या फालतू माणसाकरता मी 'माझं नाव' पण बदललं. ऐतिहासिक नोंदी 'बदलल्या'– ॲमी इलियटचं ॲमी डन्– जणू काही त्याला काही महत्त्वच नाही. नाही तो यात जिंकू शकत नाही.

म्हणून मग मी एका वेगळ्या गोष्टीचा विचार करायला सुरुवात केली, एक जास्त चांगली गोष्ट ज्यामुळे माझ्याबरोबर असं वागल्याची निक्ला अद्दल घडेल. एक अशी कहाणी जी पुन्हा मला आदर्श स्थितीला नेईल. जी मला एक कौतुकास्पद, निर्दोष हिरो म्हणून रंगवेल.

कारण मेलेली मुलगी सगळ्यांनाच आवडते.

तुमच्या नवऱ्याला तुमच्याच खुनाच्या सापळ्यात अडकवणं हे जरा अतिच आहे. तुम्हाला हे कळायला हवं की मला ते चांगलंच माहीत आहे. सगळे नुसते चुकचुकणारे लोक म्हणतील : काय उरलासुरला आत्मसन्मान गुंडाळून तिनं नुसतं निघून जायचं होतं. आपली वेगळी वाट धरायची. दोघांनीही चुका करण्यात काय अर्थ? या सगळ्या त्या दुबळ्या बायकांनी बोलायच्या गोष्टी आहेत, ज्या स्वतःच्या दुबळेपणाची नैतिकतेशी गल्लत करतात.

मी त्याला घटस्फोट नक्कीच देणार नाही; कारण त्याला तेच फायद्याचं आहे. मी त्याला क्षमा तर मुळीचच करणार नाही; कारण मला 'दुसरा गाल पुढे' करायचा नाही. अजून किती स्पष्ट सांगू? माझ्यासाठी तरी तो समाधानकारक शेवट नसेल. खलनायक जिंकणार? खड्ड्यात जावो.

गेलं वर्षभर तो रात्री जेव्हा माझ्या शेजारी बिछान्यात आडवा होतो, तेव्हा तिचा प्रणयगंध मी त्याच्या अंगावर अनुभवलाय. मी त्याला स्वतःलाच आरशात लालसेनं न्याहाळताना पाहिलं आहे. एखाद्या माजावर आलेल्या बबून नरासारखं त्यांच्या भेटींकरता स्वतःची तयारी करताना पाहिलं आहे. मी त्याच्या थापा ऐकल्या आहेत. थापा, थापा– ज्या लहान मुलाच्या एखाद्या साध्याशा खोट्यापासून ते रुब गोल्डबर्ग* मशिनसारख्या क्लिष्ट गुंतागुंतीच्या थापा. मला त्याच्या कोरड्या ओठांवर बटरस्कॉचचा सुगंध आला आहे. हा घुसमटवणारा मिट्ट गोड वास पूर्वी कधीच नसायचा. मला त्याच्या गालावर दाढीचा खरखरीतपणा जाणवतो, जो मला अजिबात आवडत नाही, हे त्याला माहीत आहे, पण बहुधा तिला आवडत असावा. मी माझी फसवणूक पाचही ज्ञानेंद्रियांनी अनुभवली आहे. गेल्या वर्षभरापेक्षा जास्त.

म्हणून मग मी आता वेड्यासारखी वागणार आहे. मला चांगलं माहीत आहे की, स्वतःच्या नवऱ्याला आपल्या खुनाच्या आरोपात गुंतवणं हे कोणत्याही सामान्य स्त्रीच्या आवाक्यापलीकडचं आहे.

पण ते अतिशय 'आवश्यक' आहे. निक्‌ला अद्दल घडवलीच पाहिजे. त्याला कधीच कोणी अद्दल घडवलेली नाही! सगळं आयुष्य त्यानं त्याच्या त्या खास मोहक हसण्याच्या जोरावर अलगद काढलं आहे. त्याचा लाडका लेक असण्याच्या हक्कांवर, त्याच्या थापांवर, त्याच्या कामं टाळण्यावर, त्याचे दोष, त्याचा स्वार्थीपणा

---

* रुब गोल्डबर्ग मशीन किंवा कॉन्ट्राप्शन हे साधन अशाप्रकारे तयार केलेलं असतं ज्यामुळे सोपी सोपी कामं सुद्धा अत्यंत क्लिष्ट पद्धतीने केली जातील. रुब गोल्डबर्ग हा या मशीनचा जनक एक अमेरिकन व्यंगचित्रकार होता.

सगळ्याचा वापर केला आहे; पण त्यावर कोणीही त्याला टोकलेलंसुद्धा नाही. मला वाटतं, या अनुभवानं तो सुधारेल किंवा निदान त्याला पश्चात्ताप तरी होईल. भडवा स्साला!

मी अगदी नेमकेपणानं खून करू शकेन, असं मला नेहमीच वाटत आलं आहे. जी पकडली जातात ती लोकं पकडली जातात कारण त्यांच्याकडे संयम नसतो. ते व्यवस्थित आखणी करत नाहीत. माझी ही डबडी गाडी पाचव्या गिअरमध्ये टाकताना मला पुन्हा हसू येतं. (कार्थेज आता अठ्ठ्याहत्तर मैल मागे राहिलंय.) समोरून वेगात येणाऱ्या ट्रककरता मी स्वतःला तयार ठेवते– जरा काही मोठं वाहन समोरून आलं की ही गाडी हेलपाटायच्याच तयारीत असते; पण तरीही मी हसते. कारण ही गाडी म्हणजे माझ्या चतुरपणाचं प्रत्यक्ष उदाहरण आहे. फक्त बाराशे डॉलर्स रोख देऊन मी ती क्रेगलिस्टच्या जाहिरातींमधून विकत घेतली आहे. पाच महिन्यांपूर्वी. त्यामुळे आता कोणाच्याच मनात त्याची आठवणसुद्धा नसेल. १९९२ सालची फोर्ड फेस्टिवा बनावटीची, छोटीशी, चटकन विस्मृतीत जाणारी गाडी. जोन्सबरो, अर्कान्सास इथल्या वॉलमार्टच्या पार्किंगमध्ये मी गाडी विकणाऱ्यांना रात्रीची भेटले. तिथे पोहोचण्याकरता मी रेल्वेनं आठ तासांचा प्रवास केला, माझ्या पर्समध्ये पैशांचं बंडल घेऊन. निक् तेव्हा मित्रांबरोबर सहलीला गेला होता. (मित्रांबरोबर सहलीला म्हणजे त्या रांडेबरोबर मजा करायला.) मी त्या गाडीच्या डायनिंग कारमध्ये फक्त एक लेट्यूसचा तुकडा आणि दोन चेरी टोमॅटो खाल्ले, त्याला मेन्यूमध्ये सलाड म्हटलं होतं. एका उदास एकाकी शेतकऱ्याच्या शेजारी माझी सीट होती, त्याच्या छोट्याशा नातीला पहिल्यांदाच भेटून तो घरी परत निघाला होता.

जे जोडपं गाडी विकणार होतं, बहुधा त्यांनाही माझ्याप्रमाणेच गुप्तता पाळायची असावी. त्यातली बाई संपूर्ण वेळ गाडीतच बसून होती, तिच्या हातात तोंडात बूच देऊन गप्प बसवलेलं एक बाळ होतं. तिच्या नवऱ्याच्यात आणि माझ्यात होत असलेल्या किल्ल्यांच्या आणि पैशांच्या देवाणघेवाणीवर ती लक्ष ठेवून होती. (तुम्हाला माहीत आहे, व्याकरणदृष्ट्या हेच बरोबर आहे : तिचा नवरा आणि मी.) मग ती बाहेर पडली आणि मी आत बसले. इतक्या झटपट उरकलं. मग मी आरशात त्या जोडप्याला ते पैसे घेऊन वॉलमार्टमध्ये शिरताना पाहिलं. मी तिला इतके दिवस सेंट लुईसमध्ये दीर्घ काळ पार्किंगच्या ज्या जागा आहेत तिथं ठेवत आले. महिन्यातून दोनदा मी तिथं जाते आणि वेगळ्या ठिकाणी गाडी लावून येते. सगळा रोख व्यवहार. डोक्यावर बेसबॉलची टोपी. एकदम सोप्पं.

हे फक्त एक उदाहरण आहे– संयम, नियोजन आणि हुशारीचं. मी माझ्यावरच

खूश आहे. आणखी तीन तासांत मी मिसुरी ओझार्कच्या पर्वतराजीत जाऊन पोचेन. ते माझं मुक्कामाचं ठिकाण आहे. जंगलात दडलेल्या छोट्या छोट्या खोल्यांचा समूह, जे आठवड्याचं भाडं रोखीने घेतात आणि ज्यांच्याकडे अत्यावश्यक अशी केबल टीव्हीची सोय आहे. पहिले एक-दोन आठवडे इथं दडी मारून बसावं, असा माझा बेत आहे; जेव्हा बातम्या येऊन धडकायला सुरुवात होईल, तेव्हा प्रवासात असण्याची मला इच्छा नाही. आणि जेव्हा निक्च्या हे लक्षात येईल की मी दडून बसले आहे, तेव्हा ही जागा त्याच्या डोक्यातही यायची नाही.

हायवेचा हा पट्टा जरा जास्तच खराब आहे. मध्य अमेरिकेचं हे वैशिष्ट्य, दुसरं काय! आणखी वीस मैल पुढे गेल्यावर मला एका एकाकी घरगुती पेट्रोलपंपाच्या खुणा दिसतात. ते रिकामं दिसतंय पण बंद पडलेलं नाही. मी गाडी त्याच्या जवळ नेल्यावर मला स्त्रियांच्या प्रसाधनगृहाचं दार सताड उघडं दिसतं. मी आत शिरते– वीज नाही; पण तिथं धातूचा एक वाकलेला आरसा होता आणि सुदैवानं पाणी सुरू होतं. दुपारच्या त्या उन्हात आणि भाजून काढणाऱ्या उकाड्यात मी माझ्या पर्समधून एक कात्री आणि केसांचा तपकिरी रंगाचा कलप बाहेर काढला. मी माझ्या केसांच्या मोठ्या मोठ्या बटा कापून टाकल्या. माझे पिंगे केस आता एका प्लॅस्टिकच्या पिशवीत बंद होते. माझ्या मानेवर हवेची एक झुळूक येऊन भिडली. माझं डोकं एखाद्या फुग्यासारखं हलकं वाटतं आहे. त्याची मजा वाटून मी ते चार पाच वेळा मागे पुढे हलवते. मी केसांना कलप लावते आणि घड्याळात वेळ बघून दारात रेंगाळत राहते. मैलोन्मैल पसरलेल्या फास्टफूड रेस्टॉरंट आणि मोटेल्सच्या साखळ्यांनी भरलेल्या त्या अफाट जमिनीकडे मी बघत राहते. मनातल्या मनात मला रेड इंडियन* लोकांचा आक्रोश ऐकू येतो. (निक्ला यातला विनोद आवडला नसता. पुनरुक्ती! आणि मग तो म्हणाला असता की, टीका या अर्थाने जर पुनरुक्ती हा शब्द वापरलेला असेल तर ती ही एक पुनरुक्तीच आहे. "मला त्याला माझ्या डोक्यातून बाहेर काढायलाच हवं– इतक्या शंभर मैलांवरूनही तो माझ्यामध्ये कडमडतो आहे.) मी त्या सिंकमध्ये माझे केस धुऊन काढते, त्या तापलेल्या पाण्यानं मला घाम येतो. आता पुन्हा एकदा माझ्या केसांची पिशवी आणि कचऱ्यासकट मी माझ्या गाडीत आहे. मी एक जुन्या पद्धतीचा काड्यांचा चश्मा डोळ्यांवर चढवते आणि आरशात बघून हसते. आम्ही जेव्हा पहिल्यांदा भेटलो तेव्हा मी जर अशी दिसत असते तर

---

* रेड इंडियन किंवा अमेरिकन इंडियन लोकांचा आक्रोश हा संदर्भ ७०च्या दशकातील एका जाहिरातीचा आहे, ज्यात अमेरिका प्रदूषणमुक्त सुंदर ठेवण्याचा संदेश होता. त्यात शेवटी त्या अमेरिकन इंडियन माणसाच्या डोळ्यांत अश्रू दिसतात.

निक्चं आणि माझं लग्नच झालं नसतं. जर मी थोडी कमी सुंदर असते, तर मग हे सगळंच टळलं असतं.

नं ३४ : स्वत:चं रूप बदलणं. टिकमार्क

मृत ॲमी नक्की कशी असायला पाहिजे, हे मला कळत नाही. या सगळ्याचा माझ्यावर काय परिणाम होणार आहे, पुढचे काही महिने मी कोण असणार आहे त्याचा अंदाज घेण्याचा मी प्रयत्न करते आहे. कोणीही असू शकते ना, जी मी आधी होते त्याव्यतिरिक्त कोणीही : अमेझिंग ॲमी, ऐंशीच्या दशकातली एक तारांकित शाळेत शिकलेली मुलगी. एक मोकाट हिप्पी आणि एखादी निरागस मुलगी आणि एक हुशार हेपबर्नियन* अभिरुचीसंपन्न मुलगी. एक हुशार उपरोधिक मुलगी, एक भटकी मुलगी. मस्त मुलगी आणि आवडती आणि नावडती बायको, सुडाने पेटलेली बायको. डायरीतील ॲमी.

मला आशा आहे की तुम्हाला डायरी ॲमी आवडली असेल. ती कोणालाही आवडावी अशीच रंगवली होती. तुमच्यासारख्यांना आवडेल अशी. तशी ती आवडून घेण्यासारखीच आहे. कोणालाही तुम्ही आवडत असावं यात कौतुक वाटण्यासारखं काय आहे, ते मला आजही कळलेलं नाही. असो. पण मला वाटतं की त्या नोंदी छानच जमल्या होत्या; पण सोपं नव्हतं ते. मला एक जरा बावळट पण मनमिळाऊ व्यक्तिमत्त्व रंगवायचं होतं, अशी बाई जिचं आपल्या नवऱ्यावर प्रेम आहे, जिला त्याचे थोडेसे दोष दिसतात. (नाहीतर ती अगदीच मूर्ख ठरेन नाही का) पण ती अगदी मनापासून नवऱ्याशी जोडलेली आहे– आणि त्याच वेळी ती वाचकाला (या बाबतीत पोलिसांना, त्यांना कधी ही डायरी सापडते आहे त्याची मी उत्सुकतेनं वाट बघते आहे.) या निष्कर्षापर्यंत आणून पोहोचवते की निक् मला ठार मारण्याची तयारी करतो आहे. किती क्ल्यू आहेत शोध घ्यायला? किती आश्चर्याचे धक्के आहेत गुढल्या वाटचालीत?

माझ्या सतत कामाच्या याद्या करण्याच्या सवयीची निक्नं सतत चेष्टाच केली. ("हे असं वाटतं की तू कधीच समाधानी नसतेस, प्रत्येक गोष्टीत काही ना काही कमतरता असतेच. त्या समोर येणाऱ्या क्षणाचा आनंद लुटण्याऐवजी त्या पूर्ण कशा होतील हे बघत राहतेस.") पण आता जिंकलं कोण? माझ्या यादीमुळे, माझी ती 'निक् डन्चा सत्यानाश' असं नाव धारण करणारी ती मुख्य यादी, ती अगदी परिपूर्ण होती– ती अगदी नेमकी आणि चोखंदळपणानं तयार केली गेलेली यादी होती. माझ्या यादीत '२००५ ते २०१२' या कालावधीसाठी डायरी तयार

---

* ऑड्रे हेपबर्न - एक अत्यंत प्रतिभावान अभिनेत्री.

करणे, अशी नोंद होती. सात वर्षांच्या डायरीतल्या नोंदी, अगदी रोजच्या रोज नाही; पण निदान महिन्यातून दोनदा तरी. त्याकरता किती कष्ट आणि विचार लागतो माहीत आहे? ती मस्त मुलगी असलेली ॲमी करू शकली असती का हे सगळं? प्रत्येक आठवड्याच्या घटनांचा अभ्यास करायचा, मग माझ्या जुन्या दैनंदिनीशी ताडून बघायचं की मी कोणती महत्त्वाची गोष्ट तर विसरत नाही ना, आणि मग डायरी ॲमी त्या त्या प्रसंगात कशी वागेल त्याचा विचार करायचा. पण ते करताना मजा आली. मी वाट बघत असायची, की निक् बारमध्ये जाण्याकरता किंवा त्याच्या त्या रखेलीला भेटायला जाण्याकरता कधी बाहेर पडेल, ती फोनला चिकटलेली सतत च्युईंगम चघळणारी त्याची ती नीरस रखेली. तिची ती खोटी नखं, पार्श्वभागावर निरनिराळे लोगो रंगवलेल्या तिच्या स्वेटपँट. (ती अगदी अशी नाही खरं म्हणजे पण असू दे.) मग मी स्वतःकरता कॉफी करून घ्यायची किंवा वाईनची एखादी बाटली उघडायची, माझ्या वेगवेगळ्या बत्तीस पेनांपैकी एक उचलून माझं आयुष्याचं पुनर्लेखन करायची.

आता हे खरं आहे की मी हे सगळं करत असताना कधी कधी मला निक्चा राग जरा कमी यायचा. त्या मस्त मुलीच्या दृष्टिकोनामुळे व्हायचं असं. कधी कधी निक् घरी यायचा, त्याच्या अंगाला बिअरचा आणि त्याच्या रखेलीला झवल्यानंतरचा तो अंगाला हँड सॅनिटायझर चोपडायचा त्याचा वास चिकटलेला असायचा. (तो वास कधीच पूर्णपणे घालवू शकला नाही, पण तिच्या शरीराचा गंध भयानक असणार) माझ्याकडे बघून तो अपराधी भावनेनं हसायचा, अगदी गुलुगुलु वागायचा माझ्याशी. मग माझ्या मनात विचार यायचा : मी नाही करू शकणार हे सगळं. मग मी त्याचं तिच्याबरोबर असणं डोळ्यांसमोर आणायची, ती तिच्या अंतर्वस्त्रात त्याला तिची विटंबना करू द्यायची, कारण ती एक 'मस्त मुलगी' असण्याचा आव आणत होती. मुखमैथुन आणि फुटबॉल आणि स्वत:ची विटंबना आवडत असल्याचं नाटक करत होती. मग मला वाटायचं की मी एका निर्बुद्ध माणसाशी लग्न केलंय. मी अशा माणसाशी लग्न केलंय, ज्याला सतत एकच गोष्ट आवडते, आणि मग त्याला त्याच्या त्या मठ्ठ रांडेचा कंटाळा आला की मग तो आणखी वेगळी मुलगी शोधेल, जी तशी असल्याचं नाटक करेल आणि त्याला आयुष्यात कधीच काहीच करावं लागणार नाही.

परत एकदा ठाम निश्चय.

एकूण एकशे बावन्न नोंदी, आणि मला वाटत नाही की मी एकदाही तिचं भान सोडलंय. मी अगदी काळजीपूर्वक लिहिलंय तिला, डायरी ॲमीला. तिची निर्मिती पोलिसांना भुलवण्याच्या दृष्टीनं केली आहे आणि जर त्यातला काही भाग प्रकाशात आला तर सामान्य लोकांनीही, ही रोजनिशी एखाद्या गोथिक शोकांतिकेसारखी

वाचली पाहिजे. एक छानशी सहृदय स्त्री– आख्खं आयुष्य तिच्यापुढे पसरलेलं आहे, सगळं कसं छान चाललेलं आणि जे काही मेलेल्या बाईबद्दल बोललं जात असेल ते– आणि मग तिनं चुकीचा माणूस निवडला आणि तिला त्याची पुरेपूर किंमत मोजावी लागली. त्यांना मी आवडायलाच हवी. म्हणजे ती.

माझे आई-वडीलही अर्थातच काळजीत आहेत; पण मला त्यांनीच असं घडवलंय, मग मला का बरं काही वाटावं त्यांच्याबद्दल? नंतर त्यांनीही मला वाऱ्यावरच सोडलं ना? एक गोष्ट त्यांनी कधी लक्षातच घेतली नाही की ते जो पैसा कमवत होते तो सगळा माझ्या जिवावर, माझ्या अनुभवांवर, खरं म्हणजे मला रॉयल्टी मिळायलाच हवी होती. आणि मग जेव्हा त्यांनी 'माझे' पैसे ढापले, तेव्हा माझ्या 'स्त्रीवादी' आई-वडिलांनी निक्‌ला मला मिसुरीला घेऊन जाऊ दिलं. जणू काही मी एखादी वस्तूच होते. विकत घेतलेली बायको किंवा एखाद्या गोष्टीची अदलाबदल करावी तसं आणि मला ते दळभद्री कक्कू क्लॉक (घड्याळ) दिलं त्यांची आठवण म्हणून. छत्तीस वर्षांच्या सेवेबद्दल धन्यवाद! मी मेले आहे असंच वाटलं पाहिजे त्यांना. त्यांच्यासाठी तेच योग्य आहे; कारण त्यांनी मला जवळपास त्याच स्थितीत आणून ठेवलं : पैसे नाहीत, घर नाही, मित्रमैत्रिणी नाहीत. त्यांनीही हा त्रास भोगायलाच हवा. जर तुम्ही जिवंतपणी माझी काळजी घेऊ शकत नसाल, तर तुम्ही मला मारल्यातच जमा आहे ना! अगदी निक्‌सारखंच, त्यानं मला उद्‌ध्वस्त केलं आणि माझ्यातल्या खऱ्या 'मी'ला नाकारलं, तुकड्या-तुकड्यांनी, पण नाकारलं– तू खूप गंभीरपणे वागतेस ॲमी, तू खूप आतल्या गाठीची आहेस, तू फार विचार करतेस, तू फारच चिकित्सक आहेस, तुझ्यातली मजा संपली आहे आता, तुझ्यामुळे मला मी निरुपयोगी असल्यासारखं वाटतं, ॲमी, तुझ्यामुळे मला फार बेकार वाटतं. कंटाळलेल्या फटकाऱ्यांनी त्यानं माझे मोठे मोठे लचके तोडले : माझं स्वातंत्र्य, माझा अभिमान, माझी किंमत. मी देत राहिले आणि तो घेत राहिला. त्यानं त्या सर्वस्व देणाऱ्या झाडाच्या गोष्टीतल्यासारखं मला आयुष्यातूनच उठवलं.

ती रांड, त्याने मला डावलून त्या रांडेला निवडलं. त्यानं माझा आत्माच मारून टाकला, जो खरंतर गुन्हाच मानायला हवा. खरं म्हणजे तो एक गुन्हाच आहे. माझ्यामते तरी, निदान.

निक् डन्

सात दिवसांनंतर...

मला लगेचच टॅनरला फोन करावा लागला. माझा नवीन चकचकीत वकील. त्याला माझा वकील नेमल्याला जेमतेम काही तासच झाले होते. मला तेच शब्द उच्चारावे लागले जे बोलल्यावर त्याला माझे पैसे घेतल्याचा पश्चात्ताप झाला असणार. मला वाटतं माझी बायको मला यात लटकवते आहे. मला त्याचा चेहरा दिसत नव्हता; पण माझ्या डोळ्यांसमोर चित्र उभं राहिलं– त्याचं ते डोळे फिरवणं, कपाळावरच्या आठ्या, सतत केवळ खोटं बोलणंच ऐकणं हा ज्याचा पेशा आहे त्या माणसाचा सावधपणा.

"बरं," मधल्या मोठ्या शांततेनंतर तो म्हणाला, "मी उद्या सकाळी लवकरात लवकर तिथं पोहोचतो. आपण निस्तरू ते सगळं– सगळं व्यवस्थित करू– पण मधल्या काळात तू शांत राहा. ठीक आहे? झोप आता आणि शांत राहा."

'गो'नं त्याचा सल्ला मानला; तिनं दोन झोपेच्या गोळ्या घेतल्या आणि अकरा वाजता ती झोपायला निघून गेली. मी अक्षरशः शांत बसून राहिलो. एक रागानं धुमसणारा गोळा. दर थोड्या थोड्या वेळानं मी बाहेर जायचो आणि हात कमरेवर ठेवून रागारागानं त्या लाकडी खोपटाकडे बघायचो, जणू काही तो एखादा शत्रू होता, ज्याला मी घाबरवण्याचा प्रयत्न करत होतो. मला यातून नक्की काय साध्य करायचं होतं कोणास ठाऊक; पण मला स्वतःला रोखणं अशक्यच होतं. मी जेमतेम पाच मिनिटं तिथे बसू शकायचो, मग मी परत बाहेर जाऊन बघायचो.

मी आत येऊन बसलोच होतो की मागच्या दरवाज्यावर थाप ऐकू आली. परमेश्वरा, अजून मध्यरात्रही झाली नाही आणि पोलीस पुढच्या दाराशी येतील, हो ना?– आणि पत्रकारांच्या नजरेतून अजून तरी 'गो'चं घर सुटलेलं आहे. (अर्थात, काही दिवसांत, तासातच हे चित्र बदलेल म्हणा.) मी त्या बैठकीच्या

खोलीत तसाच घाबरून, बावचळून उभा होतो आणि पुन्हा एकदा दार वाजलं. या खेपेस जरा जोरानं. मी मनातल्या मनात शिव्या मोजल्या, भीतीचं रूपांतर रागात करण्याचा प्रयत्न केला. काय असेल त्याला तोंड दे डन्.

मी खस्सकन दार उघडलं, बाहेर ॲन्डी उभी होती. स्साली दळभद्री ॲन्डी, एखाद्या चित्रासारखी सुरेख, सजून धजून आलेली. अजूनही तिच्या लक्षात येत नव्हतं– की, ती माझी मान फासात अडकवणार आहे.

"थेट फासात, ॲन्डी" मी तिला आत खेचून घेतलं. तिच्या दंडावरच्या माझ्या आवळलेल्या हाताकडे ती बघतच राहिली. "तू माझी मान थेट फासापर्यंत नेऊन पोहोचवणार आहेस ॲन्डी."

"पण मी मागच्या दारानं आले." ती म्हणाली. मी तिच्याकडे रोखून पाहिलं; पण तिला त्याचं काही वाटलेलं दिसलं नाही. त्याबद्दल माफी मागायच्या ऐवजी ती ताठ उभी राहिली. मला अक्षरशः तिचा चेहरा कठोर होताना दिसला. "पण मला तुला भेटायचं होतं निक्. मी सांगितलं होतं तुला. मी तुला आधीच सांगितलंय तू मला रोज भेटलं पाहिजेस किंवा माझ्याशी बोलायला तरी पाहिजेस. आज तू गायबच झालास. तुझा फोन सरळ व्हॉइसमेलवर गेला. थेट व्हॉइसमेल, व्हॉइसमेल."

"जर मी तुझ्याशी बोललो नाही ॲन्डी तर त्याचा अर्थ मला बोलणं शक्य नाही. अगं, मी न्यू यॉर्कमध्ये होतो वकील नेमायला. तो उद्या सकाळीच इथे येऊन थडकेल."

"तू वकील नेमला आहेस आणि त्यात तुझा इतका वेळ गेला की तुला माझ्याशी दहा सेकंदपण बोलता आलं नाही?"

मला तिला एक ठेवून द्यावीशी वाटली. मी एक मोठ्ठा श्वास घेतला. मला ॲन्डीशी असणारे संबंध तोडायलाच हवेत. टॅनरची सूचना एवढंच माझ्या मनात नव्हतं; पण माझी बायको मला पुरती ओळखून होती. ती हे जाणून होती की थेट समोरासमोरचा सामना टाळण्याकरता मी काहीही करीन. ॲमीची तीच अपेक्षा असणार होती की मी मूर्खासारखं वागीन आणि ते नातं तोडायचं टाळेन– आणि शेवटी पकडला जाईन. मला ते संपवलंच पाहिजे; पण मला ते अगदी काळजीपूर्वक केलं पाहिजे. तिला पटवून दे की असं करणंच हिताचं आहे.

"त्यानं मला काही महत्त्वाचा सल्ला दिलाय," मी बोलायला सुरुवात केली. "असा सल्ला की जो टाळता येणार नाही."

काल रात्री मी इतका गोड आणि प्रेमानं वागलो होतो. कालच्या आमच्या किल्ल्यातल्या जबरदस्तीच्या भेटीत तिला शांत करण्याकरता इतक्या गोष्टी कबूल केल्या होत्या, आणाभाका घेतल्या होत्या. तिला याची कल्पनाच नसणार. ती हे

पचवू शकणार नाही.

"सल्ला? छान. माझ्याशी असा नालायकपणे वागू नकोस असंच ना?"

माझ्या मनात संताप उसळून आला; हे दोन शाळकरी मुलांच्या भांडणांसारखं चाललं होतं. मी एक चौतीस वर्षांचा पुरुष, ही माझ्या आयुष्यातली सर्वांत भयानक रात्र आहे आणि मी एका चिडलेल्या मुलीबरोबर 'मला लॉकरजवळ भेट' अशा बालिश पद्धतीनं भांडतोय. मी तिला गदागदा हलवलं. लाळेचा एक बारकासा थेंब तिच्या खालच्या ओठांवर उडून थांबला.

"मी– तुला समजत नाहीये ॲन्डी. ही कुठली गंमत नाही, माझ्या आयुष्याचा प्रश्न आहे हा."

"मला गरज आहे तुझी." मान खाली घालत ती म्हणाली. "मला कळतंय मी पुन्हा पुन्हा तेच बोलत्येय; पण मला खरंच गरज आहे. मला हे सगळं शक्य नाहीये निक्. असं जगणं मला शक्य नाही. मी कोलमडून पडेन. मला इतकी भीती वाटत राहते."

'ती' घाबरली होती. मी कल्पना करून पाहिली की पोलीस दार वाजवत आहेत आणि मी इथे त्या मुलीबरोबर उभा आहे जिच्याबरोबर माझे संबंध आहेत. माझी बायको बेपत्ता झाली, त्या सकाळी मी मजा मारत होतो. मी त्या दिवशी तिला भेटायला गेलो होतो– मी त्या पहिल्या रात्रीनंतर तिच्या घरी कधीच गेलो नव्हतो; पण त्या दिवशी सकाळी मात्र मी गेलो कारण एकाच विचाराशी डोकं आपटत मी कित्येक तास घालवले होते. ॲमीला सांगण्याकरता मी मनाची तयारी करत होतो. *मला घटस्फोट हवा आहे. माझं दुसऱ्या कोणावरतरी प्रेम आहे. आपण हे नातं संपवून टाकू. तुझ्यावर प्रेम असण्याचं नाटक आता आणखी करू शकत नाही मी. मी तो लग्नाचा वाढदिवसही नाही साजरा करू शकत– ते तर तुझ्याशी केलेल्या प्रतारणेपेक्षाही वाईट असेल. (मला कळतंय हा वादाचा मुद्दा आहे; पण मी हा असा धीर गोळा करत असतानाच ॲमीने माझ्यावर प्रेम असल्याचं भाषण देऊन माझ्यावर कुरघोडी केली.* (खोटारडी कुत्री!) आणि माझं अवसान गळालं. मला अगदी क्षुल्लक आणि भित्रा असल्यासारखं वाटू लागलं आणि मग काय मी अडकलोच– मग मला बरं वाटण्याकरता ॲन्डीची आणखीच गरज भासायला लागली.

पण आता काही ॲन्डी माझ्या सगळ्या प्रश्नांवरचा उतारा नव्हती; उलट तीच एक प्रश्न होऊन बसली होती.

आता ही मुलगी स्वतःला माझ्याभोवती वेढून घ्यायला बघत होती. एखाद्या तणासारखी.

"हे बघ ॲन्डी," मी मोठा निःश्वास टाकत बोलायला सुरुवात केली, तिला

मी बसायची संधीच दिली नाही. तिला तसंच दरवाजाजवळ रोखून धरलं होतं. ''तू नक्कीच माझ्याकरता एक खास व्यक्ती आहेस. तू किती समर्थपणे हे निभावून नेते आहेस–'' तुझ्या सुरक्षिततेची इच्छा तिच्या मनात जागी कर.

''म्हणजे...'' तिचा आवाज थरथरला. ''मला इतकं वाईट वाटतंय ॲमीबद्दल. हा वेडेपणा आहे. मला माहित्येय मला असं वाईट वाटून घेण्याचा कसलाच अधिकार नाही आणि काळजी करण्याचाही नाही. पण मला वाईट तर वाटतंच आणि वरती अपराधीपण वाटतं.'' तिनं माझ्या छातीवर डोकं टेकवलं. मी जरासा मागे झालो आणि तिला हाताच्या अंतरावर उभं केलं म्हणजे तिला माझ्याकडे बघता येईल.

''हो, पण ही गोष्ट आपण सुधारू शकू. म्हणजे आपण ती सुधारलीच पाहिजे.'' मी टॅनरचेच शब्द वापरले.

''आपण पोलिसांकडे जायला हवं.'' ती म्हणाली. ''त्या सकाळची तुझी ॲलिबी आहे मी. आपण सांगू त्यांना.''

''तू माझी फक्त एक तासाची ॲलिबी आहेस,'' मी म्हटलं. ''आदल्या रात्रीच्या अकरा वाजल्यापासून ॲमीला कोणीही पाहिलं नाही आणि तिचा आवाजही ऐकला नाही. तुला भेटण्यापूर्वीच मी तिला मारलं असणार असंही पोलीस म्हणू शकतील.''

''किती घृणास्पद आहे हे.''

मी खांदे उडवले. क्षणभर मला वाटलं तिला सांगावं ॲमीबद्दल– माझी बायकोच मला अडकवते आहे– पण मी तो विचार झटकून टाकला. या खेळात ॲन्डी कधीच ॲमीची बरोबरी करू शकणार नाही. तिला माझ्या बाजूने असायचं असणार आणि त्यातच ती मला डुबवणार. पुढे जाऊन ॲन्डी एक समस्याच ठरणार आहे. मी पुन्हा एकदा तिचे हात माझ्या हातात घेतले आणि नव्याने माझ्या भाषणाला सुरुवात केली.

''हे बघ ॲन्डी, आपण दोघंही सध्या एका भयंकर तणावाच्या खाली वावरतो आहोत, आणि त्यातला पुष्कळसा ताण हा आपल्या अपराधीपणाच्या भावनेमुळे आहे. कारण असं बघ ॲन्डी, आपण चांगली माणसं आहोत. आपल्याला एकमेकांचं आकर्षण वाटतं, कारण आपले विचार सारखेच आहेत. आपण लोकांना चांगलं वागवतो आणि योग्य गोष्टीच करतो आणि आता या क्षणी आपण जे करतो आहोत ते मात्र चुकीचं आहे.''

तिच्या चेहऱ्यावरचे दुःखी पण आशेचे भाव क्षणात बदलले– ते भिजलेले डोळे, तो हळुवार स्पर्श, क्षणात नाहीसं झालं : एक विचित्र चमक, एखादी खिडकी अचानक बंद व्हावी तशी काहीशी गडद भावना तिच्या चेहऱ्यावर येऊन

गेली.

"आपल्याला हे सगळं थांबवायला हवं ॲन्डी. मला वाटतं की आपल्याला दोघांनाही माहीत आहे हे. हे सगळं खूप कठीण आहे पण हेच योग्य आहे. जर आपण नीट विचार करू शकलो तर आपणही स्वतःला हाच सल्ला देऊ. हो ना? आणि माझं जरी तुझ्यावर कितीही प्रेम असलं तरी माझं ॲमीशी लग्न झालेलं आहे. मला जे योग्य असेल तसंच करायला हवं."

"आणि जर ती सापडली तर?" जिवंत की मृत ते ती बोलली नाही.

"तर मग त्याचा विचार आपण तेव्हाच करू."

"तेव्हा! आणि मग तोपर्यंत काय?"

मी निरुपाय झाल्यासारखे खांदे उडवले : तोपर्यंत काही नाही.

"म्हणजे काय? तोपर्यंत काही नाही. निक्, तोपर्यंत मग मी काय खड्ड्यात जाऊ का?"

"असं काय म्हणतेस?"

"पण तुला तेच म्हणायचं आहे ना?" ती मनभावीपणे म्हणाली.

"मला माफ कर ॲन्डी, पण मला आता तुझ्याबरोबर असणं योग्य वाटत नाही. ते तुझ्यासाठी पण धोकादायक आहे आणि माझ्यासाठी पण. माझ्या सदसद्विवेक बुद्धीला पटत नाहीये ते. निदान मला तरी असंच वाटतंय."

"हो आणि मला कसं वाटतंय माहित्येय तुला?"

तिचे डोळे भरून येऊन अश्रू गालांवर ओघळले. "मला एखाद्या मठ्ठ कॉलेजच्या मुलीसारखं वाटतंय. तुझ्या बायकोचा तुला कंटाळा आला होता म्हणून तू माझ्याबरोबर मजा मारलीस. तुझ्यासाठी फारच सोयीची होते ना मी. तू घरी ॲमीबरोबर राहणार, जेवणार, खाणार, मग तिच्याच पैशांनी घेतलेल्या तुझ्या त्या बारमध्ये जाऊन लोळणार आणि मग तू मला तुझ्या मरतुकड्या बापाच्या घरात भेटणार आणि माझ्याशी चाळे करणार. कारण तू बिचारा, तुझी ती दुष्ट बायको तुला असलं काही करू देत नाही ना."

"ॲन्डी, असं काही नाही..."

"काय फडतूस आहेस रे तू. नक्की कशा प्रकारचा माणूस आहेस तू?"

"ॲन्डी प्लीज." हे सावरून घे निक्. "या सगळ्यावरून मला वाटतं की तुला कुठेच मनमोकळं करता येत नाही, त्यामुळे तुला उगीचच हे सगळं खूप वेगळं वाटतंय. थोडंसं..."

"मर जा. तुला काय वाटलं मी एक मठ्ठ मुलगी, एक गरीब बिच्चारी विद्यार्थिनी आहे, जिला तू 'पटवशील'? या सगळ्या गोंधळात मी सतत तुझ्या बाजूनं राहिले– हे सगळं जे लोकं बोलताहेत की तू कसा खुनी असू शकतोस–

आणि आता हे सगळं तुझ्याकरता अवघड व्हायला लागलं? नाही, नाही. तू या सगळ्या गोष्टी बोलूच नकोस – सदसद्‌विवेक बुद्धी, सभ्यता आणि अपराधीभाव आणि तू कसं योग्य करतोहेस याचा आव आणूच नकोस. तुला कळतंय मी बोलत्येय ते? कारण तू एक डॅम्बीस, भित्रट, स्वार्थी माणूस आहेस.''

ती हुंदके देत माझ्यापासून लांब झाली. मोठे मोठे श्वास घेत ती रडायला लागली, मी तिला थांबवण्याचा प्रयत्न केला. मी तिचा हात पकडला. ''ॲन्डी मला या पद्धतीनं–''

''हात सोड माझा! हात सोड!''

ती मागच्या दरवाजाच्या दिशेने जाऊ लागली आणि पुढे काय घडणार ते मला लख्ख दिसलं, एखादी उष्णतेची लाट असावी तसं. तिची घृणा आणि शरम जाणवत होती. मला माहीत होतं ती आता वाईनची बाटली उघडेल आणि एखाद्या मैत्रिणीजवळ हे सगळं प्रकरण ओकेल किंवा तिच्या आईला सांगेल, आणि मग एखाद्या संसर्गासारखं ते पसरत जाईल.

मी तिचा रस्ता अडवत तिच्यासमोर उभा राहिलो– ॲन्डी प्लीज– मला फाडकन मुस्कटात मारण्याकरता तिनं उचललेला हात मी मध्येच धरला. फक्त बचाव म्हणून. आमचे जुळलेले हात वर-खाली होत होते, नृत्याच्या जोडीदारांचे व्हावेत तसे.

''मला जाऊ दे निक्, नाहीतर मी...''

''फक्त एक मिनिट थांब. माझं ऐकूनतरी घे.''

''मला जाऊ दे!''

तिनं चुंबन घेण्याकरता झुकवावा तसा तिचा चेहरा माझ्या चेहऱ्याकडे झुकवला आणि ती मला चावली. मी धडपडत मागे झालो आणि ती झपाट्यानं दाराबाहेर निघून गेली.

ॲमी इलियट डन्

पाच दिवसांनंतर...

तुम्ही मला ओझार्क ॲमी म्हणू शकता. मी इथं या हाईड-अ-वे केबिनमध्ये दडी मारून बसलेली आहे. (इतकं सुयोग्य नाव यापूर्वी क्वचितच कोणी दिलं असेल) आणि मी शांतपणे बसून जागच्या जागी सरकवलेल्या कडी-कुलपांकडे बघत राहते.

मी निक्‌ला हद्दपार केलंय; पण तरीही मी केवळ त्याचाच विचार करत राहते. काल रात्री १०:०४ ला माझा तात्पुरता फोन वाजला. ('गुप्त फोन'ची युक्ती केवळ तुला एकट्यालाच माहित्येय की काय?) तो अलार्म कंपनीचा फोन होता. मी अर्थातच तो उचलला नाही; पण त्यामुळे मला कळलंय की निक् आता त्याच्या वडिलांच्या घरापर्यंत जाऊन पोहोचलाय. क्ल्यू ३. मी बेपत्ता होण्यापूर्वी दोन आठवडे त्याचा कोड बदलला आणि माझ्या गुप्त फोनचा नंबर मी पहिला फोन म्हणून नोंदवला. मी इथून निक्‌ला बघू शकते, माझा क्ल्यू हातात घेऊन तो त्याच्या वडिलांच्या त्या कोंदट, धुळीनं भरलेल्या घरात शिरतोय आणि त्या अलार्म कोडशी झगडतोय... आणि मग वेळ संपली. बीप बीप बीऽऽऽप! जर माझ्यापर्यंत पोहोचू शकले नाहीत तर दुसरा नंबर म्हणून निक्‌चा सेल नंबर दिलेला आहे. (आणि अर्थातच मी भेटूच शकणार नाही.)

तर मग तो अलार्मपर्यंत पोहोचला तर, आणि त्या अलार्म कंपनीतल्या कोणातरी माणसाशीही बोलला, म्हणजेच माझ्या गायब होण्यानंतर तो त्याच्या वडिलांच्या घरी गेला होता हे सिद्ध होऊ शकेल. माझ्या सगळ्या प्लॅनसाठी ही एक चांगली गोष्ट आहे. माझा प्लॅन परिपूर्ण नाही आणि तो तसा असण्याची गरजही नाही. मी आधीच निक्‌ला अडकवण्यासाठी पुरेसे पुरावे मागे ठेवले आहेत : तो गुन्ह्याचा खोटा देखावा, ते पुसलेलं रक्त, क्रेडिट कार्डची बिलं, कितीही रद्दड पोलीस खातं असलं तरी त्यांना हे मिळाल्याशिवाय राहणार नाही. लवकरच नोएलीपण माझ्या गरोदरपणाची बातमी फोडेल, म्हणजे अजून फोडली नसेल

तर. हे सगळं पुरेसं आहे, विशेषतः पोलिसांना एबल ॲन्डी' मिळाली की. त्यामुळे हे बाकीचं सगळं जास्तीच आहे. खड्ड्यात गाडण्यासाठीचे बोनस. मस्त सापळे. भरपूर सापळे असणारी मी बाई आहे, ही गोष्ट मला फार आवडते.

एलन ॲबोट पण माझ्या प्लानचा एक भाग आहे. गुन्हेगारी बातम्या दाखवणारा देशातला सगळ्यात मोठा कार्यक्रम. मला एलन ॲबोट फार आवडते, तिच्या शोमध्ये दाखवल्या जाणाऱ्या बेपत्ता स्त्रियांबाबत ती कशी संरक्षक भावनेनं बोलते, ते फार आवडतं मला आणि मग एकदा का तिला संशयिताचा वास लागला, जो बहुधा नवरा असतो, की मग कशी ती एखाद्या चावऱ्या कुत्र्यासारखी त्याच्या मागे लागते. ती स्त्रीहक्कांविषयीचा अमेरिकेचा आवाज आहे आणि म्हणूनच तिनं माझी कहाणी घ्यावी, असं मला वाटतं. लोकं निक्च्या विरोधात जायलाच हवीत. तुरुंगाइतकीच ती पण त्याची शिक्षाच आहे. डार्लिंग निकीसाठी – जो लोकांना आपण आवडावं म्हणून इतकी काळजी घेतो– लोकं त्याचा तिरस्कार करतात हे असह्य आहे आणि तपासकाम कुठपर्यंत आलंय हे कळण्याकरताही मला एलनची गरज आहे. माझी डायरी सापडली की नाही अजून पोलिसांना? त्यांना ॲन्डीविषयी कळलंय की नाही अजून? त्यांना फुगवलेली विमा पॉलिसी मिळाली की नाही? या मूर्ख लोकांच्या डोक्यात प्रकाश पडण्याची वाट पाहणं, हा सर्वांत कठीण भाग आहे.

मी दर एक तासानं माझ्या या छोट्याशा खोलीतला टीव्ही लावून बघते. एलनला माझी कहाणी मिळाली की नाही हे कळण्याकरता मी आतुर आहे. तिला लक्षात यायलाच पाहिजे, ती टाळूच शकणार नाही ती. मी सुंदर आहे, निक् देखणा आहे आणि शिवाय अमेझिंग ॲमीचं आमिष आहेच आहे. बारा वाजायच्या जरा आधी ती विशेष रिपोर्टची खात्री देत येते. मी सगळा वेळ टीव्हीसमोर चिकटून राहते : 'लवकर, एलन' किंवा 'घाई कर एलन' ही एक आमच्यातली समान गोष्ट आहे. आम्ही दोघी व्यक्ती पण आहोत आणि व्यक्तिमत्त्वंही. ॲमी आणि 'ॲमी', एलन आणि 'एलन'

टॅम्पूनची जाहिरात, साबणाची जाहिरात, मॅक्सीपॅडची जाहिरात, विन्डेक्सची जाहिरात. कोणाला वाटेल की बायकांच्या बाबतीत फक्त सफाई आणि रक्तस्राव एवढंच शक्य असतं.

आणि शेवटी! ही आले मी! माझा प्रथम प्रवेश!

एलन ज्या क्षणी एल्सिससारखी चिडखोरपणे टीव्हीवर आली, त्या क्षणी मला कळलं की हे मनाप्रमाणे घडणार आहे. माझे काही सुंदर सुंदर फोटो, निक्चा पहिल्या वार्ताहर परिषदेतला तो वेड्यासारखा हसरा आनंदी फोटो. बातम्या : 'सगळं व्यवस्थित असताना बेपत्ता झालेल्या सुंदर तरुण स्त्रीचा' सर्व पातळ्यांवर शोध घेतला गेला, परंतु त्यातून काहीही निष्पन्न झालं नाही.

बातम्या : निक् एव्हानाच बुडत चाललाय. माझ्या शोधमोहिमेच्याच वेळी तो गावातल्या बाईबरोबर खरेखुरे फोटो काढून घेतोय. यामुळेच एलन अडकली गेली असणार, कारण ती खूपच संतापलेली दिसते आहे आणि आता हा आला निक्. त्याच्या त्या 'मी किती गोड आहे'च्या आविर्भावात, त्याचा चेहरा त्या अनोळखी बाईच्या चेहऱ्याशी भिडलेला. जणू ते छान वेळ घालवायला बाहेर पडलेत.

काय मूर्ख आहे तो. मला फार आवडतंय हे.

एलन ॲबोट या गोष्टीवर भर देते आहे की आमचं मागचं अंगण थेट मिसिसिपी नदीला जाऊन भिडलं आहे. मला शंका येत्येय की निक्च्या कॉम्प्यूटरवर घेतलेल्या शोधाची बातमी बाहेर फुटली असावी. ज्यात मी मिसिसिपीच्या प्रवाह आणि धरणांची माहिती असेल याची आणि त्याचबरोबर गुगल सर्चमध्ये बॉडी फ्लोट मिसिसिपी नदी असे शब्द येतील याचीही काळजी घेतली होती. अर्थात, त्याकडून फार अपेक्षा करायला नको. असंही घडू शकतं– शक्यता आहे आणि नाहीही; पण तशी उदाहरणं आहेत– की नदीतून माझं शरीर वाहत जाऊन थेट समुद्रात जाईल. मला खरोखर माझ्या स्वतःसाठीच वाईट वाटलं. जेव्हा मी डोळ्यांसमोर माझं सडपातळ, नग्न, गोरं शरीर आणलं, प्रवाहातून ते वाहत चाललंय, एका उघड्या पायावर गोगलगाईंचा जथा चिकटलाय, माझे केस समुद्र वेलींसारखे पाण्यावर तरंगताहेत आणि मग समुद्रापर्यंत पोहोचल्यावर माझं शरीर खोल खोल तळाशी ओढलं जातंय. माझं पाण्यानं डबडबलेलं मांस लचके तोडले जावेत तसं मोकळं होतंय आणि एखाद्या जलरंगाप्रमाणे मी प्रवाहात विरघळून जाते आहे, आता फक्त माझी हाडं शिल्लक आहेत.

पण मी एक रोमँटिक आहे. खऱ्या आयुष्यात निक्नं जर माझा खून केला असता, तर मला वाटतं की त्यानं एखाद्या कचरा भरण्याच्या पिशवीत माझं शरीर कोंबलं असतं आणि साठ मैलांच्या परिघातल्या एखाद्या कचऱ्याच्या ढिगाऱ्यात नेऊन टाकलं असतं. सरळ विल्हेवाट लावून टाकली असती. त्यानं आणखीही काही वस्तू बरोबर घेतल्या असत्या– तो मोडलेला टोस्टर जो दुरुस्त करण्यात काहीही अर्थ नाही, जुन्या व्हीएचएस टेप ज्या त्याला बऱ्याच दिवसांपासून टाकायच्या होत्या– म्हणजे मग सगळीच कामं एकदम झाली असती.

मी पण अगदी दक्षतेनं जगायला शिकते आहे. एखादी मुलगी जेव्हा मरते तेव्हा तिला हिशेबानंच राहायला लागतं. मला हे सगळं ठरवायला, माझ्याकडची रोकड वाढवायला वेळ मिळाला. गायब होण्याचा निर्णय घेणं आणि प्रत्यक्ष गायब होणं, यात मी जवळजवळ बारा महिने काढले. म्हणून बहुतेक लोकं खून केल्यावर पकडले जातात. त्यांच्याकडे थांबण्याचा संयम नसतो, शिस्त नसते. माझ्याकडे १०,२०० डॉलर्स रोख आहेत. मी जर एकाच महिन्यात १०,२००

डॉलर्स जमा केले असते तर ते नजरेत आले असते; पण मी क्रेडिट कार्डच्या व्यवहारातून ही रोख रक्कम जमा केली, जी मी निक्च्या नावानं घेतली होती– ती कार्डं ज्याच्यामुळे सगळ्यांना तो एक हावरट भामटा वाटला असता– आणि आमच्या बँक अकाउंटमधून मी ४,४०० डॉलर्स काढून घेतले, ते पण सावकाश, काही महिन्यांत. दर वेळी फार तर २०० किंवा ३०० डॉलर्स इतकेच. लक्ष वेधून घेण्याइतके जास्त पण नाहीत. मग मी निक्च्या खिशातून पैसे ढापले, कधी १० डॉलर्स तर कधी २०. एक शांत निर्धारानं जमा केलेली रक्कम– हे एखाद्या आर्थिक नियोजनासारखं होतं. ज्यात तुम्ही सकाळच्या महागड्या कॉफीचे रोजचे पैसे एका डब्यात साठवता आणि वर्षाच्या शेवटी तुमच्याकडे १,५०० डॉलर्स साठलेले असतात आणि जेव्हा जेव्हा मी बारमध्ये जायची, तेव्हा तेव्हा मी टिप्सच्या पैशातले पैसे चोरायची. मला खात्री आहे की निक् 'गो'नं घेतले म्हणणार आणि 'गो' निक्नं, आणि दोघंही एकमेकांना काहीच बोलणार नाहीत. कारण त्यांना एकमेकांबद्दल फारच वाईट वाटत असेल.

पण माझा मुद्दा हा आहे की मी पैसे काळजीपूर्वक वापरते. मी आत्महत्या करेपर्यंत जगण्याइतके पुरेसे पैसे आहेत माझ्याकडे. मी तोपर्यंत लपून बसणार जोपर्यंत मी लान्स निकोलस डन्ला जगाकडून बहिष्कृत झालेला बघत नाही, जोपर्यंत त्याला अटक होऊन तुरुंगात टाकत नाहीत. त्या केशरी जम्पसूटमध्ये बेड्या घातलेला, बावरलेला निक्. मला निक्ला तडफडताना, तो निरपराध आहे हे ओरडून ओरडून सांगताना, पण तरीही अडकताना बघायचंय. मग मी नदीच्या दक्षिणेकडे प्रवास करीन. मी माझ्याच मृत शरीराला भेटीन. माझं तथाकथित मेक्सिकोच्या आखातात वाहून आलेलं मृत शरीर. मग मी एखादी क्रूझ ट्रिप घेईन– अशी सहल जी मला खोल समुद्रात तर घेऊन जाईल; पण कुठल्याही प्रकारची ओळख मागणार नाही. मग मी एक मोठ्ठा बर्फानं भरलेला जीनचा ग्लास घेईन आणि त्याबरोबर झोपेच्या गोळ्या घेईन आणि मग कोणाचं लक्ष नसताना मी हळूच पाण्यात उडी मारीन. माझे खिसे व्हर्जिनिया वुल्फ*सारखे दगडांनी भरलेले असतील. स्वतःला डुबवण्याकरता पण शिस्त लागते; पण ती माझ्यात भरपूर आहे. माझं शरीर कदाचित कधीच सापडणार नाही किंवा काही आठवड्यांनी किंवा काही महिन्यांनी ते वर येईल. त्याची इतकी वाताहत झाली असेल, तेव्हा माझ्या मृत्यूचा नेमका काळ सांगणं अवघड होईल– आणि मग निक्ला देहदंडाच्या शिक्षेपर्यंत नेण्याकरता तो शेवटचा पुरावा असेल. तुरुंगातल्या त्या टेबलावर

* व्हर्जिनिया वुल्फ : विसाव्या शतकातील ब्रिटिश लेखिका. हिने नदीत बुडून आत्महत्या केली, तेव्हा तिचे खिसे दगडांनी भरलेले होते.

त्याला झोपवून त्यांना विषाचं इंजेक्शन देतील आणि मग तो मरेल.

मला खरंतर थांबून तो मरताना बघणं आवडेल; पण आपली एकूण न्यायव्यवस्था बघता, त्याला कित्येक वर्षं लागतील आणि माझ्याकडे तेवढे पैसेही नाहीत आणि ताकदही नाही. माझी सगळी तयारी झालेली आहे.

मी आधीच ठरवलेल्या रकमेपेक्षा जास्त खर्च केलाय. माझी ही खोली सजवण्याकरता मी जवळपास ५०० डॉलर्स खर्च केलेत– चांगल्या चादरी, एक बरासा दिवा, टॉवेल जे वर्षानुवर्षं ब्लीच केल्यामुळे कडकडीत झालेले नसतील. पण मला जे काही मिळालंय ते बिनतक्रार स्वीकारायचा मी प्रयत्न करते. माझ्या खोलीपलीकडे काही खोल्या सोडून एक माणूस राहतो, अगदी अबोल आहे. तो ग्रिझली ॲडम्सच्या सिनेमातल्या हिप्पीसारखा एकदम खेडवळ, दाढीदीक्षित, निलमण्याच्या अंगठ्या, त्याच्या मागच्या व्हरांड्यात बसून कधीकधी रात्री तो गिटार वाजवतो. त्याचं नाव जेफ आहे; असं तो सांगतो, जसं माझं नाव लिडिया असल्याचं मी सांगते. कधीतरी येता-जाता आम्ही एकमेकांकडे बघून हसतो; पण तो माझ्यासाठी मासे आणतो. आत्तापर्यंत दोन वेळा त्यानं माझ्याकरता मासे आणलेत, ताजे फडफडीत पण साफ केलेले, तो ते एका मोठ्या फ्रिजबॅगमध्ये घालून माझ्याकडे घेऊन येतो. "ताजे मासे!" तो दार वाजवून म्हणतो आणि मी जर लगेच दार उघडलं नाही, तर गायब होतो. बॅग माझ्या पुढच्या दाराशी ठेवलेली असते. मी अशाच एका वॉलमार्टमधून घेतलेल्या कढईत ते बनवते, ते फार वाईट नाहीत आणि फुकट आहेत.

"तुला हे मासे कुठून मिळतात?" मी त्याला विचारते.

"जिथे असतात तिथे." तो म्हणतो.

स्वागतकक्षात काम करणाऱ्या डोरोथीचं आधीच माझ्याशी सूत जुळलंय, ती मला तिच्या बागेतून टोमॅटो आणते. मी मातीचा गंध असणारे टोमॅटो आणि तलावाचा गंध असणारे मासे खाते. मला वाटतंय की पुढच्या वर्षीपर्यंत निक्‌ची रवानगी अशा ठिकाणी केलेली असेल, जिथे फक्त बंदिस्त कोंदट वास असेल. कृत्रिम वास : डिओडरन्ट आणि जुने बूट आणि कदान्न आणि दमट गाद्या. त्याची सगळ्यात मोठी भीती, त्याचं सगळ्यात वाईट, भीतिदायक स्वप्न, की तो तुरुंगात आहे. त्याला माहीत आहे की तो निर्दोष आहे; पण तो ते सिद्ध करू शकत नाही. निक्‌ची भीतिदायक स्वप्नं कायम हीच असतात की कोणीतरी त्याला काहीतरी करतंय, तो सापळ्यात अडकलाय, त्याच्या आवाक्याबाहेरच्या शक्तींनी त्याचा बळी घेतलाय.

अशी स्वप्नं पडली की तो उठतो, घरभर फेऱ्या मारत राहतो. मग उठून कपडे चढवतो आणि बाहेर पडतो. मग तो घराच्या आसपास किंवा बागेत,

मिसुरीच्या बागेत, न्यू यॉर्कच्या बागेत, त्याला हवं तिथं भटकत राहतो. तसा तो फार भटक्या नसला, तरी त्याला घरात राहायला फारसं आवडत नाही. तो तसा हायकर किंवा कॅम्पर नाही, त्याला शेकोटी वगैरे पेटवता येत नाही. त्याला माझ्यासाठी मासे पकडता येतील, असं मला वाटत नाही; पण त्याला तो पर्याय, ती शक्यता आवडते. तो बाहेर जाऊ शकतो ही कल्पनाच त्याला आवडते, मग भलेही तो घरात तीन तास टीव्ही बघत बसेल.

पण त्या रांडेबद्दल मात्र मला कुतूहल आहे. अॅन्डी. मला वाटलं ती फारतर तीन दिवस टिकेल; मग मात्र तिला हे कोणाशी तरी बोलल्याशिवाय राहवणार नाही. मला माहित्येय की तिला 'शेअर' करायला आवडतं, कारण मी तिच्या फेसबुकवरच्या मैत्रिणींपैकी एक आहे– अर्थात, माझं त्यावरचं नाव वेगळं आहे. (मॅडलिन एल्सटर, हा!) माझा फोटो, गहाणवटीच्या ज्या मधेमधे उपटणाऱ्या जाहिराती असतात त्यातून चोरलेला आहे. (पिंग्या केसांची, हसरी, ऐतिहासिकरीत्या कमी व्याजदरातून फायदा होत असलेली.) चार महिन्यांपूर्वी मॅडलिनने अचानक अॅन्डीला मैत्रीण होण्याकरता विचारलं, आणि अॅन्डी, एखाद्या बिचाऱ्या कुत्र्याच्या पिल्लासारखी हो म्हणाली. त्यामुळे मी त्या पोरीला चांगलीच ओळखते. तिला पण आणि क्षुल्लक गोष्टींनी खुशालणाऱ्या तिच्या मैत्रिणींना पण. सारख्या डुलक्या काढणाऱ्या, ग्रीक योगर्ट आणि पिनो ग्रिजीयो (व्हाईट वाईन) आवडणाऱ्या तिच्या मैत्रिणींना सतत एकमेकींशी 'शेअर' करायला आवडतं. अॅन्डी एक चांगली मुलगी आहे, म्हणजे ती स्वतःचे 'पार्टी' करतानाचे फोटो टाकत नाही किंवा अश्लील मेसेजही टाकत नाही; पण हे बरोबर नाही. जेव्हा ती निक्ची मैत्रीण म्हणून उजेडात येईल तेव्हा मला मीडियाला तिचे विशेष फोटो किंवा चुंबन घेतानाचे फोटो किंवा अंतर्वस्त्र मिरवतानाचे फोटो असं सापडायला हवं, त्यामुळे आमचा संसार मोडणारी मुलगी ही तिची प्रतिमा पक्की होईल.

संसार मोडणारी. माझा संसार विस्कटलेला होता; पण मोडला नव्हता. जेव्हा तिनं पहिल्यांदा माझ्या नवऱ्याचं चुंबन घेतलं होतं, तेव्हा ती त्याच्याबरोबर बिछान्यात घुसली होती. तिनं त्याला हवे ते चाळे करू देऊन त्याच्या पुरुषत्वाला गोंजारलं होतं. तिला फक्त घेणं माहीत आहे, फक्त मिळवणं. तिच्यासारख्यांना तेच जमतं. एक वर्षापेक्षा जास्त काळ आता ते एकत्र आहेत. प्रत्येक सुट्टीत. मी त्याच्या क्रेडिट कार्डाच्या नोंदी तपासल्या, (खऱ्याखुऱ्या) हे बघण्यासाठी की त्यानं तिच्यासाठी ख्रिसमसला काय घेतलं; पण नवल म्हणजे तो फारच काळजीपूर्वक वागला. जिची ख्रिसमसची भेट अशी गुपचूप रोख रक्कम देऊन आणावी लागते, अशा बाईला काय वाटत असेल. स्वतंत्र दुसरी बाई असण्याचा अर्थ हा की तिला प्लंबरला बोलवावं लागत नाही किंवा कामाच्या तक्रारी ऐकाव्या लागत नाहीत

किंवा पुन्हा पुन्हा, परत परत त्याला मांजराचं खाणं आणायची आठवणही करावी लागत नाही.

मला ती कोलमडून पडायला हवी आहे. मला, १) नोएलीनं माझ्या गरोदरपणाविषयी कोणाला तरी सांगायला हवंय; २) पोलिसांना डायरी मिळायला हवी; ३) अॅन्डीनं त्यांच्या लफड्याबद्दल कोणाला तरी सांगायला हवंय. मला वाटतं मी तिला एका साच्यात बसवून मोकळी झाले– जी मुलगी स्वतःच्या आयुष्याचे तुकडे दिवसातून पाच वेळा लोकांना बघण्याकरता उलगडून ठेवते. तिला एखादी गोष्ट गुप्त ठेवायची कशी ते कसं कळणार? तिनं नेटवर माझ्या नवऱ्याचे काही उडते उल्लेख केलेत अधूनमधून :

आज मी 'त्याला' भेटले.

(काय काय झालं, सांग!)

(आम्हाला कधी भेटायला मिळणार 'त्याला'?)

(ब्रिजीटनं 'लाईक' केलं!)

देखण्या पुरुषाचं चुंबन त्याच्यासारख्या सगळ्या गोष्टी ठीक करतं.

(किती खरं आहे!)

(आम्हाला कधी भेटवणार या स्वप्नातल्या राजकुमाराला?)

(ब्रिजीटनं 'लाईक' केलं!)

पण या नवीन पिढीची मुलगी असूनही ती फार सावध निघाली. तशी चांगली मुलगी आहे ती (छिनाल असली तरी). मी तिच्या चेहऱ्याची कल्पना करू शकते. तिचा ते एका बाजूला झुकवलेला बदामाच्या आकाराचा चेहरा, कपाळावर नाजूकशा आठ्या, *मला तुला इतकंच सांगायचंय निक्, की मी तुझ्याच बाजूनं असेन. मी आहे तुझ्याकरता.* त्याच्यासाठी कुकीजसुद्धा करत असेल ती.

एलन अॅबोटचे कॅमेरे आता मदतकेंद्रावर रोखलेले आहेत, जे जरा गचाळच दिसतंय. त्यांची वार्ताहर, माझ्या गायब होण्यानं हे 'छोटंसं गाव कसं हादरून गेलंय' त्याबद्दल बोलत्येय आणि तिच्या पाठीमागे मला घरी केलेल्या खाद्य पदार्थांनी, केक्सनी भरलेलं टेबल दिसतंय बिचाऱ्या निकीसाठी. अगदी आजही त्या रसाल्याची काळजी घेताहेत बायका. संधीच्या शोधात असणाऱ्या बिचाऱ्या बाया. एक देखणा, गरीब बिच्चारा माणूस आणि कदाचित केलाही असेल त्यानं आपल्या बायकोचा खून; पण अजून सिद्ध झालेलं नाही ते. त्यामुळे त्याची खात्री नाही; पण आता मात्र एखाद्या पुरुषाची काळजी घ्यायला मिळणं, हे काय कमी आहे का? या चाळिशीतल्या बायांकरता हे सुख एखाद्या छानशा मुलाच्या घरावरून सायकलनं फेऱ्या मारण्याच्या तोडीचं आहे.

ते पुन्हा एकदा निक्चा सेलफोनवर घेतलेला तो हसरा फोटो दाखवताहेत.

त्या गावठी रांडेचं तिच्या एकाकी लखलखत्या स्वयंपाकघरातलं चित्र माझ्या डोळ्यांसमोर उभं राहतं– पोटगीच्या पैशातून तयार केलेलं स्वयंपाकघर– तिथं ती स्वयंपाक करताना मनातल्या मनात निक्शी गप्पा मारते : नाही मी खरंच त्रेचाळीस वर्षांची आहे. नाही खरोखर मी तेवढी आहे! नाही नाही, माझ्यामागे काही पुरुषांच्या झुंडी वगैरे लागलेल्या नाहीत. खरंच नाहीत. या गावातले पुरुष तितकेसे खास नाहीत. त्यांतले बरेचसे...

माझ्या नवऱ्याच्या गालाला गाल घासत उभ्या असलेल्या बाईविषयी माझ्या मनात एकाएकी मत्सराची लाट उसळून येते. मी आता आहे त्यापेक्षा ती देखणी आहे. मी हर्षेचे बार खाते आणि तास न् तास पोहण्याच्या तलावात उन्हात तरंगत राहते, पाण्यातल्या क्लोरीननं माझं अंग रबरासारखं होतं. मी रापल्येय आता, जशी पूर्वी कधीच नव्हते– निदान इतका खोल, गडद राप कधीच नव्हता. अशी रापलेली त्वचा म्हणजे खराब झालेली त्वचा. सुरकुतलेली मुलगी कोणालाच आवडत नाही; माझं सगळं आयुष्य मी त्या क्रीममध्ये बरबटून घालवलं; पण गायब होण्यापूर्वी मात्र मी स्वतःला काळवंडू दिलं आणि आता पाच दिवसांनंतर माझा रंग तपकिरीकडे झुकायला लागला आहे. 'ब्राऊन ॲज अ बेरी' ती मॅनेजर डोरोथी म्हणते, ''एखाद्या बेरीसारखी तपकिरी झाली आहेस तू!'' मी पुढच्या आठवड्याचं भाडं भरायला जाते, तेव्हा ती आनंदानं उद्गारते.

माझी त्वचा आता काळवंडली आहे, माझे उंदरासारखे कापलेले केस, माझा चष्मा, मी गायब होण्यापूर्वीच्या काही महिन्यात माझं वजन बारा पाऊंडांनी वाढवलं होतं– जे मी काळजीपूर्वक सैल कपडे घालून लपवलं होतं, अर्थात माझ्या बेफिकीर नवऱ्याच्या ते लक्षात आलं नसतंच म्हणा– आणि त्यानंतर आणखी दोन पाऊंड. गेले काही महिने माझे फोटो निघू नयेत याची मी पूर्ण दक्षता घेतली. त्यामुळे लोकांना फक्त ती फिकटलेली हडकुळी ॲमी दिसेल आणि आता मी नक्कीच तशी नाही. हल्ली मी चालत असताना माझा पार्श्वभाग आपोआप हलताना मला जाणवतो. असं पूर्वी कधीच झालं नव्हतं. माझं शरीर अगदी सुडौल, सुंदर, प्रत्येक अवयव घाटदार, सगळं कसं जागच्या जागी. मी कधीच दुर्लक्ष करत नाही. पुरुष माझ्याकडे बघतात ते माझ्या नजरेतून सुटत नाही. एका गोष्टीचं इतकं बरं वाटतं की, आपण एखाद्या दुकानातून बाहेर पडत असताना आता तिथला कोणी टप्पोरी काही अचकटविचकट बोलत नाही. काहीतरी फालतू कुजक्या ढेकरासारखे शब्द ऐकायला लागत नाहीत. आता कोणीच माझ्याशी असभ्यपणे वागत नाही; पण कोणी फार चांगलंही वागत नाही. पूर्वीसारखं कोणी आवर्जून माझ्यासाठी काही करत नाही. काहीच नाही.

मी ॲमीच्या विरुद्ध आहे.

निक् डन्

आठ दिवसांनंतर...

सूर्य उगवला तरीही मी बर्फाचा तुकडा गालाशी धरून होतो. इतके तास उलटल्यावरही मला तिचा चावा जाणवत होता : दोन छोट्या दातांच्या खुणा. मी ॲन्डीच्या मागे जाऊ शकत नव्हतो. तिच्या संतापाहूनही ते भयंकर होतं– म्हणून मग शेवटी मी तिला फोन केला. व्हॉईसमेल.

सावर, हे सगळं रोखायला हवंय.

''ॲन्डी मला माफ कर, मला काय करायचं ते कळतच नाही, काय चाललंय तेही समजत नाही. प्लीज मला क्षमा कर.''

मी व्हॉईसमेलवर निरोप ठेवायला नको होता खरं म्हणजे, पण मग विचार केला: पण तिने माझे असे शेकडो निरोप 'सेव्ह' करून ठेवले असतील. मला कसं कळणार? देवा, जर का तिनं माझे सगळ्यात अश्लील, ओंगळ आणि प्रेमळ शब्दांतले निरोप ऐकवले, तर कोणतीही बाई किंवा कोणतेही ज्यूरी मला फक्त त्याकरता शिक्षा करतील. मी प्रतारणा केली हे माहीत असणं ही एक बाब आहे आणि माझ्या खास शिक्षकी आवाजात माझ्या तरुण विद्यार्थिनीला माझ्या ताठर, मोठ्या...

त्या पहाटेच्या प्रकाशात मला शरमायला झालं. बर्फ वितळत होता.

मी 'गो'च्या पुढच्या पायरीवर बसून दर दहा मिनिटांनी ॲन्डीला फोन करायला सुरुवात केली; पण काहीही उत्तर नाही. ६.१२ ला जेव्हा बोनी आली, तेव्हा मी रात्रभर झोप न झाल्यानं अस्वस्थ, चिडचिडलेल्या स्थितीत होतो. हातात दोन स्टायरोफोमचे कप घेऊन ती माझ्या दिशेनं आली; पण मी काहीच बोललो नाही.

''हाय, निक्, मी तुझ्याकरता कॉफी आणली आहे. मी असंच तुला भेटायला आले.''

''हो का!''

''मला माहीत आहे, त्या गरोदरपणाच्या बातमीनं तुझं डोकं फिरलं असणार.

माझ्या कॉफीमध्ये दूध घालण्याचा तिनं मोठा देखावा केला, मला आवडते तशी कॉफी तिनं माझ्या हातात ठेवली. "ते काय आहे?" माझ्या चेहऱ्याकडे बोट दाखवत तिनं प्रश्न केला.

"काय म्हणायचंय तुला?"

"म्हणजे निक्, तुझ्या चेहऱ्याला काय झालंय? इथं काहीतरी मोठं गुलाबीसर..." ती आणखी जवळ झुकली आणि माझी हनुवटी पकडली. "हे एखाद्या चावल्याच्या व्रणासारखं दिसतंय."

"गांधी असणार त्या. खूप ताण आला की मला गांधी उठतात."

"अम्म- हं." ती तिची कॉफी ढवळत होती. "तुला माहीत आहे ना निक् की मी तुझ्याच बाजूने आहे?"

"बरोबर."

"खरंच आहे, तू माझ्यावर भरवसा ठेवावास असं मला वाटतं. मी आता अशा परिस्थितीत आहे की जर तू माझ्यावर विश्वास ठेवला नाहीस, तर मी तुला कसलीही मदत करू शकणार नाही. तुला वाटेल की मी पोलिसी पद्धतीनं तुला गुंडाळतेय; पण हेच सत्य आहे."

एका समजूतदार शांततेत आम्ही कॉफीचे घुटके घेत राहिलो.

"अरे, तुला इतर कुठून कळण्याच्या आधी मला तुला हे सांगायचं होतं," ती अचानक म्हणाली. "आम्हाला ॲमीची पर्स सापडली."

"काय?"

"हो. त्यात एकही पैसा नव्हता; पण तिचं ओळखपत्र, सेलफोन सगळं तसंच होतं. आणि कुठे, तर हानिबालमध्ये. नदीकाठावर जिथं स्टीमबोटी थांबतात, त्याच्या दक्षिणेकडे. आमचा तर्क असा आहे की कोणालातरी असं भासवायचं असावं की कोणीतरी सूत्रधारानं गावाबाहेर पडताना पुलावरून ती नदीत भिरकावली असावी आणि मग इलिनॉइस राज्याकडे पुढे गेले असावेत."

"भासवायचं असावं म्हणजे?"

"ती पूर्णपणे पाण्यात बुडालीही नव्हती. त्याच्या वरच्या बाजूला अजूनही बोटांचे ठसे आहेत, चेनजवळ. आता काही वेळा पाण्यातही ठसे टिकून राहतात; पण... आपण त्या तपशिलात नको जायला, मी इतकंच म्हणेन की ती पर्स नदीकाठावर अशी आढळली की जणू ती सापडायलाच हवी होती."

"मला वाटतं तू हे मला सांगण्यामागे काहीतरी कारण असावं," मी म्हटलं.

"आम्हाला जे बोटांचे ठसे मिळाले ते तुझे होते निक्. अर्थात, त्यात काही विशेष नाही म्हणा, कारण नवरे नेहमीच आपल्या बायकोची पर्स हाताळतातच... पण तरीही..." काहीतरी नवीन कल्पना सुचावी तशी ती हसली, "मला हे

विचारायला हवं : तू इतक्यात हानिबालला गेला नव्हतास ना?''

इतक्या सहज आत्मविश्वासानं तिनं हे शब्द उच्चारले, की मला एकदम डोक्यात प्रकाश पडल्यासारखं वाटलं. माझ्या गाडीच्या खालच्या बाजूला कुठेतरी दडवून ठेवलेला पोलीस ट्रॅकर* मी त्या सकाळी हानिबालला गेलो, ते लगेच उघड करणार.

''माझ्या बायकोच्या पर्सची विल्हेवाट लावायला मी हानिबालला का म्हणून जाईन?''

''समजा, तू तुझ्या बायकोचा खून केला असशील आणि तुझ्या घरात तो झटापटीचा देखावा उभा केला असशील आणि आम्हाला असं भासवण्याचा प्रयत्न केला असशील की बाहेरच्या कोणीतरी तिच्यावर हल्ला केला; पण मग तुझ्या लक्षात येतं की आम्हाला तुझाच संशय येतोय, म्हणून मग तू असा काही पुरावा रचतोस की ज्यामुळे आम्हाला परत एकदा बाहेर शोध घ्यावा लागेल. असा तर्क आहे; पण आता या टप्प्यावर, आमच्यातल्या काही जणांना हे सगळं तूच केलं आहेस या गोष्टीची इतकी खात्री आहे की ते साधारणसुद्धा जुळणारा कोणताही तर्क अगदी ओढूनताणून नेऊन जोडतील. मी तुझ्या मदतीसाठी आले आहे. तू इतक्यात गेला होतास का हानिबालला?''

मी मान हलवली. ''तुम्हाला माझ्या वकिलाशी बोलायला लागेल. टॅनर बोल्ट.''

''टॅनर बोल्ट? तुला खरोखर त्या मार्गानं जायचं आहे का निक्? मला वाटतं की आत्तापर्यंत तरी आम्ही तुझ्याशी अगदी व्यवस्थित वागलोय, अगदी मोकळेपणानं बोललोय. पण बोल्ट, तो अगदी शेवटचा उपाय आहे. तो असा माणूस आहे ज्याला अपराधी लोकं बोलावतात.''

''हं! मी तुमचा मुख्य संशयित आहे हे तर स्पष्टच आहे. ऱ्होंडा, मला स्वतःची काळजी घ्यायलाच हवी.''

''ठीक आहे. मग तो आला की आपण सगळेच एकत्र बसून बोलू या. चालेल?''

''नक्कीच. आमचीही तीच इच्छा होती.''

''सगळं ठरवलेला माणूस,'' बोनी म्हणाली. ''मी वाट बघते.'' ती उठून चालायला लागली. मध्येच मागं वळून म्हणाली, ''त्या उठलेल्या गांधींकरता 'विच हेझल*' चांगलं असतं.''

---

* ट्रॅकर : माग काढण्याचं यंत्र

* विच हेझल : उत्तर अमेरिकेतील एक झुडूप, ज्याचा औषधात वापर होतो.

तासाभरानं दारावरची घंटा वाजली. आकाशी रंगाच्या पेहरावात दारात टॅनर बोल्ट उभा होता. माझ्या लक्षात आलं, "खाली दक्षिणेकडे जाताना" तो अशा अवतारात जात असणार. तो आजूबाजूचा परिसर निरखत होता. आजूबाजूची घरं, दारात उभ्या असणाऱ्या गाड्या यांचा अंदाज घेत होता. त्याला बघून मला इलियट दाम्पत्याची आठवण झाली, एका अर्थी– सगळ्या गोष्टी तपासत, सगळ्याचं विश्लेषण करत राहायचं सारखं. जणू मेंदूचं कार्य थांबवण्याचं बटणच नाही त्यांच्याकडे.

"मला दाखव सगळं." मी काही बोलायच्या आधीच टॅनर म्हणाला. "मला ते खोपटं दाखव – तू नको येऊस माझ्याबरोबर आणि पुन्हा जाऊही नकोस तिकडे आणि मग मला सगळं व्यवस्थित सांग."

आम्ही स्वयंपाकघरातल्या टेबलाशी जाऊन बसलो– मी, टॅनर आणि नुकतीच उठलेली 'गो'. सकाळच्या कॉफीचा पहिला कप घेऊन ती बसली होती. एखाद्या भयंकर अशा टॅरो-कार्ड वाचणाऱ्या माणसाप्रमाणे मी ॲमीचे क्ल्यू टेबलावर पसरून ठेवले होते.

टॅनर माझ्या दिशेला झुकला; त्याचे मानेचे स्नायू ताणल्यासारखे झाले. "चल्, निक् आता मला सगळे संगतवार सांग!" त्यानं टेबलावर तर्जनी आपटली. "कारण मी तुला अडकवलं गेलंय असल्या बिनबुडाच्या कहाणीवर विश्वास ठेवून माझी अब्रू पणाला लावणार नाही. तू मला पटवून दे की ते खरं आहे."

मी एक खोल श्वास घेतला आणि माझे विचार गोळा केले. मला नेहमीच बोलण्यापेक्षा लिहिणं जास्त चांगलं जमतं. "आपण सुरुवात करण्यापूर्वी तुला ॲमीविषयी एक गोष्ट चांगलीच समजून घ्यायला लागेल," मी म्हणालो, "ती म्हणजे ती अतिशय हुशार आहे. तिचा मेंदू इतका काम करत असतो, की ती कधीच एका पातळीवर काम करत नाही. पुरातत्त्व खात्याचं एखादं उत्खनन असावं ना तशी ती आहे : म्हणजे तुम्हाला वाटतं की तुम्ही शेवटच्या पातळीवर पोहोचला आहात आणि तुम्ही आणखी एक घाव घालता आणि तुम्हाला खाली नवीनच संपूर्ण थर दिसायला लागतो. अंतहीन खड्डे आणि बोगद्यांचा चक्रव्यूह असलेला."

"बरं." टॅनर म्हणाला, "मग..."

"ॲमीची आणखी एक गोष्ट जी तू समजून घ्यायला हवीस ती म्हणजे ॲमी अतिशय कट्टर स्वभावाची आहे. ती अशा लोकांपैकी आहे जे कधीच चुकत नाहीत, तिला लोकांना धडे शिकवायला, शिक्षा करायला आवडतं."

"बरं मग...?"

"मी तुला एक गोष्ट सांगतो. एक छोटीशी गोष्ट. साधारण तीन वर्षांपूर्वी आम्ही मॅसाच्युसेट्सला गाडीनं चाललो होतो. तो प्रवास खूप वैतागवाणा होता. रस्त्याला भयंकर ट्रॅफिक होतं. एक ट्रकड्रायव्हर होता, जो ॲमीला ओलांडून पुढं गेला– आधी ती त्याला जागा देत नव्हती– पण नंतर एकदम वेगात आला आणि तिला ओव्हरटेक करून गेला. आता यात धोकादायक असं काहीच नव्हतं; पण एक क्षणभर जरा भीती वाटली. त्या ट्रकच्या मागे काय काय लिहिलेलं असतं माहीत आहे ना? 'कसा चालवतोय मी ट्रक?' तिनं मला फोन करून वाहतूक पोलिसांना ट्रक नंबर द्यायला लावला. मला वाटलं हे प्रकरण संपलं इथं. दोन महिन्यांनंतर– मी आमच्या बेडरूममध्ये गेलो तर ॲमी फोनवर बोलत होती. ती तोच नंबर कोणाला तरी देत होती. मग तिनं सगळी गोष्ट सांगितली. ती तिच्या दोन वर्षांच्या बाळाला घेऊन प्रवास करत असताना या ड्रायव्हरनं तिला जवळ जवळ उडवलंच होतं. तिनं वर असंही सांगितलं की हा तिचा चौथा फोन होता. ती म्हणाली की तिनं त्या कंपनीच्या नेहमीच्या मार्गांचा पण अभ्यास केला होता, जेणेकरून तिला तिच्या त्या खोट्या जवळजवळ अपघातांच्या परिस्थितीसाठी नेमका हायवेपण निवडता येईल. ती सगळ्याचा विचार करते. तिला स्वतःच्या हुशारीचा इतका अभिमान वाटत होता. ती त्या माणसाची हकालपट्टी करवणार होती."

"देवा, निक्," 'गो' पुटपटली.

"ही एक... अगदी सगळ्यावर प्रकाश टाकणारी गोष्ट आहे." टॅनर म्हणाला.

"हे एक उदाहरण आहे."

"बरं मग मला हे सगळं नीटपणे मांडू दे," तो म्हणाला. "तू तिच्याशी प्रतारणा करतो आहेस हे ॲमीला कळलं म्हणून ती स्वतःच्याच मरणाचं कारस्थान रचते. मग ती तो तथाकथित गुन्ह्याचा देखावा अशा पद्धतीनं रचते की तो तसा मुद्दाम रचला असण्याची शंका यावी. मग ती क्रेडिट कार्ड आणि विमा पॉलिसीचा आधार घेऊन तुला लटकवते आणि तुझा तो मागच्या खोपटातला घोळ..."

"गायब होण्याच्या आदल्या रात्री ती माझ्याशी भांडण उकरून काढते आणि ते पण उघड्या खिडकीशी उभं राहून. म्हणजे आमच्या शेजाऱ्यांना ऐकू जाईल."

"कशावरून झालं भांडण?"

"मी कसा स्वार्थी, हलकट माणूस आहे. खरं म्हणजे आमचं नेहमी जसं होतं तसंच. फक्त आमच्या शेजाऱ्यांनी न ऐकलेली गोष्ट म्हणजे नंतर ॲमीनं मागितलेली माफी- कारण तिला त्यांना ते ऐकवायचंच नव्हतं. म्हणजे, मला आठवतंय की मी अक्षरशः अवाक झालो होतो, कारण आजपर्यंत कधीच आमचं भांडण इतक्या लवकर मिटलं नव्हतं. आणि सांगायचं म्हणजे सकाळी तर ती

माझ्यासाठी क्रिप्स बनवत होती.''

मला परत ती डोळ्यांसमोर आली. शेगडीशी उभी राहून अंगठ्यावरची पिठीसाखर चाटून खाणारी, स्वतःशीच गुणगुणत असलेली, आणि मग मला मी आठवलो तिच्यापर्यंत जाऊन तिला गदागदा हलवून...

''बरं आणि तो खजिन्याचा शोध?'' टॅनरनं विचारलं. ''त्याचं काय?''

प्रत्येक क्ल्यू टेबलावर उलगडून ठेवला होता. टॅनरनं त्यांतले काही उचलले आणि परत ठेवून दिले.

''हा सगळा फालतूपणा आहे.'' मी म्हटलं. ''मी माझ्या बायकोला चांगलाच ओळखून आहे. तिला माहीत होतं की तिला दर वर्षीच खजिना शोध खेळायलाच हवा होता, नाहीतर मग सगळं संशयास्पद वाटलं असतं. म्हणून मग तिनं हे सगळं केलं आणि अर्थातच, त्याचे अठरा वेगवेगळे अर्थ निघू शकतात. हा पहिला क्ल्यू बघ.

मी कल्पना करते तुझी विद्यार्थिनी असण्याची
असा शिक्षक देखणा आणि शहाणा मिळण्याची
माझं मन उमलून येतं (आणि माझ्या मांड्यासुद्धा)
मी जर असते तुझी विद्यार्थिनी
तर मला गरज नाही फुलाबिलांची
तुझ्या कामाच्या वेळेतली
एक चुटूकशी भेट आहे मला पुरेशी
चल ऊठ, कामाला लाग
आणि या वेळी माझ्याकडून
तुला मिळेल काही खास

''हे अगदी ॲमीचंच आहे. मी हे वाचतो, मला वाटतं : अरे, माझी बायको माझ्याशी चक्क फ्लर्ट करत्येय; पण नाही, तिचा रोख... माझ्या ॲन्डीबरोबरच्या व्यभिचाराकडे आहे. पहिला खड्डा. मग मी तिथे माझ्या ऑफिसमध्ये जातो, तेही गिलपीनबरोबर आणि तिथे काय वाढून ठेवलंय माझ्यासाठी? तर बाईची अंतर्वस्त्रं. आणि ॲमीच्या मापाच्या जवळपासचीही नाहीत– पोलीस सगळ्यांना विचारत राहतात– ॲमीचं माप काय असेल म्हणून आणि का ते मला कळतच नाही.''

''पण ॲमीला आधीच कसं कळणार होतं, की तुझ्याबरोबर गिलपीनपण असेल ते.'' टॅनरनं कपाळाला आठ्या घालत म्हटलं.

''ती शक्यता नक्कीच होती,'' 'गो' मध्येच म्हणाली. ''पहिला क्ल्यू हा प्रत्यक्ष गुन्हा घडला त्या ठिकाणाचा एक भाग होता– त्यामुळे पोलिसांना त्याविषयी कळलंच असतं– आणि तिनं त्यात 'कामाच्या वेळी' हे शब्द वापरले आहेत.

त्यामुळे ते तिथं नक्की जाणार– निक्‌बरोबर किंवा त्याच्याशिवाय.''

''मग कोणाची चड्डी होती ती?'' टॅनरनं विचारलं.

'गो'नं चड्डी या शब्दावर नाक आक्रसून घेतलं.

''काय माहिती!'' मी म्हणालो. ''मला वाटलं की ती अॅन्डीची असेल; पण... कदाचित अॅमीनेच ती आणली असेल; पण मुख्य मुद्दा हा आहे की ती अॅमीच्या मापाची नाही. त्याच्यामुळे सगळ्यांना वाटायला लागलं की मी ऑफिसमध्ये माझी बायको सोडून इतर कोणाबरोबर तरी काहीतरी भलतंसलतं केलं असणार. हा माझ्यासाठी खणलेला दुसरा खड्डा.''

''आणि तू ऑफिसमध्ये जाताना जर पोलीस नसतेच तुझ्याबरोबर तर? टॅनरनं विचारलं. ''किंवा जर कोणाचं त्याकडे लक्षच गेलं नसतं तर?''

''तिला त्याची पर्वाच नाहीये, टॅनर! हा खजिन्याचा शोध, हे सगळं ती मजा म्हणून करते आहे. तिला त्याची गरज नाहीये. तिनं सगळ्याच गोष्टींचा अतिरेक केलाय, केवळ या गोष्टीची खात्री करण्याकरता की छोटे छोटे सत्राशेसाठ पुरावे उपलब्ध असावेत. पुन्हा सांगतो, तू माझ्या बायकोला समजून घ्यायला पाहिजेस. ती अगदी म्हणजे अगदी काटेकोर आहे.''

''ठीक आहे. दुसरा क्ल्यू.'' टॅनर म्हणाला.
बघ मला किती वेडावलंय माझं मन
आणि माझं भविष्य उज्ज्वल तुझ्यामुळेच केवळ
तू आणलंस इथं मला
की गुंजावीत माझ्या कानात
तुझ्या पोरवयातील साहसं...
चुरगळलेली जीन्स आणि उन्हेरी टोपीखालचे केस...
विसरून जाऊ बाकी सर्व
आपल्यासाठी नाही कुणी
जणू भेटलो आताच आपण
चाखू हळूच चुंबनगोडी

''हे हानिबाल आहे.'' मी म्हटलं. ''अॅमी आणि मी एकदा गेलो होतो तिथे, त्यामुळे वाचताना तोच उल्लेख असेल असं वाटतं; पण ती आणखी एक जागा आहे जिथं मी... अॅन्डीबरोबर माझे संबंध आले होते.''

''मग तुला तिथं संशय आला नाही काहीच?'' टॅनरनं प्रश्न केला.

''नाही, तेव्हा तरी नाही. अॅमीनं मला ज्या चिठ्ठ्या लिहून ठेवल्या होत्या, त्यांची भूल अजून उतरली नव्हती. परमेश्वरा, ती बाई मला अंतर्बाह्य ओळखते. मला कोणते शब्द ऐकावेसे वाटतात, ते तिला बरोबर माहिती आहे. तू किती

हुशार आहेस. तू किती हजरजबाबी आहेस. अजूनही ती मला कशीही घुमवू शकते, या विचारानं तिला किती मज्जा येत असेल. इतक्या दुरूनही ती मला खेळवू शकते. म्हणजे बघ ना, मी... देवा, मी पुन्हा एकदा तिच्या प्रेमात पडलोच होतो जवळजवळ.''

एक क्षणभर माझा गळा दाटून आला. तिची मैत्रीण इन्स्लेच्या त्या अर्धवट कपड्यातल्या वैतागवाण्या बाळाची ती वेडपट गोष्ट. जेव्हा मला आमचं दोघांचं नातं प्रिय होतं, तेव्हा मला त्यांतली हीच गोष्ट जास्त आवडायची; मोठ्या मोठ्या भारून टाकणाऱ्या घटना किंवा गोड गोड प्रेमाच्या गोष्टी नाहीत तर आमचे छोटे छोटेसे खासगी विनोद आणि त्याचाच ती आता माझ्याविरुद्ध वापर करत होती.

''आणखी तुला माहित्येय का?'' मी म्हणालो. ''त्यांना नुकतीच ॲमीची पर्स सापडली आहे. हानिबालमध्ये. आणि मला अशी पक्की खात्री आहे की कोणीतरी मी तिथं असल्याचं नक्की सिद्ध करेल. मी तर माझं तिकीटसुद्धा क्रेडिट कार्ड वापरून काढलं. त्यामुळे तोही एक पुरावा असेल, आणि मी त्याच्याशी जोडला जाईन, याची काळजी ॲमीनं घेतलीच असेल.''

''आणि जर कोणालाच पर्स सापडली नसती तर?'' टॅनरनं विचारलं.

''काही फरक पडत नाही.'' 'गो' म्हणाली. ''ती फक्त निक्‌ला गोल गोल घुमवत ठेवत्येय आणि स्वतः मजा बघत्येय. मला खात्री आहे की या सगळ्या गोड गोड चिठ्ठ्या वाचणं हे निक्‌ला किती क्लेशकारक होईल, या कल्पनेनंच ती खूश असेल. विशेषतः त्याला माहीत आहे की त्यानं तिला फसवलंय आणि ती बेपत्ता आहे, असं असताना.''

तिच्या आवाजातल्या त्या घृणेच्या सुरांनी वाईट वाटून न घेण्याचा मी प्रयत्न केला : व्यभिचारी.

''निक् जेव्हा हानिबालला गेला तेव्हा जर त्याच्याबरोबर गिलपीन असता तर?'' टॅनर चिकाटीनं म्हणाला. ''जर गिलपीन निक्‌ला सगळा वेळ चिकटून असता आणि त्याला कळलं असतं की निक्‌नं ती पर्स तिथं टाकलेली नाही. मग?''

''ॲमी मला इतकी चांगली ओळखते की मी गिलपीनला टांग मारीन हे तिला नक्कीच ठाऊक असणार. तिला माहीत आहे की हे सगळं वाचत असताना एखादा परका गाणूस आपल्या प्रतिक्रिया जोखतोय, हे मला नक्कीच आवडणार नाही.''

''खरं की काय? पण तुला कसं कळलं हे?''

''मला माहीत आहे.'' मी खांदे उडवले. मला कळलं, मला माहीतच होतं.

''तिसरा क्ल्यू,'' असं म्हणत मी टॅनरच्या हातात एक कागद कोंबला.

वाटत असेल कदाचित अपराधी,
की तू आणलंस मला इथे
मान्य करायलाच हवं
हे सगळं आहेच विचित्रसं;
पण करणार कशी निवड
आपल्याकडे नव्हत्याच फार जागा
घेतला आपण निर्णय की
इथेच आपला अवकाश उभा
प्रेम सोबत घेऊन जाऊ
या छोट्याशा तपकिरी घरात
आज तुझ्या सदिच्छा दे मला
माझ्या लाडक्या प्रियकरा!

"बघितलंस, मी याचा चुकीचा अर्थ लावला, मला वाटलं, आणलंस तू इथे म्हणजे कार्थेजला; पण तिचा रोख माझ्या वडिलांच्या घराकडे होता, आणि..."

"ती आणखी एक जागा जिथं तू त्या ॲन्डीचा उपभोग घेतलास." टॅनर म्हणाला. "माझ्या भाषेबद्दल मला माफ कर." माझ्या बहिणीकडे वळून तो म्हणाला.

'गो'नं ठीक आहे अशा अर्थी हात उडवला.

टॅनर पुढे म्हणाला : "तर मग निक्, तुझ्या ऑफिसमध्ये तुला अडकवू शकतील अशी बाईची अंतर्वस्त्रं मिळाली, जिथं तू ॲन्डीचा उपभोग घेतलास, आणखी तुला अडकवू शकेल असा तुझ्या क्रेडिट कार्डवरच्या खरेदीचा एक खजिनाच मागच्या खोपटात आहे, जिथं तू ॲन्डीचा उपभोग घेतलास."

"अं, हो. हो, बरोबर आहे."

"मग तुझ्या वडिलांच्या घरात काय आहे?"

ॲमी इलियट डन्

सात दिवसांनंतर...

मी गरोदर आहे! थॅन्क यू नोएली हॉथोर्न, तुझ्यामुळे सगळ्या जगाला कळलंय ते आता. किती मूर्ख आहेस तू. माझ्यासाठीच्या विजीलच्या वेळी तिनं जो तमाशा केला (पण तरीही मला वाटतं की तिने माझ्यासाठीची सभा उधळायला नको होती– कुरूप मुली कसल्या स्वतःकडे लक्ष वेधून घेतात ना!) त्यामुळे निक्‌बद्दलचा तिरस्कार वाढीला लागला आहे. आजूबाजूला एवढा लोकक्षोभ उसळलेला असताना, त्याला श्वास तरी घेता येत असेल की नाही कोणास ठाऊक!

मला माहिती होतं की भरपूर प्रसिद्धीसाठी, चोवीस तास वेड्यासारखी रक्तपिसासू, न संपणारी एलन ॲबोट पद्धतीची प्रसिद्धी मिळण्याकरता माझं गरोदरपण हा कळीचा मुद्दा ठरणार होता. अमेझिंग ॲमी जशी आहे तशी तर मोहक आहेच; पण दुखावली गेलेली अमेझिंग ॲमी ही तर मनात घर करून बसण्यासारखी आहे. जे सोपं असतं ते अमेरिकन लोकांना भावतं आणि गरोदर बाईविषयी आपुलकी वाटणं अगदी स्वाभाविक आहे– त्या ना बदकाच्या छोट्याशा पिल्लांसारख्या किंवा सशांसारख्या किंवा कुत्र्यांसारख्या असतात. तरीपण मला या गोष्टीचं आश्चर्य वाटतं, की या स्वतःला काटेकोर म्हणवणाऱ्या, स्व-मोहित, हल्याडुल्या बायांना इतकी खास वागणूक का मिळावी? जणू काही स्वतःचे पाय फाकवून पुरुषांना त्यात वीर्य सांडू देणं, हे मोठं लोकोत्तर कार्यच असावं.

कठीण काय आहे ते सांगू तुम्हाला? गरोदरपणाचं नाटक करणं.

लक्ष द्या नीट. हे अगदी खास आहे. या सगळ्याची सुरुवात माझ्या त्या बिनडोक मैत्रिणीपासून, नोएलीपासून झाली. या मध्यपश्चिमेच्या भागात या असल्या लोकांची रेलचेल आहे. चांगली लोकं. चांगली लोकं; पण यांचा आत्मा जसा काही प्लॅस्टिकचा असतो– घडवायला सोपा, पुसून टाकायला सोपा. या बाईच्या गाण्याचा संग्रह हा पॉटरी बॉर्नने एकत्र केलेल्या गाण्यांपुरता मर्यादित आहे. तिच्या

पुस्तकांची कपाटं कॉफी टेबलवर ठेवण्याच्या सामान्य पुस्तकांनी भरलेली आहेत : द आयरिश इन अमेरिका. मिझु फुटबॉल : अ हिस्टरी इन पिक्चर्स. वी रिमेंबर ९/११. समथिंग डम्ब विथ किटन्स. मला माहिती होतं की माझा प्लान यशस्वी होण्याकरता मला एखाद्या मवाळ मैत्रिणीची गरज होती, अशी मैत्रीण जिला मी निक्च्या भयंकर गोष्टी सांगू शकेन, अशी कोणीतरी की जी माझ्यात अति गुंतेल, जिला माझ्या मनाप्रमाणे वागायला लावता येईल. अशी मैत्रीण जी माझ्या बोलण्यावर जास्त विचार करणार नाही, कारण हे सगळं ऐकायला मिळणं म्हणजे काहीतरी विशेष आहे, असं तिला वाटत राहील. या सगळ्याकरता नोएलीच योग्य होती. आणि जेव्हा तिनं मला सांगितलं की ती गरोदर आहे– आधीचं तिळं पुरेसं नाही बहुधा– तेव्हा मला जाणवलं की मीपण गरोदर होऊ शकते.

एक ऑनलाईन शोध : तुमचं टॉयलेट दुरुस्तीकरता रिकामं कसं करायचं?

नोएलीला लेमोनेड पिण्याकरता बोलावलं. भरपूर लेमोनेड.

नोएली माझ्या रिकाम्या साफ न होऊ शकणाऱ्या टॉयलेटमध्ये लघवी करते. आम्ही दोघीही इतक्या प्रचंड ओशाळलेल्या!

मी, एक छोटी काचेची बाटली. टॉयलेटमधली लघवी त्या काचेच्या बाटलीत.

मी, माझा नीट पसरवलेला सुया, रक्ताचा भयगंड.

मी, ती काचेची बाटली माझ्या पर्समध्ये लपवलेली, डॉक्टरांची अपॉईंटमेंट (मी रक्ताची तपासणी करूच शकत नाही, मला सुयांची प्रचंड भीती वाटते. लघवीची टेस्ट ठीक आहे.)

मी, आता माझी नोंद गरोदर म्हणून झाली आहे.

मी, ही आनंदाची बातमी घेऊन नोएलीकडे धावणारी.

परफेक्ट. निक्ला आणखी एक हेतू मिळतो आणि मी आता बेपत्ता झालेली गोड गरोदर बाई असते. माझ्या आई-वडिलांना आणखी त्रास होईल. एलन ॲबोट हे टाळू शकणार नाही. खरं सांगते, इतर शेकडो प्रकरणांमधून एलन ॲबोटकरता निवड होणं फारच रोमांचक आहे. एखादी गुणवत्ता चाचणी स्पर्धा असावी तसं आहे हे. तुम्हाला जेवढं चांगलं करता येणं शक्य आहे, तेवढं तुम्ही करता आणि मग सगळं तुमच्या हातातून निघून जातं. आता सगळं परीक्षकांच्या हातात.

आणि किती ती निक्चा तिरस्कार करते आणि माझ्यावर प्रेम; पण माझ्या आई-वडिलांना मात्र एवढी खास वागणूक मिळायला नको होती. मी बातम्यांमध्ये त्यांना बघते ना, माझी आई बारीक आणि हाडकुळी, तिच्या मानेतल्या झाडाच्या फांद्यासारख्या दिसणाऱ्या, ताणलेल्या शिरा. मला भीतीनं काळवंडलेले माझे वडील दिसतात. डोळे जरा जास्तच विस्फारलेले, ठोकळेबाज हास्य. खरंतर ते देखणे आहेत प्रत्यक्षात; पण आता ते एखाद्या व्यंगचित्रासारखे वाटतात. एखादा

झपाटलेला विदूषकी बाहुला असावा तसे. मला कळतंय की मला त्यांच्याबद्दल वाईट वाटायला हवं; पण नाही वाटत. असंही त्यांच्यासाठी मी फक्त एक प्रतीक होते, चालताबोलता आदर्श. हाडामांसाची अमेझिंग ॲमी. काही वेडंवाकडं करू नकोस, तू अमेझिंग ॲमी आहेस. आमची एकुलती एक. एकुलतं एक असण्याबरोबर एक अन्याय्य अशी जबाबदारी असते– तुम्ही हे ऐकतच मोठे होता, की तुम्हाला त्यांना निराश करण्याची मुभा नाही, एवढंच काय तर तुम्हाला मरण्याचीसुद्धा परवानगी नाही. तुमची जागा घेऊ शकेल असं कोणीच आसपास नसतं. म्हणून मग तुम्ही निर्दोष होण्यासाठी धडपडता आणि त्याचबरोबर तुम्हाला तुमच्या सामर्थ्याचा माजही येतो. निरंकुश लोकं अशी बनतात.

आज सकाळी मी फिरत फिरत सोडा घ्यायला म्हणून डोरोथीच्या ऑफिसमध्ये गेले. ती एक छोटीशी लाकडांनी आच्छादलेल्या भिंतीची खोली होती. ती तिच्या टेबलाचा उपयोग फक्त लक्षातसुद्धा ठेवण्याच्या लायकीच्या नसणाऱ्या ठिकाणाहून जमा केलेले 'स्नो ग्लोब'* ठेवण्याकरता करत असावी असे दिसत होते : अल्बामामधलं गल्फ शोर्स, अर्कान्सासमधलं हिलो. मी जेव्हा जेव्हा ते स्नो ग्लोब बघते, तेव्हा मला ते नंदनवन दिसत नाही, तर मला दिसतात उन्हात रापलेली फालतू गावंढळ माणसं, जी किंचाळणाऱ्या, धडपडणाऱ्या पोरांना ढकलत नेत असतात. एका हातांनी त्यांना फटके देत, दुसऱ्या हातात विघटन न होणाऱ्या मोठ्या स्टायरोफोमच्या कपात कसलं तरी पेय असतं.

सत्तरच्या दशकातील झाडावर लटकणाऱ्या मांजरीच्या पिल्लांची चित्रं होती. त्यातलंच एक डोरोथीच्या मागच्या भिंतीवर होतं– टिकून राहा- सांगणारं. ती तिची सगळी पोस्टर्स मनापासून लावते. मला अशी कल्पना करावीशी वाटते की तिची एखाद्या आत्मसंतुष्ट अशा विल्यम्सबर्गच्या आगाऊ बाईशी गाठ पडली, जिचे केस बेट्टी पेजसारखे आणि जिला जाड भिंगाचा चश्मा असेल, तिच्याकडेही असलंच एखादं पोस्टर असेल जे तिनं उपरोधानं लावलेलं असेल. त्या जेव्हा एकमेकींना भिडतील, तेव्हाच्या त्यांच्या ठिणग्या उडालेल्या बघायला आवडतील मला. उपरोधाचा सामना जेव्हा सच्च्या प्रामाणिकतेशी होतो, तेव्हा ही उपरोधिक माणसं त्याच्यापुढे विरघळूनच जातात. तीच त्यांची दुबळी कडी असते. डोरोथीनं सोडावॉटर मशिनच्या बाजूला भिंतीवर आणखी एक रत्न चिकटवलेलं आहे, ज्यात एक छोटंसं मूल संडासात झोपी गेलेलं दिसतंय – जिथं बसलंय त्याचा

---

* स्नो ग्लोब्स – छोटे काचेचे पेपरवेटसारखे गोळे ज्यात एखादा प्रेक्षणीय देखावा उभा केलेला असतो.

वापर करायचंही त्राण नाही. ते पोस्टर ढापायचं माझ्या डोक्यात आहे, त्या जुनाट पिवळ्या टेपखाली नख घालून उचकटायचं, एकीकडे डोरोथीला गप्पांमध्ये गुंतवून ठेवायचं. मी पैजेवर सांगते की मी जर ते विकायला काढलं तर मला त्याचे बऱ्यापैकी पैसे मिळतील– आणि मला हवेच आहेत पैसे – पण मी ते करू शकत नाही; कारण त्यामुळे त्यांना इलेक्ट्रॉनिक पद्धतीने माझा माग काढता येईल आणि मी त्याबद्दल माझ्या चित्रविचित्र गुन्हेगारी सत्यकथांमधून भरपूर माहिती वाचलेली आहे. इलेक्ट्रॉनिक माग फार वाईट : तुमच्या नावावर असणारा सेलफोन वापरू नका, कारण त्याच्या टॉवरवरून तुमचं ठिकाण कळतं. तुमचं एटीम किंवा क्रेडिट कार्ड वापरू नका, फक्त सार्वजनिक कॉम्प्यूटर्स वापरा; जिथं भरपूर गर्दी असेल. सार्वजनिक ठिकाणी असणाऱ्या कॅमेऱ्यांपासून सावध राहा. विशेषतः बँक किंवा एखाद्या चौकात किंवा वाईन आणि खाद्य पदार्थ विक्रीकेंद्रात. अर्थात, इथं अशी विक्रीकेंद्रं नाहीत म्हणा फारशी. इथे कॅमेरेपण नाहीत आमच्या खोल्यांजवळ. मला माहिती आहे कारण मी डोरोथीला सुरक्षिततेच्या नावाखाली विचारलं होतं.

"आमची गिऱ्हाइकं काही फार नामांकित नसतात. म्हणजे ते काही कोणी गुन्हेगार वगैरे नव्हेत; पण त्यांना कोणाच्या नजरेत यायला आवडत नाही." ती म्हणाली.

नाहीच. मला वाटत नाही तिला ते आवडत असेल असं. आता माझा तो मित्र, जेफ घ्या ना, त्याच्या वेळा अशा चमत्कारिक आहेत आणि येतो तोही शंका घ्यावी इतके मासे घेऊन आणि तेही तो कुठून आणतो कुणास ठाऊक! ते तो बर्फाच्या मोठ्या मोठ्या पेटाऱ्यांमध्ये साठवतो. तो जरा संशयास्पदच आहे. त्या पलीकडच्या केबिनमध्ये एक जोडपं आहे. साधारण चाळिशीतलं असेल; पण सतत नशेच्या धुंदकीत, त्यामुळे साठीचं वाटणारं. बहुतेक वेळा ते आतच असतात; पण क्वचित कधीतरी तारवटल्या डोळ्यांनी लॉन्ड्रीरूममध्ये जाताना दिसतात– कसल्याशा घाणेरड्या पिशव्यांतून कपडे घेऊन पार्किंगमधून धावतपळत जाताना दिसतात. कसली स्वच्छता कोणास ठाऊक! हॅलोहॅलो, ते नेहमी असंच म्हणतात. दोन वेळा, दोन डोकी एकदम हलतात आणि पुढे जातात. त्या माणसाच्या गळ्याभोवती कधी कधी बोआ कॉन्स्ट्रिक्टर जातीचा साप असतो; पण तो काय किंवा मी काय आम्ही दोघंही त्या सापाची दखल घेत नाही. या नेहमीच्या लोकांखेरीज बऱ्याच एकेकट्या स्त्रिया येऊनजाऊन असतात. बऱ्याचदा जखमांच्या खुणा असणाऱ्या काही जणी ओशाळलेल्या तर काही अतिशय दुःखी.

एक जण कालच नवीन आली आहे. भुऱ्या केसांची मुलगी. अगदी कोवळी, तपकिरी डोळ्यांची आणि फाटलेला ओठ. ती तिच्या पुढच्या पोर्चवर बसली होती– माझ्या शेजारचीच खोली. हातात सिगारेट आणि जेव्हा आमची नजरानजर

झाली, तशी ती ताठ उठून बसली. ताठ्यात, हनुवटी पुढे आलेली. तिच्यात जराही ओशाळलेपण नव्हतं. मला वाटलं : मला असं व्हायला पाहिजे. मी तिच्या वागण्याचा अभ्यास करीन. काही काळ तरी मी तिच्यासारखी होण्याचा प्रयत्न करीन– दुखावलेली कणखर मुलगी जी वादळ ओसरून जाईपर्यंत लपून राहिली आहे.

सकाळचा बराचसा वेळ टीव्ही बघण्यात घालवल्यावर– ॲमी इलियट डन्च्या केसवरच्या बातम्या शोधणे– मी माझा दमट पोहोण्याचा पोशाख चढवते. मी आता तलावावर जाईन. जरा वेळ तरंगेन. तेवढीच माझ्या कटकट्या मेंदूपासून सुटका. गरोदरपणाची बातमी समाधानकारक होती; पण अजून बऱ्याच गोष्टी आहेत ज्या मला माहीत नाहीत. मी इतकं काटेकोर नियोजन केलं; पण अनेक गोष्टी माझ्या हाताबाहेरच्या आहेत. हे सगळं माझ्या दृष्टीनं जसं घडायला हवं, त्याला त्या बाधा आणतात. ॲन्डीनं तिचं काम केलेलं नाही. डायरी सापडायला थोडी मदत लागेल असं वाटतं आहे. पोलिसांनी अजून निक्ला अटक करण्याच्या हालचाली सुरू केलेल्या नाहीत. त्यांना काय काय सापडलंय मला माहीत नाही आणि ही गोष्ट मला अजिबात आवडत नाही. मला फोन करायचा मोह होतोय. खबर देणारा फोन. त्यानं तरी ते योग्य दिशेला ढकलले जातील. मी अजून काही दिवस वाट बघेन. माझ्या भिंतीवर कॅलेंडर आहे, त्यावर मी आजपासून तिसऱ्या दिवसावर नोंद करून ठेवणार आहे. आज फोन करणं म्हणजे मग माझी किती दिवस थांबायची तयारी आहे ते माझ्या लक्षात राहील. एकदा का त्यांना डायरी मिळाली की मग घटनांना वेग येईल.

बाहेर असह्य उकाडा आहे, किड्यांचा आवाज येतोय. माझा हवा भरून फुगवायचा तराफा गुलाबी रंगाचा आहे, त्यावर जलपऱ्यांची चित्रं आहेत. मला तो लहान पडतो, माझे पाय त्यातून पाण्यात लोंबकळत राहतात; पण त्यावर मला तासभर तरी काही न करता तरंगता येतं, जे 'मला' आवडतं असं माझ्या लक्षात आलंय.

पार्किंगच्या जागेत मला एक भुरकट रंगाचं डोकं हलताना दिसतं आणि मग साखळी लावलेल्या फाटकातून ती फाटलेल्या ओठांची मुलगी पुढे येताना दिसते. तिच्या हातात खोलीतला टॉवेल आहे, जो हात पुसण्याच्या फडक्याएवढाच आहे, आणि एक सिगारेटचं पाकीट, एक पुस्तक आणि एसपीएफ १२० (मलम). फुफ्फुसांचा कॅन्सर चालेल; पण कातडीचा नको. ती बसते आणि अगदी काळजीपूर्वक मलम लावते. इथं येणाऱ्या इतर मार खाल्लेल्या बायांपेक्षा हे वेगळं आहे– त्या स्वतःला लहान बाळांची तेलं फासून घेतात, ज्याचे तेलकट

डाग बागेतल्या खुर्च्यांवर राहतात.

ती मुलगी माझ्याकडे पाहून मान डोलावते, पुरुष जसे बारजवळ बसताना एकमेकांना पाहून डोलावतात तशी. ती रे ब्रॅडबरी या लेखकाचं 'द मार्शियन क्रॉनिकल्स' हे पुस्तक वाचते आहे. विज्ञानकथावाली मुलगी. पीडित मुलींना अर्थातच पलायनवादच आवडणार.

''छान आहे पुस्तक,'' एक निरुपद्रवी गप्पांचा चेंडू मी तिच्या दिशेनं टोलवते.

''कोणीतरी माझ्या खोलीत सोडून गेलं. एकतर हे किंवा ब्लॅक ब्यूटी.'' ती जाड, स्वस्त गॉगल डोळ्यांवर चढवते.

''तेही वाईट नाही; पण 'ब्लॅक स्टॅलियन' जास्त चांगलं आहे.''

ती मान वर करून चश्म्यातून माझ्याकडे पाहते. दोन काळ्या माशीसारख्या डोळ्यांच्या काचा. ''हं.''

ती पुन्हा पुस्तकात डोकं खुपसते. ती वाचते आहे असा आव आणते, जो बहुतेक वेळा गर्दी असणाऱ्या विमानांमध्ये आढळून येतो. मी तिच्या शेजारी बसलेली एक चोंबडी बाई जी मधल्या हात ठेवायच्या दांडीवरची जागा बळकावते आणि ''कामाकरता की मजेकरता?'' असल्या निरुद्योगी चौकशा करते.

''माझं नाव नॅन्सी,'' मी म्हणते. एक नवीन नाव– लिडिया नव्हे– जे खरंतर या टाचक्या जागेत योग्य नाही; पण माझ्या तोंडून निघून जातं. माझा मेंदू कधी कधी जरा अतिच वेगात धावतो. मी अडचणीत येईन एखाद्या वेळेस त्यामुळे. मी त्या मुलीच्या फाटलेल्या ओठाचा विचार करत होते. तिचा उदास हरवलेला चेहरा... मग माझ्या मनात छळाचा, देहविक्रयाचा विचार तरळून गेला आणि एकाएकी माझ्या डोक्यात 'ऑलिव्हर'चा विचार आला. ऑलिव्हर! माझी लहानपणीची अत्यंत आवडती संगीतिका. त्यातली ती दुर्दैवी वेश्या नॅन्सी, जी तिच्या हिंसक मित्रावर त्यानं तिला ठार मारेपर्यंत प्रेम करत राहते, आणि मग मला उगीचच आश्चर्य वाटत राहिलं की का माझ्या स्त्रीवादी आईनं आणि मी ते ऑलिव्हर बघितलं असावं, जेव्हा की घरगुती हिंसेवरचं आदर्श उदाहरण हे 'ॲज लाँग ॲज ही नीड्स मी' हे होतं. मग मला असं वाटू लागलं की ती डायरी ॲमीदेखील तिच्या नवऱ्याकडून मारली गेली, ती ही अगदी –

''माझं नाव नॅन्सी,'' मी म्हणते.

''ग्रेटा.''

खोटं असणार.

''बरं वाटलं तुला भेटून, ग्रेटा.''

मी तरंगत लांब जाते. माझ्यामागे ग्रेटाच्या लायटरचा फिसफिसता आवाज येतो आणि तुषार उडावेत तसा धूर हवेत उमटत जातो.

चाळीस मिनिटांनंतर ग्रेटा तलावाच्या काठाशी बसून पाय पाण्यात सोडते. ''गरम आहे,'' ती म्हणते. ''पाणी.'' तिचा आवाज घोगरट आहे, सिगारेट आणि प्रेअरीतली धूळ.

''आंघोळीच्या पाण्याइतपत.''

''पण ते फार ताजं नाही वाटत.''

''तलाव पण फार थंड नाही.''

''असंही मला पोहता येत नाही.'' ती म्हणते.

असं एकही माणूस मला माहिती नाही ज्याला पोहता येत नसेल. ''मला जेमतेमच येतं,'' मी थाप मारते. ''हात पाय मारायचे.''

ती तिचे पाय हलवते, पाण्यावरच्या लाटा माझा तराफा हलकेच हलवतात. ''कसं आहे इथं?'' ती विचारते.

''छान. शांत.''

''छान. मला तेच हवं होतं.''

मी वळून तिच्याकडे नजर टाकते. तिच्या गळ्यात दोन सोन्याची गळ्यातली आहेत. तिच्या डाव्या वक्षाजवळ एका प्लम फळाच्या आकाराचा अगदी गोल असा घाव आहे आणि पोटावर शॅमरॉकच्या पानांच्या आकाराचा टॅटू आहे. तिचा पोहोण्याचा पोशाख अगदी नवा कोरा, लालचुटूक आणि स्वस्तातला आहे. ज्या पोहोण्याच्या सामानाच्या दुकानातून मी माझा तराफा घेतला, तिथूनच घेतलेला असावा.

''तू एकटीच आहेस?'' मी विचारलं.

''हो.''

पुढे आणखी काय विचारावं हे मला उमगत नाही. ज्या अशा छळग्रस्त बायका असतात, त्या एकमेकींशी काही परवलीचा शब्द वगैरे वापरतात का? किंवा एखादी भाषा जी मला माहीत नाही?

''पुरुषी त्रास?''

ती माझ्याकडे पाहून भुवई उंचावते, ते हो असावं.

''मला पण.'' मी म्हणते.

''असंही नाही की आपल्याला आधी सूचना मिळाली नव्हती,'' ती म्हणते. ती दोन हातांची ओंजळ करून पाण्यात भरते आणि ते पाणी अंगावरून वाहू देते. ''मी शाळेत जायला लागल्यावर माझ्या आईनं मला सगळ्यात पहिली गोष्ट कोणती सांगितली असेल तर ती ही की मुलांपासून लांब राहा. ते एकतर तुला दगड तरी मारतील किंवा तुझ्या स्कर्टखाली हात तरी घालतील.''

''हे वाक्य टीशर्टवर छापायला हवंस तू.''

ती हसते. ''पण खरं आहे ते. नेहमीच खरं ठरतं ते. माझी आई टेक्सासमध्ये एका समलिंगी स्त्रियांच्या गावात राहते. मला वाटतं मीही तिथंच जाऊन राहायला हवं. तिथे सगळे आनंदी असावेत.''

''समलिंगी स्त्रियांचं गाव?''

''म्हणजे काय म्हणतात त्याला ते, सहनिवास. काही समलिंगी स्त्रियांनी मिळून जमीन खरेदी केली आणि त्यांची स्वतःची अशी सोसायटी स्थापन केली, एक प्रकारची. पुरुषांना प्रवेश नाही. मला ऐकूनच छान वाटतंय. च्यायला, पुरुषाशिवायचं जग.'' ती अजून ओंजळभर पाणी घेत गॉगल काढते आणि चेहरा ओला करते. ''मला स्त्रिया आवडत नाहीत ही एकच वाईट गोष्ट आहे.''

ती हसते, एखाद्या थेरडीनं खेकसल्यासारखं हसणं होतं तिचं. ''मग इथे कोणी हलकट पुरुष आहेत की नाही, ज्यांच्याबरोबर मी फिरू शकेन?'' ती म्हणते. ''ती माझी पद्धत आहे. एकाला सोडून पळून यायचं आणि दुसऱ्याला पकडायचं.''

''निम्मा वेळ हे रिकामंच असतं. जेफ आहे म्हणा, तो दाढीवाला; पण खरं म्हणजे चांगला आहे तो.'' मी म्हणते. ''तो माझ्याही आधीपासून आहे इथे.''

''आणि तू किती दिवस राहणारेस?'' ती विचारते.

मी थबकले. किती विचित्र आहे, की मी नेमकी किती दिवस राहणार हे माझं मलाच माहीत नाही. निक्‌ला अटक होईपर्यंत इथं राहण्याचा माझा बेत होता; पण त्याला इतक्यात अटक होईल की नाही कोणास ठाऊक!

''तो तुझा शोध घेण्याचं थांबवेपर्यंत?'' ग्रेटा अंदाज बांधते.

''तसंच काहीसं.''

ती माझ्याकडे निरखून बघते आणि विचारात पडते. माझ्या पोटात गोळा येतो. तिनं म्हणायची मी वाट बघते : तुला पाहिल्यासारखं वाटतंय.

''जखमांचे घाव ताजे असताना कधीच परत जाऊ नये. त्याला ते समाधान देऊ नकोस.'' ग्रेटा यांत्रिकपणे म्हणते. ती उठून उभी राहते आणि स्वतःच्या वस्तू गोळा करते. त्या छोट्याशा टॉवेलनं आपले पाय कोरडे करते.

''चांगला वेळ गेला.'' ती म्हणते.

का कोणास ठाऊक मी तिला अंगठा वर करून दाखवते, जे यापूर्वी मी आयुष्यात कधी केलेलं नाही.

''तुला वाटलं तर बाहेर पडलीस की माझ्या खोलीत ये.'' ती म्हणते. ''आपण टीव्ही पाहू.''

मी डोरोथीकडून एक चमकदार टोमॅटो आणला आणि एखादी भेटवस्तू धरावी

तसा तो हाताच्या ओंजळीत धरला. ग्रेटा दाराशी आली. तिनं माझी जेमतेमच दखल घेतली. जणू काही मी वर्षानुवर्षं तिच्याकडे जात असावी. माझ्या हातातून तिनं टोमॅटो काढून घेतला.

"मस्त! मी सॅन्डविचच करत होते." ती म्हणते. "बस." ती बिछान्याकडे बोट दाखवते. इथं आम्हाला बैठकीच्या खोल्या नाहीत. आणि छोट्याश्या स्वयंपाकघराकडे वळते. तिथं माझ्यासारखीच भाजी वगैरे कापण्यासाठी बोथट सुरी आणि प्लॅस्टिकचा कटिंग बोर्ड आहे. ती टोमॅटोचे काप करते. ओट्यावर एका प्लॅस्टिकच्या डिशवर कापलेल्या मांसाचा तुकडा आहे, त्याचा गोडसर वास सगळ्या खोलीत भरून राहिलेला आहे. ती कागदी प्लेटवर दोन घसरणारी सॅन्डविच काढून घेते आणि थोडे गोल्डफिश क्रॅकर्स*. हे सगळं घेऊन ती झोपण्याच्या जागेत येते, तिच्या हातात आधीच रिमोट आहे, ज्यानं ती एका आवाजाकडून दुसऱ्या आवाजाकडे जाते आहे. आम्ही दोघी बिछान्याच्या कडेला शेजारी शेजारी बसून टीव्ही बघतो.

"तुला मध्येच काही बघण्यासारखं वाटलं तर मला सांग." ती म्हणते.

मी माझ्या सॅन्डविचचा एक घास घेते, त्यातला टॉमॅटो निसटून बाहेर येतो आणि माझ्या मांडीवर पडतो.

द बिव्हर्ली हिलीबिलीज, सडन्‌ली सुसान, आर्मागेडॉन.

एलन अॅबोट लाइव्ह. माझा फोटो टीव्हीचा पडदा व्यापून टाकतो. परत एकदा मी मुख्य बातम्यांमध्ये आहे. माझा फोटो सुंदरच आहे.

"तू बघितलंस हे?" माझ्याकडे न बघताच ग्रेटा विचारते. ती अशा थाटात बोलते की जणू काही माझं नाहीसं होणं हे एखाद्या टीव्हीच्या कार्यक्रमाचं पुनःप्रसारण असावं. "ही बाई तिच्या लग्नाच्या पाचव्या वाढदिवशी बेपत्ता झाली आणि तिचा नवरा सुरुवातीपासून जरा विचित्रच वागतोय. अगदी हसऱ्या चेहऱ्यानं वावरतोय. नंतर कळलं, की त्यानं तिच्या विम्याची रक्कम वाढवली होती आणि आता कळलंय की ती गरोदर होती आणि त्याला ते अजिबात आवडलं नव्हतं."

स्क्रीनवर माझा अमेझिंग अॅमीबरोबर फोटो लावला होता. दोघींच्यातला विरोधाभास ठळक होता.

"तुला आठवतात ती पुस्तकं?" ग्रेटा माझ्याकडे वळून विचारते.

"अर्थात."

"तुला आवडतात ती पुस्तकं?"

"सगळ्यांनाच आवडतात ती. किती छान आहेत ती." मी म्हणते.

---

* गोल्डफिश क्रॅकर्स : गोल्डफिशच्या आकाराचे वेफर्स.

"किती कृत्रिम आहेत ती." ग्रेटा वैतागून म्हणाली.

आता माझा जवळून घेतलेला फोटो.

मी किती सुंदर आहे हे तिनं म्हणण्याची मी वाट बघते.

"तशी चांगली आहे ना ती दिसायला, विशेषतः तिच्या वयाच्या मानानं," ती म्हणते. "मी चाळिशीत आल्यावर इतपत चांगली दिसायला पाहिजे."

एलन प्रेक्षकांना माझी कहाणी सांगते आहे; माझा फोटो पडद्यावर रेंगाळत राहतो.

"मला वाटतं की ती एक लाडावलेली श्रीमंत मुलगी असणार." ग्रेटा म्हणते. "सगळ्यांच्या कौतुकाची. उद्धट."

हे बरोबर नाही, अजिबात नाही. असा निष्कर्ष काढावा असा कोणताही पुरावा मी मागे ठेवलेला नाही. मी मिसुरीला आल्यापासून– म्हणजे मी माझी योजना तयार केली तिथपासून– मी फार काळजीपूर्वक साधी, निरुपद्रवी, आनंदी, लोकांना जशी बाई असायला हवी असते तशी माझी प्रतिमा केली आहे. मी शेजाऱ्यांना ओळख द्यायची, मोच्या मैत्रिणींकरता कामं करायची. एकदा तर मी त्या कळकट, घाणेरड्या स्टक्स बक्लेसाठी सोडासुद्धा आणला होता. मी निक्च्या वडिलांना भेटायला जायची, त्यामुळे तिथल्या सगळ्या नर्ससुद्धा सांगतील, मी किती चांगली होते. म्हणजे मग मी पुन्हा पुन्हा जाऊन बिल डन्च्या कानात पुटपुटून त्यांच्या कुरतडलेल्या मेंदूत ही गोष्ट ठसवू शकेन. मला आवडता तुम्ही. तुम्ही आमच्याबरोबर येऊन राहा. मला तुम्ही आवडता. आमच्याकडे येऊन राहा. बघायचं त्यांच्या लक्षात राहील का ते. कम्फर्ट हिलचे लोक ज्यांना भटके म्हणतात, अशांपैकी निक्चे वडील एक आहेत – ते सारखे निसटून जातात. मला ही कल्पनाच इतकी आवडते की बिल डन्, म्हातारपणी आपल्यात काय काय बदल होतील, अशी निक्ला भीती वाटते त्या सगळ्याचं जितंजागतं प्रतीक, निक्च्या मनातील सर्वकष निराशेचं कारण पुन्हा पुन्हा आमच्या दाराशी उगवणं.

"ती कशा अर्थानं वाईट म्हणतेस?" मी विचारते.

ती खांदे उडवते. टीव्हीवर एअरफ्रेशनरची जाहिरात लागते. एक बाई तो एअरफ्रेशनर उडवते आहे म्हणजे मग तिचं कुटुंब आनंदी होईल. मग एका अत्यंत पातळ अंतर्वस्त्रांची जाहिरात म्हणजे मग एखाद्या बाईला छान ड्रेस घालून नृत्याला जाता येईल, मग तिला तो पुरुष भेटेल ज्याच्यासाठी ती एअरफ्रेशनर उडवेल.

"कळतंच ना ते," ग्रेटा म्हणते. "ती एखाद्या वैतागलेल्या श्रीमंत खडूस बाईसारखी वाटते. त्या असतात ना श्रीमंत भवान्या ज्या त्यांच्या नवऱ्याचे पैसे वापरून काय तर कपकेक कंपनी किंवा कार्डशॉपी किंवा असलंच काहीतरी सुरू

करतात. बटीक्स.''

न्यू यॉर्कमध्ये माझ्या मैत्रिणी आहेत, ज्यांचे अशातऱ्हेचे व्यवसाय आहेत– त्यांना सांगायला आवडतं की त्या काम करतात; पण खरोखर त्या काय करतात तर मजा : कपकेकची नावं ठरवा, स्टेशनरी मागावून घ्या, स्वतःच्याच दुकानातले छान छान कपडे घाला.

''ती तसलीच आहे. नक्कीच.'' ग्रेटा म्हणाली. ''श्रीमंत आगाऊ टवळी.''

ग्रेटा उठून बाथरूमकडे गेली, आणि मी अगदी हलक्या पावलानं तिच्या स्वयंपाकघरात गेले, तिचा फ्रिज उघडला आणि तिच्या दुधात थुंकले, तिच्या संत्र्याच्या रसात आणि एका बटाट्याच्या सॅलडचं भांडं होतं त्यातसुद्धा, आणि मग हलक्या पावलांनी बाहेर येऊन बसले.

पाण्याचा आवाज. ग्रेटा परत येते. ''मला म्हणायचंय, म्हणजे या सगळ्याचा अर्थ असा नाही की त्यानं तिला मारून टाकावं. ती आणखी एक बाई आहे, जिने नवरा निवडताना चूक केली.''

ती थेट माझ्याकडेच बघते आहे, मी वाट बघते ती आता म्हणेल, ''हे, एक मिनिट थांब...''

पण ती परत टीव्हीकडे वळते, ती आता एखाद्या छोट्या बाळासारखी पोटावर लोळते आहे, हात हनुवटीखाली आणि चेहरा माझ्या टीव्हीवरच्या प्रतिमेकडे.

''ओह! हे बघ.'' ग्रेटा म्हणते. ''लोकं त्या माणसाचा तिरस्कार करताहेत.''

कार्यक्रम पुढे सुरू राहतो, मला आता जरा बरं वाटतंय. हा ॲमीचा परमोत्कर्ष आहे.

कॅम्पबेल मॅकिंनटोश माझ्या लहानपणीपासूनची मैत्रीण : 'ॲमी अगदी सगळ्यांची काळजी घेणारी लाघवी बाई आहे. गृहिणी असणं तिला मनापासून भावलं होतं आणि मला खात्री आहे की ती एक चांगली आई झाली असती; पण निक्– निक्कडे बघून तुम्हाला लक्षात येतंय की काहीतरी चुकतंय. भावनाहीन आणि अलिप्त आणि पक्का धूर्त – तुम्हाला त्याच्याकडे बघून वाटलंच पाहिजे की ॲमीकडे किती पैसे आहेत हे त्याला नक्की माहिती असणार.'

(कॅम्पबेल खोटं बोलतेय : निक्च्या समोर ती फार लाडात यायची. तिला तो फार म्हणजे फारच आवडायचा; पण मला खात्री आहे की त्यानं माझ्याशी फक्त पैशांसाठी लग्न केलं असणार, ही कल्पनाच तिला फार आवडली असणार.)

शॉना केली, उत्तर कार्थेजची रहिवासी : ''मला एक गोष्ट अतिशय चमत्कारिक वाटली की त्याच्या बायकोच्या शोधकार्याच्या वेळी तो किती बेफिकीर होता. तो नुसता गप्पा मारत वेळ घालवत होता. माझ्यासारख्या अनोळखी बाईशी चेष्टामस्करी करणं. मी आपला ॲमीचा विषय काढायचा प्रयत्न करत होते; पण त्याला त्यात

काही रसच नव्हता.''

(मला पक्कं ठाऊक आहे की या रांडेनं मुळीच माझ्याकडे बोलणं वळवण्याचा प्रयत्न केला नसणार.)

स्टीवन 'स्टक्स' बक्ले, निक् डनूचा जुना मित्र : ''ती फार गोड होती. प्रेमळ. आणि निक्? त्याला ती बेपत्ता झाल्याची फार काळजी वाटलेली दिसत नव्हती. तो मुलगा कायम तसाच होता : आत्मकेंद्रित. जरासा सटकलेला. जसं काही त्यानं न्यू यॉर्कमध्ये डबोलं कमावलं होतं आणि म्हणून आम्ही सगळ्यांनी त्याच्यासमोर झुकायला हवं.''

(मला त्या स्टक्स बक्लेची चीडच येते. असंही काय नाव आहे का हे?)

नोएली हॉथोर्न, तिनं नुकतेच केस रंगवल्यासारखी दिसत्येय. ''मला वाटतं त्यानं तिला ठार केलं असावं. कोणीच बोलणार नाही असं; पण मी मात्र बोलेन. त्यानं तिचा छळ केला, तिला त्रास दिला आणि शेवटी ठार मारलं.''

(शहाणी कुत्री)

ग्रेटानं तिरक्या नजरेनं माझ्याकडे पाहिलं, तिचे गाल तिच्या हाताखाली दबलेले, तिचा चेहरा टीव्हीच्या प्रकाशात चमकत होता.

''मला ते खरं नसेल अशी आशा आहे,'' ती म्हणते. ''म्हणजे त्यानं मारलं असावं ते. कदाचित ती नुसतीच नाहीशी झाली असावी, ती त्याच्यापासून लांब पळून गेली असावी आणि कुठेतरी सुरक्षित लपून राहिली असावी, ही कल्पना जास्त चांगली वाटते नाही?''

एखाद्या आळसटलेल्या पोहोणाऱ्यासारखी ती पाय मागे-पुढे हलवते. मला कळत नाहीये की तिला शंका तर आली नसेल ना?

निक् डन्

आठ दिवसांनंतर...

आम्ही माझ्या वडिलांच्या घराचा कानाकोपरा पिंजून काढला, अर्थात त्याला फार वेळ लागला नाही; कारण ते जवळपास रिकामंच आहे. फळ्या, कपाट, मी तर गालिच्याची टोकंपण उचकली, हे पाहण्याकरता की ती निघताहेत का. मी त्यांच्या वॉशिंग मशिन आणि ड्रायरमध्ये पण डोकावून पाहिलं. चिमणीत हात घालून पाहिला. अगदी संडासाच्या टाकीमागेपण पाहिलं.

"अगदी 'गॉडफादर' मधल्यासारखं चाललंय." 'गो' म्हणाली.

"जर ते 'गॉडफादर'सारखं असतं तर आपण जे शोधतोय ते आपल्याला एव्हाना मिळालं असतं आणि आपण गोळ्या झाडतच बाहेर आलो असतो."

टॅनर माझ्या वडिलांच्या बैठकीच्या खोलीच्या मध्यभागी उभा राहून त्याच्या हिरवट पिवळट टायचं टोक खेचत होता. 'गो' आणि मी धूळ आणि घाणीनं माखलो होतो; पण टॅनरचा पांढरा कोट असा चमकत होता जणू त्याच्यावर न्यू यॉर्कच्या प्रसिद्धीची चमक अजून टिकून असावी. तो कपाटाच्या एका कोपऱ्याकडे टक लावून पाहत होता, ओठ दाताखाली धरून, टाय खेचत विचार करत होता. या माणसानं असं दिसण्याकरता किती वर्षं खर्च केली असतील कोणास ठाऊक : सगळे गप्प बसा, मी विचार करतोय असा चेहरा.

"मला हे आवडत नाहीये." शेवटी एकदाची त्याने बोलायला सुरुवात केली. "इथे कितीतरी अशा गोष्टी आहेत ज्या भलतीकडे वाहवत चाललेल्या आहेत. तो गुंता जोपर्यंत सुटत नाही तोवर मी अजिबात पोलिसांकडे जाणार नाही. पहिल्यांदा माझ्या मनात काय आलं असेल तर आपण दोन पावलं पुढे असायला हवं. त्या खोपटातल्या सामानाबद्दल आपण पकडलं जाण्यापूर्वीच पोलिसांना कळवायला हवं; पण आपल्याला इथे काय सापडणं ॲमीला अपेक्षित आहे, हेच जर आपल्याला माहिती नाही आणि ॲन्डीच्या मनात काय चालू आहे

याचीपण आपल्याला कल्पना नाही... निक् तुला काय वाटतं काय असेल तिची मनःस्थिती?''

मी खांदे उडवले, ''संतापलेली.''

''मला या गोष्टीनं फार अस्वस्थ व्हायला होतं आहे. आपण फार अडचणीच्या परिस्थितीत अडकलो आहोत. आपल्याला पोलिसांना त्या लाकडी खोपटाबद्दल सांगायला हवं. आपण जे सापडलंय त्याच्या फायदा घेऊन दोन पावलं पुढे जायला हवं. पण आपण असं केलं की काय घडू शकेल ते मला तुला सांगायला हवं. आणि जे घडेल ते असं. ते 'गो' च्या मागे लागतील. दोनपैकी एक पर्याय निवडतील : 'गो' तुझी साथीदार आहे आणि हे सगळे सामान तिच्या जागेत लपवायला तिनं तुला मदत केली आणि शक्यता अशी आहे की तू ॲमीला मारलंस हे तिला माहिती आहे.''

''चल, तू चेष्टा करतोयस माझी.'' मी म्हटलं.

''निक्, हे स्पष्टीकरण असेल तर आपण सुदैवी म्हणायला हवं,'' टॅनर म्हणाला. ''त्यांना जसा पाहिजे तसा ते या सगळ्यांचा अर्थ लावू शकतात. आता हे बघ : खरी गोष्ट ही की 'गो'नंच तुझी ओळख चोरली, तिनंच तुझ्या नावावर ती क्रेडिट कार्ड्स घेतली. तिनंच ते सगळं सामान खरेदी केलं. हे सगळं ॲमीच्या लक्षात आलं आणि तिनं जाब विचारला. 'गो'नं ॲमीला मारलं.''

''असं असेल तर मग आपणच पहिलं पाऊल उचलू,'' मी म्हणालो. ''आपण त्यांना त्या खोपटाबद्दल सांगू आणि त्यांना सांगू की ॲमी मला या सगळ्यात अडकवते आहे.''

''मला वाटतं ही कल्पना फारशी चांगली नाही आणि आत्ता म्हणशील तर ॲन्डी आपल्या बाजूनं नाही हे आणखीनच वाईट आहे; कारण मग आपल्याला ॲन्डीबद्दलही सांगावं लागेल.''

''का?''

''कारण तू जर ॲमी तुला अडकवते आहे या तुझ्या कहाणीनिशी पोलिसांकडे गेलास –''

''तू सारखं माझी कहाणी असं का म्हणतोस, जणू काही मी ती मनानं रचली असावी?''

''हा. चांगला मुद्दा आहे. जर आपण पोलिसांना सांगितलं, की ॲमी तुला अडकवते आहे तर ती 'का' अडकवते आहे हेही सांगावं लागेल. का? : कारण तिला समजलं की तुला एक तरुण आणि सुंदर अशी मैत्रीण आहे.''

''हे सांगावंच लागेल का त्यांना?'' मी विचारलं.

''ॲमीनं तिच्याच खुनाच्या आरोपात तुला अडकवलं कारण... ती... काय,

कंटाळली होती?''

मी ओठावरून जीभ फिरवली.

''आपल्याला त्यांना ॲमीचा हेतू सांगायलाच हवा, नाहीतर काही उपयोग नाही. पण प्रश्न असा आहे की जर आपण ॲन्डीला अशी त्यांच्या पुढ्यात नेऊन ठेवली आणि जर का त्यांनी तुझ्या सांगण्यावर विश्वास ठेवला नाही तर मग आपण त्यांना ॲमीच्या खुनामागचा तुझा हेतू पुरवल्यासारखं होईल. आर्थिक समस्या आहेत, गरोदर बायको आहे. मैत्रीण बरोबर. खुनामागच्या कारणाची त्रिसूत्री आहे ही. मरशील तू. बायका खोऱ्यानं येऊन तुला फाडून खातील.'' त्यानं फेऱ्या मारायला सुरुवात केली. ''पण जर आपण काहीच केलं नाही आणि ॲन्डीच जर आपणहोऊन त्यांच्याकडे गेली...''

''मग काय करायचं आपण?'' मी विचारलं.

''मला वाटतं की आपण आता जर पोलिसांना हे सांगितलं की ॲमी तुला अडकवते आहे तर ते हसतीलच तुला. हे फारच ठिसूळ आहे. माझा विश्वास आहे तुझ्यावर; पण ते अविश्वसनीय आहे.''

''पण ते खजिना शोधाचे क्ल्यू...'' मी म्हणालो.

''निक्, मलादेखील कळत नाहीत ते क्ल्यू,'' 'गो' म्हणाली. ''ते पूर्णपणे तू आणि ॲमी दोघांमधला खेळ आहेत. ते तुला अडचणीत आणत आहेत हे केवळ तुला वाटतंय. म्हणजे बघ ना चुरगळलेली जीन्स आणि टोपी म्हणजे हानिबाल?''

''छोटंसं तपकिरी घर म्हणजे तुझ्या वडिलांचं घर, जे प्रत्यक्षात निळं आहे,'' टॅनरनं 'गो'च्या म्हणण्याला दुजोरा दिला.

मला टॅनरच्या मनातला संशय जाणवत होता. मला खरोखरच त्याला ॲमीचा स्वभाव समजावून द्यायला हवा. तिचा खोटेपणा, तिचा खुनशीपणा, तिचा जशास तसं देणारा स्वभाव, मला माझ्या म्हणण्याला पाठिंबा देणाऱ्या लोकांची नितांत गरज होती की माझी बायको अमेझिंग ॲमी नसून, अवेंजिंग (सूड घेणारी) ॲमी आहे.

''आज आपल्याला ॲन्डीला भेटता येतं का ते पाहू.'' टॅनरनं म्हटलं.

''पण थांबण्यात धोका आहे, नाही का?'' 'गो'नं विचारलं.

टॅनर मान डोलवत म्हणाला, ''धोका तर आहेच. आपल्याला भराभर हालचाली करायला लागतील. जर आणखी कोणता पुरावा उद्भवलाच, जर पोलिसांनी ते खोपटं बघण्यासाठी सर्च वॉरन्ट काढलं किंवा ॲन्डी पोलिसात गेली –''

''ती नाही जाणार.'' मी म्हटलं.

''ती तुला चावली निक्.''

''ती नाही जाणार. आता चिडलेली असू दे ती, पण ती... मला नाही वाटत

ती माझ्या बाबतीत असं वागेल. तिला माहीत आहे की मी निर्दोष आहे.''

''निक् तू म्हणालास की ज्या सकाळी ॲमी बेपत्ता झाली, त्या दिवशी तू एक तासभर तरी ॲन्डीकडे घालवलास. बरोबर?''

''हो. साडेदहापासून बारापर्यंत.''

''मग साडेसात ते दहाच्या मध्ये तू कुठे होतास?'' टॅनरनं विचारलं. ''तू म्हणालास, की तू साडेसातला घर सोडलंस, हो ना? मग तू कुठे गेलास?''

मी माझ्याच गालाचा आतला भाग दाताखाली दाबून धरला.

''तू कुठे गेला होतास निक्? मला कळायला हवं.''

''ते याच्याशी संबंधित नाही.''

''निक्!'' 'गो' खेकसली.

''मी बऱ्याचदा सकाळी जे करतो तेच केलं. मी बाहेर पडण्याचं नाटक केलं, मग मी आमच्या वसाहतीतल्या एका निर्जन भागात गेलो, आणि मी... तिथल्या एका घराच्या गॅरेजला कुलूप नाही.''

''मग?'' टॅनरने विचारलं.

''मग मी मासिक वाचलं.''

''अं, काय. पुन्हा सांग?''

''माझ्याच जुन्या मासिकाचे जुने अंक वाचतो मी.''

मला अजूनही माझ्या जुन्या मासिकाची आठवण येते. मी तिथं ते अश्लील साहित्य असल्यासारख्या त्याच्या प्रती लपवून ठेवल्या होत्या, ज्या मी गुपचूप वाचायचो. कारण मला माझी कोणी कीव करावी अशी इच्छा नव्हती.

मी मान वर करून पाहिलं तर टॅनर आणि 'गो' दोघांच्याही नजरेत माझ्याबद्दल कीव होती.

दुपारनंतर मी माझ्या घरी गेलो तेव्हा माझ्या स्वागतासाठी रस्ताभर बातमीदारांच्या गाड्या उभ्या होत्या. माझ्या पुढच्या अंगणात बातमीदारांनी डेरा टाकला होता. मला माझ्या घरापर्यंत पोचणंच मुश्किल झालं आणि नाइलाजानं गाडी घरासमोर लावावी लागली. एक खोल श्वास घेऊन मी गाडीतून स्वतःला बाहेर ढकललं. भुकेल्या पक्ष्यासारखे ते माझ्यावर तुटून पडले, फडफडत, टोच्या मारत. कळपानं कळप मोडून पुन्हा पुन्हा. निक्, ॲमी गरोदर आहे हे माहीत होतं का तुला? निक्, तुझ्याकडे तुझ्या बचावासाठी काय आहे? निक्, तू ठार केलंस का ॲमीला?

मी कसाबसा आत गेलो, आणि स्वतःला आत कोंडून घेतलं. दरवाजाच्या दोन्ही बाजूला खिडक्या होत्या. हिम्मत करून मी भराभर पडदे ओढून घेतले, सगळा वेळ कॅमेरे माझ्यावर रोखलेले होते. प्रश्न येऊन आदळत होते. निक्,

ॲमीला मारलंस का तू? पडदे ओढल्याबरोबर एखाद्या पक्ष्याला रात्रीकरता बंदिस्त करावं तसं झालं : बाहेरचे आवाज पूर्णपणे थांबले.

मी वर गेलो आणि माझी अंघोळीची तीव्र इच्छा पूर्ण करून घेतली. डोळे बंद करून मी माझ्या वडिलांच्या घरातील घाण त्या पाण्याच्या झोतात विरघळू दिली. मी जेव्हा पुन्हा डोळे उघडले, तेव्हा साबणाच्या जवळ मला ॲमीचा गुलाबी रंगाचा रेझर दिसला. एखाद्या अनिष्ट दुश्चिन्हासारखाच वाटला तो मला. माझी बायको वेडी होती. मी एका माथेफिरू बाईशी लग्न केलंय. प्रत्येक हलकट माणसाचा मंत्रच असणार हा : मी एका चक्रम बाईशी लग्न केलंय; पण मला एक त्यातल्या त्यात छोटं दुष्ट समाधान होतं : मी खरोखरच एका खात्रीशीर, खऱ्याखुऱ्या चक्रम माथेफिरू बाईशी लग्न केलंय. निक्, ही तुझी बायको : जगातली सगळ्यात महान डोकं फिरवणारी बाई. मला वाटलं होतं तितका काही हलकट नव्हतो मी. हलकट होतो, नक्कीच. पण जगातला महान हलकट नाही. प्रतारणा, ती तर एक प्रतिक्रिया होती. चक्रम बाईच्या जोखडाखालच्या पाच वर्षांची नकळत आलेली स्वसंरक्षणाची प्रतिक्रिया : अर्थात, मला एखाद्या साध्या भोळ्या, सुस्वभावी अशा मुलीचं आकर्षण वाटणं स्वाभाविक होतं. हे म्हणजे ज्यांच्या शरीरात लोहाची कमतरता असते, त्यांना मांस खाण्याची इच्छा होते तसं आहे हे.

मी अंग पुसत असताना दारावरची घंटा वाजली. मी बाथरूममधून बाहेर वाकून वार्ताहराचा आवाज ऐकायचा प्रयत्न केला. तुझा तुझ्या जावयावर विश्वास आहे का मेरीबेथ? तुम्ही आजोबा होणार हे कसं वाटतंय रॅन्ड? मेरीबेथ, तुमच्या जावयानंच तुमच्या मुलीला मारलं असावं का? काय वाटतंय तुम्हाला?

ते दोघं गंभीर चेहऱ्यानं आणि ताठ मानेनं माझ्या पुढच्या दाराशी उभे होते. बाहेर निदान एक डझनभर वार्ताहर, पापाराझ्झी होते; पण आवाज मात्र दुप्पट होता. तुझा तुझ्या जावयावर विश्वास आहे का मेरीबेथ? तुम्ही आजोबा होणार, कसं वाटतंय रॅन्ड? झुकलेल्या पापण्यांनी हॅलो पुटपुटत इलियट जोडीनं घरात प्रवेश केला आणि मी कॅमेऱ्यांच्या डोळ्यांसमोर धाडकन् दार बंद केलं. रॅन्डनं माझ्या हातावर हात ठेवला आणि मेरीबेथच्या नजरेसमोर झटकन काढून घेतला.

"सॉरी मी आंघोळ करत होतो." माझ्या केसातून अजूनही पाणी ओघळत होतं आणि माझ्या टीशर्टचे खांदे भिजवत होते. मेरीबेथचे केस तेलकट आणि कपडे चुरगळलेले होते. मला वेड लागलं असावं, तसं तिनं माझ्याकडे पाहिलं.

"टॅनर बोल्ट? बरा आहेस ना तू?" तिनं विचारलं.

"काय म्हणायचंय तुला?"

"हेच की टॅनर बोल्ट, तू बरा आहेस ना? अरे, तो फक्त अपराध्यांचं

वकीलपत्र घेतो.'' ती पुढे झुकली आणि माझी हनुवटी पकडली. ''तुझ्या गालावर काय आहे?''

''गांधी उठल्यात. ताण.'' मी तिच्यापासून दूर वळलो. ''आणि हे खरं नाही, मेरीबेथ, टॅनरबद्दल जे ऐकलं आहेस ते खरं नाही. तो त्याच्या व्यवसायातला सर्वोत्तम आहे. मला आत्ता त्याची गरज आहे आणि पोलीस – ते फक्त माझ्यावरच लक्ष ठेवून आहेत.''

''हो, ते तसंच वाटतंय खरं,'' ती म्हणाली. ''पण या चावल्याच्या खुणा वाटताहेत.''

''त्या गांधी आहेत.''

मेरीबेथनं एक भला मोठा सुस्कारा सोडला आणि वळून बैठकीच्या खोलीत शिरली. ''इथंच घडलं ना सगळं?'' तिनं विचारलं. तिच्या चेहऱ्यावर मांसाच्या वळकट्या आल्यासारख्या झाल्या होत्या. डोळ्याखाली फुगीर गाल ओघळलेले, ओठ खालच्या दिशेनं वळलेले.

''असं वाटतंय, थोडीशी काही... झटापट, स्वयंपाकघरात पण झाली असावी.''

''रक्त होतं त्यामुळे.'' मेरीबेथने ओट्टोमनला स्पर्श केला, पाहिल्यासारखं करून काही इंच उचलून बघितला आणि मग सोडून दिला. ''तू ते परत सगळं पहिल्यासारखं करून ठेवायला नको होतंस. आता असं वाटतंय, की इथं काहीच घडलं नसावं.''

''मेरीबेथ, त्याला राहायचं आहे इथे,'' रॅन्डनं म्हटलं.

''पण मला अजूनही कळत नाही कसं ते... म्हणजे बघा ना, पोलिसांना सगळं सापडलंच नसेल तर? जर का... मला माहीत नाही. मला वाटतंय की त्यांनी शोध घेणं सोडून दिलंय. त्यांनी घराकडे बघणं सोडूनच दिलंय. सगळ्यांना खुलं आहे ते.''

''त्यांना सापडलं असेल सगळं मला खात्री आहे.'' रॅन्डनं तिचा हात हळुवारपणे दाबला. ''आपण ॲमीच्या वस्तू बघू शकतो का हे विचारू या का त्याला? मग तुला जे खास वाटेल ते तू निवडू शकशील, ठीक आहे?'' त्यानं माझ्याकडे नजर टाकली. ''चालेल ना निक्? तिची एखादी वस्तू आमच्याजवळ असली तर आम्हाला बरं वाटेल.'' तो पुन्हा त्याच्या बायकोच्या दिशेनं वळला. ''तिच्या आजीनं तिच्यासाठी विणलेला निळा स्वेटर.''

''मला तो फडतूस निळा स्वेटर नको आहे, रॅन्ड.''

तिनं त्याचा हात झटकून टाकला आणि खोलीत अस्वस्थपणे फेऱ्या मारायला सुरुवात केली. एकीकडे हातानं ती वस्तू उचलत होती. तिनं पायानं ओट्टोमन ढकलायचा प्रयत्न केला. ''हा तोच ओट्टोमन आहे ना निक्?'' तिनं विचारलं.

“जो ते म्हणाले की उलटला होता; पण तसा असायला नको होता?”

“तोच हा ओट्टोमन.”

तिनं फेऱ्या थांबवून त्याला एक लाथ मारली. तो तसाच उभा होता ते तिच्या नजरेतून सुटलं नाही.

“मेरीबेथ, मला वाटतंय निक् नक्कीच दमला असणार–” रॅन्ड माझ्याकडे बघून अर्थपूर्ण हसला– “आपल्याप्रमाणेच. मला वाटतं की आपण ज्यासाठी इथं आलो ते काम पूर्ण करू या आणि—”

“मी याचकरता इथं आले आहे, रॅन्ड. कोणत्यातरी फडतूस स्वेटरकरता नाही, जो मी एखाद्या तीन वर्षांच्या मुलीसारखी छातीशी धरून झोपीन. मला माझी मुलगी हवी आहे. मला तिच्या वस्तू नको आहेत. तिच्या वस्तूंचा मला काहीच उपयोग नाही. इथं काय चाललंय ते मला निक्कडून जाणून घ्यायचं आहे. कारण या सगळ्या गोष्टी आता वेगळ्या दिशेनं जायला लागल्या आहेत. माझी अशी अवस्था– मला आयुष्यात कधी इतकं मूर्ख असल्यासारखं वाटलं नाही.” ती अचानक रडायला लागली. तिनं हातानं अश्रू पुसले, स्वतःच्या दुबळेपणाचा तिला राग येत होता. “आम्ही आमची लेक तुला दिली. तुझ्यावर विश्वास टाकला निक्, आम्हाला सत्य काय ते सांग!” तिनं माझ्या नाकासमोर आपलं थरथरतं बोट रोखलं. “हे खरं आहे का? तुला बाळ नको होतं? तुझं ॲमीवरचं प्रेम संपलं होतं? तू मारलंस का तिला?”

मला तिला एक ठेवून द्यावीशी वाटली. मेरीबेथ आणि रॅन्डनं वाढवली होती तिला. ती अक्षरशः त्यांच्या कष्टांचं फळ होती. त्यांनी तिची निर्मिती केली होती. मला, त्यांना सांगावंसं वाटलं तुमची मुलगी राक्षसी आहे; पण मी सांगू शकत नव्हतो– निदान पोलिसांना सांगेपर्यंत तरी नाही– आणि म्हणून मी स्तब्ध राहिलो, विचार करत राहिलो की आता काय बोलावं; पण दिसताना असं दिसत होतं की मी उत्तर देणं टाळतोय. “मेरीबेथ मी कधीच असं करणार नाही–”

“मी करू शकत नाही, मी करणार नाही, तेवढंच काय ते मला तुझ्या तोंडून ऐकायला मिळतं. तुला माहित्येय, मला तर आता तुझ्याकडे बघायलाही आवडत नाही. नाही आवडत. तुझं काहीतरी चुकतंय. तुझ्यात काहीतरी कमी आहे म्हणून तू असा वागतोयस. जरी नंतर तू निर्दोष आहेस असं सिद्ध झालं, तरीही तुझ्या या अशा वागण्याबद्दल मी तुला कधीही माफ करू शकणार नाही. ज्या सहजतेने तू हे सगळं प्रकरण घेतलं आहेस, की कोणालाही वाटेल की तुझी साधी छत्री हरवली असावी! तुझ्याकरता ॲमीनं ज्या ज्या गोष्टी सोडल्या, तिनं जे काही केलं, त्याचं तिला हे फळ मिळालं. तू– माझा तुझ्यावर अजिबात विश्वास नाही. मी इथे तुला हेच सांगायला आले होते. माझा तुझ्यावर विश्वास उरला

नाही, आता तर नाहीच नाही.''

तिनं हुंदके द्यायला सुरुवात केली, आणि वळून झपाट्यानं दाराबाहेर पडली. हातात कॅमेरे घेतलेले वार्ताहर तिचं चित्रीकरण करत होते. ती गाडीत जाऊन बसली, तशी दोन वार्ताहर खिडकीला जाऊन चिकटले, त्यावर थाप मारून तिला बोलतं करण्याचा प्रयत्न करायला लागले. बैठकीच्या खोलीत आम्हाला त्यांचा तिला परत परत हाका मारण्याचा आवाज येत होता. मेरीबेथ - मेरीबेथ –

रॅन्ड थांबला होता, हात खिशात, आता कोणती भूमिका घ्यावी याचा विचार करत होता. टॅनरचा आवाज, आपल्याला इलियट पती-पत्नी आपल्या बाजूनं हवे आहेत– माझ्या कानात घुमत होता.

काहीतरी बोलण्याकरता रॅन्डनं तोंड उघडलं; पण मी त्याला गप्प केलं. ''रॅन्ड मला सांग, मी काय करू?''

''मला सांग फक्त, निक्.''

''काय सांगू?''

''मला कळतंय निक्, मी विचारू नये आणि तू सांगू नये; पण मला हे माझ्या कानानं ऐकणं गरजेचं आहे. तू आमच्या मुलीला मारलं नाहीस.''

एकाच वेळी त्याच्या चेहऱ्यावर हसू आणि डोळ्यांत अश्रू होते. ''परमेश्वरा माझं डोकं ठिकाणावर नाहीये.'' रॅन्ड म्हणाला. त्याच्या चेहऱ्यावर लालसर झाक होती. ओशाळल्यामुळे आलेली, रापल्यासारखी. ''हे काय चाललंय मला काही कळतच नाहीये. काही समजत नाही!'' अजूनही त्याच्या चेहऱ्यावर स्मितहास्य होतं. एक अश्रू त्याच्या गालांवरून ओघळून शर्टाच्या कॉलरवर पडला. ''मला सांग, निक्.''

''रॅन्ड, मी ॲमीला मारलेलं नाही किंवा कोणत्याही प्रकारे इजा पोहोचवलेली नाही.'' त्याची नजर माझ्यावर खिळून होती. ''तुझा माझ्यावर विश्वास बसतो का की मी तिला कोणत्याही प्रकारे शारीरिक दुखापत केलेली नाही?''

रॅन्ड परत हसला. ''मी आता काय म्हणणार होतो माहित्येय? मी म्हणणार होतो की कशावर विश्वास ठेवायचा हेच आता मला माहीत नाही आणि मग मला वाटलं की हे माझं वाक्य नाहीये, हे कोणीतरी दुसऱ्याने बोलायचं वाक्य आहे. हे एखाद्या सिनेमात असावं तसं वाक्य आहे, मी प्रत्यक्षात बोलावं असं नाही, आणि मग क्षणभर मला असं वाटलं की मी सिनेमातच आहे की काय? मला नसायचंय या सिनेमात; पण मला माहीत आहे की मी यातून बाहेर पडू शकत नाही; पण एक क्षणभर असं वाटतं की, मी काहीतरी वेगळंच म्हणेन आणि मग हे सगळं बदलून जाईल; पण तसं होत नाही, हो ना?''

आणि जॅक रसेलसारखी मान हलवत, तो एका झटक्यात बाहेर पडून

त्याच्या बायकोच्या पाठोपाठ गाडीकडे गेला.

मला वाईट वाटण्याच्या ऐवजी मी सावध झालो. इलियट माझ्या घराच्या बाहेरही पडले नव्हते की माझ्या मनात विचार आला. आता लवकरात लवकर पोलिसांकडे जायला हवं. माझ्यावरचा विश्वास गमावल्याचं त्यांनी लोकांपर्यंत बोलून दाखवण्याच्या आधी, मला हे सिद्ध करायला हवं की माझी बायको ती जशी असल्याचं दाखवते आहे, प्रत्यक्षात ती तशी नाहीये. अमेझिंग ॲमी नव्हे तर अव्हेंजिंग ॲमी. मला टॉमी ओ'हाराची आठवण झाली. तोच तो माणूस ज्यानं तीन वेळा फोन केला होता, ज्याच्यावर ॲमीनं बलात्काराचा आरोप केला होता. टॅनरनं त्याची थोडी माहिती जमा केली होती. त्याच्या नावावरून मी जे चित्र उभं केलं होतं तसला मर्दानी आयरिश मनुष्य नाही किंवा एखादा जवान किंवा पोलीस ही नाही. तो ब्रुकलीनहून चालवल्या जाणाऱ्या एका बऱ्याशा अशा विनोदी वेबसाईटकरता लिहायचा. त्याचा त्यावरचा फोटो एकदम साधा होता. त्यात तो हडकुळा, गडद फ्रेमचा चश्मा, दाट काळे केस असलेला, तिरकस हसणारा आणि बिन्गोज नावाच्या कोणत्यातरी बॅन्डचा टीशर्ट घातलेला असा होता.

पहिल्या रिंगलाच त्यानं फोन उचलला "याह?"

"मी निक् डन् बोलतोय. तुम्ही मला माझ्या बायकोच्या संदर्भात फोन केला होतात. ॲमी इलियट. मला बोलायचं होतं तुमच्याशी."

मला पलीकडे शांतता जाणवली. मला वाटलं तो हिलरी हॅन्डीसारखा फोन ठेवून देणार आता.

"मला दहा मिनिटांनी पुन्हा फोन करा."

मी केला. मागून येणारे आवाज एका बारमधले होते, मला पिणाऱ्यांचं हलक्या आवाजातलं बोलणं, बर्फाच्या तुकड्यांची किणकिण, लोकांचे पेय मागवताना किंवा मित्रांना हाकारतानाचे जरा विचित्रसे आवाज, हे सगळं माझ्या चांगलंच परिचयाचं होतं. माझ्या स्वतःच्या बारची ओढ क्षणभर असोशीनं दाटून आली.

"फोन केल्याबद्दल धन्यवाद," तो म्हणाला. "पण मला बारमध्ये येणं गरजेचं होतं. हे बोलणं असं आहे जे स्कॉचशिवाय पूर्ण होऊ शकत नाही." त्याचा आवाज हळू हळू जवळून आणि जड यायला लागला होता. मला तो हातात ग्लास घेऊन फोन अगदी तोंडाजवळ धरलेला डोळ्यांसमोर आला.

"तर, मला तुझा निरोप मिळाला," मी म्हटलं.

"हो. ती अजूनही बेपत्ताच आहे ना, ॲमी?"

'हो."

"मी विचारू शकतो का की तुझा काय तर्क आहे, तिचं काय झालं

असावं?'' त्यानं विचारलं.

मरो सगळं. मला आत्ता एका ड्रिंकची गरज होती. मी आमच्या स्वयंपाकघरात गेलो– माझ्या बारच्या खालोखाल माझी आवडती जागा– आणि स्वतःसाठी एक ड्रिंक ओतून घेतलं. मी जरा माझ्या पिण्याची काळजी घेण्याचा प्रयत्न करत होतो. पण हे इतकं बरं वाटत होतं : स्कॉचचा ठसका, अंधारी खोली आणि बाहेर अडवलेलं डोळे दिपवणारं ऊन.

''तुम्ही मला का फोन केला होता?'' मी त्याला उलट विचारलं.

''मी बातम्यांवर लक्ष ठेवून आहे,'' तो म्हणाला. ''तू खलास झालायस.''

''हो झालोय. मला तुमच्याशी बोलायचं होतं कारण मला वाटलं– म्हणजे तुम्ही माझ्याशी संपर्क साधणं हे विशेष आहे ना. विशेषतः बलात्काराच्या आरोपानंतर.''

''ओह! तुला माहीत आहे तर ते.'' तो म्हणाला.

''मला इतकंच माहीत आहे की एक बलात्काराचा आरोप होता, पण तू तसं केलंच असशील असं मला वाटत नाही. तुला काय म्हणायचं आहे ते मला ऐकायचंय.''

''हं.'' मला त्यानं स्कॉचचाच घोट घेतलेला ऐकू आला, गिळला, बर्फाचे तुकडे फिरवण्याचा आवाज. ''एका रात्री बातम्यांमध्ये ती गोष्ट पाहिली मी. तुझी आणि ॲमीची गोष्ट. मी बिछान्यात लोळत थायफूड खात होतो. मला कशाचं देणंघेणं नव्हतं; पण माझं टाळकंच सटकलं. 'ती' इतक्या वर्षांनंतर.'' त्यानं बारवरच्या माणसाला आणखी एका ग्लासची ऑर्डर दिली. ''त्यामुळे माझ्या वकिलांनी सांगितलं की मी अजिबात तुझ्याशी बोलायचं नाही पण... काय बोलू मी? मी जरा अतिच चांगला आहे ना. मला तुला असं तडफडताना बघवेना. देवा, या बारमध्ये सिगारेट ओढायला परवानगी असायला हवी होती. हे स्कॉच आणि सिगारेटबरोबरचं बोलणं आहे.''

''मला सांग सगळं,'' मी म्हटलं. ''हल्ल्याच्या आणि बलात्काराच्या आरोपाबद्दल.''

''मी तुला म्हटलं ना, अरे, मी सगळं प्रसारण बघतोय, प्रसारमाध्यमं तुझ्यावर चिखलफेक करताहेत म्हणजे 'तूच' तो माणूस आहेस. म्हणून खरंतर मी तुझ्याशी संबंध ठेवायला नको– मला त्या मुलीचा परत माझ्या आयुष्याशी संबंध यायला नको आहे. अगदी दुरूनही नको. पण शी! पण जर मला अशी कोणी मदत केली असती तर?''

''मला मदत कर,'' मी म्हटलं.

''पहिली गोष्ट म्हणजे तिने सगळे आरोप मागं घेतले. तुला ठाऊक आहे ना ते?''

"मला माहीत आहे. पण तू केलं होतंस का ते?"

"मर जा. अर्थात नाही. 'तू' केलं आहेस का?"

"नाही."

"मग."

टॉमीनं परत स्कॉच मागवली. "मी तुला एक विचारतो : तुमचा संसार कसा चालला होता? ॲमी आनंदात होती?"

मी गप्प राहिलो.

"तू उत्तर नाही दिलंस तरी चालेल, पण माझा तर्क आहे की नाही. ॲमी खूश नव्हती. जे काही कारण असेल ते. मी विचारणारही नाही. मला अंदाज आहे; पण मी विचारणार नाही; पण मला माहीत आहे की तुला ही गोष्ट एव्हाना कळली असेलच की ॲमी जेव्हा आनंदात नसते, तेव्हा ती देव असल्यासारखी वागते. जुन्या करारातल्या देवासारखी."

"म्हणजे?"

"ती शिक्षा करते," टॉमी म्हणाला. "कठोर." फोनमधून त्याचं हसणं ऐकू आलं. "म्हणजे मलाच बघ ना," तो म्हणाला. "मी एखाद्या पुरुषी बलात्कारी माणसासारखा दिसत नाही. मी एखाद्या बावळट निरुपद्रवी माणसासारखा दिसतो. मी तसाच आहे निरुपद्रवी. अरे गातानासुद्धा मी साधी 'सिस्टर ख्रिश्चन'सारखी गाणी गातो. 'गॉडफादर II' बघताना मला रडायला येतं. प्रत्येक वेळी." एक घोट घेतल्यावर तो जरासा ठसकला. त्याला जरा मोकळं करायला हवं.

"फ्रेडो*?" मी विचारलं.

"हो फ्रेडोच. गरीब बिचारा फ्रेडो."

"तुडवला गेलेला."

बहुतेक पुरुष हे आपलं म्हणणं दुसऱ्याला समजावण्याकरता एखाद्या खेळाच्या भाषेत उदाहरणांचा वापर करतात.

आम्हाला दोघांनाही ही गोष्ट माहीत होती आणि ही गोष्ट माहिती आहे यामुळे एकमेकांचा अंदाज घेण्यासाठी फालतू गप्पा मारण्याचं एक मोठंच काम वाचलं होतं.

त्यानं आणखी एक ड्रिंक मागवलं. "हे सगळं इतकं चमत्कारिक आहे."

"माहीत आहे."

"तू हे सगळं टेप वगैरे नाही ना करून घेतेस?" कोणी ऐकत नाहीये ना हे सगळं? मला नको आहे ते."

---

* फ्रेडो : गॉडफादर सिनेमामधील एक पात्र.

"नाही आपणच फक्त. मलाही तुझ्यासारखंच वाटतंय."

"मी ॲमीला एका पार्टीत भेटलो– या गोष्टीला साधारण सात वर्षं झाली असतील– ती इतकी छान होती. एकदम विनोदी आणि चमत्कारिक आणि विचित्र आणि... मस्त. आमचं एकदम जमलंच आणि माझं तसं फारसं जमत नाही कुणाशीच पटकन, निदान ॲमीसारख्या दिसणाऱ्या मुलींशी तर नाहीच नाही. त्यामुळे मला वाटतं... म्हणजे मला वाटलं पहिल्यांदा की मला च्युत्या बनवलं जातंय. काय लोच्या आहे कळत नाही आणि मग आम्ही एकमेकांबरोबर फिरायला सुरुवात करतो. काही महिने आम्ही एकत्र फिरतो, दोन, तीन महिने आणि मग मला त्यातली गोम लक्षात येते : मला वाटते आहे तशी ही मुलगी नाहीच आहे. ती विनोदी गोष्टी बोलू शकते; पण तिला विनोदी गोष्टी आवडत नाहीत. म्हणजे ती हसणार तरी नाही निदान. खरंतर मीही त्यावर हसू नये किंवा विनोदी काही बोलू नये अशीच तिची अपेक्षा असते. म्हणजे, मला कळतच नाही की मुळात ती माझ्याबरोबर जोडलीच कशी गेली? कारण एक गोष्ट तर स्पष्ट होती, की मुळात तिला मी आवडतच नव्हतो. तुला कळतंय ना, मी काय म्हणातोय?"

मी मान डोलावली आणि स्कॉचचा एक घोट घेतला, "हो कळतंय."

"म्हणून मग मी न भेटण्याकरता सबबी शोधायला सुरुवात करायला लागलो. मी ते तोडून टाकलं नाही थेट, कारण मी मूर्ख होतो आणि ती सुंदर. मला आशा वाटत होती कदाचित, की परिस्थिती बदलेल. पण तुला सांगतो, मी जरा जास्तच वेळा सबबी सांगत होतो : मी कामात अडकलोय, मला काम वेळेत पूर्ण करायचंय, माझा मित्र आलाय मला भेटायला, माझं माकडच आजारी आहे, एक ना दोन हजार सबबी आणि मग मला एक दुसरी मुलगी भेटली. आमच्यात विशेष काही नव्हतं, एकदम सहज म्हणजे असं मला वाटतं; पण हे ॲमीला कळलं– कसं ते मला आजही माहीत नाही. कदाचित ती माझ्या घरावर पाळतही ठेवत असेल, काय माहीत; पण... शी!"

"एक घोट घे."

आम्ही दोघंही एक घोट घेतो.

"एका रात्री ॲमी माझ्या घरी आली– मला ही दुसरी मुलगी भेटल्याला एक महिना झाला असेल– आणि ॲमी आली आणि ती सुरुवातीला जशी होती तशीच आता वागत होती : मला आवडणारी एक विनोदी अशी डीव्हीडी तिनं आणली होती आणि बर्गर्स. आम्ही डीव्हीडी बघायला बसलो. तिनं तिचे पाय माझ्या पायावर ठेवले आणि मला बिलगून बसली होती. मला माफ कर... तुझी बायको आहे ती. तर मला म्हणायचंय हे की मला उत्तेजित कसं करायचं ते तिला

नक्कीच कळत होतं. आणि मग आम्ही...''

''तुमच्यात सेक्स घडून आला.''

''संमतीपूर्ण संभोग. हो. मग ती निघून गेली. सगळं छान होतं. दारापाशी शेवटचं चुंबन वगैरे सगळी नौटंकी पूर्ण झाली.''

''मग काय?''

''मग काय, दोन पोलीस माझ्या दाराशी आले. त्यांनी ॲमीची बलात्काराची तपासणी केली होती आणि तिच्या शरीरावर 'जबरी बलात्कारसदृश जखमा होत्या. आणि तिच्या मनगटावर आवळल्याच्या खुणा होत्या आणि जेव्हा त्यांनी माझ्या घराची झडती घेतली, तेव्हा त्यांना माझ्या बिछान्यात डोक्याच्या बाजूला गादीखाली अडकलेले दोन टाय सापडले, आपण गळ्यात बांधतो तसे आणि ते टाय, त्यांच्या शब्दात, 'आवळल्याच्या खुणांशी मिळतेजुळते' आहेत.''

''तू बांधलं होतंस का तिला?''

''छे, तो संभोग, इतका काही... इतका, तसा नव्हताच. मी इतका बेसावध होतो. मी उठून बाथरुमला वगैरे गेलो असणार, तेव्हा कधीतरी तिनं ते बांधले असणार. म्हणजे बघ ना, मी इतक्या भयंकर लफड्यात अडकलो होतो. खरोखर वाईट परिस्थिती होती माझी. आणि मग अचानक तिने सगळे आरोप मागे घेतले. दोन आठवड्यांनंतर मला एक निनावी चिठ्ठी मिळाली, टाइप केलेली. त्यात म्हटलं होतं. पुढच्या वेळी कदाचित तू आणखी एकदा विचार करशील.''

''आणि मग ती तुला नंतर कधीच भेटली नाही?''

''नंतर कधीच नाही.''

''आणि तू मग तिच्याविरुद्ध तक्रार वगैरे काहीच केलं नाहीस?''

''अं नाही. नाहीच. ती निघून गेली हेच खूप होतं माझ्यासाठी. मग गेल्या आठवड्यात मी माझ्या बिछान्यात पडून माझं जेवण जेवत होतो आणि ॲमीची बातमी बघत होतो आणि तुझी. परिपूर्ण पत्नी, लग्नाचा वाढदिवस, मृतदेह मिळाला नाही, जाम लोच्या. मी खरं सांगतो, मला घामच फुटला. माझ्या मनात विचार आला. हे नक्कीच ॲमीचं काम. ती आता खुनाच्या आरोपापर्यंत पोहोचली आहे. देवा परमेश्वरा. मी खरंच सांगतो तुला, मी पैजेवर सांगतो, की तुझ्यासाठी तिनं जे काही वाढून ठेवलेलं आहे, त्यातून तुला सुटणं अशक्य आहे. तुला जिवाच्या भीतीनं राहायला हवं.

ॲमी इलियट डन्

आठ दिवसांनंतर...

बम्पर बोटींमुळे मी ओली झाले आहे. आम्हाला पाच डॉलर्समध्ये मिळणाऱ्या वेळापेक्षा जास्त वेळ मिळाला- कारण उन्हानं बधिर झालेल्या त्या दोन किशोरवयीन मुलींना आम्हाला पाण्यातून ओढून काढण्यापेक्षा सवंग मासिक वाचण्यात आणि सिगारेटी फुंकण्यात जास्त रस होता. त्यामुळे गवत छाटणी यंत्राची मोटर बसवलेल्या आमच्या 'जहाजांवर' आम्ही तब्बल तीस मिनिटं काढली. एकमेकांना धक्के देत, वेडीवाकडी वळणं घेत, शेवटी आम्हाला कंटाळा आला आणि आम्ही आपले आपणच बाहेर पडलो.

ग्रेटा, जेफ आणि मी, विचित्र जागेतला चमत्कारिक गट. ग्रेटा आणि जेफ आता चांगले मित्र झालेत; एकाच दिवसात. इथं असंच करतात लोकं, कारण इथं करण्यासारखं दुसरं काहीच नाही. मला वाटतं ग्रेटा अंदाज घेत असावी, की जेफला तिचा पुढचा अनर्थकारक जोडीदार बनवावा का? जेफला आवडेल ते. तो तिला झुकतं माप देतो. सध्यातरी, तीच माझ्यापेक्षा सुंदर आहे. निदान इथेतरी. बाजारू सुंदरता. तिनं बिकिनी टॉप आणि जीन्सची शॉर्ट्स घातली आहे आणि मागच्या खिशात एक जास्तीचा पांढरा शर्ट खोचलेला आहे, म्हणजे जेव्हा तिला दुकानात जायचं असेल तेव्हा घालता येईल, (टीशर्ट, लाकडी कोरीव वस्तू, सजावटीचे दगड) किंवा रेस्टॉरंटमध्ये जाताना (बर्गर बार्बेक्यू, टॅफी). तिला खरंतर आमचे जुन्या पश्चिमी पद्धतीचे फोटो काढून घ्यायचे होते; पण ते होणं नाही, कारण मला असले खेडवळ तलावाच्या काठचे फोटो नकोत, याखेरीज इतरही कारणं आहेत.

शेवटी एका जीर्णशीर्ण अशा छोट्याशा गोल्फ कोर्सवर काही राऊंड खेळल्यावर आमचा समझोता होतो. कुठे कुठे नकली गवत उखडून टाकलेलं आहे. कधी काळी यांत्रिकपणे हलणाऱ्या सुसरी आणि पवनचक्क्या आता स्तब्ध आहेत. मग

जेफच तो मान मिळवतो, तो त्या पवनचक्क्या फिरवतो, सुसरींचे जबडे उघडमीट करतो, तिथली काही गोल्फची भोकं खेळण्याच्या पलीकडच्या अवस्थेत होती– एखाद्या गालिच्यासारखं गवत गुंडाळलं गेलं होतं. शेतघर कोसळलेलं होतं. त्यामुळे आम्ही विचार न करता त्या गोल्फच्या मैदानावर भटकत होतो. कोणी स्कोअरसुद्धा नोंदवत नव्हतं.

जुनी ॲमी असती तर या सगळ्यामुळे जाम वैतागली असती. या सगळ्याचा निरर्थकपणा, अस्ताव्यस्तपणा... पण मी आता वाहवत जायला शिकते आहे आणि आता मी ते जास्त चांगलं करू शकते. हेतूशून्यतेत मी आता चांगलीच तरबेज झाले आहे. मी निरुद्योगी मुलींमधली प्रमुख, निराश, मन मारून राहणाऱ्या मुलांच्या टोळीची मुख्य मुलगी आहे, जी या एकाकी मनोरंजनाच्या पट्ट्यातून बेधडक धावत आहेत, आमच्यातला प्रत्येक जण आपल्या प्रिय व्यक्तीकडून झालेल्या विश्वासघातानं दुखावला गेलेला आहे. माझं जेफकडे लक्ष गेलं. (बायकोकडून फसवला गेलेला, घटस्फोटित, मुलांच्या संगोपनात गुंतागुंतीची व्यवस्था असणारा) आम्ही एका लव्हटेस्टर नावाच्या उपकरणाजवळून (धातूचा दांडा पकडून दाबा आणि तापमान 'नुसतंच लफडं' इथून ते 'जिवाचा जिवलग' इथपर्यंत वाढताना बघा. किती चमत्कारिक समीकरण आहे हे– ते बघून मला बिचारी फटकारली गेलेली ग्रेटाच डोळ्यांसमोर येते, जी बऱ्याचदा तिच्या छातीवरच्या घावावर अंगठा दाबते. जणू ती खूण म्हणजे एखादं बटण असावं, दाबता येऊ शकेल असं) जात असताना त्याच्या कपाळावर आठ्या होत्या.

"आता तुझी पाळी." ग्रेटा म्हणते. ती तिचा चेंडू तिच्या शॉर्ट्स वर घासून पुसते. दोन वेळा तरी ती त्या डबक्यातला पाण्यात जाऊन आलीये.

मी माझ्या जागेवर येते, एकदा-दोनदा चुळबुळ करते आणि माझा चकचकीत लाल बॉल सरळ पक्ष्याच्या घराच्या आकाराच्या भोकातून ढकलते. एक क्षणभर तो त्यात दिसेनासा होतो आणि मग परत एका नळकांड्यातून बाहेर येऊन भोकात जातो. जातो, येतो. चिंतेची एक लाट माझ्या मनावर येऊन आदळते– प्रत्येक गोष्ट कधी ना कधीतरी उघडकीला येतेच, मीसुद्धा. मला काळजी वाटते, कारण मला वाटतंय, की माझ्या ठरवलेल्या बेतात बदल झालाय.

आजपर्यंत मी फक्त दोनदाच माझ्या ठरलेल्या बेतात बदल केलाय. पहिल्यांदा बंदूक घ्यायच्या वेळी. मी बंदूक घेणार होते आणि बेपत्ता होण्याच्या सकाळी मी स्वतःवरच गोळी झाडून घेणार होते. म्हणजे धोकादायक काही नाही : पोटरीतून किंवा मनगटातून. मग मी ती झाडलेली गोळी त्यावरच्या रक्त-मांसासकट तशीच ठेवून गेले असते. झटापट झाली! ॲमीवर गोळी झाडली गेली! पण मग माझ्या ध्यानात आलं की माझ्यासाठीसुद्धा हे जरा अतिच होतंय. एकतर ते कित्येक

आठवडे दुखत राहणार आणि मला अजिबात दुखलेलं आवडत नाही; (माझा कापलेला हात बरा आहे आता.) पण मला अजूनही ती बंदुकीची कल्पना आवडते. एक चांगलं वळण होतं ते कहाणीतलं. ॲमीला गोळी मारली याच्याऐवजी ॲमी घाबरली होती. त्यामुळे सगळी तयारी करून मी व्हॅलण्टाइन डेच्या दिवशी मॉलमध्ये गेले, जेणेकरून मी लक्षात राहीन. मला मिळाली नाही बंदूक; पण त्या बदललेल्या बेतानं फारसा काही फरक पडला नाही.

दुसरा जो बदल आहे तो मात्र जरा जास्त महत्त्वाचा आहे. आता मी ठरवलंय, की मी मरणार नाही.

माझ्याकडे स्वतःला मारून टाकण्याची धमक निश्चितच आहे, पण मी अन्याय सहन करू शकत नाही. मलाच मरावं लागणार हे बरोबर नाही, म्हणजे खरंखुरं मरण. मला नाही मरायचंय. मी तर काहीच चुकीचं वागलेली नाही.

पण आत्ता प्रश्न आहे तो पैशांचा. किती हास्यास्पद आहे ही गोष्ट, की सगळं सोडून मला पैशांचा प्रश्न उद्‌भवावा; पण माझ्याकडे आत्ता या क्षणाला एक ठरावीकच रक्कम आहे– $९,१३२. आणि मला अजून पैसे लागतील. आज सकाळी मी डोरोथीबरोबर गप्पा मारायला गेले होते, नेहमीप्रमाणे हातात रुमाल घेतलेला होता म्हणजे बोटांचे ठसे उमटायला नकोत. (मी तिला सांगितलं तो माझ्या आजीचा आहे– मी पूर्वीची संपत्ती लयाला गेल्याचं एक अस्पष्ट चित्र तिच्यापुढे उभं केलंय.) मी तिच्या टेबलावर रेलून उभी असताना अगदी तपशिलात शिरून तिला कुठलंसं रक्त पातळ करणारं औषध कसं परवडत नाही, ते सांगत होते– ही बाई म्हणजे नाकारलेल्या औषधांचा एक विश्वकोशच आहे– आणि मग नुसता परिस्थितीचा अंदाज घेण्याकरता म्हणून मी एक खडा टाकून बघितला. ''मला कळतंय तू काय म्हणते आहेस ते, अजून एव-दोन आठवड्यांनी या खोलीच्या भाड्याकरता कुठून पैसे आणायचं कळत नाही, मला.''

तिनं माझ्याकडे बघितलं आणि मग टीव्हीकडे, त्यावर कुठलासा गेमशो सुरू होता, त्यात लोकं जोरजोरात ओरडत आणि रडत होते. एखाद्या आजीला वाटावं तसं तिला माझ्याबद्दल वाटत असावं, ती नक्कीच मला इथं राहू देईल, कितीही काळ राहू देईल. असंही अर्ध्या खोल्या रिकाम्याच असतात. काय फरक पडणारे.

''मग नोकरी बघ एखादी.'' टीव्हीवरची नजर न हलवता डोरोथी म्हणाली. त्यातल्या एका स्पर्धकानं चुकीची निवड केली आणि बक्षीस घालवलं. एका उह-वाऽऽह अशा आवाजानं तिच्या वेदनेला वाचा फोडली.

''नोकरी? इथे मला कसली नोकरी मिळणार?''

''साफसफाईची कामं, मुलं सांभाळणं.''

म्हणजे मी पुन्हा एकदा गृहिणी व्हायचं; पण पगारी. हजारो 'टिकून राहा'ची चित्रं लावावीत एवढा विरोधाभास आहे हा!

एक गोष्ट आहे, की आमच्या त्या फडतूस मिसुरी राज्यातही मला कधी पैशांचं नियोजन करावं लागलं नाही. हां, आता मनात आलं म्हणून उठून गेले आणि गाडी घेऊन आले असं कधी झालं नाही; पण माझ्या रोजच्या खर्चावर कधीच बंधनं आली नाहीत. मला कधी कुपनं साठवावी लागली नाहीत किंवा स्वस्तातल्या वस्तू घ्याव्या लागल्या नाहीत. ना मला कधी कसल्या किमतीचा विचार करावा लागला. माझ्या आई-वडिलांनी मला कधी हे शिकवलंच नव्हतं, त्यामुळे खऱ्या जगाला तोंड देण्याची माझी तयारीच नव्हती. उदाहरण द्यायचं तर जेव्हा ग्रेटा तक्रार करायला लागली की तलावाच्या काठच्या दुकानात एक गॅलन दुधाकरता पाच डॉलर्स घेतात, तेव्हा मला दचकायलाच झालं, कारण तिथला पोरगा माझ्याकडून कायम दहा डॉलर्स घ्यायचा. मला वाटलं एकदा की हे खूप जास्त आहेत; पण माझ्या ही गोष्ट लक्षातच आली नाही की, त्या पुटकुळ्यांनी भरलेल्या पोरानं एक किंमत सांगून बघितली, मी देते का ते बघण्यासाठी.

म्हणून मग मी आर्थिक नियोजन करायला सुरुवात केली– पण इंटरनेट हिशेबानं माझं नियोजन मला जेमतेम सहा ते नऊ महिने पैसे पुरतील असं दाखवत होतं– म्हणजे ते पुरेसं नाही. म्हणजेच मी खलास.

आमचं गोल्फ खेळून झाल्यावर– अर्थातच मी जिंकले. मला माहित्येय कारण मी मनातल्या मनात स्कोअर नोंदवत होते– आम्ही शेजारच्या हॉट डॉगच्या टपरीवर जेवण्याकरता गेलो. मी हळूच आडोशाला गेले म्हणजे मला माझ्या शर्टाच्या आत असलेल्या पैशाच्या पाकिटातून पैसे काढता येतील, मी मागं वळून पाहिलं तर ग्रेटा माझ्या पाठोपाठ आली होती आणि मी पैसे आत टाकण्यापूर्वीच तिनं गला पाहिलं.

"पैशाच्या पर्सबद्दल कधी ऐकलं आहेस की नाही?" ती फटकारते. ही एक नेहमीची समस्या असणार आहे– पळणाऱ्या माणसाला रोख पैशांची सतत निकड भासते; पण त्याच पळणाऱ्या माणसाला ती कुठे ठेवायची याची कायमच विवंचना असते. सुदैवानं ग्रेटा तो विषय वाढवत नाही– तिला माहिती आहे की सध्या आम्ही दोघीही पीडित आहोत. आम्ही एका गुलाबी बाकावर उन्हात बसून हॉट डॉग्ज खातो. पांढरे शुभ्र बन इतके छान दिसतात. मी खाल्लेली ती कदाचित सगळ्यात छान गोष्ट असेल, कारण मी आता मेलेली ॲमी आहे आणि मला कसलीच पर्वा नाही.

"जेफला काय मिळालं असेल त्याच्या खोलीत माझ्याकरता?" ग्रेटा म्हणते.

''त्या मार्शियन क्रॉनिकलच्या लेखकाचं आणखी एक पुस्तक.''

''रे ब्रॅडबरो.'' जेफ म्हणतो. ब्रॅडबरी असणार मला वाटतं.

''हो. तेच. समथिंग विकेड धिस वे कम्स,'' ग्रेटा म्हणते. ''छान आहे ते.'' हे शेवटचं वाक्य ती अशा थाटात म्हणते की जणू एखाद्या पुस्तकाविषयी तेवढंच म्हणता येतं : ते चांगलं आहे की वाईट. मला ते आवडलं की नाही आवडलं. बाकी कसलीच चर्चा नाही. लेखनाबद्दल, त्याच्या विषयाबद्दल, त्यातल्या बारकाव्यांबद्दल, त्याच्या बांधणीबद्दल. फक्त चांगलं किंवा वाईट. एखाद्या हॉटडॉगसारखं.

''मी इथं राहायला आलो तेव्हा लगेचच वाचलं मी ते.'' जेफ म्हणाला. ''चांगलं आहे ते. भीतिदायक.'' मी त्याच्याकडे बघत्येय, हे त्याच्या लक्षात येतं आणि तो भीतिदायक चेहरा करतो. वेडसर डोळे आणि बाहेर आलेली जीभ. तो मला आवडेल असा पुरुष नाही. त्याच्या चेहऱ्यावरची लव फारच खरबरीत आहे. तो माशांशी काहीतरी संशयास्पदपणे वागतो– पण तो दिसायला छान आहे, आकर्षक. त्याचे डोळे छान उबदार आहेत, निक्सारखे थंड कठोर निळे नाहीत. मी विचार करते, की कदाचित 'मला' त्याच्याबरोबर झोपायला आवडेल का? एक छान हळुवार समागम, त्याचं माझ्या शरीराशी खेटून असलेलं शरीर, माझ्या कानातला त्याचा श्वास, माझ्या गालांना घासणारे त्याचे दाढीचे खुंट, निक् घाईघाईनं आणि कोरडेपणानं उरकतो तसं नाही; जिथं आमची शरीरं जेमतेम भिडतात एकमेकांना : मागच्या बाजूनं काटकोन आणि पुढच्या बाजूनं एलचा आकार आणि मग क्षणार्धात तो बिछान्यातून बाजूला झालेला असतो. तिथून ताबडतोब शॉवर घ्यायला आणि मी मात्र त्याच्या ओल्या आठवणीत तळमळत पडलेली.

''का गप्पशी?'' जेफ म्हणतो. तो मला कधीच नावानं हाक मारत नाही. जणू काही तो दर्शवत असतो, की आम्हाला दोघांनाही जाणीव आहे, की मी थाप मारली आहे. तो 'ही बाई' किंवा 'सुंदर बाई' किंवा नुसतं 'तू' असं म्हणतो. तो मला बिछान्यात काय म्हणेल, माझ्या मनात विचार येतो. 'बेबी' बहुतेक.

''काही नाही. विचार करत्येय.''

''ओह हो!'' तो किंचित हसत म्हणतो.

''तू कोणत्या तरी मुलाचा विचार करत होतीस ना? मला कळलं,'' ग्रेटा म्हणते.

''कदाचित.''

''मला वाटलं की काही काळ तरी आपण त्या हलकटांपासून लांब राहणार आहोत ना,'' ती म्हणाली. ''आणि आपली कोंबडीची पिल्लं सांभाळणार आहोत.''

काल रात्री एलन अॅबोट पाहिल्यावर, मी इतकी उत्कंठित झाले होते, की मला खोलीत जावंसं वाटत नव्हतं, त्यामुळे मग आम्ही मिळून बिअर प्यायली आणि अशी कल्पना करत बसलो की आमचं हे संन्यस्त आयुष्य हे ग्रेटाच्या आईच्या समलिंगी स्त्रियांच्या वसाहतीतल्या मुलींसारखं आहे, कोंबड्यांची पिल्लं वाढवणं आणि उन्हात कपडे वाळवणं एवढ्यापुरतंच मर्यादित. प्रेमळ हसू आणि वाकड्या बोटांच्या प्रौढ स्त्रियांच्या हळुवार, अशारीरी प्रेमाचं एक साधन. डेनिम आणि कॉर्डरॉयचे कपडे आणि लाकडी टापांचे बूट आणि मेकअपची किंवा केसांची नखांची काळजी करण्याची गरज नाही. छातीची मापं, कमरेचा घेर कशाचीच पर्वा नको किंवा बायकोच्या समजूतदारपणाचा आवही आणायला नको. अशी मैत्रीण होण्याचा प्रयत्न नको, जिला तिच्या नराने काहीही केलं तरी आवडतं.

"सगळे पुरुष हलकट नसतात." जेफ म्हणतो. ग्रेटा काहीतरी गुळगुळीत बोलते.

आम्ही पार थकूनभागून आमच्या खोलीकडे आलो. मला उन्हात ठेवलेल्या पाण्याच्या फुग्यासारखं वाटतंय. मला आता फक्त माझ्या खोलीतल्या त्या फुरफुरणाऱ्या एअर कंडिशनमध्ये बसून स्वतःला थंड करत, टीव्ही बघावासा वाटतोय. मला एका टीव्ही चॅनेलचा शोध लागलाय ज्यावर फक्त ७० आणि ८० च्या दशकातले कार्यक्रम पुन्हा पुन्हा दाखवतात. क्विन्सी आणि द लव बोट आणि एट इज इनफ, पण अगोदर माझा लाडका एलन अॅबोट, माझा आवडता शो!

नवीन काही नाही. काहीच नाही. एलनला तर्क लढवण्याचं वावडं नाही. मी सांगते तुम्हाला, तिने माझ्या भूतकाळातल्या अनोळखी लोकांची एक फौज उभी केली आहे. जे शपथेवर सांगतात, की त्यांची माझ्याशी मैत्री होती आणि त्या सगळ्यांकडे माझ्याबद्दल सांगण्यासाठी छान छान गोष्टी होत्या. अगदी त्यांच्याकडे पण, ज्यांना मी फारशी आवडत नव्हते. मेल्या म्हशीला...

दारावर पडलेली थाप. हे ग्रेटा आणि जेफ असणार. मी टीव्ही बंद केला. ते माझ्या दाराशी उभे आहेत, निर्हेतुक.

"काय करतेस?" जेफ विचारतो.

"वाचत होते." मी थाप मारते.

तो आत येऊन माझ्या ओटऱ्यावर बिअर ठेवतो. ग्रेटा आहेच पाठोपाठ. "हो, मला टीव्हीचा आवाज ऐकल्यासारखा वाटला."

या छोट्या छोट्या खोल्यांमध्ये तीन जण म्हणजे गर्दीच होते. एक क्षणभर ते दोघं दरवाजा अडवून उभे असतात आणि अस्वस्थतेची एक लहर माझ्या मनावर उमटून जाते– ते असे दार अडवून का उभे आहेत? आणि मग ते

हलतात आणि माझ्या बिछान्याजवळचं टेबल अडवून उभे राहतात. त्या टेबलात माझा पैशांचा पट्टा ठेवलेला आहे, ज्यात रोख आठ हजार डॉलर्स आहेत. शंभर, पन्नास आणि वीस डॉलर्सच्या नोटा. तो पैशाचा पट्टा अगदी विद्रूप आहे, त्वचेच्या रंगाचा आणि पोचे आल्यासारखा. मी सगळे पैसे एकदम वागवू शकत नाही– मी त्यातले थोडे खोलीतच विखरून ठेवते– पण शक्यतो मी सगळे अंगावरच वागवते आणि जेव्हा मी ते वागवते, तेव्हा मला त्याची सतत जाणीव असते. माझ्यातल्या एका विकृत भागाला पैसे उडवताना फार आनंद होत असतो, कारण प्रत्येक वेळी मी जेव्हा वीसचा गठ्ठा काढते, तेव्हा तेवढे पैसे सांभाळायचे कमी होतात. ते चोरीला जातील का, हरवतील का, ही काळजी मिटते.

जेफनं टीव्ही लावला, आणि एलन ॲबोट– आणि ॲमी– पडद्यावर झळकली. तो मान डोलवत स्वतःशीच हसला.

“बघायचंय तुला... ॲमी?” ग्रेटा विचारते.

मला नक्की कळत नाही, तिनं स्वल्पविराम वापरला की नाही? बघायचंय तुला, ॲमी? की बघायचंय तुला ॲमी?

“नाही. जेफ तू तुझी गिटार आण, आणि आपण बाहेर बाल्कनीत बसू.”

जेफ आणि ग्रेटाची नजरानजर.

“ओ. पण तू तर तेच बघत होतीस ना?” ग्रेटा म्हणते. ती टीव्हीकडे बोट दाखवते. त्यावर मी आणि निक् एका कार्यक्रमात असलेले. मी छान पोशाखात, माझ्या केसांचा अंबाडा घातलेला, या फोटोत मी बरीचशी आता ती दिसते तशीच दिसते आहे. छोट्या केसांची.

“कंटाळवाणं आहे ते.” मी म्हणते.

“मला नाही कंटाळवाणं वाटत ते.” ग्रेटा म्हणते आणि धपकन माझ्या बिछान्यात बसते.

मला वाटून जातं, किती मूर्ख आहे मी, या दोघांना आत येऊ दिलं. मी त्या दोघांना जे हिंस्र जनावरांसारखे आहेत, ज्यांना लोकांचा दुबळेपणा हेरण्याची आणि त्याचा फायदा घेण्याची सवय आहे, ज्यांना सतत कशाची ना कशाची तरी गरज आहे, त्यांना मी हाताळू शकेन असं कसं वाटलं मला आणि मी मात्र या बाबतीत अगदी नवखी आहे. गरजू. जे लोक हिंस्र जनावरं पाळीव प्राणी म्हणून सांभाळतात, त्यांना त्यांच्याच लाडक्या जनावरानं फाडून खाल्ल्यावर असंच काहीसं वाटत असणार.

“मी एक सांगू का तुम्हाला, जर तुम्हाला राग येणार नसेल तर... मला जरा बरं वाटत नाहीये. ऊन लागलंय बहुतेक.”

ते जरा चकित झाल्यासारखे दिसतात, किंचित दुखावल्यासारखे. पण, मला

क्षणभर वाटून जातं, की माझं चुकतंय की काय काही– ते अगदी निरुपद्रवी असतील कदाचित आणि मीच उगीच घाबरत असेन. मला यावर विश्वास ठेवायला आवडेल.

"हो हो. अर्थात." ते पाय घासत माझ्या खोलीतून बाहेर पडतात. जाता जाता जेफ त्याची बिअर उचलून घेऊन जातो. एक मिनिटानं मला ग्रेटाच्या खोलीतून एलन ॲबोटचा आवाज ऐकू येतो. आरोप केल्यासारखे प्रश्न– का? का नाही?... का केलं असेल?..."

मी का इथे कोणाशी मैत्री होऊ दिली? मी गप्प, आपण बरं... अशी का राहिले नाही? जर मी पकडली गेले तर माझ्या कृत्यांचं काय समर्थन करणार होते मी?

पण मी सापडून चालणार नाही. चुकून मी जर सापडले तर माझ्याइतकी तिरस्कृत बाई या जगात नसेल. सुंदर, दयाळू, दुर्दैवी, व्यभिचारी पतीची गरोदर फसवली गेलेली बायको असण्याऐवजी मी खत्रुड, हलकट बाई, अमेरिकेतील लोकांच्या दयाळू अंतःकरणाचा फायदा घेणारी बाई ठरेन. एलन ॲबोट मग नंतर माझं खरं स्वरूप दाखवणारे एका मागोमाग एक कार्यक्रम करेल. चिडलेले लोक आपल्या तिरस्काराला वाट करून देतील. "एखादी लाडावलेली श्रीमंत मुलगी कशी मनमानी करू शकते, त्याचं हे आणखी एक उदाहरण आहे. मनाला येईल ते आणि तेव्हा करायचं, कोणाचीही पर्वा करायची नाही. एलन, मला वाटतं ती आयुष्यभराकरता बेपत्ता व्हायला हवी– तुरुंगात!" अशा प्रकारच्या प्रतिक्रिया येतील. मी मृत्यूचं नाटक किंवा जोडीदाराला स्वतःच्या मृत्यूच्या आरोपात गोवण्याबद्दलच्या शिक्षेची माहिती इंटरनेटवर वाचली आहे; पण मला खात्री आहे, की लोकांचा राग फार तीव्र असेल. त्यानंतर मग जरी मी काहीही केलं– अनाथांना जेवू घातलं, महारोग्यांना जवळ केलं तरी, मी मेल्यानंतर माझी ओळख हीच असेल– 'ती बाई जिनं स्वतःच्या मृत्यूचं नाटक केलं आणि नवऱ्याला खोट्या आरोपात गुंतवलं.' तुम्हाला आठवतंय?

नाही हे चालणार नाही मला.

कित्येक तासांनंतर मी अंधारात अजूनही जागी राहून विचार करत होते, तेव्हा माझं मागचं दार खडखडलं, एक हलकी थाप, जेफची थाप. मी जरा बुचकळ्यात पडते; पण दार उघडते. मगाच्या उद्धटपणाबद्दल माफी मागायला आता मी तयार आहे. तो दाढीवर हात फिरवत माझ्या पाय पुसण्याकडे नजर लावून उभा होता, मग त्याच्या पिंगट डोळ्यांनी त्यानं माझ्याकडे पाहिलं.

"डोरोथी म्हणाली की तू काम शोधतेयस."

“हो. हो.”

“आज रात्री माझ्याकडे काम आहे. मी तुला पन्नास डॉलर्स देईन.”

ॲमी इलियट डन् पन्नास रुपड्यांकरता स्वतःची जागा कधीही सोडणार नाही, पण लिडिया किंवा नॅन्सीला कामाची गरज आहे. मला होकार द्यायलाच हवा.

“दोन तास, पन्नास डॉलर्स.” तो खांदे उडवतो. “मला काही फरक नाही पडत. फक्त तुला विचारलं.”

“काय करायचं आहे?”

“मासेमारी.”

मला खात्री होती, की जेफ एखादा छोटा ट्रक वगैरे घेईल; पण तो मला एका चकचकीत फोर्ड हॅच बॅक गाडीकडे घेऊन गेला. एक मनमोहक गाडी, अशी जी एखादा नुकताच कॉलेजमधून बाहेर पडलेला मुलगा– ज्याचा आर्थिक आवाका बेताचा आहे; पण डोळ्यांत मोठी स्वप्नं आहेत– असा मुलगा वापरेल तसली गाडी. मोठ्या माणसानं चालवायची गाडी ती नक्कीच नव्हती. मी माझ्या उन्हाळी पोशाखाच्या आत माझा पोहोण्याचा पोशाख घातलाय, जेफनं सांगितल्याप्रमाणे. (“बिकिनी नको; पूर्ण पोशाख- ज्यात तुला व्यवस्थित पोहता येईल,” जेफ पोपटपंची केल्यासारखं बोलला. मी त्याला कधीच पुलाजवळ बघितलं नव्हतं; पण त्याला माझ्या पोहण्याच्या पोशाखांबद्दल पक्की माहिती होती. ही गोष्ट एकाच वेळी सुखावणारी आणि घाबरवणारी आहे.)

आम्ही जंगलांनी भरलेल्या टेकड्यांवरून जाताना गाडीच्या काचा खालीच असतात, त्यामुळे रस्त्यातल्या धुळीनं माझे केस माखून निघालेत. एखादा गावठी संगीताचा व्हिडिओ असावा तसं चित्र दिसतंय हे : उन्हाळी पोशाख घातलेली एक मुलगी गाडीतून बाहेर वाकून वारा घ्यायचा प्रयत्न करत्येय. मला इथून तारे दिसताहेत. जेफ अधूनमधून गुणगुणतोय.

तलावावर खांबांवर तोललेल्या एका रेस्टॉरंटच्या पुढच्या रस्त्यावर जेफ गाडी थांबवतो. ही जागा बार्बेक्यू आणि कसली कसली विचित्र नावं असणाऱ्या पेयांच्या प्रचंड मोठ्या कपांसाठी प्रसिद्ध आहे, जे तुम्ही आठवण म्हणून नेऊ शकता. गॅटर ज्यूस अँड बासमाऊथ ब्लित्झ. मला माहीत आहे; कारण मी तलावाच्या काठावर तरंगणाऱ्या कपांवर ते नाव पाहिलं आहे. चुरमुडलेले, झगझगीत रंगातले हॉटेलचं बोधचिन्ह असणारे कप : कॅटफिश कार्ल्स. कॅटफिश कार्ल्सचा एक गॅलरीसारखा भाग पाण्यावर अगदी ओठंगून आहे– तिथल्या मशिनमधून मूठभर मांजरीचं सुकं खाणं घेऊन जेवणारे लोक ते पाण्यात टाकू शकतात.

खाली पाण्यात प्रचंड मोठे असे कॅटफिश आ वासून ते झेलायला तयारच असतात.

“आपण नक्की काय करणार आहोत जेफ?”

“तू त्यांना जाळ्यात पकड, मी मारीन.” तो गाडीतून बाहेर पडला आणि मीही त्याच्या पाठोपाठ गाडी ओलांडून गेले, तिथे सगळे कूलर्स भरलेले होते. “आपण ते इथं बर्फात ठेवू आणि पुन्हा विकू.”

“पुन्हा विकू? पण चोरलेले मासे कोण घेतं?”

जेफच्या चेहऱ्यावर पुन्हा ते लबाड मांजरीसारखं हसू येतं. “आहेत माझी काही गिऱ्हाइकं.”

आणि मग माझ्या लक्षात येतं, की तो काही कोणी गिटार वाजवणारा, शांतताप्रिय असा ग्रिझली ॲडम्ससारखा खेडवळ माणूस नाहीये, तर तो एक संभावित चोर आहे, ज्याला आपण त्यापेक्षा जास्त कोणीतरी आहोत असं वाटून घ्यायला आवडतं.

तो एक जाळं, एक नाईन लाईनचा (मांजरीचं खाणं) खोका आणि एक डागाळलेली प्लॅस्टिकची बादली बाहेर काढतो.

या बेकायदा मत्स्य व्यवहारात सामील होण्याची मला अजिबात इच्छा नाही, पण ‘मला’ त्यात बऱ्यापैकी रस आहे. अशा किती बायका असतील ज्या म्हणू शकतील, की त्या मासे तस्करीत सामील होत्या? ‘मी’ तयार आहे. माझा मृत्यू झाल्यापासून मी सगळ्यालाच तयार आहे. सगळ्या गोष्टी ज्या मला आवडत नव्हत्या किंवा ज्यांची भीती वाटत होती, ज्या काही मर्यादा होत्या, त्या सगळ्या ओघळून गेल्या. ‘मी’ आता काहीही करू शकते. भुताला तेवढं स्वातंत्र्य असतंच ना?

आम्ही उतारावरून खाली जातो, कॅटफिश कार्ल्सच्या पुढे आलेल्या गॅलरीखाली असलेल्या धक्क्यावर, जो कानठळ्या बसवणाऱ्या आवाजात जिमी बफे लावलेल्या मोटरबोटच्या मागच्या प्रवाहात गबाळेपणाने तरंगत होता.

जेफनं माझ्या हातात जाळं दिलं. “आपल्याला हे झटपट करायला हवं– तू पाण्यात उतर, जाळं फेकून मासे गोळा कर आणि मग ते वर माझ्याकडे दे. ते जड पण असेल आणि चुळबुळणारं, तेव्हा तयार राहा आणि ओरडूबिरडू नकोस.”

“मी ओरडणार नाही; पण मी पाण्यात उतरणार नाही. मी इथून काठावरूनच काय ते करीन.”

“निदान तू तुझा ड्रेस काढून ठेव. खराब होईल तो.”

“मी अशीच ठीक आहे.”

तो एक क्षणभर वैतागल्यासारखा वाटला– तो मालक आहे इथं आणि मी नोकर; पण आतापर्यंत तरी मी त्याचं ऐकत नाहीये– पण मग तो जरा संकोचल्यासारखा वळतो आणि स्वतःचा शर्ट काढतो. माझ्या हातात मांजरांच्या खाण्याचा खोका देऊन माझ्याकडे तोंड करायचं टाळून तो उभा राहतो, जणू काही तो लाजतोय. मी त्या खोक्याचं अरुंद तोंड पाण्याच्यावर धरते. ताबडतोब शंभर एक चकचकीत वर्तुळाकार पाठी माझ्या दिशेनं येतात. सापाची एक झुंड असावी तसं, त्यांच्या शेपट्या रागारागानं पाण्यावर आपटतात आणि तोंडं मी उभी होते तिथं खाली, ते मासे अन्न खाण्यासाठी एकमेकांच्या अंगावर जात होते आणि मग शिकवलेले पाळीव प्राणी असावेत, तसं आणखी अन्नाकरता माझ्या दिशेला तोंड वर करत होते.

मी त्या झुंडीच्या मध्ये जाळं घुसवते आणि वर ओढायला जोर मिळावा म्हणून खाली काठावर बसते. मी ओढते तेव्हा जाळ्यात अर्धा डझन तरी मिशाळ बुळबुळीत कॅटफिश अडकलेले होते. सगळे परत पाण्यात जाण्यासाठी धडपडत होते. त्यांची उघडी तोंडं नायलॉनच्या दोऱ्यांवर उघडमीट करत होती. त्यांच्या एकत्रित ओढण्यानं ते जाळं वर-खाली डगमगत होतं.

''उचल ते लवकर, वर उचल मुली.''

मी त्या जाळ्याच्या दांड्याखाली माझा गुडघा धरते आणि ते असंच लटकू देते. जेफ हात आत घालून दोन्ही हातांनी मासा धरून बाहेर काढतो. नीट धरता यावं म्हणून त्यानं दोन्ही हातांत टेरीक्लॉथचे हातमोजे घातले आहेत. तो हात खाली शेपटीखाली घालतो आणि दांडुका फिरवावा तसा मासा फिरवतो आणि धक्क्याच्या कडेवर डोकं आपटून मारतो. रक्ताची चिळकांडी उडते. त्याचा एक पट्टा माझ्या पायावर येतो. मासाचा एक तुकडा माझ्या केसांवर येऊन आदळतो. जेफ तो मासा बादलीत टाकतो आणि अचूकपणे दुसरा मासा उचलतो.

धापा टाकत कण्हत आम्ही जवळजवळ अर्धा तास काम करतो. चार जाळी भरून. माझे हात आता बधिर झालेत. बर्फाच्या पेट्या काठोकाठ भरल्या आहेत. जेफ तलावातून बादलीभर पाणी काढतो आणि माशांच्या राड्यावर आणि त्यांच्या राहण्याच्या जागेत ओततो. तलावातले मासे त्यांच्या मेलेल्या भाईबंदांचे उरलेसुरले तुकडे गट्टम करतात. धक्का आता एकदम स्वच्छ आहे. आणखी एक शेवटची बादली घेऊन तो आमच्या रक्ताळलेल्या पायावर ओततो.

''तुला ते आपटायला कशाला लागतात?'' मी विचारलं.

''मला असं कोणी तडफडताना पाहवत नाही,'' तो म्हणतो. ''एक बुडी मारू या पट्कन?''

''मी ठीक आहे.'' मी म्हणते.

"नाही. माझ्या गाडीत नाही, तू ठीक नाहीस – चल, पटकन एक बुडी मारू. तुला वाटतंय त्यापेक्षा जास्त घाण आहे तुझ्या अंगावर."

आम्ही धक्क्यावरून जवळच पुढे एक खडकाळ किनाऱ्यासारखं आहे, तिथे धावत गेलो. मी घोट्यापर्यंतच्या पाण्यात जाते तोवर मला जेफ मोठ्या मोठ्या टांगा टाकत पाणी उडवत खोल पाण्यात स्वतःला झोकून देताना दिसतो. तो जेव्हा पुरेसा लांब गेलेला दिसला तसा मी माझा पैशांचा पट्टा काढला, माझा ड्रेस त्याभोवती गुंडाळला आणि पाण्याच्या काठाशी ठेवून माझा चश्मा त्यावर ठेवला. मी पाणी मांडीपर्यंत येईपर्यंत खोल जात राहिले, मग पोटापर्यंत मग मानेपर्यंत आणि मग श्वास रोखून मी बुडी मारली.

मी भराभर पोहून पार लांबवर गेले. गरजेपेक्षा जास्त वेळ पाण्याखाली राहिले. स्वतःला या गोष्टीची आठवण करून द्यायला की जर मी बुडायचं ठरवलं तर कसं वाटेल – मला माहीत आहे की गरज भासल्यास मी ते करू शकेन – आणि जेव्हा मी एकाच श्वासात वर आले तेव्हा मी पाहिलं जेफ भराभर अंतर कापत किनाऱ्याकडे पोहत जात होता. आता मलाही एखाद्या पॉरपॉइज* इतक्या वेगात माझ्या पैशांच्या पट्ट्याकडे पोहून जायला हवं आणि त्याच्या अगोदर त्या खडकांकडे पोहोचायला हवं.

---

* पॉरपॉइज - छोट्या आकाराचा देवमासा.

निक् डन्

आठ दिवसांनंतर...

टॉमीचा फोन ठेवल्या ठेवल्या मी हिलरी हॅन्डीला फोन लावला. जर मी ॲमीचा केलेला 'खून' खोटा असेल आणि टॉमी ओ'हारानं केलेला बलात्कार जर खोटा असेल, तर मग हिलरी हॅन्डीनं केलेला ॲमीचा पाठलाग खोटा का नसेल? विकृतीची सुरुवात कुठून ना कुठून तरी व्हावीच लागते, ती कदाचित विक्शायर अकॅडमीच्या गंभीर संगमरवरी खोल्यांतून झाली असेल.

तिनं फोन उचलला तसं मी घाईघाईनं बोलायला सुरुवात केली. "मी निक् डन् बोलतोय, ॲमी इलियटचा नवरा. मला खरंच बोलायचं आहे तुमच्याशी."

"का?"

"मला खरोखर थोडी माहिती हवी होती. तुमच्या..."

"मैत्री म्हणू नका." तिच्या बोलण्यात एक रागीट उपरोध जाणवत होता.

"नाही. नाही म्हणणार मी तसं. मला फक्त तुमची बाजू ऐकायची आहे. तुमचा माझ्या बायकोच्या आत्ताच्या स्थितीशी कोणत्याही, अगदी कोणत्याही प्रकारचा संबंध आहे म्हणून मी फोन केलेला नाही; पण मला तेव्हा खरोखर काय घडलं होतं ते ऐकायला आवडेल. सत्य. कारण मला वाटतंय, की तुम्ही कदाचित ॲमीच्या वर्तन पद्धतीवर प्रकाश टाकू शकाल."

"कसली पद्धत?"

"जेव्हा तिला नाराज करणाऱ्या लोकांच्या बाबतीत वाईट गोष्टी घडतात."

फोनमधून तिचा श्वासोच्छ्वासाचा आवाज ऐकू येत होता. "दोन दिवसांपूर्वी मी तुझ्याशी अजिबात बोलले नसते," तिनं बोलायला सुरुवात केली. "पण नंतर मी माझ्या काही मित्र-मैत्रिणींबरोबर होते आणि टीव्हीही सुरू होता, त्यावर तुझी बातमी आली, त्यात ॲमी गरोदर असल्याचं म्हटलं होतं. माझ्याबरोबर जे कोणी होते, ते इतके चिडले होते तुझ्यावर. तुझा तिरस्कारच करत होते ते. मग मला

वाटलं, की अशा वेळी काय वाटतं ते माहीत आहे मला. कारण ती मेलेली नाही. हो ना? म्हणजे अजूनही ती फक्त बेपत्ता आहे? तिचा मृतदेह मिळालेला नाही.''

''हो बरोबर.''

''ठीक आहे तर, सांगते तुला आता मी. ॲमीबद्दल आणि हायस्कूलबद्दल. आणि काय घडलं नक्की ते पण. थांब जरा.'' तिच्या बाजूनं मला मागं कार्टून चालू असलेलं ऐकू येत होतं. चिवट आवाज आणि कॅलिओप*वरचं संगीत – आणि मग एकदम बंद. मग कुरकुरणारे आवाज. खाली जाऊन बघा. खाली जा. प्लीज.

''तर मग पहिल्याच वर्षी. मी मेम्फिसमधून आलेली मुलगी होते. बाकीचे सगळे जण पूर्व किनाऱ्यावरून आले होते, शपथेवर सांगेन मी ते. इतकं विचित्र वाटायचं ते, वेगळं. विकशायरमधल्या त्या सगळ्या मुली, असं वाटायचं, की त्यांचं सामूहिक संगोपन करून वाढवलंय – ती भाषा, त्यांचे कपडे, केस. आणि मी काही कोणी अशी बहिष्कृत वगैरे नव्हते, मी फक्त .... मला फक्त जरा असुरक्षित वाटत होतं. ॲमी आधीपासूनच 'खास मुलगी' होती म्हणजे मला आठवतंय, की पहिल्या दिवशी पण सगळ्यांना ती माहिती होती आणि सगळे तिच्याविषयीच बोलत होते. ती ॲमेझिंग ॲमी होती– आम्ही सगळ्यांनीच वाढत्या वयात ती पुस्तकं वाचलेली होती– त्याशिवाय ती अत्यंत देखणी होती. म्हणजे ती...''

''हो. कळतंय मला.''

''हं तर मग, लवकरच ती माझ्यात रस घ्यायला लागली. तिनं जसं काही मला तिच्या पंखाखाली घेतलं होतं. तिची अशी एक गम्मत होती, की ती अमेझिंग ॲमी होती आणि म्हणून मी तिची त्या पुस्तकातली मैत्रीण सूझी असणार होते, मग ती मला सूझी म्हणून हाक मारायला लागली आणि मग बाकीचे सगळेपण मला त्याच नावानं हाक मारायला लागले. अर्थात, मला काहीच वाटलं नाही त्याचं, म्हणजे मी जरा तिची चमची होते. ॲमीला तहान लागली तिला पाणी आणून दे, तिला स्वच्छ कपडे हवेत, मग तिचे कपडे धुवून दे. थांब जरा.''

परत एकदा मला तिच्या केसांची सळसळ फोनवर ऐकू आली.

मेरीबेथ त्यांच्याकडे असणारे सगळे फोटो अल्बम घेऊन आली होती. फोटो लागले कुठले तर, असं म्हणून. तिनं मला ॲमी आणि हिलरीचा गालाला गाल

---

* कॅलिओप - एक ऑर्गनसदृश्य वाद्य. (अमेरिकन.)

चिकटून हसतानाचा फोटो दाखवला होता. त्यामुळे मी आताच्या हिलरीची कल्पना करू शकलो. तसेच मऊ पिंगे केस; पण जरा साध्याशा चेहऱ्याभोवती विखुरलेले आणि थोडे मातकट तपकिरी डोळे.

''जेसन, मी फोनवर बोलते आहे – त्याला थोडा खाऊ दे, इतकं काही कठीण काम नाहीये ते.''

''सॉरी. आमची मुलं शाळेतून नुकतीच घरी आली आहेत आणि माझ्या नवऱ्याला त्यांचं काही करायला जमत नाही, त्यामुळे मी तुझ्याशी फोनवर बोलते आहे तेवढा वेळ तो गोंधळल्यासारखा झालाय. सॉरी. हां तर मग, हां मी सूझी होते आणि आम्ही खेळ सुरूच ठेवला. काही महिने मजा आली– ऑगस्ट, सप्टेंबर, ऑक्टोबर. एकदम घट्ट मैत्री, आम्ही सतत बरोबर असायचो आणि मग अशा काही गोष्टी घडल्या, ज्यामुळे ती जरा अस्वस्थ झाली.''

''कोणत्या?''

''आमची जी जोडीची शाळा होती त्यातला एक मुलगा आम्हाला नृत्याच्या वेळी भेटला आणि दुसऱ्या दिवशी त्यानं ॲमीऐवजी मला फोन केला. मला खात्री आहे की त्याला ॲमीचं दडपण आलं असणार, पण काय असेल ते असो... आणि मग आणखी काही दिवसांनी आमच्या सहामाही परीक्षेचा निकाल आला आणि माझा जरा बरा होता, जरासाच. म्हणजे चार पॉईंट एक आणि चार पॉईंट शून्य इतकाच. आणि त्यानंतर लगेचच माझ्या एका मैत्रिणीने मला थँक्स गिव्हिंगची सुट्टी तिच्या घरी घालवण्याचं निमंत्रण दिलं. मला हं; ॲमीला नाही. मला वाटतं हे असं झालं, कारण ॲमीचं दडपण येत असणार सगळ्यांना. तिच्याबरोबर राहणं तसं सोप्पं नव्हतं. तुम्हाला सतत दुसऱ्यावर छाप पाडणं गरजेचं वाटत राहतं. पण मला जाणवलं, की काहीतरी निसटलंय. मला कळलं, की ती जराशी वैतागली आहे. तिनं ते कबूल नको करू दे; पण ती वैतागली आहे.

''मग तिनं मला काही काही गोष्टी करायला लावल्या. माझ्या त्या वेळी ते लक्षात आलं नाही; पण ती मला सापळ्यात पकडायला बघत होती. तिनं मला विचारलं, की तिनं माझे केस तिच्याचसारखे पिंगट रंगाचे केले तर चालतील का, कारण माझे जरा वेगळे आहेत आणि जरा चमकदार छटा आली तर किती छान दिसतील. मग तिनं तिच्या आई-वडिलांबद्दल तक्रार करायला सुरुवात केली. म्हणजे तशी ती नेहमीच त्यांच्याबद्दल तक्रारी करायची, पण आता जरा जास्तच गंभीरपणे करायला लागली– की कसं त्यांचं नुसतं ॲमीच्या कल्पनेवर प्रेम आहे आणि प्रत्यक्ष तिच्यावर नाही – म्हणून मग तिला तिच्या आई-वडिलांना अद्दल घडवायची होती. मग तिनं मला तिच्या आई-वडिलांना डिवचणारा

फोन करायला लावला. त्यांना सांगितलं, की मी नवीन अमेझिंग ॲमी आहे. एखाद्या शनिवारी-रविवारी आम्ही रेल्वेगाडीनं न्यू यॉर्कला जायचो आणि मग ती मला त्यांच्या घराबाहेर उभी राहायला सांगायची– एकदा तर तिनं मला तिच्या आईकडे जायला लावलं, तिला सांगायचं होतं की मी त्या ॲमीची विल्हेवाट लावून तिची नवीन ॲमी बनून राहणार आहे आणि असंच काहीतरी.''

''आणि तू केलंस ते?''

''हा असला मूर्खपणा करतात कधी कधी मुली. सेलफोन आणि सायबर गुन्ह्यांच्या पूर्वीची गोष्ट आहे ही, वेळ घालवण्याचा एक उद्योग. असल्या खोड्या आम्ही नेहमी काढायचो. वेडेपणा सगळा. एकमेकींशी चढाओढ असायची, की आपण किती धीट आणि भयानक आहोत.''

''मग काय?''

''मग तिनं आमच्यात अंतर राखायला सुरुवात केली. तिच्यातला जिव्हाळा संपला आणि मला वाटतं– मला वाटतं की तिला मी आवडेनाशी झाले. शाळेतल्या मुली माझ्याकडे विचित्र नजरेनं बघायला लागल्या. मी आपोआप त्या घोळक्यातून बाहेर फेकली गेले. ठीक आहे; पण मग एक दिवस मला हेडमिस्ट्रेसकडून बोलावणं आलं. ॲमीला एक जबरदस्त ॲक्सिडेन्ट झाला होता– पाय मुरगळलेला, हात मोडलेला, बरगड्यांना तडा गेलेला. ॲमी त्या मोठ्ठ्या जिन्यावरून पडली होती, आणि तिचं म्हणणं होतं, की तिला ढकलणारी मुलगी मी होते. थांब जरा.''

''खाली जा आत्ता. जा. खाली. जा आधी खाली.''

''सॉरी. बोल आता. मुलं होऊन देऊ नकोस कधी.''

''हं मग ॲमीने सांगितलं की तूच तिला ढकललंस?'' मी विचारलं.

''हो, कारण मी वेडी होते. मी, मला तिचं वेड लागलं होतं, आणि मला सूझी व्हायचं होतं. मग सूझी होणं पुरेसं नव्हतं– मला ॲमीच व्हायचं होतं. आणि मग गेल्या अनेक महिन्यांत तिनं जे मला करायला लावलं होतं, त्याचे पुरावे तिच्याकडे होतेच. अर्थातच, तिच्या आई-वडिलांनी मला त्यांच्या घराबाहेर रेंगाळताना पाहिलं होतं. मी तिच्या आईला धमकी दिली होती. माझे केस तिच्या केसांच्या रंगाचे रंगवलेले होते आणि माझे कपडेपण तिच्या कपड्यांसारखेच होते – जे मी तिच्याबरोबर खरेदी केले होते; पण मी हे सगळं सिद्ध करू शकले नाही. तिच्या सगळ्या मैत्रिणी पुढे आल्या आणि त्यांनी सांगितलं की गेले काही महिने ॲमी कशी मला घाबरून राहात होती. आणि असंच काही. मी पूर्ण वेडी ठरले. याच्यात पूर्णपणे वेडी. तिच्या आई-वडिलांनी माझ्याविरुद्ध बंदीहुकूम आणला. मी सतत सांगत राहिले की मी असं काहीच केलेलं नाही; पण त्या सगळ्यात

माझी अवस्था इतकी वाईट झाली होती, की मला अशीही त्या शाळेत राहण्याची इच्छा नव्हती. म्हणून मग आम्ही माझ्या हकालपट्टीविरोधात काहीच केलं नाही. मला तेव्हा फक्त तिच्यापासून लांब जायचं होतं.

"त्या मुलीनं स्वतःच्या बरगड्या तोडून घेतल्या! मी घाबरले – ही केवळ पंधरा वर्षांची मुलगी आणि तिनं सगळ्यांच्या डोळ्यांत धूळ फेकली, मैत्रिणींच्या, पालकांच्या, शाळेच्या."

"आणि हे सगळं फक्त एका मुलावरून आणि थोड्या मार्कांवरून आणि थँक्स गिव्हिंगच्या निमंत्रणावरून?"

"मी मेम्फिसला परत आल्यावर साधारण महिन्याभरानं मला एक पत्र आलं; त्याखाली कोणाची सही नव्हती आणि ते टाइप केलेलं होतं; पण ते अर्थातच ॲमीचं होतं. मी तिला ज्या पद्धतीनं दुखावलं त्याची यादी. मूर्खपणा सगळा : इंग्लिशच्या वर्गानंतर माझ्यासाठी थांबायला विसरलीस- दोनदा, मला स्ट्रॉबेरीची ॲलर्जी आहे हे विसरलीस- दोनदा."

"देवा!"

"पण मला वाटलं, की खरं कारण लिहिलंच नव्हतं, त्याच्यात."

"खरं कारण काय होतं मग?"

"मला वाटतं, की ॲमीला असं वाटायचं की ती कशी परिपूर्ण आहे तेच लोकांना दिसायला हवं आणि जसजशी आपली मैत्री होते, तसतसं आपण तिला ओळखायला लागतो. आणि ती परिपूर्ण नव्हतीच. तुला माहित्येय? ती हुशार होती, छाप पाडणारी होती हे सगळं ठीक आहे; पण त्याचबरोबर ती हुकूमत गाजवणारी, थोडी ओसीडी* ग्रस्त, पक्की नाटकी, बऱ्यापैकी खोटारडी अशी होती. माझ्यासाठी तेही ठीक होतं, पण तिच्यासाठी ते ठीक नव्हतं. तिनं मला बाजूला केलं कारण मला माहीत होतं की ती परिपूर्ण नाही. म्हणून माझ्या मनात तुझा विचार आला."

"माझा विचार? का?"

"मित्रांना एकमेकांचे बहुतेक दोष माहीत असतात, पण जोडीदाराला अगदी शेवटच्या टोकापर्यंत सगळं माहीत असतं. जर तिनं केवळ काही महिन्यांच्या मैत्रिणीला शिक्षा करण्यासाठी स्वतःला जिन्यावरून झोकून दिलं, मग ज्या माणसानं तिच्याशी लग्न करण्याची घोडचूक केली आहे, त्याचं ती काय करेल?"

हिलरीच्या मुलानं दुसरीकडून फोन घेऊन बडबडगीतं म्हणायला सुरुवात केल्यावर

* ओसीडी - Obsessive Compulsive Disorder एक मानसिक विकृती.

मी फोन बंद केला. ताबडतोब टॅनरला फोन करून मी माझं हिलरी आणि टॉमीशी झालेलं संभाषण त्याला ऐकवलं.

"अच्छा तर मग आपल्याला या दोन गोष्टी मिळाल्या आहेत. छान," टॅनर म्हणाला, "हे खरोखरच चांगलं झालं!" पण ते अशा सुरात की त्यात काहीच चांगलं नाही हे कळलंच मला. "तुला ॲन्डीकडून काही कळलंय का?"

मला काहीच कळलं नव्हतं.

"तिच्या घराजवळ मी माझा माणूस उभा करून ठेवला आहे, गुप्तपणे." त्यानं म्हटलं.

"तुझ्याकडे माणसं आहेत हे माहीत नव्हतं मला."

"आपल्यासाठी सगळ्यात महत्त्वाची गोष्ट आहे ती म्हणजे ॲमी सापडणं." माझ्याकडे दुर्लक्ष करत तो म्हणाला. "तिच्यासारखी मुलगी फार काळ लपून राहू शकणार नाही. तुला काय वाटतं?"

माझ्या डोळ्यांसमोर तिचं चित्र आलं. एखाद्या समुद्राजवळच्या सुंदर हॉटेलच्या बाल्कनीत गालिच्याएवढ्या जाड कापडाचा रोब घालून, भारी मद्याचे घुटके घेत माझ्या सत्यानाशाच्या प्रवासाचा इंटरनेटवर मागोवा घेत आहे. टीव्ही आणि पेपरमधल्या बातम्यांमधून माझ्यावर लक्ष ठेवते आहे. आणि हे करत असताना तिला मिळणाऱ्या प्रसिद्धीचा आनंद लुटते आहे. 'आपुले मरण पाहिले म्या डोळा' तिला जाणवलं असेल का की ती मार्क ट्वेन*च्या कादंबरीतल्यासारखंच जगते आहे.

"मला वाटतं की ती समुद्राजवळ असेल," मी म्हटलं. आणि मग मला एकदम मनकवडा असल्यासारखं वाटलं. "नाही मला काहीच कल्पनाच नाही. जोपर्यंत ती परत यायचं ठरवत नाही, तोवर ती आपल्या दृष्टीस पडेल असं वाटत नाही मला."

"ते अशक्य आहे," टॅनर वैतागून म्हणाला. "ठीक आहे; मग आपण ॲन्डीला शोधून काढू आणि तिचं काय म्हणणं आहे ते पाहू. एकूणच आपल्या सुटकेचे मार्ग बंद होत चाललेत एकेक."

आणि मग संध्याकाळ झाली, सूर्य मावळला आणि मग माझ्या त्या झपाटलेल्या घरात मी एकटाच होतो. माझ्या मनात ॲमीच्या सगळ्या खोटेपणाचा विचार होता; गरोदरपणा पण त्यातलाच एक असावा. मी सगळं गणित केलं होतं.

---

* मार्क ट्वेनच्या कादंबरीतला अजरामर टॉम सॉयर स्वत:च्याच मृत्यूचा देखावा करतो आणि स्वत:च्याच अंतिम संस्कारांसाठी येतो.

आम्ही दोघं अधूनमधून एकत्र आलो होतो, त्यामुळे ते सहज शक्य होतं. पण अर्थात मी गणित करून बघीन हे ॲमीलाही माहिती असणार.

खरं की खोटं? जर हे खोटं असेल तर ते निव्वळ मला संपवण्याकरताच आहे.

मी ही गोष्ट गृहीत धरली होती, की ॲमीला आणि मला मुलं होतीलच. मी ॲमीशी लग्न करण्यामागचं ते एक कारण होतं, कारण आम्हाला मुलं होतील अशी मी कल्पना केली होती. पहिल्यांदा माझ्या मनात ही कल्पना आली ते मला लख्खं आठवतंय. आम्ही एकमेकांबरोबर फिरायला लागून दोन महिनेही झाले नव्हते. किप्सबेमधल्या माझ्या अपार्टमेंटकडून ईस्ट रिव्हरजवळच्या माझ्या एका आवडत्या छोट्याशा बागेकडे मी फिरत फिरत जात होतो. माझा रस्ता संयुक्त राष्ट्रांच्या मुख्यालयाच्या राक्षसी 'लेगो' ठोकळ्यावरून पुढे जात होता. वेगवेगळ्या कुठल्याशा देशांचे झेंडे वाऱ्यावर फडकताना दिसत होते. 'एखाद्या मुलाला किती आवडेल हे', मला वाटून गेलं. रंगीबेरंगी. प्रत्येक देशाची आणि झेंड्याची जोडी जुळवण्याचा तो मजेशीर खेळ. 'हा फिनलॅन्डचा आणि तो तिकडे न्यूझीलन्डचा' मॉरिटानियाचं एकाक्ष हास्य. आणि मग अचानक माझ्या लक्षात आलं, की मी कोणत्यातरी मुलाचा विचार करत नाहीये, तर आमच्या मुलाचा विचार करतोय, माझं आणि ॲमीचं मूल- ज्याला हे आवडेल. आमचं मूल, जुना विश्वकोश घेऊन जमिनीवर पसरलेलं- मी करायचो तसंच; पण आमचं मूल एकटं नसेल, मी त्याच्या बाजूला असेन, त्याच्या 'वेक्सिलॉलॉजी'तल्या उत्साहाला खतपाणी घालत. 'वेक्सिलॉलॉजी' हा झेंड्यांच्या आणि निशाणांच्या अभ्यासापेक्षा वैतागाचा अभ्यास असेल असं वाटतं ना, असाच माझ्या वडिलांचा माझ्याबद्दलचा दृष्टिकोन होता; पण माझा मात्र माझ्या मुलाबद्दलचा तसा नसेल. मग मी ॲमी पण आमच्याबरोबर जमिनीवर लोळत असल्याची कल्पना केली. पोटावर पालथी झोपलेली, तिचे पाय मागे हवेत दुमडलेले, ती आम्हाला 'पलाऊ' दाखवत्येय, चुरचुरीत निळ्या पार्श्वभूमीवर मध्याच्या जरा डावीकडे असणारा पिवळा ठिपका. तिला नक्की तेच आवडत असणार.

आणि तेव्हापासून माझ्यासाठी तो मुलगा खरा होता. (कधीकधी मुलगीसुद्धा, पण बहुतेक वेळा मुलगाच) तो अटळ होता. मी सतत त्याच्या ओढीनं भारलेला होतो. लग्नानंतर काही महिन्यांनी एकदा औषधांच्या कपाटासमोर मला जरा विचित्रच अनुभव आला. मी दात साफ करत होतो; आणि एकाएकी माझ्या मनात विचार आला : तिला मुलं हवी असतील ना? मला विचारायला हवं. अर्थातच, मला विचारायला हवं. मग मी जेव्हा तिला विचारलं– आडूनआडून– ती म्हणाली, हो नक्कीच कधीतरी; पण रोज सकाळी ती सिंकसमोर उभी राहून तिची गोळी

घेतच होती. तीन वर्षं, ती रोज सकाळी हे नेमानं करायची आणि मी त्या विषयाच्या मागेपुढे घुटमळत असायचो; पण प्रत्यक्ष शब्द उच्चारण्याची हिंमत मला कधीच झालीच नाही : आपल्याला मुलं व्हायला हवी आहेत.

नोकऱ्या गेल्यानंतर हे घडेल असं मला वाटलं. आमच्या आयुष्यात एक अनिवार्य अशी पोकळी निर्माण झाली होती आणि एके दिवशी सकाळी नाश्ता करत असताना वर बघून ॲमी म्हणाली, "मी गोळी बंद केली आहे." असंच. तीन महिने तिनं गोळी बंद केली होती; पण काही घडलंच नाही. आणि आम्ही मिसुरीला आल्यावर लगेचच तिनं आमच्याकरता वैद्यकीय सल्ल्यासाठी अपॉईंटमेंट घेतली. एकदा का ॲमीनं एखाद्या गोष्टीला हात घातला, की तिला त्यात टंगळमंगळ चालत नाही. "आपण त्यांना सांगू, की आपण गेलं वर्षभर प्रयत्न करतोय म्हणून," ती म्हणाली होती. मूर्खासारखं मी ते मान्य केलं– तोपर्यंत आम्ही जेमतेम एकमेकांना स्पर्शही करत नसू; पण आम्हाला वाटलं बाळ झालं, की बदलेल सगळं. बदलेल!

"तुला तुझं कामपण करावंच लागेल, कळतंय ना तुला?" सेंट लुईसला जाताना ती म्हणाली होती. "तुलाही तुझं वीर्य द्यावं लागेल."

"मला माहीत आहे; पण तू हे का सांगत्येस?"

"मला वाटलं, की तुला कदाचित आवडणार नाही, तू फार अभिमानी आहेस. भिडस्त आणि अभिमानी."

या दोन्ही अवगुणांचं मी खरंतर भयंकर मिश्रण होतोच; पण त्या वंध्यत्व निवारण केंद्रात मी त्या स्वपीडेसाठी ठेवण्यात आलेल्या छोट्याशा चमत्कारिक खोलीत मोठ्या गंभीरपणे गेलो : अशी खोली जिथं शेकडो माणसं या एकाच कामाकरता गेली होती.

त्या खोलीत एक आरामखुर्ची, एक टीव्ही, एक टेबल ज्यावर अश्लील मासिकं आणि पुस्तकांची एक थैली होती आणि टिश्यू पेपरचा एक खोका होता. अश्लील साहित्य ९०च्या दशकाच्या सुरुवातीचं होतं, त्यातला बायकांच्या केसांवरून (हो, खालच्या आणि वरच्या) केलेला अंदाज. आणि ते फारच सामान्य होतं. (आणखी एक चांगला निबंध : वंध्यत्व निवारण केंद्राकरता अश्लील साहित्य कोण निवडतं? कोण ठरवतं की पुरुषांना कशामुळे चालना मिळेल आणि तरीही बाहेर असणाऱ्या स्त्रियांची पातळी कमी करणारं असणार नाही, बाहेरच्या नर्सेसना, डॉक्टर आणि आशेवर असणाऱ्या, हार्मोननं भारलेल्या बाया?)

मी तीन वेळा त्या खोलीत गेलो– त्यांना भरपूर पुरवठा लागतो– आणि ॲमी मात्र काहीच करत नव्हती. खरं म्हणजे तिने परत गोळ्या घ्यायला सुरुवात करायला हवी होता; पण तिनं ती केली नाही, आणि नंतरही केली नाही. आता

ती गरोदर राहणार होती. बाळाकरता स्वतःचं शरीर देणारी ती होती म्हणून मग काही दिवस तरी तिला टोकायचं सोडून दिलं. फक्त गोळ्यांच्या बाटलीतल्या गोळ्या कमी होताहेत का, त्यावर तेवढं लक्ष ठेवलं. शेवटी एका हिवाळी रात्री काही थोडी बिअर रिचवल्यावर मी आमच्या घरी गेलो, बर्फ माखलेले माझे कपडे उतरवले आणि तिच्याशेजारी बिछान्यात जाऊन झोपलो. माझा चेहरा तिच्या खांद्याशी, तिचा गंध नाकानं आत घेत, तिच्या त्वचेवर माझं नाक घासत मी हळूच कुजबुजलो– आपण हे पूर्ण करू या ॲमी, आपण बाळ होऊ देऊ या– आणि तिनं म्हटलं, नाही. मी काय अपेक्षा केली होती, किंचित अस्वस्थता, सावधगिरी, काळजी– निक्, मी चांगली आई होऊ शकेन का?– पण मला काय मिळालं, कठोर, तुटक– नाही. कसल्याही शक्यता नसलेला नकार. कोणताही आव नाही, नाटक नाही, फक्त आता तिला त्यात काही रसच राहिला नव्हता. "कारण माझ्या लक्षात आलंय की सगळं मग मलाच करायला लागेल," तिचं कारण. "सगळंच. शी–शू, आजारपणं, शिस्त आणि तू फक्त उडत उडत येणार, बाबा म्हणजे मज्जा. मी मुलांना घडवण्याकरता कष्ट घ्यायचे आणि तू त्यावर पाणी ओतणार, आणि मग ते तुझ्यावर प्रेम करणार आणि माझा राग, राग करणार."

मी ॲमीला परोपरीनं सांगितलं, की हे असं नाही; पण तिनं माझं ऐकलं नाही. मी तिला सांगितलं, की मला नुसतं मूल 'हवं' आहे असं नाही, तर मला मुलाची 'गरज' आहे. मला हे कळून घ्यायचं आहे, की मला कोणावर तरी निरपेक्ष प्रेम करता येतं की नाही, मला त्या बाळजीवाच्या मनात सतत प्रेमाची आणि आपण हवेसे आहोत ही भावना जागी करता येते की नाही. मला समजून घ्यायचं आहे, की मी माझ्या वडिलांपेक्षा वेगळा बाप होऊ शकतो की नाही. मला अशा मुलाला घडवायचं आहे, जो माझ्यापेक्षा वेगळा असेल.

मी तिला अक्षरशः विनवलं, पण ती मागं हटली नाही.

एक वर्षभरानं मला एक नोटीस मिळाली : आम्ही जर लगेच संपर्क साधला नाही तर ते वीर्याची विल्हेवाट लावतील. मी ते पत्र जेवणाच्या टेबलावर ठेवलं. उघड उघड डिवचणं. तीन दिवसांनी मला ते कचऱ्यात दिसलं. त्या विषयावरचं आमचं ते शेवटचं संभाषण होतं.

तोपर्यंत मी ॲन्डीला गुपचूप भेटायला लागलो होतो, त्यामुळे खरंतर मला अस्वस्थ होण्याचं काहीच कारण नव्हतं; पण त्यामुळे माझ्या मनातली वेदना संपली नाही, ना त्यामुळे माझ्या, आमच्या मुलाबद्दलच्या, माझ्या आणि ॲमीच्या दिवास्वप्नांना आळा बसला. मी त्याच्यात गुंतलो होतो. सत्य हे आहे, की जर ॲमीचं आणि माझं मूल असतं तर फार छान झालं असतं.

त्या कठपुतळ्या आपले मोठे मोठे काळे डोळे रोखून माझ्याकडे बघत होत्या. मी खिडकीतून डोकावून पाहिलं तर आता बातमीदारांनी आवराआवर केलेली दिसली, म्हणून मग मी त्या उबदार रात्री बाहेर पडलो. चक्कर मारायला. कदाचित एखादा एकांडा बातमीदार माझ्या मागावर असेलही; पण मला त्याची पर्वा नव्हती. मी आमच्या वसाहतीतून बाहेर पडलो आणि मग नदीकाठानं पाऊण तास– वाटेत गाड्यांच्या दुकानांवरून जिथे गाड्या एखाद्या मिठाईसारख्या समोर लावून ठेवल्या होत्या, त्यावरून पुढे फास्टफूडची दुकानं, मद्याची दुकानं, छोटी किराणा मालाची दुकानं आणि पेट्रोलपंप मागे टाकून– गावाच्या दिशेनं वळणाऱ्या रस्त्याकडे आलो. या सगळ्या वेळात मला एकही पायी चालणारा मनुष्य भेटला नव्हता. फक्त सुसाट वेगानं मला ओलांडून जाणाऱ्या निर्विकार गाड्या.

मध्यरात्र होत आली होती. मी 'द बार' वरून पुढे गेलो. आत जाण्याचा मोह झाला एकदा; पण गर्दीचा विचार करून टाळलं. आणि बाहेर एखाददुसरा वार्ताहर तळ ठोकून असेलच. मी असतो तर असंच केलं असतं; पण मला बारमध्ये जावंसं वाटत होतं. मला लोकांच्या घोळक्यात हरवून जावंसं, मजा करावीशी वाटत होती, ताण हलका करावा असं वाटत होतं. मी आणखी पंधरा मिनिटं चाललो आणि गावाच्या दुसऱ्या टोकाशी असणाऱ्या दुसऱ्या एका गजबजलेल्या, गडबड असणाऱ्या, तरुणाईनं भरलेल्या बारमध्ये गेलो. हा असा बार होता की जिथं शनिवारी रात्री, विशेषतः बाथरूम वांत्यांनी भरलेलं असतं. हा असा बार होता जिथं ॲन्डीच्या वयाची मुलं-मुली जातात आणि कोण जाणे ॲन्डीलाही नेत असतील कदाचित. ती चुकून इथं भेटली तर किती छान होईल! निदान लांबून का होईना तिच्या मनःस्थितीचा अंदाज तरी येईल आणि ती नसेल तर मी तिथे एखादं ड्रिंक घेईन.

बारमध्ये मी अगदी आतपर्यंत गेलो; पण ॲन्डी नव्हती. बेसबॉलच्या टोपीनं माझा चेहरा अर्धपट झाकला होता; पण तरीही काही नजरा मला टोचल्याच. पिणाऱ्यांच्या गर्दीतून पुढे जाताना माझ्या दिशेनं वळलेल्या माना, ओळख पटल्यावर विस्फारलेले डोळे. तोच ना तो? हो तोच!

आत्ताशी जुलै अर्धा गेलाय. मला शंका येते, की ऑक्टोबर उजाडेपर्यंत कदाचित मी इतका कुप्रसिद्ध झालेला असेन, की हॅलोविनला कुठलीतरी फालतू मुलं माझ्यासारखं रूप घेतील, पिंगट केसांचं टारलं, काखोटीला मारलेलं अमेझिंग ॲमीचं एखादं पुस्तक. 'गो' म्हणाली की तिला हे विचारायला डझनभर तरी फोन आले असतील की बारमध्ये एखादा अधिकृत टीशर्ट विक्रीसाठी आहे का? (नशिबाने नाही. थँक गॉड!)

मी बारवरच्या माणसाला स्कॉचची ऑर्डर दिली, तो साधारण माझ्याच

वयाचा असेल, त्यानं जरा जास्तच रोखून पाहिलं माझ्याकडे. जणू काही मला द्यावं की नाही, हे तो ठरवत असावा. शेवटी जरा नाखुशीनंच त्यानं एक छोटा ग्लास माझ्यासमोर ठेवला, त्याच्या नाकपुड्या फुलल्या होत्या. जेव्हा मी पैसे देण्याकरता पाकीट काढलं, तेव्हा त्यानं एक हात उंचावला. ''मला नकोत तुमचे पैसे. अजिबात नको.''

तरीही मी ठेवले पैसे. हलकट साला!

मी त्याला आणखी एका ड्रिंकसाठी खूण केली तसं त्यानं माझ्या दिशेनं पाहिलं आणि मान हलवली आणि ज्या बाईशी गप्पा मारत होता तिच्याकडे झुकला.

काही क्षणांनी आळस दिल्यासारखं करून तिनं हळूच माझ्याकडे नजर टाकली. तोंड वाकडं करून तिनं मान डोलावली. तोच तो निक् डन्. बारवाला परत आलाच नाही.

अशा वेळी तुम्ही ओरडाओरडा करू शकत नाही, की तुम्ही त्यांच्याशी वादही घालू शकत नाही. फालतू माणसा, तू मला ते ड्रिंक देणार आहेस की नाही? ते तुम्हाला समजतात तसा हलकटपणाही तुम्ही करू शकत नाही. तुम्हाला फक्त अशा वेळी गप्प बसून ऐकून घ्यावं लागतं; पण मी असा जाणार नव्हतो. मी माझा रिकामा ग्लास पुढ्यात घेऊन तसाच बसून राहिलो. विचार करण्याच्या आविर्भावात. मी माझा तात्पुरता फोन काढून बघितला, चुकून ॲन्डीनं फोन केला असला तर. नाही. मग मी माझा खरा फोन काढला आणि त्यावर पत्त्यांचा एक खेळ खेळला, त्यात बुडून गेल्याचा आव आणला. ही सगळी माझ्या बायकोची करणी आहे. तिनं मला अशा स्थितीत आणून ठेवलंय, की जिथं मला आपल्याच गावात एक साधं ड्रिंकही मिळत नाही. देवा! मला तिची घृणा वाटते.

''काय होतं, स्कॉच?''

ॲन्डीच्याच वयाची एक मुलगी माझ्यासमोर उभी राहून मला विचारत होती. आशियायी, काळी, खांद्यापर्यंत कापलेले केस, गोड.

''काय म्हणालीस?''

''काय पित होता तुम्ही? स्कॉच?''

''हो. पण मिळत नाही...''

ती निघून गेली, बारच्या एका टोकाला चेहऱ्यावर मोठ्ठं 'मला मदत करा' अशा अर्थाचं हास्य घेऊन, बारवरच्या माणसाच्या नजरेच्या टप्प्यात काहीतरी खुडबुड करत होती. सगळ्यांचं लक्ष वेधलं जाईल अशी मुलगी होती ती. मग ती परत आली, तिच्या हातात एक चांगला मोठ्ठा ग्लास होता, स्कॉचचा.

"घ्या." तिनं पुढे केला. मी घेतला. "चिअर्स" तिनं स्वतःच्या स्वच्छ फेसाळणाऱ्या पेयाचा ग्लास वर उचलला. आम्ही ग्लासला ग्लास भिडवले. "मी बसू शकते का इथे?"

"खरं म्हणजे मी खूप वेळ थांबणार नाहीये..." मी आजूबाजूला नजर टाकली, कोणी फोनमधला कॅमेरा रोखलेला नाही ना, हे पाहण्यासाठी.

"ठीक आहे," ती अलिप्तपणे हसून म्हणाली. "मी असं भासवू शकेन, की मला माहितीच नाही, की तुम्ही निक् डन् आहात ते; पण मला तुमचा अपमान करायचा नाही. मी तुमच्या बाजूनं आहे. तुम्हाला फारच कुप्रसिद्धी मिळते आहे.".

"धन्यवाद. ही... ही वेळ विचित्र आहे."

"मी गंभीरपणे बोलत्येय. तुम्हाला माहीत आहे ना, कोर्टात कसं ते 'सीएसआय' परिणामांबद्दल बोलतात? म्हणजे ज्यूरीतल्या प्रत्येकानं इतकं 'सीएसआय'* बघितलेलं असतं, की त्यांना वाटायला लागतं, की विज्ञानाच्या मदतीनं सगळे प्रश्न सुटतील."

"हो ना."

"मला वाटतं तसा एक 'दुष्ट नवरा परिणाम' असतो. प्रत्येकानं सत्यघटनांवर आधारित इतके टीव्ही शोज् पाहिलेले असतात, ज्यात नवराच दोषी असतो. त्यामुळे लोकं आता गृहीतच धरतात की हे नवऱ्याचं काम असणार."

"तेच तर आहे ना," मी म्हटलं. "थँक यू. तेच खरं आहे आणि एलन ॲबोट..."

"खड्ड्यात जाऊ दे एलन ॲबोट," माझी नवी मैत्रीण म्हणाली. "ती एक चालतीबोलती पुरुषद्वेष्टी एकपात्री न्यायव्यवस्था आहे." तिनं पुन्हा एकदा ग्लास उंचावला.

"तुझं नाव काय?"

"आणखी स्कॉच?"

"वा! काय मस्त नाव आहे."

नंतर कळलं, तिचं नाव रिबेका होतं. तिच्याकडे एक चालू क्रेडिट कार्ड आणि नशा न येणारं स्थिर डोकं. (आणखी? आणखी एक? आणखी एक?) ती आयोवामधल्या मस्कॅटिनमधून आली होती. (मिसिसिपी नदीवरचं आणखी एक गाव), आणि लेखक होण्यासाठी तीसुद्धा न्यू यॉर्कला गेली होती (माझ्याप्रमाणेच). तिने तीन वेगवेगळ्या नियतकालिकांमध्ये सहसंपादक म्हणून काम केलं होतं –

---

* सीएसआय (CSI) Crime Scene Investigation हा एक टीव्ही शो आहे.

एक नववधूंसाठीचं मासिक, एक नोकरी करणाऱ्या आयांसाठी आणि एक किशोरवयीन मुलींचं नियतकालिक – जी सगळी गेल्या काही वर्षांत बंद पडली होती, त्यामुळे ती आता 'गुन्हेगार कोण' नावाच्या गुन्हेगारीविषयक ब्लॉगचं काम करत होती. ती इथे (हसून) माझीच मुलाखत घ्यायला आली होती. तिचा तो हावरट उत्साह आवडलाच मला एकदम : मला तुम्ही फक्त कार्थेजला घेऊन चला. भल्या भल्या टीव्ही चॅनेलना त्याला पकडायला जमलं नाही. पण मला खात्री होती, मला ते जमेल.

"बाकीच्या लोकांबरोबर मी तुमच्या घराबाहेर थांबून राहिले होते आणि मग पोलीस स्टेशनवर आणि मग मी म्हटलं आता जरा एखादं ड्रिंक घेऊ आणि इथं तुम्ही भेटलात. किती मस्त पण चमत्कारिक योगायोग आहे ना?" ती म्हणाली. तिनं कानांत मोठ्या मोठ्या रिंगा घातल्या होत्या, ज्याच्याशी ती खेळत होती, तिचे केस कानामागे सरकवलेले होते.

"मला जायला हवं," मी म्हटलं. माझे शब्द आता घसरायला लागले होते... बरळण्याची सुरुवात.

"पण तुम्ही इथं का आलात ते मला सांगितलंच नाहीत," रिबेका म्हणाली. "मला तर वाटतं की बरोबर कुणी मित्र किंवा आधारासाठी कोणीतरी घेतल्याशिवाय असं बाहेर पडणं यासाठी खरं धाडसच पाहिजे. मी पैजेवर सांगते, की तुम्हाला फार तिरस्काराच्या नजरा झेलाव्या लागत असणार."

मी खांदे उडवले : त्यात काय मोठंसं!

"तुमच्याबद्दल काहीच माहीत नसतानाही लोकं तुमच्याबद्दल ग्रह करून घेतात, जसं त्या बागेतल्या सेलफोन फोटोवरून ठरवलं गेलं. म्हणजे तुम्ही कदाचित माझ्यासारखेच असाल. तुम्हाला नम्रपणे वागायची शिकवण दिली गेली असेल; पण सत्य ऐकण्याची कोणाचीच इच्छा नसते. त्यांना फक्त... तुम्हाला कैचीत पकडायचं असतं. खरं ना?"

"एका प्रकारच्या साच्यात मी बसतो म्हणून लोकांनी मला तसंच ठरवलं, याचा कंटाळा आलाय मला."

तिने भुवया उंचावल्या; तिचे कानातले हिंदकळले.

माझ्या मनात ॲमीचा विचार आला. जिथं कुठं असेल तिथून ती माझ्यावर लक्ष ठेवत असेल, प्रत्येक कोनातून मला तपासून बघत असेल, इतक्या दुरूनही माझ्या मनातलं कळत असेल तिला. तिला दिसेल का असं काहीतरी ज्यामुळे तरी ती हा वेडेपणा थांबवेल?

मी तसाच पुढे बोलत राहिलो, "म्हणजे बघ ना, लोकांना वाटतं, की आमचा संसार मोडायला आला होता; पण ती नाहीशी होण्याच्या अगोदरच तिनं

माझ्यासाठी खजिन्याच्या शोधाचं नियोजन करून ठेवलं होतं.''

ॲमीला दोन गोष्टींपैकी एक अपेक्षित असणार : एक म्हणजे मला अद्दल घडून एखाद्या वाईट मुलासारखी चांगलीच शिक्षा होणं; किंवा दुसरं म्हणजे मी योग्य तो धडा शिकून तिला जसं अपेक्षित आहे तसं तिच्यावर प्रेम करणं आणि अगदी शहाण्या, आज्ञाधारक, अद्दल घडलेल्या नामर्दासारखं वागणं.

''तो मस्त खजिन्याचा शोध.'' मी हसलो. रिबेकानं आठ्या घालत मान हलवली. ''माझी बायको प्रत्येक लग्नाच्या वाढदिवशी हा खजिन्याच्या शोधाचा खेळ ठेवायची. एक क्ल्यू मला त्या जागेकडे घेऊन जायचा जिथं दुसरा क्ल्यू असेल आणि असंच पुढे. ॲमी...'' मी डोळ्यांत पाणी आणण्याचा प्रयत्न केला आणि मग फक्त डोळे पुसण्यावरच समाधान मानलं. दारावरच्या घड्याळात १२.३७ वाजले होते. ''ती नाहीशी होण्यापूर्वी तिनं या वर्षीचे सगळे क्ल्यू लपवून ठेवलेले होते.''

''तुमच्या लग्नाच्या वाढदिवशी ती नाहीशी झाली. त्या आधी?''

''त्यामुळेच मी केवळ तगून आहे. त्या सगळ्यामुळे मला तिच्या जवळ असल्यासारखं वाटतंय.''

रिबेकानं तिचा कॅमेरा बाहेर काढला. ''मला तुमची मुलाखत घेऊ दे. कॅमेऱ्यावर.''

''वाईट कल्पना.''

''मी त्याचे संदर्भ देईन,'' ती म्हणाली, ''तुम्हाला त्याचीच गरज आहे, निक्, मी शपथ घेऊन सांगते. संदर्भ. तुम्हाला खरोखर गरज आहे त्याची. बोला ना अगदी थोडक्यात.''

मी मान हलवली. ''हे खूप धोकादायक आहे.''

''तुम्ही आत्ता जे बोललात तेच बोला. मी खरं सांगते, निक्, मी एलन ॲबोटसारखी नाही, उलट तिच्या बरोबर विरुद्ध आहे. तुम्हाला माझी नितांत गरज आहे.'' तिनं कॅमेरा वर धरला, त्याचा छोटासा लाल दिवा माझ्याकडे बघून लुकलुकत होता.

''खरंच सांगतो, ते बंद कर आधी.''

''मला मदत करा. मला जर तुमची मुलाखत मिळाली, तर माझी करियर कुठल्या कुठे जाईल. तुम्हीही एक चांगलं काम केलेलं असेल. प्ली ऽऽऽ ज? यात काही अवघड नाही. निक् फक्त एक मिनिट, फक्त एक मिनिट. मी खात्री देते, की मी तुमची चांगली बाजूच मांडेन.''

''काय जाणून घ्यायचं आहे तुला?'' मी विचारलं.

''तुम्ही मला खजिन्याच्या शोधाबद्दल सांगा. ते फार रोमँटिक वाटतंय मला. वेगळंच काहीतरी, मस्त एकदम.''

नीट विचार करून बोल निक्. लोकांकरता पण आणि बायकोकरता पण. आत्ता या क्षणी, मी विचार केला, मी तो माणूस आहे जो स्वतःच्या बायकोवर निरतिशय प्रेम करतो आणि तिला शोधून काढणार आहे. मी बायकोवर प्रेम करणारा माणूस आहे, आणि मी चांगला माणूस आहे. मला लोकांचा विश्वास मिळायला हवा. मी अगदी परिपूर्ण नसेन; पण माझी बायको आहे, आणि इथून पुढे मी अगदी म्हणजे अगदी आज्ञाधारकपणे राहीन.

दुःखाचं नाटक करण्यापेक्षा जास्त सहजतेनं मी हे करू शकलो. मी म्हटलं ना मनात आणलं तर मी काहीही करू शकतो; पण तरीही बोलायला सुरुवात करताना माझा घसा दाटून आला.

“माझी बायको आजपर्यंत भेटलेल्या मुलींमध्ये सगळ्यात मस्त मुलगी आहे. मला सांगा किती लोकांच्या नशिबात हे भाग्य असतं. मी सगळ्यात मस्त मुलीशी लग्न केलं आहे.”

साली कुत्री, साली कुत्री, साली कुत्री. तू घरी ये, मग बघ तुला मारूनच टाकतो.

ॲमी इलियट डन्

नऊ दिवसांनंतर...

एक प्रकारच्या अस्वस्थतेतच मला जाग आली. निघायला हवं. मी इथं सापडून चालणार नाही. मी उठले तेव्हा माझ्या मनात हाच विचार घोळत होता. एखादा साक्षात्कार व्हावा तसे ते शब्द माझ्या मेंदूत घुमत होते. तपास काही खूप वेगात चाललेला नाही. आणि माझी आर्थिक स्थिती मात्र बरोबर विरुद्ध आहे. जेफ आणि ग्रेटाचा हावरटपणा जाणवायला लागला आहे आणि माझ्या अंगाला माशांचा वास येतोय.

जेफ ज्या पद्धतीनं माझ्या कपड्यांकडे आणि माझ्या पैशांच्या पट्ट्याकडे झपाट्यानं पोहत गेला, ते मला बरोबर वाटत नाही. ग्रेटा जी सारखी एलन ॲबोटवर येऊन स्थिरावतेय, त्यातही काहीतरी गोम आहे. मला त्यामुळे अस्वस्थ वाटतंय. मी उगाच घाबरतेय? आता मी अगदी डायरी ॲमीसारखी वागत्येय ना : खरंच माझा नवरा मला मारणार आहे की हा माझ्या मनाचा खेळ आहे? अगदी पहिल्यांदाच मला तिच्याबद्दल फार वाईट वाटतंय.

ॲमी डन् मदतकार्याच्या फोनवर मी दोन वेळा फोन करते आणि दोन वेगवेगळ्या लोकांशी बोलते. ते किती वेळात पोलिसांपर्यंत पोहोचतील ते सांगणं अवघड आहे– कार्यकर्त्यांना त्यात काहीच रस दिसत नाहीये. मी लायब्ररीत गेले तेव्हा माझी मनःस्थिती अजिबात चांगली नव्हती. मला इथून आता गाशा गुंडाळून निघून जायला हवं. माझी खोली ब्लीच वापरून स्वच्छ करायला हवी, सगळीकडचे माझ्या बोटांचे ठसे पुसून टाकले पाहिजेत. व्हॅक्यूम क्लीनर लावून कुठे काही केस पडले असतील, तर ते नष्ट करायला हवेत. ॲमी (आणि लिडिया आणि नॅन्सी पण) पुसून टाकून निघून जायला हवं. मी जर निघून गेले तर सुरक्षित राहीन. जरी ग्रेटा आणि जेफला मी कोण आहे याचा संशय आलेला असला तरी. जोपर्यंत मी प्रत्यक्ष पकडली जात नाही, तोपर्यंत मी सुरक्षित असेन. ॲमी

इलियट डन् ही एखाद्या येतीसारखी आहे– सगळ्यांना हवी असलेली; पण एखाद्या दंतकथेसारखी– आणि हे दोघे ओझार्कचे भामटे, यांच्यावर कोण विश्वास ठेवणार? मी आजच निघून जाईन. हाच निश्चय मनाशी करून मी त्या थंड रिकाम्या लायब्ररीत शिरले. तिथल्या तीन रिकाम्या कॉम्प्यूटरवरून ऑनलाईन जाऊन मी निक्‌वर लक्ष ठेवते.

माझ्यासाठीच्या त्या सभेनंतर निक्‌बद्दल सारख्या त्याच त्याच बातम्या दाखवत आहेत– तेच मुद्दे पुन्हा पुन्हा गोल गोल फिरवत मोठमोठ्यानं चर्वितचर्वण चालू आहे; त्यात नवीन काहीच माहिती नाही; पण आज मात्र काहीतरी वेगळं दिसतंय. मी निक्‌चं नाव घालून शोधायला सुरुवात करते आणि ब्लॉगवर वणव्यासारख्या बातम्या फिरत आहेत, कारण माझ्या नवऱ्यानं दारू पिऊन नशेत मुलाखत दिली आहे, तेही एका बारमध्ये, हातात साधा कॅमेरा घेतलेल्या कोणत्यातरी मुलीला. देवा, या मूर्खाला अक्कल येणारच नाही का?

निक् डन्‌चं व्हिडिओद्वारे जाहीर मनोगत!

निक् डन्, नशेतली कबुली!

माझं हृदय इतकं धडधडायला लागतं, माझा घसा खवखवायला लागला. माझ्या नवऱ्यानं परत एकदा स्वतःच्या पायावर धोंडा पाडून घेतला.

व्हिडिओ सुरू झाला, समोर निक् होता. नशा केल्यावर नेहमी दिसतात तसे त्याचे डोळे झोपाळू दिसत होते. जड पापण्या, त्याचं नेहमीचं तिरकस हसू, आणि तो माझ्याबद्दल बोलतोय, आता तो अगदी माणसातल्यासारखा दिसतोय. तो आनंदी दिसतोय. ''माझी बायको आजपर्यंत मला भेटलेल्यांपैकी सर्वांत मस्त मुलगी आहे,'' तो म्हणतो. ''हे म्हणण्याचं भाग्य किती लोकांना लाभतं? मी सगळ्यात मस्त मुलीशी लग्न केलेलं आहे.''

माझ्या आत काहीतरी थरथरतं. हे मला अपेक्षित नाही. मी हसतेच जवळजवळ.

''असं काय मस्त आहे तिच्यात?'' कॅमेऱ्यामागून ती मुलगी विचारते. तिचा आवाज वरच्या पट्टीतला, नाटकी आहे.

निक् खजिन्याच्या शोधाच्या खेळाबद्दल सांगायला लागतो, कशी ती आमची परंपरा होती आणि कसे मी आमच्यातले खासगी विनोद लक्षात ठेवायची आणि कसं आत्ता या क्षणी त्याच्याकडे माझं असं तेवढंच शिल्लक आहे आणि म्हणून त्याला तो शोध पूर्ण करायलाच लागणार आहे. तेच त्याचं उद्दिष्ट आहे. ''आज सकाळीच मी त्याच्या शेवटाला येऊन पोहोचलो,'' तो म्हणतो, त्याचा आवाज घोगरा झालाय. तो गर्दीच्यावर बोलतोय. तो आता घरी जाऊन मिठाच्या पाण्यानं गुळण्या करेल, जशी त्याची आई त्याला करायला लावायची. जर मी त्याच्याबरोबर घरी असते तर त्यानं मला पाणी गरम करायला लावलं असतं आणि त्याच्यासाठी

तयार करायला सांगितलं असतं, कारण त्याला कधीच मिठाचा अंदाज येत नाही. ''आणि त्यामुळे बऱ्याच गोष्टी माझ्या ध्यानात आल्या. ती जगातील एकमेव व्यक्ती आहे जी मला चकित करू शकते. तुला माहित्येय? बाकी सगळ्यांच्या बाबतीत, मला माहीत असतं आता हे काय म्हणतील, कारण सगळे तेच तेच बोलतात. आपण सगळे तेच तेच कार्यक्रम बघतो, तेच तेच वाचतो, आपण प्रत्येक गोष्टीचा पुनर्वापर करतो. पण ॲमी एक परिपूर्ण व्यक्ती आहे. तिचा माझ्यावर खास असा प्रभाव आहे.''

''ती कुठे असेल असं वाटतंय तुला निक्?''

माझा नवरा खाली मान घालून त्याच्या लग्नातल्या अंगठीकडे बघतो आणि ती बोटात फिरवतो.

''तू ठीक आहेस ना निक्?''

''खरं सांगू? नाही. मी माझ्या बायकोच्या बाबतीत कमी पडलो. अगदी कमी पडलो. मी इतका चुकलोय. मला फक्त एवढीच आशा आहे की फार उशीर झालेला नसू दे. माझ्याकरता, आमच्याकरता.''

''तुला हे सगळं असह्य झालेलं दिसतंय. भावनात्मकदृष्ट्या.''

निक् कॅमेऱ्यात डोळे रोखून बघतो. ''मला फक्त माझी बायको हवी आहे. ती मला इथं माझ्या जवळ हवी आहे.'' त्यानं श्वास घेतला. ''मला माहीत आहे, मला भावना व्यक्त करता येत नाहीत; पण मी प्रेम करतो तिच्यावर. मला ती सुखरूप असायला हवी आहे. ती ठीक असली पाहिजे. मला सगळं भरून काढायचंय.''

''म्हणजे काय?''

तो हसतो. तेच ते विस्कटलेलं हास्य जे आजही माझं मन आकर्षून घेतं. आमच्या चांगल्या काळात मी त्याला टॉक-शो हास्य म्हणायचे : ते म्हणजे एक चट्कन खाली कटाक्ष, ओठांच्या कोपऱ्यात अंगठ्यानं सहज घासल्यासारखं करायचं आणि एखाद्या सिनेमा नटानं एखादी खास गोष्ट सांगण्यापूर्वी केलेलं एक अस्फुट मंद हास्य.

''म्हणजे, याच्याशी तुझा काहीही संबंध नाही.'' तो हसतो. ''मला खूपश्या गोष्टी तिच्याकरता करायच्या आहेत. मी जसा असायला हवा होतो तसा नवरा होऊ शकलो नाही. मधली काही वर्षं आमच्यासाठी खूप कठीण होती, आणि मी... मी माझं सत्त्वच गमावून बसलो. मी प्रयत्न करायचंही सोडून दिलं. बघ ना, हे वाक्य आम्ही हजारदा तरी ऐकलं असेल : आम्ही प्रयत्न करण्याचं सोडून दिलं. सगळे जाणून असतात की याचा अर्थ, आमचा संसार गोडला– जरा पुस्तकी आहे ते; पण मी प्रयत्न सोडले. मी सोडले. माझा पुरुषार्थ कमी पडला.''

निक्च्या पापण्या जड झाल्या आहेत. त्याचं बोलणं इतकं बरळल्यासारखं आहे की तो नाकात बोलल्यासारखं वाटत होतं. त्याचा ताबा केव्हाच गेला होता, झिंगायला थोडाच कमी. मद्यामुळे त्याचे गाल गुलाबी झालेत. माझ्या बोटांची टोकं चमकताहेत. थोडंसं मद्य पोटात गेल्यावरच्या त्याच्या स्पर्शाची उष्णता मला आठवते आहे.

"मग तू काय करणारेस तिच्यासाठी?" क्षणभर कॅमेरा थरथरतो, ती मुलगी तिचा ग्लास उचलत असणार.

"मी तिची समजूत काढण्यासाठी काय करीन. सगळ्यात आधी मी तिला शोधून घरी घेऊन येईन. त्याबद्दल तर तू खात्रीच बाळग. मग? तिला माझ्याकडून ज्या अपेक्षा असतील, तिला जे काही हवं असेल ते मी तिला देईन. यापुढे असंच होईल, कारण मी त्या खजिन्याच्या खेळाच्या शेवटाला जेव्हा पोहोचलो तेव्हा मला जाणीव झाली, माझा ताठा गळून पडला. माझी बायको मला आज जशी कळते आहे, तशी यापूर्वी मला कधीच कळली नाही. मला काय करायला हवं हे यापूर्वी कधीच इतक्या स्पष्टपणे मला कळलं नाही."

"जर तुला आत्ता या क्षणी ॲमीशी बोलता आलं, तर तू तिला काय सांगशील?"

"माझं प्रेम आहे तुझ्यावर. मी शोधून काढीन तुला. नक्कीच..."

मला कळत होतं की तो आता 'द लास्ट ऑफ मोहिकन्स' मधल्यासारखं म्हणणार : "टिकून राहा... मी शोधून काढीन तुला." कुठला तरी सिनेमातला संवाद बोलून त्या प्रामाणिकपणाला वळसा घालण्याचा मोह त्याला आवरणार नाही. तो अगदी त्या काठावर आहे. मला जाणवतंय ते. पण तो थांबवतो स्वतःला.

"मी कायम तुझ्यावर प्रेम करीन ॲमी."

इतकं मनापासून. माझ्या नवऱ्याच्या अगदी विरुद्ध आहे हे.

तीन भयंकर जाड खेडवळ माणसं त्यांच्या स्कूटरवर माझ्यापुढे आहेत. माझ्या आणि माझ्या सकाळच्या कॉफीमध्ये ते उभे आहेत. त्यांच्या स्कूटरच्या दोन्ही बाजूंना त्यांचं ढुंगण एखाद्या मशरुमसारखं पसरलेलं दिसतंय, पण तरीही त्यांना आणखी एग्ज मफिन्सची हाव आहे. माझ्या पुढ्यात अक्षरशः तीन लोकं आहेत. माझ्यापुढे, रांगेत, मॅक्डोनाल्ड्समध्ये.

मला त्याची अजिबात पर्वा नाही. माझ्या योजनेतला हा बदल मला चक्क आवडतोय. इंटरनेटवर हा व्हिडिओ वेगात पसरतोय आणि आश्चर्यकारकरीत्या त्याच्यावरच्या प्रतिक्रिया सकारात्मक आहेत. सावधपणे आशावादी : कदाचित

नसेलही खून केला या माणसानं– आपल्या बायकोचा. हे पालुपद शब्दशः पुन्हा पुन्हा वापरलेलं दिसतंय. कारण एकदा का निक् स्वतःवरचा ताबा सुटून थोडा भावनेच्या भरात वाहिला की झालं. हा व्हिडिओ बघणाऱ्या कोणालाही तो नौटंकी करतोय असं वाटणार नाही. हे काही दुःख गिळण्याचा आव आणणारं नाटक नाही. माझा नवरा माझ्यावर प्रेम करतो किंवा निदान काल रात्री तरी तो माझ्यावर प्रेम करत होता. ज्या वेळी माझ्या त्या खबदाडातल्या खोलीत मी त्याच्या सर्वनाशाचा विचार करत होते; त्या वेळी तो माझ्यासाठी जीव पाखडत होता.

अर्थात, मला कल्पना आहे की हे पुरेसं नाही. मी आता माझा बेत बदलू शकत नाही; पण मी थोडी थांबणार आहे. माझ्या नवऱ्याने खजिन्याचा शोध संपवला आहे आणि तो माझ्या प्रेमात आहे, आणि तो अत्यंत त्रासलेला आहे. त्याच्या एका गालावर, मला खात्री आहे, की एक गांधी उठलेली आहे.

मी माझ्या खोलीजवळ आले तेव्हा डोरोथी माझं दार वाजवताना मला आढळून आली. तिचे केस गरमीनं घामेजून ओले झाले आहेत. वॉलस्ट्रीटवरच्या एखाद्या टिपटॉप माणसाप्रमाणे तिनं ते मागे वळवून विंचरले होते. तिला आपल्या वरच्या ओठावर बोट फिरवण्याची सवय आहे. तसं करून ती बोटाला लागलेला घाम चाटून टाकते. आताही तिची तर्जनी तिच्या तोंडात आहे. ती माझ्याकडे वळते.

"इथे आहे ही," ती उद्‌गारते. "उनाड मैना."

मी अजून माझ्या खोलीचं भाडं भरलेलं नाही. दोन दिवस उशीर झालाय मला. मला हसूच येतं : माझं भाडं थकलंय.

"मला माफ कर डोरोथी. मी दहा मिनिटांत तुला आणून देते."

"मी थांबते, तुझी हरकत नसेल तर."

"मी आता इथं राहीन की नाही मला शंका आहे. मला कदाचित निघावं लागेल."

"पण मग तरी तू मला दोन दिवसांचं भाडं द्यायला हवंस. ऐंशी डॉलर्स प्लीज."

मी पट्‌कन माझ्या खोलीत जाते आणि माझा तो पातळ पैशांचा पट्टा काढते. आज सकाळीच पलंगावर बसून मी माझे पैसे मोजले होते. प्रत्येक नोट मी अगदी काळजीपूर्वक खूप वेळ हाताळली होती. काळजीपूर्वक अंगावरची वस्त्रं उतरवावीत तसं आर्थिक नग्नता आणि त्याचा निष्कर्ष असा की माझ्याकडे सगळे मिळून फक्त ८,८४९ डॉलर्स उरलेले आहेत. जगण्याकरता खरोखर किती पैसे लागतात.

मी जेव्हा डोरोथीला पैसे देण्याकरता दरवाजा उघडला (आता फक्त ८,७६९ डॉलर्स उरलेत.) तेव्हा मला ग्रेटा आणि जेफ ग्रेटाच्या पोर्चमध्ये रेंगाळताना

दिसले. त्यांचं माझ्या पैसे देण्या-घेण्याकडे लक्ष होतं. जेफ गिटार वाजवत नव्हता, ना ग्रेटा सिगारेट ओढत होती. ते जणू माझ्यावर नीट लक्ष ठेवण्यासाठीच तिथे उभे होते. दोघंही मला हात करतात, हे स्विटी, मीपण निर्जीवपणे हात उचलते. मी दार बंद करून आवरायला लागते.

या आयुष्यात माझ्याकडे किती कमी सामान आहे... कधी काळी माझ्या मालकीच्या इतक्या गोष्टी होत्या. माझ्याकडे साधं अंडी फेसायचं यंत्र किंवा सूप बाऊल पण नाही. माझ्याकडे चादरी आणि टॉवेल आहेत; पण एक बरंसं ब्लँकेटही नाही. माझ्याकडे एक कात्री आहे, ज्यानं मी माझे केस कापते. मला त्या आठवणीनं हसू येतं; कारण आम्ही एकत्र राहायला लागलो, तेव्हा निक्‌कडे कात्रीदेखील नव्हती. कात्री नाही, इस्त्री नाही, स्टॅपलर नाही. मला त्याला विचारलेलं आठवतंय, की जवळ एक कात्रीसुद्धा नसताना तो स्वतःला आजच्या जमान्यातला कसा काय समजतो? त्यावर तो म्हणाला, की 'तो नाहीच आहे पुढारलेला.' आणि त्यानं मला उचललं आणि बिछान्यात टाकलं आणि माझ्यावर झेपावला. मी हसले होते तेव्हा, कारण तेव्हा मी 'मस्त मुलगी' होते ना! त्या सगळ्याचा अर्थ काय हे पाहण्याऐवजी मी हसले होते तेव्हा.

ज्या माणसाकडे साधी कात्रीही नसेल अशा माणसाशी लग्न करण्याच्या फंदात पडू नये, हा माझा सल्ला आहे. त्याचा परिणाम चांगला होत नाही.

मी माझे कपडे घड्या करून माझ्या छोट्याशा पाठीवरच्या बॅगेत ठेवते– तेच तीन जोड जे मी खरेदी करून माझ्या पळून जायच्या गाडीत महिन्याभरापूर्वी ठेवून दिले होते म्हणजे मग मला घरून काही न्यायला नको. माझा प्रवासी टूथब्रश, कॅलेंडर, कंगवा, मलम, झोपेच्या गोळ्या, ज्या मी माझ्या मृत्यूकरता आणल्या होत्या, माझे पोहोण्याचे पोशाख. सगळं आवरायला इतका थोडासा वेळ लागतो.

मी माझे रबरी हातमोजे घातले आणि सगळीकडे पुसून घेतलं. मी कुठे केस अडकले असले तर बघण्याकरता बाथरूमच्या जाळ्या तपासल्या. ग्रेटा आणि जेफला मी कोण आहे ते माहीत असेल असं मला वाटत नाही; पण जर असेलच तर मला कसलेही पुरावे मागं ठेवायचे नाहीत आणि सगळा वेळ मी स्वतःशी चरफडत राहते : बघितलं, जरा लक्ष कमी झालं की काय होतं, सतत लक्षपूर्वक नाही पाहिलं, जरा नजर हटली, की काय होतं ते बघितलं. तू पकडलीच जायला हवीस, मूर्खासारखी वागणारी मुलगी आहेस तू. जर डोरोथीच्या ऑफिसमध्ये तुझे केस पडले असतील तर, तर काय आणि जर जेफच्या कारमध्ये किंवा ग्रेटाच्या स्वयंपाकघरात बोटांचे ठसे असतील तर, मग काय, तुला असं वाटलंच कसं की तू इतक्या निष्काळजीपणे राहू शकशील? माझ्या डोळ्यांसमोर पोलीस सगळ्या खोल्यांची तपासणी करतानाचं चित्र उभं राहिलं. त्यांना काहीच सापडत नाही

आणि मग आणखी एक चित्र- पोहोण्याच्या तलावाजवळ काँक्रीटच्या फरशीवर माझा एक केस उडतोय, माझ्या सर्वनाशासाठी.

आता माझं मन दुसऱ्या बाजूला आणखी एक झोका घेतं : छे, इथं कोणीही तुला शोधायला येणार नाही. पोलीस कशाला येतील म्हणा. आम्ही या खबदाडातल्या मोटेलमध्ये प्रत्यक्ष ॲमी डन्‌ला बघितलं, हे काही भामट्यांचं म्हणणं. त्यांच्याकडे काय पुरावा आहे? या क्षुद्र लोकांना काहीतरी सनसनाटी वावड्या उठवून प्रसिद्धी हवी आहे, असंच समजतील ते.

माझ्या दारावर एक खणखणीत थाप. एखाद्या आई-वडिलांनी दार सताड ढकलण्यापूर्वी द्यावी ना तशी– मी मालक आहे अशी. मी खोलीच्या मध्येच उभी राहते– उघडावं न उघडावं या विचारात. खट खट खट. आता मला कळतं, की इतक्या सगळ्या भयपटांमध्ये हे का वापरलं जातं– दारावरची गूढ थाप– कारण एखाद्या दुःस्वप्नासारखीच असते ती. बाहेर नक्की काय आहे याची तुम्हाला काहीच कल्पना नसते; पण तरीही तुम्हाला तुम्ही ते उघडणारच आहात हे माहिती असतं. तुम्ही तोच विचार करता जो मी करते : वाईट गोष्टी कधी दार वाजवून येत नाहीत.

"हे स्वीटहार्ट, आम्हाला माहीत आहे तू आतच आहेस. दार उघड."

मी माझे हातमोजे काढते आणि दार उघडते, जेफ आणि ग्रेटा बाहेर उभे आहेत. सूर्य त्यांच्या पाठीमागे आहे; त्यामुळे त्यांच्या चेहऱ्यावर सावली आहे.

"हे सुंदरी, आम्ही आत येऊ शकतो का?" जेफनं विचारलं.

"मी खरं म्हणजे– मी आता तुम्हालाच भेटायला येणार होते." मी घाईत असल्यासारखं म्हटलं. "मी आज रात्री निघणार आहे– उद्या किंवा आज रात्रीच. घरून फोन आला होता; मला घरी जायला हवं."

"घरी म्हणजे लुझियाना की सवाना?" ग्रेटा म्हणते. ती आणि जेफ माझ्याबद्दल बोलत असणार.

"लुझि..."

"जाऊ दे, ते महत्त्वाचं नाही." जेफ म्हणतो, "आम्हाला एक मिनिट आत येऊ दे. आम्ही तुझा निरोप तरी घेतो."

तो माझ्या दिशेनं पाऊल टाकतो. ओरडावं किंवा दरवाजा धाडकन लावून घ्यावा असा एक विचार माझ्या मनात डोकावतो; पण दोन्हीचा काही उपयोग होणार नाही हे माझ्या लक्षात येतं. त्यापेक्षा सगळं छान आहे असं नाटक करणं आणि ते खरं होण्याची आशा करणं, हेच बरं.

ग्रेटा आत येऊन दार लावते आणि दारावर रेलून उभी राहते. जेफ आधी बेडरूममधून फिरून त्या छोट्याशा किचनमध्ये येतो. एकीकडे तो कपाटांची दारं

उघडझाप करतो. हवामानाबद्दल बोलतो.

"तुला सगळा निरानिपटा करून जायला हवं; नाहीतर डोरोथी तुझं डिपॉझिट जप्त करेल." तो म्हणतो. "ती फार काटेकोर आहे." तो फ्रिज उघडून आत डोकावतो, मग फ्रिझरमध्ये. "एखादी बाटलीसुद्धा ठेवून चालणार नाही तुला. मला नेहमीच ही गोष्ट विचित्र वाटते. सॉस खराब होत नाही कधी."

तो कपाट उघडतो आणि खोलीतली अंथरुणं उचलून बघतो. मी घड्या घालून ठेवलेल्या चादरी उलगडून झटकतो. "मी नेहमी, अगदी नेहमीच्या चादरी झटकतो," तो म्हणतो. "आत काही राहिलेलं नाही ना याची खात्री करण्याकरता. एखादा मोजा, अंतर्वस्त्र, किंवा जे तुझ्याकडे असेल ते."

तो मला न्याहाळतो– मानेपासून, पावलांपर्यंत आणि परत वर.

"कुठे आहे ते राणी?"

"काय कुठे आहे?"

"तुझ्याकडचे पैसे." तो खांदे उडवतो. "हे आमच्यासाठी कठीण करू नकोस. मला आणि तिला, खरोखर गरज आहे, त्याची."

ग्रेटा काही न बोलता माझ्या पाठी उभी आहे.

"माझ्याकडे जेमतेम वीस डॉलर्स आहेत."

"खोटं," जेफ म्हणतो. "तू प्रत्येक गोष्ट अगदी भाडंसुद्धा रोख भरतेस. ग्रेटानं तुला पैशांची चळत घेऊन बघितलं आहे. त्यामुळे ते देऊन टाक म्हणजे तुला जाता येईल, आणि आपल्याला पुन्हा एकमेकांचं तोंडही पाहायला नको."

"मी पोलिसांना बोलवीन."

"खुशाल बोलाव! आनंदानं." जेफ हाताची घडी घालून वाट पाहत थांबतो.

"तुझा चश्मा खोटा आहे." ग्रेटा म्हणते. "साध्या काचा आहेत त्या."

मी काही न बोलता तिच्याकडे नुसती रोखून बघते. मला आशा वाटते, की ती माघार घेईल. हे दोघं पण तेवढेच अस्वस्थ झालेले वाटताहेत, कदाचित ते त्यांचा रोख बदलतील आणि म्हणतील, की ते माझी चेष्टा करत होते आणि आम्हाला तिघांनाही खरं काय आहे, याची जाणीव असली तरी आम्ही हे खरं असल्यासारखंच भासवू.

"आणि तुझे केस, त्याची मुळं दिसताहेत, ती पिंगट आहेत. तू आता जो काही रंग लावला आहेस हॅम्स्टर* सारखा– त्यापेक्षा ते खूपच सुंदर आहेत आणि तुझे कापलेले केस भयंकर दिसत आहेत." ग्रेटा म्हणते. "तू लपून बसली आहेस– कोणापासून कुणास ठाऊक? मला माहीत नाही, एखाद्या पुरुषापासूनही

---

* हॅम्स्टर - घुशीसारखा एक मोठा कुरतडणारा प्राणी.

असेल; पण तू पोलिसांना नक्की बोलावणार नाहीस. त्यामुळे आम्हाला फक्त पैसे देऊन टाक.''

''तुला या करता जेफने भरीला घातलं का?''

''मी जेफला घातलं.''

ग्रेटा जे दार अडवून उभी आहे, त्या दिशेनं मी सरकते. ''मला बाहेर जाऊ दे.''

''आम्हाला पैसे दे.''

मी दाराच्या दिशेनं झेपावते; पण ग्रेटा माझ्यावर झडप घालते आणि मला भिंतीशी दाबून धरते. एका हातानं माझ्या चेहऱ्यावर फटका मारून दुसऱ्या हातानं माझा ड्रेस वर उचलते आणि माझा पैशांचा पट्टा खेचते.

''नाही ग्रेटा, मी खरंच सांगते! थांब!''

तिच्या उष्ण दमट पंजानं तिनं माझा चेहरा दाबून धरलेला आहे, माझं नाक दाबलं गेलंय, तिच्या एका नखानं माझा डोळा ओरबाडला जातोय. ती पुन्हा एकदा मला भिंतीकडे ढकलते आणि माझं डोकं भिंतीवर आदळतं, माझे दात माझ्या जिभेत रुततात. या सगळ्या झटापटीचा जराही आवाज येत नाही.

पट्ट्याचं एक टोक अजूनही माझ्या हातात आहे; पण तिला प्रतिकार करण्याकरता मला काहीच दिसत नाही. माझ्या डोळ्यातून पाणी येतंय. ती झटक्यात माझ्या हातून पट्टा खेचते. तिच्या नखांचे ओरखाडे माझ्या बोटांवर आहेत. मला पुन्हा एकदा ढकलून ती चेन उघडून पैशांचा अंदाज घेते.

''अरे देवा,'' ती उद्गारते. ''हे साधारण,'' ती मोजते– ''हजारापेक्षा जास्त, दोन किंवा तीन. देवा रेऽऽ अगं पोरी! तू काय बँकेवर डाकाबिका घातलास की काय?''

''घातलाही असेल.'' जेफ म्हणतो. ''अफरातफर.''

सिनेमामध्ये, निक्च्या आवडत्या सिनेमामध्ये, मी ग्रेटाच्या नाकावर फटका हाणला असता आणि तिला रक्तबंबाळ करून बेशुद्धावस्थेत जमिनीवर पाडलं असतं, आणि मग जेफचा निकाल लावला असता; पण सत्य हेच आहे, की मला मारामारी करता येत नाही, शिवाय ते दोघं आहेत आणि काही उपयोगही नाही. मी त्यांच्या अंगावर धावून जाईनही; पण ते दोघं माझे हात पकडून ठेवतील आणि मी नुसतीच एखाद्या लहान पोरासारखी तडफडत राहीन, किंवा मग ते खरोखरच रागाच्या भरात मला बदडून काढतील. मी आजपर्यंत कधीच मार खाल्लेला नाही. मला दुसऱ्या कोणाकडून दुखापत होण्याची भीती वाटते.

''तुला पोलिसांना बोलवायचंय ना, जा बोलाव.'' जेफ फिरून म्हणतो.

''खड्ड्यात जा,'' मी पुटपुटते.

“या सगळ्याबद्दल माफ कर,” ग्रेटा म्हणते. “पुढच्या वेळी जिथे जाशील तिथे काळजी घे हं? तू अशी लपतछपत एकटीच फिरणाऱ्या मुलीसारखी दिसणार नाहीस असं बघ.”

“तुला काही होणार नाही,” जेफ म्हणतो.

बाहेर पडताना तो माझ्या दंडावर थोपटतो.

एक पंचवीस सेंटचं आणि एक दहा सेंटचं अशी दोन नाणी टेबलावर पडलेली आहेत. माझ्याकडे आता एवढेच पैसे उरलेत.

निक् डन्

नऊ दिवसांनंतर...

सुप्रभात! मी माझ्या बिछान्यात माझा लॅपटॉप घेऊन बसलो होतो, माझ्या उत्स्फूर्त मुलाखतीवर इंटरनेटवर आलेल्या प्रतिक्रियांची मी मजा घेत होतो. माझ्या डाव्या डोळ्यांची खोबण जरा जरा दुखत होती. कालच्या स्वस्त स्कॉचचा परिणाम; पण ते एक सोडल्यास मला फारच छान वाटत होतं. काल रात्री मी माझ्या बायकोला परत बोलावण्याकरता पहिला गळ टाकला. मला माफ कर. मी सगळी कसर भरून काढीन. यापुढे मी तुझ्या मनाप्रमाणे वागीन. तू माझ्यासाठी किती महत्त्वाची आहेस, हे मी जगाला दाखवून देईन.

कारण जर ॲमी प्रत्यक्ष प्रकट झाली नाही तर माझा सत्यानाश ठरलेलाच आहे. टॅनरचा गुप्तहेर, (एक सडपातळ नीटनेटका माणूस, मला वाटलं तसा गुन्हेगारपटात दाखवतात तसला नाही.) अजून काही शोधू शकलेला नाही– माझ्या बायकोनं स्वतःला अदृश्य करण्यात कसलीही चूक केलेली नाही. मला आता ॲमीलाच माझ्याकडे येण्याकरता पटवलं पाहिजे.

जर या प्रतिक्रियांवरून अंदाज बांधायचा झाला तर मी योग्य तीच चाल खेळलेली आहे, कारण त्या चांगल्या आहेत, खूपच चांगल्या आहेत :

बर्फ वितळायला लागला!
मला माहितीच होतं की तो चांगला माणूस आहे.
नशेत माणसाच्या तोंडून सत्यच बाहेर येतं!
त्यानं कदाचित नसेलही मारलं तिला.
त्यानं नसेलही मारलं तिला.
त्यानं नसेलही मारलं तिला.
आणि त्यांनी मला 'लान्स' म्हणण्याचं बंद केलं होतं.

माझ्या घराबाहेर थांबलेले वार्ताहर आणि कॅमेरामन अस्वस्थ झाले होते. त्यांना या 'कदाचित खुनी नसलेल्या' माणसाकडून काहीतरी निवेदन हवं होतं. माझ्या पडदे ओढलेल्या खिडक्यांबाहेर ते ओरडत होते : निक्, बाहेर ये. आम्हाला ॲमीबद्दल काहीतरी सांग. निक्, तुझ्या खजिना शोधाच्या खेळाबद्दल माहिती दे. त्यांच्यासाठी ही त्यांच्या लोकप्रियतेच्या लाटेतील फक्त एक चुणी होती; पण "निक् तू तुझ्या बायकोचा खून केलास का?" पेक्षा हे पुष्कळच बरं होतं.

आणि मग अचानकच त्यांनी 'गो'च्या नावानं हाका मारायला सुरुवात केली. 'गो' त्यांची लाडकी होती. तिला तिचा चेहरा निर्विकार ठेवता यायचा नाही. ती रागावली आहे की दुःखी आहे की काळजी करते, हे तुम्हाला लगेच कळतं. खाली एक लेबल लावलं की झालं. सगळी कहाणी कळेलच एखाद्याला. मार्गो तुझा भाऊ निरपराध आहे? मार्गो, आम्हाला माहिती दे... टॅनर, तुझा अशील निर्दोष आहे? टॅनर–

दारावरची घंटा वाजली आणि मी दाराआड लपूनच दार उघडलं. अजूनही मी अवतारातच होतो; माझे विस्कटलेले केस आणि चुरगळलेली चड्डी काय घडलं ते कळायला पुरेशी होती. काल रात्री कॅमेऱ्यासमोर मी छानसा हताश असा, किंचित झिंगलेला, नशेत सत्य बोलणारा असा होतो; पण आता मात्र मी झिंगलेलाच दिसत होतो. मी दार बंद करून घेतलं आणि आणखी दोन छानशा प्रतिक्रियांच्या अपेक्षेत उभा राहिलो.

"हे असलं पुन्हा कधी-कधीही करायचं नाही." टॅनरनं सुरुवात केली. "काय झालंय काय तुला निक्? मला वाटतं, की तुला आता वेसण घालायला हवी. काय हा मूर्खपणा?"

"तू सगळ्या प्रतिक्रिया आल्या आहेत त्या वाचल्यास का? लोकांना आवडलंय ते. मी लोकांचं माझ्याबद्दलचं मत संपूर्णपणे बदलून टाकलं आहे. तू मला असं करायला सांगितलं होतंस."

"असल्या गोष्टी अशा अनियंत्रित वातावरणात कधीही करत नाहीत." तो म्हणाला. "ती जर एलन ॲबोटसाठी काम करत असती तर? जर तिनं 'तुला तुझ्या बायकोला काय सांगायचंय सोन्या' यापेक्षा अवघड प्रश्न विचारले असते तर?" हे सगळं त्याने एखाद्या लहान मुलीच्या सुरात मला विचारलं. त्याचा चेहरा नुसता लालेलाल झाला होता.

"मी माझ्या अंतःप्रेरणेवर विश्वास ठेवला. मी एक पत्रकार आहे, टॅनर, मला चांगल्या-वाइटाची थोडीतरी जाण असेलच ना, ती खरंच किती गोड होती."

तो सोफ्यावर बसला आणि पाय ओट्टोमनवर ठेवले. त्याच ओट्टोमनवर जो सहजपणे उलटू शकत नाही. "हो ना. तुझी बायकोपण एके काळी अशीच गोड

होती.'' तो म्हणाला. ''आणि ॲन्डी देखील होती. गाल कसा आहे तुझा आता?''

गाल अजूनही दुखतच होता; त्यानं मला आठवण करून दिल्यावर मला त्या चाव्याच्या ठिकाणी दुखल्यासारखं झालं. मी आधारासाठी 'गो'कडे वळलो.

''हे शहाणपणाचं नव्हतं निक्,'' ती टॅनरच्या समोर बसत म्हणाली. ''तू खरंच खूप नशिबानेच वाचलास– हे सगळं योग्य पद्धतीनं घडून आलं; पण त्याऐवजी काही घडू शकलं असतं.''

''तुम्ही दोघंही जरा अतिरेकच करत आहात. ही आनंदाची बातमी घेऊन येणारा या एका छोट्या क्षणाचा आपण नुसता उपभोगही घेऊ शकत नाही का? गेल्या नऊ दिवसांमधले हे आनंदाचे फक्त तीस सेकंद? प्लीज?''

टॅनरनं आपल्या घड्याळाकडे नजर टाकली. ''ठीक आहे. सांग.''

आणि मी सांगायला सुरुवात केल्यावर त्यानं आपली तर्जनी उंचावली आणि लहान मुलं मध्ये मध्ये बोलतात, तेव्हा मोठी माणसं करतात तसा आवाज करायला सुरुवात केली. मग सावकाश त्यानं बोट खाली आणून घड्याळावर टेकवलं.

''बरं. झाले तीस सेकंद. मिळाला का तुला आनंद?'' मी काय बोलतोय हे पाहण्यासाठी तो थांबला– तुझं झालंय बोलून? असं एखाद्या व्रात्य मुलाला शिक्षकांनी विचारल्यावर पसरणारी अवघडलेली शांतता. ''आता आपण बोलू या. आपण आता अशा ठिकाणी आहोत, की जिथं अचूक वेळ साधणं हा कळीचा मुद्दा आहे.''

''मान्य आहे.''

''वा. धन्यवाद.'' माझ्याकडे तिरकसपणे एक भुवई उंचावून पाहत तो म्हणाला. मला त्या खोपटातल्या सामानाच्या संदर्भात लवकरात लवकर पोलिसांशी बोलायचं आहे. तोपर्यंत हे जनताजनार्दन...''

गुरांचं जनताजनार्दन, मला वाटलं, 'जनताजनार्दन' नाही. हा फरक ॲमीनी मला शिकवला होता.

''– पुन्हा तुझ्यावर प्रेम करायला लागतील. किंवा पुन्हा नको म्हणू या. हं तर आता, वार्ताहरांना 'गो'च्या घराचा सुगावा लागला आहे आणि मला ते खोपटं, त्यातलं सामान हे सगळं असंच झाकून ठेवणं सुरक्षित वाटत नाहीये. आणि इलियट दाम्पत्य...''

''आपण इलियट दाम्पत्याच्या मदतीच्या आशेवर राहण्यात अर्थ नाही.'' मी म्हटलं. ''अजिबात नाही.''

पुन्हा एक शांतता. टॅनरनं मला काहीच म्हणायचं टाळलं. अगदी प्रश्नही केला नाही.

''म्हणजे मग आता आपल्यालाच आक्रमक व्हावं लागेल.'' मला अस्पृश्य असल्यासारखं वाटत होतं. संताप. कुठल्याही कृतीसाठी तयार होतो मी.

''निक्, एक गोष्ट चांगली घडली म्हणून लगेच हुरळून जाऊ नकोस.'' 'गो' म्हणाली. तिनं पर्समधून गोळ्या काढून माझ्या हातात कोंबल्या. ''तुझा हँगओव्हर घालव आधी. तुला आज तयार राहायला हवं.''

''सगळं ठीक होईल,'' मी तिला म्हटलं. गोळ्या तोंडात टाकून मी टॅनरकडे वळलो. ''आता काय करू या आपण? काहीतरी व्यवस्थित ठरवू या.''

''छान, हेच योग्य आहे,'' टॅनर म्हणाला. ''हे तुला फारच वेगळं, बेधडक वाटेल, पण मी असाच विचार करतो. उद्या आपली शॅरन शीबरबरोबर मुलाखत ठरली आहे.''

''वा, हे... नक्की?'' शॅरन शीबर ही मला आवश्यकता होती तशीच सर्वोत्कृष्ट होती. सर्वांत जास्त बघितली जाणारी (३० ते ५५ या वयोगटात) नेटवर्क (केबलपेक्षा जास्त पोच असलेले) आजच्या घडीची बातमीदार. (स्त्री वर्गाशी माझे अशा तऱ्हेचे सन्माननीय संबंधपण असू शकतात, हे यातून सिद्ध व्हावं.) फारच क्वचित ती या गुन्हेगारी सत्यघटनांशी संबंधित बातम्यांमध्ये हात घालायची; पण जेव्हा घालायची तेव्हा मात्र ती अत्यंत प्रामाणिकपणे भिडायची. दोन वर्षांपूर्वी तिने एका तरुण कोवळ्या आईला आपल्या पंखाखाली घेतलं होतं. तिच्या तान्ह्या बाळाला मारण्याच्या आरोपावरून तिला अटक झाली होती. शॅरन शीबरनं एक असा काही कायदेशीर आणि भावनिक बचाव पुढे मांडला, अनेक रात्री तो कार्यक्रम चालू होता. ती बाई आता नेब्रास्कामध्ये स्वतःच्या घरी आहे, तिनं पुन्हा लग्न केलं असून ती नवीन बाळाच्या प्रतीक्षेत आहे.

''हो नक्की. तो व्हिडिओ प्रसारित झाल्यावर तिनं स्वतः संपर्क साधला.''

''म्हणजे व्हिडिओचा फायदा झाला तर.'' मी स्वतःला आवरू शकलो नाही.

''त्याच्यामुळे एक वेगळीच कलाटणी मिळाली : त्याच्यापूर्वी हे तूच केलं असणार हे स्पष्ट होतं. आता तू हे केलं नसण्याची एक छोटीशी शक्यता निर्माण झाली आहे. मला कळत नाही; पण तू इतका सच्चा, प्रामाणिक कसा काय?''

''कारण काल रात्री त्यामुळे काहीतरी साध्य झालं. ॲमीला परत मिळवू.'' 'गो' म्हणाली. ''ती एक आक्रमक चाल होती. हेच याच्याआधी झालं असतं तर ती फक्त एक लाडिक, अवाजवी, अप्रामाणिक भावना असती.''

मी तिच्याकडे एक आभाराचं हास्य फेकलं.

''हे काहीतरी हेतू साध्य करण्याकरता आहे हे बरीक लक्षात ठेवा,'' टॅनरनं म्हटलं. ''निक् मी इथे मजा करत नाहीये. हे सगळं कोणत्याही कक्षेबाहेरचं आहे.

कोणताही वकील तुझी केस घेणार नाही; पण मला हे करून बघायचंच होतं. सगळा कायदेशीर अवकाश आज मीडियानं झाकोळून टाकलेला आहे. इंटरनेट, फेसबुक, यूट्यूब या सगळ्याच्या आक्रमणामुळे आता पूर्वग्रहविरहित ज्यूरी ही संकल्पनाच नष्ट झालीये. कोरी पाटी नसतेच आता. केसचा ऐंशी ते नव्वद टक्के भाग हा न्यायालयात खटला दाखल होण्यापूर्वीच निर्णायक अवस्थेत असतो. असं असेल तर मग गोष्ट आपल्याला फायदेशीर होण्यासाठी त्याचा वापर केला तर काय बिघडलं; पण यात जोखीम आहे. मला प्रत्येक शब्द, प्रत्येक कृती, माहितीचा प्रत्येक तुकडा हा आधी नियोजन करूनच पुढे यायला हवा आहे आणि हे सगळं होत असताना तू अतिशय सहज, आवडेल असा असायला हवास, नाहीतर मग हे सगळं आपल्याच अंगावर उलटेल.''

''अरे, हे तर अगदी सोप्पंच वाटतंय,'' मी म्हटलं. ''शंभर टक्के कृत्रिम; पण तरीही नैसर्गिक.''

''तुला तुझे शब्द वापरताना अतिशय काळजी घ्यायला हवी आणि काही विशिष्ट प्रश्नांची उत्तरं तू देणार नाहीस, हेही आपण शॅरनला सांगून ठेवू. ती विचारणारच तुला; पण आम्ही तुला काय आणि कसं सांगायचं ते पढवून ठेवू. या केसमध्ये गुंतलेल्या पोलिसांच्या काही पूर्वग्रहदूषित कृतींमुळे, मला दुर्दैवानं आत्ता या प्रश्नाचं उत्तर द्यायला आवडलं असतं; पण देता येणार नाही आणि हे सगळं समोरच्याला पटेल असं बोलायचं.''

''बोलक्या कुत्र्याप्रमाणे.''

''हो. ज्याला तुरुंगात सडण्याची इच्छा नाही अशा बोलक्या कुत्र्याप्रमाणे. शॅरन शीबरनं तुझी तळी उचलून धरणं अतिशय गरजेचं आहे निक्, आपण महत्त्वाचे आहोत. हे सगळं फार विलक्षण आहे, पण मी असाच आहे.'' टॅनर पुन्हा एकदा म्हणाला. त्याला ती ओळ आवडत असावी. ती त्याची विशिष्ट धून असावी. तो जरा थांबला आणि त्यानं कपाळाला आठ्या घातल्या; ही त्याची विचारात पडलाय हे दाखवण्याची कृती होती. मला न आवडणारं असं काहीतरी तो आता बोलणार असावा.

''काय?'' मी विचारलं.

''तुला शॅरन शीबरला अॅन्डीबद्दल सांगायला हवं– कारण कधी ना कधी ते उघडकीला येणारच, तुमचं लफडं.''

''म्हणजे आता जरा लोकांना मी आवडायला लागलो आहे तर त्या सगळ्यावर पाणी फिरवावं, असं तुझं म्हणणं आहे?''

''मी तुला शपथपूर्वक सांगतो, निक्– मी आजवर किती केसेस हातात घेतल्या आहेत? ते नेहमी– कसं, कोणत्या मार्गानं– पण बाहेर येतंच. आपणच

आधी सांगितलं तर आपला त्यावर ताबा राहील. तू तिला ॲन्डीबद्दल सांग आणि माफी मागून टाक. अगदी संपूर्ण शरणागती, जणू काही तुझं आयुष्य त्यावर अवलंबून आहे. तुझं एक प्रेमप्रकरण होतं, तू एक माणूस आहेस, एक दुबळा मूर्ख माणूस. पण तुझं तुझ्या बायकोवर प्रेम आहे, आणि तुला आत्तापर्यंतची कसर भरून काढायची आहे. तू मुलाखत दे. ती दुसऱ्या रात्री प्रसारित होईल. त्यातलं सगळं वृत्त प्रतिबंधित असेल– म्हणजे मग नेटवर्कवाले ते वापरून या ॲन्डी प्रकरणाची जाहिरात करू शकणार नाहीत. ते फक्त एक शब्द वापरू शकतील 'बॉम्बशेल'.''

''म्हणजे तू आधीच सांगितलं आहेस वाटतं ॲन्डीबद्दल?''

''छे, छे,'' तो म्हणाला. ''मी त्यांना सांगितलं की माझ्याकडे तुमच्यासाठी एक मस्त 'बॉम्बशेल' आहे. त्यामुळे तू मुलाखत दे, आपल्या हातात मग चोवीस तास असतील. आणि मग ते प्रसारित होण्याच्या अगदी थोडा वेळ आधी आपण बोनी आणि गिलपीनला ॲन्डीबद्दल आणि त्या खोपटातल्या सामानाबद्दल सांगू.'' देवा परमेश्वरा, आता आमच्या लक्षात आलंय सगळं : ॲमी जिवंत आहे आणि ती निक्‌ला अडकवण्याचा प्रयत्न करते आहे! तिचं डोकं फिरलंय आणि ती मत्सरानं पेटलेली आहे आणि म्हणून निक्‌ला अडकवत्येय! अरेरे, काय हा अमानुषपणा!''

''मग शॅरन शीबरला का नाही सांगायचं? ॲमी मला अडकवते आहे ते?''

''पहिलं कारण. तू ॲन्डीबद्दल सगळं स्वच्छ सांगून टाक, माफी माग, सगळा देश तुला माफ करेल, त्यांना तुझी दया येईल, तुझ्याबद्दल वाईट वाटेल– अमेरिकन लोकांना पापी लोकांनी क्षमा मागताना बघायला आवडतं; पण त्या वेळी तू तुझ्या बायकोला मात्र वाईट ठरवता काम नयेस; प्रतारणा करणाऱ्या नवऱ्यानं बायकोवर ठपका ठेवलेला कोणालाच आवडत नाही. ते काम नंतर कधीतरी कोणीतरी करू दे : पोलिसांच्या सूत्रांच्या माहितीनुसार निक्‌ची बायको– तीच जिच्यावर त्याचं प्राणापलीकडे प्रेम आहे असं तो म्हणतो– ती अडकवते आहे त्याला! वा हे मस्त आहे.''

''आणि दुसरं कारण?''

''ॲमी तुला नक्की कशा पद्धतीनं अडकवते आहे हे समजावून सांगणं फार गुंतागुंतीचं आहे. ते आपण असं एका छोट्याशा मुलाखतीत नाही सांगू शकत. ते वाईट ठरेल.''

''मला आवडत नाहीये हे.'' मी म्हटलं.

''निक्, हे...'' 'गो'नं बोलायला सुरुवात केली.

''मला माहित्येय, माहित्येय की हे करायलाच हवं; पण विचार कर जरा,

की तुमच्या आयुष्यातलं एखादं मोठ्ठं गुपित असतं आणि तेच तुम्हाला जगासमोर उघडं करून दाखवावं लागतं. मला कळतंय, की मला ते केलंच पाहिजे आणि मला हेही कळतंय, की शेवटी तेच माझ्या कामाला येईल. ॲमी या एकाच मार्गानं परत येऊ शकेल. तिला मला चारचौघांत अपमानित झालेलं बघायचं आहे–'' मी म्हणालो.

''आणि धडा शिकवायचा आहे,'' टॅनर मला अडवत म्हणाला. ''अपमानित म्हटलं की त्यात एक दुःखाचा सूर येतो.''

''– आणि सार्वजनिक माफी मागायला हवी आहे.'' मी पुढे म्हणालो. ''पण ही एक फार भयंकर गोष्ट आहे.''

''आपण पुढे जाण्यापूर्वी मला एक गोष्ट प्रामाणिकपणे सांगायची आहे,'' टॅनर म्हणाला. ''ही सगळी गोष्ट पोलिसांना सांगणं– ॲमी निक्‌ला कशी अडकवते आहे ते– ही एक जोखीम आहे. बहुतेक पोलीस जेव्हा एखादा संशयित मनाशी पक्का करतात, तेव्हा ते सहसा त्यापासून ढळत नाहीत. दुसरा कोणताही पर्याय ते तपासून बघायला तयार नसतात. म्हणून ही एक जोखीम उचलणार आहोत आपण की त्यांना सांगितलं, की ते ही गोष्ट हसून सोडून देतील आणि तुला अटक करतील– आणि मग तात्त्विकदृष्ट्या आपण आपला बचाव कसा करणार आहोत याची एक पूर्वकल्पनाच त्यांना दिलेली असेल, त्यामुळे ते खटला उभा राहिल्यावर त्याच्या चिंधड्या कशा उडवायच्या, हे आधीच ठरवू शकतील.''

''थांब, थांब. टॅनर हे खरोखरीच गंभीर चित्र आहे.'' 'गो' म्हणाली. ''हे अशक्य वाईट आहे.''

''थांब, माझं सगळं सांगून होऊ दे,'' टॅनर म्हणाला. ''एक म्हणजे, मला वाटतं की तुझं म्हणणं बरोबर आहे, निक्‌. बोनीला अजून तुझ्या खुनी असण्याबद्दल शंका आहे, त्यामुळे जर आपण तिला दुसरा पर्याय सुचवला तर ती त्यावर विचार करू शकेल. एक चांगली निःपक्षपाती पोलीस म्हणून तिची प्रतिमा आहे. एक चांगली तर्कबुद्धी असणारी पोलीस आहे ती. मी तिच्याशी बोललोय. मला चांगली वाटली ती. मला असं वाटतंय की पुरावा तिला तुझ्या दिशेनं ढकलतोय; पण तिचा आतला आवाज तिला वेगळं काहीतरी सांगतोय. महत्त्वाची गोष्ट ही आहे, की जर खटला उभा राहिला तर मी तुझ्या बचावासाठी ॲमी तुला अडकवते आहे, ते वापरणार नाही.''

''म्हणजे काय म्हणायचं आहे तुला?''

''मी आधी जसं म्हटलं त्याप्रमाणे हे फार गुंतागुतीचं आहे, ज्यूरींना कदाचित नाही समजणार ते. जर ते टीव्हीवर योग्य तऱ्हेनं दाखवलं गेलं नाही तर मग ज्यूरींच्या बाबतीत त्याचा काहीच उपयोग नाही. आपण वेगळ्या मार्गानं जाऊ.

आपण आपली कहाणी अगदी साधी ठेवू या : पोलीस अकार्यक्षम आहेत आणि त्यांनी तुला बळीचा बकरा केलेला आहे, हा सगळा परिस्थितीजन्य पुरावा आहे, इत्यादी इत्यादी, इत्यादी...''

''इत्यादी, इत्यादी, मला फारच विश्वास वाटतोय याचा!'' मी म्हटलं.

टॅनरनं माझ्याकडे बघून एक स्मितहास्य केलं. ''ज्यूरींचा लाडका आहे मी, निक्. मी त्यांना आपला वाटतो.''

''तू त्यांच्या विरुद्ध आहेस आपला वाटायला, टॅनर.''

''मग तू उलटं म्हण : ते माझ्यासारखे आहेत, असा विचार करायला त्यांना आवडतं.''

याच्यापुढे आम्ही जे काही करणार होतो ते चकाचक फोटो काढणाऱ्या काटेरी पत्रकारांच्या डोळ्यांसमोर करणार होतो, त्यामुळे गो, टॅनर आणि मी आम्ही फ्लॅशच्या झगमगाटात आणि त्यांच्या किणकिणणाऱ्या आवाजात बाहेर पडलो. (''नजर खाली, अजिबात वळवू नकोस,'' टॅनरनं मला बजावलं, ''हसू नको; पण तुला शरम वाटतेय असंही दाखवू नकोस. घाई करू नको, व्यवस्थित चालत जा, त्यांना काय फोटो घ्यायचे असतील, घेऊ दे आणि त्यांना काहीही म्हणण्यापूर्वी दार घट्ट बंद करून घे. मग तुला त्यांना काय शिव्या घालायच्या त्या घाल.'') आम्ही सेंट लुईसच्या दिशेनं निघालो होतो. मुलाखत तिथेच होणार होती. मला टॅनरच्या बायकोबरोबर– बेट्सीबरोबर– तयारी करायची होती. पूर्वी ती टीव्हीवर सूत्रसंचालक होती, जी आता वकिली पेशाकडे वळली होती. बोल्ट आणि बोल्टमधली दुसरी बोल्ट ती होती.

एकामागून एक जाणारा तो गाड्यांचा ताफा अंगावर काटा आणत होता. टॅनर आणि मी, आमच्यापाठी 'गो', त्यानंतर अर्धा डझन न्यूजव्हॅन्स; पण जसजसे आम्ही पुढे गेलो, तसतसे माझ्या डोक्यातले पत्रकारांचे विषय नाहीसे झाले.

आम्ही टॅनरच्या हॉटेलमधल्या पेंटहाऊस सूटमध्ये पोहोचेपर्यंत मी माझं काम करायला तयार होतो, जे मला मुलाखत यशस्वी होण्याकरता करणं आवश्यक होतं. पुन्हा एकदा मला माझी स्वतःची एक विशिष्ट धून असावीशी वाटली. मी मोठ्या लढाईसाठी तयार होण्याचे वेगवेगळे तुकडे. एखाद्या लढाईची शारीरिक तयारी करतात, तशी मानसिक तयारी कशी करायची असते?

एका सहा फूट उंचीच्या कृष्णवर्णीय देखण्या स्त्रीनं दार उघडलं.

''हाय निक्, मी बेट्सी बोल्ट.''

माझ्या मनात बेट्सी बोल्ट ही लहानखुऱ्या चणीची, नाजूक, भुऱ्या केसांची दक्षिणेकडची गोरी स्त्री होती.

"काळजी करू नकोस, मला भेटल्यावर सगळेच चकित होतात." बेट्सी माझ्या चेहऱ्यावरचे भाव बघून हसत म्हणाली. "टॅनर आणि बेट्सी, असं ऐकल्यावर आम्ही 'द ऑफिशियल प्रेपी गाईडच्या' मुखपृष्ठावर असायला हवं असं वाटतं ना?"

"प्रेपी हॅन्डबुक," तिच्या गालाचं चुंबन घेत टॅनर म्हणाला.

"बघितलंस? त्याला किती कळतं ते," तिनं म्हटलं.

ती आम्हाला त्या डोळे दिपवणाऱ्या पेंटहाऊस सूटमध्ये घेऊन गेली. बैठकीच्या खोलीची एक भिंत नुसती खिडक्यांची होती. दोन्ही बाजूला झोपण्याच्या खोल्या होत्या. टॅनरनं आपण कार्थेजच्या 'डेज इन' मध्ये राहणार नाही, असं सांगितलं होतं. आम्हाला वाटलं तिथे ॲमीचे आई-वडील आहेत म्हणून; पण 'गो' ला आणि मला दोघांनाही शंका आली की ते केवळ पंचतारांकित हॉटेल सेंट लुईसमध्ये होतं म्हणून असावं.

आम्ही जुजबी गप्पागोष्टी केल्या : बेट्सीचं कुटुंब, कॉलेज, करिअर (सगळं नेत्रदीपक, चकचकाट) आणि सगळ्यांची पेय आली. (सोडा पॉप आणि क्लेमॅटो, मला आणि 'गो'ला वाटायला लागलं होतं की ते टॅनरचं आवडतं असावं, एक अशी सवय जी त्याची खास ओळख बनेल, जसा मी कॉलेजमध्ये असताना खोटा चश्मा वापरायचो.) थोड्या वेळात मी आणि 'गो' त्या गुबगुबीत सोफ्यात आरामात बसलो. बेट्सी आमच्यासमोर बसली होती, तिचे दोन्ही पाय एकमेकांना चिकटून एका बाजूला झुकवलेले होते. सुंदर, व्यावसायिक. टॅनर आमच्या मागे येरझाऱ्या घालत होता. ऐकत होता.

"बरं तर मग निक्," बेट्सी म्हणाली. "मी अगदी स्पष्टपणे बोलते. ठीक आहे?"

"हो."

"तू आणि टीव्ही. म्हणजे तुझं बारमधलं रेकॉर्डिंग सोडून, म्हणजे कालचं तुझं ते कोणी काय केलं, प्रकरण सोडून, एरवी, तू टीव्हीवर भयंकर आहेस."

"मी छापील पत्रकारितेकडे वळण्याचं ते एक कारण आहे," मी म्हणालो. "मी टीव्ही कॅमेऱ्यासमोर आलो की माझा चेहरा जसा काही गोठूनच जातो."

"तेच ते." बेट्सी उद्‍गारली. "तू एखाद्या मॉर्टिशिअन* सारखा दिसतोस, इतका ताठ. पण माझ्याकडे ते सुधारण्याची युक्ती आहे."

---

* मॉर्टिशिअन - अंतिम संस्कारासाठी मृतदेहाची तयारी करणारा अधिकारी.

''दारू?'' मी विचारलं. ''त्या ब्लॉगच्या वेळेस तेच कामाला आलं होतं.''

''नाही इथं ते कामाला येणार नाही,'' बेट्सी म्हणाली. तिनं व्हिडिओ कॅमेरा लावायची व्यवस्था करायला सुरुवात केली. ''मला वाटतं आपण जरा त्याची रंगीत तालीम करू या. मी शॅरन आहे असं समज. ती जे प्रश्न विचारण्याची शक्यता आहे ते मी विचारते. तुला शक्य तेवढ्या सहजतेनं उत्तर दे. म्हणजे मग आपल्याला कळेल की तू नक्की कुठे आहेस.'' ती पुन्हा एकदा हसली. ''थांब जरा.'' तिनं निळ्या रंगाचा एक सरळ असा पोशाख परिधान केला होता. एका भल्यामोठ्या चामड्याच्या पर्समधून तिनं मोत्यांची एक माळ बाहेर काढली. शॅरन शीबरचा गणवेश. ''टॅनर?''

तिच्या नवऱ्यानं ती माळ तिच्या गळ्यात व्यवस्थित घालून दिली. ती जागच्या जागी बसल्यावर बेट्सी समाधानानं हसली. ''सगळं अगदी खऱ्यासारखं जमवण्याचा माझा प्रयत्न असतो. फक्त माझी जॉर्जियाचा हेल काढत बोलायची सवय आणि माझं कृष्णवर्णी असणं सोडून दे.''

''मला तर माझ्यासमोर नुसती शॅरन शीबर दिसते आहे.'' मी म्हणालो.

तिनं कॅमेरा सुरू केला. माझ्यासमोर येऊन बसली. एक निःश्वास टाकला, नजर खाली वळवली आणि मग परत वर बघितलं. ''निक्, या केसमध्ये बऱ्याच विसंगती आहेत.'' बेट्सीनं शॅरनच्या लोभस आवाजात सुरुवात केली. ''मुलाखत सुरू करताना, तुझी पत्नी बेपत्ता झाली त्या दिवशीच्या सगळ्या घटना तू आमच्या प्रेक्षकांना सांगशील का?''

''इथे निक्, तू फक्त लग्नाच्या वाढदिवसाच्या सकाळच्या न्याहरीचं वर्णन करायचं आहेस,'' टॅनर मध्येच म्हणाला. ''कारण ते आधीच प्रसिद्ध झालेलं आहे. पण तू कुठलीही वेळ देणार नाहीस, तू न्याहरीनंतर, न्याहरीच्या आधी अशी कोणतीही चर्चा करणार नाहीस. तू फक्त या छानशा शेवटच्या न्याहरीच्या वर्णनावर भर देणार आहेस. ठीक आहे. पुढे.''

''हो.'' मी घसा साफ केला. कॅमेऱ्याचा लाल दिवा लुकलुकत होता; बेट्सीच्या चेहऱ्यावर पत्रकाराचे किंचित चेष्टेखोर असे भाव होते. ''हं, जसं तुम्हाला माहितीच आहे, की त्या दिवशी आमच्या लग्नाचा पाचवा वाढदिवस होता, ॲमी त्या दिवशी लवकर उठली आणि ती क्रिप्स बनवत होती–''

बेट्सीचा हात वर उचलला गेला आणि माझ्या गालांवर एकदम काहीतरी सणसणलं.

''काय आहे हे?'' अचानक काय झालं ते समजून घेण्याचा प्रयत्न करत मी म्हणालो. माझ्या मांडीवर एक लालचुटूक जेलीबीनची गोळी पडली होती.

''प्रत्येक वेळी तू जेव्हा तुला ताण येईल, जेव्हा जेव्हा तुझा तो सुंदर चेहरा

जाऊन त्या जागी प्रेतकर्म करणाऱ्याचा मुखवटा येईल, तेव्हा तेव्हा मी तुला असं जेलीबीननं मारणार आहे.'' ही अगदी साधी गोष्ट असावी अशा तऱ्हेने बेट्सीनं मला समजावलं.

''आणि त्याच्यामुळे ताण कमी होईल?''

''त्यानं जमतं बरोबर,'' टॅनर म्हणाला. ''मला तिनं असंच शिकवलं; पण माझ्या वेळी तिनं खडे वापरले होते.'' एकमेकांकडे बघून त्यांनी एक खट्याळ हास्य केलं. मला जाणवलंच एकदम. हे असं जोडपं होतं, की ज्यांचं स्वतःचं असं विश्व होतं.

''हं आता परत सुरू कर; पण ते क्रिप्सचं जरा विस्तारानं येऊ दे,'' बेट्सी म्हणाली. ''ते तुझं आवडतं होतं का? की तिचं? आणि तुझी बायको ते बनवत असताना तू तिच्यासाठी काय करत होतास?''

''मी झोपलो होतो.''

''तू तिला द्यायला काय भेट आणली होतीस?''

''मी अजून काहीच आणलं नव्हतं.''

''बापरे!'' तिनं तिच्या नवऱ्याकडे एक कटाक्ष टाकला. ''मग त्या क्रिप्सची अगदी मनापासून स्तुती कर. ठीक आहे? आणि त्याचबरोबर तू त्या दिवशी तिच्याकरता काय आणायचं ठरवलं होतंस तेही सांग, कारण मला माहीत आहे, की काहीतरी भेट घेतल्याशिवाय तू घरी परत येणार नव्हतास.''

आम्ही पुन्हा एकदा सुरुवात केली. मी तिला आमच्या खरोखर नसलेल्या क्रिप्सच्या परंपरेबद्दल सांगितलं. ॲमी किती काळजीपूर्वक निवडून छान छान भेटवस्तू निवडायची, तेपण मी वर्णन करून सांगितलं. (इथं, माझ्या नाकाच्या बरोबर खाली मला गोळीचा फटका बसला आणि मी ताबडतोब माझा ताणलेला जबडा सैल केला.) आणि मी मात्र बावळटपणे कसं (बावळट मठ्ठ नवरा असल्याचं भासवणं नक्की कामाला येईल. बेट्सीचा सल्ला.) कसा अजून विचारच करत होतो, की तिच्यासाठी छानशी भेटवस्तू काय आणावी?

''असंही नव्हतं की तिला नेहमी महागड्या वस्तू आवडायच्या,'' मी बोलायला सुरुवात केल्यावर टॅनरकडून कागदाचा बोळा येऊन आदळला.

''आता काय?''

''भूतकाळ. तुझ्या बायकोबद्दल भूतकाळात बोलणं थांबव.''

''मला कळलंय की तुझ्यात आणि तुझ्या बायकोमध्ये थोडा विसंवाद होता,'' बेट्सीनं पुढे विचारलं.

''हो मधली काही वर्षं जरा कठीण होती. आमच्या दोघांच्याही नोकऱ्या गेल्या होत्या.''

''हो, खरंच की 'दोघांच्या' नोकऱ्या गेल्या होत्या.'' टॅनर म्हणाला.

''त्यात आम्ही इथं आलो ते माझ्या वडिलांची, जे अल्झायमरचे रुग्ण आहेत, आणि माझ्या मृत आईची, जी कॅन्सरची रुग्ण होती, त्यांची काळजी घेण्यात मदत करायला, खेरीज मी माझ्या नवीन नोकरीसाठीही खूप धडपड करत होतो.''

''वा! छान निक्.'' टॅनर म्हणाला.

''तुझ्या आईच्या तू किती जवळ होतास ते सांगायला विसरू नकोस,'' बेट्सी म्हणाली. खरंतर मी माझ्या आईबद्दल तिला काहीच सांगितलं नव्हतं. ''कोणी उठून त्यावर तर प्रश्नचिन्ह लावणार नाही, हो ना? लाडक्या आईच्या लाडक्या लेकाच्या काही वेगळ्या कहाण्या तर कोणाला माहिती नाहीत ना?''

''नाही. माझी आई आणि मी खरंच खूप जवळ होतो.''

''छान,'' बेट्सी म्हणाली. ''मग तिचा वारंवार उल्लेख कर. आणि तुझ्या बहिणीबरोबर भागीदारीत बार आहे हेही सांग. जेव्हा जेव्हा तू बारचा उल्लेख करशील, तेव्हा तेव्हा तुझ्या बहिणीचं नाव घे. तुझ्या एकट्याचा बार असणं वेगळं आणि तुझ्या प्रिय जुळ्या बहिणीबरोबर भागीदारीत असणं वेगळं.''

''पुढे.''

''तर अशा तऱ्हेनं ते हळूहळू जमा होत गेलं...''

''नाही, नाही,'' टॅनर म्हणाला. ''या म्हणण्यातून ते सगळं जमा होऊन स्फोट होणार असं वाटतं.''

''तर मग आम्ही जरा भरकटल्यासारखे झालो होतो; पण आमच्या नात्यात पुन्हा जीव आणण्यासाठी मी या पाचव्या वाढदिवसाचा विचार करत होतो.''

''नात्याचे बंध घट्ट करण्यासाठी.'' टॅनर म्हणाला. ''पुन्हा जीव आणण्यासाठी म्हटलं, की नातं मेलंय असा अर्थ होतो.''

''नात्याचे बंध घट्ट करण्यासाठी...''

''मग या सगळ्या बंध घट्ट करणाऱ्या चित्रात ती तेवीस वर्षांची मुलगी कुठे बसते?''

टॅनरनं तिच्या दिशेनं एक जेलीबीन फेकली. ''बेट्स हे जरा भूमिकेच्या बाहेरचं होतंय हं!''

''मला माफ करा लोक हो; पण मी एक स्त्री आहे. आणि मला इथे वास येतोय, चांगला लांबून सडका वास येतोय. नात्याचे बंध घट्ट करायचे, अरे काय? ॲमी नाहीशी झाली तेव्हा ती मुलगी अजूनही होती तुझ्या आयुष्यात. सगळ्या स्त्रिया तुझा तिरस्कार करणार आहेत निक्. जर तू ते स्वीकारलं नाहीस तर काही खरं नाही. कुठलीही सारवासारव न करता, सत्य सांगून टाक निक्. तू

पुढे सांग : आमच्या दोघांच्या नोकऱ्या गेल्या, आम्ही न्यू यॉर्क सोडून इकडे आलो, माझे आई-वडील मरणाच्या दारात होते आणि मग माझा पाय घसरला. मी पार खड्ड्यातच गेलो. मी कोण आहे हेच मी विसरलो आणि ते समजण्याकरता दुर्दैवानं मला ॲमीच्या नाहीशा होण्याची किंमत मोजावी लागली. तुला तू मूर्ख होतास आणि सगळी चूक तुझीच आहे हे मान्य करावंच लागेल.''

''हं म्हणजे पुरुषांना नेहमीच जे करावं लागतं तेच करावं लागेल,'' मी म्हटलं.

बेट्सीनं वैतागून छताकडे नजर फिरवली. ''आणि तुझ्या याच वृत्तीची तुला सगळ्यात जास्त काळजी घ्यावी लागेल निक्.''

ॲमी इलियट डन्

नऊ दिवसांनंतर...

मी अगदी निर्धन आहे. आता पळते आहे. च्यायला अगदी गुन्हेगारीपटासारखंच आहे हे. फरक इतकाच, की मी मिसिसिपी नदीच्या किनाऱ्यावरच्या एका मोठ्या फास्टफूडच्या दुकानाच्या पार्किंग लॉटच्या एका कोपऱ्यात माझ्या फेस्टिव्हामध्ये बसून आहे. उष्ण वाऱ्यावर मीठ आणि मांसाचा गंध भरून राहिला आहे. आता संध्याकाळ झाली आहे. मी खूप तास वाया घालवलेत– पण मी हलू शकत नाही. कुठे जायचं ते मला माहीत नाही. उलटणाऱ्या प्रत्येक तासागणिक माझी ही गाडी आक्रसत जाते आहे– मला एखाद्या गर्भातल्या बाळासारखं शरीर दुमडून घ्यायला लागतं, नाहीतर माझे पाय बधिर होतात. आज रात्री काही मला नक्की झोप मिळणार नाही. गाडीचं दार आतून बंद केलंय; पण कोणत्याही क्षणी खिडकीवर थाप पडेल आणि मला माहीत आहे की वर बघितल्यावर कोण दिसेल तर वेड्यावाकड्या दातांचा गोड बोलणारा एखादा माथेफिरू खुनी (खरोखर माझा खून होणं हे किती उपरोधिक असेल?) किंवा एखादा कडक पोलीस जो माझ्याकडे ओळखपत्र मागेल (आणि मी अशी पार्किंगमध्ये सापडणं हे तर त्याहूनही वाईट). इथल्या रेस्टॉरन्टच्या चमकत्या खुणा कधीच विझत नाहीत, हा पार्किंगचा भाग एखाद्या फुटबॉलच्या मैदानासारखा आहे – माझ्या मनात पुन्हा एकदा आत्महत्येचा विचार येतो. आत्महत्येचा आरोप असणाऱ्या कैद्याला कसं चोवीस तास दिव्यांच्या प्रकाशात राहावं लागतं, किती भयंकर विचार : कुठल्याही दिशेला गेले तरी मी आता फक्त जेमतेम एक तास प्रवास करू शकेन. त्यामुळे मला दिशा काळजीपूर्वक निवडायला हवी. दक्षिणेकडे, अर्कान्सास, उत्तरेकडे आयोवा, पश्चिमेकडे पुन्हा ओझार्क किंवा मी पूर्वेकडे जाऊ शकते, नदी पार करून इलिनॉईस. मी कुठंही गेले तरी नदी लागेलच. मी तरी तिच्यामागून जाते किंवा ती तरी माझ्या पाठी येते.

अचानक, माझ्या लक्षात येतं की मी काय करायला हवं.

निक् डन्

दहा दिवसांनंतर...

मुलाखतीचा सगळा दिवस आम्ही टॅनरच्या सूटच्या जादा बेडरूममध्ये माझ्या बोलण्याची तयारी करत, माझ्या दिसण्याची तयारी करत घालवला. बेट्सी माझ्या कपड्यांची काटेकोर चिकित्सा करत होती, तर नखं कापायच्या कात्रीनं 'गो'नं माझे कानावरचे केस कापून दिले. आणि योग्य परिणाम साधण्याकरता बेट्सी मला मेकअप वापरण्यासाठी पटवून देत होती. आम्ही सगळे अगदी हळूहळू बोलत होतो, कारण बाहेर शॅरनचे साथीदार तयारी करत होते; मुलाखत सूटच्या बैठकीच्या खोलीत होणार होती, जिथून सेंट लुईसची कमान दिसत होती. पश्चिमेचं प्रवेशद्वार. मला त्या कमानीचं प्रयोजनच कळत नाही काय असावं ते. केवळ देशाच्या मध्यभागी असलेलं एक चिन्हं : तुम्ही इथे आहात.

"तू थोडीशी पावडर तरी लावायला हवीस निक्." पफ् घेऊन माझ्या दिशेनं येत बेट्सी म्हणाली. "तू अस्वस्थ झालास, की तुझ्या नाकावर घामाचे थेंब येतात. केवळ नाकावरच्या घामामुळे निक्सन निवडणूक हरले होते, हे माहीत आहे ना." टॅनर एखाद्या नियंत्रकासारखा सगळ्यावर लक्ष ठेवून होता. "त्या बाजूला जास्त नको 'गो'." किंवा "बेट्स जरा काळजीपूर्वक लाव बरं का पावडर." जास्त लावण्यापेक्षा थोडी कमी लागली तरी चालेल."

"आपण त्याला बोटॉक्स ट्रिटमेंट द्यायला हवी होती." ती म्हणाली. बोटॉक्समुळे बहुधा सुरकुत्यांबरोबर घामाचाही प्रश्न सुटत असावा– त्यांच्या काही अशिलांना खटल्यापूर्वी काखेत इंजेक्शन मिळालं असावं आणि ते माझ्यासाठीसुद्धा तेच सुचवत होते. जर खटला उभा राहिला तर.

"बरोबर, म्हणजे माझी बायको गायब झाली होती, त्यावेळी मी बोटॉक्स ट्रिटमेंट घेत होतो हे कळू दे माध्यमांना," मी म्हणालो. "गायब असताना."

मला माहीत आहे ॲमी जिवंत आहे; पण मला माहिती आहे, की ती माझ्यापासून इतकी दूर आहे की ती माझ्यासाठी मेल्यातच जमा आहे. ती भूतकाळातील पत्नी आहे.

''बरोबर पकडलंस.'' टॅनर म्हणाला, ''पुढच्या वेळी ते तोंडातून बाहेर पडण्याआधीच सुधार.''

संध्याकाळी पाच वाजता टॅनरचा फोन वाजला, त्यानं कोणाचा फोन आहे ते पाहिलं, ''बोनी.'' त्यानं तो व्हॉईसमेलवर टाकला. ''मी तिला नंतर फोन करेन.'' त्यांना आता नवीन कोणतीही माहिती, चौकशी किंवा गप्पा नको होत्या, ज्यामुळे आमचा संदेश आम्हाला बदलावा लागेल. मलाही पटलं : मला आता बोनीचा विषय डोक्यात नको होता.

''तिला काय सांगायचंय ते बघायला नको का आपण?'' 'गो'नं विचारलं.

''तिला माझा आणखी घोळ वाढवून ठेवायचा आहे.'' मी म्हणालो. ''आपण नंतर फोन करू तिला. थांबेल ती थोडा वेळ.''

आम्ही सगळ्यांनी तयारी केली. काळजी करण्यासारखं काही नसणार असा एकमेकांना सामुदायिक धीर दिला. अर्ध मिनिट खोलीत शांतता पसरली.

''मला शॅरन शीबरला भेटण्याची एक विचित्र उत्कंठा वाटतेय.'' शेवटी 'गो'म्हणाली. ''अगदी खानदानी आहे ती, त्या कॉनी चुंगसारखी नाही.''

मी हसलो. तिचा हेतू तोच होता. आमच्या आईची शॅरन शीबर आवडती होती आणि कॉनी चुंग नावडती. न्यूट गिनग्रीचनं हिलरी क्लिंटनला नावं ठेवल्याबद्दल भर कार्यक्रमात प्रश्न विचारून कॉनी च्युंगनं ज्या पद्धतीनं न्यूट गिनग्रीचच्या आईला अडचणीत आणलं होतं, ते माझी आई कधीच विसरली नाही. मला आता ती नेमकी मुलाखत आठवत नाही, फक्त त्याबद्दलचा माझ्या आईचा संताप आठवतो.

सहा वाजता आम्ही खोलीत शिरलो. तिथं दोन खुर्च्या समोरासमोर ठेवल्या होत्या, पार्श्वभूमीला ती कमान. वेळ अशी नेमकेपणानं साधली होती, की कमान तर उजळून उठेल; पण सूर्यास्ताच्या किरणांनी खिडक्या चमकणार नाहीत. माझ्या आयुष्यातला एक अत्यंत महत्त्वाचा क्षण. माझ्या मनात विचार आला– आणि ठरतोय सूर्यकिरणांच्या कोनाप्रमाणे. एक निर्माती, जिचं नाव नंतर माझ्या लक्षातही राहणार नव्हतं. ती अत्यंत धोकादायक अशा उंच टाचांचा आवाज करत, आमच्याकडे आली आणि मला पुढे काय होईल ते सांगू लागली. प्रश्न अनेक वेळा विचारले जाऊ शकतील, मुलाखत चांगली होण्याच्या दृष्टीनं ते आवश्यक आहे. मी शॅरनच्या प्रतिक्रियात्मक दृश्यांसाठी वेळ द्यायला हवा. उत्तर देण्यापूर्वी मला माझ्या वकिलांशी बोलण्याची परवानगी नाही. मी उत्तरातले शब्द बदलू शकेन;

पण मला त्याचा आशय बदलता येणार नाही. हे पाणी पी. चल, तुला माईक लावू या.

आम्ही खुर्चीच्या दिशेनं जात असताना बेट्सीनं माझा हात हलवला. जेव्हा मी खाली बघितलं, तिनं मला खिसा भरून जेलीबीन्स दाखवल्या. ''लक्षात ठेव..'' माझ्याकडे बोट रोखत ती म्हणाली.

अचानक, सूटचं दार सताड उघडलं आणि शॅरन शीबर आत आली, अशी डौलदारपणे, की जणू तिला हंसच वाहून आणत असावेत. ती एक देखणी बाई होती, जी कधी पोरकट दिसली नसेल. तिचे केस दाट गडद रंगाचे होते आणि मोठे मोठे डोळे जे हरणासारखे किंवा लबाड कसेही वाटू शकतील.

''शॅरन आली.'' 'गो' म्हणाली, आमच्या आईची नक्कल असावी तशी उत्सुक कुजबुज.

शॅरननं 'गो'कडे बघून डौलात मान डोलावली आणि आम्हाला भेटायला पुढे आली. ''मी शॅरन,'' 'गो'चे दोन्ही हात हातात घेत ती आपल्या खोल आपुलकीच्या आवाजात म्हणाली.

''आमच्या आईला फार आवडायचात तुम्ही.'' 'गो'नं म्हटलं.

''मला बरं वाटलं ऐकून.'' शॅरननं म्हटलं. तिचा आवाज अगदी आपलेपणानं भरलेला होता. ती माझ्याशी बोलायला म्हणून वळली, तेवढ्यात तिची निर्माती उंच टाचांचे बूट वाजवत तिच्याजवळ आली आणि तिच्या कानात कुजबुजली. मग शॅरनच्या प्रतिक्रियेसाठी थांबली, आणि पुन्हा कुजबुजली.

''अरे देवा,'' शॅरन उद्गारली. आता जेव्हा ती माझ्याकडे वळली, तेव्हा तिच्या चेहऱ्यावरचं हसू नाहीसं झालं होतं.

ॲमी इलियट डन्

दहा दिवसांनंतर...

मी फोन केला : भेटण्यासाठी. ही भेट आज संध्याकाळपर्यंत तरी होऊ शकत नाही– त्यात नेहमीची ठरावीक गुंतागुंत आहेच– त्यामुळे मी तयारी करण्यात आणि नट्टापट्टा करण्यात दिवस घालवला.

मॅक्डोनल्डच्या स्वच्छतागृहात मी स्वतःचं आवरलं– कागदी टॉवेल्सवर हिरवी जेल घेऊन– मग स्वस्त असा चुरचुरीत ड्रेस चढवला. मी काय बोलायचं हेही मनाशी योजून ठेवलं. मला आश्चर्य वाटतंय मी किती उतावीळ झाले आहे. हे घाणेरडं आयुष्य आता अगदी मला अंगावर यायला लागलं आहे; ते सार्वजनिक कपडे धुण्याचं यंत्र ज्याच्या वरच्या कप्प्यात कायम कोणाचं तरी अंतर्वस्त्र अडकलेलं असणार, मग ते चिमटीत धरून बाहेर काढायचं; माझ्या त्या खोलीतला गालिच्याचा एक कोपरा कसा कोण जाणे कायम दमट असायचा; बाथरूममधला गळणारा नळ.

संध्याकाळी पाच वाजता मी उत्तरेच्या दिशेनं जायला सुरुवात केली, भेटीच्या ठिकाणी. 'हॉर्सशू ॲली' नावाचा नदीवरचा 'कसिनो' आणि अचानक तो समोरच आला. खुरटलेल्या जंगलात मध्येच चमकणाऱ्या दिव्यांची खूण. माझ्यातलं त्राण अगदी संपत आलं होत– अशी स्थिती यापूर्वी माझी कधीच झाली नव्हती– मी गाडी बाजूला लावते आणि समोरच्या दृश्याकडे नजर टाकते. म्हातारी माणसं, स्थलांतर चाललं असावं, त्याप्रमाणे, एखाद्या मोडक्यातोडक्या किड्याप्रमाणे आपल्या काठ्यांवर, वॉकरवर रेलून आपल्या प्राणवायूच्या टाक्या खेचत त्या चमकत्या दिव्यांच्या दिशेनं जात होती आणि त्या ऐंशी वर्षांच्याही वरच्या जख्ख म्हाताऱ्यांच्या जथ्यामध्ये, धक्काबुक्की करत काही मुलं आत बाहेर करत होती. त्यांनी कपड्यांच्या बाबतीत अतिरेक केलेला दिसतोय, ते बहुधा लास वेगास सिनेमे जरा जास्तच

बघत असावेत. या मिसुरीच्या जंगलात ते स्वस्तातले सूट घालून त्या सिनेनायकांचे अनुकरण करताना ते किती त्रासदायक वाटताहेत, ते त्यांचे त्यांनाच कळत नाहीये.

एका चमकणाऱ्या जाहिरातीच्या फलकाखालून मी आत शिरते जो– दोन रात्री फक्त– पन्नासच्या दशकातील डू-वॉप* ग्रूपच्या स्नेहसंमेलनाची जाहिरात करतोय. पेनीस्लॉट*ची किणकिण ऐकू येत्येय. एक आनंदी इलेक्ट्रॉनिक किणकिण जी त्यांच्यासमोरच्या निरुत्साही ओघळलेल्या चेहऱ्यांच्या, ऑक्सिजन मास्कच्या वरतून सिगारेटी फुंकणाऱ्या वृद्धांशी अजिबात जुळत नाही. ते उधळत असलेला पैसा त्यांच्याच कंटाळवाण्या नातवंडांच्या निधीची कायम कमतरता असणाऱ्या शाळांना मिळतो. टिंग, टिंग, टिंग पैसे पडत राहतात. त्या वाया गेलेल्या पोरांचं एक टोळकं तडमडतं. बॅचलर पार्टी असणार. मुलांचे ओठ ओले; त्यांचं माझ्याकडे लक्षही जात नाही, दणकट, बारीक कापलेल्या केसांची मुलं. ते मुलींबद्दल बोलत आहेत, मुली मिळवून द्या, पण माझ्याखेरीज इथे कोणीच नाही. ही पोरं त्यांची निराशा दारूत बुडवतील आणि घरी जाताना शक्यतो इतर कोणाला न ठोकता जाण्याचा प्रयत्न करतील.

कसिनोच्या दाराच्या डावीकडे पार लांब असणाऱ्या छोट्याशा बारमध्ये मी ठरवल्याप्रमाणे जाऊन बसते. पांढऱ्या केसांच्या भरपूर प्रेक्षकांसमोर गाणारा वाद्यवृंद मी बघत बसले आहे. ते टाळ्या वाजवतात. आपली सुरकुतलेली वेडीवाकडी बोटं घालून ते बाऊलमधले शेंगदाणे रापत असतात. चमकत्या कपड्यांमधले हडकुळे सुरकुतलेले गायक आपल्या बदललेल्या कृत्रिम कमरेवर सावकाश गिरक्या घेतात, मरणनृत्य.

पहिल्यांदा मला कसिनोची कल्पना चांगली वाटली होती. हायवेपासून जवळच, झिंगलेल्या आणि म्हाताऱ्या लोकांनी भरलेला, कोणाचीच नजर तेवढी तीक्ष्ण नसणार; पण आता मला हे वातावरण अंगावर येतंय, अस्वस्थ व्हायला होतंय, प्रत्येक कोपऱ्यातले कॅमेरे माझ्यावर दडपण आणताहेत. दारं कधीही बंद होतील असं वाटतंय.

मी निघायच्या बेतात असतानाच तो माझ्या दिशेनं येतो.

''ॲमी.''

मी माझ्या एकनिष्ठ देसीला माझ्या मदतीला (आणि पापाचा वाटेकरी व्हायला)

---

* डू-वॉप - संगीताचा एक प्रकार/शैली.

* पेनीस्लॉट - पैसे टाकून जुगार खेळण्याचं मशीन

बोलावलं आहे. देसी, ज्याचा संपर्क मी कधीच तोडला नव्हता, आणि ज्याची– मी निकूला आणि माझ्या आई-वडिलांना काही सांगितलं असलं तरीही– मला कधी एवढीशीही भीती वाटली नाही. देसी, मिसिसिपीच्या काठावरचा आणखी एक माणूस. मला माहीत होतं की कधी ना कधी तो कामाला येईल. असा एखादा माणूस जो कधीही कामाला येऊ शकेल, हाताशी असणं केव्हाही चांगलं. देसी एखाद्या शूर सरदारासारखा आहे. त्याला संकटात सापडलेल्या स्त्रिया आवडतात. इतक्या सगळ्या वर्षांमध्ये, विक्शायरनंतर, जेव्हा आम्ही बोलायचो, तेव्हा मी त्याच्या सध्याच्या नवीन मैत्रिणीबद्दल विचारायची, मग त्याची मैत्रीण कशीही असू दे, तो म्हणायचा, "दुर्दैवानं तिची स्थिती फारशी चांगली नाही." पण मला माहीत आहे, की ते देसीकरता सुदैवाचं असायचं– खाण्यापिण्याच्या तक्रारी, वेदनाशामक गोळ्यांच्या आहारी जाणं, चेपून टाकणारं नैराश्य. एखाद्याच्या बिछान्याशेजारी असण्याइतका आनंद त्याला कशातच मिळत नाही. बिछान्यात नाही बरं का, तर शेजारी हातात एखादा काढा, एखादा ज्यूस आणि हळुवार आवाज "बिच्चारी."

आणि आता तो इथं आहे. पांढऱ्याशुभ्र उन्हाळी सुटात (देसी दर महिन्याला आपले कपडे बदलून टाकतो– जे जूनमध्ये घालायचे ते जुलैमध्ये चालणार नाहीत– मला कॉलिंग्सच्या पोशाखाच्या बाबतीतल्या या नेमकेपणाचं आणि शिस्तीचं नेहमीच कौतुक वाटतं.) तो छाप दिसतोय. मी नाही. माझा हा चश्मा आणि कमरेवरच्या बेडौल वळीची बोचरी जाणीव माझ्या मनात आहे.

"ॲमी." तो माझ्या गालाला स्पर्श करतो आणि मला मिठीत ओढतो. नाही मिठी नाही. देसी मिठी मारत नाही, तो तुम्हाला वेढून टाकतो. "राणी, तुला कल्पनासुद्धा करता येणार नाही. तो फोन. मला वाटलं, मला वेड लागलंय. मला वाटलं, की मला तुझे भास होताहेत! की ही नुसती दिवास्वप्नंच बघतोय मी, की तू जिवंत असशील तर मग काय होईल. मग तो फोन. तू ठीक आहेस ना?"

"आता आहे." मी म्हणते. "आता मला सुरक्षित वाटतंय. सगळं भयंकर होतं नुसतं." आणि मग अचानक मला रडू कोसळतं. खरंखुरं रडू, हे खरंतर माझ्या बेतात नव्हतं; पण त्यानं मला एकदम मोकळं मोकळं वाटतंय आणि शिवाय आत्ताच्या प्रसंगाला ते साजेसंही आहे, त्यामुळे मी ते वाहू देते. सगळा ताण माझ्यातून वाहत असतो : माझा बेत अमलात आणण्याची हिंमत, पकडलं जाण्याची भीती, माझं आर्थिक नुकसान, फसवणूक आणि झटापट, आणि आयुष्यात पहिल्यांदाच स्वतःचं स्वतः असण्याचा थरार.

मी दोन मिनिटं रडल्यावर फार गोड दिसते– त्यापेक्षा जास्त वेळ झाला तर

नाक वाहायला लागतं, चेहरा सुजवट व्हायला लागतो; पण तोपर्यंत, माझे ओठ फुलतात, माझे डोळे मोठे होतात, माझे गाल लाल होतात. मी देसीच्या खांद्यावर डोकं टेकून रडते, तेव्हा मनात अंक मोजत असते. एक मिसिसिपी, दोन मिसिसिपी– पुन्हा ती नदी– आणि एक मिनिट अठ्ठेचाळीस सेकंदांनी मी माझं रडू आवरतं घेते.

''मला क्षमा कर, मी इथे लवकर नाही येऊ शकलो.'' देसी म्हणतो.

''जॅकलिन तुझा दिनक्रम किती व्यस्त ठेवते ते माहीत नाही का मला,'' मी नरमाईनं म्हटलं. देसीची आई हा आमच्या नात्यातला एक अवघड विषय आहे.

तो मला न्याहाळतो. ''तू एकदम... वेगळी दिसतेस,'' तो म्हणतो. ''तुझा चेहरा एकदम गोलमटोल झालाय आणि तुझे केस – '' तो स्वतःला रोखतो. ''ॲमी मला कधीच वाटलं नाही, की मला इतकी कृतज्ञता कधी कशाबद्दल वाटू शकेल. काय झालंय ते सांग बरं मला.''

मी त्याला संताप आणि स्वामित्वाची एक मध्ययुगीन कहाणी सांगितली, मध्य पश्चिमेतली क्रूरता, गर्भारपण, पशुतुल्य वर्चस्वाची कहाणी, बलात्कार आणि संततिनियमन, दारू आणि बुक्के. बरगड्यांमध्ये बसलेले टोकेरी काऊबॉय बूट, भीती, धोका, पालकांचं औदासीन्य, एकाकीपणा आणि निक्‌ची शेवटची गर्भित धमकी, ''तू मला कधीही सोडून जाऊ शकणार नाहीस. मी मारून टाकीन तुला. मी काही झालं तरी तुला शोधून काढीन. तू फक्त माझी आहेस.''

कसं मला माझ्या आणि माझ्या गर्भातल्या बाळाच्या सुरक्षिततेसाठी गायब व्हावं लागलं आणि कशी मला देसीच्या मदतीची गरज आहे. माझा रक्षणकर्ता. माझ्या गोष्टीमुळे देसीची स्त्रियांचं रक्षण करण्याची तहान भागेल– मी आता सगळ्यात जास्त दुखावली गेलेली स्त्री आहे. खूप पूर्वी, जेव्हा आम्ही बोर्डिंगमध्ये होतो, तेव्हा मी त्याला दर रात्री माझ्या खोलीत येणाऱ्या वडिलांची गोष्ट सांगितली होती. मी माझ्या चुण्याचुण्यांच्या गुलाबी नाईटगाऊनमध्ये छताकडे नजर लावून बसले होते. त्या थापेनंतर देसीने कायम माझ्यावर प्रेम केलं, मला माहीत आहे की तो नेहमीच माझ्याशी मिलनाची कल्पना करत असतो, त्या वेळी तो कसा हळुवारपणे वागेल, मला कसा आधार देईल. मला माहित्येय की त्या वेळी मी रडत रडत त्याच्या कुशीत शिरेन, असं चित्र त्याच्या डोळ्यांपुढे असतं.

''मी आता माझ्या पूर्वीच्या आयुष्यात परत नाही जाऊ शकत देसी, निक् मारून टाकेल मला. मला कधीच सुरक्षित वाटणार नाही; पण मला त्याला तुरुंगात नाही जाऊ द्यायचंय. मला फक्त गायब व्हायचं होतं. माझ्या लक्षातच आलं नाही, की पोलिसांना हे त्याचंच कृत्य वाटेल.''

मी स्टेजवरच्या बॅन्डकडे एक गोड कटाक्ष टाकते. तिथं एक सत्तरीतला

हडकुळा माणूस एक प्रेमगीत आळवतोय. कोरीव मिशा असलेला एक ताठ कणा असलेला माणूस हातातला कागदी कप आमच्या जवळ असलेल्या कचऱ्याच्या डब्यात भिरकावतो आणि स्वतःच चमकतो (असं म्हणायला मी निक्कडून शिकले) मी अजून जरा चांगली जागा निवडायला हवी होती आणि आता तो माणूस माझ्याकडे बघतोय, गोंधळून गेल्याचा आव आणून मान कलती करून रोखून पाहतोय. तो जर कार्टून असता तर त्याने आता डोकं खाजवायला सुरुवात केली असती, आणि मग रबरी खेळण्याचा येतो तसा कुईक-कुईक आवाज आला असता. का कोण जाणे; पण माझ्या मनात विचार येतो : तो पोलिसांसारखा दिसतोय. मी त्याच्याकडे पाठ करून बसते.

"तू आता निक्ची काळजी करू नकोस," देसी म्हणतो. "ती तुझी चिंता मला दे, मी त्याची काळजी घेतो." तो त्याचा हात पुढे करतो. ही जुनीच पद्धत; आम्ही लहान असताना हा खेळ खेळायचो. तो माझा चिंतावाहक आहे. मी त्याच्या हातात काहीतरी ठेवल्यासारखं करते आणि तो ते घेऊन मूठ वळतो. मला खरोखरच बरं वाटतं.

"नाही, मी त्याची काळजी करणार नाही. निक्नं तुला जे काही केलं त्यासाठी तो मेला तरी बरं." तो म्हणतो. "शहाण्या, विचारी समाजात तो मेलाच असता."

"हो, पण आपण शहाण्या समाजात राहत नाही, त्यामुळे मला लपून राहणं भाग आहे." मी म्हटलं. "तुला पण मी चुकीचं वागत्येय असं वाटतंय का?" मला उत्तर माहितीच आहे.

"नाही नाही गं राणी. तू तेच करते आहेस जे तुला करावं लागतंय. या पेक्षा दुसरं काही करणं म्हणजे वेडेपणा ठरेल."

तो माझ्या गर्भारपणाबद्दल काही विचारत नाही. तो तसं विचारणारही नाही हे माहीत आहे मला.

"ज्याला हे माहीत आहे असा तू एकटाच आहेस," मी म्हणते.

"मी तुझी काळजी घेईन. मी काय करू?"

मी जरा घोटाळल्यासारखं करते, ओठ दातांखाली दाबून धरते, नजर वळवते आणि परत देसीकडे बघते. "मला जगण्यासाठी पैशांची गरज आहे. मी एकदा कुठेतरी नोकरीचा विचार केला होता, पण..."

"नाही, नाही असं नको करू. तू सध्या सगळीकडे झळकत्येस. सगळ्या बातम्यांमध्ये, सगळ्या नियतकालिकांमध्ये. कोणीतरी ओळखेल तुला. अगदी याच्यासकट."– तो माझ्या केसांना स्पर्श करतो – "या तुझ्या नवीन कापलेल्या केसांसकट. तू एक सुंदर स्त्री आहेस आणि सुंदर स्त्रियांना गायब होणं तसं

कठीण जातं.''

''दुर्दैवानं, तू म्हणतोयस ते बरोबर आहे.'' मी म्हणाले. ''पण मी तुझा फायदा घेते आहे असं तुला वाटायला नको; पण दुसरं वेगळं काय करावं हेच मला सुचेना.''

तिथली वेट्रेस, जिचे केस अगदी साधारण असे तपकिरी होते; पण ती ते काहीतरी खास असल्यासारखे भासवत होती, ती आमची पेयं टेबलावर आणून ठेवते. मी माझा चेहरा तिच्यापासून वळवते तेव्हा दिसतं की तो मुच्छड चोंबडा माणूस जरा जास्तच जवळ उभा राहून किंचित हसत माझ्याकडे रोखून पाहतोय. माझा खेळ संपलाय. जुनी ॲमी कधीच इथे आली नसती. डाएट कोक पिऊन आणि स्वतःच्याच दुर्गंधानं माझं डोकं फिरलंय.

''मी तुझ्यासाठी जिन आणि टॉनिक सांगितलं होतं.'' मी म्हटलं.

देसी किंचित तोंड वाकडं करतो.

''काय झालं?'' मी विचारते. पण मला आधीच माहीत आहे.

''ते माझं वसंत ऋतूत प्यायचं पेय आहे. सध्या मी जॅक आणि जिंजर्स पितोय.''

''मग तुझ्यासाठी आपण ते मागवू या. मी तुझं जिन आणि टॉनिक पिते.''

''नाही. असू दे. ठीक आहे.''

तो चोंबडा परत माझ्या नजरेच्या टप्प्यात येतो. ''तो माणूस, तो मिशीवाला माणूस– आधी बघू नको– तो बघतोय का माझ्याकडे?''

देसी एक कटाक्ष टाकतो आणि मान हलवतो. ''तो त्या गायकांकडे बघतोय,'' तो जरा साशंकतेनं म्हणाला. ''तुला नुसते पैसे मिळून उपयोग नाही. तुला या सगळ्या दिवाभीताच्या जगण्याचा कंटाळा येईल. कोणाच्या नजरेला नजर देता येणार नाही. अशा लोकांबरोबर राहायचं''– इथं त्यानं पूर्ण कसिनो कवेत घेतल्यासारखे हात पसरले – ''जे तुझ्या बरोबरीचे नाहीत. हे अभावाचं जिणं जगायचं.''

''पण पुढची दहा वर्षं मला असंच जगायचं आहे. जोपर्यंत माझं वय वाढत नाही आणि माझी कहाणी पुसली जात नाही, जोपर्यंत मला सुरक्षित वाटत नाही.''

''हा! हे सगळं दहा वर्षं सहन करायची तयारी आहे तुझी, ॲमी?''

''शूऽऽ! माझं नाव नको घेऊस.''

''मग कॅथी, किंवा जेनी किंवा मेगन, जे काय असेल ते. मूर्खपणा नको करू.''

वेट्रेस परत येते. देसी तिच्या हातावर एक वीसची नोट टेकवतो, तशी ती आनंदानं परत जाते. काहीतरी अप्रूप असावं तशी तिनं ती वीसची नोट हातात

धरली आहे. मी माझ्या पेयाचा एक घोट घेते. माझ्या बाळाला काही होणार नाही.

"तू परत आलीस तर निक् तुला काही त्रास देईल, असं वाटत नाही मला." देसी म्हणतो.

"काय?"

"तो मला भेटायला आला होता. मला वाटतं, की त्याला जाणीव आहे की चूक त्याचीच आहे."

"तो तुला भेटला? कधी?"

"गेल्या आठवड्यात. तुझं माझं बोलणं होण्याच्या आधी, नशीब!"

निक्नं गेल्या दहा दिवसांत माझ्याबाबतीत जेवढा रस घेतलाय, तेवढा गेल्या काही वर्षांत घेतला नव्हता. मला माझ्यावरून कोणीतरी द्वंद्वयुद्ध खेळावं – अगदी क्रूर, रक्तरंजित युद्ध – असं नेहमीच वाटत आलंय. निक् देसीकडे चौकशी करायला गेला, वा सुरुवात तर छान आहे.

"काय म्हणाला तो?" मी विचारते. "कसा वाटला तो तुला?"

"तो एक नंबरचा हलकट वाटला मला. त्याला ते सगळं खापर माझ्या डोक्यावर फोडायचं होतं. त्यानं मला एक कसलीतरी वेडपट गोष्ट सांगितली की कसं मी–"

माझ्यासाठी देसीनं आत्महत्येचा प्रयत्न करण्याची ती थाप मला नेहमीच आवडायची. आम्ही दोघं वेगळे झालो तेव्हा तो खरोखरच उद्ध्वस्त झाला होता. तो खरोखरच तेव्हा अगदी वैतागवाणा जरासा भीतिदायकच झाला होता. सतत कॅम्पसमध्ये फिरत असायचा, या आशेवर की मी पुन्हा त्याच्याशी नातं जोडेन. म्हणजे त्यानं आत्महत्या करायचा प्रयत्न केला म्हटलं तर कुठे बिघडलं.

"निक् माझ्याबद्दल काय म्हणाला?"

"मला वाटतं, की आता त्याच्या एक गोष्ट लक्षात आली आहे की यापुढे तो तुला कधीच त्रास देऊ शकणार नाही; कारण आता सगळ्या जगाला तुझ्याबद्दल कळलंय आणि त्याबद्दल पर्वापण आहे. त्याला तुला सुखरूप परत येऊ द्यावंच लागणार. मग तू त्याला घटस्फोट देऊन योग्य माणसाशी लग्न करू शकशील." त्यानं एक घोट घेतला. "शेवटी का होईना."

"मी नाही परत येऊ शकत देसी. निक्नं केलेल्या छळावर लोकांनी कितीही विश्वास ठेवला तरी ते माझा तिरस्कारच करतील– कारण मी त्यांना फसवलंय असं त्यांना वाटेल. मी जगातली एक नंबरची बहिष्कृत स्त्री असेन."

"तू माझी बहिष्कृत स्त्री असशील. काही झालं तरी मी तुझ्यावरच प्रेम करत राहीन, तुला सगळ्यापासून वाचवीन." देसी म्हणाला. "तुला पुन्हा कशालाही तोंड द्यावं लागणार नाही."

"आपण कधीही समाजात मिसळू शकणार नाही."

"तुला हवं तर आपण हा देशच सोडून जाऊ. आपण स्पेन, इटली, जिथं तुला हवं तिथं राहू, तू आरामात उन्हात बसून आंबे खात दिवस घालव. उशिरा ऊठ, स्क्रॅबल खेळ, हवी तेवढी पुस्तकं वाच, समुद्रात पोहायला जा."

"आणि मग मी जेव्हा मरेन तेव्हा मी फक्त एक अनाकलनीय तळटीप असेन. एक विस्मयकथा. नाही. मला आत्मसन्मान आहे देसी."

"मी तुला त्या ट्रेलरपार्कच्या आयुष्यात परत जाऊ देणार नाही. नाही जाऊ देणार. माझ्याबरोबर चल, मी तुला तळ्याकाठच्या घरात ठेवतो. ते अगदी एका बाजूला आहे. तुला काय लागेल ते मी तुला आणून देतो. अगदी कधीही. तू तिथं लपून राहू शकतेस. अगदी एकटी, मग आपण ठरवू काय करायचं ते."

देसीचं 'तळ्याकाठचं घर' म्हणजे एक महालच होता आणि मला काय लागेल ते आणून देणार म्हणजे माझ्याशी संबंध ठेवायचे. एखादी उष्णतेची लाट असावी, तशी मला त्याची गरज जाणवत होती. त्याच्या त्या शुभ्र सुटाच्या आत तो चुळबुळत होता. ते तसंच घडून यावं अशी त्याची इच्छा होती. देसीला संग्रह करायची हौस होती. त्याच्याकडे चार गाड्या होत्या, तीन घरं, असंख्य सूट आणि बूट होते. मी पण त्याच्या संग्रहात असणं त्याला नक्कीच आवडलं असतं. नेहमीची शूर सरदाराची कहाणी : छळवणूक झालेल्या राजकन्येला तिच्या त्या दुर्दैवी परिस्थितीतून तो सोडवतो आणि मग दुर्गम अशा किल्ल्यात नेऊन ठेवतो, जिथं त्याच्याशिवाय कोणीच येऊ शकत नाही.

"नाही, हे शक्य नाही. जर पोलिसांना कळलं आणि ते शोध घेत आले तर?"

"ॲमी, पोलिसांना वाटतंय की तुझा मृत्यू झालाय."

"नाही. सध्या तरी माझी मीच असणं उत्तम. मला तू फक्त थोडे पैसे देशील का?"

"आणि मी जर नाही म्हटलं तर?"

"तर मला कळेल की तुझी मदत करण्याची इच्छाच नाही. तू पण निक्सारखाच आहेस आणि तुलाही फक्त माझा ताबाच हवा आहे. मग तो तुला कसाही मिळाला तरी चालेल."

देसी थोडा वेळ शांत राहिला. आवळलेल्या जबड्यानं त्यानं तोंडातला घोट गिळला. "तुझं हे बोलणं भयंकर आहे."

"तुझं असं वागणं भयंकर आहे."

"मी तसा वागत नाहीये." तो म्हणाला. "मला तुझी काळजी वाटते आहे. तू तळ्यावरच्या घरात राहून तर बघ. तुला जर माझी अडचण वाटायला लागली,

तुला अस्वस्थ वाटू लागलं तर मग तू जा. जास्तीत जास्त काय होईल तर तुला काही दिवस शांतपणे विश्रांती मिळेल.''

तो मिशीवाला माणूस अचानकच आमच्या टेबलाशी आला. ''मॅम, तुमचं एन्रो कुटुंबीयांशी काही नातं आहे का?'' त्यानं विचारलं.

''नाही,'' मी म्हटलं आणि मान फिरवली.

''सॉरी; पण तुम्ही दिसायला त्यांच्यातल्या –''

''आम्ही कॅनडातून आलो. आता या तुम्ही.'' देसी खेकसल्यासारखं उद्गारला. त्या माणसानं नजर फिरवली आणि स्वतःशी पुटपुटत बारच्या दिशेनं निघून गेला; पण तो पुन्हा पुन्हा माझ्याकडे पाहत होता.

''आपण निघायला हवं आता,'' देसी म्हणाला. ''तळ्याकाठच्या घरी चल. मी तुला तिथं घेऊन जातो.'' तो उठला.

देसीच्या तळ्याकाठच्या घरात एक प्रशस्त स्वयंपाकघर असणार, त्यात मोठ्या मोठ्या खोल्या असतील, ज्यात मी छान बागडू शकेन – गिरक्या घेऊ शकेन इतक्या मोठ्या. घरात वाय-फाय आणि केबल असेल– त्यावरून माझ्या लक्ष ठेवण्याच्या सगळ्या गरजा पूर्ण होतील– एक भला मोठा आंघोळीचा टब, मऊ जाड रोब आणि कोणत्याही क्षणी पडेल अशी शक्यता नसणारा बिछाना.

अर्थात, तिथे देसीसुद्धा असेल; पण देसीला बघता येईल.

बारजवळचा माणूस अजूनही माझ्याकडे बघतोय, आता त्याच्या नजरेतला सौम्यपणा जरा कमी झालाय.

मी पुढे झुकून हळुवारपणे देसीच्या ओठांचं चुंबन घेते. हा माझा निर्णय आहे असं त्याला वाटायला हवं. ''तू इतका चांगला माणूस आहेस देसी, तुला या परिस्थितीत अडकावं लागलं त्याबद्दल मला माफ कर.''

''मला या परिस्थितीत असायचं आहे, ॲमी.''

आम्ही बाहेर पडायला म्हणून निघतो. एका उदासवाण्या बारजवळून आम्ही पुढे जातो, सगळ्या कोपऱ्यांमधून टीव्ही सुरू आहेत, तेव्हा मला ती रांड दिसली.

ती रांड एक पत्रकार परिषद घेते आहे.

ॲन्डी अगदी छोटीशी आणि निरुपद्रवी दिसते आहे. ती एखाद्या मुलं सांभाळणाऱ्या बेबीसीटरसारखी दिसते आहे, एखाद्या उत्तान अश्लील बेबीसीटरसारखी नव्हे; पण आपल्या आसपासच्याच एखाद्या मुलीसारखी, अशी मुलगी जी खरोखरच मुलांबरोबर खेळत असेल. मला माहीत आहे की ही खरी ॲन्डी नाही; कारण खऱ्या आयुष्यात मी तिला बघितलेली आहे. खऱ्या आयुष्यात ती अंगप्रदर्शन करणारे तंग कपडे

घालते. तिचे केस लांब आणि कुरळे आहेत. खऱ्या आयुष्यात ती अगदी मादक दिसते.

आता तिनं चुण्यांचा लाल पोशाख घातला आहे. केस कानामागे सारलेले आहेत. ती रडली असावी असं वाटतंय, तिच्या डोळ्यांखालच्या गुलाबीसर भागावरून ते लक्षात येतंय. ती थकलेली, अस्वस्थ पण तरीही गोड दिसत्येय. तिच्या चेहऱ्यावर वांग आहेत.

"अरे देवा!" एक बाई तिच्या मैत्रिणींना म्हणते. "ती लाल केसांची एक फडतूस बाई आहे."

"अरेरे, आणि मला चक्क वाईट वाटत होतं त्या माणसाबद्दल." ती मैत्रीण म्हणाली.

"माझ्या फ्रिजमधला मासासुद्धा त्या पोरीपेक्षा वयानं मोठा असेल. काय हलकट माणूस आहे."

ॲन्डी माईकच्या मागे उभी राहते आणि आपल्या गडद पापण्या हातातल्या निवेदनाच्या कागदांकडे वळवते, जे तिच्या हातात थरथरत आहेत. तिचा वरचा ओठ ओलसर आहे; कॅमेऱ्याच्या प्रकाशात तो चमकतोय. ती घाम पुसण्यासाठी म्हणून त्यावरून तर्जनी फिरवते. "अं माझं निवेदन पुढीलप्रमाणे आहे : एप्रिल २०११ पासून ते या वर्षीच्या जुलैपर्यंत जेव्हा त्याची बायको गायब झाली, माझं निक् डन् बरोबर प्रेमप्रकरण होतं. उत्तर कार्थेज ज्युनियर कॉलेजमध्ये निक् मला शिकवायला होता, आमच्यात मैत्री झाली आणि मग आमच्यातले संबंध आणखीच दृढ झाले."

ॲमी जरा थांबून घसा खाकरते. तिच्या पाठीशी उभी असणारी साधारण माझ्याच वयाची गडद केसांची एक बाई तिच्या हातात पाण्याचा ग्लास देते, जो ती झटक्यात पिऊन टाकते, ग्लास थरथरतोय.

"एका विवाहित पुरुषाशी असणाऱ्या अशा संबंधाची मला मनापासून शरम वाटते आहे. हे माझ्या सगळ्या तत्त्वापलीकडे आहे. मला खरोखर वाटत होतं की मी प्रेम करते त्याच्यावर –" ती रडायला लागते; तिचा आवाज कापतो – "निक् डन्वर आणि त्याचंही प्रेम आहे माझ्यावर. त्यानं मला सांगितलं, की त्याचं त्याच्या बायकोबरोबर असणारं नातं संपल्यातच जमा आहे आणि ते लवकर घटस्फोट घेण्याच्या मार्गावर आहेत. ॲमी डन्ला दिवस गेलेत याची मला अजिबात कल्पना नव्हती. ॲमी डन्च्या तपासात मी पोलिसांना सहकार्य करते आहे आणि मला शक्य असेल ते सर्व करण्याची माझी तयारी आहे."

तिचा आवाज बालिश होता, बारीक. ती तिच्या समोर असणाऱ्या कॅमेऱ्यांकडे मान वर करून बघते आणि धक्का बसल्यासारखी नजर वळवते. तिचे गाल

सफरचंदासारखे लालेलाल होतात.

"मी... मी." ती हुंदके द्यायला लागते, आणि तिची आई– ती आईच असणार तिची, दोघींचे डोळे तसेच बटबटीत आणि धूर्त होते – तिच्या खांद्याभोवती हात टाकते. अॅन्डी पुढे वाचायला सुरुवात करते, "मला माझ्या कृत्याची अतिशय शरम वाटते आणि दुःख होतंय. आणि माझ्यामुळे अॅमीच्या कुटुंबीयांना जे दुःख भोगावं लागलं असेल, त्याबद्दल मी त्यांची माफी मागते. मी पोलिसांना त्यांच्या तपासात... ओह्! मी आधीच बोललेय हे."

तिच्या चेहऱ्यावर एक हलकं ओशाळवाणं स्मित आहे, पत्रकार प्रोत्साहन देणारे उद्‌गार काढतात.

"बिच्चारी." लाल केसांची बाई म्हणते.

ती एक पक्की रांड आहे, काही दया वगैरे यायला नकोय तिची. अॅन्डीची कोणाला दया येऊ शकेल, यावर माझा विश्वास बसत नाही. छे, मी विश्वासच ठेवणार नाही यावर.

"मी एक तेवीस वर्षांची विद्यार्थिनी आहे." ती पुढे बोलत राहते. "या अवघड काळात स्वतःला सावरण्याकरता मला फक्त थोडा एकांत मिळावा, एवढीच माझी विनंती आहे."

"बघ मिळतोय का?" मी स्वतःशीच पुटपुटते. अॅन्डी मागं सरकते आणि कोणत्याही प्रश्नाचं उत्तर देण्याचं नाकारत पोलीस कॅमेऱ्यापुढून निघून जातात. मला जाणवतं की मी पण डावीकडे वळते आहे, जणू काही मी त्यांच्या मागोमागच निघाले.

"गरीब बिच्चारं कोकरू." ती प्रौढ बाई म्हणते. "किती घाबरल्यासारखी दिसते आहे."

"मला वाटतं त्यानंच केलं असावं हे."

"एका वर्षापेक्षा जास्त काळ तो तिच्याबरोबर होता."

"सडियल नुसता."

देसी मला हलवतो आणि प्रश्नार्थक नजरेनं माझ्याकडे बघतो : मला माहीत होतं की या प्रकरणाबद्दल? मी ठीक आहे ना? माझा चेहरा संतापानं फुलला आहे – गरीब बिचारं कोकरू, अरे हट्! पण ते या फसवणुकीमुळे असं मी दाखवू शकते. मी मान डोलावते आणि दुःखी हास्य आणते. मी ठीक आहे. आम्ही निघालोच होतो, तेवढ्यात मला माझे आई-वडील दिसले, नेहमीप्रमाणेच हातात हात घालून, जोडीनं माईकसमोर आलेले. माझ्या आईनं नुकतेच केस कापले असावेत. माझ्या या गायब होण्याच्या मधेच थांबून तिनं स्वतःचा नट्टापट्टा करायला वेळ काढला, याबद्दल मला राग यायला हवा असा विचार माझ्या मनात

येतो. जेव्हा कोणीतरी मृत्यू पावतं तेव्हा आपण नातेवाईक बोलताना ऐकतो, की त्या अमक्यातमक्याला असं झालेलं आवडलं असतं; पण मला असं झालेलं नाही आवडणार.

माझी आई बोलायला सुरुवात करते. ''आमचं निवेदन अगदी थोडक्यात आहे आणि नंतर आम्ही कोणत्याही प्रश्नांची उत्तरं देणार नाही. सुरुवातीला आमच्या कुटुंबाप्रती इतक्या भावना व्यक्त केल्याबद्दल आभार. सगळं जगही आमच्याइतकंच ॲमीवर प्रेम करतंय असं दिसतंय. ॲमी : आम्हाला तुझा प्रेमळ आवाज, तुझा चांगला स्वभाव, तुझी हुशारी या सगळ्याची कमी जाणवत्येय. तू खरंच किती छान आहेस. आम्ही नक्की तुला तुझ्या कुटुंबात परत आणू. माझी खात्री आहे. दुसरं, आमच्या जावयाचं– निकूचं– असं काही प्रेमप्रकरण आहे हे आम्हाला आज सकाळपर्यंत ठाऊक नव्हतं. हे सगळं दुःस्वप्न सुरू झालं, तेव्हापासूनच त्याची एकूणच यात गुंतवणूक कमीच आहे. त्याला यात फारसा रसही नाही आणि फारशी काळजीही नाही. त्याला संशयाचा फायदा देत, आम्ही हे धक्क्यामुळे झालं असावं असं मानलं; पण आता या नवीन माहितीनंतर मला तसं वाटत नाही. आम्ही त्याला असलेला आमचा पाठिंबा काढून घेतो आहोत. जसा जसा तपास पुढे सरकतोय तशी आम्ही ॲमी परत येण्याची फक्त आशाच करू शकतो. तिची कहाणी सुरू राहायला हवी. आता त्यातल्या नव्या अध्यायासाठी जग तयार आहे.''

'आमीन,' कोणीतरी उद्गारलं.

निक् डन्

दहा दिवसांनंतर...

कार्यक्रम संपला होता आता. ॲन्डी आणि इलियट्स आता दृश्यातून नाहीसे झाले होते. शॅरनच्या निर्मातीनं एक लाथ मारून टाचेनं टीव्ही बंद केला. खोलीतल्या प्रत्येकाचं लक्ष माझ्याकडे लागून राहिलं होतं, सगळे जण माझ्या स्पष्टीकरणाची वाट पाहत होते. पार्टीतल्या एखाद्या पाहुण्यानं जांगनीवरच घाण करावी तसं. शॅरनने माझ्याकडे बघून जरा एक जास्तच मोठ्ठं हास्य फेकलं, एक रागीट हास्य. तिचा चेहरा वेडावाकडा झाला.

''मग?'' तिनं तिच्या त्या शांत मोहक आवाजात विचारलं. ''काय आहे हे सगळं?''

इथं टॅनरनं सगळी सूत्रं स्वतःकडे घेतली. ''तीच धक्कादायक बातमी होती, बॉम्बशेल. निक् याच सगळ्याबद्दल सांगणार होता आणि आहेही. आपली वेळ चुकली जरा; पण एका अर्थी तुझ्यासाठी हे चांगलंच झालं ना शॅरन, आता तुला निक्ची पहिली प्रतिक्रिया मिळेल.''

''तुझ्याकडे सांगण्यासारखं काहीतरी असलं म्हणजे झालं निक्.'' ती तिथून सटकली. ''त्याला माईक लावा, आपण आता चित्रीकरण करणार आहोत.'' कोणा एकाकडे न बघता ती म्हणाली.

शॅरन शीबरनं माझे अक्षरशः लाड केले. न्यू यॉर्कमध्ये मी ती स्वतःच व्यभिचारी असल्याच्या अफवा ऐकल्या होत्या आणि नंतर ती आपल्या नवऱ्याकडे परत गेली, पत्रकारितेतली ती एक दाबून टाकलेली खबर होती. ही जवळपास दहा वर्षांपूर्वीची गोष्ट आहे; पण मला वाटतं, त्या आरोपातून मुक्त होण्याची ओढ अजूनही तिच्या मनात असावी. नव्हे होतीच. ती उत्साहानं हसली. तिनं माझे लाड केले. मनधरण्याही केल्या. तिनं अगदी प्रामाणिकपणे तिच्या त्या

चमकत्या ओठांचा चंबू करून, हातावर हनुवटी ठेवून मला तिचे कठीण कठीण प्रश्न विचारले, आणि मीही त्यांची व्यवस्थित उत्तरं दिली. मी अगदी ॲमीच्या तोडीस तोड खोटं नाही बोलू शकत; पण जेव्हा वेळच येते तेव्हा मी इतकाही वाईट नसतो. आपल्या बायकोवर मनापासून प्रेम करणाऱ्या माणसासारखा मी दिसलो, ज्याला आपल्या प्रतारणेची लाज वाटत्येय आणि जो सुधारायला तयार आहे. आदल्या रात्री अस्वस्थतेमुळे मला झोप लागली नव्हती, तेव्हा मी 'लेनो'च्या शो मध्ये ह्यू ग्रॅन्टची १९९५ सालची मुलाखत बघत होतो. एका वेश्येशी असभ्य वर्तन केल्याबद्दल त्यानं राष्ट्राची माफी मागितली होती. चाचरत, थांबत, चुळबुळत, अस्वस्थ होऊन तो बोलत होता; पण कसल्याही सबबी नाहीत : "मला वाटतं आपल्याला माहीत असतं की आयुष्यात चांगलं काय आणि वाईट काय, आणि मी वाईट गोष्ट केली... बास मला इतकंच म्हणायचंय." शी! पण तो माणूस उत्कृष्ट होता. तो ओशाळलेला, अस्वस्थ आणि थरथरत होता इतका, की तुम्हाला त्याचा हात हातात घेऊन धीर द्यावासा वाटेल, की मित्रा एवढं काहीही झालेलं नाही. तू घाबरू नकोस, स्वतःला इतका त्रास करून घेऊ नकोस. मला हाच परिणाम साध्य करायचा होता. मी तो तुकडा इतक्या वेळा बघितला, की कदाचित मी तसाच ब्रिटिश हेल काढून बोलेन, अशी मला भीती वाटायला लागली.

मला पार रितं झाल्यासारखं वाटत होतं : जो नवरा कधीच माफी मागू शकणार नाही असं ॲमी म्हणायची, त्यानं आज माफी मागितली. आणि तीही एक नटाकडून भावना आणि शब्द उसने घेऊन.

पण त्याचा उपयोग झाला. शॅरन, मी एक वाईट गोष्ट केली आहे. अक्षम्य गुन्हा. मी त्याची कसलीही कारणं देऊ शकत नाही. माझा पाय घसरला– मी कधीही अशी प्रतारणा करेन असं वाटलं नव्हतं. त्याला कोणत्याही सबबी नाहीत, ही गोष्ट क्षमेलाही पात्र नाही. मला फक्त ॲमी घरी यायला हवी आहे; म्हणजे उर्वरित आयुष्य मी तिच्याबरोबर घालवू शकेन, या गुन्ह्याची भरपाई करू शकेन, तिला जसं खरं वागवायला हवं होतं, तसंच वागवू शकेन.

हो, मला तिला जसं वागवायला हवं, तसं वागवायला नक्कीच आवडेल.

पण तुला एक नक्की सांगतो शॅरन, मी ॲमीचा खून केलेला नाही. मी तिला कधीच इजा करू शकत नाही. मला वाटतंय, की हे जे काही घडतंय त्याला मी (हलकेच हसून) 'एलन ॲबोट' शोचा परिणाम' असं मनाशीच म्हणतो. हा लाजिरवाण्या, बेजबाबदार पत्रकारितेचा नमुना आहे. आपल्याला आता हे असं स्त्रियांचे खून मनोरंजन म्हणून बघायची इतकी सवय झाली आहे, की ते अगदी घृणास्पद आहे आणि या अशा शोमध्ये अपराधी कोण असतं? कायम नवराच

असतो. त्यामुळे मला वाटतं, की लोकं आणि काही प्रमाणात पोलीस देखील या सततच्या माऱ्यामुळे त्यावर विश्वास ठेवायला लागतात. अगदी सुरुवातीपासून हे गृहीतच धरलं गेलं, की मी माझ्या बायकोला मारलं– कारण आपल्याला पुन्हा पुन्हा हीच गोष्ट सांगितली जाते. पण हे चुकीचं आहे ना, नैतिकदृष्ट्या चुकीचं आहे हे. मी माझ्या बायकोला मारलेलं नाही. मला ती घरी यायला हवी आहे.

मला पक्कं माहीत होतं, की एलन ॲबोटला सवंग, सनसनाटी लोकप्रियतेच्या मागे लागलेली पत्रकार म्हणून रंगवण्याची ही संधी शॅरन सोडणार नाही. पत्रकारितेत वीस वर्षांचा अनुभव असणारी, अराफत, सार्कोझी आणि ओबामासारख्या माणसांच्या मुलाखती जिच्या गाठीशी आहेत, अशा या मुरब्बी शॅरनला एलन ॲबोटच्या नुसत्या कल्पनेनंही अपमानास्पद वाटेल, हे मला ठाऊक होतं. मी एक पत्रकार आहे (होतो), मला या सगळ्या खाचाखोचा माहीत आहेत आणि म्हणून मी जेव्हा ते शब्द उच्चारले– एलन ॲबोट परिणाम– तेव्हा मला तिच्या ओठांची मुरड, किंचित उचललेली भुवई, तिच्यात अचानक आलेली सतर्कता, हे सगळं जाणवलं. एखाद्या गोष्टीचा अचानक साक्षात्कार होतो, तसं ते रूप होतं. मला माझी दिशा सापडली.

मुलाखतीच्या शेवटी शॅरननं माझे दोन्ही हात तिच्या हातात घेतले– थंड, किंचितसे घट्ट असलेले; मी वाचलं होतं, की ती पट्टीची गोल्फ खेळाडू आहे- आणि मला शुभेच्छा दिल्या. ''मी तुझ्यावर लक्ष ठेवून असेन माझ्या मित्रा,'' ती म्हणाली आणि मग 'गो'च्या गालावर ओठ टेकवून ती निघून गेली. तिच्या पोशाखाच्या पाठचा भाग पुढे येऊ नये म्हणून त्यात असंख्य पिना खोचून ठेवल्या होत्या.

''च्यायला, तू काय नेमकेपणानं निभावलंस हे,'' 'गो'दाराकडे जात उद्गारली. ''आधीच्या पेक्षा आता तू खूपच वेगळा वाटलास. सगळ्यावर ताबा होता तुझा; पण उर्मट नाही. अगदी तुझा जबडासुद्धा कमी... नाटकी होता.''

''मी माझी हनुवटी सरळ ठेवली होती.''

''हो. जवळजवळ. चल घरी भेटू मग.'' तिनं चक्क माझ्या खांद्यावर एक थाप मारली.

शॅरन शीबरच्या मुलाखतीनंतर मी दोन झटपट मुलाखती दिल्या. एक केबल आणि एक नेटवर्क. उद्या शॅरन शीबरची मुलाखत प्रसारित होईल आणि हे दोन बाहेर येतील– क्षमा आणि पश्चात्तापाच्या सोंगट्या. आता मी सगळं ताब्यात घ्यायला सुरुवात केली. आता मी कदाचित अपराधी असणारा नवरा किंवा भावनात्मक दरी पडलेला नवरा किंवा निर्लज्जपणे प्रतारणा करणारा नवरा असणार नव्हतो. आता मी असा माणूस होतो जो प्रत्येकाच्या परिचयाचा असतो– अनेक

जण (बायकासुद्धा) तिथपर्यंत पोचलेले असतात : मी फसवलं, मला त्याचा पश्चात्ताप होतोय; पण मी खरा मर्द आहे, त्यामुळे ही परिस्थिती बदलण्याकरता जे काही करावं लागेल ते मी करीन.

"आपली परिस्थिती बरीच बरी आहे आता." आम्ही आवरत असताना टॅनर म्हणाला. "हे ॲन्डीचं प्रकरण एरवी जितकं भयंकर ठरलं असतं, तेवढं आता होणार नाही आणि याचं सगळं श्रेय शॅरनबरोबरच्या मुलाखतीला आहे. आता फक्त आपण सगळ्याच्या एक पाऊल पुढे राहिलं की झालं."

'गो'चा फोन आला; मी उचलला. तिचा आवाज बारीक आणि वरच्या पट्टीतला होता.

"पोलीस इथं मागच्या खोपटासाठीच वॉरन्ट घेऊन आले आहेत... ते डॅडच्या घरातपण गेलेत. ते... मला भीती वाटत्येय."

ते घरी पोचले तेव्हा 'गो'स्वयंपाकघरात सिगारेट ओढत बसली होती आणि ओसंडून वाहणाऱ्या ॲशट्रेवरून ती आता दुसऱ्या पाकिटापर्यंत आली होती, ते लक्षात येत होतं. एक अवघडलेला, केसांचा क्रूकट केलेला पोलीस युनिफॉर्ममधला पोरगा तिच्याशेजारी एका बार स्टूलवर बसला होता.

"हा टायलर आहे," ती म्हणाली. "तो टेनेसीमध्ये लहानाचा मोठा झाला. त्याच्याकडे एक घोडा आहे, कस्टर्ड –"

"कस्टर," टायलर म्हणाला.

"कस्टर, आणि त्याला दाण्यांची ॲलर्जी आहे. घोड्याला नव्हे टायलरला. त्याचा वरचा ओठ फाटलाय, ही बेसबॉल खेळाडूंना होते तशीच जखम आहे; पण त्याला ती कशी झाली ते त्याच्या लक्षात येत नाहीये." तिनं सिगारेटचा एक झुरका घेतला, तिच्या डोळ्यांत पाणी आलं. "तो बराच वेळ झाला इथं आहे."

टायलरनं माझ्याकडे कडक नजरेनं एकदा पाहिलं आणि मग त्याच्या चकचकीत बुटांकडे नजर वळवली.

घरापाठीमागच्या सरकत्या काचेच्या दरवाजातून बोनी आत आली. "आजचा दिवस खासच आहे लोकहो. तू आम्हाला तुझ्या मैत्रिणीविषयी सांगितलं असतंस तर बरं झालं असतं. आगचा बराच वेळ वाचला असता." ती म्हणाली.

"आम्हाला त्याबद्दल आणि त्या खोपटातल्या सामानाबद्दल तुमच्याशी बोलायला आवडेल. आम्ही तेच सांगायला तुमच्याकडे निघालो होतो," टॅनर म्हणाला. "स्पष्टपणे बोलायचं तर तुम्ही जर आम्हाला ॲन्डीविषयी सांगायचं सौजन्य दाखवलं असतं तर बऱ्याच यातना वाचल्या असत्या; पण तुम्हाला वार्ताहर परिषद हवी

होती. तुम्हाला प्रसिद्धी हवी होती. त्या पोरीला असं पुढे करणं किती किळसवाणं आहे.''

''खरंच,'' बोनी म्हणाली. ''तर मग ते मागचं खोपटं. तुम्हाला सगळ्यांना यायचंय माझ्याबरोबर?'' ती पाठ वळवून गवताच्या पट्ट्यावरून खोपटाकडे पुढे झाली. लग्नातला तलम बुरखा तसं एक कोळिष्टक तिच्या केसांवरून लटकत होतं. मी येत नाही हे लक्षात आल्यावर तिनं उतावीळपणे मला यायची खूण केली, ''चल लवकर, मी खाणार नाहीये तुला.'' ती म्हणाली.

तात्पुरत्या दिव्यांच्या प्रकाशात ते खोपटं उजळून निघालं होतं. आता उजेडात ते अजून भयाण दिसत होतं.

''तू शेवटचा इथं कधी आला होतास निक्?''

''मी एवढ्यातच इथं आलो होतो, माझ्या बायकोचा खजिन्याच्या शोधाचा खेळ मला इथे घेऊन आला; पण हे माझं सामान नाही आणि मी कशालाही हात लावलेला नाही –''

टॅनरनं मध्येच मला रोखलं : ''माझ्या अशिलाकडे आणि माझ्याकडे तुम्हाला सांगण्यासारखी एक स्फोटक माहिती आहे –'' बोलता बोलता तो मध्येच थांबला. ते नाटकी टीव्हीसमोर बोलल्यासारखं बोलणं इतकं भयंकर आणि अयोग्य होतं की आम्ही सगळेच दचकलो.

''स्फोटक वा, किती छान.'' बोनी म्हणाली.

''आम्ही तुम्हाला सांगणारच होतो.''

''खरंच? वेळ किती सोयीची आहे ही,'' ती म्हणाली. ''तिथंच थांबा.'' दार त्याच्या बिजागऱ्यांवर लटकलेलं होतं, एक मोडकं कुलूप त्याच्या एका बाजूला लोंबकळत होतं. गिलपीन आतल्या वस्तूंची नोंद करत होता.

''हे गोल्फ क्लब्ज, तू खेळत नाहीस यानं? त्या चमकणाऱ्या लोखंडी काठ्या नाचवत गिलपीननं विचारलं.

''यातलं काहीच माझं नाहीये– यांतली एकही गोष्ट मी इथं ठेवलेली नाही.''

''मोठीच गंमत आहे ही, कारण इथली प्रत्येक वस्तू तुझ्या त्या क्रेडिट कार्डवरच्या खरेदीशी बरोबर जुळते आहे.'' बोनी तुटकपणे म्हणाली. ''हे म्हणजे, त्याला काय म्हणतात ते मर्दानी गुहा? तशी गुहा तयार करत होतास, वाट बघत होतास की बायको कधी कायमची जाते आहे. वा, तुझी वेळ घालवण्याची साधनं छानच आहेत निक्. तिनं मोठे मोठे खोके काढून माझ्या पायाशी ठेवले.

''हे काय आहे?''

हातात मोजे होते तरी बोनीनं ते बोटांच्या चिमटीत धरून उघडले. आत कित्येक अश्लील डिव्हीडी होत्या, सगळ्या आकाराचं आणि रंगाचं अंग त्यावर

झळकत होती.

गिलपीन हसला. ''मानला हं तुला निक्, म्हणजे पुरुषाची म्हणून एखादी गरज असू शकते.''

''पुरुषांना दृष्टीसुखाची ओढ असते असं माझा माजी नवरा, मी त्याला 'रंगे हाथ' पकडलं की म्हणायचा.'' बोनी म्हणाली.

''पुरुषांना दृष्टीसुख हवं हे खरं; पण हे सगळं बघून मला पण शरमायला झालं.'' गिलपीन म्हणाला. ''मला हे बघून किळस पण वाटली. मला सहजासहजी किळस नाही वाटत.'' एखादा घाणेरडा पत्त्यांचा कॅट असावा तश्या त्यानं त्या पसरल्या. सगळी नावं हिंसक वळणाची होती. एक तर काही भागांत होतं– एक ते अठरा. प्रत्येकावर वेदनेनं कळवळणाऱ्या आणि त्यांच्या अंगात निरनिराळ्या वस्तू खुपसणाऱ्या, हसणाऱ्या, वखवखलेल्या पुरुषांची चित्रं होती.

मी मान फिरवली.

''ओह. आत्ता लाज वाटत्येय त्याला.'' गिलपीन हसला.

पण मी काहीच उत्तर दिलं नाही, कारण मला 'गो'ला पोलिसांच्या गाडीत चढवलेलं दिसलं.

एक तासाभरानं आम्ही पोलीस स्टेशनमध्ये भेटलो. टॅनरनं मला न जाण्याचा सल्ला दिला होता; पण मी तो मानला नाही. मी त्याच्याच पुरोगामी, गर्भश्रीमंत, धाडसी अहम्‌ला आवाहन केलं. आम्ही पोलिसांना सत्य सांगायला तयार होतो. ती वेळ आली होती.

त्यांना मला काय करायचं ते करू देत– पण माझ्या बहिणीच्या बाबतीत मी ते चालवून घेणार नाही.

''मी याला तयार झालोय कारण मला वाटतंय की तुझी अटक अटळ आहे. निक्, आता आपण काहीही करून उपयोग नाही,'' तो म्हणाला. ''आपण बोलायला तयार आहोत असं कळलं तर कदाचित आपल्याला त्यांनी तुझ्यावर केलेल्या आरोपांबद्दल थोडीशी माहिती मिळू शकेल. त्यांना अजून मृतदेह मिळालेला नाही. त्याच्याशिवाय त्यांना तुझ्या कबुलीजबाबाचीच जास्त गरज आहे. त्यामुळे ते तुला पुराव्यांनी गुदमरून टाकायचा प्रयत्न करतील. आणि त्यामुळे आपल्याला आपल्या बचावाची सिद्धता करता येईल.''

''आपण त्यांना सगळं द्यायचं, हो ना?'' मी म्हणालो. ''आपण त्यांना सगळे क्ल्यू द्यायचे, त्या कठपुतळ्या आणि ॲमी.'' मी जाम टरकलो होतो, मला तातडीने तिथे पोहोचायचं होतं– एका प्रखर दिव्याच्या प्रकाशात पोलीस माझ्या बहिणीला छळत असल्याचं चित्र माझ्या डोळ्यांसमोर नाचत होतं.

"तू मला बोलू द्यायला हवंस." टॅनर म्हणाला. "तुला अडकवण्याबद्दल जर माझ्याकडून कळलं तर मग खटला उभा राहिल्यावर ते आपल्या विरोधात वापरू शकणार नाहीत... आपण वेगळा बचाव केला तरी."

माझ्या वकिलालाच सत्य इतकं अविश्वसनीय वाटतंय, याची आता मला काळजी वाटायला लागली.

पोलीस स्टेशनच्या पायऱ्यांवर आम्हाला गिलपीन भेटला. त्याच्या हातात कोक होता. बहुधा उशिरा जेवण झालं असावं. आम्हाला आत नेण्यासाठी म्हणून तो वळला, तेव्हा मला त्याची घामानं भिजलेली पाठ दिसली. सूर्य केव्हाच मावळला असला तरी हवेत अजूनही उष्मा होता. त्यानं आपले हात एकदा उचलून हलवले. शर्ट जरासा फडफडला आणि परत त्याच्या अंगावर चिकटला.

"अजूनही गरम होतंय." तो म्हणाला. "रात्री अजून गरम होईल असा अंदाज आहे."

बोनी आमच्यासाठी कॉन्फरन्सरूममध्ये थांबली होती, त्याच पहिल्या रात्रीपासून, ॲमी गायब झाली त्या दिवशीच्या रात्रीपासून. तिनं आपल्या निस्तेज केसांची फ्रेंच पद्धतीची वेणी घालून आंबाड्यासारखी डोक्यामागे वळवली होती आणि तिनं लिपस्टिकसुद्धा लावली होती. ती कोणाला तरी भेटायला जाणार असेल का, असा विचार माझ्या मनात आला. मध्यरात्रीनंतरची खास भेट.

"तुला मुलंबाळं आहेत?" मी खुर्ची पुढे ओढत विचारलं.

ती जरा गडबडल्यासारखी झाली. एक बोट उंचावून म्हणाली, "एक." तिनं नाव, वय किंवा आणखी काहीच सांगितलं नाही. आत्ता ती पूर्णपणे व्यावसायिक मनःस्थितीत होती. तिनं आमच्या बोलण्याची वाट बघितली.

"तुम्ही आधी." टॅनरने म्हटलं. "तुमच्याकडे काय आहे ते आधी सांगा."

"नक्कीच." बोनी म्हणाली, "बरं तर मग." तिनं टेपरेकॉर्डर सुरू केला, प्राथमिक गोष्टी उरकल्या. "तुझं म्हणणं असं आहे निक्, की तुझ्या बहिणीच्या जागेवर असणाऱ्या खोपटातील एकही वस्तू तू आणलेली नाही किंवा त्याला तू स्पर्शसुद्धा केलेला नाहीस."

"हो बरोबर." टॅनरनं माझ्यावतीनं उत्तर दिलं.

"निक्, त्या खोपटातल्या प्रत्येक वस्तूवर तुझ्या बोटांचे ठसे आहेत."

"खोटं आहे हे! मी 'कशालाही' हात लावलेला नाही, त्यातल्या कुठल्याही वस्तूला नाही. फक्त माझ्या वाढदिवसाची भेटवस्तू सोडून, जी ॲमीनं तिथे ठेवली होती."

टॅनरनं मला हलकेच स्पर्श केला. थोबाड बंद ठेव.

"निक्, तुझे ठसे त्या अश्लील साहित्यावर, गोल्फ क्लब, घड्याळ आणि टीव्हीवरसुद्धा आहेत."

आणि तेव्हा माझ्या लक्षात आलं, की हे करताना ॲमीला किती मजा आली असेल : माझी गाढ शांत झोपच (ज्याबद्दल मी नेहमी तिच्यासमोर शेखी मिरवत आलो. माझी अशी समजूत होती की ती जर माझ्यासारखी थोडी मोकळी असती, थोडी सोडून द्यायला शिकली असती तर तिचा निद्रानाश गायब झाला असता.) माझी शत्रू ठरली. माझ्या नजरेसमोर ते दृश्य आलं : ॲमी गुडघ्यांवर बसली आहे. माझ्या घोरण्यामुळे, श्वासांच्या उष्णतेनं तिचे गाल लाल झालेत आणि ती याच्यावर, त्याच्यावर, माझ्या बोटांचे ठसे उमटवते आहे; किती महिने हे सुरू असेल, कुणास ठाऊक! ती कदाचित मला झोपेचं औषधही देत असेल. मला आठवतंय, एका सकाळी मला जाग आली तेव्हा ती माझ्याकडे रोखून पाहत होती, माझ्या ओठांच्या कोपऱ्याशी लाळ सुकली होती, आणि ती म्हणाली, "तू अगदी मेल्यासारखाच झोपतोस किंवा औषध घेतल्यासारखा." माझ्या बाबतीत दोन्ही खरं होतं, फक्त मला ते माहीत नव्हतं.

"तुला त्या ठशांबद्दल काही सांगायचंय?" गिलपीननं विचारलं.

"बाकीचं काय आहे ते सांग आम्हाला." टॅनर म्हणाला.

बोनीनं एखाद्या जुनाट धर्मग्रंथासारखी चामड्याचं आवरण असणारी वही बाहेर काढली आणि आमच्यासमोर टेबलावर ठेवली. "हे ओळखतोस?"

मी खांदे उडवले आणि नकारार्थी मान हलवली.

"ही तुझ्या बायकोची डायरी आहे."

"छे! ॲमी कधीच डायरी लिहायची नाही."

"खरं म्हणजे निक्, ती लिहायची. गेली सात वर्षं लिहीत आली आहे ती." बोनी म्हणाली.

"ठीक आहे."

नक्कीच काहीतरी वाईट पुढे वाढून ठेवलं होतं. माझी बायको पुन्हा माझ्या एक पाऊल पुढे होती.

ॲमी इलियट डन्

दहा दिवसांनंतर...

आम्ही माझी गाडी राज्याची सीमा पार करून पलीकडे इलिनॉईसमध्ये घेऊन जातो. नदीकाठावरच्या कुठल्यातरी गावठ्या गावाच्या भयंकर परिसरात. पुढचा अर्धा तास आम्ही ती पुसून काढण्यात घालवतो. मग आम्ही गाडीला किल्ल्या लावून ठेवून तशीच सोडून देतो. याला संघर्षाचं वर्तुळ म्हणू शकता तुम्ही : माझ्या आधी अर्कान्सासचं जे जोडपं ही गाडी चालवत होतं ते नक्कीच फारसं सभ्य नव्हतं, ओझार्क ॲमी तर एकूणच संशयास्पद होती; आता आशा आहे की एखाद्या रसातळाला गेलेल्या इलिनॉईसवाल्याच्या ती कामाला येईल.

मग आम्ही त्या लाटालाटांच्या टेकड्यांपलीकडे गाडी चालवत पुन्हा मिसुरीत येतो ते थेट झाडांमधून दिसणाऱ्या चमकत्या हनाफन तलावाकडे. देसीचं कुटुंब सेंट लुईसमध्ये राहतं. हा सगळा भाग, हा पूर्व किनारा प्राचीन आहे या गोष्टीवर विश्वास ठेवायला त्याला आवडतं; पण ते बरोबर नाही. हनाफन तलावाचं नाव काही एकोणिसाव्या शतकातल्या नेत्यावरून किंवा यादवी युद्धातल्या वीराच्या नावावरून आलेलं नाही. हा एक खासगी तलाव आहे. २००२ मध्ये माईक हनाफन नावाच्या एका धूर्त विकासकानं घातक कचऱ्याची बेकायदा विल्हेवाट लावण्याकरता खणलेला कृत्रिम खड्डा होता तो. कटकट्या समाजाची, त्यांच्या तलावाला नवीन नाव देण्याची झटापट अजून संपलेली नाही. मला खात्री आहे. कॉलिंग्ज तलाव हे नाव नक्कीच विचारात आलं असणार.

त्यामुळे हा आखीवरेखीव तलाव– ज्यावर काही निवडक रहिवाशांना नौकानयनाची परवानगी आहे– आणि देसीचा अभिरुचीसंपन्न महाल– अमेरिकन धर्तीचा स्वीस शॅटो– असं असूनही मी बधले नाही. देसीबरोबर कायम हाच तर प्रश्न होता. तुम्ही मिसुरीचे असा किंवा आणि कुठले; पण 'कॉलिंग्ज' तलाव हा कोमो तलाव असल्याचा आव का आणावा?

तो त्याच्या जग्वारला टेकून उभा राहतो आणि त्याच्या घराकडे पाहतो. आता मलाही कौतुक करायला थांबायला हवं.

मी आणि माझी आई बर्नला राहिलो होतो, तेव्हा एकदा तिथल्या घरांसारखी या घराची रचना केली आहे आम्ही,'' तो म्हणतो. ''फक्त मागे डोंगर नाहीत, एवढंच काय ते.''

म्हणजे मुख्य गोष्टच नाही. मला वाटतं; पण मी त्याच्या खांद्यावर हात ठेवते आणि म्हणते, ''चल, मला आतून घर दाखव, छानच असणार ते.''

तो मला गृहदर्शन करवतो आणि त्या कल्पनेवर हसतो. चकचकीत स्वयंपाकघर– सगळं ग्रॅनाईट आणि क्रोम– फायरप्लेस असणारी मोठ्ठीच्या मोठ्ठी बैठकीची खोली जी पार बाहेरच्या भागांपर्यंत पसरलेली आहे. (ज्याला हे मध्य पश्चिमेचे लोक 'डेक' म्हणतात.) जिथून मागची झाडी आणि तलाव दिसतो. खालच्या पातळीवरची मनोरंजनाची खोली ज्यात स्नूकर खेळायचं टेबल, डार्टसचा खेळ, सराऊंड साऊंड, एक छोटा बार आणि त्याची स्वतंत्र अशी गच्चीसारखी जागा (ज्याला हे मध्य पश्चिमेचे लोक आणखी एक डेक म्हणतात.) त्या खोलीच्या पलीकडे असणारं सॉना आणि त्याच्याशेजारी वाईन सेलर. वरच्या मजल्यावर पाच बेडरूम्स. त्यांतली दुसरी मोठी खोली त्यानं मला दिली.

''मी ती नव्यानं रंगवून घेतली.'' तो म्हणतो. ''मला माहित्येय तुला ही डस्टी रोज छटा विशेष आवडते.''

मला आता ती डस्टी रोज छटा अजिबात आवडत नाही. हायस्कूलमध्ये असताना आवडायची. ''तू किती छान आहेस देसी, थॅन्क यू,'' मी म्हणते. माझे अगदी मनापासूनचे धन्यवाद नेहमी जरा कष्टांनीच बाहेर येतात. बऱ्याचदा मी त्या भानगडीतच पडत नाही. लोकं त्यांना हवं ते काहीही करून मोकळे होतात आणि मग तुम्ही सतत कौतुक करावं, या अपेक्षेत असतात – ते सतत टीपसाठी कप पुढे करणाऱ्या लोकांसारखे वाटतात मला.

पण मांजरीला गोंजारल्यावर ती जशी सुखावते, तसा देसी धन्यवाद दिल्यावर सुखावतो; मांजरीसारखाच सैलावतो तो. त्यामुळे सध्यातरी ही एक गरजेची गोष्ट आहे.

मी माझ्या खोलीत माझी बॅग ठेवते. त्यातून मला आता जरा एकटीला राहायचं आहे हे सुचवायचंय– ॲन्डीच्या कबुलीजबाबावर लोकांची प्रतिक्रिया काय असेल हे मला बघायचं आहे आणि निकला अटक झाली आहे की नाही तेसुद्धा– पण बहुतेक अजून हे धन्यवाद प्रकरण संपलेलं दिसत नाही. मी कायमची त्याच्या ऋणात राहीन, याची देसीनं खात्री केलेली आहे. तो त्याचं खास गूढ हसतो आणि माझा हात धरतो (मला तुला काहीतरी दाखवायचं आहे.)

आणि पुन्हा मला खाली घेऊन जातो. (मला आशा आहे तुला आवडेल हे) स्वयंपाकघराच्या बाजूच्या पॅसेजमध्ये (यासाठी खूप काम करावं लागलं; पण ही गोष्टच तशी आहे.)

"मला आशा आहे की तुला हे आवडेल." तो पुन्हा एकदा म्हणतो आणि दार उघडतो.

ती एक काचेची खोली आहे, हरितगृह, आता माझ्या लक्षात येतं. आत ट्युलिपची फुलंच फुलं आहेत, शेकड्यांनी, सगळ्या रंगांची. देसीच्या या तळ्याकाठच्या घरात जुलैच्या मध्यावर ट्युलिपची फुलं फुलतात. त्यांच्या त्या खास खोलीत. खास मुलीसाठी.

"मला माहीत आहे ट्युलिप तुला आवडतात; पण त्यांचा बहर अगदी थोडा काळ टिकतो. म्हणून मग हे तुझ्यासाठी तयार केलं. आता ती वर्षभर फुलतील." तो म्हणतो.

माझ्या कमरेभोवती हात वेढून तो मला फुलांच्या दिशेनं नेतो, म्हणजे मी ती नीट पाहू शकेन.

"ट्युलिप, वर्षाच्या कोणत्याही दिवशी," मी म्हणते आणि डोळ्यांत ओलावा आणायचा प्रयत्न करते. हायस्कूलमध्ये असताना मला ट्युलिप आवडायची. सगळ्यांनाच आवडायची ती. ऐंशीच्या दशकातील जरबेरा, डेझी; पण आता मला ऑर्किड आवडतात, जी ट्युलिप्सच्या बरोबर विरुद्ध आहेत.

"निक्ला तुझ्याकरता कधीतरी असं काही सुचलं असतं का?" देसी हळूच माझ्या कानाशी पुटपुटतो, वरून येणाऱ्या पाण्याच्या कृत्रिम फवाऱ्यामध्ये ट्युलिप डोलत राहतात.

"निक्ला आठवतही नसेल मला ट्युलिप आवडतात ते." मी म्हणते. योग्य उत्तर.

हे इतकं गोड आहे, खरं तर त्याही पलीकडेच. माझी स्वतःची फुलांची खोली, एखाद्या परीकथेतल्यासारखी. पण तरीही माझ्या मनावर अस्वस्थतेचा एक शहारा उमटून जातो. मी देसीला फोन केल्याला चोवीस तासपण उलटले नसतील, आणि हे काही नव्यानं लावलेलं ट्युलिप नाहीत, शिवाय बेडरूममध्ये पण नवीन रंगाचा वास येत नाहीये. मला शंका यायला लागते. या गेल्या वर्षातलं त्याच्या पत्राचं वाढतं प्रमाण, त्यातला उदास स्वर... कधीपासून हा मला इथं आणण्याची आस धरून आहे? आणि मी किती काळ इथं राहीन असं याला वाटतंय? वर्षभर रोज फुलणाऱ्या या ट्युलिपचा उपभोग घेण्याएवढी?

"बापरे देसी," मी उद्गारते, "हे तर अगदी परीकथेतल्या सारखं आहे."

"तुझी परीकथा." तो म्हणतो. "आयुष्य कसं असू शकतं हे दाखवायचंय

मला तुला.''

परीकथेत पुढे नेहमीच सोनं असतं. मी वाट बघते, तो आता मला नोटांचं पुडकं देईल किंवा एखादं क्रेडिट कार्ड, काहीतरी जे उपयोगाला येईल. आमची वरात पुन्हा एकदा सगळ्या खोल्यांतून फिरते; म्हणजे मला पहिल्यांदा जे नजरेतून निसटलं त्या गोष्टींचं कौतुक करता येईल, आणि मग आम्ही पुन्हा एकदा माझ्या बेडरूमकडे येतो. सॅटीन आणि रेशमानं मढवलेली, गुलाबी आरामशीर, मार्शमेलो आणि बुढ्ढी के बाल असतात, तसल्या रंगाची अत्यंत बायकी खोली. मी खिडकीतून बाहेर बघते, तेव्हा मला घराभोवती असणारी उंच भिंत दिसते.

मी अस्वस्थपणे बोलून जाते. ''देसी तू मला थोडे पैसे देऊ शकशील का?''

तो चक्क आश्चर्य वाटल्याचा आव आणतो. ''तुला आता कशाला लागतील पैसे?'' तो म्हणतो. ''तुला काही भाडं भरायचं नाही; घरात सगळं सामान भरलेलं आहे. मी तुला नवीन कपडे आणून देईन. म्हणजे मला तू अशी आवडत नाहीस असं नाही.''

''मला वाटतं थोडे पैसे जवळ असले तर मला बरं वाटेल. समजा, काही झालं आणि मला इथून पट्कन निसटावं लागलं तर.''

तो त्याचं पाकीट उघडतो आणि वीस डॉलर्सचा दोन नोटा बाहेर काढून माझ्या हातात ठेवतो. ''हे घे.'' तो लाडानं म्हणतो.

मला शंका येते आहे की मी मोठ्ठी चूक तर केली नाही ना!

निक् डन्

दहा दिवसांनंतर...

माझी चूक झाली, इतकी मस्ती आली होती मला. ही जी काही डायरी असणार आहे ती माझा सत्यनाश करणारे. आताच मला आमच्यावरच्या थरार कादंबरीचं मुखपृष्ठ नजरेसमोर येतंय. आमच्या दोघांचा लग्नातला कृष्णधवल फोटो, गडद लाल पार्श्वभूमीवरचा. जॅकेट कॉपी : कधी न बघितलेल्या फोटोंची सोळा पानं आणि ॲमी डन्च्या खऱ्या डायरी नोंदींसकट– मृत्यूनंतरची हाक... मला जेव्हा आमच्या घरात ही खऱ्या गुन्ह्यांवर आधारित सवंग थरारकथांची पुस्तकं मिळाली, तेव्हा मला जरा आश्चर्य आणि छानही वाटलं होतं, ॲमीचे हे छोटे आनंद; मला वाटलं होतं की हे असलं वाचते म्हणजे ती जरा सैलावते आहे.

पण नाही. ती फक्त त्यांचा अभ्यास करत होती.

गिलपीननं एक खुर्ची ओढून घेतली, त्यावर उलट्या दिशेनं बसून हाताची घडी घालून तो माझ्याकडे झुकला – त्याचं सिनेमातल्या पोलिसांचं रूप. जवळजवळ मध्यरात्र झाली होती; पण मला खूप उशीर झाल्यासारखं वाटत होतं.

"गेल्या वर्षभरातल्या तुझ्या बायकोच्या आजारपणाबद्दल सांग." तो म्हणाला.

"आजारपण? ॲमी कधीच आजारी पडायची नाही. वर्षातून एखाद वेळी तिला सर्दी व्हायची फारतर."

बोनीनं डायरी उचलली, आणि त्यातल्या खुणेच्या पानावर उघडली. "मागच्या महिन्यात तू स्वतःकरता आणि ॲमीकरता काही पेय बनवलंस आणि मागच्या व्हरांड्यात बसलात. ती इथं लिहिते की ते पेय अतिरेकी गोड होतं आणि पुढे ती तिला जी ॲलर्जीची लक्षणं वाटतात त्याचं वर्णन करते. माझं हृदय धडधडत होतं, माझी जीभ जड झाली होती आणि तोंडात तळाशी ओढली जात होती. निक् मला आधार देऊन जिन्यावरून घेऊन गेला, तेव्हा माझे पाय सुन्न, बधिर झाले होते." तिनं बोट ठेवून डायरीतलं पान धरून ठेवलं आणि माझं लक्ष नसावं

असं वाटून वर बघितलं. "मी जेव्हा दुसऱ्या दिवशी उठले : माझं डोकं दुखत होतं आणि पोटात कसंतरी होत होतं; पण त्याहीपेक्षा विचित्र म्हणजे माझी नखं निळसर दिसत होती आणि मी आरशात पाहिल्यावर लक्षात आलं की माझे ओठही तसेच झाले होते. पुढचे दोन दिवस मला लघवीच झाली नाही. मला इतका अशक्तपणा आला आहे."

मी घृणेनं मान हलवली. मला बोनीविषयी आपुलकी वाटायला लागली होती. मला तिच्याकडून अजून अपेक्षा होत्या.

"हे तुझ्या बायकोचं हस्ताक्षर आहे ना?" बोनीनं डायरी वाकडी करून दाखवली. मला गडद काळ्या शाईत ॲमीची धावती अक्षरं दिसली.

"हो. मला वाटतं."

"आमच्या हस्ताक्षर तज्ज्ञांनाही तेच वाटतं."

बोनीनं किंचित अभिमानानंच हे शब्द उच्चारले आणि माझ्या लक्षात आलं : ही पहिलीच केस असणार जिथं या दोघांना बाहेरच्या तज्ज्ञांची मदत घ्यावी लागली असणार, याचा एक भाग म्हणजे त्यांना अशा व्यावसायिकांना भेटायला लागणार जे अशा हस्ताक्षराचं विश्लेषण करण्यासारख्या खास गोष्टी करतात.

"आम्ही जेव्हा ही नोंद आमच्या वैद्यकीय तज्ज्ञांना दाखवली, तेव्हा आम्हाला आणखी काय कळलं सांगू निक्?"

"विषप्रयोग," मी पटकन् बोलून गेलो. टॅनरनं आठ्या घातल्या. माझ्याकडे बघितलं : सांभाळ.

बोनी जराशी गडबडली; ही माहिती मी पुरवण्याची अपेक्षा नव्हती.

"हो निक् धन्यवाद : 'अँटीफ्रिज' मुळे विषबाधा, अगदी पुस्तकाबरहुकूम. ती वाचली हे सुदैवच." ती म्हणाली.

"ती काही वाचलीबिचली नाही, कारण ही गोष्ट घडलीच नाही," मी म्हटलं. "तू म्हणालीस पुस्तकाबरहुकूम हे इंटरनेटवर शोधून त्याप्रमाणे लिहिलंय."

बोनी विचारात पडली; पण ती त्या गोष्टीला बळी पडली नाही. "या डायरीतलं तुझं चित्र काही हवंहवंसं नाही निक्," ती पुढे म्हणाली. एका बोटानं ती तिच्या वेणीशी चाळा करत होती. "छळ– तू छळ केलास तिचा, तू शीघ्रकोपी होतास. लैंगिक संबंध जे बलात्काराच्या नावाखाली मोडू शकतील. शेवटी शेवटी तिला तुझी भीती वाटत होती निक्. वाचतानासुद्धा वाईट वाटतं. त्या बंदुकीचं तुला आश्चर्य वाटत होतं ना, ती म्हणते, की तिला तुझी भीती वाटत होती म्हणून तिला ती हवी होती. तिची ही शेवटची नोंद बघ : हा माणूस मारून टाकेल मला. हा माणूस मारेल मला, हे तिचे स्वतःचे शब्द आहेत."

माझा घसा आवळल्यासारखं मला वाटत होतं. मला वाटलं मला उलटी

होणार आता बहुतेक. भीती, जास्त करून आणि मग संतापाची एक लाट. साली कुत्री, साली कुत्री, रांड, रांड.

"वा! डायरी संपवायला काय सोयीस्कर नोंद आहे ही." मी म्हटलं. टॅनरनं मला गप्प बसवण्याकरता माझ्या हातावर हात ठेवला.

"तुला परत तिचा खून करावासा वाटतोय, असा दिसतो आहेस तू आता." बोनी म्हणाली.

"तू आम्हाला फक्त थापाच मारल्या आहेस निक्." गिलपीन म्हणाली. "तू म्हणालास त्या सकाळी तू नदीकाठावर होतास. आम्ही ज्यांच्याशी बोललो त्या प्रत्येकानं आम्हाला हेच सांगितलं की तुला तिकडे जायला आवडत नाही. तू म्हणतोस की तुझ्या क्रेडिट कार्डवर केलेल्या या खरेदीची तुला माहिती नाही. पण आता ते खोपटं त्या वस्तूंनी ओसंडून वाहतंय आणि त्यावर तुझ्या बोटांचे ठसेही आहेत. 'गायब' होण्यापूर्वी काही आठवडेच तुझ्या बायकोवर विषबाधा झाल्याची लक्षणं दिसून येतात. हे सगळं काय म्हणायचं मग?" आपल्या बोलण्याचा परिणाम आजमावण्यासाठी तो थोडा थांबला.

"आणखी काही नोंद घेण्यासारखं?" टॅनरनं विचारलं.

"तू हानिबालला गेल्याचा पुरावा आमच्याकडे आहे, तिथं काही दिवसांनी तुझ्या बायकोची पर्स सापडली." बोनी म्हणाली. "एका शेजाऱ्यांची जबानी आहे, त्यांनी आदल्या रात्री तुम्हाला दोघांना भांडताना ऐकलं होतं. तुला नकोसं असणारं गर्भारपण, तुझ्या बायकोच्या पैशांनी उघडलेला बार- जो घटस्फोटानंतर तुझ्या बायकोच्या ताब्यात जाईल आणि अर्थातच : एक गुप्त प्रेयसी जी वर्षभरापासून बरोबर आहे."

"अजून आम्ही तुला मदत करू शकतो निक्." गिलपीन म्हणाला.

"एकदा का तुला अटक केली की मग काही शक्य नाही."

"तुम्हाला डायरी कुठे मिळाली? निक्च्या वडिलांच्या घरात?" टॅनरनं विचारले.

"हो," बोनी म्हणाला.

टॅनरनं माझ्याकडे पाहून मान डोलावली. हेच जे आपल्याला सापडलं नाही. "थांब मी सांगतो : अज्ञात व्यक्तीकडून मिळालेली टीप."

दोन्ही पोलीस अधिकारी गप्प बसले.

"तुम्हाला ही घरात नक्की कुठे मिळाली ते सांगू शकाल का?" मी विचारलं.

"शेकोटीत. मला माहीत आहे की तुला वाटलं असेल की तू जाळलीस ती. ती पेटलीही होती; पण ठिणगी पुरेशी नव्हती; त्यामुळे ती विझली. फक्त बाहेरच्या कडा जळल्या," गिलपीन म्हणाला. "आमच्यासाठी ही फारच सुदैवाची गोष्ट."

ती शेकोटी– ॲमीचा आणखी एक खासगी विनोद. ती नेहमी आश्चर्य व्यक्त करायची की पुरुषांना सहसा ज्या गोष्टी कळतात, त्यातलं मला किती कमी कळतं. आमच्या शोधाच्या दरम्यान मी माझ्या वडिलांच्या जुनाट शेकोटीकडे नजरही टाकली होती; पण त्याचे ते पाईप, वायर सगळ्याचं दडपण येऊन मी मागे सरलो.

''ते सुदैव वगैरे काही नाही. तुम्हालाच सापडायच्या इराद्यानं ठेवली होती ती.'' मी म्हटलं.

बोनीनं आपल्या चेहऱ्याचा डावा भाग हास्यात दुमडलाय आणि मागं रेलून ती आम्ही काय बोलतोय त्याची वाट बघत राहिली. एखाद्या थंडगार चहाच्या जाहिरातीची नायिका असावी तशी ती आरामात बसली होती. मी टॅनरकडे बघून रागानं मान डोलावली : सांग त्यांना.

''ॲमी इलियट डन् जिवंत आहे आणि ती स्वतःच्याच खुनाच्या आरोपात निक्‌ला अडकवते आहे.'' तो म्हणाला. मी माझे हात एकमेकांत गुंतवून ताठ बसलो. असं काहीतरी करायचा प्रयत्न केला ज्यामुळे मी गंभीरपणे विचार करतोय हे जाणवेल. बोनीनं माझ्याकडे रोखून पाहिलं. माझ्याकडे एखादा पाईप किंवा चश्मा असायला हवा होता म्हणजे परिणाम साधण्याकरता मी तो काढला असता. माझ्या हाताशी एखादा विश्वकोश असायला हवा होता. मला गरगरल्यासारखं झालं. हसू नका.

बोनीनं आठ्या घातल्या, ''काय म्हणालास?''

''ॲमी जिवंत आहे आणि ठणठणीत आहे, आणि ती निक्‌ला अडकवते आहे.'' माझा वकील म्हणाला.

त्या दोघांनी एकमेकांकडे नजर टाकली. दोघं टेबलावर झुकलेले होते. तुझा विश्वास बसतोय या माणसावर?

''ती का करेल असं?'' गिलपीननं टोळे चोळत विचारलं.

''कारण ती त्याचा तिरस्कार करते. तो एक वाईट नवरा होता.''

बोनीनं खाली बघत एक सुस्कारा टाकला, ''हे मला नक्कीच मान्य आहे.''

त्याच वेळी गिलपीन बोलला, ''अरे, काय आहे हे?''

''ती वेडी आहे का निक्?'' पुढं झुकत बोनी म्हणाली. ''तू जे काही बोलतो आहेस ते मूर्खपणाचं आहे. तू ऐकतोयस ना, मी काय बोलते आहे. हे सगळं जमवून आणायला किती वेळ लागेल? सहा महिने? वर्ष? तुझं काहीतरी वाईट करायला– काहीतरी टोकाचं, भयंकर असा सत्यानाश करायला– एक वर्षभर तिला ते मनात ठेवून राहावं लागेल. इतका काळ असं डूख धरून राहणं किती अवघड आहे माहीत आहे तुला?''

ती करू शकते ते. ॲमी तसं करू शकते.

"मग तिनं तुला सरळ घटस्फोट का नाही दिला?" बोनीनं फटकारलं.

"ती गोष्ट तिच्या मनातल्या... न्यायाच्या भावनेला रुचली नसती." मी उत्तरलो. टॅनरनं पुन्हा माझ्याकडे नजर टाकली.

"परमेश्वरा, निक् तुला कंटाळा येत नाही का रे या सगळ्याचा?" गिलपीन म्हणाला, "इथं तुझ्या बायकोच्याच शब्दात लिहून ठेवलंय. तो मारेल मला."

कोणीतरी त्यांना कधीतरी सांगितलं असणार : संशयित आरोपीचं नाव पुन्हा पुन्हा उच्चारायचं, त्यानं त्याला जरा बरं वाटेल, ओळखीचं वाटेल. विक्रीमध्ये पण हेच तत्त्व वापरतात.

"तू एवढ्यात तुझ्या वडिलांच्या घरात गेला होतास निक्? म्हणजे नऊ जुलैला वगैरे?" बोनीनं विचारलं.

च्यामारी 'म्हणून' ॲमीनं अलार्म कोड बदलला तर. स्वतःबद्दलच्याच तिरस्काराची एक लाट मी मागे ढकलली : दुसऱ्यांदा माझ्या बायकोनं मला लटकवलं होतं. तिचं अजूनही माझ्यावर प्रेम आहे असं भासवून चकवलं होतं आणि एवढंच नव्हे तर तिनं मला स्वतःलाच अडकवायला लावलं होतं. दुष्ट दुष्ट मुलगी! मला एकदम हसूच आलं, देवा! मला तिरस्कार वाटतो तिचा. पण त्या कुत्रीचं कौतुक करायलाच हवं.

टॅनरनं बोलायला सुरुवात केली : "ॲमीनं तिचे क्ल्यू वापरून माझ्या अशिलाला या वेगवेगळ्या ठिकाणी जायला उद्युक्त केलं, जिथं तिनं असंख्य पुरावे मागे सोडले– हानिबाल, त्याच्या वडिलांचं घर – जेणेकरून तो त्यात अडकेल. माझ्या अशिलानं आणि मी ते क्ल्यू बरोबर आणले आहेत. सौजन्य म्हणून."

त्यानं ते क्ल्यू आणि प्रेमपत्रं बाहेर काढली आणि पत्ते पसरावेत तसं पोलिसांसमोर पसरली. ते ती वाचत असताना मला घाम फुटला होता. वर बघून, आता सगळं स्पष्ट झालं, असं ते केव्हा म्हणतील असं मला झालं होतं.

"ठीक आहे. तर तुझं म्हणणं असं की ॲमी तुझा इतका राग करते की तुला तिच्या खुनाच्या आरोपात लटकवण्यासाठी तिनं अनेक महिने घालवले?" बोनीनं एखाद्या निराश पालकानं विचारावं तसं शांत, संयमी सुरात विचारलं.

मी निर्विकारपणे तिच्याकडे पाहिलं.

"हे एखाद्या रागावलेल्या स्त्रीचं लिहिणं वाटत नाहीये, निक्." ती म्हणाली. "ती इथं जिवाच्या करारानं तुझी माफी मागते आहे, आपण नव्यानं सुरुवात करू या असं सुचवते आहे. तिचं तुझ्यावर किती प्रेम आहे ते दर्शविते आहे : तू प्रेमळ आहेस– माझ्या जगातला सूर्य आहेस, तू हुशार आहेस, चतुर आहेस."

"देवा रे."

"एका निरपराध माणसाला शोभेलशी प्रतिक्रिया नाही ही निक्," बोनी म्हणाली. "इथे आमच्यासमोर हे प्रेमळ शब्द आहेत, कदाचित तुझ्या बायकोचे तुला शेवटचे शब्द, आणि तू मात्र संतापला आहेस. मला अजूनही ती पहिली रात्र आठवते आहे : ॲमी गायब झाली होती, तू इथे आलास. आम्ही तुला याच खोलीत पाऊण तास बसवून ठेवलं होतं आणि तू चक्क कंटाळल्यासारखा दिसत होतास. आम्ही तुझ्यावर लक्ष ठेवून होतो, तू चक्क झोपला होतास."

"त्याचा कशाशीच संबंध नाही," टॅनर म्हणाला.

"मी शांत राहण्याचा प्रयत्न करत होतो."

"तू अगदी शांत दिसत होतास." बोनी म्हणाली, "या सगळ्या काळात तू अगदी अयोग्यपणे वागला आहेस, निर्विकार आणि थिल्लर."

"पण मी तसाच आहे, तुझ्या लक्षात येत नाही का? मी अगदी संथ आहे. कदाचित नको एवढा. ॲमी जाणून आहे हे... ती सतत त्याबद्दल कुरकुर करायची, की मला कशी जाणीव नाही, मी कसा आत्ममग्न आहे, की मला कसा कठीण भावनांना तोंड देता येत नाही. दुःख, पश्चात्ताप, तिला माहीत होतं, की मी संशयास्पद दिसेन. परमेश्वरा! तुम्ही हिलरी हॅन्डीशी बोला. तुम्ही टॉमी ओ'हाराशी बोला – मी बोललोय त्यांच्याशी! ते तुम्हाला सांगतील ती कशी आहे ते."

"आम्ही बोललोय त्यांच्याशी," गिलपीन म्हणाला.

"मग?"

"शाळेनंतरच्या काळात हिलरी हॅन्डीनं दोन वेळा आत्महत्येचा प्रयत्न केला होता. टॉमी ओ'हारा दोन वेळा व्यसनमुक्तीसाठी गेला होता."

"ॲमीमुळेच असेल कदाचित."

"किंवा कदाचित ती अतिशय अस्थिर आणि अपराधगंडानं पछाडलेली माणसं असतील," बोनी म्हणाली. "आपण त्या खजिन्याच्या शोधाकडे वळू."

गिलपीननं दुसरा क्ल्यू जाणीवपूर्वक एकसुरीपणे वाचला.

तू आणलंस इथं मला
की गुंजावीत माझ्या कानात
तुझ्या पोरवयातील साहसं
चुरगळलेली जीन्स आणि उन्हेरी टोपीखालचे केस
विसरून जाऊ बाकी सर्व
आपल्यासाठी नाहीच कोणी
जणू भेटलो आजच आपण
चाखू हळूच चुंबनगोडी

“तुझं म्हणणं की हे तुला हानिबालला जायला भाग पाडण्यासाठी लिहिलं होतं?” बोनीनं विचारलं.

मी मान डोलावली.

“पण यात कुठं हानिबालचं नावही घेतलेलं नाही,” ती म्हणाली. “तसं काही साधं सुचवलेलंही नाही.”

“ती उन्हेरी टोपी आणि आमच्यातला तो एक खासगी विनोद–”

“ओह, खासगी विनोद.” गिलपीन.

“दुसऱ्या क्ल्यूचं काय मग, तपकिरी घर?” बोनी म्हणाली.

“माझ्या वडिलांच्या घरी जायला म्हणून.” मी म्हटलं.

बोनीचा चेहरा पुन्हा कठोर झाला. “निक्, तुझ्या वडिलांचं घर निळं आहे.” तिनं टॅनरकडे वळून बघितलं : हे सांगणारेस का तू मला?

“मला वाटतंय की या क्ल्यूमधले खासगी जोक सगळे तुझ्या मनातले आहेत,” बोनी म्हणाली. “मला वाटतंय की तू सगळं तुझ्या सोयीप्रमाणे ठरवतो आहेस : आम्हाला कळलं, की तू हानिबालला गेला होतास, मग काय, हा क्ल्यूचा गर्भित अर्थ तुला हानिबालला जायला सांगतो.”

“यातली जी शेवटची भेटवस्तू आहे.” टॅनरनं खोका पुढे ओढत म्हटलं. “यात काहीही गूढ नाही. पंच आणि ज्युडी बाहुल्या. तुम्हाला माहीत असेलच, पंच ज्युडीला आणि तिच्या बाळाला मारून टाकतो. या माझ्या अशिलाला सापडल्या. त्या तुम्हाला मिळाव्यात असं आम्हाला वाटत होतं.”

बोनीनं खोका पुढे ओढला आणि रबरी हातमोजे घालून त्यातल्या कठपुतळ्या बाहेर काढल्या. “भरीव, जड आहेत,” ती म्हणाली. तिनं बाहुलीच्या कपड्यांची लेस तपासून पाहिली. तिनं बाहुला उचलला आणि त्याचं जाड लाकडी हँडल त्याच्या बोटांच्या खाचांसकट तपासलं.

अचानक ती थांबली. बाहुला तिच्या हातातच होता. मग तिनं बाहुली उचलून उलटी धरली. आता तिचा स्कर्ट उलटा वर आला होता.

“याला हँडल नाहीये,” ती म्हणाली. “आधी होतं का याला हँडल?”

“मला कसं कळणार?”

“मोठ्ठं दोन बाय चारचं, जाड आणि चांगलं जड असं ज्याला पकड चांगली यावी, म्हणून बोटं टेकायला खाचा असतील असं?” तिनं विचारलं. “एखाद्या दांडुक्यासारखं?”

तिने माझ्याकडे रोखून पाहिलं, तिच्या मनात काय विचार येत असतील ते माझ्या लक्षात आलं : तू खेळ खेळतोयस आमच्याशी. तू विकृत आहेस. खुनी आहेस तू.

ॲमी इलियट डन्

अकरा दिवसांनंतर...

शॅरन शीबरबरोबरची निकची बहुचर्चित मुलाखत आज रात्री असणार आहे. मस्त गरम पाण्यानं अंघोळ करून छानश्या वाईनचा आस्वाद घेत मी ती बघायचं ठरवलं होतं. त्याच वेळी मी ती रेकॉर्डही करून ठेवणार होते; म्हणजे मग मला त्याच्या थापांचा अभ्यास करता येईल. मला त्याची प्रत्येक अतिरंजित गोष्ट, त्याचं अर्धसत्य, थाप, त्यानं उच्चारलेलं प्रत्येक खोटं नोंदवून ठेवायचं आहे. त्याच्या त्या ब्लॉगवरच्या मुलाखतीनंतर ते राहून गेलं– एक झिंगलेली, अचानक झालेली मुलाखत; पण पुन्हा असं व्हायला नको. मी अशी नरमाईनं वागणार नाही. मी काही मठ्ठ नाही; पण मला आता ॲन्डी प्रकरण उघडकीला आलंय, त्यावर त्याचं म्हणणं ऐकायचं आहे. त्याचं भिरभिरणं बघायचंय.

मला एकटीलाच बघायचा आहे कार्यक्रम; पण सगळा दिवस देसी माझ्या अवतीभोवती घुटमळत राहतो. ज्या कोणत्या खोलीत मी जाईन तिथं काहीतरी कारण काढून तो येतो. त्याला टाळणं अशक्य आहे, वाईट हवामानाचा पट्टा असावा तसा तो आडवा येतो. घर त्याचं असल्यानं मी त्याला जायला पण सांगू शकत नाही. मी तसा प्रयत्नही करून पाहिला; पण काही उपयोग नाही. तो काहीतरी सबबी सांगत राहतो, की त्याला तळघरातले नळ तपासायचेत किंवा तो फ्रिजमध्ये डोकावून बघतो की काही आणायला हवंय का?

हे असंच चालणार, मला वाटतं. माझं आयुष्य आता असंच असणार आहे. त्याला जेव्हा यायचं असेल तेव्हा तो येईल आणि हवा तितका वेळ इथं थांबेल. तो काहीतरी बोलणं काढून आसपास घोटाळत राहील, मग तो बसेल आणि मला शेजारी बसायला बोलवेल आणि मग तो वाईन उघडेल, नंतर आम्ही एकत्र जेवू, हे सगळं थांबवायचा काहीही उपाय नाही.

"मी खरंच खूप दमले आहे." मी म्हणते.

"तुझ्या हितकर्त्याला अजून थोडा वेळ सहन कर," त्याच्या पॅन्टच्या घडीवरून हलकेच बोट फिरवत तो उत्तरतो.

त्याला निक्‌च्या आजच्या मुलाखतीविषयी माहीत आहे. त्यामुळे तो जातो आणि माझ्या आवडीचे खाद्य पदार्थ घेऊन परत येतो. मँचेगो चीज आणि चॉकलेट ट्रफल्स आणि सॅन्सेरेची थंडगार बाटली आणि किंचित हसून तो चिलीचीज फ्रिटोजही बाहेर काढतो. ज्याचं ती ओझार्क ॲमी असताना मला वेड लागलं होतं. तो वाईनचे ग्लास भरतो. आमच्यात एक अलिखित करार झाल्यासारखा आहे. आम्ही बाळाबाबत काही बोलत नाही, माझ्या घराण्यातल्या गर्भपातांची परंपरा आम्हाला दोघांनाही माहीत आहे, त्याबद्दल काहीही बोलणं माझ्यासाठी किती अवघड असेल.

"त्या डुकराला स्वतःबद्दल काय सांगायचंय ते ऐकायला आवडेल मला." तो म्हणतो. देसी क्वचितच 'साला, हरामी' असले शब्द उच्चारतो. तो 'डुक्कर' म्हणतो. त्याच्या तोंडात ते जास्त विषारी वाटतं.

एक तासाभरानं देसीनंच बनवलेलं हलकं जेवण जेवून झालेलं आहे, त्यानंच आणलेली वाईनही पिऊन झालेली आहे. त्यानं मला चीजचा एक घास दिलाय आणि ट्रफल अर्ध वाटून घेतलंय. त्यानं मला बरोबर दहा फ्रिटोज दिलेत आणि पिशवी लपवून ठेवली आहे. त्याला वास आवडत नाही; त्याला त्रास होतो म्हणे; पण त्याला खरोखर काय आवडत नसेल तर ते माझं वजन. आता आम्ही सोफ्यावर शेजारी शेजारी बसलो आहोत, आमच्या अंगावर एक मऊ ब्लँकेट पांघरून घेतलंय, कारण देसीनं एअरकंडिशनरचा गारवा इतका वाढवलाय, की जुलैतच शिशिर ऋतू सुरू झाल्यासारखा वाटतोय. मला वाटतंय त्यानं हे एवढ्याचकरता केलंय, की त्याला शेकोटी पेटवता यावी आणि दोघांना एकत्र ब्लँकेटमध्ये घुसायला लागावं; त्याच्या डोळ्यांसमोर बहुधा आमच्या दोघांचं ऑक्टोबरमधलं दृश्य असणार. त्यानं मला एक भेटही आणलीये– एक जांभळट रंगाचा बंद गळ्याचा स्वेटर– आणि ही गोष्ट माझ्या लक्षात येते, की आमच्या अंगावरच्या ब्लँकेटला आणि देसीच्या हिरव्या स्वेटरला तो साजेसा आहे.

"तुला माहित्येय शेकडो वर्षांपासून दुबळी माणसं त्यांच्या पुरुषार्थाला आव्हान देणाऱ्या समर्थ बायकांचा छळ करत आलेली आहेत." देसी मला म्हणतोय. "त्यांची मनःस्थिती इतकी नाजूक असते, त्यांना त्या वरचढपणाची गरज असते."

मला आता एका वेगळ्याच वरचढपणाची कल्पना डोक्यात येत होती. काळजी घेण्याच्या नावाखाली घेतला जाणारा ताबा : थंडी वाजेल, हा स्वेटर घाल राणी म्हणजे माझ्या कल्पनेतल्यासारखी दिसशील.

निक्‌ निदान हे असलं तरी करत नव्हता; तो मला जे हवं ते करू देत होता.

मला हा देसी शांत, चुळबुळ न करता बसायला हवाय; पण तो अस्वस्थपणे चुळबुळत बसला होता. जणू काही त्याचा हाडवैरी त्याच्याबरोबर खोलीत बसलाय.

'शूऽऽ' माझा गोड चेहरा टीव्हीवर झळकतो, तेव्हा मी म्हणते, मग दुसरा फोटो, मग आणखी एक, झाडावरून पानं पडावीत तसं, ॲमी कोलाज.

''ती अशी मुलगी होती जिच्याजागी आपण असावं असं प्रत्येक मुलीला वाटलं असेल,'' शॅरन शीबरचा आवाज यायला लागला. ''सुंदर, हुशार, प्रेरणादायी आणि अतिशय श्रीमंत.''

''तो असा माणूस होता जो सगळ्यांना आवडायचा...''

''हा माणूस, अजिबात नाही.'' देसी पुटपुटला.

''देखणा, मजेशीर, तेजस्वी, छाप पाडणारा.''

''पण जुलैच्या पाच तारखेला, त्यांच्या लग्नाच्या पाचव्या वाढदिवशी जेव्हा ॲमी इलियट डन् गायब झाली, तेव्हा त्याचं हे सुंदर आदर्श भासणारं जग पत्त्यांच्या बंगल्यासारखं कोसळून पडलं.''

पुन्हा एकदा उजळणी. माझे फोटो. निक्चे फोटो, ॲन्डीचे. प्रेग्नन्सी टेस्ट आणि न भरलेल्या बिलांचे जुनेच फोटो. मी एकदम व्यवस्थित केलंय सगळं. हे एखादं म्युरल रंगवावं आणि मग मागे सरकून त्याच्याकडे नीट बघितलं, की जाणवावं. : मस्त.

''आता इतक्या दिवसांनंतर निक्नं स्वतःचं मौन सोडलंय, केवळ त्याच्या पत्नीच्या नाहीशा होण्यावरच नव्हे, तर त्याच्या व्यभिचारावर आणि इतर सगळ्या अफवांवरही.''

माझ्या मनात निक्बद्दल एक जवळीक दाटून आली एकदम. कारण त्यानं मी त्याच्यासाठी आणलेला माझा आवडता टाय लावला होता, जो त्याला फारच चकचकीत आणि बायकी वाटतो किंवा वाटायचा. तो असा मोरपंखी रंगाचा आहे आणि त्यामुळे त्याचे डोळे अगदी जांभळे दिसतात. त्याला जो एकूण समाधानाचा तवंग आला होता, तो गेल्या महिन्यात पार झडून गेलेला आहे. त्याचं दोंद सुटलेलं आत गेलंय, त्याच्या चेहऱ्यावरचं बाळसं नाहीसं झालंय. त्याची हनुवटीपण तेवढी आक्रमक नाही. त्याचे केस कापलेले नसले तरी जरा सारखे केलेले आहेत – कॅमेऱ्यासमोर येण्याआधी 'गो' त्याचे केस कापते आहे, असं चित्र माझ्या नजरेसमोर तरळलं, अगदी गगा गोंच्या भूमिकेत शिरलेली, त्याला झोंबाळणारी, त्याच्या हनुवटीवरच्या लाळेचा ठिपका बोटाने निपटून घेणारी. त्यानं माझा टाय घातलाय आणि काहीतरी बोलताना तो हात वर करतो तेव्हा मला दिसतं, की त्यानं मी आणलेलं घड्याळ लावलंय– त्याच्या तेहेतिसाव्या वाढदिवसासाठी आणलेलं, विन्टेज बुलोवा स्पेसव्ह्यू, जे त्यानं आजवर कधीच वापरलेलं नव्हतं.

कारण त्याला ते 'आपलंसं' वाटत नव्हतं, जरी ते अगदी त्याला साजेसं होतं तरीही.

''त्याची बायको नाहीशी झालेली आहे; पण तरीही त्यानं अगदी छान काळजी घेतली आहे, स्वतःची.'' देसी कुजकटपणे म्हणतो. ''वा! त्यानं नखांची काळजीही घेतलेली दिसत्येय.''

''निक् कधीच मॅनिक्युअर करून घेत नाही.'' मी देसीच्या घासून काढलेल्या नखांकडे बघत म्हणते.

''आपण सरळ मुद्द्यावरच येऊ या निक्,'' शॅरन म्हणते. ''तुझी बायको बेपत्ता झाली, त्यात तुझा हात होता का?''

''नाही, नाही. शंभर टक्के नाही,'' घोटून घेतल्याप्रमाणे नजरेला नजर भिडवत निक् उद्‌गारतो. ''पण एक गोष्ट मी अगदी खुलेपणाने सांगतो शॅरन, की मी अगदी संपूर्णपणे निरपराध, निर्दोष, गुणी नवरा नाही. मला जर ॲमीची काळजी वाटत नसती, तिच्या सुरक्षिततेबद्दल भीती वाटत नसती, तर मी म्हटलं असतं की तिचं गायब होणं... ही एक चांगली गोष्ट आहे.''

''माफ कर निक्; पण मला वाटतं की तुझी बायको बेपत्ता असताना तू हे जे काही बोलतो आहेस, त्यावर बऱ्याच लोकांना विश्वास ठेवणं कठीण जाईल.''

''हा जगातला सगळ्यात वाईट आणि भयंकर अनुभव आहे, आणि ती परत मिळावी हीच माझी एकमेव इच्छा आहे. मला फक्त इतकंच म्हणायचं आहे की हा सगळ्यात कठोर असा डोळे उघडणारा अनुभव होता. तुम्ही इतके वाईट असता हे तुम्हाला कधी कळतच नाही आणि तुमच्या त्या स्वार्थीपणाच्या भोवऱ्यातून बाहेर पडायला आणि तुम्ही जगातले सगळ्यात सुदैवी हलकट मनुष्य आहात हे समजण्याकरता तुम्हाला असं काहीतरी घडावं लागतं. म्हणजे बघा की मला अशी स्त्री पत्नी म्हणून लाभली होती, जी माझ्याच बरोबरीची किंवा खरंतर सगळ्याच बाबतीत माझ्यापेक्षाही चांगली होती आणि मी केवळ माझ्या भीतीचा– माझ्या नोकरी जाण्याच्या भीतीचा, आई-वडिलांची काळजी न घेता येण्याच्या भीतीचा, वय वाढत जाण्याच्या भीतीच्या पगड्याचं सावट त्या सगळ्यावर येऊ दिलं.''

''ओह, प्लीज...'' देसी बोलायला तोंड उघडतो, आणि मी त्याला गप्प बसवते. जगासमोर आपण वाईट नाही हे कबूल करणं निक्‌साठी सोपी गोष्ट नाही – त्याच्यासाठी ते एक मरणच आहे तेही साधंसुधं, तात्पुरत्या स्वरूपाचं नाही.

''आणि शॅरन मला सांगू दे, मला आत्ता इथं स्पष्टपणे सांगू देत : मी प्रतारणा केली. मी माझ्या बायकोचा अवमान केला. मी आज जसा माणूस झालो आहे, तसं नव्हतं व्हायचं मला कधी; पण स्वतःला सुधारण्याऐवजी मी सोपा

मार्ग निवडला. मला नीटसं ओळखतही नसलेल्या एका तरुण मुलीबरोबर मी फसवणूक केली. म्हणजे तरी मी 'मोठा' वाटेन. मला जसं असावंसं वाटत होतं, तसा माणूस असल्याचा मी आव आणू शकेन– हुशार, आत्मविश्वासपूर्ण, यशस्वी – कारण या कोवळ्या मुलीला काहीच माहीत नव्हतं. ही तरुण मुलगी, हिनं मला नोकरी गमावल्यावर मध्यरात्री बाथरूममध्ये तोंडात टॉवेलचा बोळा खुपसून रडताना पाहिलं नव्हतं. तिला माझ्यातले अवगुण आणि कमतरता माहीत नव्हत्या. मी तो मूर्ख माणूस होतो ज्याला वाटत होतं, की मी जर आदर्श नसेन, तर माझी बायको माझ्यावर प्रेम करणार नाही. मला ॲमीचा हिरो व्हायचं होतं, आणि जेव्हा मग माझी नोकरी गेली, तेव्हा त्याबरोबर माझा आत्मसन्मानही गेला. मी आता हिरो होऊ शकत नव्हतो. शॅरन, मला चूक आणि बरोबर यामधला फरक कळतो. आणि मी– मी चुकलो.''

''जर तुझी बायको जिथे कुठे असेल तिथे हे बघत किंवा ऐकत असेल तर तू काय सांगशील तिला?''

''मी सांगीन : ॲमी माझं प्रेम आहे तुझ्यावर. तू जगातली सर्वोत्कृष्ट स्त्री आहेस. माझ्या लायकीपेक्षा तू खूप जास्त कोणीतरी आहेस आणि जर तू परत आलीस तर माझं उरलेलं सगळं आयुष्य हे तुझ्यासाठीच असेल. हे सगळं अभद्र विसरण्याचा काही ना काही मार्ग आपण शोधून काढूच आणि मी जगातला सर्वोत्तम माणूस होण्याचा प्रयत्न करीन. प्लीज घरी परत ये, ॲमी.''

एक क्षणभरच तो आपल्या तर्जनीचं टोक हनुवटीच्या खळीत टेकवतो, आमची एक जुनी गुप्त खूण, जी पूर्वी आम्ही वापरायचो हे सुचवण्याकरता की आम्ही एकमेकांची चेष्टा करत नाही– त्याचे कपडे खरोखर छान दिसत होते, ही मुलाखत एकदम दमदार होती. आत्ता मी शंभर टक्के प्रामाणिकपणे बोलतोय, मी तुझ्या पाठीशी आहे आणि मी तुला फसवणार नाही.

माझी टीव्हीची गट्ट्यातरची नजर हटवण्याच्या उद्देशानं देसी गाड्या पुढ्यात वाकून सॅन्सेरेची बाटली उचलतो. ''वाईन हवी आहे अजून?'' तो म्हणतो.

''श् श्.''

तो शो थांबवतो. ''ॲमी तू एक चांगल्या मनाची स्त्री आहेस. मला माहीत आहे तू या... आर्जवांना सहज बळी पडशील. पण तो जे काही सांगतोय ते साफ खोटं आहे.''

निक् तेच बोलतोय जे मला ऐकायची इच्छा आहे. शेवटी का होईना.

देसी उठतो, आता तो असा माझ्याकडे तोंड करून उभा आहे, की तो बरोबर माझ्या आणि टीव्हीच्या मध्ये येतोय. ''निक् नुसता कांगावा करतोय. त्याला आपण किती चांगले, पश्चात्तापदग्ध आहोत असं दाखवायचंय. मी मान्य करतोय,

की त्याचं बोलणं अगदी परिणामकारक आहे; पण ते खरं नाही – त्यानं तुला मारण्याचा, छळण्याचा साधा उल्लेखही केलेला नाही. मला कळत नाही, त्याची ही कसली भूल तुझ्या मनावर पडलेली आहे. ते स्टॉकहोल्म सिन्ड्रोमसारखं असणार.''

''मला कळतंय,'' मी म्हणते. मी देसीला आत्ता काय सांगायला हवं ते मला बरोब्बर माहीत आहे. ''तुझं बरोबर आहे. अगदी बरोबर आहे. इतकं सुरक्षित मला आत्तापर्यंत कधीच वाटलं नव्हतं, देसी, पण मी अजूनही... मी त्याला बघितलं आणि.... मी झगडत्येय अजूनही या सगळ्याशी; पण त्यानं मला इतकी वर्षं दुखावलंय...''

''आपण आता हे बघायला नको,'' माझ्या जरा जास्त जवळ झुकत माझ्या बटांशी खेळत तो म्हणतो.

''नाही सुरूच ठेव ते,'' मी म्हणते. ''मला या सगळ्याला सामोरं जायलाच हवं. तुझ्याबरोबर. तुझ्याबरोबर मी हे दिव्य करू शकते.'' मी त्याच्या हातात माझा हात देते. थोबाड बंद ठेव आता.

मला फक्त ॲमी घरी परत यायला हवी आहे म्हणजे मी उरलेलं आयुष्य या सगळ्याची भरपाई करण्यात घालवीन. तिच्या योग्यतेप्रमाणे तिला वागवीन.

निक्नं मला क्षमा केली आहे– मी तुला फसवलं, तू मला गंडवलंस; पण आता झालं गेलं विसरून जाऊ या. जर त्याची ती खूण खरी असेल तर? निक्ला मी परत यायला हवी आहे. त्याला मी परत यायला हवी आहे म्हणजे तो सगळ्याची भरपाई करू शकेल. त्याचं उरलेलं आयुष्य मला योग्य तऱ्हेनं वागवू शकेल. किती छान वाटतंय हे ऐकायला. आम्ही न्यू यॉर्कला परत जाऊ. मी नाहीशी झाल्यापासून अमेझिंग ॲमीच्या पुस्तकाचा खप प्रचंड वाढलाय– तीन पिढ्यांमधल्या वाचकांना अचानक लक्षात आलंय, की त्यांना मी किती आवडते. माझे लोभी, मूर्ख आणि बेजबाबदार पालक आता माझा विश्वस्तनिधी परत करू शकतील. व्याजासहित.

कारण मला माझं जुनं आयुष्य परत हवंय. माझं जुनं पैसेवालं आयुष्य आणि नवीन निक्. प्रेम, सन्मान आणि आज्ञाधारक निक्. असंही असेल, की आता तो त्याचा धडा शिकलाय किंवा कदाचित तो अजूनही पूर्वीसारखा असेल. कारण मी दिवास्वप्न बघते आहे– माझ्या ओझार्कच्या खोलीत अडकलेली, देसीच्या या महालात अडकलेली मी, मला स्वप्नांत रमायला हाताशी भरपूर वेळ आहे आणि मी स्वप्न कसली पाहते तर ती पूर्वीच्या निक्ची. मला वाटत होतं, की मी निक् तुरुंगाच्या कोठडीत कसा सडेल याची स्वप्न बघेन; पण नाही मी ती स्वप्नं

फारशी बघितली नाहीत, अलीकडे तर नाहीच. मी त्या अगदी जुन्या सुरुवातीच्या दिवसांचा विचार करते, जेव्हा आम्ही एकमेकांशेजारी बिछान्यात नुसते पहुडलो असायचो. थंड चादरीवरची नग्न शरीरं आणि तो एकटक माझ्याकडे पाहत असायचा, एका बोटानं माझ्या हनुवटीपासून कानापर्यंत रेषा गिरवत राहायचा. गुदगुल्या होऊन मी चुळबुळत राहायची, मग माझ्या कानाच्या पाळीवर हलका स्पर्श, आणि तिथून मग माझा संपूर्ण शिंपल्याच्या आकाराच्या कानाला स्पर्श करत पुढे माझ्या केसात, आणि मग हळूच तो केसांची एखादी बट चिमटीत पकडायचा, जशी त्यानं माझं पहिल्यांदा चुंबन घेतलं होतं, तेव्हा धरली होती आणि मग शेवटपर्यंत बोट नेऊन त्याला दोनदा झटका द्यायचा, हलकेच, घंटा वाजवावी तसा. आणि मग म्हणायचा, ''कोणत्याही कथाकादंबरीपेक्षा तू जास्त चांगली आहेस, कोणी काय कल्पना केली असेल त्याहीपेक्षा चांगली.''

निक्नं मला जमिनीवर राहायला मदत केली. निक् देसीसारखा नव्हता, जो मला हव्या असणाऱ्या गोष्टी (ट्युलिप, वाईन) मला आणून द्यायचा म्हणजे मी त्याला अपेक्षित गोष्टी (प्रेम करणे) करेन. निक्ला मी फक्त आनंदी असायला हवी होते, बास, तेवढंच फक्त. कदाचित मीच त्याला आळशीपणाचा शिक्का मारला असेल. 'मला फक्त तू आनंदी व्हायला हवी आहेस ॲमी' हे वाक्य तो किती वेळा तरी बोलला असेल; पण मी मात्र त्याचा अर्थ वेगळा लावला : मला तू फक्त आनंदी राहायला हवी आहेस ॲमी म्हणजे माझं काम कमी होईल; पण कदाचित मीच चुकीचं वागत असेन. नाही, चुकीचं नाही, कदाचित गोंधळले असेन. 'लाभावीण प्रीती' करणारं मला आजपर्यंत कोणी भेटलंच नाही, मग मला तरी कसं कळणार?

हे खरंच आहे; पण हे लक्षात येण्याकरता ही इतकी भयंकर परिस्थिती उद्भवावी लागली. निक् आणि मी एकमेकांना अनुरूप आहोत. मी जराशी अतिच आहे आणि तो थोडासा वगी आहे. मी एका काटेरी झुडपासारखी आहे, आई-वडिलांच्या अति लक्ष देण्याचे काटे आहेत माझ्यात आणि तो त्याच्या वडिलांच्या उपेक्षेच्या छोट्या छोट्या जखमांनी भरलेला आहे. ज्याच्यात माझे काटे अगदी व्यवस्थित बसतात.

मला त्याच्याकडे घरी जायला हवं.

निक् डन्

चौदा दिवसांनंतर...

एक भयंकर हँगओव्हर आणि माझ्या बायकोला मारून टाकण्याच्या तीव्र इच्छेसकटच मला बहिणीच्या घरातल्या कोचावर जाग आली. पोलिसांबरोबर जी डायरीची चर्चा झाली, त्यानंतरच्या दिवसांत ही एक नेहमीचीच घटना होती. मी माझ्या मनाशी एक चित्र रंगवायचो– पश्चिम किनाऱ्यावरच्या एखाद्या स्पामध्ये ॲमी दडून बसलेली सापडेल. एखाद्या दिवाणावर अननसाचा रस पीत ती पहुडली असेल, तिच्या सगळ्या काळज्या-चिंता वाहून गेलेल्या असतील, आणि मी, सगळा देश पालथा घालून तिच्यासमोर उभा, घाणरेडा, प्रवासाचा वास अंगाला चिकटलेला. तिच्यासमोर सावली आल्यावर ती वर बघते आणि मग तिच्या त्या सुंदर गळ्याभोवती माझे हात टाकतो. तिच्या गळ्यातल्या शिरा, नस थडथडतेय, सुरुवातीला जोरात आणि मग जसं आम्ही एकमेकांकडे बघतो तशी थोडी सावकाश. जसं काही आम्ही एखाद्या समजुतीपर्यंत येऊन पोहोचतो आहोत.

माझी अटक अटळ होती. आज नाही तर उद्या; उद्या नाही तर नंतर केव्हातरी. पोलिसांनी मला त्या दिवशी घरी जाऊ दिलं, ही मला चांगली गोष्ट वाटली होती, पण टॅनरनं मला भानावर आणलं : ''मृतदेहाशिवाय आरोप सिद्ध करणं खूप अवघड आहे. ते फक्त सगळे तपशील जुळवून खात्री करून घेत आहेत. आत्ता तुला काय करायचं असेल ते या मोकळ्या दिवसांमध्ये करून घे. एकदा का अटक झाली, की मग आपल्याला वेळ मिळणार नाही.''

खिडकीबाहेरून मला कॅमेरा घेतलेल्या वार्ताहरांची लगबग ऐकू येते आहे. एकमेकांना सुप्रभात चिंतत असताना, जणू काही ते एखाद्या कारखान्यात कामाला असावेत, एखाद्या अस्वस्थ किड्याप्रमाणे कॅमेरे क्लिक-क्लिक करतात, 'गो'च्या घराचा पुढचा भाग चित्रबद्ध करतात. माझ्या बहिणीच्या आवारातल्या खोपटात सापडलेल्या

सामानाची बातमी आणि त्यामुळे माझ्या होऊ घातलेल्या अटकेची बातमी कोणीतरी हळूच फोडलेली आहे. त्यामुळे आम्हाला दोघांनाही साधा पडदा सरकवण्याचीसुद्धा हिंमत नाही.

'गो' फ्लॅनेलची छोटी चड्डी आणि हायस्कूलमधला टीशर्ट घालून खोलीत आली. तिच्या हातात तिचा लॅपटॉप होता. ''आता सगळे जण तुझा तिरस्कार करत आहेत निक्.'' ती म्हणाली.

''फडतूस साले.''

''काल रात्री कोणीतरी त्या खोपटाबद्दल, ॲमीच्या पर्स आणि डायरीबद्दलची बातमी फोडली. आता सगळे जण : निक् खोटारडा आहे, निक् खुनी आहे, निक् थापाड्या आहे असं बोलताहेत. शॅरन शीबरनं आत्ताच एक निवेदन दिलं आहे, की घटनांनी ज्या पद्धतीनं वळण घेतलं आहे, त्यानं तिला अत्यंत धक्का बसला असून ती निराश झाली आहे. हो आणि आता सगळ्यांना त्या अश्लील साहित्याबद्दल कळलंय– किल द बीचेस.''

''हर्ट द बीचेस.''

''ओह! माफ कर मला,'' ती उपरोधानं म्हणाली. ''हर्ट द बीचेस.'' तर मग निक् एक थापाड्या खुनी आणि लैंगिक विकृती असणारा आहे. एलन ॲबोट नुसती पिसाळेल बघ यावरून. ती एक चक्रम, अश्लीलतेच्या विरोधात असणारी बाई आहे.

''असणारच,'' मी म्हटलं. ''मला खात्री आहे की ही गोष्ट ॲमीला नक्कीच ठाऊक असणार.''

''निक्?'' 'गो' तिच्या मला 'भानावर ये' सांगणाऱ्या आवाजात म्हणाली, ''हे फार वाईट आहे.''

''गो, एक गोष्ट आपल्याला लक्षात ठेवायला हवी की बाकी कोण कसा विचार करत आहेत, त्याच्याशी आपल्याला काहीच देणंघेणं नाही, ॲमी काय विचार करते ते जास्त महत्त्वाचं आहे. ती माझ्याबाबतीत निवळतेय का?''

''निक्, तुला खरंच असं वाटतंय की तिच्या मनातला तुझ्याबद्दलचा तिरस्कार जाऊन ती अशी एका फटक्यात तुझ्यावर प्रेम करायला लागेल?''

या विषयावरच्या आमच्या अशा बोलण्याचा पण हा पाचवा वाढदिवस असणार.

''हो 'गो', मला तसंच वाटतं. ॲमी अशी खोट्याचा वास येणारी व्यक्ती कधीच नव्हती. तू जर तिला म्हटलंस, की तू सुंदर दिसतेस, तर तिच्यासाठी ते एक सत्यच आहे. तू जर म्हणालीस, की तू हुशार आहेस, तर ती नुसती स्तुती नाही, ते तिला लागूच आहे. त्यामुळे हो, मला वाटतं, की या गोष्टीवर तिचा

बऱ्यापैकी विश्वास असेल की जर का मला माझी चूक लक्षात आली, तर अर्थातच मी पुन्हा तिच्या प्रेमात पडेन. कारण तसं न पडण्याचं काही कारणच नाही ना.''

''आणि जर तिला खोट्याचा वास आला तर?''

''तू ॲमीला चांगलं ओळखतेस, तिच्यासाठी जिंकणं महत्त्वाचं आहे. मी तिला फसवलं त्याचा तिला तेवढा राग नाही, जेवढा, तिच्याऐवजी मी दुसऱ्या कोणालातरी निवडलं या गोष्टीचा आहे. या सगळ्यात तीच जिंकली आहे हे सिद्ध करण्यासाठीच केवळ मी परत हवा आहे. पटतंय ना तुला? तिनं पुन्हा परत यावं म्हणजे मी झालेल्या गोष्टींची भरपाई करीन, यासाठी मी तिच्या विनवण्या करतो आहे, तिला हा मोह टाळता येणार नाही. तुला नाही असं वाटत?''

''मला वाटतं की कल्पना चांगली आहे ही,'' एखाद्याला लॉटरी जिंकण्यासाठी शुभेच्छा द्याव्यात, त्या आवाजात ती म्हणाली.

''अरे, तुझ्याकडे याहून चांगलं काही असेल तर सांग मग मला.''

आम्ही आजकाल एकमेकांना असे फटकारत राहतो. याआधी आम्ही कधीच असं वागलेलो नाही. पोलिसांना त्या लाकडी खोपटाचा शोध लागल्यानंतर त्यांनी गो ची कडक चौकशी केली. अगदी टॅनरने वर्तवल्याप्रमाणेच : तिला माहीत होतं का? तिनं मदत केली का?

त्या रात्री ती चिडून, संतापून घरी येईल असं मला वाटत होतं, पण मला ओलांडून ती जेव्हा तिच्या खोलीत शिरली, तेव्हा तिच्या चेहऱ्यावर एक ओशाळवाणं हास्य होतं. टॅनरला वकीलपत्र देण्यासाठी तिनं घरावर दुसऱ्यांदा कर्ज काढलं होतं.

केवळ माझ्या चुकीच्या निर्णयांमुळे मी माझ्या बहिणीला आर्थिक आणि कायदेशीर अडचणीत आणलं होतं. या सगळ्या गोंधळामुळे 'गो' नाराज झाली होती आणि मला लाजिरवाणं वाटत होतं. छोट्या अवकाशात अडकून पडलेल्या दोन जीवांसाठी ही फारच स्फोटक परिस्थिती होती.

मी जरा विषय बदलून बघितला : मी ॲन्डीला फोन करण्याचा विचार करत होतो. आता जरा...''

''वा! हा म्हणजे हुशारीचा कळसच आहे, निक्. म्हणजे मग तिला एलन ॲबोटकडे जाता येईल.''

''ती एलन ॲबोटकडे गेली नव्हती 'गो', तिने पत्रकार परिषद घेतली होती जी एलन ॲबोटनं चालवली. ती दुष्ट नाहीये 'गो'.''

''तिनं वार्ताहर परिषद घेतली कारण ती तुझ्यावर उखडलेली आहे. कधी कधी मला वाटतं, तुझं लफडं तसंच सुरू राहायला हवं होतं.''

“वा!”

“आणि तू काय सांगणार तिला?”

“मला माफ कर.”

“दुसरं काय आहे तुझ्या हातात?” ती स्वतःशीच पुटपुटली.

“मला ते– मला ते असं संपायला नको होतं.”

“मागच्या वेळी तू ॲन्डीला भेटलास तेव्हा ती तुला चावली होती,” ‘गो’ जरा अति संयमी आवाजात म्हणाली. “मला वाटत नाही तुमच्या दोघांत बोलण्यासारखं काही उरलंय असं. एका खुनाच्या तपासात तू मुख्य संशयित आहेस. शांत, समजूतदारपणाने विभक्त होण्याचा तुझा हक्क तू आता गमावला आहेस, निक्.”

आम्ही दोघं एकमेकांना विटलो होतो; मला वाटलं नव्हतं हे कधी घडेल असं. कोणत्याही तणावापेक्षा, कोणत्याही धोक्यापेक्षा जास्त असं काहीतरी मी ‘गो’च्या उंबऱ्यापर्यंत आणून ठेवलं होतं. फक्त एक आठवड्यापूर्वीचे ते दहा सेकंद जेव्हा मी त्या लाकडी खोपटाचं दार उघडलं, या अपेक्षेसहित की नेहमीप्रमाणेच ‘गो’ला माझ्या मनात काय आहे ते नक्की समजेल, आणि ‘गो’ला भलतंच वाटलं होतं की मीच माझ्या बायकोला मारलं : ते मी विसरूच शकत नव्हतो आणि आणि तीसुद्धा नाही. ती आमच्या वडिलांकडे ज्या कठोर थंडपणे बघायची, तसंच माझ्याकडे पाहताना मी अधूनमधून तिला पाहिलं होतं : या जगात वावरणारा आणखी एक दळभद्री पुरुष. मला खात्री आहे की मीही अधूनमधून तिच्याकडे माझ्या वडिलांच्याच अपराधी नजरेनं पाहत असणार, माझ्यावर चिडणारी आणखी एक क्षुद्र स्त्री.

मी एक सुस्कारा सोडला आणि उठून तिचा हात दाबला, तिनंही उलटा दाबला.

“मला वाटतं मी घरी जावं आता,” मी म्हटलं. मला पोटात ढवळल्यासारखं झालं. “मला आता हे सहन होत नाहीये. हे... अटकेची वाट पाहत राहणं, मला आता झेपत नाही.”

तिनं मला थांबवण्यापूर्वीच मी माझ्या किल्ल्या उचलल्या, दार खेचलं, त्याबरोबर कॅमेऱ्यांचा लखलखाट सुरू झाला. माझ्या कल्पनेपेक्षाही जास्त असणाऱ्या गर्दीतून आरोळ्या यायला लागल्या : निक्, तू मारलंस का तुझ्या बायकोला? मार्गो, तू तुझ्या भावाला मदत केलीस का पुरावे दडवून ठेवायला?

“साले हरामी,” ‘गो’चरफडली. आमची एकी दाखवायला म्हणून ती तशीच त्या तुटपुंज्या कपड्यांत माझ्या शेजारी उभी होती. काही निदर्शकांच्या हातात फलक होते. एक कुरतडल्यासारख्या पिंगट केसांची गॉगल घातलेली बाई तिच्या हातातला फलक नाचवत होती : निक्, ॲमी कुठे आहे?

आवाज आता वाढायला लागला होता, घायकुतीला आल्यासारखा, माझ्या बहिणीला उचकवणारा : मार्गो, तुझा भाऊ बायकोचा खुनी आहे का? निक्नं त्याच्या बाळाला आणि बायकोला मारलं हे खरं आहे का? मार्गो, तू पण संशयित आहेस का? निक्ने बायकोचा खून केला? निक्नं बाळाला मारून टाकलं?

मी तसाच उभा राहिलो, माझ्या स्थानावर ठामपणे, वळून पुन्हा घरात जाणं नाकारत. आणि अचानक,'गो'माझ्या शेजारी वाकून गुडघ्यांवर बसली आणि तिने पायऱ्यांजवळचा नळ सोडला. तिनं पाईपमधून पाण्याचा फवारा पूर्ण ताकदीनं सोडला– पूर्ण वेगात असणारा तो पाण्याचा फवारा– त्यानं तिनं सगळे छायाचित्रकार, निदर्शक आणि ते टीव्हीसाठी सजलेले छान सुटाबुटातले पत्रकार सगळ्यांना पार भिजवून टाकलं.

ती मला बाहेर पडायला वाट मिळवून देत होती. मी माझ्या गाडीत घुसलो आणि झपाट्यानं बाहेर पडलो, ते लोक तसेच पुढच्या अंगणात भिजत उभे होते आणि 'गो' कर्कशपणे हसत होती.

माझ्या फाटकापासून गॅरेजपर्यंत गाडी न्यायला मला तब्बल दहा मिनिटं लागली, इंचाइंचानं मला गाडी त्या खवळलेल्या माणसांच्या समुद्रातून सावकाश पुढे न्यावी लागली. माझ्या घरासमोर किमान वीस तरी निदर्शक होते आणि त्याखेरीज छायाचित्रकार. माझ्या शेजारी जॅन ट्रेव्हरर त्यांच्यातच होती. माझी शेजारीण जॅन टेव्हरर पण त्यात सामील होती. तिची आणि माझी नजरानजर झाली, तशी तिनं हातातला फलक उंचावला. ॲमी कुठे आहे निक्?

शेवटी मी आत शिरलो आणि गॅरेजचं दार खाली आलं. त्या काँक्रीटच्या भट्टीत खोल श्वास घेत मी बसून राहिलो.

कुठेही गेलं तरी आता तुरुंगात असल्यासारखंच वाटत होतं– दारं उघडतात आणि बंद होतात, उघडतात आणि बंद होतात, आणि मला कुठंच सुरक्षित वाटत नाही.

माझा उरलेला सगळा दिवस मी ॲमीला कसं मारायचं, याची कल्पना करण्यात घालवला. दुसरा कुठलाच विचार माझ्या मनात नव्हता. तिला ठार करण्याचा मार्ग शोधणं. तिचं सतत चालत असलेलं डोकं फोडणं; पण ॲमीला मानायला हवं. मागची काही वर्षं मी कदाचित झोपेत असेन; पण आता मी टक्क जागा झालो होतो. लग्नाच्या सुरुवातीच्या दिवसांत जसा मी चपळ आणि सतर्क होतो, तसा मी आता होतो.

काहीतरी करायला माझे हात शिवशिवत होते, काहीतरी घडवून आणावंसं

वाटत होतं; पण करण्यासारखं काहीच नव्हतं. संध्याकाळी उशिरा बाहेरचे सगळे छायाचित्रकार नाहीसे झाले होते, आणि तरी मी घराबाहेर पडण्याचा धोका पत्करू शकत नव्हतो. मला चालावंसं वाटत होतं. मग मी फेऱ्या मारायचं ठरवलं. मला स्वस्थ बसवत नव्हतं.

अॅन्डीनं मला खड्ड्यात ढकललं होतं, मेरीबेथ माझ्या विरोधात गेली होती. 'गो'चा विश्वासही मी जवळजवळ गमावलाच होता. बोनी मला सापळ्यात पकडायला बघत होती आणि अॅमीनं माझा सत्यानाश केला होता. मी माझ्यासाठी मद्य ओतून घेतलं. एक मोठा घोट घेतला आणि ग्लासभोवती माझी बोटं आवळून तो भिंतीच्या दिशेनं भिरकावून दिला. ग्लासमधून ठिणग्या उडाल्यासारख्या वाटत होत्या, ग्लास खळखळत फुटला. ते ऐकू आलं, बर्बनचा वाफेचा एक ढगच नाकात शिरला. माझ्या पाची ज्ञानेंद्रियांमध्ये संताप भरून राहिला होता. स्साल्या, छिनाल कुत्र्या!

माझं संपूर्ण आयुष्य मी एक सभ्य माणूस म्हणून जगण्याचा प्रयत्न केला. असा माणूस जो स्त्रियांवर प्रेम करतो, त्यांचा आदर करतो, डोक्यात घोळ नसणारा माणूस. आणि हा एक मी आहे, जो स्वतःच्या जुळ्या बहिणीबद्दल वाईट विचार करतो, स्वतःच्या सासूबद्दल आणि रखेलीबद्दलही करतो. मी माझ्या बायकोचं डोकं फोडण्याचा विचार करत होतो.

दार वाजलं. मोठ्यांदा, रागीट, बँग-बँग-बँग ज्यामुळे माझ्या दुष्ट विचारांमधून मी धडपडत बाहेर आलो.

मी दार उघडलं, अगदी सताड उघडलं, रागाला रागानं उत्तर.

बाहेर माझे वडील उभे होते, आपल्या अतीव घृणेनं आपण एखादी गोष्ट प्रत्यक्षात घडवून आणावी तसे. ते घामाघूम झाले होते आणि त्यांचा श्वासही फुलला होता. त्यांच्या शर्टाची बाही फाटली होती आणि केस विस्कटले होते; पण त्यांच्या डोळ्यांत तोच सावधपणा होता, ज्यामुळे ते शहाणे वाटत होते.

"ती आहे का इथे?" ते खेकसले.

"कोण, डॅड? कोणाला शोधताय तुम्ही?"

"तुला माहीत आहे कोणाला ते." मला ढकलून ते बैठकीच्या खोलीत शिरले. त्यांच्या पायांनी माती खोलीत आली. त्यांच्या हातांच्या मुठी वळलेल्या होत्या. ते पुढे झुकल्यासारखे झाले होते. त्यामुळे पुढे चालत राहणं किंवा पडणं असे दोनच पर्याय असल्यासारखे ते चालत होते. ते स्वतःशीच पुटपुटत चालत होते. स्साली स्साली स्साली. त्यांच्या आसपास पुदिन्याचा वास दरवळत होता. खरा पुदिना- कृत्रिम नव्हे आणि मला त्यांच्या पँटवर काहीतरी हिरवट दिसत होतं, जणू काही ते कोणाच्या तरी बागेतून रोपं तुडवत आले असावेत.

'स्साली कुत्री, स्साली कुत्री' ते तोंडानं पुटपुटत राहतात. जेवणाच्या खोलीतून स्वयंपाकघरात, सगळीकडचे दिवे लावत. एक झुरळ भिंतीवर रांगत गेलं.

मी त्यांच्या मागोमाग गेलो. त्यांना शांत करण्याचा प्रयत्न करत होतो. डॅड, डॅड, तुम्ही शांत व्हा जरा, तुम्हाला पाणी देऊ का थोडं? डॅड... त्यांनी आख्खा खालचा मजला पालथा घातला, त्यांच्या बुटांना चिकटलेली माती घरभर सांडत होती. माझ्या हातांच्या मुठी वळल्या गेल्या. अर्थात, यांना आत्ताच यायला हवं होतं– सगळी परिस्थिती चिघळून टाकायला.

"डॅड! थांबा जरा, डॅड! इथं माझ्याशिवाय दुसरं कोणीच नाहीये. फक्त मी." त्यांनी गेस्टरूमची दारं सताड उघडली आणि माझ्याकडे दुर्लक्ष करत ते थेट बैठकीच्या खोलीत गेले– "डॅड!"

मला त्यांना स्पर्श करण्याची इच्छा नव्हती. मी त्यांच्यावर हात उचलेन अशी भीती मला वाटत होती. मला भीती वाटत होती की मला रडू येईल.

जणू ते वरती बेडरूमकडे जायला निघाले आहेत, तसं मी त्यांना अडवलं. माझा एक हात भिंतीवर आणि दुसरा जिन्याच्या कठड्यावर होता– मानवी अडथळा. "डॅड! माझ्याकडे बघा."

तोंडातल्या लाळेबरोबर त्यांचे संतापलेले शब्द बाहेर फेकले गेले. "तू सांग तिला, त्या घाणेरड्या कुत्रीला सांग की हे संपलेलं नाही. ती माझ्या वरचढ कधीच असू शकत नाही. तू सांग, ती माझ्या योग्यतेची नाही, तिचं काहीही मी ऐकून घेणार नाही. त्या घाणेरड्या कुत्रीला शिकावं लागेल की–"

मी खरंच सांगतो, एक क्षणभर माझी नजर कोरी झाली. माझ्यासाठी तो एक स्पष्ट असा भानावर आणणारा अभिज्ञानाचा क्षण होता. पहिल्यांदाच मी माझ्या वडिलांचा आवाज अडवण्याचा प्रयत्न सोडून तो माझ्या कानात घुमू दिला. मी तो माणूस नव्हतोच मुळी : मला सगळ्या स्त्रियांची भीती किंवा तिरस्कार वाटतच नव्हता. मी फक्त 'एक स्त्रीद्वेष्टा' होतो. जर मी फक्त ॲमीचा द्वेष करत असेन, मी माझा राग आणि मनातला द्वेष जर फक्त एका स्त्रीवर केंद्रित केला, जिची तीच लायकी आहे, तर त्यामुळे मी माझ्या वडिलांसारखा होत नाही ना. उलट त्यामुळे मी शहाणा ठरतो.

स्साली कुत्री...स्साली कुत्री...स्साली कुत्री !

माझ्या वडिलांचा इतका तिरस्कार मी कधीच केला नव्हता, जेवढा त्यांनी मला हे शब्द खऱ्या अर्थानं जाणवून दिले तेव्हा केला.

छिनाल कुत्री, छिनाल कुत्री!

मी त्यांच्या हाताला घट्ट पकडून त्यांना गाडीत घातलं आणि धाड्कन दरवाजा बंद केला. कम्फर्ट हिलला पोहोचेपर्यंत मंत्र म्हटल्याप्रमाणे ते पुन्हा पुन्हा

तेच म्हणत होते. रुग्णवाहिकांसाठी जे प्रवेशद्वार राखीव होतं तिथे मी माझी गाडी नेऊन थांबवली, त्यांच्या बाजूला गेलो, दार उघडलं आणि त्यांना हाताला धरून बाहेर खेचलं, आणि सरळ त्यांना आत घेऊन गेलो.

त्यांना सोडून देऊन मी थेट घरी आलो.

छिनाल कुत्री, छिनाल कुत्री.

पण तिच्या विनवण्या करण्याखेरीज माझ्या हातात काहीच नव्हतं. साल्ला माझ्या बायकोनं माझ्या हातात तिनं घरी यावं म्हणून तिच्या नाकदुऱ्या काढण्याखेरीज काहीही ठेवलं नव्हतं. छापील माध्यम, ऑनलाईन, टीव्ही, कुठेही, सगळीकडे. मी फक्त आशाच करू शकत होतो, की मी किती चांगला नवरा झालोय हे माझी बायको बघेल, तिला हवे ते शब्द मी उच्चारतोय हे तिला कळेल : संपूर्ण शरणागती. तूच बरोबर, माझं चुकलं. नेहमीच. माझ्याकडे परत ये (स्साली छिनाल रांड) घरी परत ये म्हणजे मी तुला ठार मारीन.

ॲमी इलियट डन्

सव्वीस दिवसांनंतर...

देसी परत आलाय. आता तो जवळजवळ रोजच येतो, घरात खुडबुडत राहतो, स्वयंपाकघरात असा उभा राहतो की मावळत्या उन्हात त्याचा चेहरा उजळून निघेल आणि मग मी त्याचं कौतुक करीन. मला हाताला धरून फुलांच्या खोलीत घेऊन जातो. म्हणजे मी त्याचे आभार मानीन. मला आठवण करून देतो की मी किती सुरक्षित आहे. प्रेमाच्या संरक्षक कवचात आहे.

तो म्हणतो, मी सुरक्षित आहे, त्याचं माझ्यावर प्रेम आहे; पण तो मला कुठे जाऊ देत नाही, आणि त्यामुळे मला अजिबात सुरक्षित आणि प्रेम असल्यासारखं वाटत नाही. त्यानं माझ्यासाठी गाडीच्या किल्ल्या ठेवलेल्या नाहीत किंवा घराच्याही नाहीत, तसंच गेटवरचे सिक्युरिटी कोडही ठेवलेले नाही. मी अक्षरशः कैदी आहे– बाहेरचं गेट पंधरा फूट उंच आहे आणि घरात शिड्याही नाहीत. (मी बघितलंय.) अर्थात, मी घरातलं फर्निचर आणून एकावर एक रचून त्यावर चढून भिंतीवरून पलीकडे जाऊ शकते; पण मुद्दा तो नाही. मुद्दा असा आहे, की मी त्याची लाडकी, मौल्यवान पाहुणी आहे आणि पाहुण्यांना त्यांना हवं तेव्हा जाता यायला हवं. मी काही दिवसांपूर्वी हा विषय काढला होता. ‘‘मला जर अचानक जायला लागलं तर काय?’’

‘‘मग मी इथंच राहायला यावं हेच बरं,’’ तो प्रत्युत्तर देतो. ‘‘म्हणजे मग मी सगळा वेळ इथेच असेन आणि तुझ्या सुरक्षेकडे लक्ष देऊ शकेन आणि तशी वेळ आलीच तर आपण दोघंही एकदम जाऊ शकू.’’

‘‘पण समजा तुझ्या आईला संशय येऊन ती जर इथे आली आणि तू मला इथे लपवलं आहेस हे कळलं तर? किती भयानक असेल ते.’’

त्याची आई. त्याची आई इथे आली तर मरेनच मी, कारण ती ताबडतोब माझी माहिती देईल. ती बाई माझा द्वेष करते, तो मागे शाळेत असताना घडलेला

प्रसंग– इतक्या काळापूर्वी, पण तिच्या मनात अजूनही अढी आहे. मी माझ्याच चेहऱ्यावर ओरबाडलं आणि देसीला सांगितलं की तिने माझ्यावर हल्ला केला (तिची देसीवर इतकी पकड होती आणि ती माझ्याशी इतक्या अलिप्तपणे वागली, की तिने ते केल्यातच जमा होतं.) ते पुढे महिनाभर एकमेकांशी बोलत नव्हते. आता दिलजमाई झालेली दिसत्येय अर्थातच.

''जॅक्लिनला इथला कोड माहीत नाही,'' तो म्हणतो. ''हे माझं घर आहे.'' तो जरा थांबून विचारात पडल्याचं नाटक करतो. ''मी खरंच इथंच राहायला हवं. तू अशी इतके इतके तास एकटीच राहणं योग्य नाही.''

पण मी एकटी नसतेच तशी, म्हणजे फारशी नाही. या जेमतेम दोन आठवड्यांत आमचं एक रुटीन लागल्यासारखं झालंय. हे रुटीन देसीनं ठरवलं आहे, माझा भारदस्त तुरुंगाधिकारी, माझा दरबारी. देसी साधारण दुपारनंतर येतो. कुठल्यातरी राजेशाही हॉटेलमध्ये त्यानं जॅक्लिनबरोबर महागडं जेवण घेतलेलं असतं– आम्ही जर ग्रीसला गेलो तर जशा प्रकारच्या रेस्टॉरंटमध्ये त्यानं मला नेलं असतं तसलं हॉटेल– त्या जेवणाचा वास त्याच्याभोवती दरवळत असतो. (हा ग्रीसचा पर्याय तो सतत माझ्यापुढे मांडतो : आपण ग्रीसला राहू शकतो. का कोणास ठाऊक; पण त्याचा असा समज आहे, की ग्रीसमधल्या त्या छोट्याशा मच्छीमार गावात, जिथे त्यानं अनेक उन्हाळे घालवलेत, तिथं मला कोणीही ओळखणार नाही. मला माहीत आहे तिथे तो आमच्या दोघांची कल्पना करतो, सूर्यास्ताच्या वेळी वाईनचे घुटके घेत पहुडलेलं. मग एक हळुवार मिलन, चवदार ऑक्टोपस खाऊन भरलेलं पोट.) तो येतो तेव्हा जेवणाचा वास त्याच्या आसपास रेंगाळत असतो, नव्हे त्याचा घमघमाट असतो. तो बहुधा अन्न अत्तरासारखं कानामागे लावतो की काय कोणास ठाऊक! (जसा त्याच्या आईच्या अंगाला सतत गुप्तांगासारखा वास येतो– कॉलिंग्ज लोक अन्न आणि सेक्सचा वास सोबत घेऊन वावरतात, वाईट नाही ही कल्पना.)

तो येतो, आणि माझ्या तोंडाला पाणी सुटतं. काय वास. तो मला छानसं काहीतरी खायला घेऊन येतो; पण त्यानं जे खाल्लं असेल तेवढं चांगलं नाही. तो मला बारीक करण्याच्या प्रयत्नांत आहे, त्याला नेहमीच नाजूक बाया आवडतात. त्यामुळे तो मला छानसं हिरवं स्टारफ्रूट, काटेरी आर्टिचोक आणि खेकडे अशा गोष्टी आणतो. ज्यांचं काहीही बनवायला वेळ लागतो आणि त्यातून फारसं काही निष्पन्न होत नाही. मी पुन्हा एकदा माझ्या नेहमीच्या वजनापर्यंत आले आहे, आणि माझे केसही वाढताहेत. त्यानंच आणलेल्या पट्ट्यानंच मी आता ते पाठी बांधते. त्यानंच आणलेल्या रंगानं मी माझे केस परत भुरे पिंगे रंगवले आहेत : ''मला वाटतं की तू पुन्हा तुझ्यासारखी दिसायला लागलीस की तुला बरं वाटेल,''

तो म्हणतो. अर्थात, हे माझ्या भल्यासाठी चाललंय सगळं. ही गोष्ट अलाहिदा, की त्याला मी तंतोतंत पूर्वीसारखी दिसायला हवी आहे. १९८७ च्या आसपासची ॲमी.

तो माझ्याभोवती घुटमळत असताना मी जेवते. त्याला कौतुकाची अपेक्षा असते. (ते शब्दसुद्धा उच्चारायला मला नको वाटतं– धन्यवाद, आभारी आहे– निक्नं मला कधी 'थँक यू' म्हणायला लावलेलं किंवा तो मी ते म्हणण्याची वाट बघत थांबलेला मला आठवत नाही.) मी जेवण उरकते आणि त्याला जमेल तसं तो मागचं आवरतो. आम्ही दोघंही असं आवरण्याची सवय नसणारी माणसं आहोत; हे घर आता त्यात माणसांचा वावर असल्यासारखं दिसायला लागलंय– ओट्यावरचे चित्रविचित्र डाग, खिडक्यांवरची धूळ.

जेवण झालं, की देसी माझ्या गोष्टींमध्ये थोडी लुडबुड करतो : माझे केस, माझी त्वचा, माझे कपडे, माझं मन.

''स्वतःकडे बघ एकदा,'' माझे केस कानामागे सारत तो म्हणतो, त्याला ते तसे आवडतात. माझ्या शर्टाचं एक बटण काढून तो माझ्या गळ्याजवळ सैल करतो, म्हणजे त्याला माझ्या छातीच्या खळग्याकडे बघता येईल. तो तिथल्या खड्ड्यात बोट टेकवतो, ते अगदी बीभत्स आहे. ''कसं निक्ने छळलं असेल तुला, कसं नसेल करवलं त्याला प्रेम, कशी प्रतारणा करवली असेल त्याला?'' तो पुन्हा पुन्हा हेच म्हणत राहतो, शब्दांनी जखमा करत राहतो. ''निक्ला आणि तुझ्या आयुष्यातली ती भयंकर पाच वर्षं विसरून पुढे जाणं हे किती छान आहे ना? तुला ती संधी मिळाली आहे. योग्य माणसाबरोबर पुन्हा एकदा नव्यानं सुरुवात. अशी संधी किती लोकांना मिळते?''

मला खरंच योग्य माणसाबरोबर नवी सुरुवात करायची आहे, या नव्या निक्बरोबर. त्याची अवस्था बिकट दिसते आहे. भयानक माझ्यापासून निक्ला आता फक्त मीच वाचवू शकते; पण मी अडकले आहे.

''तू जर इथून निघून गेलीस आणि तू कुठे आहेस हे जर मला कळलं नाही, तर मला पोलिसांकडे जावं लागेल,'' मला काही पर्यायच नसेल. तू सुखरूप आहेस की नाही हे कळायला हवं मला, काय माहीत निक्नं तुला कुठेतरी डांबून वगैरे ठेवलं असेल तर... तुझा छळ करत असेल.''

काळजीच्या आडून दिलेली धमकी.

मी स्वच्छ तिरस्कारानं त्याच्याकडे बघते. कधी कधी मला वाटतं, की त्याच्याबद्दलच्या घृणेनं आणि ती घृणा दडवून ठेवण्याच्या प्रयत्नांनी माझं अंग तापतंय. मी त्याला विसरलेच होते. त्याचं ते वळवणं, त्याचा तो गोड गोड आग्रह, त्याचं ते नाजूकपणे आडून आडून जबरदस्ती करणं. जो अपराधीभावनेमुळे

उत्तेजित होतो असला माणूस आहे तो. आणि जर का त्याच्या मनासारखं झालं नाही; तर मात्र तो कळ दाबून शिक्षेची अंमलबजावणी सुरू करतो. निक् निदान स्वतःला हवं ते करण्याएवढा तरी बेधडक होता. देसी नुसताच स्वतःची मेणचट, निमुळती बोटं परत परत दाबत बसणार जोपर्यंत त्याला हवं ते मी देत नाही.

मला वाटलं होतं की मी देसीला सहज मुठीत ठेवू शकेन; पण नाही. मला सारखं वाटत आहे की काहीतरी वाईट घडणार आहे.

निक् डन्

तेहतीस दिवसांनंतर...

दिवस असेच विस्कटलेले आणि अंतहीन होते, आणि मग अचानक सगळ्याचा चक्काचूर झाला. ऑगस्टमधल्या एका सकाळी मी किराणा सामान आणायला बाहेर गेलो होतो. घरी आलो तर माझ्या बैठकीच्या खोलीत टॅनर, बोनी आणि गिलपीनबरोबर बसलेला आढळला. टेबलावर एका पुरावे गोळा करण्यासाठी असलेल्या प्लॅस्टिकच्या पिशवीत एक लांबडा जाड असा सोटा होता. त्यावर बोटं टेकवण्यासाठी नाजूकशा खाचा होत्या.

''पहिल्यांदा जेव्हा आम्ही शोध घेतला तेव्हा मला तुझ्या घरापासून जवळच नदीत सापडलं होतं हे.'' बोनी म्हणाली. ''त्या वेळी त्याचं महत्त्व लक्षात आलं नाही. नदीतून वाहत येणारा चित्रविचित्र कचरा असेल असं काहीतरी वाटलं; पण अशा प्रकारच्या शोधातल्या सगळ्या गोष्टी आम्ही सांभाळून ठेवतो. तू जेव्हा आम्हाला पंच आणि ज्युडी बाहुल्या दाखवल्यास, तेव्हा लक्षात आलं. म्हणून मग आम्ही ते तपासणीसाठी दिलं.''

''मग?'' मी निर्विकारपणे विचारलं.

बोनी उठून उभी राहिली आणि माझ्या नजरेला नजर भिडवली. तिचा स्वर दुःखी वाटत होता. ''आम्हाला त्याच्यावर ॲमीचं रक्त मिळालं. आता ही केस मनुष्यवधाची गणली जाईल. आम्हाला हे खुनाचं हत्यार असावं असं वाटतंय.''

''ऱ्होंडा, अगं काय हे!''

''ती वेळ आलीच शेवटी, निक्,'' तिनं म्हटलं. ''आली वेळ.''

पुढच्या भागाची सुरुवात झाली होती.

ॲमी इलियट डन्

चाळीस दिवसांनंतर...

मला एक जुना दोरीचा तुकडा आणि वाईनची रिकामी बाटली सापडली आहे, मी ते माझ्या प्रकल्पासाठी वापरते आहे आणि अर्थात थोडी वर्माऊथ वाईन. आता तयार आहे मी.

शिस्त. यात शिस्त आणि एकाग्रता दोन्हीची गरज आहे. माझ्यापुढे एक काम आहे.

देसीला जसं आवडतं तसं मी स्वतःला तयार करते. नाजूक फूल. हलक्या लाटांसारखे पसरलेले माझे सुगंधी केस. महिनाभर घरात काढल्यावर माझी त्वचा आता फिकट झाली आहे. मी मेकअप जवळ जवळ केलेला नाही. जरासा मस्कारा, गुलाबी-गुलाबी गाल आणि पारदर्शक लिपग्लॉस. मी त्यानं आणलेला अंगाला चिकटणारा गुलाबी पोशाख घातला होता. अंतर्वस्त्र अजिबात नाहीत. एअरकंडिशनचा गारवा असूनही पायात बूट नाहीत. मी फायरप्लेसमध्ये शेकोटी पेटवलेली आहे आणि हवेत सुगंध आहे आणि दुपारच्या जेवणानंतर जेव्हा तो न बोलावताच येतो, तेव्हा मी त्याचं स्वागत आनंदानं करते. मी त्याच्या गळ्यात हात टाकते आणि माझा चेहरा त्याच्या मानेत लपवते, त्याच्या गालावर गाल घासते. गेले काही आठवडे मी त्याच्याशी जास्त जास्त प्रेमानं वागते आहे; पण हे त्याला बिलगणं मात्र नवीन आहे.

"हे काय राणी?" तो म्हणतो. त्याला आश्चर्य वाटतंय आणि इतका आनंदलाय की गला जराशी लाजच वाटते.

"काल रात्री मला खूप वाईट स्वप्न पडलं," मी हळूच म्हणते "निक्‌बद्दल. मी जागी झाले तेव्हा मला फक्त तू इथं माझ्याजवळ हवा होतास आणि सकाळी... मी सगळा दिवस तुझी वाट बघण्यात घालवलाय."

"मी कायमचा इथं राहू शकतो, तुझी इच्छा असल्यास."

"मला आवडेल," मी म्हणते, आणि त्यानं चुंबन घ्यावं म्हणून माझा चेहरा त्याच्या दिशेनं वळवते. त्याच्या चुंबनाची मला किळस वाटते; माशासारखं आहे ते जरासं, अवघडलेलं. कुरतडल्यासारखं. तो पुन्हा एक चावा घेतल्यासारखं करतो. ओले थंड ओठ, त्याचे हात माझ्या अंगावर, मला हे सगळं संपायला हवंय, एकदाचं होऊन जाऊ दे, म्हणून मग मी त्याला माझ्याकडे खेचते आणि माझ्या जिभेनं त्याचे ओठ उघडते. मला त्याला चावायचं आहे.

तो मागे सरकतो. "ॲमी," तो म्हणतो. "तू खूप सहन केलंयस. ही फार घाई होते आहे. तुला जर इच्छा नसेल तर तू इतकी घाई करू नकोस असं मला वाटतं. तुला जर खात्री नसेल तर नको."

मला माहीत आहे त्यानं माझ्या स्तनांना स्पर्श करायला हवा. मला माहीत आहे त्यानं माझ्या आत शिरायला हवं, आणि मला हे पटकन संपायला हवंय, त्याला ओरबाडण्यापासून मी कशीबशी स्वतःला रोखते : हे असं हळुवारपणे करणं.

"मला खात्री आहे," मी म्हणते. "मला वाटतं आपण सोळा वर्षांचे होतो, तेव्हापासून मला खात्री होती. मला फक्त भीती वाटत होती."

याला काही अर्थ नाही खरंतर; पण मला माहीत आहे की यानं तो उत्तेजित होईल.

मी पुन्हा एकदा त्याचं चुंबन घेते, आणि मग त्याला विचारते, की तो मला 'आमच्या' बेडरूममध्ये नेणार आहे की नाही.

बेडरूममध्ये तो सावकाश माझे कपडे उतरवायला सुरुवात करतो, एकीकडे तो सेक्सशी कसलाही संबंध नसलेल्या माझ्या अवयवांची चुंबनं घेत असतो– माझे खांदे, माझे कान– एकीकडे त्याला हलकेच माझे घोटे आणि मनगटांपासून लांब करते. च्यायला, एकदाचं उरकून टाक. दहा मिनिटं अशीच गेल्यावर मी त्याचा हात पकडून माझ्या मांड्यांच्या मधे घुसवते.

"तुला खात्री आहे ना?" तो म्हणतो. तो थोडा मागे सरकतो, लालेलाल झालाय तो. त्याच्या केसांची एक बट कपाळावर आली आहे, हायस्कूलमध्ये यायची तशीच. आम्ही त्या वेळच्या माझ्या खोलीत असल्यासारखेच होतो. देसीची एक पाऊलही प्रगती नव्हती.

"अर्थात डार्लिंग," मी लाजून म्हणते आणि त्याच्या शिश्नाला हात घालते.

आणखी दहा मिनिटं आणि आता कुठे तो माझ्या मांड्यांच्या मधे आहे, सावकाश धडका देतोय, हळुवारपणे 'प्रेम करतोय." मध्येच मला कुरवाळायला, माझी चुंबनं घ्यायला थांबतो. शेवटी मी त्याला पाठीमागून धरते आणि ढकलायला

सुरुवात करते. ‘‘जोरात’’ मी कुजबुजते, ‘‘आणखी जोरात.’’

तो थांबतो, ‘‘हे असंच व्हायला हवं असं नाही ॲमी, मी म्हणजे निक् नाही.’’

खरं आहे. ‘‘मला माहीत आहे डार्लिंग, मला फक्त तू... मला भरून टाक, मला आतून इतकं रिकामं रिकामं वाटतंय.’’

याचा परिणाम होतो. त्याच्या खांद्यावरून मी तोंड वाकडं करते. तो आणखी थोड्या धडका देतो आणि संपून जातो, माझ्या ते उशिरा लक्षात येतं– ओह – म्हणजे हे त्याचे रितं होत असतानाचे आवाज आहेत तर– मग मी खोटं खोटं ओह ओह करते, मांजराच्या पिल्लाचे नाजूक आवाज. मी डोळ्यांत अश्रू आणण्याचा प्रयत्न करते, कारण मला माहीत आहे, की त्यानं पहिल्या वेळची माझी अशीच कल्पना केलेली असणार.

‘‘डार्लिंग तू रडते आहेस,’’ तो माझ्यापासून दूर होत म्हणतो. माझ्या अश्रूंचं चुंबन घेतो.

‘‘मी खूप आनंदात आहे.’’ मी म्हणते. कारण अशा बायका हे असंच बोलतात.

‘‘मी मार्टिनी करून ठेवल्यात,’’ मी त्याला सांगते– असं उतरत्या दुपारचं ड्रिंक घ्यायला देसीला फार आवडतं– आणि मग जेव्हा तो त्या आणण्यासाठी शर्ट चढवण्यासाठी उठायला लागतो, मी त्याला बिछान्यातच राहण्याचा आग्रह करते.

‘‘मला तुझ्यासाठी काहीतरी करावंसं वाटतंय,’’ मी म्हणते. मग मी पटकन किचनमध्ये जाते आणि दोन मोठ्ठे मार्टिनचे ग्लास घेते. माझ्या ग्लासमध्ये मी एक ऑलिव्ह आणि जिन घालते. त्याच्या ग्लासमध्ये मी तीन ऑलिव्ह, जिन, ऑलिव्हचा रस, वर्माउथ आणि माझ्या उरलेल्या तीन झोपेच्या गोळ्या बारीक करून घालते.

मी मार्टिनी घेऊन येते. मग बिलगणं, कुरवाळणं होतं, आणि हे सुरू असतानाच मी माझी जिन संपवत असते. मी एका धारेवर उभी असल्यासारखी आहे. ती बोथट करायला हवी.

‘‘तुला आवडलेली दिसत नाही माझी मार्टिनी?’’ मी म्हणते. त्यानं फक्त एक घुटका घेतलाय. ‘‘मला नेहमी वाटायचं, की तुझ्याशी लग्न झाल्यावर मी तुझ्यासाठी मार्टिनी बनवेन... मला माहीत आहे की वेडेपणा आहे हा सगळा.’’

मी लाडिकपणे ओठाचा चंबू करते.

‘‘अगं राणी, काही वेडेपणा वगैरे नाही. मी फक्त सावकाश चवीनं पीत होतो; पण–’’ तो सगळं घटाघटा पिऊन टाकतो. ‘‘आता बरं वाटेल तुला–?’’

तो सरभरलाय, विजयी. जिंकण्याचा कैफ चढलाय त्याला. तो मुळातच, इतर पुरुषांसारखाच आहे. लवकरच तो झोपेला येतो आणि काही वेळातच घोरायला लागतो.

आता मी सुरुवात करते.

भाग ३

मुलाला मुलगी परत मिळते

(किंवा त्या उलट)

निक् डन्

चाळीस दिवसांनंतर...

खटला उभा राहण्याच्या प्रतीक्षेत मी जामिनावर सुटलो होतो. माझ्यावरची कारवाई सुरू करून मला सोडण्यात आलं होतं– ते यंत्रवत तुरुंगात जाणं आणि बाहेर पडणं, जामिनाची सुनावणी, बोटांचे ठसे, फोटो घेणं, ते फिरवणं, हलवणं आणि हाताळणं, त्यानं मला एखादा पशू असल्यासारखं नाही वाटलं; पण एखादी वस्तू असल्यासारखं वाटलं. कारखान्यात तयार झालेली कृत्रिम वस्तू. जे काय तयार करताहेत तर निक् डन्, खुनी. कित्येक महिने जातील, माझा खटला उभा राहायला. (माझा खटला : माझा ताबा सुटायला हे दोन शब्दच पुरेसे आहेत. माझा चिरक्या आवाजात बोलणारा वेडा होण्यास वेळ लागणार नाही.) जामिनावर बाहेर असणं म्हणजे खरंतर माझं महाभाग्यच म्हणायला हवं. मला अटक होणार हे स्पष्ट झाल्यावरही मी पळून गेलो नव्हतो; त्यामुळे माझ्या फरार होण्याचा धोका अर्थातच नव्हता. बोनीनंही कदाचित माझ्या वतीनं शब्द टाकला असावा. त्यामुळे तुरुंगात पाठवून मृत्युदंड देण्याआधी काही महिने तरी मला माझ्याच घरात राहायला मिळत होतं.

खरंच मी अगदी सुदैवी, सुदैवी माणूस होतो.

अर्धा ऑगस्ट उलटला होता, ही एक गोष्ट मला विचित्रच भासत होती. अजून उन्हाळाच आहे, मला वाटायचं. अजून हिवाळासुद्धा सुरू झाला नाही आणि इतक्या गोष्टी घडून गेल्या, हे कसं काय शक्य आहे? मरणाचं गरम होत होतं. माझी आई ज्याचं 'अर्ध्या बाह्यांच्या शर्टाचं हवामान' असं वर्णन करायची तसलं हवामान. तिला प्रत्यक्ष तापमानापेक्षा तिच्या मुलांची काळजी जास्त होती. अर्ध्या बाह्यांचं हवामान, जॅकेटचं हवामान, ओव्हरकोटचं हवामान, रेनकोट घालायचं हवामान किंवा अंतिम संस्काराचा सूट घालायचं हवामान, कारण माझी तुरुंगात जायची इच्छा नव्हती. मी आधीच स्वतःला संपवीन.

अॅमीला शोधण्याकरता टॅनरनं पाच गुप्तहेर कामाला लावले होते; पण अजूनपर्यंत काही नाही. पाणी हातात धरायच्या प्रयत्नासारखं. गेले कित्येक आठवडे, प्रत्येक दिवशी, मी मात्र माझं एकच काम सुरू ठेवलं होतं- अॅमीसाठी एक संदेश व्हिडिओटेप करायचा आणि तो त्या रिबेकाच्या 'गुन्हेगार कोण' या ब्लॉगवर पोस्ट करायचा. (निदान रिबेका तरी माझ्या बाजूनं टिकून होती). व्हिडिओमध्ये मी अॅमीनं माझ्यासाठी आणलेले कपडे घालायचो आणि तिला आवडायचा तसा केसाचा भांग पाडायचो; तिच्या मनात काय असेल ते वाचायचा प्रयत्न करायचो. एखाद्या तापलेल्या तारेसारखा माझा तिच्याविषयीचा संताप तीव्र होत होता.

रोज सकाळी छायाचित्रकार माझ्या घरासमोरच्या लॉनवर ठिय्या मारून बसायचे. आम्ही एकमेकांचे शत्रुसैनिक असल्यासारखे होतो, महिनो न् महिने गोळीबाराच्या टप्प्यात तटून राहायचं, 'नो मॅन्स लॅन्ड'च्या पलीकडून एकमेकांवर लक्ष ठेवायचं. एकमेकांविषयीचा एक विकृत बंधुभाव मनात तयार झालेला असतो. त्यातला एक माणूस होता ज्याचा आवाज कार्टूनमधल्या 'स्ट्रॉन्गमॅन' पात्रासारखा होता. त्याचा चेहरा मी बघितला नव्हता; पण मला तो आवडायला लागला होता. तो त्याला अगदी मनापासून आवडणाऱ्या मुलींबरोबर 'डेटिंग' करत होता. रोज सकाळी त्याचा आवाज माझ्या खिडकीतून घुमत आत यायचा, जेव्हा तो त्यांचे कार्यक्रम ठरवत असायचा; गोष्टी बऱ्या चालल्या असाव्यात. त्यांच्या गोष्टीचा शेवट काय होणार हे जाणून घेण्याची मला उत्सुकता होती.

मी माझं संध्याकाळचं अॅमीसाठीचं चित्रीकरण संपवलं. तिला आवडणारा हिरवा शर्ट मी घातला होता आणि आम्ही पहिल्यांदा भेटलो तेव्हाची हकिगत मी तिला सांगत होतो, ती ब्रुकलीनमधली पार्टी, माझं पहिलं वाक्य, 'फक्त एक ऑलिव्ह' अॅमीनं त्याचा उल्लेख केल्यावर प्रत्येक वेळी मला शरमल्यासारखं व्हायचं. आम्ही त्या घुसमटून टाकणाऱ्या अपार्टमेंटमधून बाहेर पडून, बाहेरच्या गारठ्यात आलो त्याबद्दल मी बोललो. तिचा हात हातात घेऊन त्या पिठीसाखरेच्या ढगात आम्ही चुंबन घेतलं. ज्या काही थोड्या गोष्टी आम्ही एकमेकांसारख्याच सांगायचो, त्यातली ही एक होती. हे सगळं मी रात्री झोपताना सांगायच्या गोष्टीच्या सुरात सांगत होतो : समजुतीच्या, ओळखीच्या आणि पुनरुक्तीच्या. प्रत्येक वेळी ठरलेला शेवट : माझ्याकडे परत ये अॅमी.

मी कॅमेरा बंद केला आणि कोचावर विसावलो. (मी नेहमीच कोचावर बसून चित्रीकरण करत असे. तिच्या त्या अभद्र लहरी कक्कूच्या घड्याळाखाली बसून. कारण मला माहीत होतं, की जर मी तिला ते घड्याळ दाखवलं नाही तर तिला सतत शंका येत राहील, की मी त्या घड्याळाची विल्हेवाट तर लावली नसेल ना, आणि मग ती शंका घेणं बंद करेल आणि मनाशी ठरवून टाकेल, की मी

त्याची विल्हेवाट लावलीच असणार, आणि मग मी कितीही गोड बोलू दे, काहीही करू दे, प्रत्येक वेळी तिच्या मनात एकच गोष्ट येत राहील : "आणि तरीही त्यानं माझं घड्याळ बाहेर फेकून दिलं.") अशीही तो कक्कू पक्षी बाहेर यायची वेळ झालीच होती. माझ्या डोक्यावर त्याची स्प्रिंग गुंडाळण्याचा आवाज सुरू झाला होता– त्या आवाजानं कायम माझा जबडा अडकल्यासारखा व्हायचा – त्याच वेळी बाहेरच्या छायाचित्रकारांच्या दिशेनं त्यांच्या एकत्रित चीत्कारांचा आवाज ऐकू आला. कोणीतरी आलं असणार. स्त्री पत्रकारांचे उंच आवाजातले चीत्कार मला ऐकू आले.

काहीतरी झालंय बाहेर, माझ्या मनात विचार आला. दारावरची घंटा सलग तीन वेळा वाजली : निक्, निक्! निक्, निक्! निक्, निक्!

मी अजिबात भांबावलो नाही. मागच्या महिन्याभरात हे गोंधळणं मी थांबवलं होतं. काय असेल त्याला तोंड द्यायचं.

मी दरवाजा उघडला.

समोर माझी बायको होती.

परत आलेली.

ॲमी इलियट डन् अनवाणी पायांनी एका ओलसर असल्यासारख्या अंगाला चिकटणाऱ्या गुलाबी पोशाखात माझ्या दारात उभी होती. तिच्या घोट्यांवर गर्द जांभळ्या रंगाची वलयं होती. एका निर्जीव मनगटावरून एक दोरीचा तुकडा लोंबत होता. तिचे केस बारीक आणि टोकांशी कुरतडल्यासारखे होते, जणू काही ते बोथट कात्रीनं निष्काळजीपणानं कापले असावेत. तिच्या चेहऱ्यावर मार लागल्याच्या खुणा होत्या, ओठ सुजलेले. ती रडत होती.

जेव्हा तिनं माझ्या दिशेनं हात उंचावले, तेव्हा मला दिसलं, की तिच्या शरीराच्या मधल्या सगळ्या भागावर सुकलेल्या रक्ताचे डाग होते. तिनं बोलण्याचा प्रयत्न केला; तिचं तोंड उघडलं, एकदा, दोनदा, पुन्हा गप्प, किनाऱ्यावर वाहून आलेल्या मत्स्यकन्येसारखं.

"निक्!" शेवटी तिनं किंचाळी फोडली– तिचा आक्रोश सगळ्या रिकाम्या घरातून घुमून आला – आणि ती माझ्या हातात कोसळली.

मला तिला ठार करावंसं वाटत होतं.

आम्ही जर एकटेच असतो तर माझे हात आपोआप तिच्या गळ्याभोवती आवळले गेले असते, माझ्या बोटांना तिच्या मांसातल्या खाचा बरोब्बर सापडल्या असत्या. माझ्या बोटांखाली होणारी तिच्या उडणाऱ्या नाडीची जाणीव... पण आम्ही एकटे नव्हतो, आम्ही कॅमेऱ्याच्या समोर होतो, आणि ही बाई कोण आहे ते त्यांच्या लक्षात यायला लागलं होतं. आतल्या कक्कूच्या घड्याळासारखेच

तेही जिवंत व्हायला लागले होते. काही फोटो, काही प्रश्न आणि मग आवाज आणि प्रकाशाचा कोसळता प्रताप. सगळे कॅमेरे आमच्यावर रोखलेले होते, पत्रकार माइक घेऊन धडपडत होते, प्रत्येकजण ॲमीचं नाव घेऊन ओरडत होते, किंचाळत, चक्क किंचाळत होते सगळे. मग मी जी करायला हवी ती योग्य गोष्ट केली, मी तिला जवळ घेतलं आणि तिच्या नावाने आरोळी ठोकली : ''ॲमी! देवा! परमेश्वरा! ॲमी माझ्या लाडके!'' आणि माझा चेहरा तिच्या मानेत लपवला, माझे हात तिच्याभोवती घट्ट आवळलेले, कॅमेऱ्यांना त्यांचे पंधरा सेकंद मिळू दिले, आणि मग मी तिच्या कानात पुटपुटलो, ''स्साली कुत्री.'' आणि मग मी तिच्या केसांवरून हात फिरवला, माझ्या प्रेमळ हातात तिचा चेहरा धरला आणि तिला आतमध्ये खेचलं.

आमच्या दाराबाहेर एखाद्या संगीताच्या कार्यक्रमात पुनरावृत्तीची मागणी होते, तसा कल्ला सुरू होता : ॲमी! ॲमी! ॲमी! कोणीतरी आमच्या खिडकीवर मूठभर खडे भिरकावले. ॲमी! ॲमी! ॲमी!

माझ्या बायकोला ते सगळं अपेक्षित असल्यासारखा तिने बाहेरच्या गोंधळाकडे हात झटकला. ती माझ्याकडे वळली तेव्हा तिच्या चेहऱ्यावर एक थकलेलं पण विजयी हास्य होतं – बलात्काराच्या बळीच्या किंवा छळातून वाचलेल्याच्या किंवा टीव्हीवरच्या जुन्या सिनेमामधल्या पीडितेच्या चेहऱ्यावर असतं तसलं हास्य, ते हास्य जेव्हा त्या नराधमाला शेवटी शासन होतं आणि आपल्याला कळतं, की आपली नायिका आता तिचं 'आयुष्य' जगायला मोकळी झाली! शेवटचं स्थिर चित्र.

मी तिच्या लोंबणाऱ्या दोरीकडे, कापलेल्या केसांकडे, वाळलेल्या रक्ताकडे बोट दाखवलं. ''मग बायको, काय आहे काय तुझी कहाणी?''

''मी परत आले आहे.'' ती मुसमुसत म्हणाली, ''मी तुझ्याकडे परत आले.'' ती मला बाहुपाशात घ्यायला पुढं आली. मी बाजूला झालो.

''तुझी कहाणी काय आहे ॲमी?''

''देसी,'' ती हलकेच पुटपुटली, तिचा खालचा ओठ कापत होता. ''देसी कॉलिंग्ज मला घेऊन गेला. त्या दिवशी सकाळी. आपल्या वाढदिवसाच्या सकाळी. आणि मग बेल वाजली, मला वाटलं... मला माहीत नाही, मला वाटलं कदाचित तुझ्याकडून फुलं आली असतील.''

मला आक्रसल्यासारखं झालं. अर्थातच ती त्यातही वर्मावर बोट ठेवायला जागा शोधणारच; की मी तिला कधीच फुलं पाठवत नाही आणि तिचे वडील

मात्र लग्न झाल्यापासून दर आठवड्याला तिच्या आईला फुलं पाठवतात. म्हणजे हे २,४४४ फुलांचे गुच्छ विरुद्ध चार गुच्छ.

"फुलं असतील... किंवा आणखी काही," ती पुढे म्हणाली. "त्यामुळे मी कसलाच विचार न करता एकदम दार उघडलं आणि दारात तो उभा होता. देसी. त्याचा चेहरा अगदी निश्चयी दिसत होता. जसं काही या सगळ्यासाठी त्यानं मनाची तयारी केली असावी. माझ्या हातात त्या ज्युडी बाहुलीचं हॅन्डल होतं. तुला बाहुल्या मिळाल्या का?" रडता रडताच ती माझ्याकडे बघून हसली. ती इतकी गोड दिसत होती.

"तू माझ्यासाठी ठेवलेलं सगळं मिळालं मला, ॲमी."

"तर मला नुकतंच त्या जुडी बाहुलीचं हॅन्डल मिळालं होतं – ते पडलं होतं कुठेतरी – दार उघडलं तेव्हा ते माझ्या हातात होतं, मी त्याला ते मारायचा प्रयत्न केला, आमच्यात थोडी झटापटही झाली, मग त्यानं ते घेऊन मला मारलं, जोरात आणि नंतर काय झालं..."

"तू तर मला खुनाच्या आरोपात लटकवलंस आणि गायब झालीस."

"मी तुला सगळं सांगते, निक्."

मी एक क्षणभर तिला न्याहाळत राहिलो. माझ्या डोळ्यांसमोरून उन्हातले ते दिवस तरळून गेले, वाळूत एकमेकांच्या कुशीत पहुडलेले, तिचा हात माझ्या छातीवर आणि मला दिसली तिच्या घरची घरगुती जेवणं, तिच्या आई-वडिलांच्या घरची, जेव्हा रॅन्ड माझा ग्लास भरायचा आणि माझ्या खांद्यावर थोपटायचा, आणि मला आम्ही माझ्या न्यू यॉर्कच्या छोट्याशा अपार्टमेंटमध्ये गालिच्यावर लोळताना दिसलो, वरच्या पंख्याकडे बघत गप्पा मारताना आणि मला 'माझ्या मुलांची आई' दिसली आणि कोणे एके काळी मी बघितलेलं आमच्या सुखी संसाराचं चित्र. एक छोटासा क्षण असा होता, अगदी लहानसा, जेव्हा मला अगदी तीव्रतेने वाटलं की तिचं सांगणं खरं असायला हवं.

"मला नाही वाटत की तुला सगळं सांगता येईल." मी म्हटलं, "पण तू तसा प्रयत्न करताना बघणं आवडेल मला."

"बघ मग आता."

तिने माझा हात हातात घ्यायचा प्रयत्न केला, आणि मी झटकून टाकला. मी तिच्यापासून लांब झालो, खोल श्वास घेतला आणि परत तिच्याकडे वळलो. मला माझ्या बायकोला कायमचं तोंड द्यायला हवं.

"ठीक आहे निक् ऐक तर माझं."

"ठीक आहे. तुझ्या खजिन्याच्या शोधाचा प्रत्येक क्ल्यू अशाच ठिकाणी का लपवलेला होतास जिथे मी... माझे ॲन्डीबरोबर संबंध आले?"

तिनं निःश्वास टाकला आणि जमिनीकडे नजर वळवली. तिच्या घोट्यांवर जखमा होत्या. ‘‘मी टीव्हीवर बघेपर्यंत मला अ‍ॅन्डीविषयी काही माहीतही नव्हतं… जेव्हा मी देसीच्या तळ्यावरच्या घरात त्याच्या बिछान्याला जखडून पडलेली होते.’’

‘‘म्हणजे हे सगळं… हा योगायोग होता म्हणायचं?’’

‘‘त्या सगळ्या जागा अशा होत्या ज्या आपल्यासाठी अर्थपूर्ण होत्या,’’ ती म्हणाली. अश्रूचा एक थेंब तिच्या चेहऱ्यावरून खाली ओघळला. ‘‘तुझं ऑफिस, जिथे तुझी पत्रकारितेची आवड तू पुन्हा एकदा चेतवलीस.’’

मी उपरोधाने हुंकारलो.

‘‘हानिबाल, जिथे मला शेवटी जाणवलं, की हा सगळा परिसर तुझ्यासाठी किती महत्त्वाचा आहे. तुझ्या वडिलांचं घर– ज्या माणसानं तुला इतकं दुखवलं त्याचा सामना केलास. तुझ्या आईचं घर, जे आता ‘गो’चं आहे, या दोन व्यक्ती ज्यांनी तुला इतकं चांगलं घडवलं – पण का कोणास ठाऊक, मला या गोष्टीचं आश्चर्य नाही वाटत की तू या जागी आणखी कोणाबरोबर तरी गेलास, अशा व्यक्तीबरोबर –’’ तिनं मान खाली घातली. ‘‘जिच्या तू प्रेमात पडलास. तुला एखाद्या गोष्टीची पुनरुक्ती करायला आवडते.’’

‘‘मग त्या प्रत्येक जागांमध्ये असे पुरावे का सापडले, ज्यामुळे मी तुझ्या खुनाच्या आरोपात अडकला जाईन? बायकांची अंतर्वस्त्र, तुझी पर्स, तुझी डायरी. तुझ्या डायरीबद्दल सांग अ‍ॅमी, त्यातल्या त्या थापांबद्दल.’’

तिनं मान हलवली आणि माझ्याकडे पाहून हसली. जसं काही तिला माझ्याबद्दल वाईट वाटत असावं. ‘‘सगळं सांगीन, मी तुला सगळं काही सांगीन,’’ ती म्हणाली.

मी तिच्या त्या गोड, अश्रूभरल्या चेहऱ्याकडे बघितलं आणि मग मी त्या सगळ्या रक्ताकडे बघितलं. ‘‘अ‍ॅमी, देसी कुठे आहे?’’

तिनं पुन्हा मान हलवली. चेहऱ्यावर तेच दुःखी हास्य.

मी पोलिसांना फोन करायला वळलो; पण दारावरच्या थापेनं मला कळलं की ते येऊन पोचलेच आहेत इथे.

ॲमी इलियट डन्

परत आल्याच्या रात्री...

शेवटच्या वेळी त्यानं माझ्यावर बलात्कार केला, तेव्हाचं देसीचं वीर्य अजूनही माझ्या आत आहे. त्यामुळे वैद्यकीय तपासणी व्यवस्थित पार पडली. माझी दोरीनं आवळलेली मनगटं, माझं दुखावलेलं गुप्तांग, माझ्या अंगावरच्या घावांच्या खुणा– त्याच्यापुढचं गाढं शरीर अगदी नमुनाबरहुकूम आहे. एक दमट श्वास आणि जाड बोट असलेले प्रौढ पुरुष डॉक्टर माझी अंतर्गत तपासणी करतात तर डिटेक्टिव्ह ऱ्होंडा बोनी माझा हात हातात घेऊन शेजारी उभी आहे. एखाद्या पक्ष्याच्या थंडगार पकडीत सापडल्यासारखं आहे हे. त्यानं अजिबात बरं वाटत नाहीये. मध्येच एकदा माझं लक्ष नाही असं बघून ती हसते. निक् वाईट माणूस नाही या गोष्टीचा तिला फार आनंद झाला असावा. खरंच अमेरिकेतल्या सगळ्या बायांनी एक एकत्रित निःश्वास टाकला असणार.

देसीच्या घरी पोलीस रवाना झालेत. जिथं त्यांना तो नग्नावस्थेत पार संपलेला सापडेल, त्याच्या चेहऱ्यावर जबरदस्त धक्का बसल्याचे भाव, त्याच्या हातात माझ्या केसांच्या बटा अडकलेल्या, बिछाना रक्तानं भरलेला. त्याच्यावर आणि माझ्या बंधनांवर जी सुरी मी वापरली ती तिथे बाजूलाच पडलेली, जिथं मीच ती टाकली होती. आणि भांबावल्या अवस्थेत अनवाणी पायांनी एका किल्ल्यांखेरीज कोणतीही वस्तू न घेता, त्याच्या घरातून बाहेर पडले होते – त्याच्या गाडीकडे, त्याच्या फाटकाकडे – आणि तशीच रक्तानं भरलेल्या अवस्थेत त्याच्या त्या अनमोल अशा जग्वार गाडीत बसून एखाद्या हरवलेल्या निष्ठावान पाळीव प्राण्यासारखी परतून आले होते, ती थेट माझ्या नवऱ्याकडे घरी परत. माझी स्थिती अगदी पशुवत झाली होती. एक निक्कडे परत येण्याखेरीज माझ्या मनात दुसरा कसलाही विचार नव्हता.

ते म्हातारे डॉक्टर मला चांगली बातमी देतात; मला कोणतीही कायमची

इजा झालेली नाही आणि गर्भाशय साफ करून घेण्याची पण गरज नाही– माझा गर्भपात फारच लवकर झाला. बोनी माझा हात धरून पुटपुटत राहते, देवा रे, कसल्या प्रसंगातून पार पडलीस तू, तू माझ्या प्रश्नांची उत्तरं देऊ शकशील असं वाटतंय का तुला? इतक्या झटपट सांत्वनाकडून वास्तवतेकडे. मला जाणवलंय की ज्या कुरूप बायका असतात, त्या जरा जास्त भेदभाव करणाऱ्या असतात किंवा जरा जास्त उद्धट.

तुम्ही अमेझिंग ॲमी असता, आणि तुम्ही नुकत्याच भयानक अशा अपहरणाच्या प्रसंगातून, ज्यात तुमच्यावर पुन्हा पुन्हा हल्ला केला गेला, त्यातून अपहरणकर्त्याला मारून टाकून तुमच्या पतीकडे परत येता, जो तुमची प्रतारणा करतो आहे असं तुमच्या लक्षात आलंय. तुम्ही :

अ) आधी तुम्ही तुमचा विचार करता आणि स्वतःला सावरायला थोडा वेळ मागून घेता.

ब) आणखी काही काळ धीर धरता आणि पोलिसांना मदत करता.

क) कोणती मुलाखत आधी द्यावी याचा विचार करता– या सगळ्या प्रसंगातून तुमच्या पदरातही काही पडायला हवं, एखाद्या पुस्तकाचा करार वगैरे.

उत्तर - अमेझिंग ॲमी नेहमी दुसऱ्यांचा आधी विचार करते.

हॉस्पिटलमधल्या एका खासगी खोलीत मला स्वच्छ होण्याची परवानगी मिळते आणि मी निकूनं घरून आणलेला कपड्यांचा जोड अंगावर चढवते – खूप दिवस घडी घालून ठेवल्यामुळे चुरगळलेली जीन्स, त्यावर एक छानसा ब्लाऊज, ज्याला धुळीचा वास येतोय. बोनी आणि मी हॉस्पिटलमधून पोलीस - स्टेशनकडे येतो. आमच्यात फारसं संभाषण होत नाही. मी माझ्या आई-वडिलांची चौकशी करते.

''ते पोलीस स्टेशनवर तुझी वाट बघताहेत,'' बोनी म्हणते. ''त्यांना सांगितल्यावर अक्षरशः ते आनंदानं रडले. केवळ आनंद आणि सुटका. काळजी करू नकोस, तुझी चौकशी करण्यापूर्वी आम्ही तुला त्यांची गळाभेट घेऊन देऊ.''

छायाचित्रकार अगोदरच पोलीस स्टेशनला येऊन पोहोचले आहेत. पार्किंग लॉटमध्ये एखाद्या खेळाच्या मैदानावर झगमगतं, उत्कंठित वातावरण असतं, तसं आहे. इथे अंडरग्राऊंड पार्किंगची सोय नाही. त्यामुळे आम्हाला त्यांच्यासमोरच थांबावं लागतं. ती अनावर गर्दी चहूबाजूंनी आम्हाला वेढून टाकते. सगळे आमच्या दिशेनं किंचाळत प्रश्न विचारताना मला त्यांचे ओलसर ओठ आणि उडणारी थुंकी दिसत राहते, फ्लॅशचा आणि कॅमेऱ्यांचा प्रकाश. सगळी गर्दी एकच असल्यासारखी हालचाल करताना दिसते, माझ्यापर्यंत पोहोचायचा प्रयत्न करताना एकदा ते थोडं

डावीकडे झुकतात, एकदा उजवीकडे.

''मला नाही जमणार हे,'' मी बोनीला सांगते. एका माणसाचा मांसल पंजा गाडीच्या काचेवर आपटतो, तो छायाचित्रकार स्वतःचा तोल सांभाळायचा प्रयत्न करतोय. मी तिचा थंडगार हात पकडते. ''हे जरा अति होतंय.''

ती मला थोपटते आणि म्हणते, थांब. पोलीस स्टेशनचं दार उघडतं, आणि बिल्डिंगमधला प्रत्येक पोलीस पायऱ्यांवरून खाली उतरून, माझ्या दोन्ही बाजूंना एका रांगेत उभा राहतो, माझ्यासाठी सुरक्षेचं कडं करत. पत्रकारांना मागे रोखलं जातं. ऱ्होंडा आणि मी नवविवाहित दाम्पत्यासारखे एकमेकींचे हात धरून आत पळत सुटतो, थेट आई-वडिलांच्या दिशेनं, जे तिथं दारात उभे आहेत. प्रत्येकाला आम्ही एकमेकांच्या घट्ट मिठीतला फोटो काढण्याची संधी मिळते. माझी आई पुटपुटत राहते... माझी गोड मुलगी, गोड मुलगी. आणि माझे वडील इतक्या मोठमोठ्यानं हुंदके देतात, की त्यांना गुदमरायला होतं.

आत्तापर्यंत मला इकडून तिकडे फिरवलं गेलेलं पुरेसं नसावं, तसं पुन्हा तिथून हलवलं गेलं. मला एका छोट्याशा खोलीत नेलं गेलं, जिथे स्वस्तातल्या; पण आरामशीर अशा कार्यालयीन खुर्च्या होत्या, ज्यात जुने अन्नाचे कण कापडात अडकलेले असतात तसल्या. खोलीला खिडक्या नव्हत्या आणि कोपऱ्यात कॅमेऱ्याचा डोळा लुकलुकत होता. मी जशी कल्पना केली होती तसं हे काही नव्हतं. इथे मला सुरक्षित वाटेल असं काही नाही.

माझ्याभोवती बोनी, तिचा सहकारी गिलपीन, आणि सेंट लुईसहून आलेले दोन एफबीआयचे एजंट बसले आहेत, जे सगळा वेळ गप्पच बसतात. ते मला पाणी देतात आणि मग बोनी सुरुवात करते.

बोनी : ॲमी, अगदी पहिल्यांदा तर तुझे मनापासून आभार, कारण तुझ्यावर आलेल्या इतक्या भयंकर प्रसंगानंतरसुद्धा तू आमच्याशी बोलायला तयार झालीस. या अशा प्रकारच्या केसमध्ये आठवण ताजी असतानाच सगळ्याची नोंद करणं खूप महत्त्वाचं असतं. तुला कल्पना येणार नाही ते किती महत्त्वाचं आहे त्याची. त्यामुळे आत्ता बोलणं हीच चांगली गोष्ट आहे. आम्हाला सगळे तपशील मिळाले तर मग आम्ही पण ही केस बंद करू शकू आणि तू आणि निक् तुम्ही तुमचं आयुष्य जगायला मोकळे व्हाल.

ॲमी : मला नक्कीच आवडेल ते.

बोनी : तसंच व्हायला हवंय. तर मग तू तयार असशील तर आपण कालनिश्चिती करून घेऊ या : देसी तुझ्या दाराशी किती वाजता आला? तुला आठवतंय?

ॲमी : दहाच्या सुमारास; जरा उशिरा असावं कारण मला आठवतंय, की टेव्हरर दाम्पत्याचा ते चर्चला जाण्यासाठी गाडीकडे जात असताना बोलण्याचा आवाज मी ऐकला होता.

बोनी : तू दार उघडल्यावर काय घडलं?

ॲमी : काहीतरी विचित्रच वाटत होतं सगळं. पहिलं म्हणजे, देसी इतके दिवस मला सतत पत्र लिहीत आला होता; पण गेले काही दिवस त्याचं वेड अगदी कमी कमी झाल्यासारखं वाटत होतं. तो आता स्वतःला फक्त माझा जुना मित्र समजत असल्यासारखा वागत होता आणि पोलीस त्याबाबत काहीच करू शकणार नव्हते. त्यामुळे मी त्याकडे लक्ष देणं बंद केलं. मला कधी वाटलंच नाही की तो मला प्रत्यक्ष काही करेल. अर्थात, मला त्याच्याजवळ असणं आवडायचं नाही कधी. भौगोलिकदृष्ट्या. मला वाटतं त्यामुळेच त्याचा तोल सुटला असावा. मी इतक्या जवळ आहे या कल्पनेनं. जेव्हा तो माझ्या घरी आला तेव्हा, तो घामाघूम झाला होता आणि जरा अस्वस्थ वाटत होता; पण अगदी निश्चयीसुद्धा. मी वर होते, मी माझ्या ड्रेसला इस्त्री करत होते, तेव्हाच मला ते ज्युडी बाहुलीचं हँडल जमिनीवर पडलेलं दिसलं– बहुतेक पडलं असावं ते. आश्चर्यच होतं, कारण मी आधीच बाहुल्या त्या खोपटात लपवल्या होत्या. त्यामुळे मी ते उचललं, मी दार उघडलं तेव्हा ते माझ्या हातातच होतं.

बोनी : आठवण चांगली आहे तुझी.

ॲमी : थँक यू.

बोनी : पुढे काय झालं?

ॲमी : देसी घरात घुसला, तो बैठकीच्या खोलीत येरझारा घालत होता. तो गोंधळल्यासारखा, जरासा प्रक्षुब्ध झाल्यासारखा वाटत होता आणि मग तो म्हणाला, 'तुझ्या लग्नाच्या वाढदिवसाला काय करणारेस तू?' मला भीतीच वाटली. त्याला माहीत होतं आज आमच्या लग्नाचा वाढदिवस आहे आणि त्यामुळे तो चिडल्यासारखा वाटत होता आणि मग एकदम त्यानं हात उचलला आणि माझं मनगट पकडून पाठीमागे पिरगाळलं, आमच्यात झटापट झाली. मी चांगलाच प्रतिकार केला.

बोनी : मग पुढे?

ॲमी : मी त्याला लाथ मारली आणि एक क्षणभर त्याची पकड सुटल्यावर मी स्वयंपाकघरात धावले. आमच्यात आणखी झटापट झाली आणि त्यानं ते ज्युडी हँडल माझ्या डोक्यात घातलं. मी धडपडले आणि त्यानं अजून दोन तीन वेळा मला मारलं. मला आठवतंय की क्षणभर मला काहीच दिसत नव्हतं. अंधारी आली डोळ्यांसमोर, माझ्या डोक्यात घाव पडत होते, मी ते हँडल ओढायचा प्रयत्न केला आणि त्याच्याजवळच्या छोट्या चाकूनं त्यानं माझ्या

हातावर वार केला. अजून माझ्या हातावर खूण आहे. हे बघा.

बोनी : हो, तुझ्या वैद्यकीय तपासणीत त्याची नोंद झाली आहे. नशीब ती फक्त वरवरची जखम होती.

ॲमी : पण तुला सांगते, ती फक्त वरवरची वाटत नव्हती.

बोनी : म्हणजे त्यानं तुला भोसकलं? त्याचं कारण...

ॲमी : त्यानं ते जाणूनबुजून केलं की मीच त्या चाकूच्या पात्यावर त्या धडपडीत आपटले गेले, ते मला सांगता येणार नाही– मी भानावर नसल्यासारखीच होते. मला तो दांडुका जमिनीवर पडला ते आठवतंय. माझ्या हातावरच्या जखमेतल्या रक्तानं त्याच्याभोवती थारोळं झालं होतं. ते मी पाहिलं. मला वाटतं मग माझी शुद्ध हरपली.

बोनी : शुद्धीवर आलीस तेव्हा तू कुठे होतीस?

ॲमी : मी बैठकीच्या खोलीत हात-पाय बांधलेल्या अवस्थेत होते.

बोनी : तू आरडाओरडा केलास? शेजाऱ्यांचं लक्ष वेधून घेण्याचा प्रयत्न केलास?

ॲमी : अर्थातच ओरडले. तू ऐकलंस ना मी बोलते ते? मला मारलं होतं, भोसकलं होतं, माझ्याच बैठकीच्या खोलीत, जो बराच काळ माझ्यासाठी वेडा होता, झपाटलेला होता, ज्यानं माझ्या वसतिगृहाच्या खोलीत आत्महत्येचा प्रयत्न केलेला होता, अशा माणसानं मला बांधून ठेवलं होतं.

बोनी : बरं बरं, ॲमी मला माफ कर. त्या प्रश्नाचा अर्थ असा नाही, की आम्ही तुला दोष देतो आहोत; आम्हाला फक्त नक्की काय घडलं याचं चित्र स्पष्ट झालं, की आम्ही हा तपास बंद करून टाकू आणि तू मोकळी होशील. तुला आणखी पाणी, कॉफी किंवा आणखी काही हवंय का?

ॲमी : काहीतरी गरम असेल तर बरं होईल, इथं इतकं थंड वाटतंय मला.

बोनी : बरं. तिच्यासाठी कॉफी आणाल का? हं, मग पुढे काय झालं?

ॲमी : मला वाटतं त्याचा मूळ प्लान हा मला ताब्यात घेऊन पळवून न्यायचं आणि मीच पळून गेले असं दाखवण्याचा असावा. कारण मी जेव्हा शुद्धीवर आले, तेव्हा त्याचं नुकतंच स्वयंपाकघरातलं रक्त साफ करून झालं होतं आणि त्यानं मी किचनमध्ये धावत जाताना छोट्या छोट्या वस्तू असणारं टेबल पडलं होतं ते पण सरळ केलं होतं. तो सोटापण त्यानं गायब केला होता; पण या सगळ्यांत खूप वेळ गेला होता आणि माझ्या अंदाजानं असं झालं असेल : त्यानं ती विस्कटलेली बैठकीची खोली बघितली असेल– आणि विचार केला असेल की जाऊ दे. इथं काहीतरी वेगळं घडलंय असं दिसू देत. म्हणून मग त्यानं पुढचं दार उघडं टाकलं, त्यानं खोलीतल्या आणखी काही गोष्टी

ढकलल्या. ओट्टोमन उलटवलं. त्यामुळे ते दृश्य असं विचित्र दिसत होतं. त्यातलं काही खरं, काही खोटं असं होतं.

बोनी : मग खजिन्याच्या शोधांच्या ज्या जागा होत्या, तिथं निक्‌ला अडकवणाऱ्या वस्तू देसीनं ठेवल्या होत्या का? निक्‌चं ऑफिस, हानिबाल, निक्‌च्या वडिलांचं घर, 'गो'च्या घरामागचं खोपटं?

ॲमी : मला कळत नाहीये, तुम्ही काय म्हणताय ते.

बोनी : निक्‌च्या ऑफिसमध्ये तुझ्या मापाची नसलेली बायकांची अंतर्वस्त्रं आम्हाला सापडली.

ॲमी : मग ती ज्या मुलीबरोबर तो फिरत होता... तिची असतील.

बोनी : तिची पण नव्हती.

ॲमी : असेल मग काही. मी नाही तुम्हाला त्याबाबतीत मदत करू शकत. कदाचित तो जास्त मुली फिरवत असेल.

बोनी : तुझी डायरी त्याच्या वडिलांच्या घरात सापडली. भट्टीत अर्धवट जळलेली.

ॲमी : तुम्ही 'वाचली' ती? भयंकर आहे ते. नवल नाही निक्‌ला त्याची वाट लावावीशी वाटली– मी त्याला अजिबात दोष देणार नाही. तुम्ही लोकांनी ज्या गडबडीनं त्याच्यावर संशय घेतला...

बोनी : पण मला एक कळत नाही, की तो त्याच्या वडिलांच्या घरी का गेला असेल ती जाळायला?

ॲमी : तुम्ही त्यालाच विचारा. (थांबते.) निक् एकांत मिळावा म्हणून बऱ्याचदा तिकडे जायचा. त्याला त्याचा खासगीपणा जपायला आवडतो. त्यामुळे तिथे त्याला काही वेगळं वाटलं नसणार. म्हणजे बघा, तो ते आमच्या घरी करू शकला नसता कारण ते गुन्ह्याचं स्थळ आहे– काय माहिती तुम्हाला तिथल्या राखेत काही मिळालं असतं मग. त्याच्या वडिलांच्या घरी कसं हे गुपचूप होऊ शकतं. तुम्ही ज्या पद्धतीनं त्याला दबवत होता ते बघता, त्याची ही चाल फारच हुशारीची आहे.

बोनी : तुझी ती डायरी फार, फार काळजी लावणारी आहे. ती डायरी छळाबद्दल बोलते, तुझ्या निक्‌ला बाळ नको असेल या भीतीबद्दल बोलते आणि तो तुझा खून करण्याच्या विचारात असेल याबद्दलही.

ॲमी : मला खरंच असं वाटतं की ती डायरी जळून जायला हवी होती. (थांबते.) मी अगदी प्रामाणिकपणे सांगते : त्या डायरीमध्ये माझ्या आणि निक्‌मध्ये गेल्या काही वर्षांत जो तणाव होता तो लिहिलेला आहे. त्यात आमच्या संसाराचं किंवा निक्‌चं चित्र फारसं चांगलं रंगवलेलं नाही; पण मी तुम्हाला खरंच सांगते

की अगदी खरोखर अतिआनंदात किंवा अतिदुःखात असल्याखेरीज मी त्या डायरीत काही लिहिलं नाही, जेव्हा मला मन मोकळं करायचं असेल तेव्हाच फक्त... आणि शिवाय जेव्हा मी माझ्या भावनांना वाट करून देत असते, तेव्हा जरा नाटकीपणा असू शकतोच ना? म्हणजे त्यातला बराचसा भाग हा कटू सत्य आहे– एकदा ढकललं होतं त्यानं मला, आणि त्याला बाळही नको होतं, शिवाय आर्थिक प्रश्न होतेच; पण मला त्याची भीती? मला हे कबूल केलंच पाहिजे, मला 'त्रास' होतो हे कबूल करताना; पण हा माझा नाटकीपणा होता. मी सांगते काय भानगड आहे ती, अनेकदा लोकांनी माझा पाठलाग केलेला आहे– मला बऱ्याचदा त्रास दिलेला आहे– ही कायमची समस्या आहे– लोकं माझ्यासाठी वेडी होतात– आणि म्हणून मग मी जरा भित्रीच झाले आहे.

बोनी : तू बंदूक विकत घेण्याचा प्रयत्न केला होतास?

ॲमी : मी फार भित्री आहे, सांगितलं ना? मला माफ कर; पण तुम्हाला जर माझा इतिहास कळला असता तर कळलं असतं.

बोनी : त्यात एका संध्याकाळची नोंद आहे, जेव्हा तू काहीतरी पेय घेतलं होतंस आणि मग पुस्तकात जसं 'अँटीफ्रीझ पॉयझनिंग'चं वर्णन आहे, तसं तंतोतंत तुला झालं होतं.

ॲमी : (बराच वेळ शांतता.) ते जरा विचित्रच आहे. हो, होते मी आजारी.

बोनी : बरं, आपण त्या खजिन्याच्या शोधाकडे वळू. तू पंच आणि ज्युडी बाहुल्या खोपटात लपवल्या होत्यास?

ॲमी : हो होत्या.

बोनी : आमची बरीचशी केस ही निक्च्या कर्जावर आधारलेली आहे. त्यानं क्रेडिट कार्डवर जी खरेदी केली आहे ते सगळे आम्हाला तिथे लपवलेले सापडले. जेव्हा तू तिथे गेलीस आणि तुला हे सगळं सामान दिसलं, तेव्हा तुला काय वाटलं?

ॲमी : एक तर मी 'गो'च्या जागेत होते, आणि गो आणि मी आम्ही एकमेकींच्या फार जवळ नाही, त्यामुळे मला आधीच माझा ज्यात संबंध नाही, त्यात मी नाक खुपसते आहे असं वाटत होतं. मला आठवतंय, की त्या वेळी मला ते 'गो'चं न्यू यॉर्कचं सामान असेल असं वाटलं होतं— आणि मग मी बातम्यांमध्ये बघितलं– देसी मला सगळं काही बघायला लावायचा– की ते निक्च्या खरेदीशी बरोबर जुळतंय, आणि... मला माहीत होतं की निक्ला थोडे पैशाचे प्रश्न आहेत, तो खर्चीक होता. मला वाटतं त्याला जरा ओशाळवाणं वाटलं असणार. असं अचानक खरेदी करणं, जे तो नंतर बदलूही शकत नाही; त्यामुळे त्यानं ते माझ्यापासून लपवून ठेवलं असणार; म्हणजे मग ते त्याला

ऑनलाईन पुन्हा विकता आलं असतं.

बोनी : ते पंच आणि ज्युडी कठपुतळ्या, वाढदिवसाची भेट म्हणून जरा भीतिदायक नाही वाटत?

ॲमी : मला माहीत आहे, कळतंय मला. मला त्याची पूर्ण गोष्ट आठवत नव्हती. मी फक्त एक नवरा, बायको आणि बाळ इतकंच पाहिलं, आणि ते लाकडाचं बनवलं होतं. मला दिवस गेले होते. मी इंटरनेटवर शोधलं आणि मला पंचचं वाक्य दिसलं. हे असंच करायचं! मला वाटलं, किती छान आहे हे– मला त्याचा अर्थ कळलाच नव्हता.

बोनी : तुला बांधलेलं होतं तर देसी तुला गाडीपर्यंत कसं काय घेऊन गेला?

ॲमी : त्यानं गाडी गॅरेजमध्ये आणली आणि गॅरेजचं दार खाली ओढून घेतलं, मला ओढत आत नेऊन मागच्या भागात टाकलं आणि घेऊन गेला.

बोनी : आणि मग तू ओरडलीस की नाही?

ॲमी : हो, अगदी जिवाच्या आकांतानं ओरडले आणि जर मला हे माहीत असतं, की पुढचा महिनाभर देसी माझ्यावर जबरदस्ती करणार आहे आणि मग मार्टिनी आणि झोपेची गोळी घेऊन माझ्याच शेजारी झोपणार आहे, म्हणजे मग माझ्या रडण्यानं त्याला जाग यायला नको, पोलीस त्याची चौकशी करूनही त्यांना काहीच पत्ता लागणार नाही आणि ते नुसती हाताची घडी घालून बसतील, तर मग मी आणखी जोरात ओरडले असते. हो, नक्कीच ओरडले असते.

बोनी : मी परत माफी मागते तुझी. मिसेस डन्ना थोडे टिशू द्या प्लीज. आणि त्यांची कॉफी कुठे आहे... हा धन्यवाद. तिथून कुठं गेलात मग ॲमी तुम्ही?

ॲमी : आम्ही सेंट लुईसच्या दिशेनं गेलो आणि मला आठवतंय, की जाताना तो हानिबालला थांबला होता– मला स्टीमबोटची शिटी ऐकू आली होती. मला वाटतं तेव्हाच त्यानं माझी पर्स फेकली असणार. ती आणखी एक गोष्ट होती जी त्यानं हे सगळा घातपात आहे असं भासवण्यासाठी केली असणार.

बोनी : फारच लक्षवेधी आहे हे. या केसमध्ये इतके विचित्र योगायोग भरलेले आहेत, म्हणजे देसी बरोबर हानिबालला तुझी पर्स टाकतो जिथं तुझा क्ल्यू निकला घेऊन जातो– आणि आम्ही यथावकाश निकवर संशय घेतो. किंवा कशी तू तुझी भेटवस्तू सोईस्करपणे त्याच जागी लपवतेस, जिथं निकनं त्या गुप्त क्रेडिट कार्डवर खरेदी केलेल्या वस्तू लपवल्या होत्या.

ॲमी : खरंच? पण मी तुम्हाला सांगते की यातलं काहीच मला योगायोग वाटत नाही. हे मला दिसतंय ते म्हणजे पोलिसांनी जणू ठरवून टाकलं होतं की

माझा नवराच दोषी आहे आणि आता मी जिवंत आहे आणि तो दोषी नाही हे सिद्ध झाल्यावर ते मूर्ख ठरलेत, त्यामुळे ते स्वतःची कातडी वाचवायला बघतात. जर ही केस तुमच्या अत्यंत अकार्यक्षम हातात राहिली असती, तर निक्‌ला आता मृत्युदंड मिळाला असता आणि मी अजूनही बिछान्याला बांधलेल्या अवस्थेत बलात्कार सहन करत राहिले असते, हेच सत्य आहे.

बोनी : माफ कर; पण...

ॲमी : मी स्वतःला वाचवलं, त्यामुळे निक्‌ वाचला आणि त्यामुळे तुम्हीही वाचलात.

बोनी : हो, हे अगदी खरं आहे ॲमी, मला माफ कर पण... आम्ही... आम्ही या केसवर इतका वेळ घालवलाय, आम्हाला यातला प्रत्येक मुद्दा तपासून बघायचा आहे; म्हणजे पुन्हा त्याच त्या चुका होणार नाहीत. पण तुझं म्हणणं बरोबर आहे. आम्ही इथं संपूर्ण चित्र लक्षात घेत नाही आहोत; ते म्हणजे : तू 'हिरो' आहेस. नक्कीच तू 'हिरो' आहेस.

ॲमी : धन्यवाद. तुम्ही असं म्हटलं त्यातच मला सगळं मिळालं.

निक् डन्

परत आल्याच्या रात्री...

मी जेव्हा पोलीस स्टेशनला माझ्या बायकोला आणायला गेलो, तेव्हा पत्रकारांनी मी एखादा रॉकस्टार– प्रचंड बहुमतानं निवडून आलेले राष्ट्रपती– चंद्रावर चालणारा पहिला माणूस– एकत्रित असावा तसं माझं स्वागत केलं. हात जोडून डोक्यावर उंचावण्याची जागतिक विजयी खूण करण्यापासून कसंबसं मी स्वतःला रोखलं. अच्छा, म्हणजे आपण आता मैत्रीचं नाटक करतोय तर! माझ्या मनात विचार आला.

मी तिथे प्रवेश केला तेव्हा तिथला देखावा एखाद्या भरकटलेल्या पार्टीसारखा होता– एका टेबलावर काही शॅम्पेनच्या बाटल्या आणि त्याच्या भोवती छोटे छोटे पेपरकप्स पसरलेले होते. सगळ्या पोलिसांचं एकमेकांच्या पाठीवर थापा देणं आणि कौतुक करणं सुरू होतं. मग मी आल्यावर माझं कौतुक सुरू झालं, जसं काही कालपर्यंत ही लोकं माझ्यावर अत्याचार करतच नव्हती. पण अर्थातच, मला ते नाटक चालू ठेवायलाच लागलं. थोपटून घेण्यासाठी पाठ पुढे करावीच लागली. हो, खरं आता आपण मित्र नाही का!

'सगळ्यात महत्त्वाची गोष्ट ही आहे की ॲमी सुखरूप आहे,' या एका ओळीचा मी पुन्हा पुन्हा सराव करत होतो. मला, जीव भांड्यात पडलेला प्रेमळ नवरा असल्यासारखं दाखवणं भागच होतं. निदान वारं कुठल्या दिशेनं वाहतंय हे कळेपर्यंत तरी. निदान पोलीस तिच्या चिकट थापांचं जाळं तोडून काढेपर्यंत तरी, निदान तिला अटक होईपर्यंत तरी– मी या विचारापर्यंत यायचो, निदान तिला अटक होईपर्यंत तरी, आणि मग मला माझा मेंदू एकाच वेळी फुललेला आणि हवा गेल्यासारखा जाणवायचा– माझं स्वतःचं एक हिचकॉक पद्धतीचं चित्र– आणि मग मनात विचार यायचा : माझ्या बायकोनं एका माणसाचा खून केलाय.

"भोसकलं त्याला." फॅमिली लाएझॉ ऑफिसर* म्हणून नेमलेला तो तरुण पोलीस अधिकारी म्हणाला (मला आशा आहे की मला यापुढे कोणत्याही कारणासाठी मध्यस्थ लागणार नाही.) तो तोच पोरगा होता, ज्यानं 'गो'जवळ त्याच्या घोड्याबद्दल, फाटलेल्या ओठांबद्दल आणि दाव्यांच्या ॲलर्जीबद्दल वटवट केली होती. "थेट त्याची कंठनीलाच कापली. तसं कापलं ना की रक्तस्राव होऊन साठ सेकंदांतत मरतो माणूस."

तुम्ही मरताय हे जाणवण्यासाठी साठ सेकंद हा वेळ खूप जास्त आहे. माझ्या डोळ्यांसमोर चित्र आलं, देसी स्वतःच्या गळ्याभोवती हात आवळून घेतोय, हृदयाच्या प्रत्येक ठोक्यावर त्याच्या बोटातून उडणाऱ्या रक्ताचा स्पर्श, आणि देसी अजूनच घाबरल्यामुळे भराभर पडणारे ठोके... आणि मग सावकाश, आणि मग हे कमी होणं जास्त वाईट आहे याची देसीला होणारी जाणीव. आणि हा सगळा वेळ ॲमी तिथेच; पण त्याच्या पकडीच्या जराशी बाहेर उभी, एखाद्या हायस्कूलमधल्या जीवशास्त्राच्या विद्यार्थिनीनं रक्त गळणाऱ्या डुकराच्या गर्भस्थ पिल्लाकडे बघावं, तसं त्याला घृणेनं भरलेल्या, आरोप करणाऱ्या नजरेनं न्याहाळते आहे. तिचं छोटंसं स्कालपेल अजूनही हातात धरलेलं आहे.

"मोठ्या खाटकाच्या सुऱ्यानं कापलं तिनं त्याला," तो पोरगा सांगत होता. "तो माणूस म्हणे तिच्याशेजारी बिछान्यात बसून तिला मांसाचे तुकडे कापून द्यायचा आणि भरवायचा." त्याला बहुधा भोसकण्यापेक्षा या गोष्टीचीच जास्त घृणा वाटत असावी. "एक दिवस तो सुरा तिथेच पडला ते त्याच्या लक्षातच आलं नाही– "

"ती जर सतत बांधलेलीच असायची तर मग तिनं ती सुरी कशी वापरली?" मी विचारलं.

मी त्याच्या आईविषयी एखादा विनोद सांगितला असावा, अशा नजरेनं त्या पोरानं माझ्याकडे बघितलं. "ते मला माहीत नाही, मि. डन्, ते सगळी चौकशी करतच असतील आतमध्ये. महत्त्वाचा मुद्दा हा आहे की तुमची बायको सुखरूप आहे."

'हं. हे पोरगं माझी वाक्यं चोरतंय.'

सहा आठवड्यांपूर्वी ज्या खोलीत आम्ही पत्रकार परिषद घेतली होती, त्या खोलीच्या दरवाजातून मला रॅन्ड आणि मेरीबेथ दिसले. ते नेहमीप्रमाणेच एकमेकांवर रेलून उभे होते. रॅन्डनं मेरीबेथच्या केसांवर ओठ टेकलेले होते आणि मेरीबेथ

---

* फॅमिली लाएझॉ अधिकारी - हा पोलीस आणि पीडित कुटुंब यांच्यामध्ये समन्वयका-प्रमाणे काम करतो.

त्याच्या कुशीत शिरून उभी होती. मला त्या क्षणी त्यांचा इतका संताप दाटून आला, की मी त्यांना स्टेपलरच फेकून मारणार होतो. तुम्ही दोघे साले भक्त एकमेकांचे, तो जो काही भयानक प्रकार तुम्ही निर्माण केलाय ना आणि आता तो मोकाट सुटलाय. वा! काय भयंकर राक्षस आहे तो! पण त्याबद्दल त्यांना राक्षसी शिक्षा होईल म्हणता? छे, एकही माणूस त्यांच्यावर प्रश्नचिन्ह लावायला पुढे आलेला नाही, त्यांच्या वाट्याला तर फक्त आणि फक्त प्रेम अणि आधार आलाय सगळ्यांकडून, आणि आता त्यांना त्यांची ॲमी परत मिळेल आणि सगळे परत तिच्यावर प्रेम करायला लागतील.

माझी बायको आधीसुद्धा असंतुष्ट विकृत बाई होती. आता यानंतर ती काय झाली असेल कोणास ठाऊक!

काळजीपूर्वक पाऊल उचल निक्, अगदी सांभाळून.

रॅन्डची नजर माझ्यावर गेली आणि त्यानं मला जवळ यायला खुणावलं. काही ठरावीक पत्रकारांना आत येण्याची परवानगी मिळाली होती, त्यांच्यासाठी म्हणून रॅन्डनं माझा हात हातात घेऊन हलवला; पण मेरीबेथ मात्र आपल्या भूमिकेवर ठाम होती : तिच्यासाठी मी अजूनही तोच माणूस होतो, ज्यानं तिच्या मुलीला फसवलं होतं. तिनं एकदा अस्पष्टशी मान डोलावली आणि ती वळली.

रॅन्ड माझ्या जवळ झुकला तसा मला त्याच्या तोंडातल्या स्पिअरमिंटचा वास आला. "मी तुला खरं सांगतो निक्, ॲमी परत आल्यानं आम्हाला इतकं सुटल्यासारखं वाटतंय. आम्हाला तुझी माफी मागायला हवी. तुमच्या संसाराचं काय होईल ते आम्ही ॲमीवर सोडतो; पण निदान झालेल्या गोष्टींबद्दल तरी मी तुझी माफी मागतो. तू आम्हाला समजून घे— "

"हो" मी म्हटलं. "मला कळतंय सगळं, मी समजू शकतो."

पण रॅन्डनं पुढे काही बोलण्याआधीच टॅनर आणि बेट्सी एकत्रच आत आले. 'व्होग' मधल्या फोटोसारखे दिसत होते दोघं सुंदरशा रलॅक्स आणि चकचकीत रंगाचे शर्ट, चमकती घड्याळं आणि अंगठ्या– टॅनर माझ्या कानाशी लागून पुटपुटला, 'आपली काय परिस्थिती आहे ते पाहू दे मला,' आणि मग 'गो' लगबगीनं आत शिरली, धक्का बसल्यासारखी, प्रश्नांकित : या सगळ्याचा काय अर्थ आहे? देसीचं काय झालं? ती थेट दारात येऊन उभी राहिली? हे सगळं काय चाललंय? तू ठीक आहेस? पुढे काय?

हे एकत्र जमणं फार विलक्षण होतं– फार विचित्र वाटत होतं ते : म्हणजे तशी ही पुनर्भेट नाही, हॉस्पिटलच्या वेटिंगरूमसारखं पण नाही, आनंदाचं तरीही काळजीचं, म्हणजे एखाद्या खेळासारखं, जिथे कोणालाच नियम माहीत नसावेत तशासारखं. त्यात इलियट दाम्पत्यानं ज्या दोन पत्रकारांना खासगीत प्रवेश दिला

होता, ते एकीकडे माझ्यावर प्रश्नांच्या फैरी झाडत होते : ॲमी परत मिळाल्यावर आता किती छान वाटतंय? तुला किती आनंद झालाय? ॲमी परत आल्यावर तुला सुटल्यासारखं वाटतंय का निक्?

''मला अगदी जीव भांड्यात पडल्यासारखं वाटतंय, आणि खूप आनंद झालाय,'' मी म्हणतो. माझं स्वतःचं गुळमुळीत निवेदन मी तयार करत असतानाच दार उघडलं आणि जॅक्लिन कॉलिंग्ज आत शिरली. एखादा लालबुंद घाव असावा तसे तिचे घट्ट मिटलेले ओठ दिसत होते, तिच्या चेहऱ्यावरची पावडर अश्रूंनी विस्कटलेली होती.

''कुठे आहे ती?'' तिनं मला विचारलं. ''खोटारडी कुत्री, आहे कुठे ती? तिनं मारलं माझ्या मुलाला. माझ्या मुलाला.'' ती रडायला लागली, तशी पत्रकारांनी फोटो काढायला सुरुवात केली.

''तुमच्या मुलावर अपहरण आणि बलात्काराचा आरोप केला जातोय, काय वाटतंय तुम्हाला?'' एका पत्रकारानं औपचारिकपणे विचारलं.

''मला कसं वाटतंय?'' ती खेकसली. ''तू काय विचारतो आहेस, ते कळतंय का तुला? लोकं अशा प्रश्नांना उत्तरं देतात? त्या दुष्ट, अमानुष मुलीनं संपूर्ण आयुष्यभर माझ्या मुलाला स्वतःच्या तालावर नाचवलं– हे लिहून घ्या– तिनं त्याला खेळवलं, ती खोटं बोलली आणि शेवटी त्याचा खून केला आणि आता तो गेल्यानंतरही ती त्याला वापरून घेते आहे–''

''मिसेस कॉलिंग्ज, आम्ही ॲमीचे आई-वडील आहोत.'' मेरीबेथ पुढे झाली. तिनं जॅक्लिनच्या खांद्याला स्पर्श केला, तसं जॅक्लिननं तिला झटकून टाकलं. ''तुमच्या यातनांचं आम्हाला तीव्र दुःख आहे.''

''पण माझं जे हरपलंय, त्यासाठी नाही.'' जॅक्लिन मेरीबेथपेक्षा बरीच उंच होती. तिनं रागानं मेरीबेथकडे नजर टाकली. ''मी जे गमावलंय त्यासाठी नाही,'' ती पुन्हा म्हणाली.

''मला सगळ्यांबद्दलच वाईट वाटतंय,'' मेरीबेथ म्हणाली, आणि मग रॅन्ड तिच्याशेजारी होता, जॅक्लिनपेक्षाही उंच.

''तुम्ही तुमच्या मुलीच्या बाबतीत काय करणार आहात?'' जॅक्लिननं विचारलं. ती बाजूलाच आपली भूमिका सांभाळत उभ्या असणाऱ्या आमच्या तरुण लाएझॉं अधिकाऱ्याकडे वळली. ''ॲमीच्या बाबतीत काय केलं जातंय? कारण माझ्या मुलानं तिला पळवलं, असं ती खोटं सांगते आहे. ती खोटं बोलत्येय. तिनं खून केलाय त्याचा, तो झोपेत असताना तिनं खून केला त्याचा, आणि कुणीही हे गंभीरपणे घेत नाहीये.''

''तसं नाही मॅम, हे सगळं नीट गंभीरपणेच बघितलं जातंय.'' तो तरुण

पोरगा म्हणाला.

"मिसेस कॉलिंग्ज, तुम्ही मला तुमचं निवेदन देऊ शकाल का?" एका पत्रकारानं विचारलं.

"मी आत्ताच तुला निवेदन दिलं. ॲमी इलियट् डन्नं माझ्या मुलाचा खून केला. तो बचाव नव्हता. तिनं मारलं त्याला."

"तुमच्याकडे पुरावा आहे का त्याचा?"

अर्थातच, तिच्याकडे तो नव्हताच.

त्या पत्रकारांच्या वार्तांकनात माझ्या बायकोच्या काळजीनं आलेल्या थकव्याची नोंद असेल (त्याचा ओढलेला चेहराच सांगतोय, की किती रात्री त्यानं भीतीच्या विळख्यात घालवल्या असतील.) आणि इलियट् जोडीची सुटकेची भावना (एकमेकांच्या आधाराने थांबलेले आई-वडील आपलं एकुलतं एक अपत्य आपल्याला परत मिळेल याची वाट पाहत) त्यात पोलिसांच्या अकार्यक्षमतेची चर्चा असेल (ही पूर्वग्रहदूषित केस होती, न सोडवता येणाऱ्या धाग्यांचे गुंते आणि चुकीची वळणं, आणि पोलिसांनी अट्टाहासाने चुकीच्या माणसाला लक्ष्य केलं होतं.) आणि त्या लेखात जॅक्लिन कॉलिंग्जची एखाद्या वाक्यात बोळवण केलेली असेल : इलियट दाम्पत्याबरोबरच्या अवघडलेल्या भेटीनंतर दुखावलेल्या जॅकलिन कॉलिंग्जला खोलीच्या बाहेर नेलं गेलं. आपला मुलगा निर्दोष असल्याचा तिचा दावा होता.

जॅक्लिनला खरंच खोलीतून बाहेर नेलं गेलं, जिथं तिचा जवाब नोंदवता येईल आणि तिला या जास्त चांगल्या लोकांच्या मनाची पकड घेईल, अशा कहाणीच्या वाटेतून लांब ठेवता येईल : अमेझिंग ॲमीचं विजयी पुनरागमन.

जेव्हा ॲमीला परत आमच्या ताब्यात दिलं गेलं, तेव्हा सगळं नव्यानं सुरू झालं. फोटो आणि अश्रू, मिठ्या मारणं, हास्य, हे सगळं त्या परक्या लोकांकरता, ज्यांना गाठायची आणि जाणून घेण्याची इच्छा होती : कसा होता हा अनुभव? ॲमी तुझ्या अपहरणकर्त्याच्या तावडीतून सुटून नवऱ्याकडे परत येताना तुझ्या काय भावना आहेत? निक्, तुझी बायको तुला परत मिळाली. तुला काय वाटतंय? तुझं स्वातंत्र्यही तुला मिळालं. कसं वाटतंय?

मी जास्त करून गप्पच बसलो. माझ्या मनात माझे स्वतःचे असे प्रश्न होते, तेच प्रश्न ज्यांचा मी गेली काही वर्षं विचार करतो आहे, आमच्या संसाराचं अभद्र पालुपद : तू कसला विचार करते आहेस ॲमी? काय वाटतंय तुला? कोण आहेस तू? आपण एकमेकांचं काय करून ठेवलंय? काय करणार आहोत आपण?

आपल्या फसवणाऱ्या, प्रतारणा करणाऱ्या नवऱ्याकडे परतून येण्यात ॲमीनं मनाचा मोठेपणा दाखवला होता. सगळ्यांनीच ही गोष्ट मान्य केली होती. आम्ही लग्नाच्या वरातीतील राजेशाही दाम्पत्य असावं, तसे पत्रकार आमच्या पाठोपाठ येत होते. कार्थेजच्या कृत्रिम चमकणाऱ्या फास्टफूड सेन्टर्सनं भरलेल्या रस्त्यांवरून आमच्या नदीवरच्या वाड्याकडे. काय डौल आहे ॲमीकडे, काय धाडस. ती गोष्टीतली राजकन्या. आणि मी, एक गरीब बिचारा दिनवाणा नवरा. जो उरलेलं आयुष्य तिच्यापुढे दबून काढेल. निदान तिला अटक होईपर्यंत तरी. ...जर तिला अटक झाली तर.

मुळात तिला सोडलं हीच एक चिंतेची बाब होती. काळजी नव्हे तर धक्कादायक होतं ते. मी त्या सगळ्यांना कॉन्फरन्सरूममधून बाहेर येताना पाहिलं, जिथे त्यांनी चार तासांपर्यंत तिची चौकशी चालवली होती आणि नंतर तिला सोडून दिलं : दोन एफबीआय अधिकारी ज्यांचे चेहरे कोरे आणि केस अगदीच बारीक कापलेले होते; गिलपीन, आयुष्यात प्रथमच तृप्त जेवण झाल्यासारखा; आणि बोनी एकमेव, घट्ट आवळलेल्या ओठांची आणि कपाळावर आठ्या असणारी. माझ्या पुढ्यातून जाताना तिने माझ्याकडे एक नजर टाकली, एक भुवई उंचावली आणि निघून गेली.

मग, फारच पटकन, ॲमी आणि मी आमच्या घरी होतो- एकटेच, आमच्या बैठकीच्या खोलीत. चमकत्या डोळ्यांनी आम्हाला न्याहाळणारा ब्लीकर. आमच्या पडद्यापलीकडे बाहेर टीव्ही कॅमेऱ्यांचा प्रकाश पसरला होता. त्याची विचित्र शेंदरी आभा आमच्या बैठकीच्या खोलीत पसरली होती. मंद प्रकाशात एखादं प्रेमातलं जोडपं बसलं असावं, तसे आम्ही दिसत होतो. ॲमी अतिशय सुंदर दिसत होती. मला तिची घृणा वाटत होती. मला तिची भीती वाटत होती.

"आपण इथे एका घरात राहणं खरंच योग्य नाही..." मी बोलायला सुरुवात केली.

"मला इथंच राहायचंय, तुझ्याबरोबर." तिनं माझा हात हातात घेतला. "मला माझ्या नवऱ्याबरोबर राहायचं आहे. तुला जसा नवरा असावं असं वाटत होतं, तसा बनण्याची संधी मी तुला देते आहे. मी माफ केलंय तुला."

"तू माफ केलंयस? ॲमी, तू परत का आलीस? मी मुलाखतीत जे सांगितलं ते ऐकून? की ते व्हिडिओ बघून?"

"तुलाही तेच हवं होतं ना?" तिनं विचारलं. "त्या व्हिडिओमधला मुख्य मुद्दा तोच होता ना? ते अगदी योग्य होतं– आपल्यामध्ये कधीकाळी जे काही होतं, त्याची मला आठवण झाली, किती खास होतं ते?"

"मी जे काही बोललो ते फक्त तुला जे ऐकायचं होतं तेच होतं."

''माहीत आहे मला– तू मला किती चांगलं ओळखतोस!'' ॲमी मनापासून हसत म्हणाली. ब्लीकर तिच्या पायांत घोटाळत होता. तिनं त्याला उचलून घेऊन लाडानं कुरवाळलं. त्याच्या गुरगुराटानं कान किटले माझे. ''विचार कर निक्, आपण 'ओळखून आहोत' एकमेकांना. आता तर इतर कोणाहीपेक्षा जास्तच.''

आता हे खरं आहे, की ही भावना माझ्याही मनात कित्येकदा येऊन गेली आहे. विशेषतः गेल्या काही महिन्यांमध्ये, जेव्हा मी ॲमीचं वाईट चिंतत नव्हतो. अगदी अवचित कधीतरी ही गोष्ट माझ्या मनात डोकावायची– कधीतरी अपरात्री लघवीसाठी उठलेलो असताना, किंवा सकाळी नाश्त्यासाठी सिरिअल ओतून घेताना– मला कधीकधी कौतुकाची भावना जाणवायची. त्याहीपेक्षा माझ्या बायकोविषयी एक जिव्हाळा असा पोटातून उमळून यायचा. त्या चिठ्ठ्यांमध्ये नेमकं जे मला हवेहवेसे होते तेच शब्द, माझं मन तिच्या दिशेनं वळवून घेणं, अगदी माझ्या चुकीच्या चालींचासुद्धा अंदाज बांधणं... ही बाई मला चांगलीच जाणून आहे. या जगातल्या इतर कोणापेक्षाही ती मला चांगली ओळखते. इतके दिवस मला वाटत होतं, की आम्ही एकमेकांना अनोळखी आहोत; पण आता लक्षात येतंय, की आम्ही जाणून आहोत एकमेकांना, अगदी खोलवर. आतपर्यंत.

हे एकप्रकारे अगदी 'रोमँटिक' आहे. 'विनाशकारक रोमँटिक.'

''आपण मागच्या पानावरून परत सुरू करू शकत नाही, ॲमी.''

''नाही मागच्या पानावरून नाही,'' ती म्हणाली. ''पण आज जिथं आहोत तिथून. जिथं तू माझ्यावर प्रेम करतोस आणि तू पुन्हा कधीही चूक करणार नाहीस.''

''तू वेडी आहेस. तुला जर मी राहीन असं वाटत असेल तर तू अक्षरशः वेडी आहेस. तू एका माणसाचा 'खून' केलाहेस.'' मी म्हटलं, आणि तिच्याकडे पाठ केली. अचानक माझ्या मनात चित्र आलं, मी तिची अवज्ञा केल्यामुळे आवळलेले ओठ आणि हातात सुरा. मी पुन्हा तिच्या दिशेनं वळलो. गाढ्या बायकोला तोंड द्यायलाच हवं.

''त्याच्यापासून सुटका करून घ्यायला.''

''तू देसीला मारलंस, कारण त्यामुळे तुला एक नवीन कहाणी मिळाली. केलेल्या कृत्याची कोणतीही जबाबदारी न घेता, तुला सगळ्यांची लाडकी ॲमी होऊन परत येता आलं. यातला उपरोध लक्षात येत नाहीये का तुझ्या ॲमी? तुला माझ्यातली हीच गोष्ट कधी आवडायची नाही– की मी माझ्या कृत्यांची कधी जबाबदारी घेतली नाही. हो ना? मग बघ, आता मला सगळ्या कृत्यांची फळं मिळाली आहेत; पण तुझं काय? तू एका माणसाचा खून केलास, जो मला वाटतं तुझ्यावर प्रेम करत होता, तुला मदत करत होता आणि आता तुला मी

त्याच्या जागी राहून तुझ्यावर प्रेम करायला आणि मदत करायला हवी आहे, आणि... नाही, मला ते शक्य नाही. मला नाही करता येणार, मी नाही करणार ते.''

''नक्की काय घडलं ते मला सांग ॲमी, या सगळ्यात तुला पहिल्यापासून देसीची मदत होती का?''

– यावर ती उसळली. तिला कोणत्याही पुरुषाच्या मदतीची गरज नाही, जरी तिला त्याची गरज आहे हे स्पष्ट दिसत असलं तरीही. ''अर्थात नाही!'' ती फिस्कारली.

''मला सांग सगळं. काय फरक पडणार आहे, मला सगळं खरंखरं सांग. कारण या तोंडदेखल्या कहाणीवर तू आणि मी पुढे जाऊ शकत नाही. प्रत्येक पावलावर मी तुला लढा देईन. मला कल्पना आहे, की तू प्रत्येक गोष्टीचा विचार केला असशील. मी तुला चुकायला लावायचा प्रयत्न करणार नाही– तुझ्या विचारांवर मात करण्याइतकं त्राण माझ्यात नाही, माझा तो पिंडच नाही. मला फक्त काय घडलं ते कळायला हवं. मी मृत्युदंडापासून फक्त पाऊलभर अंतरावर होतो. पण तू परत येऊन मला वाचवलंस आणि त्याबद्दल तुझे आभार; पण मला कळायलाच हवं. तुला कळतंय ना, मला कळायलाच हवं.''

''कपडे काढ तुझे,'' ती म्हणाली.

तिला खात्री करायची होती की मी अंगावर काही वायर वगैरे लपवलेली नाही. मी तिच्यासमोर सगळे कपडे काढले, अगदी चिंधीही ठेवली नाही, मग तिनं माझी तपासणी केली, माझ्या हनुवटीवरून, छातीवरून, पाठीवरून हात फिरवला. तिने माझ्या ढुंगणावरून हात फिरवून बघितला, माझ्या मांड्यांमध्ये हात घातला, माझे वृषण चाचपून पाहिले, माझं मलूल पडलेलं लिंग धरलं, एक क्षण हातात धरून काही होतंय का ते पाहिलं, काहीच झालं नाही.

''हं स्वच्छ आहेस तू अगदी,'' ती म्हणाली. तिला ते एक विनोद म्हणून चित्रपटाच्या संदर्भात म्हणायचं असावं, ज्यावर एरवी आम्ही दोघेही हसलो असतो. मी जेव्हा काहीच बोललो नाही, तशी ती एक पाऊल मागे झाली आणि म्हणाली, ''मला नेहमीच तुला असं नग्न बघणं आवडतं. मला छान वाटायचं त्यामुळे.''

''तुला कशानंच कधी छान वाटलं नाही. आता कपडे घालू का मी परत?''

''नाही. मला शिवणींमध्ये लपवलेल्या वायर्स वगैरेंची कटकट नको आहे. शिवाय आपण बाथरुममध्ये जाऊन पाणी सोडणार आहोत. न जाणो, तू सगळ्या घरातच काही उपकरणं लावली असशील तर.''

''तू जरा जास्तच सिनेमे पाहिलेस,'' मी म्हटलं.

"हो! मला वाटलं नव्हतं तुझ्या तोंडून हे वाक्य ऐकायला मिळेल."

आम्ही बाथटबमध्ये उभे राहिलो आणि शॉवर सुरू केला. पाण्याचा झोत माझ्या उघड्या पाठीवर पडला आणि ॲमीच्या शर्टाच्या पुढच्या भागावर त्याचे तुषार उडाले. तिनं शर्ट काढला. तिनं सगळेच कपडे काढले, आनंदी नग्न नृत्याच्या आविर्भावात आणि ते शॉवरस्टॉलवरून बाहेर फेकले. हसत, आव्हानात्मक पवित्र्यात, आम्ही सुरुवातीला भेटलो तेव्हा होता तशा– मी कशालाही तयार आहे! आणि ती माझ्याकडे वळली, मी तिचे केस ती खांद्यांवर उडवण्याची वाट बघत थांबलो. पूर्वी जेव्हा आमचं प्रेमप्रकरण चालू होतं, तेव्हाची तिची ती सवय होती, पण आता तिचे केस खूपच छोटे होते.

"आता आपण समान आहोत." तिनं म्हटलं. "बरं नाही वाटत ना, मी एकटीच कपडे घालून आहे ते."

"मला वाटतं आपण आता सौजन्याच्या पलीकडे पोहोचलो आहोत, ॲमी."

फक्त तिच्या डोळ्यांकडे पाहा. तिला स्पर्श करू नको. तिला तुला स्पर्श करू देऊ नको.

ती माझ्या दिशेनं वळली, आणि माझ्या छातीवर हात टेकला, तिच्या वक्षांमधून पाणी वाहू दिलं. पाण्याचा एक थेंब तिच्या वरच्या ओठावर येऊन थांबला होता, तो तिने चाटून घेतला आणि हसली. ॲमीला शॉवरचा फवारा अजिबात आवडायचा नाही. तिला तिचा चेहरा ओला झालेला आवडत नसे, तिच्या शरीरावरचा पाण्याचा सपकारा तिला आवडत नसे. मला हे माहीत होतं कारण माझं तिच्याशी लग्न झालं होतं. मी तिला अनेक वेळा शॉवरमध्ये असताना छळलेलं आहे, आणि प्रत्येक वेळी तिनं मला झिडकारलेलं आहे. (मला माहीत आहे की हे अगदी उत्तेजक वाटतं, पण प्रत्यक्षात ते तसं नाहीये निक्. हे फक्त सिनेमात घडतं.) आत्ता मात्र ती त्याच्या बरोबर उलट भासवते आहे, जणू काही मी तिला ओळखून आहे हे ती विसरली असावी. मी मागे सरलो.

"मला सगळं काही सांग ॲमी. पण आधी : खरंच बाळ होतं?"

बाळ ही एक शुद्ध थाप होती. माझ्यासाठी हा त्यातला सगळ्यात दुःखद भाग होता. माझी बायको खुनी आहे ही एक भीतिदायक, घृणास्पद गोष्ट होती, पण बाळाची थाप ही असह्य होती, बाळ आहे हे खोटं होतं, रक्ताची भीती खोटी होती– मागच्या संपूर्ण वर्षात माझी बायकोच खोटी होती.

"तू देसीची कशी वाट लावलीस?" मी विचारलं.

"मला त्याच्या तळघरात एका कोपऱ्यात दोरी सापडली. मी सुरीनं त्याचे चार तुकडे केले–"

"त्यानं तुला सुरी बाळगू दिली?"

“तू विसरतोस, आम्ही मित्र होतो.”

बरोबर होतं तिचं. माझ्या डोक्यात तिनं पोलिसांना सांगितलेली गोष्ट होती : की देसीनं तिला डांबून ठेवलं होतं. खरंच विसरलो मी. ती गोष्टी सांगण्यात पटाईत होती.

“जेव्हा जेव्हा देसी नसायचा, तेव्हा तेव्हा मी त्या दोऱ्यांनी माझी मनगटं आणि घोटे आवळून बांधायची म्हणजे त्याचे असे व्रण राहतील.”

तिनं मला तिच्या मनगटावरच्या उग्र रेषा दाखवल्या. बांगड्यांसारख्या.

“मी एक वाईनची बाटली घेतली आणि रोज स्वतःला इजा करून घेतली म्हणजे माझ्या गुप्तांगाचा आतला भाग अगदी योग्य दिसेल. बलात्कारित स्त्रीसाठी योग्य. मग आज मी त्याला माझ्याशी संभोग करू दिला म्हणजे मग त्याचं वीर्य माझ्या आत सापडेल. मग मी त्याच्या मार्टिनीमध्ये झोपेच्या गोळ्या टाकल्या.”

“त्यानं तुला झोपेच्या गोळ्या बाळगू दिल्या?”

तिनं एक सुस्कारा सोडला : मी काही बाळगत नव्हते.

“बरोबर. तुम्ही मित्र होतात नाही का?”

“मग मी...” इथे तिने त्याचा गळा कापल्याची खूण केली.

“इतकं सोपं?”

“तुम्हाला फक्त काय करायचं ते ठरवलं पाहिजे आणि मग ती कृती करून टाकायची,” ती म्हणाली. “शिस्त. पाठपुरावा. कोणत्याही गोष्टीचा; पण तुला ते कधीच समजलं नाही.”

तिचा मूड बदलतोय, ती कठोरपणाकडे झुकतेय ते मला जाणवलं. मी तिचं पुरेसं कौतुक करत नव्हतो.

“पुढे सांग,” मी म्हणालो. “तू नक्की काय केलंस ते मला सांग.”

असा तासभर गेला. पाणी थंड झालं होतं. ॲमीनं आमची चर्चा थांबवली.

“तू मान्य करायला हवंस की हे सगळं फारच हुशारीचं होतं,” ती म्हणाली.

मी तिच्याकडे रोखून पाहिलं.

“म्हणजे तू थोडंसं तरी कौतुक करायला हवंस,” ती पुन्हा म्हणाली.

“इतका रक्तस्राव होऊन देसीला मरायला किती वेळ लागला?”

“झोपायची वेळ झाली,” तिने म्हटलं. “पण तुला हवं असेल तर आपण उद्या बोलू शकतो, पण आता मात्र आपण झोपू या. एकत्र. हे सगळं संपवण्यासाठी. खरं म्हणजे संपवण्याच्या उलट, सुरू करण्यासाठी.”

“ॲमी, मी आज इथं राहणार आहे कारण तसा जर मी राहिलो नाही, तर मला असंख्य प्रश्नांना तोंड द्यावं लागेल; पण मी खाली झोपेन.”

तिनं मान कलती करून मला न्याहाळून बघितलं.

"निक्, मी अजूनही वाईट गोष्टी करू शकते. विसरू नकोस."

"हां! तू आजपर्यंत जे केलं आहेस त्यापेक्षा काय वाईट असेल?"

ती चकित झाल्यासारखी म्हणाली, "नक्कीच असेल."

"मला शंका आहे, ॲमी."

मी दरवाजाच्या दिशेनं निघालो.

"खुनाचा प्रयत्न," ती म्हणाली.

मी थबकलो.

"सुरुवातीला तोच माझा मूळ प्लान होता, की मी गरीब बिचारी पुन्हा पुन्हा आजारी होणारी बायको असेन, अचानक उद्भवणारे आजारपणांचे झटके आणि मग कळतं की तिच्या नवऱ्यानं तिच्यासाठी जी कॉकटेल्स तयार केली होती ती..."

"डायरीतल्यासारखं?"

"पण मग मी ठरवलं, की 'खुनाचा प्रयत्न' हे तुझ्यासाठी पुरेसं नाही. त्याच्यापेक्षाही जास्त काहीतरी हवं. पण तरीही माझ्या डोक्यातून ती विषप्रयोगाची कल्पना जात नव्हती. मला तू माझ्या खुनासाठी प्रयत्न करतो आहेस, ही कल्पनाच खूप आवडली. आधी जरा नेभळट मार्गानं जाऊन बघायचं. म्हणून मग मी ते पण पार पाडलं."

"आणि मी विश्वास ठेवू यावर?"

"ती सगळी उलटी, इतकं धक्कादायक आहे ना! एखादी निष्पाप, भेदरलेली बायको कदाचित त्यातली थोडी उलटी सांभाळूनही ठेवू शकते ना, असू दे लागलीच तर म्हणून. इतकी घाबरट असल्यावर तिला कसा दोष द्यायचा." ती अगदी समाधानानं हसली. "तुमच्या नियोजनाला आधार देणारं नियोजन तुमच्याकडे तयार हवं."

"तू चक्क स्वतःवरच विषप्रयोग केलास?"

"निक् प्लीज. तुला धक्का बसलाय. मी 'मारून टाकलं' स्वतःला."

"मला एक ड्रिंक हवंय," मी म्हटलं, आणि तिनं काही बोलायच्या आधीच बाहेर पडलो.

मी स्वतःसाठी स्कॉच ओतून घेऊन बैठकीच्या खोलीतल्या सोफ्यावर येऊन बसलो. पडद्यांच्या पलीकडे कॅमेऱ्यांचे दिवे आमचं अंगण उजळून काढत होते. लवकरच ही रात्र संपलेली असेल. मला येणाऱ्या सकाळची भीती वाटायला लागेल, कारण मला माहीत आहे ती पुन्हा पुन्हा उगवेल.

पहिल्या घंटेला टॅनरनं फोन उचलला.

“तिनं मारलं त्याला,” मी म्हटलं, “तिनं देसीला मारलं कारण तो... त्याचा तिला वीट आला होता, तो तिच्यावर हुकमत गाजवत होता आणि मग तिच्या लक्षात आलं की ती त्याला मारू शकली, तर तो तिचा जुन्या आयुष्यात परत येण्याचा मार्ग असेल, आणि ती सगळं खापर त्याच्या डोक्यावर फोडू शकेल. तिनं खून केला त्याचा. टॅनर, तिनं आत्ताच ते मला सांगितलं. तिनं कबूल केलं.”

“तू ते कसंही करून रेकॉर्ड करू शकला असशील असं वाटत नाहीये. नाही ना? सेलफोनवर किंवा कसंही करून?”

“आम्ही शॉवरखाली नग्नावस्थेत होतो आणि तिनं सगळं काही कुजबुजल्या स्वरात सांगितलं.”

“मला सांगू पण नकोस,” तो म्हणाला. “तुम्ही दोघे आजपर्यंत मला भेटलेले सगळ्यात खतरनाक लोक आहात आणि मी अशाच खतरनाक लोकांच्यात वावरतो नेहमी.”

“पोलिसांच्या बाबतीत काय खबर?”

“तिनं सगळ्यांची काळजी घेतली आहे,” तो सुस्कारा टाकत म्हणाला. “तिची सगळी कहाणी इतकी हास्यास्पद आहे ना; पण आपल्या गोष्टीपेक्षा कमीच. ॲमी आत्ता विकृतीतला सगळ्यात विश्वासार्ह सिद्धान्त वापरते आहे.”

“कोणता सिद्धान्त?”

“जेवढी थाप मोठी, तेवढा विश्वास जास्त.”

“काहीही काय टॅनर, काहीतरी असेलच ना आपल्यासाठी.”

मी जिन्यापर्यंत जाऊन ॲमी आजूबाजूला नसल्याची खात्री करून घेतली. आम्ही अगदी हळू बोलत होतो, पण तरीही मला सावधगिरी बाळगणं भाग होतं.

“सध्यातरी आपल्याला वेडंवाकडं वागून चालणार नाही, निक्. तिनं तुझी प्रतिमा अगदीच खराब केली आहे : डायरीत लिहिलेलं सगळं खरं आहे असं तिनं सांगितलंय. त्या खोपटातलं सगळं सामान तुझंच होतं. तूच ते सामान त्या क्रेडिट कार्डावर खरेदी केलंस आणि आता तुला ते कबूल करण्याची लाज वाटते आहे. ती एक साधीसुधी श्रीमंत, घरंदाज मुलगी आहे, नवऱ्याच्या नावावर खोटी क्रेडिट कार्ड मिळवणं वगैरे तिला काय माहिती असणार? आणि देवा रेऽऽ ते अश्लील साहित्य!”

“तिनं मला सांगितलं की तिला दिवस गेलेच नव्हते, तिनं नोएली हॉथोर्नची लघवी घेऊन तो खोटेपणा जमवला.”

“हे तू मला आधी का नाही सांगितलंस? हे भयंकर आहे! आपण नोएली हॉथोर्नला गाठू.”

"हे नोएलीला माहिती नाही."

पलीकडून मला एक दीर्घ निःश्वास कानावर आला. त्यानं मला 'कसं केलं' हे विचारायचीसुद्धा तसदी घेतली नाही. "आपण विचार करत राहू, काहीतरी मार्ग शोधू," तो म्हणाला. "काहीतरी येईलच बाहेर."

"मी त्या... तिच्याबरोबर या घरात राहू शकत नाही. ती मला धमकी देते आहे–"

"खुनाचा प्रयत्न... ते अँटीफ्रिझ. हो मी ऐकलीये ती भानगड."

"त्यावरून ते मला अटक करू शकत नाहीत, हो ना? ती म्हणते तिच्याकडे आत्तापण थोडी उलटी शिल्लक आहे. पुरावा म्हणून; पण ते खरोखर–"

"आपण आता त्याचा विचार नको करायला, निक्." तो म्हणाला. "सध्यातरी नीट राहा. मला हे सांगायला आवडत नाहीये. खरंच नाही; पण आत्ता माझा तुला हाच सल्ला आहे की नीट राहा."

"नीट राहा? हा तुझा सल्ला? माझा एकपात्री अत्युत्तम कायदेशीर संघ : ठीक राहा? खड्ड्यात जा."

संतापानं मी फोन आदळला.

'मी ठार करीन तिला,' मी मनाशी म्हटलं. मी त्या कुत्रीला ठार करीन.

मी पुन्हा एकदा माझ्या त्या भयंकर दिवास्वप्नात रंगून गेलो, जे मी गेल्या काही वर्षांत जेव्हा जेव्हा ॲमी मला कमी लेखायची त्या वेळी बघत असे. मी मनातल्या मनात तिला हातोडीनं मारायचो, तिची बोलती बंद होईपर्यंत डोकं चेचायचो. शेवटी एकदाचे ते शब्द संपायचे, ज्यांनी ती माझे प्राण ओढून घ्यायची : साधारण, कंटाळवाणा, सामान्य, साधासुधा, असमाधानकारक, छाप न पाडू शकणारा. सगळं नकारार्थी. माझ्या मनात, मी तिच्यावर हातोडीचे इतके घाव घालायचो, की ती एखाद्या मोडक्या खेळण्यासारखी दिसायची. ती माझ्यासाठी उच्चारत असणारे शब्द थांबेपर्यंत मी तिला चेचत राहायचो आणि मग हे पुरेसं नाही की काय, म्हणून मी तिला परत मूळपदावर आणायचो आणि पुन्हा तिला मारायची सुरुवात : मी माझी बोटं तिच्या मानेभोवती आवळायचो– नाहीतरी तिला जवळीक हवीच असायची– आणि मग तिचा गळा दाबायचो. जोरात, तिची नाडी–

"निक्?"

मी मागे वळलो, ॲमी तिच्या रात्रीच्या पोशाखात मान कलती करून जिन्याच्या तळातल्या पायरीवर उभी होती.

"नीट राहा, निक्."

ॲमी इलियट डन्

परत आल्याच्या रात्री...

तो मागे वळतो, आणि जेव्हा तो मला तिथे उभी असलेली बघतो, तेव्हा तो जरासा घाबरल्यासारखा वाटतो. ही चांगली गोष्ट आहे; कारण मी काही त्याला जाऊ देणार नाही. त्याला वाटत असेल की त्यानं मला घरी परत आणण्याकरता ज्या छान छान गोष्टी बोलल्या त्या खोट्या आहेत; पण मला तसं नाही वाटत. मला माहीत आहे, की निक्‌ला इतक्या थापा मारता येत नाहीत. मला हेही माहित्येय, की ते शब्द बोलत असताना त्याला सत्य उमगलं असेल. पिंग! कारण आम्ही जसे एकमेकांच्या प्रेमात होतो, तसं प्रेम केल्यावर ते तुमच्या आत अगदी हाडामाशी मुरलं नाही, असं होणंच शक्य नाही. आमच्या पद्धतीचं प्रेम हे एक वेळ सुप्तावस्थेत जाऊ शकतं; पण ते परत येण्याच्या तयारीतच असतं. जणू काही जगातला छानसा, प्रेमळ कॅन्सर.

तुम्हाला पटत नाही? मग हे कसं काय असेल सांगा? तो खोटं बोलला. त्यानं उच्चारलेली एकही गोष्ट तो मनापासून बोलला नाही. ठीकच आहे मग, अगदी उत्तम, कारण त्यानं फारच चांगलं काम केलेलं आहे; कारण मला तो अगदी अस्साच हवा आहे, तसाच, जसं असल्याचा तो आव आणत होता. सगळ्या बायकांना तसाच पुरुष आवडतो. मला तसाच पुरुष आवडतो. असाच पुरुष मला नवरा म्हणून हवा आहे. अशाच पुरुषाची मला आस आहे. माझी लायकी असा पुरुष मिळण्याची आहे.

त्यामुळे एक तर त्यानं माझ्यावर खरोखरीचं प्रेम करावं, जसं तो पूर्वी करायचा. अन्यथा मी त्याला बरोबर ताळ्यावर आणून असा माणूस बनवीन, ज्याच्याशी मी लग्न केलं होतं. मला आता त्याच्या या थेरांचा कंटाळा आलाय.

''नीट राहा.'' मी म्हणते.

तो एखाद्या लहान मुलासारखा दिसतो. चिडलेल्या मुलासारखा. तो मुठी

आवळतो.

"नाही ॲमी."

"मी तुला उद्ध्वस्त करू शकते, निक्."

"तू ते आधीच केलं आहेस, ॲमी." मला त्याचा संताप दिसतो, एक शहारा. "पण मला कळत नाही की तुला राहायचं तरी का आहे माझ्याबरोबर? मी कंटाळवाणा, सर्वसामान्य, नीरस, मठ्ठ आहे. मी सामान्यपण नाही. गेली काही वर्षं तू मला हेच सांगते आहेस."

"कारण तू तुझे 'प्रयत्न' थांबवलेस म्हणून," मी म्हणते. "तू माझ्यासाठी इतका योग्य होतास. आपण जेव्हा सुरुवात केली तेव्हा आपण इतके अनुरूप होतो आणि मग तू सगळे प्रयत्नच सोडलेस. का केलंस तू असं?"

"माझं तुझ्यावरचं प्रेम संपलं."

"का?"

"कारण तुझं प्रेम आटलं. आपण एक विषारी, विकृत मोबिअस स्ट्रीप सारखे आहोत, ॲमी. आपण जेव्हा प्रेमात पडलो, तेव्हा आपण कधीच आपल्यासारखे खरे नव्हतो आणि जेव्हा आपण मूळ रूपात आलो तेव्हा- अहो आश्चर्यम्!- विष होतो आपण. आपण अत्यंत ओंगळ पद्धतीनं एकमेकांना पूरक आहोत. तुझं माझ्यावर खरंखुरं प्रेम नाही, ॲमी. तुला तर मी आवडतही नाही. घटस्फोट दे, मला सोडून दे, आपण निदान सुखी होण्याचा प्रयत्न तर करू."

"मी तुला घटस्फोट देणार नाही, निक्. कधीच नाही. आणि तुला शपथेवर सांगते, तू जर मला सोडून जाण्याचा प्रयत्न केलास, तर मी तुझं आयुष्य नरक करण्यातच माझं सगळं आयुष्य घालवीन. आणि तुला माहीत आहे, की मी ते नरक करू शकते."

तो एखाद्या पिंजऱ्यात कोंडलेल्या अस्वलासारखा फेऱ्या घालायला लागतो. "विचार कर ॲमी, आपण किती वाईट आहोत एकमेकांसाठी. जगातली दोन सगळ्यात गरजू माणसं एकमेकांबरोबर अडकलेली. तू जर मला घटस्फोट देणार नसशील तर मी तुला देईन."

"खरंच?"

"मी तुला घटस्फोट देईन. पण खरं म्हणजे तूच तो मला द्यायला हवास. कारण मला कळतंय, आत्ता तू कसला विचार करत असशील ते. तुला वाटत असेल की ही एक उत्तम कहाणी नाही होऊ शकत : शेवटी अमेझिंग ॲमी तिच्या माथेफिरू विकृत अपहरणकर्त्याला मारते आणि घरी परत येते... कशासाठी तर घटस्फोटासाठी. तुला वाटतंय की हा विजय नाही."

हा नक्कीच विजय नाही.

"पण तू असा विचार करून बघ : तुझी गोष्ट काही साधीसुधी, एखाद्या वाचलेल्या मुलीची नाही. १९९२ च्या आसपास टीव्हीवर सिनेमे असायची तसली. नाही, तशी नक्कीच नाही. तू एक कणखर, सळसळती, स्वतंत्र स्त्री आहेस, ॲमी. तू तुझ्या अपहरणकर्त्याला मारलंस आणि मग तू सगळी पाटीच स्वच्छ केलीस. तू तुझ्या मूर्ख व्यभिचारी नवऱ्यापासून सुटका मिळवलीस. ॲमी, बायका तुझा किती उदोउदो करतील. तू एखादी भेदरलेली छोटीशी मुलगी नाहीस तर तू कठोर बंदिवास नाकारणारी स्त्री आहेस. विचार कर. तुला माहित्येय, की मी बरोबरच बोलतोय : क्षमाशीलतेचा जमाना गेला आता. ती जुनी गोष्ट झाली. सगळ्या स्त्रियांचा विचार कर– राजकारण्यांच्या बायका, नट्या – समाजातली फसवली गेलेली प्रत्येक स्त्री, त्या आजकाल फसवणाऱ्याबरोबर राहत नाहीत. कायम आपण नवऱ्याची साथ देऊ या, हे संपलं आता. आताचा जमाना, घटस्फोट द्या त्या हलकटाला, हा आहे."

त्याच्याविषयीचा प्रचंड तिरस्कार माझ्या मनात दाटून येतो. मी आत्तापर्यंत तीन वेळा त्याला ते शक्य नाही, हे सांगूनही तो आमच्या लग्नातून स्वतःची सुटका करून घ्यायला बघतोय. त्याला अजूनही वाटतंय की त्याच्याकडे ती ताकद आहे.

"आणि जर मी घटस्फोट दिला नाही तर तू देशील?" मी विचारते.

"मला तुझ्यासारख्या बाईबरोबर संसार करायचा नाहीये. मला सामान्य बाईशी संसार करायचाय."

गटारातली घाण स्साला!

"अच्छा. म्हणजे तुला पुन्हा एकदा तुझं तेच लंगडं, कणाहिन, हताश रूप हवंय तर! तुला फक्त सुटका हवी आहे! पण तुला आता तसं कंटाळवाणा मध्य अमेरिकेतला माणूस, तितक्याच कंटाळवाण्या, नीरस सामान्य मुलीबरोबर संसार करणारा, असं नाही बनता येणार. तू आधी तसा प्रयत्न करून झालाय. आठवतंय ना? आणि तुझी कितीही इच्छा असली तरी ते शक्य नाही. तुझी ओळख फक्त आता अपहरण झालेल्या बलात्कारित पत्नीला सोडून जाणारा पळपुटा नवरा अशीच राहील. तुला वाटतंय कोणीही 'चांगली' मुलगी तुला स्पर्श तरी करेल? तुला फक्त मिळतील त्या–"

"विकृत माथेफिरू, विकृत बाया?" तो माझ्याकडे बोट दाखवतोय, हवेत भोसकल्यासारखं.

"तसं म्हणू नकोस मला."

"विकृत कुत्री?"

मला तशा रंगात रंगवणं किती सोपं आहे त्याच्यासाठी. त्याला नक्की

आवडेलच ते, मला इतक्या सहजासहजी टाळून जाणं.

"मी कुठलीही गोष्ट करते त्यासाठी काहीतरी कारण असतं निक्," मी म्हणते. "माझ्या प्रत्येक गोष्टीत नियोजन, अचूकता आणि शिस्त असते."

"तू एक क्षुद्र, स्वार्थी, दुसऱ्यांना ताब्यात ठेवू बघणारी शिस्तशीर, विकृत स्त्री आहेस..."

"तू एक पुरुष आहेस," मी म्हणते. "तू एक सामान्य, आळशी, कंटाळवाणा, नेभळट, बायकांना घाबरणारा पुरुष आहेस. मी नसते तर तू आजही तसाच असतास, कितीदा सांगायचं; पण मी तुला बदलवलं. माझ्याबरोबर असताना तू सर्वोत्तम होतास आणि हे तुलाही माहिती आहेच. तुझ्या आयुष्यातला तुला आवडणारा तो एकच काळ होता, जेव्हा तू मला आवडू शकेल असं बनण्याचा प्रयत्न करत होतास. माझ्याशिवाय? तू फक्त तुझ्या वडिलांसारखा आहेस."

"ॲमी, असं म्हणू नकोस." तो संतापानं मुठी आवळतो.

"तुला काय वाटतं, ते पण एखाद्या बाईकडून दुखावले गेले नसतील, तुझ्याप्रमाणेच?" मी त्याला अगदी समजूतदार आवाजात विचारते, जणू काही मी एखाद्या कुत्र्याच्या पिल्लाशीच बोलत्येय. "तुला वाटत नाही, त्यांनाही वाटलं असेल की आपल्याला याहून चांगलं काहीतरी मिळायला हवं होतं, तुझ्याप्रमाणेच? तुला खरंच असं वाटतं, की तुझी आई ही त्यांची पहिली आणि एकमेव निवड होती? ते तुमचा इतका तिरस्कार का करत असतील, असा तुझा अंदाज आहे?"

"थोबाड बंद कर ॲमी," तो माझ्या दिशेनं पुढे येतो.

"विचार कर निक्, तुला माहीत आहे, की मी म्हणते ते बरोबर आहे : तुला जरी अगदी चांगली, सामान्य मुलगी मिळाली तरीही रोज तुझ्या मनात माझा विचार येईल. नाही येणार का? सांग मला."

"नाही येणार."

"एकदा का तुला वाटलं, की मी तुझ्यावर परत प्रेम करायला लागले आहे, मग तू किती झटक्यात एबल ॲन्डीला विसरलास?" मी माझ्या अगदी गरीब बिचाऱ्या आवाजात म्हणते. मी अगदी माझा खालचा ओठही बाहेर काढते, "एक छोटंसं प्रेमपत्र, सोन्या? एका चिठ्ठीत काम झालं? की दोन? फक्त दोन चिठ्ठ्या माझ्याकडून तुला खात्री देणाऱ्या की माझं तुझ्यावर प्रेम आहे आणि मला तू परत हवा आहेस, आणि मला वाटतंय की तू खरंच किती छान आहेस– एवढं पुरेसं झालं तुला? तू किती 'हुशार' आहेस, तू किती 'प्रेमळ' आहेस, तू 'चतुर' आहेस. हं, तू फालतू आहेस. तुला वाटतं तू पुन्हा एक सामान्य माणूस बनू शकशील? तुला एखादी छानशी मुलगी मिळेल, पण तरीही तू माझा विचार करत राहशील आणि तू पूर्णपणे असमाधानी, तुझ्या त्या नीरस, साध्यासुध्या

आयुष्यात तुझ्या साधारण बायको आणि सामान्य मुलांच्यात अडकलेला. तुला माझी आठवण येईल, तू तुझ्या बायकोकडे बघशील आणि तुझ्या मनात विचार येईल : मूर्ख स्साली.

"गप्प बस ॲमी," मी परत सांगतो.

"अगदी तुझ्या वडिलांसारखंच. शेवटी आम्ही सगळ्या कुत्र्याच असतो नाही का? मूर्ख कुत्री, विकृत कुत्री."

तो माझे दंड धरतो आणि जोरजोरात हलवतो.

"मी ती कुत्री आहे जिने तुला बदलवलं, निक्."

मग तो बोलायचा बंद होतो. मोठ्या प्रयासानं तो आपले हात स्वतःजवळ ठेवतोय. त्याचे डोळे अश्रूंमुळे ओले झालेत. तो थरथरतोय.

"मी ती कुत्री आहे जी तुला 'मर्द' बनवते."

शेवटी त्याचे हात माझ्या गळ्यावर आहेत.

निक् डन्

परत आल्याच्या रात्री...

माझ्या बोटांखाली तिची नाडी थाड् थाड् उडत होती, मी जशी कल्पना केली होती तशीच. मी आणखी जोरात दाबलं आणि तिला जमिनीवर ढकललं. ती तोंडानं जोरात चीत्कारत माझ्या मनगटांवर ओरखाडे काढत होती. आम्ही दोघंही प्रार्थनेच्या आविर्भावात गुडघ्यांवर एकमेकांकडे तोंड वळवलेल्या अवस्थेत दहा सेकंद तरी होतो.

तू स्साली वेडपट कुत्री!

माझ्या हनुवटीवरून एक अश्रू ओघळून टपकन जमिनीवर पडला.

स्साली, माथेफिरू, खुनी, अमानुष वेडपट कुत्री!

ॲमीचे चमकदार निळे डोळे एकटक माझ्या डोळ्यांत रोखलेले होते.

आणि मग या सगळ्या गुंत्यातून अचानक झिंगल्यासारखा एक विचार धडपडत डोळे दिपवत सामोरा आला : मी जर ॲमीला मारलं तर मी कोण होईन?

डोळ्यांसमोर अचानक लखलखाट झाल्यासारखं वाटलं. जळता निखारा असावा, तसं मी माझ्या बायकोला सोडून दिलं.

धडपडत ती जमिनीवर बसली. तिनं जोरात श्वास ओढला आणि ठसकायला लागली. जेव्हा तिचा श्वास परत आला, तेव्हा तो जोरात येत होता. श्वास आत ओढताना शेवटी एक नाजूक, मादकसा चीत्कारल्यासारखा आवाज येत होता.

मग मी कोण असेन? हा काही उलटा दोष देणारा प्रश्न नव्हता. असंही नव्हतं की त्या प्रश्नाचं उत्तर अगदी सात्त्विक असणार होतं : मग तू एक खुनी असशील, निक्. मग तू ॲमीइतकाच वाईट असशील. सगळ्यांना तू जसा वाटला होतास तसाच तू असशील. नाही. हा प्रश्न अक्षरशः खोलवरून आलेला भयंकर प्रश्न होता : प्रतिसाद द्यायला ॲमी नसेल तर मग मी कोण असेन?

कारण तिचं बरोबर होतं : पुरुष म्हणून, मी तेव्हाच जास्त लक्षणीय होतो, जेव्हा मी तिच्या प्रेमात होतो– आणि त्या खालोखाल जेव्हा मी तिचा तिरस्कार करत होतो. मी ॲमीला जेमतेम सात वर्षं ओळखत होतो; पण तिच्याशिवाय आयुष्याकडे परत वळणं मला शक्य नव्हतं. कारण तिचं बरोबरच होतं. सामान्य आयुष्याकडे वळणं आता मला शक्य नव्हतं. तिनं एकही शब्द उच्चारायच्या आधीच ते मला माहीत होतं. मी आधीच एखाद्या सामान्य स्त्रीबरोबर माझी कल्पना करून बघितली– एखादी गोड, सामान्य, चारचौघींसारखी असणारी मुलगी– आणि मी कल्पना केली होती साध्यासुध्या बाईला ॲमीची गोष्ट सांगण्याची, ज्या टोकापर्यंत ती गेली– मला शिक्षा करायला आणि माझ्याकडे परत यायला. मी आधीच कल्पना केली होती की ही गोडशी, सामान्य मुलगी कंटाळवाणेपणानं काहीतरी म्हणेल अरे देवाऽऽ, आणि मला आधीच माहीत होतं की माझ्यातला एक मी तिच्याकडे बघत विचार करत असेल : तू कधीच माझ्यासाठी कोणाला मारलेलं नाहीस. तू कधीही मला अडकवलेलं नाहीस. ॲमीनं जे केलं त्याची सुरुवात तरी कशी करावी हेसुद्धा तुला कळणार नाही. तू तेवढी माझ्यात गुंतलेलीच नाहीस. माझ्यातला लाडावलेला मुलगा या साध्यासुध्या मुलीबरोबर कधीच सुखी होऊ शकणार नाही आणि लवकरच ती साधी सामान्य राहणार नाही तर ती कमी प्रतीची होईल; आणि मग माझ्या वडिलांचा आवाज– स्साली कुत्री– उफाळून येईल आणि व्यापून राहील.

ॲमीचंच बरोबर होतं.

म्हणजे मग माझ्यासाठी सुखान्त काहीच असणार नव्हता तर.

ॲमी विषारी होती, पण तरीही तिच्याशिवाय आयुष्याची मी कल्पनासुद्धा करू शकत नव्हतो. ॲमी जर नसेल तर मी कोण असेन नक्की? इतर कोणतेही पर्याय मला आता मोहात पाडू शकत नव्हते. पण तिला मात्र धडा शिकवलाच पाहिजे. ॲमीचं तुरुंगात जाणं, हाच तिचा योग्य शेवट असणार होता. तिला असं बंदिस्त करून ठेवायचं, जिथून ती स्वतःला माझ्यावर लादू शकणार नाही; पण मी मात्र तिला वेळोवेळी भेटू शकेन. किंवा किमान तिची तशी कल्पना करू शकेन. एक धडधडती नाडी, माझी नाडी या विचारासरशी थंड पडली.

तिला तिथपर्यंत पोहोचवणारा मीच असायला हवा होतो. ती माझीच जबाबदारी होती. जसं ॲमी माझ्यातलं उत्तम बाहेर काढण्याचं श्रेय स्वतःकडे घेत असेल, तर मग तिच्यातला वेडेपणा भरात आणण्याचा आरोपपण मला स्वीकारायला हवा. अशी लाखो माणसं असतील, की ज्यांनी ॲमीवर प्रेम केलं असतं, तिचा मान राखला असता, तिचं ऐकलं असतं आणि स्वतःला त्यासाठी त्यांनी भाग्यशालीही समजलं असतं. आत्मविश्वास असणारे, स्वतःबद्दल खात्री बाळगणारे खरे मर्द,

ज्यांनी तिला आदर्श, कठोर, हट्टी, हुशार, सर्जनशील, आकर्षक, लोभी, अहंकारी अशा स्वरूपाखेरीज काही व्हायला भाग पाडलं नसतं.

पुरुष जे बायकोच्या मुठीत सुखानं राहू शकतात.

पुरुष जे तिला शहाणपणाच्या काठावर ठेवू शकतील.

ॲमीची कहाणी आणखी कितीही वेगळ्या वाटांवर जाऊ शकली असती, पण ती मला भेटली, आणि वाईट गोष्टी घडायला लागल्या. त्यामुळे तिला थांबवणं, हे माझंच काम होतं.

तिला मारायचं नाही तर थांबवायचं.

तिला तिच्याच एखाद्या कप्प्यात बंदिस्त करायचं.

ॲमी इलियट डन्

परत आल्यावर पाच दिवसांनंतर...

मला माहीत आहे, मला नक्की माहीत आहे, की मला यापुढे निक्पासून जास्त सावध राहायला हवं. तो आता पूर्वीसारखा गरीब राहिला नाहीये. त्याच्यात एक वेगळंच रसरसतं चैतन्य आलंय; कळ दाबली जावी तसं. मला आवडतंय ते सगळं, पण मला काळजी घ्यायला हवी.

मला आणखी एक दिमाखदार काळजी घ्यायला हवी.

अर्थात, ही काळजी घेण्याची घडी बसवायला थोडा वेळ लागेल; पण मी हे याआधीही केलेलं आहे. हे नियोजन. पण मधल्या काळात नातं परत घट्ट करण्याकडे लक्ष देता येईल. दर्शनी भागापासून सुरुवात करावी. आमचा संसार सुखाचाच असेल मग. त्यासाठी त्याला जीव द्यावा लागला तरी बेहत्तर.

"तुला पुन्हा एकदा माझ्यावर प्रेम करायचा प्रयत्न करावा लागणार आहे." त्यानं मला जवळजवळ मारलंच होतं, त्याच्या दुसऱ्या दिवशी सकाळी मी त्याला म्हटलं. त्या दिवशी निक्चा पस्तिसावा वाढदिवस होता; पण तो काहीच बोलला नाही. माझ्याकडून मिळणाऱ्या भेटवस्तूंनी माझ्या नवऱ्याचं मन भरलं असावं बहुधा.

"कालच्या प्रसंगावरून माफ केलंय मी तुला," मी म्हटलं. "आपण दोघंही प्रचंड ताणाखाली होतो; पण आता तुला प्रयत्न करायला हवा."

"मला माहीत आहे."

"गोष्टी आता वेगळ्या पद्धतीनं घडायला हव्यात." मी म्हटलं.

"माहीत आहे मला." तो म्हणाला.

त्याला काही माहीत नाही; पण कळेल त्याला.

माझे आई-वडील रोज येतात. रॅन्ड, मेरीबेथ आणि निक् माझ्याकडे भरभरून लक्ष देत होते. उशा, सगळे जण मला उशा देतात : आम्ही सध्या या भावनिक

तणावाखाली वावरतोय, की माझ्यावरच्या बलात्कारानं आणि गर्भपातानं माझी अवस्था फारच हळवी आणि नाजूक झालेली आहे. मी आता कायमसाठीच नाजूक झालेली आहे– मला आता जपून हाताळायला हवं, नाहीतर तुटून जाईन मी. म्हणून मग मी माझे पाय त्या कुप्रसिद्ध ओट्टोमनवर ठेवते आणि स्वयंपाकघरात जिथे माझं रक्त सांडलं होतं, तिथे हलक्या सावध पावलांनी चालते.

पण तरीही निक् माझ्याखेरीज इतरांबरोबर असेल तर मला एक अनामिक ताण येतो. सगळा वेळ तो मनातलं बोलून टाकण्याच्या अगदी टोकावर येऊन थांबलेला आहे असं वाटत राहतं– जणू काही माझ्याबद्दलच्या शब्दांनी त्याची फुफ्फुसं आता फुटून जातील. विनाशक शब्द.

मला गरज आहे निक्‌ची, माझ्या लक्षात येतं. माझ्या कहाणीच्या समर्थनासाठी मला खरोखर त्याची गरज आहे. त्याचे आरोप, त्याचं सगळ्या गोष्टी नाकारणं थांबवून, हे सर्व त्यानंच केलंय हे कबूल करवून घ्यायला हवं : क्रेडिट कार्ड, त्या खोपटातल्या वस्तू, विम्याची वाढवलेली रक्कम. नाहीतर तो अनिश्चिततेचा झोत सतत माझ्याबरोबर फिरत राहील. माझ्या गोष्टीत फक्त काही काही संदिग्ध बाबी आहेत, आणि त्या म्हणजे लोकं. पोलीस , एफबीआय ते माझी कहाणी अगदी चाळून घेताहेत. मला चांगलं माहीत आहे, की बोनीला मला अटक करायला नक्कीच आवडेल; पण आधी त्यांनी इतके घोळ घालून ठेवले आहेत– ते अगदी मूर्ख ठरलेत– की पक्का पुरावा असल्याखेरीज ते मला अटक करू शकत नाहीत. आणि त्यांच्याकडे कसलाही पुरावा नाही. त्यांच्याकडे निक् आहे, जो शपथेवर त्या गोष्टी न केल्याचं सांगतोय, ज्या त्यानंच केल्याची खात्री मी देते आहे. अर्थात, हे पुरेसं नाही; पण माझ्यासाठी ते जरा जास्तच आहे.

चुकून माझे ओझार्कमधले मित्र जेफ आणि ग्रेटा जर का कुठला दावा सांगत किंवा पैशासाठी म्हणून हुंगत आले, तर त्याचीही दक्षता मी घेतलेली आहे. मी आधीच पोलिसांना सांगितलं आहे : देसीनं मला थेट घरी नेलं नाही. त्यानं मला डोळे बांधून, तोंडात बोळा कोंबून कित्येक दिवस गुंगीत ठेवलं होतं– म्हणजे मला वाटतं, की ते 'कित्येक दिवस' असणार– कोणत्यातरी खोलीत, कदाचित मोटेलच्या खोलीत? कदाचित एखाद्या अपार्टमेंटमध्ये? मला सांगता येत नाही, ते सगळं इतकं संदिग्ध आहे. मी इतकी घाबरलेली होते आणि वरतून झोपेच्या गोळ्या– जर का जेफ आणि ग्रेटा त्यांची दळभद्री थोबाडं घेऊन आलेच आणि त्यांनी जर पोलिसांना त्यांनी हाईड-अ-वे पर्यंत शोधपथक घेऊन पाठवायला पटवलंच, आणि जर कुठे माझ्या बोटाचा ठसा किंवा एखादा केस सापडला, तर त्यामुळे फक्त कोड्याचा उलगडा तेवढा होईल. उरलेल्या सगळ्या मग त्यांच्या थापा असतील.

तर मग खरा प्रश्न फक्त निक्‌च आहे, आणि लवकरच मी त्याला माझ्या कह्यात आणीन. मी हुशारी दाखवली आणि एकही पुरावा ठेवला नाही. पोलिसांचा कदाचित पूर्ण विश्वास बसणार नाही माझ्यावर, पण ते काहीही करू शकणार नाहीत. बोनीच्या आवाजातल्या वैतागलेल्या सुरावरून मला कळतंय– यापुढे ती कायम चिडचिडलेलीच राहील, आणि ती जितकी जास्त चिडेल तेवढं लोकं तिच्याकडे दुर्लक्ष करतील. एव्हानाच तिची वक्तव्यं एखाद्या चक्रम माणसासारखी वाटायला लागली आहेत. तिनं आता आपली बुद्धी आवरती घ्यावी, हेच बरं.

हो, तपास तर आता थंड पडत चाललाय; पण अमेझिंग ॲमीकरता मात्र चांगले दिवस आहेत. माझ्या पालकांच्या प्रकाशकांनी जरा बिचकत नवीन अमेझिंग ॲमीच्या पुस्तकाची विनंती केली, त्यासाठी ते मोठी रक्कम द्यायला तयार होते. परत एकदा ते माझ्या व्यक्तित्वाच्या जिवावर स्वतःसाठी पैसा कमावताहेत. आज सकाळी ते घरी गेले. ते म्हणतात, की निक्‌नं आणि मी (व्याकरणदृष्ट्या योग्य क्रम) काही काळ फक्त एकमेकांबरोबर घालवून जरा सावरायला हवं; पण मला तर सत्य माहीतच आहे. त्यांना आता कामाला लागायचं आहे. ते मला सांगतात, की ते या सगळ्याची नेमकी नस, नेमका सूर पकडण्याचा प्रयत्न करत आहेत. नेमका सूर म्हणजे : आमच्या मुलीला पळवून नेलं गेलं आणि त्या नरपशूनं तिच्यावर पुन्हा पुन्हा बलात्कार केले. ज्याला शेवटी तिला मारून टाकावं लागलं... पण हा काही झटपट श्रीमंतीचा मार्ग नाही.

त्यांच्या त्या फालतू साम्राज्याच्या पुनर्बांधणीत मला काहीही रस नाही, कारण मी 'माझी' गोष्ट सांगावी यासाठी मला रोजचे फोन येतात. माझी कहाणी : माझी, माझी, माझी. मला सगळ्यात चांगला प्रस्ताव निवडून फक्त लिहायला सुरुवात करायची. फक्त आता मला निक्‌ला माझ्या मनाप्रमाणे वळवायला हवं म्हणजे ही कहाणी कशी संपवायची त्यावर आमचं एकमत होईल. आनंदानं.

मला कल्पना आहे, की निक्‌चं माझ्यावर प्रेम नाही. अजूनतरी; पण तो पडेल प्रेमात. माझ्या या गोष्टीवर विश्वास आहे. ते काहीसं म्हणतात ना, प्रत्यक्ष घडून येईपर्यंत आव आणा. सध्यातरी तो त्या जुन्या निक्‌सारखा वागतोय आणि मी जुन्या ॲमीसारखी. पूर्वीच्या, जेव्हा आम्ही सुखात होतो तेव्हाच्या. जेव्हा आम्ही आताच्याइतकं एकमेकांना ओळखत नव्हतो. काल मी मागच्या पोर्चमध्ये उभी राहून नदीवरून सूर्य वर येताना पाहत होते, ऑगस्टमधील एक अवचित थंड सकाळ आणि जेव्हा मी वळले, तेव्हा निक् स्वयंपाकघराच्या खिडकीतून माझ्याकडे बघत होता, हातात कॉफीचा कप घेऊन, प्रश्नार्थक : तुला हवी आहे कॉफी? मी मान डोलावली. काही वेळातच तो माझ्या शेजारी उभा होता, हवेत

ओलसर गवताचा वास भरून राहिला होता, आणि आम्ही दोघं एकत्र कॉफी पीत पाण्याकडे बघत होतो, सगळं कसं छान, रोजच्यासारखं वाटत होतं.

अजून तो माझ्याबरोबर झोपत नाही. तो खालच्या पाहुण्यांसाठी असलेल्या खोलीत दार बंद करून झोपतो. पण एक दिवस मी हे मोडून काढीन, मी त्याला बेसावध पकडेन आणि मग या रोज रात्रीच्या लढाईची त्याची ताकद संपून तो माझ्या स्वाधीन होईल. रात्रीच्या अंधारात मी त्याच्याकडे तोंड वळवून त्याला बिलगून झोपेन. मी एखाद्या वेढे घालत चढत जाणाऱ्या वेलीसारखी त्याच्या सगळ्या शरीराला वेढून घेईन आणि त्याच्यावर ताबा मिळवीन.

निक् डन्

परत आल्यावर तीस दिवसांनंतर...

ॲमीला वाटतंय सगळं तिच्या ताब्यात आहे, पण खरं तर ते तसं नाहीये. किंवा : तसं असणार नाहीये ते.

बोनी, 'गो' आणि मी एकत्र काम करतोय. पोलीस , एफबीआय, कोणालाच आता यात फारसा रस उरलेला नाही; पण काल बोनीनं अचानकच फोन केला. मी फोन उचलल्यावर नाव वगैरे सांगण्याच्या भानगडीत न पडता, एखाद्या जुन्या मित्रासारखी तिनं बोलायला सुरुवात केली : कॉफी प्यायला भेटू या? मी 'गो'ला बरोबर घेतलं आणि बोनीला पॅनकेक हाऊसमध्ये भेटायला गेलो. आम्ही पोहोचलो तेव्हा ती आधीच येऊन बसलेली होती. आम्ही आल्यावर ती उठून उभी राहिली आणि मलूलपणे हसली. पत्रकारांकडून तिला फारच फटके मिळाले होते. आम्ही अवघडल्यासारखं एकमेकांना मिठीत घेतल्यासारखं केलं. बोनीनं नुसतीच मान डोलावली.

आमचं खाणं समोर आल्यावर पहिल्यांदा ती काय बोलली असेल तर : "मला एक मुलगी आहे. तेरा वर्षांची मिया. मिया हॅमच्या प्रमाणे. आपण वर्ल्डकप जिंकला, त्या दिवशी ती जन्माला आली. तर, अशी आहे माझी मुलगी."

मी भुवया उंचावल्या : किती छान ! आणखी काही सांग.

"तू एक दिवस विचारलं होतंस, आणि मी... मी उर्मटपणे वागले. तू निर्दोष असण्याची मला खात्री वाटत होती आणि मग... प्रत्येक गोष्ट तू दोषी असण्याकडे बोट दाखवायला लागली, त्यामुळे मी वैतागले होते. मी इतकी कशी मूर्ख बनू शकते? त्यामुळे मला माझ्या मुलीचं नावसुद्धा तुझ्या आसपास उच्चारावं असं वाटत नव्हतं." तिनं थर्मासमधून आमच्याकरता कॉफी ओतली.

"तर मग तिचं नाव मिया." ती म्हणाली.

''थँक यू.'' मी म्हटलं.

''नाही, म्हणजे मला म्हणायचंय की ... शी!'' तिनं वरच्या दिशेनं श्वास सोडला, तिच्या बटांना दडपणारा जोराचा झोका. ''म्हणजे : मला माहीत आहे, की ॲमीनं तुला अडकवलंय. मला माहिती आहे तिनं देसी कॉलिंग्जचा खून केलाय. मला 'माहीत' आहे, पण मी ते सिद्ध करू शकत नाही.''

''तू या केसवर प्रत्यक्ष काम करते आहेस, तेव्हा बाकीचे काय करताहेत?'' 'गो'नं विचारलं.

''आता केसच नाहीये. ते सगळे आता पुढे सरकलेत. गिलपीन तर पूर्णपणे बाहेर पडलाय. मलाही वरून आदेश मिळालाय : ही केस बंद करा. केस बंद करा. राष्ट्रीय मीडियामध्ये आम्ही प्रचंड मोठे, गावंढळ, मूर्ख ठरलोय. तुझ्याकडून काहीतरी मिळाल्याशिवाय मी काही करू शकत नाही. निक्, तुला सापडलंय का काहीतरी?''

मी खांदे उडवले, ''माझ्याकडे तुझ्यासाठी बरंच काही आहे. तिने माझ्याजवळ कबुली दिली; पण –''

''तिने कबुली दिली?'' तिनं विचारलं. ''अरे काय, मग आपण तुझ्या अंगावर माईक लपवू.''

''काही उपयोग नाही. उपयोगच नाही. ती सगळ्याचा विचार करते. म्हणजे तिला पोलिसांच्या कार्यपद्धतीची खडान्‌खडा माहिती आहे. ती अभ्यास करते, ऱ्होंडा.''

''तू ऱ्होंडा म्हटलंस की माझं डोकं फिरतं.''

''ती अभ्यास करते, डिटेक्टिव्ह बोनी.''

परत एकदा वर श्वास सोडत तिनं बटा उडवल्या. पॅनकेकचा एक घास घेतला. ''असंही आत्ता असं माईक लावणं अवघडच होतं म्हणा.''

''काहीतरी असेलच. कशाचा तरी उपयोग होईलच ना.'' 'गो'नं फटकारलं. ''निक्, तुला जर काही मिळत नसेल तर मग तू त्याच घरात का राहतो आहेस?''

''त्याला वेळ लागणार 'गो'. तिचा माझ्यावर पुन्हा विश्वास बसायला हवा. जर ती मला इतक्या सहजपणे गोष्टी सांगायला लागली, तेही आमच्या अंगावर कपडे असताना...''

बोनी डोळे चोळत 'गो'ला म्हणाली, ''हे काय आहे ते विचारण्यात पण अर्थ नाही.''

''ते फक्त शॉवरखाली पाणी सुरू असताना नग्नावस्थेत असतानाच बोलतात.'' 'गो'नं तिला सांगितलं. ''तू शॉवरमध्ये कुठे यंत्र लावू शकतेस का?''

''पाणी सुरू असताना ती माझ्या कानात कुजबुजते,'' मी म्हणालो.

''ती अभ्यास करते,'' बोनी म्हणाली. ''खरंच अभ्यास करते. मी ती ज्या गाडीतून परत आली, देसीची जॅग्वार, त्याची तपासणी केली. मी त्यांना विशेषतः सामानाची जागा तपासायला सांगितली, जिथं देसीनं तिला पळवून नेताना डांबून ठेवलं होतं, असं तिनं सांगितलं. मला वाटलं तिथे काहीच नसेल– आपण त्याबाबतीत तिची थाप उघडकीला आणू शकू. पण ती तिथे लोळली होती निक्. आमच्या कुत्र्यांनी तिचा वास ओळखला आणि तिथे आम्हाला तीन सोनेरी लांब केस मिळाले. तीन सोनेरी लांब केस. तिचे. तिनं कापण्यापूर्वीचे. तिने ते कसं केलं असेल –''

''दूरदर्शीपणा. मला खात्री आहे की तिनं ते केस तिच्याकडे सांभाळून ठेवले असणार, मला अडकवायला, तिला कुठे टाकायला लागले तर तिच्याजवळ असावेत, म्हणून.''

''देवा परमेश्वरा, आई म्हणून कशी असेल ती, तुम्ही कल्पनाही नाही करू शकत. तुम्ही कधीही थापा मारू शकणार नाही. ती कायम तुमच्यापुढे तीन पावलं असेल.''

''बोनी, ही तुझी बायको असल्याची कल्पना करून बघ.''

''ती चुकेल,'' तिनं म्हटलं. ''कधीतरी चुकेलच ती.''

''नाही चुकणार,'' मी म्हणालो, ''मी तिच्याविरुद्ध साक्ष देऊन नाही चालणार का?''

''तुझ्याकडे तेवढी विश्वासार्हता नाही,'' बोनीनं म्हटलं. ''तुझ्या शब्दाला फक्त ॲमीचं बळ आहे. तिनंच आत्ता या घोळातून तुझा पाय सोडवलाय. ती कधीही तुला पुन्हा अडकवू शकेल. तिनं जर त्या ॲन्टीफ्रिजच्या गोष्टीवरून ताणून धरलं...''

''मला ती उलटी शोधली पाहिजे.'' मी म्हणालो. ''मी जर त्याची विल्हेवाट लावू शकलो आणि तिचा आणखी खोटारडेपणा उजेडात आणू शकलो...''

''आपण डायरी पिंजून काढू,'' 'गो' म्हणाली. ''सात वर्षांच्या नोंदी? काहीतरी विसंगती तर सापडेलच.''

''आम्ही रॅन्ड आणि मेरीबेथला त्या बघायला सांगितल्या. त्यांना काही वेगळं, चुकीचं वाटतंय का?'' बोनीनं सांगितलं. ''पण त्याचं काय झालं असेल त्याची कल्पना तुम्ही करू शकता. मेरीबेथनं माझे डोळेच उचकटून काढायचं तेवढं शिल्लक ठेवलं.''

''जॅक्लीन कॉलिंग्ज किंवा टॉमी ओ'हारा किंवा हिलरी हॅन्डी, त्यांचं काय?'' 'गोनं विचारलं. ''त्यांना तर ॲमी कशी आहे ते माहीत आहे ना? तिथे तरी काही

करता येईल का ते पाहू.''

बोनीनं नकारार्थी मान हलवली. ''माझ्यावर विश्वास ठेवा; पण हे एवढं पुरेसं नाही. ते सगळे ॲमीपेक्षा कमी विश्वासू आहेत. हे खरंतर फक्त लोकमत आहे; पण पोलीस खातं त्यावरच अवलंबून आहे. लोकमतावर.''

बरोबर होतं तिचं म्हणणं. जॅक्लीन कॉलिंग्ज टीव्हीच्या काही कार्यक्रमांत आली होती, स्वतःच्या मुलाच्या निर्दोषपणाची खात्री द्यायला. ती सुरुवात तर चांगली स्थिरपणे करायची; पण तिचा आईचा जीव आड यायचा; लवकरच तिची प्रतिमा स्वतःच्या मुलावर विश्वास ठेवण्यासाठी धडपणारी आई, एवढीच उरली. त्या कार्यक्रमाचे संचालक तिची जेवढी कीव करायचे, तेवढी ती चिडचिड करायची, खोचकपणे बोलायची, तितकी ती सहानुभूतीशून्य बनत चालली होती. लवकरच ती मागे पडली. टॉमी ओ'हारा आणि हिलरी हॅन्डी दोघांनीही मला फोन केला होता. ॲमी शिक्षा न होता सुटली म्हणून संतापले होते ते. त्यांची कहाणी सांगायचा त्यांचा निश्चय होता; पण कोणालाही तिच्या पूर्वाश्रमीच्या मानसिक तोल ढळलेल्या कोणाकडून तरी काही ऐकण्यात रस नव्हताच. 'धीर धरा' मी त्यांना सांगितलं. आम्ही मार्ग काढू त्यावर. हिलरी आणि टॉमी आणि जॅक्लीन आणि बोनी आणि 'गो' आणि मी– आमचीही वेळ येईलच कधीतरी. माझा विश्वास आहे यावर, मी स्वतःलाच बजावलं.

''जर आपण ॲन्डीशी बोललो तर?'' मी विचारलं. ''जर तिनं साक्ष दिली की जिथं जिथं ॲमीनं क्ल्यू लपवले होते, त्या सगळ्या जागी आम्ही... आमचे संबंध आले होते. ॲन्डी तरी विश्वासू आहे ना? लोकांची लाडकी आहे ती.''

ॲमी परत आल्यानंतर ॲन्डी पुन्हा एकदा पूर्वीचीच आनंदी मुलगी झाली होती. ही माहिती मला फक्त सवंग वर्तमानपत्रात येणाऱ्या फोटोवरून कळली होती. त्यावरूनच मला कळलंय की आजकाल ती तिच्याच वयाच्या एका मुलाबरोबर असते. एक छानसा, अजागळ मुलगा ज्याच्या गळ्यात कायम इअरबड लोंबकळत असतात. वर्तमानपत्राचं फार प्रेम होतं, त्यांच्यावर. सगळ्यात चांगली हेडलाईन : 'ॲन्डी हार्डीला तिचं प्रेम मिळालं!' १९३८च्या मिकी रुनीच्या सिनेमावर केलेली कोटी, जी फक्त वीसेक लोकांनाच कळू शकेल. मी तिला एक संदेश पाठवला : मला क्षमा कर. सगळ्यासाठीच; पण मला काहीच उत्तर मिळालं नाही. चांगलं झालं तिचं. खरोखर मनापासून म्हणतोय मी हे.

''योगायोग.'' बोनीनं निराशेनं खांदे उडवले. ''विचित्र आहे खरा हा योगायोग, पण... या असल्या वातावरणात पुढे जाणं योग्य ठरणार नाही. तू तुझ्या बायकोला काहीतरी सांगायला भाग पाडायला हवंस, निक्. आमची आशा आता फक्त तुझ्यावर टिकून आहे.''

'गो' नं स्वतःचा कॉफीचा कप टेबलावर आपटला. "हे काय बोलतोय आपण, माझा तर विश्वासच बसत नाहीये." ती म्हणाली. "निक्, यापुढे तू त्या घरात राहिलेलं मला चालणार नाही. तू काही कोणी गुप्त पोलीस नाहीस. हे तुझं काम नाहीये. तू एका खुनी बाईबरोबर राहतो आहेस. नीघ तिथून. मला माफ कर; पण कोणाला पडलंय इथे, तिनं देसीला मारलंय की नाही याबद्दल? पण मला तिनं तुला मारलेलं चालणार नाही. म्हणजे बघ ना, एखाद्या दिवशी तू तिचं ग्रिल्ड सॅन्डविच जाळलंस चुकून आणि दुसऱ्या क्षणी माझा फोन वाजला हे सांगायला की तू छपरावरून चुकून पडलास किंवा काहीतरी. नीघ!"

"मी नाही निघू शकत. सध्या तरी नाही. ती मला जाऊच देणार नाही. तिला हा खेळ जरा जास्तच आवडतो."

"मग थांबव हा खेळ."

मी नाही सोडू शकत. हळूहळू जमायला लागलंय हे मला. तिला जाळ्यात अडकवेपर्यंत तरी मला तिच्याबरोबर राहायला हवं. हे करू शकणारा आता मीच एकमेव उरलो आहे. कधीतरी तिचा ताबा सुटेल, ती काहीतरी बोलून जाईल जे मला उपयोगाला येईल. एक आठवड्यापूर्वी मी पुन्हा आमच्या बेडरूममध्ये हललो. आमच्यात अजूनही संबंध नाहीयेत, आम्ही एकमेकांना स्पर्शही करत नाही; पण आम्ही आता एका बिछान्यात झोपणारे नवर-बायको आहोत. सध्यातरी ॲमीचं तेवढ्यानं समाधान झालंय. मी तिच्या केसांवरून हात फिरवतो. तिची एखादी बट चिमटीत धरून घंटा वाजवावी तशी ओढतो आणि आम्हाला दोघांनाही आवडतं ते. खरा प्रश्न तोच आहे.

आम्ही प्रेमात असण्याची बतावणी करतो, आम्ही जेव्हा प्रेमात होतो तेव्हा करायचो तशा गोष्टी करतो. कधी कधी तर ते अगदी प्रेमच असल्यासारखं वाटतं, कारण आम्ही इतक्या सहजपणे वावरतोय, जुन्या प्रेमाची आठवण जणू ताजी करतोय. जेव्हा मी विसरतो– कधी कधी माझी खरी बायको कोण आहे ते मी थोड्या काळाकरता विसरू शकतो– तेव्हा मला तिच्याबरोबर असणं चक्क आवडतं. किंवा 'तिच्याबरोबर' जी असण्याची ती आव आणते आहे ते. खरी गोष्ट अशी आहे, की माझी बायको एक खुनी आहे, जी कधीकधी खूप छान मजेशीर असू शकते. मी एक उदाहरण देऊ? एका रात्री मी पूर्वीसारखे झिंगे मागवले, आणि ते घेऊन ती माझ्या मागे लागण्याचं नाटक करायला लागली आणि मग मी खोटा खोटा लपलो, आणि मग 'एकाच वेळी' आम्ही दोघांनीही ॲनी हॉलचा विनोद केला. हे सगळं इतकं पूर्वीसारखं होतं, की मला एक सेकंद खोली सोडून बाहेर जावं लागलं : माझं हृदय धडधडत होतं. मला स्वतःला सतत बजावायला

लागत होतं : ॲमीनं एका माणसाचा खून केला आहे, आणि तू जर सावध राहिला नाहीस तर ती तुला पण मारून टाकेल. माझी बायको, जी एक सुंदर मजेशीर खुनी आहे, तिला मी नाराज केलं तर ती मला नक्की इजा करेल – माझ्याच घरात मी घाबरत राहतो आहे : एखाद्या दुपारी मी स्वयंपाकघरात सॅन्डविच करत उभा असतो, सुरीला लागलेलं लोणी जिभेनं चाटतो, आणि वळल्यावर मला ॲमी दृष्टीस पडते, माझ्याबरोबर एकाच खोलीत– त्याच मांजराच्या पावलांनी– आणि माझा थरकाप होतो. मी, निक् डन्, असा नेहमी तपशील विसरणारा माणूस; पण आता मात्र मी संभाषण पुन्हा पुन्हा आठवून बघतो की मी तिला दुखावलं तर नाही ना, तिचा अपमान तर केलेला नाही ना, हे तपासतो. मी तिच्याबद्दलचं सगळं लिहून काढतो, तिचा दिवस कसा असतो, तिला काय आवडतं, काय आवडत नाही. चुकून जर तिनं माझी परीक्षा घ्यायची ठरवली तर. मी एक चांगला नवरा आहे, कारण मला भीती वाटते, की ती मला मारून टाकेल.

माझ्या या आत्यंतिक भीतीबद्दल आम्ही एक शब्दही उच्चारत नाही. कारण आम्ही प्रेमात असल्याचा आव आणतोय आणि मीही तिला घाबरत नसल्याचा आव आणतोय. पण तिने त्याचे ओझरते उल्लेख केलेले आहेत : तुला माहीत आहे निक्, तू झोपू शकतोस माझ्याबरोबर एका बिछान्यात. म्हणजे खरोखर झोप. काही होणार नाही. शप्पथ. देसीबरोबर जे काही झालं ती एकदाच घडलेली गोष्ट होती. असं परत परत नाही घडत. डोळे बंद कर आणि झोप.

पण मला माहीत आहे, की मी कधीच झोपू शकणार नाही. तिच्या शेजारी मी डोळे बंद करूच शकत नाही. एखाद्या कोळ्याबरोबर झोपण्यासारखं आहे ते.

ॲमी इलियट डन्

परत आल्यावर आठ आठवड्यांनंतर...

मला कोणीही अटक केलेली नाही. पोलिसांनी तपास थांबवलेला आहे. मला आता सुरक्षित वाटतंय. लवकरच मी अजूनही सुरक्षित असेन.

मला किती छान वाटतंय ते सांगते : काल सकाळी मी नाश्त्यासाठी खाली आले, तर ज्या बरणीत माझी उलटी भरलेली होती ती ओट्यावर होती. रिकामी. निक्– तो फडतूस– त्यानं हे माझं छोटंसं वर्चस्व नष्ट केलं होतं. मी एक क्षण बघितलं आणि बरणी फेकून दिली.

त्यानं आता काही फरक पडत नाही.

चांगल्या गोष्टी घडायला लागल्या आहेत.

माझ्याकडे पुस्तकाचा करार आहे : आमच्या गोष्टीचा अधिकृत ताबा आता माझ्याकडेच आहे. हे एक सुचिन्हच म्हणायला हवं. खरं म्हणजे सगळी लग्नं अशीच असणार, हो ना? फक्त तो म्हणाला, ती म्हणालीचा एक दीर्घ खेळ? ठीक आहे तर, इथे ती म्हणत्येय आणि जग ऐकणार आहे आणि निक्ला हसून मान्य करावं लागेल. मला जसं हवं तसं मी त्याचं चित्र रंगवीन : प्रेमळ, विचारी आणि अगदी पश्चात्तापदग्ध – क्रेडिट कार्डबद्दल आणि खोपटातल्या सामानाच्या खरेदीबद्दल. जर मी त्याच्या तोंडून प्रत्यक्ष वदवून घेऊ शकले नाही तर तो ते माझ्या पुस्तकात बोलेल. मग तो माझ्याबरोबर दौरे करेल आणि हसेल, भरपूर हसेल.

माझ्या पुस्तकाचं नाव आहे फक्त : 'ॲमेझिंग'. म्हणजे आश्चर्यकारक; चकित करून टाकणारं. मला वाटतं हेच माझ्या गोष्टीचं सार आहे.

निक् डन्

परत आल्यावर नऊ आठवड्यांनंतर...

मला ती उलटीची बरणी सापडली. तिनं ती ब्रसेल्स स्प्राऊटच्या खोक्यात फ्रीजरमध्ये पार मागे दडवून ठेवली होती. खोक्यावर बर्फ जमलेला होता. म्हणजे कित्येक महिने तो तिथं पडून असणार. मला माहीत आहे हा तिचा स्वतःशीच केलेला एक विनोद असणार : निक् काही भाज्या खात नाही, निक् कधीच फ्रिज साफ करत नाही, इथं शोधायचं त्याच्या डोक्यात पण येणार नाही.

पण निक्च्या डोक्यात आलं.

फ्रिज साफ कसा करायचा ते कळतंय निक्ला आणि त्यातला जमलेला बर्फ कसा साफ करायचा तेही; ती सगळी घाण मी ओतून दिली आणि तिला कळण्याकरता बरणी ओट्यावर ठेवली.

तिनं ती कचऱ्यात फेकून दिली. त्यावर तिनं एक अक्षरही उच्चारलं नाही.

काहीतरी चुकतंय. काय ते मला माहीत नाही; पण काहीतरी नक्कीच चुकतंय.

एखाद्या कादंबरीचा उपसंहार असावा, तसं मला माझं आयुष्य वाटायला लागलेलं आहे. टॅनरनं नवीन केस स्वीकारली आहे. नॅशविलेमधल्या एका गायकाच्या असं लक्षात आलं, की त्याची बायको त्याला फसवते आहे. आणि दुसऱ्याच दिवशी त्यांच्या घराजवळच्या कचऱ्याच्या पेटीत तिचा मृतदेह सापडला. त्याच्या बोटांचे ठसे असणारी हातोडीपण तिच्या जवळच सापडली. बचाव म्हणून टॅनर माझा उपयोग करून घेणार आहे. मला कळतंय, की परिस्थिती गंभीर आहे; पण निक्करता पण ती तशीच गंभीर होती; पण आता बघितलं ना काय निष्पन्न झालं ते. मला एकदम तो माझ्याकडे कॅमेऱ्यामधून डोळे मिचकावून बघतोय असं वाटलं. तो क्वचित कधीतरी संदेश पाठवतो. बरा आहेस ना? किंवा काही

मिळालंय?

नाही. काहीही नाही.

बोनी, मी आणि 'गा' गुपचूपपणे पॅनकेक हाऊसमध्ये भेटतो, जिथं आम्ही ॲमीच्या गोष्टीची पुन्हा पुन्हा छाननी केली, काही सापडतंय का ते शोधलं. आम्ही ती डायरी पिंजून काढली. काही कालविपर्यास, विसंवाद सापडतोय का ते शोधलं. त्यातून अगदीच क्षुल्लक गोष्टी निघाल्या : "ती इथं दार्फुरचा उल्लेख करते आहे; पण २०१० मध्ये ते नजरेसमोर होतं का?" (हो, आम्हाला एक बातमी सापडली २००६ची. ज्यात जॉर्ज क्लुनीनं त्यावर चर्चा केली होती.) किंवा माझं त्यातल्या त्यात चांगलं : "ॲमी २००८च्या जुलैमध्ये एक नोंद करते आहे. ज्यात ती एखाद्या भटक्या कामगाराला मारण्यावरून विनोद करते आहे; पण मला वाटतंय की हे मेलेल्या भटक्यांचे विनोद २००९ पर्यंत प्रचलित नव्हते." यावरच बोनीचं उत्तर : "ते सिरप आण इकडे, फडतूस."

लोकं बाजूला झाली, आपापल्या कामाला लागली. बोनी राहिली. 'गो' राहिली.

मग एक गोष्ट झाली. शेवटी एकदाचे माझे वडील वारले. रात्री झोपेतच. एका बाईनं त्यांना शेवटचं भरवलं. त्यांच्या शेवटच्या विश्रांतीसाठी एका बाईनंच त्यांना झोपवलं. त्यांच्या मृत्यूनंतर एका बाईनंच त्यांना स्वच्छ केलं आणि एका बाईनंच मला ही बातमी द्यायला म्हणून फोन केला.

"ते एक चांगले गृहस्थ होते." तिने म्हटलं, कर्तव्य म्हणून पुढे केलेली निर्जीव सहानुभूती.

"नाही. तसं नव्हतं ते," मी म्हणालो, आणि ती इतकी हसली, जशी ती कदाचित महिन्याभरात हसली नसावी.

मला वाटलं होतं की हा माणूस पृथ्वीवरून कायमचा नाहीसा झाला, की मला फार बरं वाटेल; पण मला माझ्या छातीत एक प्रचंड भीतिदायक पोकळी निर्माण झाली असावी असं वाटलं. माझं संपूर्ण आयुष्य मी माझ्या वडिलांशी तुलना करण्यात घालवलं होतं; पण आता ते तर गेले. आता सामना करायला फक्त ॲमीच उरली. एक छोट्या, धुरकट एकाकी प्रार्थनेनंतर मी 'गो' बरोबर न जाता, ॲमीबरोबर घरी आलो आणि तिला उराशी घट्ट धरून ठेवलं. खरंच आहे, मी माझ्या पत्नीबरोबर घरी आलो.

मला या घरातून बाहेर पडायला हवं, मला वाटलं. मला एकदाच या ॲमीच्या प्रकरणाचा सोक्षमोक्ष लावायला हवा. सगळंच संपवून टाकायला हवं म्हणजे परतीची वाट संपून जाईल.

तुझ्याशिवाय कोण असेन मी?

मला शोध घ्यायला हवा. मला माझी स्वतःची गोष्ट सांगायला हवी. सूर्यप्रकाशाइतकं स्वच्छ आहे हे.

दुसऱ्या दिवशी ॲमी जेव्हा तिच्या खोलीत टाइप करत बसली होती, जगाला तिची 'अमेझिंग' कहाणी सांगत होती, तेव्हा मी माझा लॅपटॉप घेऊन खाली आलो आणि त्याच्या झळाळत्या शुभ्र पडद्याकडे पाहत राहिलो.

मी माझ्या पुस्तकाच्या पहिल्या पानाची सुरुवात केली.

मी एक फसवणूक करणारा, कणाहिन, स्त्रियांना घाबरणारा, नेभळट माणूस आहे आणि मी तुमच्या या गोष्टीचा नायक आहे; कारण ज्या स्त्रीला मी फसवलं– माझी बायको, ॲमी इलियट डन्– एक विकृत खुनी आहे.

हं, वाचलं मी ते.

ॲमी इलियट डन्

परत आल्यानंतर दहा आठवड्यांनी...

निक् अजूनही माझ्याबरोबर नाटकच करतोय. आम्ही दोघंही एकमेकांबरोबर आनंदात, मजेत आणि प्रेमात असण्याचा आव आणतोय; पण मला रात्री उशिरा तो कॉम्प्यूटरवर काम करतो ते ऐकू येतं. लिहितोय तो. त्याची बाजू लिहितोय, मला माहीत आहे, मला पक्कं ठाऊक आहे, त्याचे शब्द ज्या अनावर गतीनं येतात, शेकडो-हजारो किड्यांचा आवाज असावा, तसा कॉम्प्यूटरच्या कीपॅडचा आवाज. मी ते चोरून बघायचा प्रयत्न करते, तो झोपलेला असताना. (खरं म्हणजे तो आता माझ्यासारखा झोपतो, अशांत, अस्वस्थ आणि मी त्याच्यासारखी) पण तो आता त्याचा धडा शिकलाय, की आता तो वाईटपणापासून लांब असणारा लाडका निकी राहिलेला नाही– आता तो त्याच्या स्वतःचा वाढदिवस किंवा त्याच्या आईचा वाढदिवस किंवा ब्लिकरचा वाढदिवस पासवर्ड म्हणून वापरत नाही. मला आत शिरता येत नाही.

पण तरीही, मला तो टाइप करतो ते ऐकू येतं, न थांबता. भराभर. माझ्या डोळ्यांसमोर त्याचं चित्र येतं– तो कॉम्प्यूटरवर वाकून बसलाय, त्याचे वर उचललेले खांदे, दातात दाबून धरलेली जीभ, मला कळतंय की स्वतःचं रक्षण करण्यात मी किती योग्य होते. सावध राहणं किती योग्य होतं.

कारण तो काही प्रेमकहाणी लिहीत नाहीये.

निक् डन्

परत आल्यानंतर वीस आठवड्यांनी...

मी घराबाहेर पडलो नाही. हा माझ्या बायकोसाठी एक आश्चर्याचा धक्का असावा, अशी माझी इच्छा होती. माझा जेव्हा पुस्तकाचा करार होईल तेव्हा बाहेर पडताना तिला हस्तलिखित द्यायचं असं मी ठरवलं होतं. कळू दे तिलापण, सगळं जग उलटंपालटं होऊन त्याचं सगळं ओझं, सगळी घाण आपल्याच डोक्यावर येऊन पडताना, हताशपणे बघण्याशिवाय आपण काहीही करू शकत नाही. तेव्हा कसं वाटतं ते कळू दे. हां, आता कदाचित ती तुरुंगात नाही जाणार, आणि नेहमीच तिच्या म्हणण्याच्या विरोधात माझं म्हणणं, अशीच परिस्थिती असणार, पण माझी बाजू पटणारी आहे. त्याला जरी कायदेशीर पाया नसला तरी एक भावनिक बळ आहे.

त्यामुळे प्रत्येकाला आपण कुठल्या बाजूला असणार ते ठरवू दे. निक्चा संघ, ॲमीची बाजू. अजून खेळखंडोबा होऊ दे : टीशर्ट विका हवे तर.

शक्ती हरवलेल्या पायांनी मी ॲमीला सांगायला गेलो : मी आता तिच्या कहाणीचा हिस्सा असणार नाही.

मी तिला हस्तलिखित दाखवलं, त्यावरचं भडक शीर्षक : विकृत खुनी. एक छोटासा खासगी विनोद. आम्हाला दोघांनाही आमचे खासगी विनोद आवडायचे. मी वाट बघत होतो, ती माझे गाल ओरबाडेल, कपडे फाडेल, मला चावेल.

"ओह! काय योग्य वेळ साधली आहेस," ती आनंदानं उद्गारली आणि माझ्याकडे बघून एक मोठ्ठं तोंडभरून हसली. "मला तुला काहीतरी दाखवायचंय. दाखवू?"

मी तिला ते सगळं पुन्हा माझ्यासमोर करायला लावलं. त्या पट्टीवर लघवी

करायला लावली. बाथरूममध्ये तिच्या शेजारी उकिडवं बसून तिच्यातून लघवी बाहेर येताना मी पाहिली आणि मग पट्टीवर पडून पट्टी गर्द निळी होतानाही. गर्द निळी.

मग मी तिला गाडीत घातलं आणि डॉक्टरांकडे घेऊन गेलो आणि मी तिच्या अंगातून रक्त काढताना बघितलं– कारण प्रत्यक्षात तिला रक्ताची भीती वगैरे अजिबात वाटत नाही– आणि त्या टेस्टचे निकाल कळण्याकरता तिथे दोन तास थांबून राहिलो.

ॲमी गरोदर होती.

''नक्कीच हे मूल माझं नाहीये,'' मी म्हणालो.

''आहे. तुझंच आहे.'' ती हसून म्हणाली. तिनं माझ्या कुशीत शिरण्याचा प्रयत्न केला. ''अभिनंदन, बाबा.''

''ॲमी –'' मी बोलायचा प्रयत्न केला, कारण अर्थातच ते खरं नव्हतं, माझी बायको घरी आल्यापासून मी तिला स्पर्शही केला नव्हता. आणि मग मला लख्खं उमगलं : टिश्युपेपरचा खोका, ती आरामखुर्ची, टीव्ही, अश्लील चित्रपट आणि हॉस्पिटलमधल्या शीतगृहात कुठेतरी असलेलं माझं वीर्य. मी ती 'नष्ट करून टाकू' ची नोटीस टेबलावर तशीच फेकली होती, दुबळ्या अपराधीभावनेनं आणि मग ती नोटीस नाहीशी झाली, कारण माझ्या बायकोनं त्याची योग्य ती दखल घेतली होती, नेहमीप्रमाणेच. आणि ती कृती नष्ट करण्याची नसून सांभाळून ठेवण्याची होती. असूदे, गरज लागलीच तर.

माझ्या मनात आनंदाचा एक मोठ्ठा फुगा तरंगल्यासारखं झालं – मला राहवलंच नाही– आणि मग त्या आनंदावर एक कठोर भीतिदायक आवरण आल्यासारखं झालं.

''माझ्या सुरक्षिततेसाठी काही गोष्टी करायला लागतील, निक्,'' ती म्हणाली. ''कारण मला हे म्हणायलाच हवं, पण आता तुझ्यावर विश्वास ठेवणं अशक्य आहे. त्यामुळे पहिली गोष्ट म्हणजे, तुला तुझं पुस्तक नष्ट करायला हवं, हे स्पष्ट आहे. आणि ती दुसरी बाब मिटवण्याकरता, आपल्याला एक प्रतिज्ञापत्र करावं लागेल, आणि तुला शपथेवर सांगावं लागेल, की त्या खोपटातलं सामान तूच घेतलं होतंस आणि 'लपवलं' होतंस. आणि आधी तुला असं वाटत होतं, की मी तुला अडकवते आहे, पण 'आता' तुझं माझ्यावर प्रेम आहे आणि माझं तुझ्यावर. आणि आता सगळं छान चालू आहे.''

''आणि मी नाही म्हटलं तर?''

तिने तिच्या छोट्याशा, किंचित फुगीर पोटावर हात ठेवला आणि आठ्या घालत म्हणाली, ''मला वाटतं ते चांगलं नाही ठरणार.''

आमच्या संसाराचा, आमच्या प्रेमकहाणीचा, आमच्या आयुष्याचा ताबा घेण्याकरता आम्ही कित्येक वर्षं धडपडत होतो; पण आता मात्र माझ्यावर पूर्णपणे मात करण्यात आली होती. मी एक पुस्तक अस्तित्वात आणलं आणि तिने एक जीव.

मी बाळाचा ताबा मिळवण्याकरता लढू शकलो असतो, पण मला आधीच माहीत होतं, की मला त्यात यश येणार नाही. ॲमीला अर्थातच या लढाईत मज्जा येईल – तिने पुढे काय वाढून ठेवलं असेल, परमेश्वरालाच ठाऊक! जेव्हा तिचा बेत तडीला जाईल, तेव्हा मला पंधरा दिवसांतून एकदासुद्धा माझ्या बाळाला भेटता येणार नाही; कुठल्यातरी एखाद्या अनोळखी खोलीत माझ्या बाळाला भेटावं लागेल. त्याचे कोणीतरी जबाबदार पालक शेजारी बसून कॉफी पीत माझ्यावर लक्ष ठेवून असतील किंवा कदाचित इतकंही नाही. मला दिसलेच एकदम माझ्यावरचे आरोप– विनयभंग केल्याचे, छळ केल्याचे– आणि मग माझं बाळ माझ्या दृष्टीसही पडणार नाही, मला माहीत असेल, की माझ्यापासून लांब कुठेतरी माझं बाळ लपवून ठेवलेलं आहे आणि त्याची आई त्याच्या त्या कोवळ्या कानात माझ्याविषयी खोटंनाटं भरते आहे.

"आणि तुला सांगायचं म्हणजे, मुलगा आहे तो." ती म्हणाली.

मी शेवटी एक कैदी होतो तर. ॲमीनं कायमसाठी मला जखडून ठेवलं होतं किंवा तिच्या मर्जीला येईपर्यंत, कारण मला माझ्या मुलाला वाचवायला हवं, ॲमीनं जे केलंय ते समूळ उपटून नष्ट करायला हवं, त्यातला विखार काढून टाकायला हवा. मी माझ्या मुलासाठी माझं आयुष्य ओवाळून टाकीन, अगदी आनंदानं करीन. मी माझ्या मुलाला एक चांगला माणूस म्हणून वाढवीन.

मी माझी कहाणी नष्ट केली.

पहिल्या फटक्याला बोनीने फोन उचलला.

"पॅनकेक हाऊस? तीस मिनिटांत?" ती म्हणाली.

"नाही."

मी ऱ्होंडा बोनीला सांगितलं की मी बाप होणार आहे आणि यापुढे मी कोणत्याही तपासकामात साथ देऊ शकणार नाही– आणि याआधी दिलेल्या कोणत्याही जबान्या मागे घेण्याच्या मी विचारात आहे, ज्या मी माझ्या 'माझी बायको मला अडकवायला बघते आहे' या चुकीच्या समजुतीखाली दिल्या होत्या. आणि त्या क्रेडिट कार्डच्या प्रकरणातल्या माझ्या सहभागाची कबुलीसुद्धा मला द्यायची आहे.

समोरून एक दीर्घ शांतता होती. "हं," ती म्हणाली. "हं."

बोनी गालाची आतली बाजू चावत स्वतःच्या केसांत हात फिरवताना, माझ्या

डोळ्यांसमोर आली.

"स्वतःची काळजी घे, निक्." शेवटी ती बोलली. "आणि त्या छोट्या बाळाची पण नीट काळजी घे." मग ती एकदम हसली. "आणि ॲमी, ती खड्ड्यात जाऊ दे; मला तिची पर्वा नाही."

मी 'गो'च्या घरी गेलो, तिला सांगायला. मी ही आनंदाची बातमी आहे असं भासवण्याचा प्रयत्न केला. बाळ, तुम्ही बाळाच्या बातमीवरून नाराज नाही होऊ शकत. तुम्ही परिस्थितीचा राग धरू शकता; पण तुम्ही छोट्या बाळावर नाही रागावू शकत.

मला वाटलं, 'गो'मला मारणारच आता. ती इतकी जवळ उभी होती, की मला तिचा श्वासही जाणवत होता. तिनं मला तर्जनीनं ढोसलं.

"तुला राहण्याकरता फक्त निमित्त हवं आहे." ती पुटपुटली. "तुम्ही दोघं, च्यायला तुम्ही चटावलेले आहात एकमेकांना. तुम्ही अक्षरशः एककेंद्री कुटुंब होणार आहात, कळतंय ना तुला? तुझा स्फोट होईल. तुला खरंच वाटतंय की तू पुढची किती, जवळजवळ अठरा वर्षं हे दिव्य करू शकशील? तुला वाटत नाही, ती तुला ठार मारेल?"

"नाही. जोपर्यंत मी तिनं लग्न केलेला माणूस असेन, तोवर नक्कीच नाही. काही काळ मी तसा नव्हतो खरा; पण मी होऊ शकेन."

"तुला असं नाही वाटत मग की 'तू' तिला ठार करशील? तुला आपल्या वडिलांसारखं व्हायचं आहे का?"

"तुला कळत नाही का, 'गो'? मी डॅडसारखा न होण्याची हीच तर खात्री आहे. मला जगातला सर्वश्रेष्ठ नवरा आणि बाप व्हायला लागेल."

'गो'ला रडू आवरेना – तिचं लहानपण सरल्यानंतर इतक्या वर्षांत मी पहिल्यादांच तिला रडताना पाहिलं. ती जमिनीवर बसली. उभीच्या उभी, पायातली ताकद गेल्यासारखी. मी तिच्याशेजारी बसून तिच्या खांद्यावर डोकं टेकलं. शेवटी तिनं हुंदका आवरून माझ्याकडे बघितलं. "मी काय म्हटलं होतं ते आठवतंय, निक्. मी म्हटलं होतं मी काहीही झालं तरी तुझ्यावर प्रेम करीन. अगदी काहीही निष्पन्न झालं, तरीही मी तुझ्यावर प्रेम करीन?"

"हो."

"तेच सांगत्येय, मी आजही तुझ्यावर प्रेम करते; पण हे मला सहन होत नाहीये." तिच्या तोंडून एक करुण हुंदका बाहेर पडला, एखाद्या छोट्या बाळासारखा हुंदका. "गोष्टी अशा घडायला नको होत्या."

"हो. हा फारच विचित्र तिढा आहे." मी जरा गमतीच्या सुरात म्हटल्यासारखं बोललो.

"ती आपल्याला वेगळं नाही करणार ना?''

"नाही.'' मी म्हटलं. "ती पण आहे त्यापेक्षा चांगली असण्याचा आव आणते आहे, लक्षात आहे ना?''

हं, शेवटी मी ॲमीच्या तोडीस तोड ठरलो. एका सकाळी मला जाग आली, तिच्या शेजारी पडून मी तिच्या डोक्याचा मागचा भाग न्याहाळत होतो. तिच्या मनात आता कोणते विचार सुरू असतील याचा अंदाज घेत होतो. पण आता मात्र सूर्याकडे बघितल्यासारखे माझे डोळे दिपले नाहीत. मीपण हळूहळू माझ्या बायकोच्याच वेडेपणाच्या पातळीवर जातोय, कारण ती पुन्हा एकदा माझ्यात परिवर्तन घडवून आणतेय आणि ते मला जाणवतंय; आधी मी एक अननुभवी मुलगा होतो, मग एक पुरुष, चांगला आणि वाईट. आणि आता शेवटी मी एक हिरो आहे. आमच्या या संसाराच्या युद्धकथेत ज्याच्या बाजूनं उभं राहावं असा तो मी आहे. ही अशी कहाणी आहे जी मी आता पेलू शकतो. उलट आत्ता या क्षणी मी ॲमीशिवाय या गोष्टीचा विचारसुद्धा करू शकत नाही. ती माझी चिरंतन शत्रू आहे.

आम्ही या कहाणीचा प्रदीर्घ भीतिदायक शेवट आहोत.

ॲमी इलियट डन्

परत आल्यावर दहा महिने, दोन आठवडे, सहा दिवसांनंतर...

मला सांगण्यात आलं होतं, की प्रेम हे निरपेक्ष असायला हवं. प्रत्येक जण हाच नियम सांगतं; पण जर प्रेमाला काही सीमाच नसतील, काही मर्यादा, काही अटी नसतील तर मग कोणी प्रत्येक वेळी योग्य गोष्टच करण्याचा प्रयत्न तरी का करावा? जर मला माहीत असेल, की काही झालं तरी माझ्यावर प्रेम केलंच जाणार आहे, तर मग त्यात आव्हान तरी काय असणार? निक्चे सगळे दोष लक्षात घेऊनही मी त्याच्यावर प्रेम करायला हवं, अशी अपेक्षा आहे आणि माझ्या लहरी सांभाळूनही निक्नं माझ्यावर प्रेम करावं, हीदेखील अपेक्षा आहे; पण आम्ही नाही करत तसं. मग मला वाटतं की सगळ्यांचंच चुकतंय काहीतरी. प्रेमात अनेक अटी असायला हव्यात. प्रेमात दोन्ही जोडीदारांनी सदासर्वकाळ सर्वोत्तमच असायला हवं. निरपेक्ष, विनाअट प्रेम हे बेशिस्त प्रेम आहे. आणि आपल्या सगळ्यांनाच माहित्येय की असं बेशिस्त प्रेम हे धोकादायक असतं.

माझे प्रेमाबद्दलचे विस्तृत विचार तुम्ही 'अमेझिंग'मध्ये वाचू शकाल : लवकरच प्रकाशित!

पण आधी : मातृत्वाविषयी. माझी तारीख उद्याची आहे. उद्या नेमका आमच्या लग्नाचा वाढदिवस आहे. सहावा. लोखंड. निक्ला छानश्या हातकड्या भेट द्याव्यात, असा विचार होता माझा; पण त्याला अजून त्यातली मजा कळणार नाही. किती विचित्र वाटतं विचार केला, की एक वर्षापूर्वी या दिवशी मी माझ्या नवऱ्याच्या सर्वनाशासाठी सिद्ध झाले होते आणि आज मी जवळजवळ त्याला पहिल्यासारखा घडवून पूर्ण केलाय.

गेल्या काही महिन्यात निक्नं स्वतःचा सगळा मोकळा वेळ माझ्या पोटाला

कोकाबटर चोळण्यात, माझ्यासाठी बाहेर जाऊन लोणची आणण्यात, माझे पाय चेपून देण्यात घालवला आहे, होऊ घातलेल्या बापानं ज्या ज्या गोष्टी करायच्या त्या सगळ्या गोष्टी तो करतो आहे. तो आता माझ्यावर निरपेक्ष प्रेम करायला शिकतो आहे. अगदी माझ्या अपेक्षेबरहुकूम. मला वाटतंय आता आमचा आमच्या सुखाच्या दिशेनं प्रवास सुरू झालाय. आता कळलंय मला सगळं.

उद्या आम्ही जगातले सर्वोत्तम, सर्वोत्कृष्ट केंद्रवर्ती कुटुंब झालेलो असू.

फक्त आम्हाला हे टिकवायला हवं. निक् अजून तेवढा तयार झालेला नाही. आज सकाळी तो माझ्या केसांवरून हात फिरवत मला विचारत होता, की तो आणखी काय करू शकतो माझ्यासाठी? आणि मी म्हटलं : ''देवा रे, निक्, तू इतका छान का वागतो आहेस माझ्याशी?''

त्यानं म्हणायला हवं होतं, तुझी योग्यताच तशी आहे. मी प्रेम करतो तुझ्यावर.

पण तो म्हणाला, ''कारण मला कीव येते तुझी.''

''का?''

''कारण रोज सकाळी उठल्यावर तुला तूच असावं लागतं.''

मला खरंच, अगदी मनापासून वाटतं, की त्याने तसं म्हणायला नको होतं. मी त्याचा विचार करत राहते. माझ्या डोक्यातून जातच नाहीत हे शब्द.

अजून लिहिण्यासारखं माझ्याकडे काहीच नाही. मला फक्त एकाच गोष्टीची खात्री करायची होती, की शेवटचा शब्द माझाच असायला हवा. मला वाटतं हक्कच आहे तो माझा.